ശൂന്യം

[ഒരു യാത്രാവിവരണം]

ഈ കഥ, ഇതിലെ കഥാപാത്രങ്ങൾ, അവരുടെ പേരുകൾ, ചില സ്ഥല പ്പേരുകൾ ,ആചാരങ്ങൾ, അനുഭവങ്ങൾ എന്നിവ കഥാ സന്ദർഭത്തിന് അനുയോജ്യമായി സങ്കൽപ്പിച്ച് എടുത്തിരിക്കുന്നതാണ്. യഥാർത്ഥ സ്ഥല ങ്ങൾ, ആളുകൾ, സംഭവങ്ങൾ, ജാതി, മതം, ആചാരങ്ങൾ എന്നിവയു മായി ഈ കഥയ്ക്ക് യാതൊരു ബന്ധവുമില്ല.

(പ്രജിത മിത്ര)

എഴുത്തുകാരിയെ കുറിച്ച്

എന്റെ പേര് പ്രജിത , തൃശ്ശൂർ ജില്ലയിലെ വെള്ളാങ്ങല്ലൂർ പഞ്ചായത്തിലെ കോണത്തുകുന്നു എന്ന ഗ്രാമത്തിൽ ജനനം. വിവാഹിതയും ഒരു കുഞ്ഞിന്റെ അമ്മയുമാണ് .വിദ്യഭ്യാസ യോഗ്യത മാസ്റ്റർ ഓഫ് ബിസിനസ്സ് അഡ്മിനിസ്ട്രേഷൻ ആണ്. യോഗ അധ്യാപക കോഴ്സും പാസ്സായിട്ടുണ്ട്. കുട്ടിക്കാലം മുതൽ കവിതകളും , കഥകളും എഴുതുമായിരുന്നു . ചെറിയ അംഗീകാരങ്ങള് ലഭിച്ചിട്ടുണ്ട് എന്നതൊഴിച്ചു നിർത്തിയാൽ പറയക്കത്തക്ക മറ്റു പരമ്പര്യമോ പ്രശസ്തിയോ ഒന്നും എനിക്കില്ല . 'ശൂന്യം' രണ്ടാമത്തെ കൃതിയാണ് . മുൻപ് 'മിത്ര' എന്നുപേരിൽ ഒരു ചെറു കവിതാ സമാഹാരം പ്രസിദ്ധീകരിച്ചിട്ടുണ്ട് .

Email ID: prajithamithra@gmail.com

Ph no : 8289973556

KIZHAKKEPALAKKATHU HOUSE

KONATHUKUNNU P O

THRISSUR, KERALA , INDIA

PIN 680123

സമർപ്പണം

ശൂന്യതയെ സ്നേഹിക്കുന്നവർക്കായി, ശൂന്യതയിൽ അലിഞ്ഞു

ചേർന്നവർക്കായി, ശൂന്യതയിൽ എല്ലാം നഷ്ടപ്പെട്ടവർക്കായി,

ശൂന്യത്തിൽ നിന്നും ശൂന്യം കുറച്ചാലും, കൂട്ടിയാലും വീണ്ടും

ശൂന്യം തന്നെ ബാക്കിയാവും എന്നറിഞ്ഞവർക്കായി

ശൂന്യതയെ അറിയാത്തവർക്കായി

ശൂന്യതയെ അറിയാൻ ഭയന്നവർക്കായി

ശൂന്യം സമർപ്പിക്കപ്പെടുന്നു.

ആമുഖം

ഡിഗ്രീ പഠനത്തിനു ശേഷം, വല്ലപ്പോഴും മാത്രമേ എഴുതാൻ ശ്രമിച്ചിരുന്നുള്ളൂ . ഭൂരിഭാഗവും കവിതകളോ, അങ്ങനെ പറയാമോ എന്നെനിക്കറിയില്ല , വായിച്ചു നോക്കുന്നവർക്കു കൂടി അങ്ങനെ അനുഭവപ്പെടണമല്ലോ . അതിനുള്ള അവസരം ഞാൻ ഉണ്ടാക്കിയിട്ടില്ല . കുറെ കഴിയുമ്പോൾ നമുക്ക് തന്നെ തിരിച്ചറിവുണ്ടാകില്ലേ , ആ തിരിച്ചറിവിൽ നിന്നാണ് എഴുതണമെന്നും , എഴുതിയത് പ്രസിദ്ധീകരിക്കണമെന്നും വാശിയുണ്ടായ ത് . എന്നിട്ടും അതിനു വർഷങ്ങൾ ഒരുപാടെടുത്തു

2015 ലോ 2016 ലോ ഞാൻ എഴുതി തുടങ്ങിയ ഒരു നോവലാണിത് .പിന്നെയും കൂടിച്ചേർക്കലുകളും ഒഴിവാക്കലുമൊക്കെ നടത്തി -ഇടയിൽ വലിയ പ്രളയവും, കൊറോണയുമെല്ലാം വന്നു പോയി . എഴുതിയത് ഒന്നാലും ബാധിക്കാതെ ഒരു മൂലയ്ക്കൽ ചടഞ്ഞുകൂടി ഇരുന്നു .

ഈ നോവലെങ്ങനെ എഴുതി എന്നു ചോദിച്ചാല്,ഇതൊരു നൊവേലെ ആയിരുന്നില്ല എന്നതാണ് സത്യം. എന്റെ പ്രവാസ ജീവിതത്തിന്റെ രണ്ടാം ഘട്ടം, ദുബായിലെ ചെറിയ ഒരു അടുക്കളയുടെ മഹാറാണിപ്പട്ടവുമായി ഞാൻ ജീവിക്കുന്ന കാലത്ത് ,കൃത്യമായി പറഞ്ഞാൽ ,വലിയ പാനിൽ ഉഴുന്നും അരിയും അരച്ചുണ്ടാക്കിയ മിശ്രിതം കോരിയൊഴിച്ച്, പരത്തിയെടുത്ത് ,അതിന്റെ മുകളില് നെയ്യ് തൂകുമ്പോള് ഉണ്ടാകുന്ന സുഗന്ധത്തിന്റെയും ,വൈദ്യുത അര യന്ത്രത്തിന്റെ സ്റ്റൈലിഷ് ആയ ജാറിൽ അരഞ്ഞു തീരുന്ന നാളികേരത്തിന്റെ തേങ്ങലിനുമിടയിൽ ,ഒരു കാര്യവും കാരണവുമില്ലാതെ അഞ്ചു കഥകൾ പൊട്ടിമുളച്ചു . അഞ്ചിനും അപ്പോള് തന്നെ വെള്ളവും വളവുമെല്ലാം ഒഴിച്ച് വളർത്തിയെടുത്തു . അഞ്ചു ചെറുകഥകൾ , വ്യക്തമായി രണ്ടോ മൂന്നോ പേജുകളിൽ ഒതുക്കാവുന്നവ. പക്ഷേ എഴുതിത്തുടങ്ങിയപ്പോൾ ,ആദ്യത്തെ രണ്ടു കഥകൾ അത്യാവശ്യം നീണ്ട ചെറുകഥയായി മാറി. ബാക്കി മൂന്നും നോവലുകളായി മാറി. നാലാമത്തെ കഥയാണ് ശൂന്യം. ഇതിലെ കേന്ദ്രകഥാപാത്രമാണ് ജഗദീഷ് ,അയാളെ സൃഷ്ടിക്കുകയാണ് ഞാൻ ചെയ്തത് . ബാക്കി കഥ മുഴുവനും എഴുതിയത് ജഗദീഷാണ് .

ഇത് ഒരു സാധാരണ കഥയാണ്. തികച്ചും ഒരു സാധാരണക്കാരന്റെ കഥ. മറ്റൊരു അവകാശവാദവും എനിക്കില്ല. പൊള്ളുന്ന അനുഭവങ്ങളെയോ, ഞെരിഞ്ഞമർന്ന ആത്മാക്കളെയോ നിങ്ങൾക്കിതിൽ കാണാൻ കഴിഞ്ഞുവെന്ന് വരില്ല. ഒരു സാധാരണ മനുഷ്യന്റെ ജീവിതാനുഭവങ്ങൾ. ഒരു പക്ഷേ നിങ്ങളിൽ പലർക്കും നിങ്ങളെത്തന്നെ ഇതിൽ കാണാൻ കഴിഞ്ഞെന്നു വരാം.

ജഗദീഷിനെ അറിയാൻ ശ്രമിച്ചാൽ ഉൾക്കണ്ണിലൂടെ ഈ കഥ വായിച്ചാൽ വാക്കുകൾക്കപ്പുറം ഞാൻ പറയാൻ ശ്രമിച്ചത്, നിങ്ങൾക്കു കൂടി മനസ്സിലാക്കാൻ കഴിഞ്ഞാൽ ഒരു എഴുത്തുകാരി എന്ന നിലയിൽ ഞാൻ വിജയിച്ചു എന്ന് വിശ്വസിക്കും. നമുക്കു നേരെ തിരിച്ചു വച്ചിരിക്കുന്ന ഒരു കണ്ണാടിയാണ് ജഗദീഷ്. എന്താണ് ജീവിതം? എല്ലാത്തിനുമപ്പുറം എങ്ങനെയ ണ് ജീവിത യാഥാർത്ഥ്യത്തെ നിർവചിക്കുക?

ഉള്ളടക്കം

1. മഴ

ജൂണിലെ കനത്ത മഴയായിരുന്നു. ഇരമ്പിയാർക്കുകയാണ് കൂറ്റൻ ബ ഹു നില കെട്ടിടങ്ങൾക്ക് മുകളിലൂടെ നിർത്താതെ ശബ്ദം ഉണ്ടാക്കി അതങ്ങ് താഴേക്കു പ്രവഹിക്കുകയാണ്. "അഹങ്കാരിയായ മനുഷ്യാ, നീ എന്റെ സഹോദരിക്കു മേൽ കെട്ടി ഉണ്ടാക്കിയ രാക്ഷസ കൊട്ടാരങ്ങൾക്കും ഉപരിയാണ് എന്റെ ശക്തി. കണ്ടുകൊള്ളൂ എന്ന് മഴ ഗർജിക്കുന്നത് പോലെ! കുറച്ചുനേരം ആ വന്യതയിലെ സൗന്ദര്യവും വീക്ഷിച്ചു ഞാൻ നിന്നു.

താഴെ കോൺക്രീറ്റ് പാളികൾക്ക് മുകളിൽ നിറയുന്ന ജലം എങ്ങോട്ടെന്നറിയാതെ വെമ്പുന്ന പോലെ. അതിന്റ പതഞ്ഞു പൊങ്ങുന്ന കുമിളകളിലേക്ക് വീണ്ടും വീണ്ടും നോക്കി നിന്നു. "തുടക്കവും നിന്നിൽ ഒടുക്കവും നിന്നിൽ!" ഹിന്ദു വിശ്വാസ പ്രകാരം മനുഷ്യന്റെ അവസാന ചിതാഭസ്മവും ലയിച്ചു തീരുന്നത് ഈ ജലത്തിലാണ്. തുടക്കവും ഒടുക്കവും നിന്നിൽ, അമ്മയുടെ ഗർഭ പാത്രം മുതലേ നിഷേധിക്കാൻ കഴിയാത്ത ബന്ധം. നിന്നെയല്ലേ നമിക്കേണ്ടത്? നിന്നെയല്ലേ പൂജിക്കേണ്ടത്? കണ്ണുകൾ പിൻവലിച്ച് ഞാൻ ജനലുകൾ കൊട്ടിയടച്ചു.

അകത്തു സംസാരിക്കുന്നത് കേൾക്കുന്നില്ല, മുറിയിൽ ഇരുന്നു കരിഷ്മയെ വിളിച്ചിട്ടു കുറെ നേരമായി. അവൾ അടുക്കളയിലാണോ? കേൾക്കുന്നില്ല, വീണ്ടും വിളിച്ചു കരിഷ്മാ... അവൾ വാതിലിനടുത്തേക്ക് വന്നു, കട്ടിളയിൽ കൈകൾ വച്ചുകൊണ്ട് കുറച്ച് ദേഷ്യത്തോടെ ചോദിച്ചു എന്താ ജഗദീഷ്? ഞാൻ പുഞ്ചിരിച്ചു, നിന്റെ സാധനങ്ങളൊക്കെ എടുത്തു പുറത്തുവച്ച് തരൂ. ഞാൻ പാക്ക് ചെയ്തു തരാം.. അവൾ അകത്തു കയറി കട്ടിലിൽ ഇരുന്നു താടിക്ക് കൈ കൊടുത്തുകൊണ്ട് ജഗദീഷിനെ നോക്കി പറഞ്ഞു. എന്റെ സാധനങ്ങൾ ഞാൻ പാക്ക് ചെയ്തു വെച്ചോളാം. മറ്റന്നാൾ രാവിലെയല്ലേ പോകുന്നത്...പോകുന്നത് മറ്റന്നാൾ തന്നെയാണ്. നാളെക്കാക്കി തിരക്കാക്കേണ്ട. രാത്രി നേരത്തെ കിടക്കണം നിനക്കറിയാലോ കരിഷ്മ, എന്തെങ്കിലും അസുഖത്തിന്റെ ലക്ഷണം കണ്ടാൽ തന്നെ വീർ സമ്മതിക്കില്ല പിന്നെ നാളെ ജയദീപും ഉണ്ടാകും കുട്ടികൾ ..ബഹളം.. നോക്ക്, ഒന്നിനും സമയം ഉണ്ടാകില്ല. ശരി ജഗദീഷ്, ഞാൻ ഊണ് കഴിഞ്ഞിട്ടാകാമെന്ന് വച്ചിട്ടാണ്.

നീ എന്ത് ചെയ്യുകയായിരുന്നു? ജഗദീഷും കട്ടിലിൽ കരിഷ്മയുടെ അടുത്തായിരുന്നുകൊണ്ടു ചോദിച്ചു. ഹാഹാ കരിഷ്മ ചിരിച്ചു കൊണ്ട് പറഞ്ഞു തുടങ്ങി. എനിക്ക് ഒരുമാസമായി കൂടുതൽ എന്താ പണി? ബന്ധുക്കൾക്കും സുഹൃത്തുക്കൾക്കും മറുപടി പറയുക, അതു തന്നെ. നിങ്ങളുടെ മൂത്ത മകൻ ഉണ്ടല്ലോ ജയവീർ, നാട്ടുകാരെ മുഴുവൻ മൈക്ക് വച്ച് അറിയിച്ചിട്ടുണ്ടല്ലോ നമ്മൾ നാടുവിടുന്ന വിവരം. ഇനി അറിയാത്തവർ ആരു

മില്ല അറിഞ്ഞവർ അറിഞ്ഞവർ വിളിച്ചു ചോദിക്കുകയാണ്. കരിഷ്മ, ഇത് ഇപ്പോൾ ആവശ്യമാണോ? ഈ വയസ്സു കാലത്ത് ദൂരെ ഒരു ഗ്രാമത്തിൽ! ഇത് ശുദ്ധ മണ്ടത്തരമാണ്. നിന്റെ രണ്ടു മക്കളും നല്ല രീതിയിൽ ജീവിക്കുന്നു അവരുടെ കൂടെ സന്തോഷമായി ജീവിക്കുന്നതിനു പകരം, ഇങ്ങനെയൊക്കെയാണ് ഓരോരുത്തരും ചോദിക്കുന്നത്.എല്ലാവർക്കും മറുപടി കൊടുക്കേണ്ട. ജഗദീഷ് ചിരിച്ചു....

ഇതൊക്കെ വീറിന്റെ പണിയാണ് എങ്ങനെയെങ്കിലും നമ്മുടെ മനസ്സ് മാറ്റണം ഈ യാത്ര വേണ്ടെന്നു വയ്ക്കണം. ആ ശർമിള ഉണ്ടല്ലോ അവൾ എന്നെ ഈ മാസം അഞ്ചാമത്തെ തവണയാണ് വിളിക്കുന്നത്. എന്തിന് നമ്മുടെ പഴയ അയൽക്കാരി ഒരു മലയാളി സ്ത്രീ ഉണ്ടായിരുന്നല്ലോ പാർവതി, അവളെ വരെ ഇവൻ വിളിച്ച് അറിയിച്ചിട്ടുണ്ട്. നിങ്ങളുടെ സുഹൃത്തുക്കളും വിളിക്കുന്നുണ്ടാവുമല്ലോ ജഗദീഷ്? ജഗദീഷ് ചിരിച്ചു കൊണ്ട് തലയാട്ടി. ഒന്നിനും നമ്മൾ വശപ്പെടുന്നില്ല എന്ന് കണ്ടപ്പോൾ അവന്റെ അമ്മായിയമ്മയാണ് ചാക്കിട്ട് പിടിച്ചിരിക്കുന്നത്. ഇന്നും അവർ അരമണിക്കൂർ സാരോപദേശം തന്നു ജഗദീഷ്. കരിഷ്മ നെറ്റിയിൽ കൈവച്ചു കൊണ്ട് ഹോ ഹോ എന്ന് ശബ്ദമുണ്ടാക്കി. ജഗദീഷ് ചിരി നിയന്ത്രിക്കാനാകാതെ തലയിണയിലേക്ക് വലതു മുട്ടൂന്നി കിടന്നു കൊണ്ട് ചോദിച്ചു. നീ എന്തു പറഞ്ഞു ദീപയോട്? ഞാനെന്തു പറയാൻ എല്ലാം നിങ്ങളുടെ തിരുമാനം ആണെന്ന് പറഞ്ഞു. പിന്നെ എനിക്ക് ഇങ്ങനെ കൂടി പറയണമെന്നുണ്ടായിരുന്നു ഞാൻ എന്റെ ഭർത്താവിന്റെയും എന്റെയും ഇഷ്ടങ്ങൾക്കനുസരിച്ചാണ് ജീവിക്കുന്നത് അതല്ലാതെ നിങ്ങളെപ്പോലെ മരുമകന്റെ മുന്നിൽ ഭയഭക്തി ബഹുമാനം കാണിക്കുകയൊന്നും വേണ്ടെന്ന്. അതു പറഞ്ഞു കൊണ്ട് അവളും ഉറക്കെ ചിരിച്ചു

പെട്ടെന്ന് വാതിലിനു മറവിൽ രണ്ടു കുഞ്ഞു കാലുകൾ. ജഗദീഷ് ഉറക്കെ വിളിച്ചു, റോഷ്നി.. ഒളിക്കാതെ ഇങ്ങു വാ . അച്ഛച്ചന്റെ തങ്കമല്ലേ ഇങ്ങു വാ. അവൾ കയ്യിൽ ഒരു വലിയ ഡോൾ വെച്ചിട്ടുണ്ട്. ഏകദേശം അവളുടെ അത്രതന്നെ ഉയരമുണ്ട്. മുടിയെല്ലാം പിന്നികെട്ടി വെച്ചിരിക്കുന്നു അവൾ വന്നു കട്ടിലിൽ ഞങ്ങൾക്ക് നടുവിൽ തന്നെ ഇരുന്നു കൊണ്ടു ചോദിച്ചു. അച്ഛച്ച, അച്ഛമ്മ നിങ്ങൾ പോകുകയല്ലേ? നാളെയല്ലേ? അല്ല മോളെ മറ്റന്നാൾ..അവൾ വീണ്ടും പറഞ്ഞു, ടുമാറോ ടുമാറോ.... കഴിഞ്ഞ ഒരു മാസമായി അവൾ എല്ലാ ദിവസവും ചോദിക്കുന്നത് ഇതാണ്, ടുമാറോയല്ലേ അച്ചാച്ച നിങ്ങൾ പോകുന്നത്?...

ജഗദീഷ് അവളെ ചേർത്തുപിടിച്ചു കൊണ്ട് ചോദിച്ചു. അച്ഛച്ചനും അച്ഛമ്മയും പോയാൽ റോഷ്നി മോൾക്ക് സങ്കടം ആവോ? അവൾ ഞങ്ങളുടെ രണ്ടുപേരുടെയും മുഖത്തേക്ക് നോക്കി 'ആ' എന്ന് തലയാട്ടി.

പിന്നെ ഒരു കാര്യം കൂടി പറഞ്ഞു, നിങ്ങൾ പോയാലുണ്ടല്ലോ ഞാൻ ഈ മുറി എന്റെ ഡോളിയുടേതാക്കും. ഇവിടെയാ ഞാൻ പിന്നെ കളിക്കാ... അവൾ വളരെ സന്തോഷത്തോടെ ചിരിച്ചു.... ങ്ഹാ.... കരിഷ്മ എന്നെ നോക്കി ചിരിച്ചു കൊണ്ട് പറഞ്ഞു. നോക്ക് അച്ഛന്റെ മോള് തന്നെ, എല്ലാത്തിലും പുതിയ അവസരങ്ങൾ കാണും.. ഹേയ് അങ്ങനെയൊന്നും പറയല്ലേ . ഞാൻ ഒച്ചയെടുത്തു. കുട്ടികളുടെ മുന്നിൽ വച്ച് ഇങ്ങനെയൊന്നും പറയരുതെന്ന് ഞാൻ എത്ര പ്രാവശ്യം പറഞ്ഞിട്ടുണ്ട് കരിഷ്മ, നോക്ക്, ഇവർ ഒരിക്കൽ റെക്കോർഡ് ചെയ്തു വെച്ചാൽ പിന്നെ ഡിലീറ്റ് ചെയ്യില്ല.. മനസ്സിലായോ... കരിഷ്മ മുഖം തിരിച്ചു. ഞാൻ ഒരു തമാശ പറഞ്ഞതല്ലേ..... കരിഷ്മ നിനക്കും എനിക്കും ഇതെല്ലാം തമാശയായിരിക്കും. പക്ഷേ റോഷ്നിക്ക് ആ തമാശ മനസ്സിലാവില്ല. അവൾ കുഞ്ഞല്ലേ... ഓ ഓ.. അത് ശരിയാണെന്ന് പറഞ്ഞ് കരിഷ്മ തലകുലുക്കി. നിങ്ങൾ എഴുന്നേൽക്കൂ, നമുക്ക് ഭക്ഷണം കഴിക്കാം. അതുകഴിഞ്ഞ് സാധനങ്ങൾ പാക്ക് ചെയ്യാം. കരിഷ്മ രോഷ്നിയുടെ നേർക്ക് തിരിഞ്ഞു. എടീ കുഞ്ഞി കാന്താരി നിനക്കൊന്നും കഴിക്കേണ്ടേ? അവൾ വലിയ ഗൗരവത്തോടെ പറഞ്ഞു എനിക്ക് വിശപ്പില്ല .പക്ഷെ ഡോളിക്ക് എന്തെങ്കിലും കൊടുക്കണം ഇന്നലെയും ഒന്നും കഴിച്ചിട്ടില്ല. പാവം!

ഭക്ഷണം കഴിക്കുമ്പോഴും എന്റെ ചിന്തകൾക്ക് വിരാമമിടാൻ കഴിയുന്നില്ല. എന്റെ മനസ്സു നിറയെ നാട്ടിലേക്കുള്ള യാത്രയാണ്. നാടെന്ന് പറഞ്ഞാൽ ഞാൻ ജനിച്ചു വളർന്ന ഗ്രാമം. 22 വർഷങ്ങൾ ഞാൻ കഴിഞ്ഞു കൂടിയത്. രാജസ്ഥാനിലെ ബാലേശ്വർ എന്ന ഗ്രാമം.. മുമ്പ് ഒരു കുഗ്രാമം ആയിരുന്നു ബാലേശ്വരും അതിനുചുറ്റുമുള്ള പ്രദേശങ്ങളും... ഇന്നിപ്പോൾ ഒരു ചെറിയ ടൗൺഷിപ്പ് പോലെ ആയിട്ടുണ്ട്. ഇരുപത്തിരണ്ടു വർഷങ്ങൾ....അതിലേറെ അടുപ്പം എനിക്കീ മുംബൈയോടുണ്ട്.

നാല്പത്തിയെട്ട് വർഷങ്ങൾ കഴിഞ്ഞിരിക്കുന്നു! എത്രയോ കാലമായി ഈ ദേശവുമായി ഇഴുകിച്ചേർന്നിട്ടു .ഇവിടത്തെ ഓരോ പ്രഭാതങ്ങൾ, പ്രദോഷങ്ങൾ, തെരുവുകൾ, ഈ തിരക്ക്.... എല്ലാത്തിനോടും ഞാൻ ഇഴുകി ചേർന്നു കഴിഞ്ഞതാണ്. അത്രയേറെ സ്വാംശീകരിക്കപ്പെട്ടിരിക്കുന്നു. ഒരിക്കലും ഞാനിവിടെ ഒരു അന്യനാണെന്ന് തോന്നിയിട്ടില്ല. ഇത് എന്റെ ദേശം അത്രതന്നെ. അല്ലെങ്കിലും ഈ മുംബൈ അങ്ങനെയുള്ളതാണ്. ഇന്ത്യയിലെ പല ദേശങ്ങളിൽ നിന്നും വന്നു താമസിക്കുന്നവർ പല ഭാഷക്കാർ, പല സംസ്കാരങ്ങൾ, വേഷങ്ങൾ ,ആചാരങ്ങൾ പല വിധ വർണ്ണങ്ങളിൽ ഉള്ള പുഷ്പങ്ങളാൽ തീർത്ത ഹാരം,.... അതെ! ഭവാനി ദേവിയുടെ കഴുത്തിൽ കിടക്കുന്ന ഹാരം പോലെയാണ് ഈ മുംബൈ. ഇവിടത്തോടുള്ള സ്നേഹം നഷ്ടപ്പെട്ടിട്ടല്ല പക്ഷേ കുറെയധികം വർഷങ്ങളായി ബാലേശ്വറിലേക്ക് പോയി അവിടെ കുറച്ചു നാൾ കഴിയണമെന്ന് വിചാ

രിക്കുന്നു. ചിലപ്പോൾ തിരിച്ചുവരാം, അല്ലെങ്കിൽ മരണംവരെ അവിടെ തന്നെ.

ഊണുകഴിഞ്ഞ് എന്റെ ചൂരൽ കസേര, ബാൽക്കണിയിലേക്ക് തുറ ക്കുന്ന വാതിലിനരികിലേക്ക് ഞാൻ വലിച്ചിട്ടു. സ്വീകരണമുറിയിൽ നിന്ന് രണ്ടു സ്റ്റെപ്പ് താഴെയിറങ്ങിയാൽ ബാൽക്കണിയായി. കരിഷ്മയുടെ ചെറിയ പൂന്തോട്ടം. ഞങ്ങളുടെ കുടുംബത്തിലേക്ക് എന്നും സുഗന്ധമേകുന്ന സുന്ദരി സുന്ദരന്മാർ മുകൾവരിപ്പിലും താഴെയും, ചുമരിലുമായി തൂങ്ങി അങ്ങ് നിൽക്കുന്നുണ്ട്. മഴയുടെ തണുത്ത സുഖത്തിൽ, പാതി അടഞ്ഞ കണ്ണുകളോടെ ഇളം മയക്കത്തിലാർന്നു കിടക്കുകയാണ്. കുറച്ചധികം വരെയുള്ള കാഴ്ചകൾ കാണാം. മഴ ഇപ്പോഴും ചെറുതായി പെയ്തു കൊണ്ടിരിക്കുന്നുണ്ട്. പക്ഷേ ദൃശ്യമല്ല. ഇലകളിലൂടെ തുള്ളികൾ താഴോട്ട് വീഴുന്നത്കാണുമ്പോഴാണ് മഴ ഇപ്പോഴും പെയ്യുന്നുണ്ടെന്ന് മനസ്സിലാക്കുന്നത്....ഓർക്കിഡ് പുഷ്പങ്ങൾക്കിടയിലെ സാമാന്യം ഭേദപ്പെട്ട ഒരു രാജകുമാരി എന്നെ നോക്കി ചിറി കൊട്ടി. ജഗദീഷ് ഈ തണുപ്പത്ത്, അതും ഉച്ചകഴിഞ്ഞ ഈ സമയത്ത് നിങ്ങൾ ഒരു മനുഷ്യൻ മാത്രമാണ് ഒന്നു മയങ്ങാതെ കണ്ണും മിഴിച്ചിരിക്കുന്നത്. ഞാൻ പതുക്കെ എഴുന്നേറ്റു ചെന്നു വലതു കൈകൊണ്ട് അവളുടെ താടി ഒന്നു ഉയർത്തിക്കൊണ്ടു ചോദിച്ചു, ഭവതി,... നിന്റെ പേരും കരിഷ്മ എന്നു തന്നെയാണോ?

യൗവനത്തിൽ ഇതൊന്നു ആസ്വദിക്കാൻ ഇത്രയധികം സമയം കിട്ടിയിട്ടില്ല. വല്ലാത്ത പാച്ചിലായിരുന്നു അന്നൊക്കെ. മഴയെത്തും ബസിനു പിന്നാലെ, അല്ലെങ്കിൽ ട്രെയിൻ, ഇൻ ചെയ്ത് വടിവൊപ്പിച്ച ഷർട്ടും പാന്റും, പിന്നെ കറുത്ത ഷൂസ്, ഭക്ഷണം, വെള്ളം ഫയലുകൾ ഒക്കെ അടങ്ങിയ ബാഗും കയ്യിൽ തൂക്കി കുറെ ഓടിയിട്ടുണ്ട്.

നോക്കൂ നിങ്ങൾ ചിലപ്പോൾ വിചാരിക്കും എനിക്കന്നത് കഷ്ടപ്പാടായിരുന്നുവെന്ന്. പക്ഷേ സത്യമായിട്ടും അല്ല. ജീവിതത്തിന്റെ ആ ഓട്ടം വളരെ ആസ്വദിച്ച് ചെയ്ത വ്യക്തിയാണ് ഞാൻ. ആ ഓട്ടത്തിൽ ജയിക്കാൻ കഴിഞ്ഞില്ലെങ്കിൽ ജീവിതം മുന്നോട്ടു പോകില്ലെന്ന് എനിക്ക് നല്ല ബോധ്യമുണ്ടായിരുന്നു. രാവിലെ തുടങ്ങുന്ന യാത്ര സന്ധ്യക്ക് ശേഷമുള്ള കൂടണയൽ. വാതിലിനു പുറകിലുള്ള ഒരു ലോകം; എന്റെ കുടുംബം, കരിഷ്മ, വീർ, ദീപ്.... ഞായറാഴ്ച എന്ന പുണ്യ ദിനം, ഞങ്ങൾ മനസ്സു നിറഞ്ഞു ആസ്വദിക്കാറുള്ള അവധി ദിവസങ്ങൾ, എന്റെയും കരിഷ്മയുടെയും സുഹൃത്തുക്കൾ........ അങ്ങനെ എത്ര,..എത്ര വർഷങ്ങൾ കടന്നു പോയി!

ഞാൻ ഓർമ്മകളുടെ നൂൽപ്പാലങ്ങളിലൂടെ യാത്ര ചെയ്യവേ, അതിനെ ഭേദിച്ചുകൊണ്ട് കരിഷ്മയുടെ ശബ്ദം കേട്ടു. ജഗദീഷ് നോക്കൂ ഞാൻ മോ

ളെ ഒന്ന് ഉറക്കട്ടെ, അതുകഴിഞ്ഞ് എല്ലാം പാക്ക് ചെയ്തു വയ്ക്കാം. ആരോടെങ്കിലും വിളിച്ചു പറയാനുണ്ടെങ്കിൽ മറക്കണ്ട. എനിക്ക് ഓർമ്മയിൽ വന്നവരെയെല്ലാം വിളിച്ച് ഞാൻ യാത്ര പറഞ്ഞിട്ടുണ്ട്. ബാലേശ്വരിൽ വീടെല്ലാം വൃത്തിയാക്കിയിട്ടില്ലേ എന്നുകൂടി വിളിച്ച് അന്വേഷിക്കൂ. ഞാൻ ശരി കരിഷ്മ എന്നു പറഞ്ഞപ്പോൾ, അവൾ അകത്തേക്ക് പോയി.

നാട്ടിലേക്ക് പോകുന്നവെന്ന് തീരുമാനിച്ചപ്പോൾ ഞങ്ങൾക്കുണ്ടായിരുന്ന വലിയ വിഷമം റോഷ്നി മോൾ ആയിരുന്നു. അവൾക്ക് മൂന്ന് വയസ്സ് കഴിഞ്ഞിട്ടേയുള്ളൂ. ഇവിടെ അടുത്തുള്ള ഒരു പ്ലേസ് കൂളിൽ, പൂജ ജോലിക്ക് പോകുന്ന വഴിയാണ്, അവിടെയാക്കും . ഉച്ചയ്ക്ക് ഒരു മണിക്കു മുമ്പേ തിരിച്ചുവരും. പിന്നെ ഭക്ഷണവും മറ്റു കാര്യങ്ങളും എല്ലാം ഞങ്ങളാണ്. വൈകുന്നേരം പൂജ മറ്റു രണ്ടു മക്കളുമായി വരും.. ഇനി അവൾ ഉച്ചയ്ക്കു കുഞ്ഞിനെ അവളുടെ വീട്ടിലേക്ക് ആക്കാൻ ഏർപ്പാടാക്കിയിട്ടുണ്ട്.തിരിച്ചുവരുമ്പോൾ അവൾ ചെന്നു കൊണ്ടുവരാമെന്ന് തീരുമാനിച്ചപ്പോൾ എനിക്ക് ആശ്വാസം തോന്നി. പൂജയുടെ അമ്മ ഒറ്റയ്ക്കാണ് താമസം. ഭർത്താവ് ആറു വർഷങ്ങൾക്കു മുമ്പ് മരിച്ചു പോയി, കൂട്ടിന് അകന്ന ബന്ധത്തിലുള്ള ഒരു സ്ത്രീയും ഉണ്ട്. പൂജ അവരെ ചെറിയമ്മ എന്നാണ് വിളിക്കുന്നത്.

ഇവിടത്തെ എല്ലാ കാര്യങ്ങളും ഭദ്രമാണ്. രണ്ടു മക്കൾ രണ്ടുപേരും രണ്ടിടത്ത് കുടുംബമായി കഴിയുന്നു. സമർത്ഥരായ പേരക്കുട്ടികൾ. എല്ലാം കൊണ്ടും സന്തോഷം. എന്നിട്ടും മനസ്സ് നാട്ടിലേക്ക് പോകാൻ കൊതിക്കുന്നു. ഈ തീരുമാനം പറഞ്ഞപ്പോൾ രണ്ടു മക്കളും ആദ്യം അംഗീകരിച്ചില്ല. പിന്നെ ഞാൻ പറഞ്ഞു മനസ്സിലാക്കിക്കാൻ ശ്രമിച്ചു കൊണ്ടേയിരുന്നു....... ദീപു കുറെ കഴിഞ്ഞപ്പോൾ ഓക്കേ എന്നായി. അതല്ലെങ്കിൽ അവൻ അതിനെക്കുറിച്ച് സംസാരിക്കാതെ ആയി.., വീർ പക്ഷേ ഇന്നു വരെ സന്തോഷവാനല്ല. പോകേണ്ട ഒരു ആവശ്യവുമില്ല എന്നാണ് അവന്റെ പക്ഷം. അവൻ 'ഡാഡി' എന്നു വിളിക്കുമ്പോൾ, ആ ശബ്ദം അപ്പുറത്തെ ഫ്ലാറ്റ് വരെയെത്തും "ഡാഡി....നിങ്ങൾ ഇപ്പോൾ വേണ്ടാത്ത കാര്യമാണ് ചെയ്യാൻ പോകുന്നത്. ഇതിന്റെയെല്ലാം എന്ത് ആവശ്യമാണുള്ളത്? ഞാൻ സമ്മതിക്കാതെ ആവുമ്പോൾ, അവൻ നിഷേധാർത്ഥത്തിൽ തലയിട്ട് ശക്തിയായി കുലുക്കും ഓക്കെ പോയ്ക്കോളൂ, പൊയ്ക്കോളൂ...വരുന്നതെല്ലാം അനുഭവിച്ചോളൂ.."

റോഷ്നിയെ ഉറക്കിയതിനുശേഷം കരിഷ്മ സാധനങ്ങൾ പാക്ക് ചെയ്യാൻ തുടങ്ങി കഴിഞ്ഞു. ഞാൻ അടുത്ത് പോയിരുന്നു. കരിഷ്മാ പഴയ വസ്ത്രങ്ങളും വേണ്ടാത്ത സാധനങ്ങളും ഒക്കെ അടക്കി ബാഗിൽ ആക്കി കൊള്ളൂ. എല്ലാം ഒതുക്കി വയ്ക്കണം അവർക്ക് ഈ മുറി എന്തെങ്കിലും

ആവശ്യത്തിന് ഉപയോഗിക്കാലോ. ങ്ഹാ... കരിഷ്മ ചിരിച്ചു ഇതു രോഷ്നിയുടെ മുറിയാണ്. അവൾ തീരുമാനിച്ചു കഴിഞ്ഞു. ഞാനും ഉറക്കെ ചിരിച്ചു...... ഈ വീട്! ഞാൻ ആലോചിച്ചു, എത്ര വർഷം സ്വപ്നം കണ്ടിട്ടാണ് ഞാനിത് സ്വന്തമാക്കിയത് . ഇതിനുവേണ്ടി എത്ര വർഷങ്ങൾ ഞാൻ അധ്വാനിച്ചിട്ടുണ്ടാവും. ഞാൻ വെറുതെ ചുമരിൽ തൊട്ടു നിന്നു...വീറിനു 13 വയസ്സ് കഴിഞ്ഞപ്പോഴാണ് ഈ വീട്ടിലേക്ക് ഞങ്ങൾ മാറിയത് അവന്റെ ഒമ്പതാം ക്ലാസ് മുതൽ ഇവിടെ അടുത്തുള്ള ഒരു സ്കൂളിലായിരുന്നു. അതുവരെ ഞങ്ങൾ വാടകവീടുകളിലായിരുന്നു.

ഇവിടം നിറയെ ആൾതാമസമുള്ള കെട്ടിടങ്ങളാണ്. നടവർ ലാൽ എന്നയാളുടെ സ്വന്തമായിരുന്നു. അയാൾ കെട്ടിടങ്ങൾ പണിത് വിറ്റു തീർത്തു വലിയ ധനികനായി മാറി. ഞങ്ങൾ താമസിക്കുന്നത് മൂന്നുനിലകൾ ഉള്ള ഒരു കെട്ടിടത്തിലാണ്. ഓരോ നിലയിലും നാലു വീതം ഫ്ലാറ്റുകൾ. ഈ കോമ്പൗണ്ടിൽ തന്നെ ഇരുപതോളം ബിൽഡിങ്ങുകൾ ഉണ്ട്.

വാങ്ങുന്ന സമയത്ത് ഈ വീട് ഞങ്ങൾക്ക് വളരെ അനുയോജ്യമായി തോന്നി. അതുമാത്രമല്ല ഇതിലും വലുതൊന്നും വാങ്ങാനുള്ള സാമ്പത്തികവും ഇല്ല. രണ്ടു കിടപ്പുമുറികൾ, വലിയ മുറികൾ തന്നെയായിരുന്നു. ബാത്ത് അറ്റാച്ച്ഡ്, രണ്ടു റൂമിനും ബാൽക്കണികൾ. ഒരു വലിയ സ്വീകരണമുറി. അതിൽ തന്നെ ഡൈനിങ് ഏരിയ, ഒരു കോമൺ ടോയ്‌ലറ്റ്, കിച്ചൻ, ഡൈനിങ് ഏരിയയിൽ നിന്നും ഇറങ്ങി രണ്ടു പടി താഴെയായി ഒരു ബാൽക്കണി. അന്ന് കരിഷ്മയ്ക്കിത് സ്വർഗം ആയിരുന്നു. കുറച്ചു നാൾ കഴിഞ്ഞപ്പോൾ എല്ലായിടവും അടിച്ചു തുടച്ചും മതിയായി എന്ന് അവൾ പറഞ്ഞു. ബാൽക്കണിയിൽ എപ്പോഴും പൊടിയാകുന്നു എന്ന പരാതിയും. കുറച്ചു കഴിഞ്ഞ് മക്കൾ രണ്ടുപേരും വിവാഹിതരായി. അവർക്ക് കുഞ്ഞുങ്ങളുമായി. വീരു ബാൽക്കണി ഒക്കെ അടച്ചുപൂട്ടി കുട്ടികൾക്കായുള്ള ബെഡ് സ്പേസ് ആക്കി മാറ്റി. അതുതന്നെ ദീപും ചെയ്തു. അവസാനമായപ്പോഴേക്കും ഞങ്ങൾ വലുതെന്ന് അഭിമാനം കൊണ്ട ഈ വീട് ഒരു തിക്കുമുട്ടായി മാറി കഴിഞ്ഞിരുന്നു.

ഞാൻ ജനിച്ചു വളർന്ന വീട്, ഇതുവെച്ച് നോക്കുമ്പോൾ വളരെ വലുതായിരുന്നു. രണ്ടുനിലകളായി ചെറിയ മുറികളും ഇടനാഴികളുമായി മണ്ണും കുമ്മായവും എല്ലാം മിക്സ് ചെയ്തു ചുവന്ന കല്ലും, ഇഷ്ടികയുമൊക്കെയായി നിർമ്മിച്ചത്.... മുകളിലേക്ക് കയറാൻ പുറത്തു നിന്നും ഗോവണി ഉണ്ടായിരുന്നു. കാലപ്പഴക്കം കൊണ്ടുണ്ടായ പൊട്ടലും വിള്ളലുകളുമെല്ലാം സൂത്രപ്പണികളാൽ ശരിയാക്കി വെച്ചിരുന്നു. ആ വീട് എനിക്കൊരു ആൽബം പോലെയായിരുന്നു. പഴയ ഓർമ്മകൾ ചേർത്തുവച്ച് തുന്നിക്കെട്ടിയ ഒരു ആൽബം.....

ജനാലകൾ തുറന്ന് പുറത്തേക്ക് നോക്കുന്ന ഒരു ചെറിയ കുട്ടി.... ജനൽ പടിയിൽ വളഞ്ഞു കുത്തിയിരിക്കുന്നു. ജഗദീഷ്...... എന്ന അച്ഛന്റെ വിളി കേട്ട് ജനൽ പടിയിൽ നിന്ന് താഴത്തേക്ക് ഒറ്റ ചാട്ടം ആണ്. ചാട്ടത്തിനിടയിൽ ചിലപ്പോൾ വീണിട്ടുമുണ്ടാകും. എന്നാലും അവിടെ നിന്ന് എണീറ്റ് ഒരൊറ്റ ഓട്ടമാണ് പൂമുഖത്തേക്ക്. പിന്നെ അച്ഛന്റെ മടിയിൽ കയറി കുറച്ചുനേരം ഇരിക്കും. അപ്പോൾ കിട്ടുന്ന ഗമയും അംഗീകാരവും എനിക്ക് ഏറെ വിശിഷ്ടപ്പെട്ടതായിരുന്നു. യുവരാജാവിനെ പോലെ അമ്മയെ പാളി നോക്കും. കാലത്തു മുതൽ വൈകിട്ട് വരെ കിട്ടിയ ചീത്തകളുടെ കണക്കൊന്നു ആലോചിക്കും. പറഞ്ഞുകൊടുക്കണോ? അവസാനം വേണ്ട എന്ന തീരുമാനത്തിലെത്തും. അച്ഛനങ്ങ് രാവിലെ കൃഷിയിടത്തിലേക്ക് പോകും. പിന്നെ ഞാൻ അമ്മയുടെ കസ്റ്റഡിയിലാണ്. അന്നും ആലോചിച്ചേ ഓരോ വാക്കും പറയുമായിരുന്നുള്ളൂ എന്നാലോചിച്ചപ്പോൾ എനിക്ക് ചിരി വന്നു. അച്ഛന്റെ പുഞ്ചിരിയുള്ള നിർന്നിമേഷമായ മുഖത്തേക്ക് നോക്കിയിരിക്കുന്നത് തന്നെ ഒരു ആശ്വാസം പിന്നെ അച്ഛൻ പഴയകാല പ്രതാപങ്ങളുടെ കഥകൾ അങ്ങ് പറഞ്ഞു തുടങ്ങും. അമ്മ അകത്തുനിന്ന് പിറുപിറുക്കുന്നത് കാണാം. ഇതും പറഞ്ഞു ഇരുന്നാൽ മതി, പെൺമക്കളെ കെട്ടിക്കൊണ്ടു പോകാൻ ആളുകൾ ഇങ്ങോട്ട് വന്നു കൊള്ളും. അതോടെ അച്ഛന്റെ മുഖം മങ്ങും. പിന്നെ എന്നെ മടിയിൽ നിന്ന് ഉതിർത്തി, എഴുന്നേറ്റ് കുളിക്കാനായി പോകും.

എത്ര വർഷങ്ങൾക്കു മുമ്പാണ്........... അച്ഛനും അമ്മയും ഞങ്ങൾ അഞ്ചു മക്കളും... ഞാൻ മൂന്നാമത്തെയാൾ, എനിക്ക് മുതിർന്ന രണ്ടു സഹോദരിമാർ താഴെ ഒരു സഹോദരനും സഹോദരിയും. യാതൊരു സൗകര്യങ്ങളുമില്ല, ഇലക്ട്രിസിറ്റിയില്ല, വാഹനങ്ങൾ നന്നേ കുറവ്, ഉന്നത വിദ്യാഭ്യാസ സ്ഥാപനങ്ങൾ ഇല്ല... അങ്ങനെയുള്ള ഒരു കാലം. 1960 കളും 70കളും. ഞങ്ങൾ ദരിദ്രരായിരുന്നു, എന്നാൽ ദരിദ്രരായിരുന്നുമില്ല. ഇന്നാണെങ്കിൽ എന്റെ കുടുംബം ഒരു ധനിക കുടുംബം ആയിരുന്നു എന്നു പറയാം. കാരണം ഞങ്ങൾക്ക് കുറെയേറെ കൃഷിയിടങ്ങൾ ഉണ്ടായിരുന്നു. കന്നുകാലികളും... കൃഷിയും, കന്നുകാലി വളർത്തലുമാണ് പ്രധാന ഉപജീവനമാർഗ്ഗം. എന്റെ അച്ഛനും അതുതന്നെയാണ് ചെയ്തു പോന്നിരുന്നത്. വളരെ യാഥാസ്ഥിതികരായ ആളുകൾ.

കുർത്തയും ദോത്തിയും തലപ്പാവും, കയ്യിൽ ഒരു വടി, കാതിൽ കടുക്കൻ, കയ്യിൽ കട്ടി കൂടിയ ഒരു കാപ്പ്. എന്റെ അച്ഛന്റെ പ്രധാന വേഷം, ദോത്തിയും പരുത്തി കൊണ്ടുള്ള കൈയില്ലാത്ത മേൽ വസ്ത്രവും... ഭൂരി ഭാഗം സമയവും അദ്ദേഹം കൃഷിയിടത്തിലും അതുമല്ലെങ്കിൽ ഗ്രാമ കവലയിലോ ഉണ്ടാകും. വിശേഷദിവസങ്ങളിൽ അദ്ദേഹവും വളരെ മനോഹരമായ വേഷ ഭൂഷാദികളോടെ തലപ്പാവുമേന്തി നിൽക്കുന്നതുകൊണ്ട്

എന്റെ അച്ഛൻ ഒരു രാജാവ് തന്നെയാണെന്ന് ഞാൻ വിശ്വസിക്കാൻ ശ്രമിച്ചിരുന്നു. സ്ത്രീകൾ ആകട്ടെ സാരി തലപ്പു കൊണ്ട് തല മൂടി പാതി മുഖം മറച്ചു നമ്രവതികളായേ പുറത്തേക്ക് വരൂ. കൈ നിറയെ വളകൾ, മൂക്കുത്തി, ഭർതൃമതികൾ നെറ്റിയിൽ നിറയെ സിന്ദൂരം തൂകി. കാര്യങ്ങൾ തീരുമാനിച്ചിരുന്നത് ഗ്രാമ പഞ്ചായത്തുകളും അതിലെ മുഖ്യന്മാരുമായിരുന്നു. ഇന്നും ഇതിൽ പലതും ഗ്രാമങ്ങളിൽ നില നിന്നു പോകുന്നു, ഒരു വംശത്തിന്റെ അടയാളങ്ങളായി. ഒരുപക്ഷേ അവർ ഇതിനെ പാരമ്പര്യത്തിന്റെ ഭാഗമായി കണക്കാക്കുന്നു. ഞാൻ അതിൽ നിന്നെല്ലാം വ്യതി ചലിച്ചിട്ട് എത്രയോ വർഷങ്ങൾ കഴിഞ്ഞിരിക്കുന്നു. ഒരു മുംബൈക്കാരിയെ വിവാഹം കഴിച്ചതോടെ ഞാനവർക്ക് അന്യനായി മാറിയിട്ടുണ്ടാകാം.

മുംബൈയിലേക്ക് വന്നതിനുശേഷം ഞാൻ നാട്ടിൽ താമസിച്ചിട്ടുള്ളത് വളരെ ചുരുക്കം ദിവസങ്ങൾ ആണ്. വിവാഹത്തിനുശേഷം കരിഷ്മയൊരുമിച്ച് കുറച്ചു ദിവസങ്ങൾ. രണ്ടാമത്തെ ആഴ്ചയായപ്പോഴേക്കും അവൾ എന്റെ വലതു കൈയിൽ അവളുടെ കൈകൾ ചേർത്തമർത്തി വളരെ ദൈന്യതയിൽ ചോദിച്ചു. നമുക്ക് പോവാറായില്ലേ ജഗദീഷ്? ഞാൻ ചിരിച്ചുകൊണ്ട് അവളുടെ കൈകൾ എന്റെ കൈകൾക്കുള്ളിലാക്കി പറഞ്ഞു. പോവാം... അവൾ അന്ന് അതിനു പറഞ്ഞ കാരണം എന്നെ പിന്നീടും ചിരിപ്പിച്ചിട്ടുണ്ട്. വേറെ ഒന്നും കൊണ്ടല്ല ജഗദീഷ് നിങ്ങളുടെ അമ്മയ്ക്കും, ഇവിടെയുള്ള മറ്റു സ്ത്രീകൾക്കും പൊതുവേ എന്നോട് ഒരു ഇഷ്ടമില്ലായ്മ ഉണ്ട്. എന്റെ സ്വഭാവം അനുസരിച്ച് എന്നോട് എന്തെങ്കിലും കുശുമ്പ് വർത്തമാനം പറഞ്ഞാൽ അതിനുള്ള മറു പടി എനിക്ക് അപ്പോൾ തന്നെ കൊടുക്കണം. എന്തിനാണ് വെറുതെ..... ഇപ്പോൾ തന്നെ പോയാൽ, നാണക്കേട് കൂടാതെ നമുക്ക് തിരിച്ചു പോകാം. അല്ലെങ്കിൽ ഇവർ പഞ്ചായത്ത് കൂടി നമ്മളെ പുറത്താക്കും. ഇതും പറഞ്ഞവൾ ഉറക്കെ ചിരിച്ചു. അതുകേട്ടുകൊണ്ട് അമ്മ ഞങ്ങളുടെ മുറിയുടെ വാതിലിൽ തട്ടി. ഇവിടെ ബാക്കിയുള്ളവർക്കും ജീവിക്കേണ്ടേ? എന്തൊരു ചിരിയാണ് ഈ പെണ്ണിന്റേത്. അടക്കവും ഒതുക്കവും ഇല്ലാത്ത ജാതി... ഞാൻ വല്ലാതായിപ്പോയി. കരിഷ്മ എന്റെ മുഖത്തേക്ക് നോക്കി 'കേട്ടല്ലോ' എന്ന ഭാവത്തിൽ. വേഗം സ്ഥലം വിടുന്നതാണ് നല്ലതെന്ന് എനിക്കും തോന്നി.

2 കരിഷ്മ

കരിഷ്മ ഓരോന്നായി എടുത്ത് വയ്ക്കുകയാണ്. ഇടക്കെന്നോട് സംസാരിക്കുന്നുമുണ്ട്.. ഞാൻ രണ്ടു കപ്പിൽ ചായയുമായി അവളുടെ അടുത്തേക്ക് ചെന്നു. അവൾ നിലത്ത് കയ്യൂന്നി എഴുന്നേൽക്കാൻ ശ്രമിച്ചു. ഇടയ്ക്ക് മുട്ടുവേദന ഉള്ളതാണ്. ഞാനൊരു കൈ കൊടുത്ത് സഹായിച്ചു. ആ

പേരും പറഞ്ഞ്, വീർ ഈ യാത്ര മുടക്കാൻ ശ്രമിച്ചതാണ്,... ഈ മുട്ട് വേദന, നടക്കാൻ പറ്റാത്ത അമ്മയെയും കൊണ്ടാണ് അച്ഛൻ പോകുന്നത്. അവരെ ഇങ്ങനെ കഷ്ടപ്പെടുത്തണോ ഡാഡി... അതിനുള്ള മറുപടി കരിഷ്മ തന്നെ പറഞ്ഞു. ഓഹോ ഈ മുട്ടുവേദനയും വെച്ച് വീട്ടിലെ എല്ലാ ജോലികളും ഞാൻ തന്നെയാ ചെയ്യുന്നത്. സഹായിക്കുന്നത് നിന്റെ അച്ഛനാ..വീർ ചൊടിച്ചു,അപ്പോൾ മഹിമയോ? അവര് വന്നിട്ട് വെറുതെ ഇരിക്കുകയാണോ?.......അവരോ, അവര് വന്ന് അരമണിക്കൂറിനുള്ളിൽ വീട് വൃത്തിയാക്കി അങ്ങ് പോകും. അടുക്കള, എന്താ വൃത്തിയാക്കിയാൽ അങ്ങനെ തന്നെ കിടക്കോ..?

കരിഷ്മയുടെ മറുപടി കേട്ട് വീറിന് ദേഷ്യം വന്നു തുടങ്ങി. അടുക്കള ജോലി മമ്മിക്ക് തന്നെ ചെയ്യണമെന്ന് പറഞ്ഞിട്ടല്ലേ. എന്റെ ഭാര്യയും പാചകം ചെയ്യുന്നുണ്ട് അതെനിക്കറിയാം. നിന്റെ ഭാര്യ ഒന്നും ചെയ്യുന്നില്ല എന്നൊന്നും ഞാൻ പറഞ്ഞില്ല, കരിഷ്മ മറുപടി പറഞ്ഞു. അച്ഛനെ പറഞ്ഞു തോൽപ്പിക്കാൻ നോക്കണ്ട. അവന്റെ സ്വതവേ വീർത്ത കവിളുകൾ ഒന്നു കൂടി വീർപ്പിച്ചു. എന്നാ പോയി അനുഭവിച്ചോ എന്ന താക്കീതോടെ അവൻ എഴുന്നേറ്റു പോയി.

കരിഷ്മ എന്നെ നോക്കി ചിരിച്ചു. വായു പുത്രന്റെ ദേഷ്യം മാറിയിട്ടില്ല ഇതിന്റെ ബാക്കി ഏതെങ്കിലും സാധുവിന് കിട്ടിക്കോളും. പറഞ്ഞു തീർന്നില്ല, ഫോണിൽ അവൻ ആർക്കോ കണക്കിന് ഉപദേശം കൊടുക്കുന്നുണ്ട്."പറയുന്നത് മനസ്സിലാക്കണം, പറയുന്നത് ശരിയായി മനസ്സിലാക്കണം എന്നിട്ട് പ്രവർത്തിക്ക്. അല്ലാതെ കേട്ടപാതി കേൾക്കാത്ത പാതി ചാടി വീഴുകയല്ല വേണ്ടത്. ഇത് ബിസിനസ് ആണ്. ഒരു തട്ടു വന്നാൽ മാറ്റിയെടുക്കാൻ എത്ര സമയം വേണമെന്നറിയുമോ?... ഞാൻ കരിഷ്മയെ നോക്കി ചിരിച്ചുകൊണ്ട് പറഞ്ഞു , നോക്ക് അത് നിനക്ക് കൂടി വേണ്ടിയുള്ള അവന്റെ ഉപദേശമാണ്. കരിഷ്മ വളരെ നിസ്സാരം എന്ന മട്ടിൽ കൈകളിലെ പൊടിതട്ടുന്ന പോലെ അഭിനയിച്ച് പതുക്കെ ഒരു പാട്ട് മൂളി കൊണ്ട് അകത്തേക്ക് നടന്നു. അവന്റെ കണ്ണുകൾ ഞങ്ങളിൽ തന്നെയായിരുന്നു. ഒരു അഞ്ചാം ക്ലാസുകാരൻ കൂട്ടുകാരനോട് പിണങ്ങി പോകുന്ന പോലെ അവനും മുറിയിൽ കയറി വാതിൽ അടച്ചു.

ഞാൻ പതുക്കെ കണ്ണുകൾ അടച്ചു. ഞാൻ പോകുന്നത് എന്റെ ഗ്രാമത്തിലേക്കാണ്, എനിക്കവിടെ സുഗന്ധമുള്ള ഓർമ്മകളുണ്ട്.പക്ഷേ കരിഷ്മ, അവൾ ജനിച്ചതും വളർന്നതും ഈ മുംബൈയിലാണ്, അവൾ ഇവിടം വിട്ട്?..ഞാൻ ഒരിക്കലും ഇതിനെക്കുറിച്ച് ചിന്തിച്ചിരുന്നില്ല. എനിക്ക് വല്ലാത്ത കുറ്റബോധം തോന്നി. ചായ കുടിക്കുന്നതിനിടയിൽ ഞാൻ അവളോട് ചോദിച്ചു . കരിഷ്മ നിനക്കിവിടം വിട്ടുപോരുന്നതിൽ ദുഃഖമുണ്ടോ ?

നോക്കൂ, എനിക്ക് വേണ്ടി മാത്രം നീയത് ചെയ്യരുത്. ഇപ്പോഴും ഇത് തിരുത്താൻ ഞാൻ തയ്യാറാണ്, സത്യം പറയൂ.... അവൾ എന്നെ നോക്കി പുഞ്ചിരിച്ചു, എഴുന്നേറ്റ് വന്ന് എന്റെ അടുത്തിരുന്ന് എന്റെ ഇടതു കൈ അവളുടെ കൈകൾക്കുള്ളിലാക്കി വെച്ചു. ഞങ്ങൾ എപ്പോഴും ചെയ്യുന്നതാണ് ഇത്. ഒരുമിച്ചിരുന്ന് സംസാരിക്കുമ്പോൾ ഒന്നുകിൽ അവളുടെ കൈ എന്റെ കൈകൾക്കുള്ളിലോ അല്ലെങ്കിൽ എന്റെ കയ്യ് അവളുടെ കൈകൾക്കുള്ളിലോ ആകും. സംസാരത്തിന്റെ ആർദ്രത കൂടുംതോറും കൈകളുടെ യോജിപ്പ് കൂടും. ഇന്നും അത് അങ്ങനെ തന്നെയാണ്.

അവൾ പറഞ്ഞു തുടങ്ങി, പറയൂ ജഗദീഷ്, നമ്മൾ പ്രണയിച്ചിട്ടാണോ വിവാഹം ചെയ്തത്?... പ്രണയിച്ചിട്ടാണോ എന്ന് ചോദിച്ചാൽ, ആണോ, അല്ലയോ? ഞാൻ തിരിച്ചു ചോദിച്ചു. അവളുടെ മറുപടി ഇതായിരുന്നു അല്ല ജഗദീഷ് അല്ല...! ഒരു നിമിഷം കൊണ്ടുള്ള നിങ്ങളുടെ ചോദ്യവും എന്റെ ഉത്തരവുമാണ് നമ്മുടെ ദാമ്പത്യം, അല്ലേ? അതെ എന്ന് ഞാൻ തലകുലുക്കി.

ഞാനെന്തുകൊണ്ടാണ് അങ്ങനെയൊരു തീരുമാനത്തിലെത്തിയതെന്നറിയുമോ?... നിങ്ങളുടെ സ്വഭാവം എന്നിൽ അത്രയ്ക്ക് മതിപ്പുണ്ടാക്കിയിരുന്നു. നിങ്ങളുടെ മര്യാദയുള്ള പെരുമാറ്റം പിന്നെ ദുശീലങ്ങളിൽ നിന്നുള്ള മാറിനിൽപ്പ്. നിങ്ങൾ ഒരു പാർട്ടിയിലും മദ്യപിക്കുന്നത് ഞാൻ കണ്ടതേയില്ല. പുകവലിയും ഇല്ല. ആവശ്യത്തിനല്ലാതെ നിങ്ങളെന്നോട് സംസാരിക്കാൻ പോലും മുതിർന്നിട്ടില്ല. ഈ ലോകത്തുള്ള ഏതൊരു ഭർത്താവും സ്വന്തം ഭാര്യ പുകഴ്ത്തി പറയുമ്പോൾ അങ്ങ് പുളകിതനാവും. അപൂർവമായി മാത്രം സംഭവിക്കുന്ന ഒരു കാര്യവുമാവും അത്. ഞാനുമങ്ങ് സുഖിച്ചിരുന്നു. ചിരിയടക്കാൻ കഴിയാതെ ആയപ്പോൾ ഉറക്കെ ചിരിച്ചു .... അതെനിക്കറിയാം കരിഷ്മ, ഞാനൊരു സൽസ്വഭാവിയായിരുന്നെന്ന്. ഓഹോ അവളും ഉറക്കെ ചിരിച്ചു.

അവൾ വീണ്ടും സംസാരിച്ചു കൊണ്ടേയിരുന്നു...നിങ്ങൾ വന്നു കണ്ടപ്പോൾ എന്റെ ഡാഡി എന്നോട് പറഞ്ഞു. "" കരിഷ്മ അവനൊരു സമ്പന്നൻ ഒന്നുമല്ല. അതുകൊണ്ടു തന്നെ നിന്റെ സുഹൃത്തുക്കൾക്കുള്ള പോലെ സമ്പന്നമായ ഒരു ജീവിതം നീ പ്രതീക്ഷിക്കരുത് . എന്നാൽ ഒരു കാര്യം ഉറപ്പിച്ചോളൂ.... ജീവിതത്തിലെ ഏത് ഘട്ടത്തിലും, അവൻ നിന്റെ കൈകൾ ഉപേക്ഷിക്കില്ല. അവൾ ഒന്നു നിർത്തി എന്റെ മുഖത്തേക്ക് നോക്കി, എന്റെ കണ്ണുകളിൽ ചെറിയ നനവുണ്ടായിരുന്നു. പിന്നെ പതുക്കെ തുടർന്നു. നമ്മുടെ കല്യാണ കാര്യം അറിയിച്ചപ്പോൾ ബോസ് ഒന്ന് ചിരിച്ചു കൊണ്ട് ഗുഡ് ഡിസിഷൻ എന്ന വാക്കിലൊതുക്കി. തൊട്ടടുത്തവരുടെ ഭാര്യയുണ്ടായിരുന്നു. ആ സ്ത്രീ എന്നോട് വാത്സല്യത്തോടെ പറഞ്ഞു. അവ

ൻ നല്ല പയ്യനാണ് മോളെ.... നീ ഒരിക്കലും കരയേണ്ടി വരില്ല. അവരുടെ വാക്കുകൾ സത്യമായിരുന്നു ജഗദീഷ്. നിങ്ങൾ കാരണം ഒരിക്കൽ പോലും എന്റെ കണ്ണുകൾ നിറഞ്ഞിട്ടില്ല.

അവൾ താടിക്ക് കൈ കൊടുത്ത് എന്തോ ആലോചിക്കുന്ന മട്ടിൽ ഇരുന്നു. പിന്നെ ചിരിച്ചുകൊണ്ട് പറഞ്ഞു, ഈ വയസ്സുകാലത്ത് ഇതു കൂടി അറിഞ്ഞോളൂ. നിങ്ങൾക്കു മുന്നേ വിക്രം എന്നെ പ്രൊപ്പോസ് ചെയ്തതാണ്.. എല്ലാ ദിവസവും നാലുനേരം എന്റെ മുന്നിൽ വന്നു ഒപ്പിടുകയും പരദൂഷണം പറയുകയും അവന്റെ വിനോദമായിരുന്നു .... കരിഷ്മ ഉറക്കെ ചിരിച്ചു. ചിരി നിർത്തി കഴിഞ്ഞപ്പോൾ വളരെ പതിഞ്ഞ സ്വരത്തിൽ പറഞ്ഞു. ഞാൻ തിരഞ്ഞെടുത്തത് നിങ്ങളെയാണ് ജഗദീഷ്. കാരണം എനിക്കുറപ്പായിരുന്നു വിവാഹം കഴിഞ്ഞാൽ നിങ്ങൾ എന്നെ എക്കാലവും സ്നേഹിക്കുമെന്നും ഒരിക്കലും ഉപേക്ഷിക്കില്ലെന്നും...അവൾ ഒന്നു പറഞ്ഞു നിർത്തി, കാലുകൾ കയറ്റി വെച്ച് കട്ടിലിൽ ചമ്രം പടിഞ്ഞിരുന്നു. എനിക്ക് കുറച്ച് ആശ്ചര്യം തോന്നി. അവൾ ഇതെല്ലാം ആദ്യമായാണ് സംസാരിക്കുന്നത്.

എന്റെ മുഖത്തേക്ക് നോക്കി ഒന്ന് പുഞ്ചിരിച്ചുകൊണ്ടവൾ പറഞ്ഞു. ജഗദീഷ്, ഞാൻ സുന്ദരിയായിരുന്നുവെന്നത് സത്യമാണ്. പക്ഷേ കുട്ടിക്കാലം മുതലേ ഇടയ്ക്ക് എനിക്ക് കഠിനമായ ചുമയും അലർജിയും വരുമായിരുന്നു. ഒരുമാസം വരെ അത് നീണ്ടു പോകും. ആ സമയങ്ങളിലൊക്കെ എനിക്ക് ദേഷ്യവും കൂടുതലായിരുന്നു. ആരെങ്കിലും എന്തെങ്കിലുമൊന്ന് ചോദിച്ചാൽ തന്നെ ഞാൻ ദേഷ്യപ്പെടും. എന്റെ അമ്മയ്ക്ക് വരെ എന്നെ സഹിക്കാൻ കഴിഞ്ഞിരുന്നില്ല. ഇങ്ങനെയാണെങ്കിൽ നീ വിവാഹം കഴിക്കുന്ന ആൾ നിന്നെ ഉപേക്ഷിച്ചിട്ട് പോകും കരിഷ്മാ, എന്നവർ പറഞ്ഞിട്ടുണ്ട്. അവൾ ചിരിച്ചു.

ജഗദീഷ്, നോക്ക് നിങ്ങൾ എത്ര സഹിച്ചിരിക്കുന്നു? എന്ത് ക്ഷമയായിരുന്നു. നിങ്ങൾ ഒറ്റയ്ക്കാണ് ഈ കുടുംബത്തിന് വേണ്ടി സമ്പാദിച്ചത്. എല്ലാം നേരെയാക്കാൻ കഴിഞ്ഞു. എന്നെയും നന്നായി നോക്കി. ഞാൻ പറയാതെ തന്നെ എല്ലാ കാര്യങ്ങളും കണ്ടറിഞ്ഞു ചെയ്തിട്ടുണ്ട്. അവൾ താഴേക്ക് ഇറങ്ങി വീണ്ടും സാധനങ്ങൾ അടുക്കി വയ്ക്കാൻ തുടങ്ങി. കരിഷ്മ ആത്മഗതം പോലെയാണ് സംസാരിക്കുന്നതെന്ന് എനിക്ക് തോന്നി. അവൾ തുടരുകയാണ് ഓ ജഗദീഷ്...... ആ വയ്യായ്ക വരുമ്പോൾ ഉണ്ടല്ലോ വീട്ടിൽ വച്ച് ഒരു പണി പോലും എനിക്ക് ചെയ്യാൻ കഴിയു മായിരുന്നില്ല. പക്ഷേ നിങ്ങളുടെ ക്ഷമയും സ്നേഹ പൂർവ്വമുള്ള പെരുമാറ്റവും എന്നെ മാറ്റി ജഗദീഷ്... എന്റെ ആത്മവിശ്വാസം വർദ്ധിച്ചു. എനിക്ക് ഒരു കുഴപ്പവും ഇല്ലെന്നും എല്ലാം ചെയ്യാൻ കഴിയുമെന്നും തോന്നിത്തുടങ്ങി.. അവ

ൾ നിർത്തി, എന്നെ നോക്കി ചിരിച്ചുകൊണ്ട് പറഞ്ഞു. നിങ്ങൾ എവിടെ താമസിക്കുന്നുവോ അവിടമാണ് എന്റെ സ്വന്തം നാട് . എന്റെ കൈലാസം. അതും പറഞ്ഞവൾ എഴുന്നേറ്റുപോയി. ഞാനും വികാരഭരിതനായിരുന്നു പോയി. ഞാനവളോട് ഒരു തുള്ളി ജലം ആവശ്യപ്പെട്ടപ്പോൾ അവൾ ഒരു സമുദ്രം തന്നെ എന്റെ മുന്നിലേക്ക് വിളമ്പിയിട്ടാണ് പോയത്.

ഞാൻ കരിഷ്മ പറഞ്ഞതിനെപ്പറ്റി ആലോചിച്ചു കൊണ്ടേയിരുന്നു എന്റെ ചിന്തകൾ പഴയ കാലങ്ങളിലേക്ക് മടങ്ങി പോവുകയായിരുന്നു..... ഞാൻ കസേരയിലേക്ക് ചാരി പുറത്തേക്ക് നോക്കിയിരുന്നു. ഇതൊരു പക്ഷേ യാദൃശ്ചികമോ, ആകസ്മികമോ ആയിരുന്നിട്ടുണ്ടാകില്ല. ഇത് ഒരു ഏറ്റുപറച്ചിൽ ആണ്. ഇവിടം വിട്ടു പോകുന്നതിന് ഈ വീടിനോട് എനിക്ക് കാരണങ്ങൾ നിരത്താൻ ഉണ്ട്. എല്ലാം ഇവിടെ പറഞ്ഞവസാനിക്കണം. എന്റെ കണ്ണുകൾ അടഞ്ഞു പോയി..... അത് ഇരുട്ടിലൂടെ ഒരുപാട് ദൂരം സഞ്ചരിച്ചു. ചില മങ്ങിയ ചിത്രങ്ങൾ മുന്നിലേക്ക് തള്ളി വരുന്നു.... അതിൽ 'ജഗദീഷ്' എന്ന ഒരു വിളി തന്നെയാണ് പ്രധാനം. ഏതു ഉറക്കത്തിലും എന്നെ ഇപ്പോഴും ഞെട്ടിയുണർത്താൻ ശക്തിയുള്ള ആ ശബ്ദം....

3 ബാല്യകാല സ്മരണകൾ. ഉറുമ്പുകൾ

ഞാനൊരു വലിയ ലെറ്റർപാഡ് എടുത്തു, ഒന്ന് എഴുതി നോക്കട്ടെ... ഇതെന്റെ ജീവിതയാത്രയുടെ ചുരുക്കരൂപമാണ്. എവിടെ നിന്നാണ് തുടങ്ങേണ്ടത്. എന്റെ കുട്ടിക്കാലം? എന്താണ് അതിനെക്കുറിച്ച് എഴുതാനുള്ളത് ഓർമ്മ വരുന്ന മുഖങ്ങൾ....അച്ഛൻ,അമ്മ, ജസ്വന്ത്, ചാന്ദിനി, ചേച്ചിമാർ, വലിയച്ഛൻമാർ, ചെറിയച്ഛൻ, അമ്മാവന്മാർ, ഇവരുടെയൊക്കെ ഓർമ്മകൾ; പലതും ചെറുതോ അല്ലെങ്കിൽ മങ്ങിയതോ ആണ്. കുറച്ചൊന്നു വലുതായതിനു ശേഷമാണെങ്കിൽ, ചില സുഹൃത്തുക്കൾ നാട്ടു പ്രമാണികൾ എന്നിവരെ ഓർത്തെടുക്കാൻ കഴിയുന്നുണ്ട്. നന്നായി ഓർത്തെടുക്കാൻ കഴിയുന്നത് ഒരാളെ മാത്രമാണ്. പരുത്തി തുണി കൊണ്ടുള്ള മേലങ്കിയും ദോത്തിയും ധരിച്ച ഒരു ബാലൻ. മേൽവസ്ത്രം പലപ്പോഴും കയ്യില്ലാത്ത ഒരു കുപ്പായം ആയിരുന്നു. ചിലപ്പോൾ അതും കാണില്ല. ബാല്യത്തിൽ ഒരുപക്ഷേ എന്റെ ലോകം, അതല്ലെങ്കിൽ എനിക്ക് ഏറ്റവും പ്രധാനപ്പെട്ടത് എന്റെ അച്ഛനായിരുന്നു.

രാവിലെ മുതൽ വൈകുന്നേരം വരെ കൃഷിയിടത്തു പണി ചെയ്തുകൊണ്ടിരിക്കും. ഞാനും പലപ്പോഴും കൂടെ പോകും. പാടത്തിനോട് ചേർന്നുള്ള ഒരു വൃക്ഷത്തിന്റെ തണലിൽ കുറെ നേരം അങ്ങനെ നോക്കിയിരിക്കും. ബന്ധുക്കളായ മറ്റു കുട്ടികൾ ഉണ്ടെങ്കിൽ കുറച്ചു നേരം കളിക്കും. മഹേന്ദ്രൻ ചേട്ടൻ ഒരു വലിയ ബോൾ കൊണ്ടുവരും. തുണികൾ കൊണ്ട്

കെട്ടിവരിഞ്ഞ് ഒരു ബോളിന്റെ ആകൃതിയിലാക്കി എടുത്തിട്ടുള്ളത്. അതൊക്കെ അന്ന് എനിക്ക് വലിയ അത്ഭുതങ്ങൾ ആയി രുന്നു. ഒരിക്കൽ ഞാനും അതുപോലൊന്നും ഉണ്ടാക്കാനായി ശ്രമം നടത്തി. പക്ഷേ എനിക്ക് തുണികൾ പഴയതോ പുതിയതോ എന്ന് തിരിച്ചറിയാനുള്ള പ്രായം ആയിരുന്നില്ല. ആരോടെങ്കിലും ഒന്ന് ചോദിക്കാമെന്ന് വെച്ചാൽ ആകെയുള്ളത് അമ്മയാണ്. അമ്മയോട് ഞാൻ ഒരക്ഷരം പോലും ചോദിക്കാറില്ല. കുഞ്ഞുനാൾ മുതലേ അത് അങ്ങനെയാണെന്ന് പറഞ്ഞാൽ നിങ്ങൾക്ക് ഒരു അത്ഭുതമായി തോന്നാം. എന്നാൽ സത്യമാണത്. ഒരു ചോദ്യത്തിന് അമ്മ ഒരുപാട് ഉത്തരം പറയും. എന്നാൽ നമ്മൾ ചോദിച്ച ചോദ്യത്തിനുള്ള ഉത്തരം ശരിയായി പറയുകയുമില്ല! അമ്മയുടെ ഈ സ്വഭാവം പിന്നീട് ആലോചിച്ചപ്പോൾ എന്നെ ചിരിപ്പിച്ചിട്ടുണ്ട്. അങ്ങനെ പന്തുണ്ടാക്കാൻ പറ്റിയില്ല എന്നു മാത്രമല്ല തുണികൾ കേടാക്കിയതിന് അമ്മയുടെ വിഹിതം കൃത്യമായി കിട്ടി. അതിന്റെ പാരമത്യം മോങ്ങി തീർത്തുകൊണ്ടിരിക്കുന്നത് കണ്ട് പാവം തോന്നി മഹേന്ദ്രൻ ഭയ്യ ആ പന്ത് എനിക്ക് സ്വന്തമായി തന്നു. അന്ന് ഇങ്ങനെ തീരുമാനിച്ചുറച്ചു. അമ്മയെക്കാൾ സ്നേഹം വല്യമ്മയ്ക്കും മഹേന്ദ്ര ഭയ്യയ്ക്കും ഒക്കെയാണ്.

വയലിനോട് ചേർന്നുള്ള ഒരു ചെറിയ മുറിയുടെ വരാന്തയിൽ ഞങ്ങൾ വിശ്രമിക്കാറുണ്ടായിരുന്നു. ഉള്ളിൽ നിറയെ കൃഷി സാധനങ്ങൾ ആണ്. അന്നെനിക്ക് എത്ര വയസ്സുണ്ടാകും. അഞ്ചോ ആറോ അതിൽ കൂടുതൽ ഉണ്ടാവില്ല. ലക്ഷ്യബോധമോ ആഗ്രഹമോ ഒന്നും തന്നെ ഇല്ലാത്ത സ്വതന്ത്രമായ കാലം... പൊളിഞ്ഞ തറയുടെ വിടവുകളിലൂടെ ഗമിക്കുന്ന ഉറുമ്പുകൾ .... നിരയൊത്ത് അങ്ങോട്ടുമിങ്ങോട്ടും തെറ്റാതെ നടക്കുന്ന പട്ടാളക്കാർ, അവരെ ഇങ്ങനെ സസൂക്ഷ്മം വീക്ഷിച്ചു അവറ്റകളുടെ വീട് കണ്ടുപിടിക്കുക അതായിരുന്നു എന്റെ വിനോദം! ഉറുമ്പുകളുടെ വഴിയിൽ ചെറിയ തടസ്സങ്ങൾ ഞാൻ സൃഷ്ടിക്കും. കൈ കൊണ്ട് ഒന്നു വരച്ചാൽ മതി വഴിയറിയാതെ അവന്മാർ കുഴങ്ങും എനിക്ക് ചിരി വരും.. ഇവന്മാർക്ക് കണ്ണും കണ്ടൂടെ, മുന്നിൽ പോകുന്നവനെ നോക്കി പോയിക്കൂടെ. ഇനി ഞാൻ തന്നെ സഹായിച്ചു തള്ളിയാക്കാമെന്ന് വെച്ചാൽ എല്ലാം കൂടി പ്രാന്ത് പിടിച്ച പോലെ അങ്ങോട്ടുമിങ്ങോട്ടും ഓടും.

ഇവയുടെ സ്വഭാവം എനിക്കന്നു വിചിത്രമായി തോന്നി. ഞാൻ വീണ്ടും വീണ്ടും ഒരു പരീക്ഷണം പോലെ അവയുടെ മാർഗ്ഗമധ്യത്തിൽ വരച്ചു കൊണ്ടേയിരുന്നു. അവസാനം എനിക്ക് കുറ്റബോധമായി. ഇനി വേണ്ട എന്ന് ഉറപ്പിച്ച് ചുമരിൽ ചാരിയിരുന്നു. പിന്നെ മറ്റൊരു രഹസ്യം കൂടി കണ്ടുപിടിച്ചു. പരിഭ്രമിച്ച് വര താണ്ടാൻ ശ്രമിക്കാത്തവർ തിരിഞ്ഞും വഴിമാറിയും പോയപ്പോൾ, ഒരുത്തൻ മാത്രം എന്റെ വരെയും മറികടന്നു പോയിരിക്കുന്നു. അവൻ അങ്ങനെ ചെയ്തു കഴിഞ്ഞപ്പോൾ

മറ്റുള്ളവർ എല്ലാവരും അവന്റെ പുറകെ പോയി തുടങ്ങി. ഞാൻ പരീക്ഷണം ആവർത്തിച്ചു കൊണ്ടേയിരുന്നു, അച്ഛൻ ഉച്ചയുറക്കം കഴിഞ്ഞ് എഴുന്നേൽക്കുന്നത് വരെ. അതെ! ചിലർ മാത്രം വര താണ്ടി. അവരുടെ സുഹൃത്തുക്കളുടെ അരികിലേക്ക്, യഥാർത്ഥ മാർഗത്തിലേക്ക് എത്തുന്നു. അങ്ങനെ എന്റെ വരയുടെ മുന്നിൽ പേടിക്കാതെ വഴി താണ്ടുന്നവനെ ഞാൻ വിജയിയായി പ്രഖ്യാപിച്ചു കൊണ്ടിരുന്നു. പതുക്കെ അവനുവേണ്ടി ആർപ്പു വിളിച്ചു. എന്റെ സന്തോഷപ്രകടനം കണ്ടിട്ടായിരിക്കും, അച്ഛൻ അടുത്തേക്ക് വന്നു.

എന്താണ് മോനെ, എന്താണ് നിലത്ത് കമിഴ്ന്നു കിടക്കുന്നത്?..... അച്ഛാ ഉറുമ്പുകൾ, നോക്കച്ചാ...ചിലർ മാത്രം എന്റെ വരകളെ മുറിച്ചു കടക്കുന്നു. ചിലർ മാത്രം!.. ഞാൻ അച്ഛന്റെ മുഖത്തേക്ക് നോക്കി, ഉറക്കച്ചടവാർന്ന കണ്ണുകളിൽ കൃഷ്ണ മണികൾക്ക് ഒരു തിളക്കം. അച്ഛൻ ഉറക്കെ ചിരിച്ചു.... വര മുറിച്ച് കടക്കുന്നവർ മിടുക്കന്മാർ. ജഗദീഷ് വര മുറിച്ചു കടക്കാനായി പഠിച്ചു തുടങ്ങിക്കൊള്ളൂ. അദ്ദേഹം എന്റെ ശിരസ്സിൽ തലോടി. അന്ന് അതിന്റെ അർത്ഥം ഞാൻ പൂർണമായി ഗ്രഹിച്ചില്ല. പക്ഷേ എന്റെ കണ്ണുകൾ വര മുറിച്ചു കടക്കുന്നവരിൽ മാത്രം തങ്ങി.

എന്റെ ജീവിതപഠനം തുടങ്ങിയത് അവിടെ നിന്നാണെന്ന് വേണമെങ്കിൽ പറയാം. ഉറുമ്പുകൾ ആണ് ആദ്യത്തെ ഗുരുനാഥൻമാർ. എഴുന്നേറ്റ് പോകുന്നതിനു മുമ്പ് അച്ഛൻ വീണ്ടും പറഞ്ഞു. നമുക്കു വേണ്ടതെല്ലാം ഈ പ്രകൃതിയിൽ തന്നെയുണ്ട്. കണ്ടെത്തേണ്ടത് നാം തന്നെയാണെന്ന് മാത്രം. മറ്റൊരാൾക്കായി കാത്തിരിക്കരുത്. അച്ഛൻ തുകലിന്റെ ചെരുപ്പ് കെട്ടുന്നതിനു മുമ്പായി ഞാൻ പറഞ്ഞു. നോക്കൂ.. ഒരുത്തൻ, അവൻ മാത്രം അനങ്ങാണ്ട് ഒരു മൂലയിൽ തന്നെ നിന്നു തുടങ്ങിയിട്ട് കുറച്ചു നേരമായി അച്ഛാ... അച്ഛൻ മുഖമുയർത്തി, എന്താ ജഗദീഷ്? ഞാൻ വിരൽ ചൂണ്ടി. ആ കറുത്ത ഉറുമ്പ് അതവിടെ ചുമരും മണത്തു അനങ്ങാതെ നിൽക്കുകയാണ്. അച്ഛന്റെ മുഖത്ത് പെട്ടെന്നൊരു ചിരി വിടർന്നു... ങ്ഹാ, അവനോ, ഓ ജഗദീഷ് അവനെ നിനക്കറിയില്ലേ... ഇന്നലെ രാത്രി കൂടി അവന്റെ ഭാര്യ, മൂത്ത മകളുടെ വിവാഹ കാര്യം പറഞ്ഞവന് സമാധാനം കൊടുത്തിട്ടില്ല. പാവം കണ്ണടച്ചിരുന്ന് ആലോചിക്കുകയാണ് എന്താണ് വഴിയെന്ന്... അച്ഛൻ കാൽപാദങ്ങളിൽ പൊട്ടിയിരിക്കുന്ന തയമ്പുകളിൽ നോക്കി പിറുപിറുത്തു. ഇത് കരിയുന്നില്ലേ... പിന്നെ ദേഷ്യത്തോടെ കാല് തുണി കൊണ്ട് പൊതിഞ്ഞു. ചെരുപ്പ് വലിച്ചു കെട്ടി. ഞാൻ ഓടി അടുത്തേക്ക് ചെന്നു. ബാബ നുണ പറയല്ലേ. ഉറുമ്പിനു ഭാര്യയും മകളൊന്നുമുണ്ടാവില്ല. അദ്ദേഹം എളിയിൽ കൈകുത്തി ചിരിച്ചുകൊണ്ട് ചോദിച്ചു. അങ്ങനെയാണോ? ... എന്നാൽ നിനക്കത് അറിയാഞ്ഞിട്ടാണ് മോനേ, ആ ഉറുമ്പിനു രണ്ടുവർഷം മുടങ്ങാതെ ശൈലേശ്വരനെ വ്രതമെടുത്ത് നേടിയ

ഒരു മകനുമുണ്ട്. അദ്ദേഹം ഹോയ് എന്ന ഒച്ച എടുത്തു കൊണ്ട് എന്നെ പുറത്ത് ചാക്ക് പോലെ തൂക്കിയെടുത്തു കൊണ്ട് നടന്നു.

തൊട്ടടുത്തുതന്നെ അച്ഛന്റെ സഹോദരങ്ങളുടെ വീടുകൾ ഉണ്ടായിരുന്നു അവരുടെ മക്കളായിരുന്നു എന്റെ കളിക്കൂട്ടുകാർ. എനിക്ക് മുതിർന്ന രണ്ടു സഹോദരിമാർ ഉണ്ടായിരുന്നു. എന്നാൽ അങ്ങനെ രണ്ടുപേർ ഉണ്ടായതായി എനിക്ക് ഒരിക്കലും അനുഭവപ്പെട്ടിട്ടില്ല. രണ്ടു വീട്ടുജോലിക്കാർ. എപ്പോഴും പിടിപ്പത് പണികളാണ്. അന്നൊക്കെ എല്ലാ പൊടികളും ഉരലിലും അരകല്ലിലും മറ്റുമാണ് ഉണ്ടാക്കുക. വീട്ടാവശ്യത്തിനുള്ള എല്ലാം. വലിയ ഉരലിൽ ചുറ്റും നിന്നും പെണ്ണുങ്ങൾ മാറിമാറി ഉലക്ക കൊണ്ട് തുടങ്ങും. ആ താളവും, ഗോതമ്പിന്റെയും കടുകിന്റെയും തുളഞ്ഞു കയറുന്ന ഗന്ധവും, ആടുമാടുകൾ, അവയുടെ കരച്ചിൽ, ചാണകം ,മൂത്രം എന്നുവേണ്ട എല്ലാ കോലാഹലങ്ങളും ഉണ്ട് .

വീടിന്റെ നാല് വശങ്ങൾക്കും നാലു മുഖങ്ങളാണ്. അടുക്കള വശം. അതിനോട് ചേർന്ന് പണിപ്പുര. അവിടെയാണ് മിക്കപ്പോഴും എന്റെ ചേച്ചിമാർ. പിന്നെ പടിഞ്ഞാറുവശം അവിടെയാണ് കന്നുകാലികൾ. അവിടം മറ്റൊരു ഗന്ധമാണ്. ഇടയ്ക്ക് നറു പാലിന്റെ ഗന്ധം ഉണ്ടാകും. മുൻവശത്ത് എല്ലായിപ്പോഴും എന്തെങ്കിലും ഉണക്കാൻ ഇട്ടിരിക്കും. ധാന്യങ്ങളും വിളകളും സംഭരിക്കാൻ ഒരു വലിയ അറയുണ്ട്. വിളവെടുപ്പ് കഴിഞ്ഞാൽ അച്ഛൻ എല്ലാം ചാക്കുകളിലാക്കി കെട്ടിവയ്ക്കും. സഹായിക്കാനായി ആളുകൾ ഒന്നുമില്ല.എല്ലാം കുടുംബക്കാർ തന്നെ ചെയ്യണം. പിന്നെ അടുത്തുള്ള ഗ്രാമത്തിലെ ജന്മിയുടെ വീട്ടിലേക്ക് അവയെല്ലാം എത്തിക്കണം. അയാൾ അത് പണം കൊടുത്തു വാങ്ങി പൊടിച്ചോ അല്ലാതെയോ വിപണിയിലെത്തിക്കും. കിട്ടുന്ന പണം കൊണ്ട് പിന്നെ അടുത്ത കൃഷിയും വിളവെടുപ്പും വരെ അങ്ങ് ജീവിച്ചോളണം. ഇതിനിടയിൽ അപ്രതീക്ഷിതമായി എന്തെങ്കിലും ചെലവ് വന്നാൽ എല്ലാം തകിടം മറിയും.

ഞങ്ങൾ പ്രധാനമായും ഗോതമ്പും ചോളവും കൃഷി ചെയ്തിരുന്നു. പിന്നെ വിശാലമായ കടുക് പാടങ്ങളും ഉണ്ടായിരുന്നു. അത് അച്ഛനും സഹോദരങ്ങൾക്ക് ഒരുമിച്ച് ആയിരുന്നു. അവർ അതിൽ ഒരുമിച്ച് കൃഷി ചെയ്യുകയും വിളവെടുത്താൽ ഭാഗം വെക്കുകയും ചെയ്തിരുന്നു. കൃഷിക്കാർ വിളവുകൾ പരസ്പരം വിറ്റിരുന്നു. മിക്കപ്പോഴും ചന്ത അതിനുള്ള ഒരു വേദിയായിരുന്നു. ഞങ്ങൾക്ക് ഒരിക്കലും അന്നത്തിനു ബുദ്ധിമുട്ടുണ്ടായിരുന്നില്ല. കൃഷി ചതിച്ചില്ലെങ്കിൽ, എന്നാൽ ജീവിതം അത്ര മെച്ചപ്പെട്ടതും ആയിരുന്നില്ല.

മനുഷ്യരെ പഠിക്കാനുള്ള എന്റെ ആദ്യ ശ്രമങ്ങൾ ബാല്യത്തിലെ തുടങ്ങിയിരുന്നു. ചുറ്റുമുള്ള ഓരോന്നിനെയും ഞാൻ നിരീക്ഷിച്ചു കൊണ്ടേയി

രുന്നു. അച്ഛനോടായിരുന്നു കൂടുതൽ പ്രിയം. അമ്മ കർക്കശക്കാരിയായിരുന്നു. അതുകൊണ്ട് നല്ല ഭയമാണ്.ദേഷ്യം വന്നാൽ കിട്ടിയ വടിയെടുത്ത് അടിക്കും. അച്ഛൻ ഒരു സരസനായിരുന്നു. ഒഴിവു വേളകളിൽ കവലയിലെ വൃക്ഷത്തറയിൽ ഇരുന്ന് കൂട്ടുകാരൊത്ത് സല്ലപിച്ചു കൊണ്ടേയിരിക്കും. ഉറക്കെ തമാശകൾ പറയും. മുൻവശത്തെ പല്ലുകൾ നഷ്ടപ്പെട്ട ഒരു വൃദ്ധൻ, ചോക്കി എന്നു വിളിക്കുന്ന ഒരു മധ്യവയസ്കൻ, പിന്നെ അച്ഛന്റെ സുഹൃത്തുക്കളായ ലക്ഷ്മി കാന്ത്, രവിവംശ്, നാരായൺ റാണെ. അങ്ങനെ കുറച്ചു പേർ....

ഇതിനൊക്കെ പുറമേ അച്ഛൻ രണ്ടു വല്യച്ഛൻമാരുടെയും ചെറിയച്ഛന്റെയും വീടുകളിൽ ഇടയ്ക്ക് പോകും. അവരോട് കുശലം പറഞ്ഞു വീട്ടിലെത്തുമ്പോഴേക്കും അമ്മ പരാതിപ്പെട്ടി തുറന്നു തുടങ്ങും. എന്തിനാണ് ഇങ്ങനെ നടക്കുന്നത്, ആ നേരം എന്തെങ്കിലും പണി ചെയ്തൂടെ. മാടുകൾക്ക് കച്ചിയെങ്കിലും ഇട്ടു കൊടുക്കരുതോ ...നിങ്ങളുടെ സഹോദരന്മാരെ കണ്ടിട്ടെന്ത് പുണ്യം കിട്ടാനാണ്. അല്ലെങ്കിൽ തന്നെ അവരെയെന്നും കാണുന്നില്ലേ. പിന്നെയൊരു ഗൃഹ സന്ദർശനത്തിന്റെ ആവശ്യമുണ്ടോ? ഒന്നും കേൾക്കാത്ത പോലെ അച്ഛൻ പോയി കുളിച്ച് പ്രാർത്ഥനയും കഴിഞ്ഞ് ഭക്ഷണം കഴിക്കാനിരിക്കും. അമ്മ അപ്പോഴും നിർത്തിയിട്ടുണ്ടാവില്ല. അങ്ങനെ എന്റെ അച്ഛനിൽ നിന്നാണ് എത്ര പ്രകോപനപരമായ സംസാരം ഉണ്ടായാലും മൗനം കൊണ്ട് അതിനെ നേരിടാമെന്ന് എനിക്ക് മനസ്സിലായത്. പിന്നെ ഈ സ്ത്രീകളുടെ മനസ്സിലെ വൈചിത്ര്യങ്ങൾ! എന്തിനാണ് ഇത്രയധികം ആലോചിച്ചു കൂട്ടുന്നത്?

സ്വാതന്ത്ര്യം നേടിയിട്ട് അധികകാലം ഒന്നുമായിട്ടില്ല അറുപതുകളുടെ തുടക്കം മുതലുള്ള കാര്യങ്ങളാണ് കൂടുതലും ഓർമ്മയിൽ തെളിയുന്നത്. അപ്പോഴേക്കും ജസ്വന്തും ചാന്ദിനിയും എനിക്ക് കൂട്ടായി എത്തിക്കഴിഞ്ഞിരുന്നു. അതോടുകൂടി അമ്മയുടെ കർശനവും ദേഷ്യവും വർദ്ധിച്ചു. ഇതിനിടയിൽ ചേച്ചിമാരുടെ വിവാഹം. വല്ലാത്തൊരു പുകിലായിരുന്നു അതൊക്കെ. ഹീര ചേച്ചിയുടെ അതേ പ്രായം ആയിരുന്നു വല്യച്ഛന്റെ മകൾ കമല ചേച്ചിക്ക്.അവരുടെ വിവാഹം കഴിഞ്ഞ നാൾ മുതൽ അമ്മ അസ്വസ്ഥയാണ്. വീട്ടിൽ അച്ഛനും അമ്മയും തമ്മിൽ ചെറിയ വഴക്കുകൾ പതിവായി. അച്ഛൻ പലപ്പോഴും ദേഷ്യപ്പെടുകയും വീട്ടിൽ നിന്നിറങ്ങി പോവുകയും ചെയ്തു. ഞാൻ പൂമുഖത്തെ തൂണിനു മറവിൽ നിന്ന് അത് സങ്കടത്തോടെ നോക്കി നിൽക്കും.

എനിക്ക് മൂന്നു വയസ്സായ പ്പോഴേക്കും ജസ്വന്ത് ജനിച്ചിരുന്നു. പിന്നെയും കുറച്ചു കഴിഞ്ഞപ്പോൾ കൃത്യമായി പറഞ്ഞാൽ എന്റെ മൂത്ത സഹോദരിയുടെ വിവാഹത്തിന് കുറച്ചു മാസങ്ങൾക്കു മുമ്പാണ് ചാന്ദിനി

അവതരിച്ചത്. അമ്മയുടെ ഈ പ്രാരാബ്ദങ്ങളും ജോലിത്തിരക്കും കാരണം എന്നെ ശ്രദ്ധിക്കാനേ സമയം കിട്ടിയിട്ടില്ല. എന്നാൽ അച്ഛന്റെ വാത്സല്യം ആവോളം കിട്ടിയിട്ടുണ്ട്. അതുകൊണ്ട് അച്ഛന്റെ പിണക്കങ്ങൾ എന്നെയാണ് ബാധിച്ചിരുന്നത്.

ഇതിനിടയിൽ മൂത്ത ചേച്ചിയുടെ വിവാഹമായി. എനിക്കതെല്ലാം വളരെ ചെറിയ ഓർമ്മകളാണ്. അലങ്കാരങ്ങളും അവിടെവിടെയായി വിളക്കുകളും,... വർണ്ണപ്പകിട്ടാർന്ന സാരികൾ കൊണ്ട് കെട്ടി ഉണ്ടാക്കിയ അലങ്കാരങ്ങൾ. വലിയ വെള്ളിത്തളികകളിൽ മധുര പലഹാരങ്ങൾ. ഇതിനിടയിൽ എപ്പോഴോ അച്ഛൻ എന്നെ എടുത്തു കൊണ്ട് ചേച്ചിയുടെ ബന്ധുക്കളുടെ മുന്നിൽ വെച്ച് പറഞ്ഞതെനിക്ക് ഓർമ്മയുണ്ട്. ഇതെന്റെ മൂത്ത മകനാണ്, ജഗദീഷ്. അങ്ങനെ ഹീര ചേച്ചി വീടു വിട്ടിറങ്ങി. ഇറങ്ങി എന്നതിനേക്കാൾ ഒഴിപ്പിച്ചു വിട്ടു എന്ന് പറയുന്നതായിരിക്കും ശരി. അവർക്ക് അധികം പ്രായമൊന്നും ആയിട്ടില്ല. പക്ഷേ അതായിരുന്നു അന്നത്തെ നാട്ടുനടപ്പ്. കല്യാണത്തിനിടയിൽ ചാന്ദിനി കരയുമ്പോൾ തൊട്ടിലാടാൻ അമ്മ എന്നെയാണ് ഏൽപ്പിച്ചിരുന്നത്. ബാക്കി സ്ത്രീജനങ്ങൾ വളരെ തിരക്കിലാണ്. എനിക്ക് ആളുകൾക്കിടയിൽ കൂടി നടക്കണം. ചെറിയച്ഛന്റെ മക്കളുടെ കൂടെ കളിക്കണം എന്നൊക്കെയുണ്ട്. പക്ഷേ അനങ്ങാൻ പറ്റില്ല. ജസ്വന്താണ് കാരണം. അവൻ ഇടയ്ക്കിടെ ചാന്ദിനിയെ സ്നേഹിക്കാൻ എന്ന ഭാവത്തിൽ വരുന്നു. തൊട്ടിൽ ആഞ്ഞാട്ടി പേടിപ്പിച്ച് അവൻ ഓടി ഒളിക്കും. അതായിരുന്നു അന്നാളുകളിൽ അവന്റെ പ്രധാന വിനോദം. എന്ത് സന്തോഷമാണ് കിട്ടുന്നതെന്ന് അറിഞ്ഞുകൂടാ. ഞാനൊരു തള്ളക്കോഴിയുടെ പോലെ ആ തൊട്ടിലിനു ചുറ്റും കൊത്തിപ്പെറുക്കി നടന്നു.

കുറച്ചു കഴിഞ്ഞപ്പോൾ രണ്ടാമത്തെയാളും ഒഴിഞ്ഞു പോയി. അതു കുറച്ചുകൂടി ഗംഭീരമായ കല്യാണമായിരുന്നു. ഗ്രാമീണ ശൈലിയിലുള്ള നൃത്തവും പാട്ടുമൊക്കെയായി വളരെ രസകരമാണ് അന്നത്തെ വിവാഹങ്ങൾ. പലതരത്തിലുള്ള പലഹാരങ്ങൾ തന്നെയാണ് ഞങ്ങളുടെ മുഖ്യ ആകർഷണം. അങ്ങനെ മക്കളിൽ മുതിർന്നവൻ എന്ന പട്ടം അമ്മ എനിക്ക് ചാർത്തിത്തന്നു. സ്ഥാനാരോഹണത്തിനുശേഷം എനിക്ക് കിട്ടിയ പുതിയ ചുമതലകൾ, കന്നുകാലികൾക്ക് വെള്ളം, കച്ചി എന്നിവ കൊടുക്കുക. അവയെ അഴിച്ചു കെട്ടുക. പിന്നെ എന്റെ രണ്ടു സഹോദരങ്ങൾ, അമ്മ ജോലികൾ ചെയ്യുമ്പോൾ അവരുടെ പരിപാലനം അതായിരുന്നു ഏറെ കഠിനം.

4- ബാല്യ കാല സ്മരണകൾ - തലയിലെഴുത്തുകൾ

ചാന്ദിനി, അവൾ മുട്ടുകുത്തി ഇഴയുന്ന കാലം മുതലേ പറന്നു കൊത്തു മായിരുന്നു. ജസ്വന്ത് അവൻ ഇളയവൻ എന്ന് സ്വാതന്ത്ര്യത്തിൽ ചേച്ചി മാരുടെയും അമ്മയുടെയും മുത്തായി അങ്ങനെ കഴിയുമ്പോഴാണ് ചാന്ദി നി അവതരിച്ചത്. അതോടെ അവനു കിട്ടുന്ന ലാളന, പ്രധാനമായും ഭ ക്ഷണസാധനങ്ങൾ ഇതിലൊക്കെ ഒരു പങ്ക് അവൾക്കും പോയി തുടങ്ങി. രണ്ടുപേരും ഇടയ്ക്കിടെ വഴക്കാവും. ഞാനൊരു മൂത്ത അമ്മാവൻ എന്ന പോലെ മാധ്യസ്ഥം നിൽക്കും. അവരുടെ കുറുമ്പുകൾക്ക് കൂടിയു ള്ള അടി എനിക്ക് ലഭിച്ചു തുടങ്ങിയപ്പോഴാണ് അവരെ നന്നാക്കി എടു ക്കേണ്ടത് എന്റെ കടമയാണെന്ന് എനിക്ക് മനസ്സിലായത്.

അന്നൊരിക്കൽ സംഭവിച്ചത് മറക്കാനാവുന്നില്ല. ഞങ്ങൾക്ക് കളിക്കാൻ കളിപ്പാട്ടങ്ങളൊക്കെ നന്നേ കുറവ്. ആകെയുള്ളത് കറക്കുമ്പോൾ ശബ്ദം കേൾപ്പിക്കുന്ന ഉടുക്കും, പിന്നെ ഒരു ചെറിയ മരക്കുതിര, ഭംഗിയിൽ ചായം പൂശിയ ആ കുതിര, ജസ്വന്ത് അവന്റെ അവകാശം പോലെ വെ ച്ചിരിക്കുകയാണ്. എന്നാൽ ചാന്ദിനി വലുതാകുംതോറും അവൾക്ക് അതിൽ ആകർഷണം കൂടിക്കൂടി വന്നു. ഒരിക്കൽ ചാന്ദിനി അതിനെയെ ടുത്തു മടിയിൽവച്ച് എന്തോ സംസാരിച്ചുകൊണ്ടിരിക്കുകയാണ്. ജസ്വ ന്ത് പുറകെ നടന്നു ചോദിക്കുന്നുണ്ട്. ഇങ്ങു തരൂ ചാന്ദിനി ...അവളത് കൂട്ടാക്കാതെ കുതിരയെടുത്തു മറ്റൊരിടത്തേക്ക് പോകും. പിന്നെ അവി ടെ നിന്ന് കളിക്കും. ജസ്വന്തിന്റെ മട്ടു മാറി. അവന്റെ ഒച്ച കനത്തു. കാര്യ ങ്ങൾ പന്തിയല്ല എന്ന് തോന്നിയപ്പോൾ ഞാൻ എഴുന്നേറ്റു... അമ്മ കണ്ടു കൊണ്ട് വന്നാൽ എനിക്കായിരിക്കും ചീത്ത....ജസ്വന്ത് കുതിരയെ പിടിച്ചു വലിക്കുകയാണ്..... ചാന്ദിനിയാകട്ടെ ഇരുകൈ കൊണ്ടു ഇറുക്കെ പിടി ച്ചു വച്ചിരിക്കുന്നു. ജസ്വന്ത് കുതിരയിൽ നിന്നു കൈ വിട്ടു. ചാന്ദിനിയുടെ കൈയിൽ ഒരു പിച്ച്..... പെട്ടെന്ന് ട്ടേ എന്നൊരു ശബ്ദവും, ജസ്വന്തിന്റെ കൂവികൂടിയുള്ള കരച്ചിലും. ഞാൻ ഓടി ചെന്നു. ആ കുതിര കൊണ്ടു ചാ ന്ദിനി അവന്റെ തലക്കിട്ടു ഒന്ന് കൊടുത്തതാണ്...അവൻ തലയും താങ്ങി ഇരിക്കുന്നു.. ചാന്ദിനി കുതിരയെയും കൊണ്ടു ഓടി പുറത്തെ ഗോവ ണിയിൽ കയറി ഒളിച്ചിരുന്നു.

അവൻ വലിയ വായിൽ കരയുകയാണ്. ഞാൻ സമാധാനിപ്പിക്കാൻ നോക്കി. ഒരു രക്ഷയുമില്ല. അമ്മ വരുന്നതിനു മുൻപ് അവന്റെ കരച്ചിൽ നിർത്തണം. എന്തെങ്കിലും വായിലേക്ക് തള്ളിയാലേ അതു നിൽക്കൂ. അടു ക്കളയുടെ അറയിൽ ഒരു ഭരണിയിൽ അമ്മ ലഡ്ഡു ഉണ്ടാക്കിയത് സൂക്ഷി ച്ചു വച്ചിട്ടുണ്ട്. ആരെങ്കിലും വിരുന്നുകാർ വന്നാലേ അതു തുറക്കൂ. ഉണ്ടാക്കിയ ദിവസം ഞങ്ങൾക്ക് ഓരോന്ന് തന്നതാണ്. പിന്നെ പലപ്പോ

ഴും ഞങ്ങൾ അമ്മയെ പ്രതീക്ഷയോടെ നോക്കും. എന്നാൽ ലഡ്ഡു മാത്രം കിട്ടിയില്ല.

ജസ്വന്തിനു വേണ്ടി ഞാൻ ആ ഭരണി തുറന്നു ഒരേ ഒരു ലഡ്ഡു എടുത്തു. അതുപോലെ അടച്ചുവച്ചു, ലഡ്ഡുവുമായി ജസ്വന്തിനടുത്തെത്തി. പവർ കട്ടിന്റെ സമയത്ത് ഉച്ചഭാഷിണി നിലക്കുന്ന പോലെ അവന്റെ കരച്ചിൽ നിന്നു. ചാന്ദിനി തല പൊക്കി നോക്കി. ലഡ്ഡു കണ്ടപ്പോൾ കുതിരയെ നിലത്തിട്ട് എന്റെ അടുത്തേക്ക് പറന്നു വന്നു. ഞാൻ കുറച്ചു പൊട്ടിച്ചു അവൾക്കും കൊടുത്തു. കുതിരയെടുത്തു രണ്ടുപേർക്കുമിടയിൽ വച്ചിട്ട് പറഞ്ഞു. വഴക്കിടാതെ കളിക്കൂ...എന്റെ ശ്രമം വിജയിച്ചതിന്റെ അഭിമാനത്തോടെ ഞാൻ പോയി വായന തുടങ്ങി. ഞാൻ മുതിർന്നവനായി കഴിഞ്ഞിരിക്കുന്നു.....

കീരിയും പാമ്പും വീണ്ടും സ്നേഹത്തിലായി. എന്നാലവരുടെ കൂടിച്ചേരൽ എനിക്കുള്ള വലിയ ഒരു കെണിയായിരുന്നു. തൂണിന്റെ മറവിൽ എന്തൊക്കെയോ അടക്കം പറച്ചിലുകൾ. കുറച്ചു കഴിഞ്ഞു നോക്കിയപ്പോൾ രണ്ടിനെയും കാണുന്നില്ല. ഞാൻ ജാഗരൂകനായി എഴുന്നേറ്റു അന്വേഷണം തുടങ്ങി. അവർ സാധാരണയായി കളിക്കുന്ന സ്ഥലങ്ങളിലെല്ലാം തെരഞ്ഞു ഞാൻ തിരിച്ചു നടന്നു. പെട്ടെന്നാണ് എന്റെ കണ്ണുകൾ അടുക്കളയിലേക്ക് നീങ്ങിയത്. വേഗം ഉള്ളിലേക്ക് കയറി. അറ കഷ്ടിച്ച് ഒരാൾക്ക് കുമ്പിട്ടു കിടക്കാവുന്ന രീതിയിലാണ്.അമ്മ അതു നന്നായി പൂട്ടി വച്ചതാണ്. ജസ്വന്തിനരികിലേക്ക് പോകാനുള്ള ധൃതിയിൽ ഞാനത് അടക്കാൻ മറന്നു പോയി...പിന്നെ കണ്ടത് ഭരണി, ജസ്വന്ത്, ചാന്ദിനി!.. ഞാൻ ഒച്ചയെടുത്തു. അപ്പോഴേക്കും കൊണ്ടുവന്ന വിറകുകൾ പുറത്തു വച്ചു അമ്മ ഉള്ളിലേക്ക് കയറി വന്നു. ഞങ്ങൾ മൂന്നു പേരും, ഭരണിയും, അമ്മയ്ക്ക് വേഗത്തിൽ കാര്യം പിടി കിട്ടി. വിറകു കൂട്ടത്തിനിടയിൽ നിന്ന് ഒരു വടിയെടുത്ത് എന്നെ പൊതിരെ തല്ലു തുടങ്ങി. ഞാനൊന്നും ചെയ്തിട്ടില്ല, അറിഞ്ഞിട്ടില്ല എന്നൊക്കെ വിളിച്ചു കൂവുന്നുണ്ട്.... ആരു കേൾക്കാൻ, അറയുടെ ഇരുമ്പ് സാക്ഷ ജസ്വന്തിനോ ചാന്ദിനിക്കോ ഊരാൻ പറ്റില്ല എന്നാണ് അമ്മേ പറയുന്നത്. അമ്മയുടെ വാദം ശരിയാണ് താനും.

കിട്ടാനുള്ളതെല്ലാം സ്വീകരിച്ചു ഞാൻ കോലായിൽ പോയിരുന്ന് മോങ്ങിക്കൊണ്ടിരുന്നു. എന്റെ രണ്ടു സഹോദരങ്ങളും ഇടക്ക് മുഖത്തേക്ക് കള്ള ദൃഷ്ടി പായിക്കുന്നുണ്ട്. രണ്ടിനെയും ഞാൻ കടുപ്പിച്ചൊന്നു നോക്കി. എന്റെ കുട്ടികാലത്തു ഇങ്ങനെയായിരുന്നു. ആര് തെറ്റ് ചെയ്താലും അടി മൂത്തവനായ എനിക്കായിരുന്നു. ചിലപ്പോൾ അമ്മയോടുള്ള ദേഷ്യത്തിന് അച്ഛനോട് പറയണമെന്ന് കരുതും. പക്ഷെ അച്ഛൻ വരുമ്പോഴേക്കും ഞാൻ എല്ലാം മറന്നിട്ടുണ്ടാകും.

എന്നെ സ്വാന്തനിപ്പിക്കാറുള്ളത് അച്ഛന്റെ സഹോദരങ്ങളുടെ മക്കളാണ്. അവരുടെ സങ്കടങ്ങൾ ഇങ്ങോട്ട് കേൾക്കുമ്പോൾ പിന്നെ എനിക്കൊന്നും പറയാനില്ലായിരുന്നു. ഏറ്റവും മുതിർന്ന വലിയച്ചന് പന്ത്രണ്ടു മക്കളായിരുന്നു. പന്ത്രണ്ടു പേർ! മൂന്നാമത് ഒരു കുഞ്ഞിന് കൂടി ഞാനാഗ്രഹിച്ചപ്പോൾ കരിഷ്മ അതിനെ നിഷ്കരുണം തഴഞ്ഞതാണ്.. ആരോഗ്യം കളയാനില്ല, എന്നതാണ് കാരണം പറഞ്ഞത്. ഒരു ഹോസ്പിറ്റൽ പോലും ഇല്ലാതെ, ഒരു ഡോക്ടറെയും കാണാതെ, ഫോളിക് ആസിഡും, വിറ്റാമിൻ ഗുളികകളൊന്നും കഴിക്കാതെ പന്ത്രണ്ടു പെറ്റ വലിയമ്മയെ അന്നെനിക്ക് അത്ഭുതമായി തോന്നി.. അതിൽ കൂടുതൽ അവർ പ്രസവിച്ചിട്ടുണ്ട്! രണ്ടു കുഞ്ഞുങ്ങൾ പ്രസവ സമയത്തെ മരിച്ചിരുന്നു..

ഈ പന്ത്രണ്ടു പേരിൽ എന്റെ പ്രായവുമായി കുറച്ചെങ്കിലും യോജിപ്പുള്ളത് മഹേന്ദ്രൻ ചേട്ടനായിരുന്നു. എന്നേക്കാൾ ആറു വയസ്സ് കൂടുതലുണ്ട്. അദ്ദേഹം വളരെ നിഷ്കളങ്കനും സരസനുമായിരുന്നു. "ഓ ജഗദീഷ് നിന്റേത് എന്ത് ദുഃഖം അനിയാ? ഇവിടെ രാവന്തിയോളം പണിയും കഴിഞ്ഞു വന്നാൽ വയറു നിറച്ചു ഭക്ഷണം പോലുമില്ല. നീ പോയി എന്തെങ്കിലും എടുത്തു കൊണ്ടു വരൂ. എല്ലാത്തിൽ നിന്നും രക്ഷപെടാനുള്ള ചില വഴികൾ പറഞ്ഞു തരാം. ഞാനെന്ത് കൊടുക്കാനാണ്? ഏതെങ്കിലും മരത്തിൽ വലിഞ്ഞു കയറി വല്ല പഴങ്ങളും കിട്ടിയാൽ ഭാഗ്യം. അങ്ങനെയൊന്നു സാധ്യവുമല്ല. കാരണം എന്നെപോലെ ഒരുപാട് മഹാന്മാർ ആ ഗ്രാമത്തിലുണ്ടായിരുന്നു. അതുകൊണ്ട് തന്നെ മരങ്ങൾ ആടയാഭരണങ്ങൾ ഇല്ലാതെ ഒഴിഞ്ഞു കിടന്നു...എന്നാലും എന്തെങ്കിലും കിട്ടി പോയാൽ ഞാനദ്ദേഹത്തിന് കൊണ്ടുപോയി കൊടുത്ത് ആശിർവാദം വാങ്ങിക്കും.

ഒരിക്കൽ എന്നോട് ചോദിച്ചു, നീ പഠിക്കുന്നുണ്ടല്ലോ അല്ലേ. ഞാൻ തലയാട്ടി. അപ്പോൾ അദ്ദേഹം പറഞ്ഞു. അതു തന്നെ തുടർന്നോളൂ. ഞാൻ ചോദിച്ചു ചേട്ടനെന്താ പഠിക്കാഞ്ഞത്. അദ്ദേഹം എന്തോ പിറുപിറുത്തു. ചിലപ്പോൾ ഞങ്ങൾ സംസാരിക്കുന്നത് വലിയമ്മ കാണും. ആരാണത് ജഗദീഷോ?... കുഞ്ഞിന് കൊടുക്കാൻ ഒന്നുമില്ലയോ. അവർ അടുക്കളയിൽ പോയി പരതുന്നത് കാണാം. പക്ഷേ ഞാനൊന്നും പ്രതീക്ഷിക്കാറില്ലായിരുന്നു.

വലിയച്ഛൻ സമൃദ്ധമായി താടി വളർത്തിയിരുന്നു. അതു മുഴുവൻ നരച്ചിട്ടുമുണ്ട്. ജീവിതഭാരങ്ങൾ അദ്ദേഹത്തെ ഒരു പടുകിളവനാക്കി മാറ്റിയിരിക്കാം. നാലു പെൺകുട്ടികളെ വിവാഹം കഴിപ്പിച്ചു വിട്ടു. ആറു ആൺമക്കൾ, അതിൽ നാലുപേര് വിവാഹിതർ. അവരുടെ ഭാര്യമാർ, കുട്ടികൾ. ഏറ്റവും ഇളയവൾ മഹേന്ദ്രന് താഴെ വസുന്ധര. വലിയച്ഛന് എന്നോട് തികഞ്ഞ വാത്സല്യമായിരുന്നു. ഇവൻ വീർ പ്രതാപിനെ പോ

ലെ തന്നെ. കണ്ടില്ലേ സംസാരം പോലും അങ്ങനെ തന്നെ കിട്ടിയിട്ടുണ്ട്. അപ്പോൾ വലിയമ്മ പറയുന്നത് കേൾക്കാം, രണ്ടു പെൺകുഞ്ഞുങ്ങളുണ്ടായി എത്ര കഴിഞ്ഞാണ് ഒരു മകനുണ്ടായത്. ഞാനാണ് പറഞ്ഞത് മുടങ്ങാതെ മഹാദേവനെ ഭജിക്കാൻ..കണ്ടില്ലേ പുത്രദുഃഖം ഇല്ലാതായില്ലേ.

അച്ഛൻ എന്ത് പുതിയ കാര്യങ്ങൾ തുടങ്ങുന്നതിനു മുൻപ് അല്ലെങ്കിൽ എന്തെങ്കിലും തീരുമാനങ്ങളെടുക്കാൻ എല്ലാത്തിനും രണ്ടു വല്യച്ഛന്മാരുടെയും അനുവാദം വാങ്ങുമായിരുന്നു. വല്യമ്മക്ക് അച്ഛനോടുള്ള സ്നേഹക്കൂടുതലിനു ഒരു കാരണമുണ്ടായിരുന്നു. അവർ മൂത്ത മരുമകളായി വീട്ടിലേക് കയറി വന്നപ്പോൾ ആ വീട്ടിൽ വലിയച്ഛൻ, അദ്ദേഹത്തിന്റെ മൂന്നു സഹോദരന്മാർ, രണ്ടു സഹോദരികൾ എന്നിവരാണുണ്ടായത്. പിടിപ്പത് പണി. അച്ഛച്ചനും അച്ഛമ്മയും നേരത്തെ മരിച്ചു പോയി. രണ്ടു സഹോദരിമാർ അടുത്തുള്ള ഗ്രാമങ്ങളിലേക്ക് വിവാഹിതരായി പോയി. അന്നത്തെ ദുരിതങ്ങൾ വലിയമ്മ ഇടയ്ക്കിടെ പറഞ്ഞുകൊണ്ടിരിക്കും. വീർ പ്രതാപിന് മാത്രമാണ് അല്പം കരുണയുണ്ടായിരുന്നത്. അച്ഛൻ വിവാഹിതനായപ്പോൾ അമ്മയോട് പ്രത്യേകം പറഞ്ഞുവത്രെ, ചേടത്തി ഈ കുടുംബത്തിനു വേണ്ടി കുറെയധികം കഷ്ടപ്പെട്ടിട്ടുണ്ട്. അവരെ വേദനിപ്പിക്കരുത് ജമുനാ...വലിയമ്മക്കതു കേട്ടപ്പോൾ വലിയ സന്തോഷമായിട്ടുണ്ടാവും. എന്നാൽ അമ്മക്ക്.....? അച്ഛനൊരു പാവം! പെണ്ണുങ്ങളുടെ മനഃശാസ്ത്രമൊന്നും അറിഞ്ഞു കൂട...

ഞാൻ ജനിക്കുന്നതിനു മുൻപേ ഭാഗം വെപ്പ് കഴിഞ്ഞിരുന്നു. എല്ലാവരും വേറെ വേറെ വീടുകളിലായി. കൂട്ടത്തിൽ മികച്ചത് ഞങ്ങളുടെ വീടായിരുന്നു. അതു അച്ചച്ഛന്റെ അച്ഛന്റെ വീടായിരുന്നു...വളരെ പഴയ എന്നാൽ കാണാൻ നല്ല മോടിയും പാരമ്പര്യവുമുള്ള ഒരു വീട്. അച്ഛനത് പണം കൊടുത്തു വാങ്ങിയതാണ്. എല്ലാവരും അടുത്തടുത്തു ഇടങ്ങളിലായി താമസമായി. വലിയച്ഛൻ പഴയ വീട്ടിൽ തന്നെ തുടർന്നു. അവിടെ പൂമുഖത്തെ തിണ്ണയിൽ തൂണും ചാരി ശിലപോലെ ഇരിക്കുന്ന വലിയച്ഛനെ എനിക്ക് നല്ല ഓർമയുണ്ട്. അടുത്ത് ഒരു വെള്ളി ചെല്ലവുമുണ്ടാകും. അതിലെന്തൊക്കെയോ ഉണ്ട്. പഴകിയ ചില കടലാസുകൾ ഒരു ദിവസം ഞാൻ കണ്ടു. എടുത്തു നോക്കിയപ്പോൾ തിരിയാത്ത അക്ഷരങ്ങളിൽ എന്തൊക്കെയോ കുത്തികുറിച്ചിരിക്കുന്നു. അന്നത് വായിച്ചെടുക്കാൻ വല്ലാതെ പരിശ്രമിച്ചു. അവസാനം മഹേന്ദ്രൻ ചേട്ടൻ പറഞ്ഞു. നിർത്തനിയാ, വെറുതെ സമയം മെനക്കെടുത്തേണ്ട. പിന്നെ അദ്ദേഹം ഉറക്കെ ചിരിച്ചു കൊണ്ടു പറഞ്ഞു. അതു ഇവിടെയുള്ളവരുടെ തലയിലെഴുത്താകും. നിനക്കതു വായിച്ചെടുക്കാൻ ബുദ്ധിമുട്ടാണ്... ഞാനും കൂടെ ചിരിച്ചു. എന്റെ തലയിലെഴുത്തും ഇതിലുണ്ടാകുമോ ചേട്ടാ? അത് നിന്റെ വീട്ടിലുണ്ടാകും മോനെ. ചെറിയച്ഛന്റെ പെട്ടി ഒന്ന് തപ്പി നോക്ക്.

എന്നാൽ എന്റെ അച്ഛൻ കുറച്ചു കൂടി മിടുക്കനായിരുന്നു. അദ്ദേഹത്തിന്റെ മുറിയിൽ നിന്ന് എനിക്കും കിട്ടി ഒരു ചെറിയ പുസ്തകം. കുറച്ചധികം പേജുകളുണ്ട്.നല്ല വടിവൊത്ത അക്ഷരങ്ങളാണ്. സുഖമായി വായിച്ചെടുക്കാം. ലക്ഷ്മികാന്ത്- ഇരുപത്തിയഞ്ചു രൂപ. രാംചരൺ- പത്തു രൂപ. സോനാലാൽ -അഞ്ചു രൂപ. അങ്ങനെ നീണ്ട കണക്കുകളായി ഒരു ചെറിയ പുസ്തകം. അന്നെനിക്ക് പതിനഞ്ചു വയസുണ്ട്. ഞാൻ ചോദിച്ചു. അച്ഛാ ഇത് തരാനുള്ളവരുടെയാണോ, കൊടുക്കാനുള്ളവരുടെയോ?

അച്ഛൻ കുറച്ചു നേരം മൗനമായിരുന്നു. എന്നിട്ട് പതിയെ ചിരിച്ചു കൊണ്ടു പറഞ്ഞു. ജഗദീഷ്, തരാനുള്ള കഴിവ് ആ ജഗദീശ്വരന് മാത്രമാണ്. എനിക്ക് കാര്യം പിടി കിട്ടി. ഞാൻ പകുതി തമാശയും, ദയനീയതയും കലർന്നു ചോദിച്ചു. ഇതെന്ത് കണക്കാണച്ഛാ. കൊടുക്കാനുള്ള പലരുടെയും പേരുകൾ ഇതിലുണ്ട്. ജാതി പേരടക്കം എഴുതിയിട്ടുണ്ട്. കൊടുക്കാൻ ഇത്രയധികം ആളുകൾ ഉള്ളപ്പോൾ തരാൻ ഒറ്റ ജഗദീശ്വരനും..... ഹാ എന്ത് മായാജാലമാണിത്. അദ്ദേഹം കൈയ്യിലുണ്ടായിരുന്ന വടി തലയിണയിലേക്കരികേലേക്കു വച്ചു. എന്നിട്ട് കുറച്ചു നിമിഷം എന്റെ കണ്ണുകളിലേക്ക് നോക്കി. ഞാനപ്പോൾ അദ്ദേഹത്തിന്റെ കണ്ണുകളിൽ എന്നെ തന്നെ കാണുകയായിരുന്നു. ജഗദീഷ്, നീ മുതിർന്നവനായി മോനെ, അച്ഛനത് മനസിലാക്കുന്നു. പിന്നെ അദ്ദേഹം കിടന്നു. കണ്ണുകളടച്ചു. വലതു കൈ നെറ്റിയിലേക്ക് വച്ചു. അച്ഛന് പെട്ടെന്നു എന്തെങ്കിലും സംഭവിച്ചാൽ മോൻ ഈ പുസ്തകം നോക്കി പതിയെ എല്ലാവരുടെയും കടങ്ങൾ വീട്ടണം. ഇല്ലേ ജഗദീഷ്, മോനത് ചെയ്യില്ലേ......

5. ബാല്യസ്മരണകൾ - ഒരു ശുദ്ധ കഥ

കർട്ടനിടയിലൂടെ കരിഷ്മയുടെ കൈകൾ കണ്ടപ്പോൾ ഞാനെഴുത്തു നിർത്തി. എന്താണീ കുത്തികുറിക്കുന്നത്. എത്ര നേരമായി.... ഇരുട്ട് പരക്കുന്നത് കാണുന്നില്ലേ. അവൾ പൂജമുറിയിൽ വിളക്ക് കത്തിച്ചു വച്ചിട്ടുണ്ട്. കർപ്പൂരത്തട്ടും ആരതിയുമെല്ലാം ഉഴിയുകയാണ്... ഞാൻ വെറുതെ ഒന്ന് ചെന്ന് നിൽക്കണം... അത്രേയുള്ളൂ... പൂജയും കുഞ്ഞുങ്ങളും നിൽക്കുന്നുണ്ട്.... കരിഷ്മ അത്ര കഠിനമായ വിശ്വസിയൊന്നുമല്ല... എന്നാലും വർഷങ്ങളായി ശീലിച്ചിട്ടുള്ളവ പിന്തുടരുന്നു. യഥാർത്ഥ വിശ്വാസി എന്റെ മൂത്ത മകനാണ്. അവൻ വീട്ടിലേക്ക് കയറി വരുമ്പോൾ പൂജ വിളക്കുകൾ കത്തി നിൽക്കണം. മുറിയെല്ലാം സുഗന്ധപൂരിതമാകണം. മാത്രമല്ല മൂന്നുമക്കളും സന്ധ്യാനേരത്തു കുളിച്ചു കുറിയിട്ട് നല്ല വസ്ത്രങ്ങൾ ധരിച്ചു നാമം ചൊല്ലുന്നുണ്ടാവണം. ഇല്ലെങ്കിൽ അതിന്റെ വഴക്ക് മുഴുവൻ പൂജക്കാണ്. അവനെ പേടിച്ചു ആരും ഒന്നും ലംഘിക്കാറില്ല.

രൺവീറും രുദ്രാക്ഷുമെല്ലാം അച്ഛനെക്കാൾ വലിയ ഭക്തനാവാനാണ് പുറപ്പാട്. വീരു വീട്ടിലുണ്ടെങ്കിൽ എല്ലാ ഉത്തരവാദിത്തവും അവൻ ഏറ്റെടുത്തോളും. കരിഷ്മ ഒന്നും അറിയണ്ട. അരമണിക്കൂറോളം എന്നെയും ഇരുത്തി ഭജന ചൊല്ലിക്കും. മന്ത്രങ്ങളും പ്രാർത്ഥനകളും മനോഹരങ്ങളാണ്. എന്നാൽ പലപ്പോഴും പല വീടുകളിലും കുഞ്ഞുങ്ങൾ അർത്ഥമറിയാതെയാവും ഇവ ചൊല്ലുന്നത് ഇതിനെ കുറിച്ച് പറഞ്ഞപ്പോഴാണ് എന്റെ കുട്ടി കാലത്തെക്കുറിച്ചു ഓർമ വരുന്നത്.

അന്ന് രസകരമായ ഒരു സംഭവമുണ്ടായി. ഞങ്ങളുടെ വീടു സാമാന്യം വലുത് തന്നെയാണ്. അത്യാവശ്യം മരഉരുപ്പടികളൊക്കെയുണ്ട്. എന്നാൽ പലതിനും പഴക്കം വളരെ കൂടുതലാണ്. ഉള്ളിലൂടെ ഇടുങ്ങിയ കോണി കൂടാതെ, പുറത്തു നിന്നു മറ്റൊരു കോണി കൂടിയുണ്ട്. അതു കയറിചെന്നാൽ വിശാലമായ മട്ടുപ്പാവ്. അവിടമായിരുന്നു എന്റെ സങ്കേതം. എന്റെ സ്വപ്നങ്ങളുടെ കൊട്ടാരം. പലരാത്രികളിലും അവിടെ മലർന്ന് കിടന്നു കൊണ്ടു ആകാശത്തുള്ള അനന്തകോടി നക്ഷത്രങ്ങളുടെ അപാരതയിൽ ഊളിയിട്ടിട്ടുണ്ട്. അതിനുമപ്പുറം മേഘങ്ങൾക്കിടയിൽ മറ്റൊരു ലോകമുണ്ടെന്നും ആ ലോകത്തു നിന്നു ഈ ജഗദീഷിനെ കാണാൻ സാക്ഷാൽ ജഗദീഷ് ആഗതവനാവുമെന്നും സ്വപ്നം കണ്ടിട്ടുണ്ട്. കോൺക്രീറ്റ് കെട്ടിടങ്ങളെക്കാൾ ആ വിശാലമായ തുറന്ന കിടപ്പിടം ഏറെ മനോഹരമായി പിന്നീട് അനുഭവപ്പെട്ടു.

താഴെയാണ് പൂജമുറി. മുറിയൊന്നുമല്ല, വിശാലമായ കോലായമായിരുന്നു. അതായത് മുകളിൽ നിന്നു ഇറങ്ങുന്നതു തന്നെ കോലായിലേക്കാണ്. മുറികളുടെ ജനാലകൾ തുറന്നിടുന്നതും കോലായിലേക്കാണ്. അവയിലൂടെ സഞ്ചരിച്ചാൽ വീടിന്റെ ഏതു ഭാഗത്തേക്കും എത്താം. പടിഞ്ഞാറു ഭാഗത്തായി ഒരു ഒഴിഞ്ഞ ഭാഗത്തു പൂജാതട്ടും അതിൽ പട്ടുടിപ്പിച്ചു മനോഹരിയാക്കിയ ദുർഗ ദേവി. കൂട്ടിനു ചില ഉപദേവതകളുമുണ്ട്. എന്റെ എല്ലാ സങ്കടങ്ങളും ഒരു തരി പോലും പണം ഈടാക്കാതെ നിന്ന് കേട്ടവർ. കാര്യങ്ങളെല്ലാം നേരെയായാൽ നാരായണ കൃപ, ശരിയായില്ലെങ്കിൽ ഒക്കെ പരീക്ഷണങ്ങൾ, ഭഗവാൻ നാളെയത് ശരിയാക്കിത്തരുമെന്ന വിശ്വാസം. ആ നിലപാട് എനിക്ക് നന്നായി ബോധിച്ചു. ആ നിലപാടില്ലെങ്കിൽ മനുഷ്യനില്ല എന്നതാണ് സത്യം. അല്ലെങ്കിൽ അവൻ ജീവിതത്തിൽ നിന്നു ഒളിച്ചോടും. അങ്ങനെ വരരുത് എന്ന് പൂർവികരും ചിന്തിച്ചിട്ടുണ്ടാവും.

അങ്ങനെ എന്നും മനോഹരമാക്കിയ ദുർഗയുടെ സമക്ഷം എന്റെ അമ്മ പ്രാർത്ഥനനിരതയായി ഇരിക്കും. എല്ലാ പ്രഭാതങ്ങളിലും പ്രദോഷങ്ങളിലും. കൂട്ടിനു ഞങ്ങളും. അമ്മ ദേവി സ്തുതികൾ ഉറക്കെ ചൊല്ലും.

ഞങ്ങൾ കോറസും. ഭക്തിയുടെ പാരമത്യത്തിൽ അമ്മയുടെ ഭജന ചില പ്പോൾ നീണ്ടു പോകും. പക്ഷേ ഞങ്ങളുടെ മുഖത്ത് അസ്വസ്ഥതകളാണ്. ഓരോരുത്തരും ഞെളിപിരി കൊള്ളും.

ഒരിക്കൽ ഒരു തമാശയുണ്ടായി. ഭജനയ്ക്കിടെ തൊണ്ട വരണ്ട് പൊടുന്ന നെ ഞാൻ പാട്ട് നിർത്തി. പെട്ടെന്ന് ഒരു നിശബ്ദത. അപ്പോഴാണ് മനസിലാ യത് അമ്മ ചൊല്ലുന്നത് ഞാൻ മാത്രമേ ഏറ്റു പാടുന്നുള്ളൂ. എന്റെ പ്രി യപ്പെട്ട സഹോദരൻ ജസ്വന്ത് വെറുതെ വായയിട്ട് അനക്കുന്നതാണ്. ചാന്ദി നിയാകട്ടെ തട്ടിൽ വിരിച്ചിരിക്കുന്ന പട്ടുതുണിയിൽ പിടിച്ചു വലിച്ചു കൊണ്ടിരിക്കുകയാണ്. പെട്ടെന്നുണ്ടായ നിശബ്ദതയിൽ അമ്മ ഞങ്ങളെ രൂക്ഷമായി ഒന്നു നോക്കി. എനിക്ക് ചിരി അടക്കാനായില്ല. അത് കാത്തു നിന്ന പോലെ ജസ്വന്തും ചാന്ദിനിയും കൂട്ടച്ചിരിയായി. അമ്മ വടിയെടു ക്കാൻ എഴുന്നേറ്റതോടെ ഞങ്ങൾ ഓടി ഒളിച്ചു.

മറ്റൊരു തമാശ ഈ പ്രാർത്ഥനക്കിടയിലും അമ്മ അച്ഛനോട് സംസാരി ക്കും എന്നുള്ളതാണ്. എന്തെങ്കിലും കുറ്റങ്ങളും കുറവുകളും ഉണ്ടാകും ചിലപ്പോൾ സഹികെടുമ്പോൾ അച്ഛൻ പറയും. ജമുനാ... നീ ഇങ്ങനെ പ്രാർത്ഥിച്ചിട്ട് ഒരു കാര്യവുമില്ല... മനസ്സ് ആദ്യം ശുദ്ധമാക്കൂ. ആദ്യമായി അച്ഛന്റെറ്റെ വായിൽ നിന്ന് ആ വാക്യം കേട്ടപ്പോൾ ഞാൻ വളരെ നിഷ്കള ങ്കതയോടെ അദ്ദേഹത്തെ നോക്കി ചിരിച്ചു. എന്താണാച്ചാ പറഞ്ഞത്? മന സ്സ് ശുദ്ധമാക്കാനോ? അതെങ്ങനെയാണ് അച്ഛാ? അച്ഛൻ, ഹരേ രാം എന്നു പറഞ്ഞു ചിരിച്ചു. ഇങ്ങടുത്തു വാ ജഗദീഷ്.... ഞാൻ വേഗം ചെന്ന് മടിയി ലിരുന്നു. പറയൂ അച്ഛാ മനസെങ്ങനെയാണ് ശുദ്ധമാകുന്നത്? മോനെ നമുക്കുള്ളിൽ നന്മയും തിന്മയുമുണ്ട്. തിന്മയെ കരിച്ചു കളയണം. നന്മ മാത്രം വിളങ്ങണം. എന്നാലേ മനസ്സു ശുദ്ധമാകൂ.

മുഴുവനായി ഒന്നും മനസിലായില്ലെങ്കിലും കുറച്ചു ദിവസം ഒരു മന്ത്രോ ച്ചാരണം പോലെ ഞാനിത് പറഞ്ഞു കൊണ്ടേയിരുന്നു. "മനസ്സ് ശുദ്ധമാ കണം.... മനസ്സ് ശുദ്ധമാകണം"... ഞാനിത് ഒരു പാട്ടു രൂപേണയാണ് പറയു ന്നത്. ഒരിക്കൽ ജസ്വന്ത് ഇതു കേട്ടിട്ട് ചോദിച്ചു. ചേട്ടാ വയറു നിറയ്ക്കു ന്നതിനെക്കുറിച്ചെന്തെങ്കിലും അഭിപ്രായമുണ്ടോ? അപ്പോഴത്തെ കുസൃ തിയിൽ ഞാൻ പറഞ്ഞു, നീ ആദ്യം മനസ്സ് ശുദ്ധമാക്ക്, അപ്പോൾ വയറു നിറയാനുള്ള വഴിയുണ്ടാകും. ഉറപ്പാണോ ജസ്വന്ത് ആകാംക്ഷയോടെ ചോദിച്ചു. അതേ, ഞാൻ ഒരു ജ്ഞാനിയുടെ ഭാവത്തിൽ മൂളി. ഉടനെ അവൻ അടുക്കളയിലേക്ക് ഓടി. അമ്മേ മനസ്സെങ്ങനെയാണ് ശുദ്ധമാ ക്കുന്നത്. എവിടെയാണ് മനസ്സ്? ഒരു പാത്രം നിരങ്ങുന്ന ശബ്ദം ഞാൻ കേ ട്ടു. കൂട്ടത്തിൽ അമ്മയുടെ വക പിറുപിറുക്കൽ. ആ മനുഷ്യൻ എന്റെ കു ഞ്ഞുങ്ങളെ ചീത്തയാക്കി. അപ്പോഴത്തെ ദേഷ്യത്തിൽ അമ്മ പറഞ്ഞു. മന

സ്സോ, മനസ്സ് നിന്റെ തലയ്ക്കുള്ളിലാണ്. നന്നായി എണ്ണ തേച്ചു കുളിച്ചാൽ വ്യത്തിയായികൊള്ളും. ആ പുതിയ വർത്തമാനം കേട്ട് ഞാൻ വിശ്വസിച്ചില്ല. എന്നാൽ എന്റെ അനിയൻ ജസ്വന്ത് കുളിച്ചു കുറിയിട്ട് എന്റെ മുന്നിൽ വന്നു നിൽക്കുകയാണ്. അതും തണുപ്പു കാലത്തു. ഞാൻ അവന്റെ കുറ്റിമുടികൾ വകഞ്ഞു നോക്കി. തലയോട്ടി അങ്ങ് വെളുത്തു തിളങ്ങുന്നു. ഞാനാകെ കുന്തം വിഴുങ്ങിയ പോലെ നിന്നു. അനിയാ മനസ്സങ്ങനെ എണ്ണ തേച്ചു കുളിച്ചാലൊന്നും വ്യത്തിയാകില്ല. ജസ്വന്ത് ഒരു പൊടിക്ക് വിട്ടു തരുന്നില്ല. അവനു അമ്മയെ അത്ര വിശ്വാസമാണ്.. അവസാനം ഞാൻ ഗതികെട്ട് ഇങ്ങനെ പറഞ്ഞു, ഇന്നു രാത്രി എന്റെ ഭക്ഷണം നീ എടുത്തോളൂ. ആദ്യം അവൻ മുറുമുറുത്തെങ്കിലും തലയാട്ടി.

എന്റെ കഷ്ടകാലത്തിനു അന്നുരാത്രി അമ്മ പ്രത്യേകമായി ഒരു മധുര പലഹാരമുണ്ടാക്കി. ചപ്പാത്തിയോടൊപ്പം അതു വിളമ്പിയപ്പോൾ എന്റെ അനുവാദത്തിനു പോലും കാത്തുനിൽക്കാതെ ഒറ്റയടിക്ക് ജസ്വന്തത് സ്വന്തമാക്കി. നെയ്യിന്റെയും ശർക്കരയുടെയും സുഗന്ധം എന്റെ കണ്ണുകളിൽ ചെറിയ ഈറനുണ്ടാക്കി. പ്രതീക്ഷയോടെ ഞാൻ ചാന്ദിനിയെ നോക്കി. അവൾ ഒരല്പം കരുണ തോന്നി ഒരിത്തിരി പൊട്ടിച്ചു തന്നാൽ ...... എന്നാൽ ആ ഭയങ്കരി കണ്ണില്ലാത്തവളെ പോലെയാണ് പെരുമാറുന്നത്. ചപ്പാത്തി കൂടി ജസ്വന്ത് എടുത്തു തിന്നുന്നത് കണ്ടപ്പോൾ അവൾ അമ്മയെ വിളിക്കാൻ തുടങ്ങി... ഉടനെ ജസ്വന്ത് അവളുടെ വായ പൊത്തി. എന്റെ മനസ്സ് ശുദ്ധമാക്കിയതിനാലാണ് പെണ്ണേ... അവൾ ആശ്ചര്യത്തോടെ ഞങ്ങളെ നോക്കി...അവസാനം പറഞ്ഞു 'മണ്ടൻ'..! എന്നെയാണോ അതോ ജസ്വന്തിനെയാണോ അവൾ മണ്ടൻ എന്നു വിളിച്ചത്?... ഇന്നും എനിക്കറിയില്ല. രണ്ടുപേരെയും കൂടിയാണെങ്കിൽ 'മണ്ടന്മാർ' എന്നു വിളിച്ചേനെ......

അന്നങ്ങനെ ഞാൻ വായുഭഗവാനെ മനസ്സിൽ ധ്യാനിച്ചു കൊണ്ടിരിക്കുകയാണ്. ജസ്വന്തും ചാന്ദിനിയും കിടന്നു കഴിഞ്ഞു. അച്ഛൻ ഇത് വരെ വന്നിട്ടില്ല. എനിക്ക് ഒരു ശീലമുണ്ട്. അച്ഛൻ വരുന്നത് വരെ കാത്തിരിക്കും. സാധാരണയായി നേരത്തെ തന്നെ എത്തുന്നതാണ്. ഇതെന്തോ കാരണമുണ്ട്. അമ്മ ആവശ്യപ്പെട്ടാലും ഇല്ലെങ്കിലും ഒരു റാന്തൽ വിളക്കുമായി, മുൻവശത്തെ വേലിക്കു സമീപം ഒരു വലിയ മരക്കുറ്റിയുണ്ട്. ഒരു പീഠം പോലെ, അതിൽ കയറി ഇരിക്കും. അച്ഛൻ അകലെ നിന്നേ എന്നെ കാണും. ജഗദീഷ്... മോനെ എന്നു നീട്ടി വിളിക്കും. പിന്നെ അച്ഛനെ ആനയിച്ചു വീട്ടിലേക്കെത്തിക്കുക എന്റെ ജോലിയാണ്. അച്ഛന്റെ കൈയ്യിൽ ഒരു തീപന്തമൊക്കെയുണ്ടാകും. അതിന്റെ ജ്വാലയിൽ എന്റെ കൈയ്യിലുള്ള വിളക്ക് ഒരു മിന്നാമിനുങ്ങ് പോലെയാണ്.

അന്നദ്ദേഹം ദേഹശുദ്ധി വരുത്തി ഉള്ളിലേക്ക് കയറിയപ്പോൾ അമ്മ വലിയ തളികയിൽ ഭക്ഷണം കൊണ്ടു വച്ചു . എന്തെങ്കിലും പുതിയ വിശേഷങ്ങൾ ഉണ്ടാകും. അതു ചിലപ്പോൾ അമ്മയോടു പറയും.ഞാൻ തൂണും ചാരി ഇരുന്നു. കണ്ണുകൾ തൂങ്ങുന്നുണ്ട്. അച്ഛൻ ഒരു കമ്പളം നിലത്തു വിരിച്ചു അവിടെയിരുന്നു. ജമുനാ ഇന്നൊരു വിശേഷമുണ്ടായിരുന്നു. സോനലാൽ നിർബന്ധിച്ചതുകൊണ്ടാണ് ഞാൻ അവന്റെ കൂടെ പോയത്. അവന്റെ വീട്ടിൽ വിശേഷാൽ പൂജയുണ്ടായിരുന്നു. നിനക്കറിയാലോ അവന്റെ മകൾക്ക് ഇതുവരെ കുഞ്ഞുങ്ങളുണ്ടായിട്ടില്ല. ഭർതൃ വീട്ടിൽ നിരന്തരം വഴക്കാണ്. അവരവളെ അവിടെ പൊറുപ്പിക്കുന്നില്ലെന്നാണ് അവൻ പറയുന്നത്. അമ്മ മൂളി, ഊം.... നമ്മുടെ പെണ്മക്കൾക്കാണെങ്കിൽ അതിവേഗമാണ് കുഞ്ഞുങ്ങളുണ്ടാകുന്നത്. ചെലവുകളും കൂടുന്നു. അച്ഛൻ മന്ദഹസിച്ചു. അങ്ങനെ പറയല്ലേ ജമുനാ... എല്ലാം ദൈവാനുഗ്രഹമാണ്.

ഞാൻ ഭക്ഷണം കഴിച്ചതാണ്. നീ കഴിച്ചോ എന്നു പറയുന്നതിന് മുൻപായി ഒരു പക്ഷേ അച്ഛൻ എന്റെ കാലുകൾ കണ്ടിട്ടുണ്ടാകും. ജഗദീഷ്... അദ്ദേഹം നീട്ടി വിളിച്ചു. ഉറക്കച്ചടവോടെ ഞാൻ അടുത്തു പോയി ഇരുന്നു. ആ ഭക്ഷണമെല്ലാം എന്റെ വായിൽ തരികയാണ്. കഴിക്ക് മോനെ, കഴിക്ക്.... ഞങ്ങൾ കഴിക്കുന്നതിന്റെ രണ്ടിരട്ടി ഭക്ഷണം അച്ഛനുണ്ടാവുമായിരിക്കും. പണ്ടത്തെ സ്ത്രീകൾ അവരുടെ പുരുഷന്മാരെ ഊട്ടാൻ മിടുക്കികളാണ് . ക്ഷമിക്കണം, ഇന്നുള്ളവരും മോശക്കാരൊന്നുമല്ല... ആ ഭക്ഷണം മുഴുവൻ ഓരോ കഥകൾ പറഞ്ഞു തന്നു അച്ഛൻ എന്നെകൊണ്ട് കഴിപ്പിച്ചു. എന്താണെന്നറിയില്ല അമ്മ എന്നെ നോക്കി ചിരിക്കുന്നുണ്ടായിരുന്നു. ഒരു പക്ഷേ വൈകുന്നേരത്തെ സംഭവം അമ്മ കണ്ടിരിക്കുമോ? ഭക്ഷണം കഴിച്ചതിനുശേഷം അച്ഛന്റെ ഒപ്പമാണ് ഉറക്കം. അങ്ങനെയാണ് ഞാൻ മട്ടുപ്പാവിൽ കിടന്നു പഠിച്ചത്. ചില ദിവസങ്ങളിൽ അച്ഛൻ മട്ടുപ്പാവിൽ പോയി കിടക്കും. ചിലപ്പോൾ എനിക്കു പാടിത്തരും. എന്റെ അച്ഛൻ നല്ല പാട്ടുകാരനായിരുന്നു. നാടൻ ശീലുകൾ അത്രയേറെ മധുരമായി ഇന്നും എന്റെ കാതുകളിൽ കേൾക്കുന്നു.

ഉറങ്ങാൻ പോകുന്നതിനു മുൻപായി ഞാൻ ഓടി ജസ്വന്തിനരികിലേക്ക് എത്തി. അവനെ തട്ടി വിളിച്ചു. അനിയാ.. അനിയാ.. സത്യമാണ് സത്യമാണ്.... മനസ്സ് ശുദ്ധമായാൽ വയറു നിറയും. അവൻ ചിലപ്പോൾ കരുതിയിട്ടുണ്ടാകും, വിശപ്പ് തലയ്ക്കടിച്ചു എനിക്കു വട്ടായിട്ടുണ്ടാവുമെന്ന്. കുറച്ചു കുറ്റബോധത്തോടെ അവൻ എന്നോട് പറഞ്ഞു. ക്ഷമിക്ക് ചേട്ടാ, ക്ഷമിക്ക്.. നാളെ മുതൽ ഞാൻ ചേട്ടന്റെ ഭക്ഷണം കഴിക്കില്ല. ഞാൻ ഓടി അച്ഛന്റെ അടുത്തേക്ക് പോയി........

6 . ബാല്യകാല സ്മരണകൾ - പത്താം തരം വിജയം

കരിഷ്മയുടെ ശബ്ദം കേട്ട് ഞാൻ ബാൽക്കണിയിലേക്കിറങ്ങി നോക്കി. അവൾ പൂജയ്ക്ക് വിശദമായ ഒരു ക്ലാസ്സ് കൊടുക്കുന്നുണ്ട്. എല്ലാം ഉപേക്ഷിച്ചു പോകുമ്പോഴും അവളുടെ ചെടികളെ തനിച്ചാക്കാൻ വേദന തോന്നുണ്ടാവും... ഞാനീ വീടു വാങ്ങുമ്പോൾ ഇതു വെറും കോൺക്രീറ്റ് നിർമിതി മാത്രം, സിമെന്റും മണ്ണും, മെറ്റലുമുപയോഗിച്ചുണ്ടാക്കിയ ഒരു വസ്തു. ഇതിനെ വീടാക്കിയത് കരിഷ്മയാണ്. ഈ വീടിന്റെ മു ക്കിലും മൂലയിലുമെല്ലാം അവളുടെ കയ്യൊപ്പുണ്ട്.

നമ്മൾക്ക് ഒരു കുഞ്ഞിനെ ലഭിക്കുമ്പോൾ എന്താണ് ചെയ്യുക. വലിയ ആകാംക്ഷയായിരിക്കും ആദ്യം. പിന്നെ കുളിപ്പിച്ചൊരുക്കി, ഭക്ഷണം കൊടുത്തു മിടുക്കന്മാരാക്കി മാറ്റുന്നു. അതിനു ശേഷം അവർ അവരുടെ ജീവിത പങ്കാളികളെ തെരഞ്ഞെടുക്കുന്നു. പിന്നെ അവരുടെ ജീവിതം. എല്ലാം അങ്ങനെയാണ്. ഒരിക്കൽ നമ്മുടേതെന്ന് കരുതിയ എല്ലാം മറ്റൊരാളെ ഏല്പിച്ചു നമ്മൾക്ക് യാത്രയാകണം. അനിവാര്യമായ വിധി... ആർക്കും തടുക്കാനാകാത്തത്.....

പൂജ എന്നെ നോക്കി പുഞ്ചിരി തൂകി. ഇവൾ ഞങ്ങളുടെ ഭാഗ്യമാണെന്ന് എനിക്കു തോന്നിയിട്ടുണ്ട്... നിശബ്ദതയും പുഞ്ചിരിയും അലങ്കാരമാക്കിയ ഒരു കുട്ടി. കരിഷ്മയുടെ ഭാഷയിൽ പറഞ്ഞാൽ വീരുവിന്റെ തന്ത്ര പരവും ബുദ്ധിപരവുമായ കണ്ടു പിടുത്തം. അവിടെയും അവൻ തോറ്റില്ല, എന്നു പറഞ്ഞവൾ ചിരിക്കും. അവർ പോയിക്കഴിഞ്ഞപ്പോൾ ഞാൻ പുറത്തേക്ക് നോക്കി. ഞങ്ങളുടെ ബിൽഡിംഗിന് മുന്നിലും പുറകിലുമെല്ലാം നിറയെ കെട്ടിടങ്ങളാണ്. ഇതിന്റെയെല്ലാം ഇടയിലൂടെ പ്രധാന റോഡു കാണാം. നിറയെ വാഹനങ്ങൾ, നിലയ്ക്കാത്ത വാഹനങ്ങളുടെ ഒരു നിര തന്നെയാണ്. സ്ഥിരം കാഴ്ച്ച. ആദ്യമായി ഈ നാട്ടിൽ എത്തിയപ്പോൾ ഞാൻ പകച്ചു പോയിട്ടുണ്ട്. തിരക്കിൽ ഞാൻ എവിടേക്കെങ്കിലും തെറിച്ചു വീഴുമോ എന്ന് ഭയന്നിട്ടുണ്ട്...ഒരു ഗ്രാമ വാസിയുടെ നഗരപ്രവേശം, അതും ബോംബെ പോലുള്ള നഗരത്തിലേക്ക്!

ഞങ്ങളുടേത് ഒരു കുഗ്രാമമെന്നൊന്നും പറയാൻ കഴിയില്ല. ചമ്പാ നദിയോട് ചേർന്നു ഫലഭൂയിഷ്ഠമായ ഒരു പ്രദേശം. ജനവാസവും താരതമ്യേന കൂടുതലായിരുന്നു. എന്നാൽ മോട്ടോർ വാഹനങ്ങൾ അന്നുണ്ടായതായി ഓർമയിലില്ല. കാളവണ്ടികകളാണ് പ്രധാന വാഹനം. സൈക്കിൾ അന്നൊരു ആഡംബരമായിരുന്നു... ഞങ്ങളുടെ വിളകളെല്ലാം വാങ്ങിച്ചിരുന്ന ജന്മിയുടെ വീട് ദൂരെയായിരുന്നു. ഏക്കര് കണക്കിന് പാടങ്ങളും പറമ്പും ചുറ്റിക്കൊണ്ടൊരു വീട്.. ധാരാളം പണിക്കാർ. സ്വന്തമായി ഇഷ്ടം പോലെ കാളവണ്ടികൾ. പേരും പെരുമയുമായി അദ്ദേഹം കഴിഞ്ഞു.

ലക്ഷ്മികാന്തെന്നാൽ കൃഷിക്കാർക്കു ദൈവത്തെ പോലെയായിരുന്നു.. എന്തുകൊണ്ടോ അച്ഛൻ അദ്ദേഹത്തോട് അമിത ഭക്തിയൊന്നും കാണിച്ചില്ല. എന്നാൽ അദ്ദേഹം അച്ഛന് ഒരു സുഹൃത്തിന്റെ സ്ഥാനം നൽകിയിരുന്നു. ഞാൻ ഒരിക്കൽ അച്ഛനോടൊപ്പം അവരുടെ വീട്ടിൽ പോയിട്ടുണ്ട്. അദ്ദേഹത്തിന്റെ മകൻ ജോഗീന്ദരും ഞാനും ഒരുമിച്ചാണ് പഠിച്ചിരുന്നത്. അന്ന് സംഭവിച്ചതിൽ പ്രത്യേകം ഓർത്തു വയ്ക്കുന്നത് എന്റെ പത്താം തരം പരീക്ഷയുടെ റിസൾട്ട് അറിയാൻ പോയതാണ്.

പൊതുവേ ഞങ്ങളുടെ നാട്ടിൽ പഠനത്തിന് വലിയ പ്രാധാന്യമൊന്നും ഉണ്ടായിരുന്നില്ല. പ്രത്യേകിച്ച് ആധുനിക വിദ്യാഭ്യാസ സമ്പ്രദായത്തിനോട്. ജീവിക്കാൻ അതിന്റെ ഒന്നും ആവശ്യമില്ല എന്ന രീതിയിൽ പലരും പെരുമാറി. കുട്ടികൾ കുറച്ചുനാൾ കളിച്ചു വളരുക. അതിനു ശേഷം കുടുംബത്തിന്റെ പാരമ്പര്യ തൊഴിലുകളിൽ വ്യാപൃതരായി. ഏതെങ്കിലും ആശാന്മാരുടെ കീഴിൽ എഴുതാനും വായിക്കാനും പഠിക്കും. ചിലർ പുരാണ ഗ്രന്ഥങ്ങൾ വായിക്കാൻ പഠിക്കും. നല്ല ഒരു മുഹൂർത്തം നോക്കി ഓരോരുത്തരും കുലത്തൊഴിൽ പഠനം ആരംഭിക്കും. കൃഷിക്കാരൻ ആണെങ്കിൽ അതിന്റെ ഒന്നും ആവശ്യമില്ല. എന്നു വേണമെങ്കിലും എപ്പോൾ വേണമെങ്കിലും തൊഴിലിൽ പ്രവേശിക്കാം. കഠിനമായ അധ്വാനം, അതുതന്നെ മുടക്ക് മുതൽ.

എനിക്ക് പിന്നീട് തോന്നിയിട്ടുള്ളത്, ആധുനിക വിദ്യാഭ്യാസ സമ്പ്രദായത്തിന്റെ ഏറ്റവും വലിയ ദോഷം, അത് നമ്മുടെ തലമുറയെ കുലത്തൊഴിലുകളിൽ നിന്ന് അകറ്റി. ചെയ്യുന്ന തൊഴിലിന്റെ ബഹുമാന്യത സ്വയം അംഗീകരിക്കാൻ പോലും നമുക്ക് കഴിഞ്ഞില്ല. ജാതിയില്ല വംശമില്ല എന്ന് പറഞ്ഞുകൊണ്ട് അവർ അറിയാതെ നമുക്കുള്ളിൽ ജാതിബോധം സൃഷ്ടിച്ചു കൊണ്ടേയിരുന്നു. ചിലർക്കത് അഭിമാനവും മറ്റു ചിലർക്കത് അപമാനവുമായി തോന്നി.

എല്ലാവരും പാന്റും ഷർട്ടുമണിയാനും, പട്ടണത്തിലെ പുകപ്പുരകളിലേക്കും കോൺക്രീറ്റ് കൂടുകളിലേക്കും ജോലിക്കായി ഓടി.... ഫലത്തിൽ നമ്മുടെ നാട്ടിൽ തൊഴിലില്ലായ്മ കൂടി വന്നു. തൊട്ടു മുന്നിൽ കിടന്നിരുന്ന അവസരങ്ങളെ അവർ കണ്ടില്ല. അല്ലെങ്കിൽ കണ്ടതായി ഭാവിച്ചില്ല. സ്വന്തമായ എല്ലാത്തിനെയും തച്ചുടക്കൽ അല്ല, സാമ്പത്തിക ചൂഷണങ്ങളിൽ നിന്ന് രക്ഷപ്പെടാനുള്ള അല്ലെങ്കിൽ ചെറുത്തു തോൽപ്പിക്കാനുള്ള മാർഗങ്ങളാണ് കണ്ടെത്തേണ്ടതെന്ന് ഉദ്ബോധിപ്പിക്കാനായി ഒരു ജനനായകനും ഉദയം കൊണ്ടില്ല. ഞാനും അവരിൽ ഒരാളായിരുന്നു. വർഷങ്ങൾക്കു ശേഷമാണ് ഞാൻ കാര്യങ്ങളെ പഠിക്കാൻ ശ്രമിച്ചത്.

പിന്നീട് പുതിയ തലമുറയെ അഭിസംബോധന ചെയ്യേണ്ട ഏതു സദസ്സിലും ഞാൻ അസന്നിഗ്ദ്ധമായി പറയാറുണ്ടായിരുന്നു. നിങ്ങൾ നിങ്ങളായിരിക്കുക. നിങ്ങളിലെ ആത്മബോധത്തെ സ്വയം കരിതേച്ചു കാണിക്കാതിരിക്കുക. നിങ്ങൾ ചെയ്യുന്നത് എന്തോ, ആ ജോലി അഭിമാനപൂർവ്വം ചെയ്യുക. നിങ്ങളിൽ തൂപ്പുജോലിക്കാരുണ്ടാവും, എഞ്ചിനീയറും, അക്കൗണ്ടന്റും ഉണ്ടാവും. എന്നാൽ ഒരാളും ഒരാൾക്കും മുകളിൽ ആവുന്നില്ല. സാമ്പത്തിനേക്കാൾ വലുതാണ് വ്യക്തിത്വം എന്നത് നിങ്ങൾ മറക്കരുത്. നിങ്ങൾ പിടിച്ചു പറിക്കുന്നില്ല, കള്ളത്തരങ്ങൾ ചെയ്യുന്നില്ല, സമൂഹത്തിനെതിരായ ഒരു പ്രവർത്തനങ്ങളിലും പങ്കാളികളാകുന്നില്ല, അങ്ങനെയുള്ള നിങ്ങൾ ധീരരായിരിക്കണം.

എന്റെ റിട്ടയർമെന്റ് യാത്രയയപ്പ് ചടങ്ങിൽ ഞാൻ പറഞ്ഞ വാക്കുകളാണ് ഇവ. അതു *കേട്ട്* എന്റെ ഓഫീസ് ബോയ് ജിതിൻ രാജ് കയ്യടിച്ചുകൊണ്ട് ഉറക്കെ പറഞ്ഞു, സൂപ്പർ സർ... എല്ലാവരും അതു കേട്ട് ഉറക്കെ ചിരിച്ചു. 15 വർഷമായി എനിക്ക് അവനെ അറിയാം. നന്നേ ചെറുപ്പത്തിൽ എന്റെ കൂടെ കൂടിയതാണ്. എന്റെ വീരുവിനെ പോലെയാണ് എനിക്ക് അവനെ തോന്നിയിരുന്നത്. പ്രസംഗവും യാത്രയപ്പും കഴിഞ്ഞ് തിരിച്ചുപോരുമ്പോൾ കരിഷ്മ പറഞ്ഞു, റിട്ടയർമെന്റ്നു ശേഷം എന്ത് ചെയ്യണം എന്ന് ആലോചിച്ച് ബുദ്ധിമുട്ടണ്ട. രാഷ്ട്രീയത്തിലേക്കിറങ്ങാം, ഞാൻ എല്ലാ സഹായവും ചെയ്യാം. അവൾ തമാശയായി പറഞ്ഞതാണെങ്കിലും, ഞാൻ വളരെ ഗൗരവത്തിൽ ചോദിച്ചു, നിനക്ക് തോന്നുന്നുണ്ടോ കരിഷ്മ എന്നെക്കൊണ്ടാ പണി പറ്റുമെന്ന്......?

നമുക്ക് തിരിച്ചു എന്റെ പഠനകാലത്തേക്ക് വരാം. ഞാൻ പഠിച്ചിരുന്നതിൽ അച്ഛൻ എത്രമാത്രം സന്തോഷിച്ചിരുന്നു എന്നറിയില്ല. എന്നാൽ എന്റെ ഓരോ ക്ലാസുകളിലെയും വിജയം അച്ഛനെ വളരെയധികം സന്തോഷിപ്പിച്ചിരുന്നു. യുദ്ധം ജയിച്ചു വരുന്ന യോദ്ധാവിനെ പോലെ അച്ഛൻ എന്നെ സ്വീകരിച്ചു. അഭിമാനത്തോടെ എല്ലാവരെയും എന്റെ വിജയം അറിയിച്ചു. അതിനുള്ള പ്രധാന കാരണം ഇതാണ്, അങ്ങനെയൊന്ന് അച്ഛന്റെ കുടുംബത്തിൽ ഇതിനു മുമ്പ് സംഭവിച്ചിട്ടില്ല..... വല്യച്ചൻ എന്നെ ആശിർവദിക്കും. ഇളയ വല്യച്ഛനും ചെറിയച്ഛനും അത്ഭുതത്തോടെ നോക്കുന്നതും എനിക്ക് ഓർമ്മയുണ്ട്.

അന്നു എന്റെ പത്താംതരം റിസൾട്ട് അറിയാൻ ഞങ്ങൾ പോകുകയാണ്. കാളവണ്ടിയിലാണ് പോകുന്നത് . പുറത്തേക്ക് പോവുകയാണെന്ന് അറിഞ്ഞപ്പോൾ എന്നെക്കാൾ മുൻപേ ജസ്വന്ത് ഉടുപ്പൊക്കെയിട്ട് ഒരുങ്ങി, കൂട്ടത്തിൽ ചാന്ദിനിയും. അമ്മ വേണ്ട എന്ന് വിലക്കാൻ തുടങ്ങി. എങ്കി

ലും രണ്ടുപേരുടെയും മുഖഭാവം കണ്ടു മനസ്സലിഞ്ഞ് അച്ഛൻ സമ്മതിച്ചു. ചാന്ദിനിയെ പൊക്കിയെടുത്ത് വണ്ടിയിലേക്ക് ഇട്ടു.

അങ്ങനെ ഞങ്ങൾ സ്കൂളിലേക്കുള്ള യാത്രയിലാണ്. ജയിക്കാനുള്ളതൊക്കെ എഴുതിയിട്ടുണ്ടെന്ന് വിശ്വാസമുണ്ടെങ്കിലും, വണ്ടിയിലിരുന്നു ഞാനാകെ വിവശനായി. ഓരോ വർഷവും റിസൽട്ട് വരുമ്പോൾ ഞാൻ തോൽക്കാത്തതായിരുന്നു അച്ഛനെ ആശ്ചര്യപ്പെടുത്തിയിരുന്നത്. എങ്കിലും ഓരോ വർഷവും പുസ്തകങ്ങൾക്കുള്ള പണം അദ്ദേഹം തന്നിരുന്നു. അമ്മയുടെ നൂറു ആവലാതികൾക്കിടയിലും. ഇപ്പോഴാണെങ്കിൽ അദ്ദേഹം തികഞ്ഞ ആത്മവിശ്വാസത്തിലാണ്. പോരാത്തതിന് ബന്ധുക്കളും നാട്ടുകാരും ഒക്കെ അറിഞ്ഞിട്ടുണ്ട്. അതാണ് എന്നെ പരിഭ്രാന്തനാക്കുന്നത്. ഞാൻ ശക്തമായി ഉമിനീരിറക്കി. അച്ഛൻ എന്നെ നോക്കി പുഞ്ചിരി തൂകുന്നുണ്ട്. ഞാൻ മനസ്സിൽ പ്രാർത്ഥിച്ചു കൊണ്ടേയിരുന്നു. മുതിർന്നവനാകുന്നുവെന്ന തോന്നൽ മൂലം പുറത്തേക്ക് പരിഭ്രമം കാണിക്കാനും വയ്യ. കൗമാരത്തിന്റെ തുടക്കവും ഒടുക്കവും അല്ലാത്ത മധ്യകാലം. സൗന്ദര്യ ബോധവും, സ്വപ്നങ്ങളും കുറെയൊക്കെ എന്റെ മനസ്സിനെ ഭരിച്ചു തുടങ്ങിയിരുന്നു. ചുണ്ടിനു മുകളിൽ നനുത്ത മീശ മുഴുവനും വിയർത്തു തുടങ്ങി. ഞാൻ മുഖം അമർത്തി തുടച്ചു.

പ്രധാന റോഡിലേക്ക് കടന്നു കഴിഞ്ഞു. ഏറെ ദൂരം താണ്ടിയാണ് സ്കൂളിൽ എത്തിയിരുന്നത്. അന്നത്തെ ഏറ്റവും വലിയ സ്വപ്നമായിരുന്നു 'സൈക്കിൾ '. പഠനകാലം പകുതിയും നടന്നും അതല്ലെങ്കിൽ ഏതെങ്കിലും കാളവണ്ടികൾ കിട്ടിയാൽ അതിലൊക്കെ കയറിയാണ് എത്തിയിരുന്നത്. അതിനായുള്ള നാണയത്തുട്ടുകൾ കിട്ടുക എന്നത് ശ്രമകരമായിരുന്നു. വണ്ടി ഒന്നു കുലുങ്ങിയപ്പോൾ ഞാൻ മുരടനക്കി, ജസ്വന്തിനെയും ചാന്ദിനിയേയും നോക്കി. രണ്ടാളും വലിയ സന്തോഷത്തിലാണ്. ചാന്ദിനി കൈകൾ പൊക്കി വണ്ടിയുടെ താളത്തിനൊപ്പം പാടാൻ ശ്രമിക്കുന്നു. എനിക്ക് അതെല്ലാം കണ്ട് ദേഷ്യമാണ് തോന്നിയത്. എന്റെ മനസ്സിൽ പലവിധ വികാരങ്ങളുടെ വേലിയേറ്റമാണ്. പഠനമൊരിക്കലും ഒരു ഭാരമല്ലാതിരുന്ന സഹോദരനും സഹോദരിയും പിക്നിക്കിന് പോകുന്ന പോലെ സന്തോഷത്തിലാണ്.

സ്കൂളിന്റെ വരാന്തയിൽ കുറച്ചുനേരം കാത്തിരുന്നു. അവസാനം ഹെഡ്മാസ്റ്ററിന്റെ മുറിയിൽ നിന്നും നിറഞ്ഞ പുഞ്ചിരിയോടെ ഞാൻ പുറത്തിറങ്ങി. അച്ഛൻ വലിയ ഭാവ വ്യത്യാസങ്ങൾ ഒന്നുമില്ലാതെ എന്നെ നോക്കി. ഞാൻ പറഞ്ഞു 'ജയിച്ചു'....... ഈ ലോകത്ത് എനിക്ക് നേടാവുന്ന ഏറ്റവും വലിയ വിജയം പോലെ!......ശരീരത്തിന് ഉണ്ടായിരുന്ന ഭാരം കുറഞ്ഞ പോലെ. ആ ആശ്വാസത്തിൽ ഞാൻ വണ്ടിയിൽ കയറിയിരുന്നു.

ഏറ്റവും രസകരമായ കാര്യം എന്റെ അനുജനും അനിയത്തിയും ഇതി നെപ്പറ്റി ഒരക്ഷരം പോലും എന്നോട് ചോദിച്ചില്ല എന്നുള്ളതാണ്. വണ്ടി നീങ്ങി തുടങ്ങിയപ്പോൾ ഞാൻ രണ്ടുപേരെയും മാറിമാറി നോക്കി. എന്റെ ഉള്ളിൽ ചിരി പൊട്ടി എന്തിനാണാവോ രണ്ടുപേരും എഴുന്ന ള്ളിയത്? എന്റെ എല്ലാ സംശയങ്ങൾക്കും വിരാമം ഇട്ടുകൊണ്ട്, പല ഹാര കടകൾ, കളിപ്പാട്ടങ്ങൾ ഇവയെല്ലാം കൂടിയ കവലയിൽ എത്തിയ പ്പോൾ അവർ വലിയ ഉത്സാഹം കാണിച്ചു.

ഞാൻ കാലുകൾ നീട്ടി പതുക്കെ കണ്ണുകളടച്ചു ചാരി കിടന്നു. വണ്ടിയുടെ കുലുക്കത്തിനിടയിലും എനിക്കുറക്കം വരുന്നുണ്ടായിരുന്നു. പെട്ടെന്ന് വ ന്ന് ഓർമ്മയിൽ ഞാൻ കണ്ണുകൾ തുറന്നു. അച്ഛാ... ജോഗീന്ദർ തോറ്റു പോയി, കഷ്ടം അവൻ വല്ലാത്ത ദുഃഖത്തിലാണ്. ജയിച്ചാൽ അവന്റെ അച്ഛൻ ഉറപ്പായും അവനെ പട്ടണത്തിൽ അയച്ചു പഠിപ്പിക്കാമെന്ന് ഉറപ്പു കൊടുത്തിരുന്നു. അതുവരെ ലാഘവത്തോടെ ഇരുന്ന അച്ഛന്റെ കണ്ണുകളിൽ ഒരു തിളക്കം കണ്ടു. ലക്ഷ്മികാന്തിന്റെ മകനോ?.... ഊം.. ഞാൻ മൂളി.... അച്ഛൻ എന്റെ തലയിൽ തഴുകി, തോളത്തു തട്ടി... എന്റെ മകൻ മിടുക്കനാണ്. പിന്നെ അർത്ഥ ഗർഭമായി പുഞ്ചിരിച്ചു. നാട്ടിലെ അതിസമ്പന്നനായ ലക്ഷ്മി കാന്തിന്റെ മകനേക്കാൾ ഞാൻ മിടുക്കനായെ ന്നത് അച്ഛനിലെ അഭിമാനത്തെ ശക്തമാക്കി. പോരാത്തതിന് അയാളിൽ നിന്നും വാങ്ങിച്ച കടം വീട്ടാൻ അച്ഛൻ വളരെയധികം കഷ്ടപ്പെട്ടിട്ടുണ്ട്. അതിനു വേണ്ടി കുറെയധികം ഭൂമിയും നഷ്ടപ്പെട്ടു.

ഞങ്ങൾ വീട്ടിലേക്ക് എത്തിയപ്പോൾ അമ്മ. കാലികൾക്കുള്ള കച്ചി വെട്ടി കഷ്ണങ്ങളാക്കുകയാണ്. എന്റെ വിജയവാർത്ത കേട്ട് അമ്മ അച്ഛനെ ചോദ്യ ഭാവത്തിലൊന്ന് നോക്കി. പിന്നെ ഒരു വ്യത്യാസവുമില്ലാതെ കച്ചി മുഴുവൻ വലിയ കുട്ടകയിലാക്കി തൊഴുത്തിനരികിലേക്ക് നടന്നു. യാത്ര യുടെ ക്ഷീണം കൊണ്ട് ഞങ്ങൾ അതിവേഗത്തിൽ ശുചിയായി വന്നു, കൂജയിലെ വെള്ളം മത്സരിച്ചു കുടിക്കുകയാണ്. ഞങ്ങളുടെ മനസ്സറിഞ്ഞ പോലെ അമ്മ ഭക്ഷണം വിളമ്പി വച്ചു.

ഭക്ഷണം കഴിക്കുമ്പോൾ അമ്മ ഒരു വിശറിയെടുത്ത് അച്ഛന് വീശികൊടു ക്കുന്നുണ്ട്. അതിനിടയിൽ ചോദിച്ചു, ഇനിയിവന് സർക്കാർ ഉദ്യോഗം കിട്ടുമോ?.... അച്ഛൻ ഭക്ഷണം കഴിക്കുന്നത് നിർത്തി, ഉത്തരം കിട്ടാത്ത വനെ പോലെ അമ്മയെ നോക്കി... കുറച്ചു നിമിഷങ്ങൾക്കു ശേഷം അച്ഛൻ ഉത്സാഹം വീണ്ടെടുത്തു. നോക്കൂ, ഇവൻ മാത്രമേ ജയിച്ചിട്ടുള്ളൂ. ലക്ഷ്മി കാന്തിന്റെ മകൻ പോലും ജയിച്ചിട്ടില്ല. ഇവന്റെ സാമർത്ഥ്യത്തിൽ അഭിമാനിക്ക്. അപ്പോഴേക്കും അമ്മയുടെ അടുത്ത ചോദ്യം വന്നു, സ്കൂൾ വാധ്യാരെങ്കിലും ആവാൻ പറ്റുമോ? അച്ഛൻ പെട്ടെന്ന് തല

കുലുക്കി കൊടുത്തു. അമ്മ പിറുപുറത്തു കൊണ്ട് എഴുന്നേറ്റു, എന്ത് കിട്ടാനാണ്. ചെറുക്കനെ ഇനിയെങ്കിലും കൃഷിപ്പണികൾ നന്നായി പഠിപ്പിച്ചു കൊടുക്കു..... അച്ഛൻ ഒന്നും മിണ്ടിയില്ല. എന്നെ നോക്കി മന്ദഹസിച്ചു.

ഞാൻ പിന്നീട് ഇതിനെപ്പറ്റി ആലോചിച്ചിട്ടുണ്ട്. വീർ പത്താംതരം പാസായപ്പോൾ അവന്റെ സ്കൂളിലെ ഏറ്റവും കൂടുതൽ മാർക്ക് നേടിയവരിൽ ഒരാളായിരുന്നു. കരിഷ്മ അത് എല്ലാവരെയും അറിയിച്ചു. അതിനു വേണ്ടി മാത്രം അവൾ എന്നെ നിർബന്ധിച്ച് പഴയ അയൽക്കാരുടെ അടുത്തേക്ക് കൊണ്ടുപോയി. വീറിന്റെ സമപ്രായക്കാരിൽ അവനാണ് ഏറ്റവും കൂടുതൽ മാർക്ക്. അവളത് നന്നായി ആഘോഷിച്ചു. കരിഷ്മയെയും എന്റെ അമ്മയെയും കുറിച്ച് ഞാനൊന്ന് ചിന്തിച്ചു നോക്കി. അതൊരു പക്ഷേ കാലഘട്ടത്തിന്റെ, ജീവിത സാഹചര്യങ്ങളുടെയെല്ലാം വ്യത്യാസമായിരിക്കും.

എന്റെ സാഹചര്യങ്ങളെ കുറിച്ച് ഓർത്ത് ഞാനൊരിക്കലും ദുഃഖിച്ചിട്ടില്ല. കാരണം അവ എനിക്ക് വളരെ തെളിഞ്ഞു മനസ്സിലായിരുന്നു. നേരെ മറിച്ച് ഞാൻ എന്റെ പഴയകാലത്തെ ഓർത്ത് സന്തോഷിക്കാറുണ്ടായിരുന്നു. സൗകര്യക്കുറവുകൾക്കിടയിലും സന്തോഷങ്ങൾ ഉണ്ടായിരുന്നു. തെളിഞ്ഞ ആകാശം ,ശുദ്ധവായു, വായിലേക്ക് ഒഴിക്കുമ്പോൾ മധുരം പോലെ തോന്നുന്ന ജലം, ഇവയൊക്കെ കോടാനുകോടി സ്വത്തിനെക്കാൾ *വലുതാണെന്ന്* പിന്നീട് മനസ്സിലാക്കി. സ്കൂൾ വിട്ടു തളർന്ന വീട്ടിലേക്ക് എത്തുമ്പോൾ അമ്മ എടുത്തു വയ്ക്കുന്ന ചപ്പാത്തിയും, സബ്ജിയും അതിന്റെ ഒന്നും രുചി പിന്നീട് ഒരിക്കലും ലഭിച്ചില്ല.

അന്നത്തെ സാമ്പത്തിക പ്രതിസന്ധികൾക്കിടയിലും അച്ഛൻ എന്നെ കോളേജിലേക്ക് അയക്കാനുള്ള മനസ്സു കാണിച്ചു. ഇന്നും അതിനുള്ള പണം അച്ഛൻ എങ്ങനെയാണ് സമാഹരിച്ചിരുന്നതെന്ന് എനിക്കറിയില്ല. ഞാൻ അച്ഛനോടൊപ്പം കൃഷിയിടത്തിൽ പോകാറുണ്ടായിരുന്നു. ഒഴിവു സമയത്ത് അച്ഛൻ പണിപ്പുരയിൽ തൂണുംചാരി ഇരിക്കുകയാണ്. അന്നാണ് ഞാൻ , എനിക്ക് കോളേജിൽ പോകണമെന്ന് മോഹം അച്ഛനോട് പങ്കുവെച്ചത്. അദ്ദേഹം ഒന്നും മിണ്ടിയില്ല. ഞാൻ പറഞ്ഞതെല്ലാം ശ്രദ്ധയോടെ കേട്ടിരുന്നു. പിന്നെയും കുറെ ദിവസങ്ങൾ പിന്നിട്ടു.

ഓരോ ദിവസവും ഞാൻ അച്ഛന്റെ മുഖത്ത് പ്രതീക്ഷയോടെ നോക്കുമായിരുന്നു. പതുക്കെ എന്റെ പ്രതീക്ഷകൾ മങ്ങിത്തുടങ്ങി. അങ്ങനെയിരിക്ക ഒരു ദിവസം വല്യച്ഛന്റെ ഗൃഹ സന്ദർശനവേളയിൽ മഹേന്ദ്രഭായിയാണ് പറഞ്ഞത്, അനിയാ നീ സന്തോഷിച്ചോളൂ ചെറിയച്ഛൻ നിന്നെ തീർച്ചയായും കോളേജിലേക്ക് അയക്കും. ഞാൻ വിശ്വസിക്കാത്ത

പോലെ നോക്കി. അതേ ജഗദീഷ്, ചെറിയച്ഛൻ അച്ഛനോട് സംസാരിക്കുന്നത് ഞാൻ കേട്ടതാണ്. എന്റെ മുഖത്ത് പുഞ്ചിരി വിടർന്നു. ശരിയായിരിക്കും വല്യച്ഛനോട് അച്ഛൻ സംസാരിച്ചിട്ടുണ്ടെങ്കിൽ വല്യച്ഛനും എനിക്ക് വേണ്ടി സംസാരിച്ചിരിക്കണം. എന്തായാലും അമ്മയെ ആ തീരുമാനം തീർച്ചയായും അലോസരപ്പെടുത്തി. പണം എവിടുന്ന് എന്നതാണ് ചോദ്യം. അക്കാര്യത്തിൽ ഞാൻ ജസ്വന്തിനോട് കുറച്ച് കടപ്പെട്ടിട്ടുണ്ട്. അവൻ ഒരു പെണ്ണായിരുന്നെങ്കിൽ, അവന്റെ വിവാഹ കാര്യം പറഞ്ഞ് നിരാഹാരം കിടന്നിട്ടാണെങ്കിലും അമ്മ എന്റെ പഠനം മുടക്കിയേനെ.

7. ജയ്പൂർ ഓർമ്മകൾ

പക്ഷേ സംഭവിക്കാനുള്ളത് സംഭവിച്ചു. ജയ്പൂറിൽ പോയി ഞാൻ പഠനം തുടർന്നു. അവിടേക്കുള്ള യാത്ര, കലാലയ ദിനങ്ങൾ, എന്റെ സുഹൃത്തുക്കൾ ഹോസ്റ്റൽ ജീവിതം, ആ പുതിയ ലോകം..എല്ലാം ഇന്നലെ സംഭവിച്ചത് പോലെ എന്റെ കൺമുന്നിൽ ഉണ്ട്. ചിന്തകൾക്ക് കനം വെച്ച് തുടങ്ങിയത് അന്നുമുതലാണ്. ബാലേശ്വറിനുമപ്പുറം ഒരു പുതിയ ലോകം. പരിഷ്ക്കാരികളായ ആളുകളുടെ വസ്ത്രധാരണത്തിലെ മാറ്റങ്ങൾ.എല്ലാം ഞാൻ ആശ്ചര്യത്തോടെ നോക്കി കണ്ടു. സാഹിത്യവും ചരിത്രവുമെല്ലാം ഇഷ്ടമുണ്ടായിട്ടും ഞാൻ കൊമേഴ്സ് എടുത്ത് പഠിച്ചു. എങ്ങനെയെന്നറിയില്ല ആ സമയത്ത് എന്റെ അമ്മയുടെ അകന്ന ബന്ധത്തിലുള്ള ഒരു സഹോദരൻ ഞങ്ങളുടെ വീട്ടിലേക്ക് മൂത്ത അമ്മാവനോടൊപ്പം വിരുന്നിനു വന്നു. അദ്ദേഹം വളരെ ചെറുപ്പത്തിലെ നാടുവിട്ട വ്യക്തിയായിരുന്നു. അക്കൗണ്ടൻസിക്കുള്ള സാധ്യതകളെക്കുറിച്ച് അദ്ദേഹത്തിന് നല്ല ബോധ്യമുണ്ടായിരുന്നു. ഞാനും അച്ഛനും അത് കണ്ണടച്ച് അനുസരിച്ചു.

പഠനമൊരു വിധം ഭംഗിയായി മുന്നോട്ടു പോയി എന്ന് പറയാം. അതെല്ലാം ഒരു അത്ഭുതവും ഭാഗ്യവുമായി ഞാൻ കരുതുന്നു. ചില നിമിഷങ്ങളിൽ നമുക്കു മുന്നിൽ അരങ്ങേറുന്ന സംഭവങ്ങൾ ദൈവത്തിന്റെ മായാജാലമായി അങ്ങ് അനുഭവപ്പെടും. ഇതിനിടയിൽ ഞാൻ പഠനസമയം കഴിഞ്ഞ് ജോലിയിൽ ഏർപ്പെട്ടിരുന്നു. അത് വളരെ അത്യാവശ്യമായ ഒരു കാര്യമായിരുന്നു. വൈകുന്നേരങ്ങളിൽ പുസ്തകം മേശയിൽ തിരുകി ഞാൻ ഇറങ്ങും. പ്രധാനമായും പോകുന്നത് ഒരു മന്ദിരത്തിലേക്ക് ആണ്. അവിടെ വൈകുന്നേരം പൂജയ്ക്ക് ശേഷമുള്ള പുറം പണികൾ, പ്രധാനമായും ചുറ്റുപാടുകൾ, പാത്രങ്ങൾ എന്നിവ വൃത്തിയാക്കുക. വരുന്ന ഭക്തർക്ക് എന്തെങ്കിലും സേവനം ആവശ്യമായാൽ ചെയ്തു കൊടുക്കുക. അങ്ങനെ അല്ലറ*ചില്ലറ* പണികൾ. വൈകുന്നേരത്തെ ഭക്ഷണവും ഒരു ചെറിയ കൂലിയും കിട്ടും. അന്നാ പണം വളരെ വലുതായിരുന്നു.

എന്റെ ക്ലാസ്‌മേറ്റും സുഹൃത്തുമായിരുന്നു അവിടുത്തെ പ്രധാന കർമ്മിയുടെ മകൻ നന്ദകിഷോർ. അവന്റെ പുസ്തകങ്ങളിലേക്ക് ഓരം ചരിഞ്ഞു നോക്കി കഴുത്തു കഴക്കവെയാണ് ഒരു ചെറുപുഞ്ചിരിയോടെ അവനെന്നോട് സംസാരിച്ചത്. ജഗദീഷ് നിനക്ക് പണത്തിനു ബുദ്ധി മുട്ടുണ്ടോ? കുറച്ചു ജാള്യത തോന്നിയെങ്കിലും പിന്നീട് ഞാൻ സാധാരണ മട്ടിൽ പറഞ്ഞു. അച്ഛനെ ആശ്രയിക്കുന്നതിൽ ഒരു പരിധിയുണ്ട്. അത് വിട്ടാൽ പിന്നെ ഉപദ്രവമാകും. അവൻ ചിരിച്ചു, വിഷമിക്കേണ്ട സുഹൃത്തേ നിനക്ക് ഞാൻ താൽക്കാലികമായ ഒരു ജോലി ശരിയാക്കിത്തരാം. അഭിമാനമൊന്നും നോക്കരുത് പക്ഷേ നിനക്ക് ചെയ്യാൻ പറ്റുന്നതാണ്. ഈ നാട്ടിൽ നിന്നു പോകാൻ അത് പ്രയോജനം ആകും. അതുവരെ അങ്ങനെ ഒന്നിന്റെ സാധ്യതയെപ്പറ്റി ഞാൻ ചിന്തിച്ചിരുന്നില്ല. പെട്ടെന്ന് കിഷോറിനു ചുറ്റും നന്മയുടെ വെളിച്ചം നിറയുന്ന പോലെ തോന്നി.

ഹാ! ഞാനെന്തും ചെയ്യാം. അടിക്കുകയോ, ചപ്പുചവർ വാരി കളയുകയോ, പാത്രം കഴുകുകയോ എന്തും ചെയ്യാം. കാരണം അവനെ സൂക്ഷിച്ചു നോക്കിയപ്പോൾ എനിക്ക് തോന്നിയത് സാക്ഷാൽ കൃഷ്ണൻ എന്റെ മുന്നിൽ നിൽക്കുന്നതുപോലെയാണ്. പശുവിന്റെ വയറിൽ ചാരിനിന്ന് ഓടക്കുഴലും കറക്കിക്കൊണ്ട് അദ്ദേഹം പറയുകയാണ്, "അല്ലയോ ജഗദീഷ്; എനിക്ക് പശുവിനെ മേയ്ക്കാമെങ്കിൽ, നിനക്കെന്റെ ക്ഷേത്രപരിസരം വൃത്തിയാക്കിക്കൂടെ. ഞാൻ തലയാട്ടി. എന്നെ എല്ലാ പരീക്ഷയിലും ജയിപ്പിച്ചാൽ ഒരു പൈസയും പ്രതിഫലം വാങ്ങാതെ എല്ലാം ചെയ്തു തരാമെന്ന് പറയണമെന്നുണ്ടായിരുന്നു. പെട്ടെന്ന് കിഷോറിന്റെ ശബ്ദം കേട്ട് ഞാൻ മനോരാജ്യത്തിൽ നിന്നും മടങ്ങി. എന്താ നിനക്ക് താല്പര്യം ഇല്ലേ?... അല്ല കിഷോർ എനിക്ക് താല്പര്യമാണ്. അച്ഛനോട് ചോദിക്കാതെ ആദ്യമായി എടുത്ത തീരുമാനമാണ്. പിന്നീട് അദ്ദേഹത്തിന് വിവരം പറഞ്ഞു കത്തെഴുതി. ക്ഷേത്രം ആയതു കൊണ്ട് അച്ഛൻ എതിർത്തൊന്നും പറഞ്ഞില്ല. ഒരുപക്ഷേ മകന് ഈശ്വര കടാക്ഷമെങ്കിലും ലഭിക്കുമല്ലോയെന്ന് അദ്ദേഹം കരുതി കാണും.

ഇടയ്ക്ക് നാട്ടിൽ പോകുമ്പോൾ എന്തെങ്കിലും പലഹാരങ്ങളും, ചാന്ദിനിക്ക് വളയോ ചാന്തോ ഒക്കെ വാങ്ങിക്കൊടുക്കും. എനിക്ക് അതിന് പാങ്ങില്ലെന്ന് പലവട്ടം അറിയിച്ചിട്ടുണ്ട്. പക്ഷേ രത്നവ്യാപാരി വ്യാപാരം കഴിഞ്ഞ് വീട്ടിൽ തിരികെയെത്തിയ പോലെയാണ് എന്റെ അനിയത്തി ഓടി വരിക... അവൾക്കു മാത്രമായി എന്തെങ്കിലും വാങ്ങിക്കൊ ണ്ടു പോകാം എന്ന് വിചാരിച്ചാൽ ജസ്വന്ത് പിന്നെ അവധിക്കാലം മുഴുവൻ എന്നോട് പിണങ്ങിയിരിക്കും. അവന്റെ പിണക്കം നാടു മുഴുവൻ പ്രശസ്തമാണ്. അവന് മാസങ്ങളോളം പിണങ്ങിയിരിക്കാൻ കഴിയും. അതായത് നമ്മളോട് പൂർണ്ണമായും നിസ്സഹകരിക്കുകയും മിണ്ടാതിരിക്കു

കയും ചെയ്യും. എനിക്കാണെങ്കിൽ ഒരു ദിവസം പോലും പിണങ്ങി ഇരിക്കാൻ കഴിയില്ല താനും. എന്തെങ്കിലും കാരണം കൊണ്ട് പിണങ്ങിയാൽ തന്നെ ഞാൻ അത് കുറച്ചു മണിക്കൂറുകൾക്കുള്ളിൽ മറന്നുപോകും എന്ന താണ് സത്യം.... അവസാനം എല്ലാവരുടെയും സന്തോഷത്തിനായി ഒരു പലഹാരപ്പൊതി മാത്രമായി എന്റെ സമ്മാനം ചുരുങ്ങി. കുചേലൻ കൃഷ്ണനെ കാണാൻ പോയപ്പോൾ എടുത്ത കിഴി പോലെ ഒരു ചെറിയ കടലാസ് പൊതിയും സഞ്ചിയിൽ തിരുകി ഞാൻ ബാലേശ്വരിലേക്ക് യാത്രയാകും. എന്നാൽ ഒരു വ്യത്യാസമുണ്ട് ഞാനീ കഥയിലെ കൃഷ്ണനാണ്. കുചേലന്മാർ എന്റെ സഹോദരങ്ങളും.

പഠനം പൂർത്തിയാകും മുമ്പേ കാര്യങ്ങൾ പലതും തകിടം മറിഞ്ഞു. അച്ഛന് പല സുഖക്കേടുകളും വന്നു തുടങ്ങി. അച്ഛനാണെങ്കിൽ അതിന്റെ കാരണങ്ങൾ അന്വേഷിക്കാൻ മെനക്കെട്ടുമില്ല. അദ്ദേഹത്തിന് ഇടക്കിടെ തലചുറ്റൽ വരുമായിരുന്നു. കൃഷിയിടത്തിൽ തുടർച്ചയായി വീഴ്ച പതിവായി. അതിനിടയിൽ വല്യച്ഛൻ മരിച്ചു. അച്ഛനത് വലിയ ആഘാതം ആയിരുന്നു. ഒരു ദിവസം എനിക്കൊരു എഴുത്തു വന്നു. അമ്മ ജസ്വന്തിനെ കൊണ്ട് എഴുതിച്ചതാണ്. അച്ഛൻ അറിയാതെ ആവാം. മുഴുവൻ അക്ഷര തെറ്റാണ്. അടുത്ത വണ്ടി കയറി വീട്ടിലെത്തി, അവന്റെ തലക്കിട്ട് രണ്ട് കിഴുക്ക് കൊടുക്കണം എന്നുണ്ട്. എന്റെ പഠനത്തോടൊപ്പം അവനെയും ചാന്ദിനിയേയും പഠിപ്പിക്കുകയെന്നത് എന്റെ ഉത്തരവാദിത്തമായിരുന്നു. എന്നെക്കൊണ്ട് കഴിയും പോലെ ഞാനത് ചെയ്തു. എന്നാൽ ഞാൻ നാടുവിടാൻ കാത്തുനിന്ന പോലെ അവൻ പഠനം നിർത്തി. അവന് ശാസ്ത്രത്തോടും ഭാഷയോടും എല്ലാം വെറുപ്പായിരുന്നു. ഗണിതം കുറച്ചെങ്കിലും മനസ്സിലാക്കാൻ കഴിഞ്ഞു. എന്തോ ആ നാളുകൾ അങ്ങനെയായിരുന്നു ഭൂരിഭാഗം കുഞ്ഞുങ്ങളും പഠനത്തിനോട് ഒരു വിമുഖത കാണിച്ചു. എന്നാൽ അവർക്കു മുന്നിൽ മറ്റു പല സാധ്യതകളും ഉണ്ടായിരുന്നു. അവൻ സന്തോഷത്തോടെ അച്ഛനോടൊപ്പം കൃഷിയിടത്തിലേക്ക് പോയി തുടങ്ങി. എന്നാൽ അവനു പക്വതയും പാകതയും വന്നിട്ടില്ല.

കത്തിൽ വിവരിക്കുന്നത് അച്ഛന്റെ വയ്യായ്കയെ കുറിച്ചാണ്. അദ്ദേഹത്തിന് കാലു കുത്തി ശരിയായി നിൽക്കാൻ കഴിയുന്നില്ല. എന്താണെന്നറിയില്ല കാലിൽ നീരുണ്ട്. നിന്റെ അച്ഛനോട് റായ്പൂരിൽ പോകാൻ ഞാൻ പറഞ്ഞു. അവിടെ പ്രശസ്തനായ ഒരു വൈദ്യനുണ്ട്. അവിടെയാകുമ്പോൾ കാര്യങ്ങളെല്ലാം ജ്യേഷ്ഠൻ നോക്കിക്കോളും. എന്നാൽ നിന്റെ അച്ഛൻ അത് കേട്ട പോലെയില്ല. ഇപ്പോൾ കൃഷിയിറക്കേണ്ട സമയമാണ്. വല്യച്ഛന്റെ മക്കൾ സഹായത്തിനുണ്ട്. പോരാത്തതിന് ഞാൻ ബലുവിനെയും വിളിച്ചു. ബലു അമ്മയുടെ ഇളയ സഹോദരന്റെ മകനാണ്. ഇവിടെ വൈദ്യനെ കണ്ടിരുന്നു. എന്നാൽ അദ്ദേഹം ഒരു ഉറപ്പും പറയുന്നില്ല. കുറ

ച്ചു കാശ് പോയി അത്ര തന്നെ. ഇപ്പോൾ നിന്റെ അ ച്ഛൻ വൈദ്യവും നിർത്തി. എന്തോ ഒരൊറ്റ മൂലി അന്വേഷിച്ച് മഹേന്ദ്രനെ പറഞ്ഞയച്ചിരിക്കുകയാണ്. കത്ത് വായിച്ചിട്ട് എനിക്ക് എന്ത് ചെയ്യണമെന്ന് ഒരു നിശ്ചയവും തോന്നിയില്ല. തിരിച്ച് എന്താണ് എഴുതേണ്ടത്? അമ്മ പറയാതെ പറയാതെ എന്നാൽ ഞാൻ തിരിച്ചു വരേണ്ടതിന്റെ ആവശ്യകതയെ പറ്റിയാണ് സൂചിപ്പിച്ചിരിക്കുന്നത്. അപ്പോഴേക്കും അവസാന വർഷമായിരുന്നു. പഠനത്തിൽ കൂടുതൽ ശ്രദ്ധിക്കേണ്ട സമയവും. വീട്ടിലെ ബുദ്ധിമുട്ടുകൾ അറിയാവുന്നതു കൊണ്ട് ഞാനിപ്പോൾ പരമാവധി അച്ഛനെ ശല്യം ചെയ്യാറില്ല. പണത്തിന്റെ ഞെരുക്കവും പഠനത്തിന്റെ ഗൗരവവും കൂട്ടത്തിൽ പലരുടെയും പരിഹാസവും നേരിടേണ്ടി വരുന്നു. ഹോസ്റ്റൽ ഫീ ആണ് കൃത്യസമയത്ത് അടച്ചില്ലെങ്കിൽ വലിയൊരു പ്രശ്നമാകുക. ഭക്ഷണം വേണ്ടാന്ന് വച്ച് വേണമെങ്കിൽ പുറത്തുനിന്ന് കഴിക്കാം. പഠിക്കാനുള്ള പണമില്ലെങ്കിൽ പഠിക്കേണ്ട എന്നാണ് അന്നത്തെ ചിന്ത. അതുകൊണ്ട് ഭൂരിഭാഗവും സമ്പന്നരുടെ മക്കളായിരുന്നു. അന്യസംസ്ഥാനങ്ങളിൽ നിന്നുള്ളവരും ഉണ്ട്.

അന്നത്തെ എന്റെ സമ്പാദ്യങ്ങളിലൊന്ന്, പിന്നീട് എക്കാലവും എന്റെ സുഹൃത്തായിരുന്നു സുശാന്ത് ആണ്. വളരെ രസികനായിരുന്നു അവൻ. ക്ലാസിൽ ചിരിയുടെ മാലപ്പടക്കം കൊളുത്തുന്നവൻ. അവന്റെ അച്ഛനൊരു കച്ചവടക്കാരൻ ആയിരുന്നു .അവരുടെ ഗ്രാമത്തിലുള്ളതെല്ലാം വിറ്റ് നന്നേ ചെറുപ്പത്തിലെ അദ്ദേഹം ഈ പട്ടണത്തിന്റെ തിരക്ക് കുറഞ്ഞ ഒരു മൂലയിൽ കൂടി. കച്ചവടത്തിലൂടെ ധാരാളം പണം സമ്പാദിക്കാമെന്നും തിരിച്ചുപോയി സഹോദരങ്ങളെയും ബന്ധുക്കളെയുമെല്ലാം കാണാമെന്നും അദ്ദേഹം ചിന്തിച്ചിരുന്നു. എന്നാൽ കാര്യങ്ങൾ അത്ര പന്തിയല്ലാതെയാണ് പോകുന്നത്. ജനങ്ങൾക്കിപ്പോൾ പാരമ്പര്യ വസ്ത്രധാരണത്തോടൊന്നും വലിയ താല്പര്യം ഇല്ല. ചിത്രങ്ങളും, തുന്നൽപ്പണികളും, മുത്തുകളും പതിപ്പിച്ച വസ്ത്രങ്ങളേക്കാൾ അവർ പാശ്ചാത്യരുടെ തുണിത്തരങ്ങളോടാണ് താല്പര്യം കാണിച്ചത്. കഴുകുമ്പോൾ നിറം മങ്ങാത്തവ, പിഞ്ചി കീറാത്തവ ഇതൊക്കെ സാധാരണക്കാരെ ഭ്രമിപ്പിച്ചു. അതേ സമയം ആധുനികർക്ക് പാന്റും ഷർട്ടും അതീവ ശ്രേഷ്ഠമായി തോന്നി. കോട്ടിനുള്ളിൽ അവർ സർവദാ കേമന്മാരാണെന്ന് കരുതി. എന്നാൽ ഗ്രാമങ്ങളിലെ കുടിൽ വ്യവസായങ്ങൾ അന്യംനിന്നു പോകുന്നതിൽ ആരും വേവലാതിപ്പെട്ടില്ല.

സുശാന്തിന്റെ അച്ഛനും അവനെപ്പോലെ സരസനായിരുന്നു. അദ്ദേഹത്തിന്റെ അച്ഛൻ ബ്രിട്ടീഷ് കാലത്തെ പട്ടാളത്തിന്റെ ഭാഗമായിരുന്നു. കച്ചവടം തീരെയില്ലാത്ത ആ ഒറ്റ മുറിയിൽ ഒരു മൂലയിൽ തയ്യൽ യന്ത്രവുമായി ഒരു അപ്പൂപ്പൻ ഇരിക്കുന്നുണ്ട്. വായിൽ എല്ലാ പല്ലും നഷ്ടപ്പെട്ട ഒ

രു മനുഷ്യൻ. എന്നാൽ സുശാന്തിന്റെ അച്ഛനെ അപേക്ഷിച്ച് അദ്ദേഹം വ്യത്യസ്തനാണ്. തീരെ മെലിഞ്ഞ ശരീരം. അതിൽ തൂക്കിയിട്ട പോലെ പാന്റും ഷർട്ടും. അതിരാവിലെ വരുകയും അഞ്ചുമണിയോടെ തിരികെ പോവുകയും ചെയ്യുന്നു. അദ്ദേഹം കൊടുക്കുന്ന തുച്ഛമായ വാടകയാണ് സുശാന്തിന്റെ അച്ഛന്റെ സ്ഥിര വരുമാനം. വൈകുന്നേരങ്ങളിൽ ഞങ്ങളവിടെ ചെല്ലും. സുശാന്തിന്റെ അച്ഛൻ ഞങ്ങൾക്കായി പഴങ്കഥകൾ നിരത്തും. കേട്ടു മടുത്തത് കൊണ്ട് സുശാന്ത് പലപ്പോഴും കോട്ടുവായിട്ട് ഒരു മൂലയിൽ ചുമരും ചാരി പുറത്തേക്ക് നോക്കിയിരിക്കും. എന്നാൽ ഞാനാകട്ടെ അതിശ്രദ്ധയോടെ ഒരു സിനിമ പോലെ എല്ലാ ദൃശ്യങ്ങളും ഒപ്പിയെടുക്കും. ഒരിക്കൽ തിരിച്ചു പോകുന്ന സമയം ഞാനവനോട് ചോദിച്ചു നീ ഇതൊന്നും വിശ്വസിക്കുന്നില്ലേ സുശാന്ത്? അവൻ വളരെ നിസ്സാരമായി പറഞ്ഞു. ഇതൊക്കെ സത്യമാണോയെന്ന് ചോദിച്ചറിയാൻ ഒരേ ഒരാളേ ഉള്ളൂ ജഗദീഷ്, അത് എന്റെ മുത്തശ്ശൻ ആണ്.. അദ്ദേഹം ഞാൻ ജനിക്കുന്നതിന് എത്രയോ മുൻപേ കാലപുരിയിലേക്ക് പോയി. തൽക്കാലത്തേക്ക് നമ്മൾ വൈകുന്നേരം കിട്ടുന്ന ചായ വേണ്ടെന്നു വയ്ക്കേണ്ട. അതെ, ഞാനും അത്യാവേശത്തോടെ പറഞ്ഞു. വല്ലപ്പോഴും കടിയുമുണ്ട്. സുശാന്ത് ഒരു ബുദ്ധിജീവിയെ പോലെ തലയാട്ടി. നമ്മളെപ്പോലെയുള്ള ദരിദ്ര കഞ്ചുകങ്ങൾ ഇതിൽ കൂടുതൽ ഒന്നും ചിന്തിക്കരുത്. ഞാൻ ചിരിച്ചു, ആകാശത്ത് അമ്പിളിമാമനും.....

തെരുവ് വിളക്കുകൾ അണയാറായി. ഞാനെന്റെ താമസം ഹോസ്റ്റലിൽ നിന്നും മാറ്റിയിരുന്നു. ഒരു ചെറിയ മുറിയിൽ ഞങ്ങൾ കുറച്ചു പേർ ഒതുങ്ങിക്കൂടി. കൂട്ടത്തിൽ ഒരു ചെറിയ അടുക്കളയും. എപ്പോൾ കയറിച്ചെന്നാലും ചോദ്യംചെയ്യാൻ ആരുമില്ല. എന്നാലും ഞാൻ അതിവേഗത്തിൽ നടന്നു. പുറകിലേക്ക് തിരിഞ്ഞു നോക്കിയപ്പോൾ സുശാന്ത് കൈവീശുന്നുണ്ട്.

അവൻ പഠനം മുഴുവനാക്കാതെ രക്ഷപ്പെട്ടു ഓടുന്നവനെ പോലെ പോയി. എനിക്കാണെങ്കിൽ ഒന്നിന് പുറകെ ദുരന്തങ്ങൾ വന്നുകൊണ്ടേയിരുന്നു. അവധിക്ക് പോയാൽ അമ്മ തിരികെ വിടാത്ത അവസ്ഥയായി. അച്ഛനാണെങ്കിൽ ജഗദീഷ് എന്നാണ് തിരികെ പോകുന്നതെന്ന് ചോദിച്ചു തുടങ്ങും. കാരണം ഞാൻ തിരിച്ചു പോവുമ്പോഴേക്കും എനിക്ക് തരാനുള്ള പണം എങ്ങനെ ഉണ്ടാക്കുമെന്നാണ് ആ പാവം ചിന്തിക്കുന്നത്.

പഠനം വലിയ ബുദ്ധിമുട്ടായൊന്നും തോന്നിയിട്ടില്ല. പലപ്പോഴും ക്ലാസ് അറ്റൻഡ് ചെയ്യുക എന്നല്ലാതെ കുത്തിയിരുന്ന് പഠിക്കുകയൊന്നുമില്ല. എന്നാൽ ലൈബ്രറി എന്റെ സ്വർഗ്ഗമായിരുന്നു. പലവിധ പുസ്തകങ്ങളും എടുത്തു വായിച്ചു കൊണ്ടിരുന്നു. സാഹിത്യവും ചരിത്രവും ഒന്നും

വെറുതെ വിട്ടില്ല. എന്റെ ഈ വായന മാഹാത്മ്യം കൊണ്ടാണ് തുടർന്നുള്ള പഠനം തന്നെ സാധ്യമായത്. അവിടെവച്ച് പരിചയപ്പെട്ട ഒരു അധ്യാപകൻ, ശ്യാം ചരൺ ലാൽ. അദ്ദേഹത്തിന് അവിടുത്തെ ഭരണ സമിതിയിലും പിടിപാട് ഉണ്ടായിരുന്നു. അദ്ദേഹത്തിന്റെ സ്വാധീനവും പ്രേരണയും മൂലമാണ് ഞാൻ മുന്നോട്ടുപോയത്. വായനാശാലയിലെ സൗഭാഗ്യങ്ങളും അനുഭവങ്ങളും എനിക്ക് ചുറ്റും വെള്ളി വെളിച്ചം സൃഷ്ടിച്ചു കൊണ്ടിരുന്നു. എന്നാൽ എല്ലാം വളരെ കുറച്ച് സമയത്തേക്ക് മാത്രമായിരുന്നു.

8. ഓർമ്മകൾ, നീറ്റലുകൾ

അച്ഛന്റെ ആരോഗ്യനില വളരെ മോശമായി തുടങ്ങി. ഒരു ആഗസ്റ്റ് മാസം ഞാൻ നാട്ടിലേക്ക് തിരിച്ചു. കുറച്ചുദിവസം അച്ഛനോടൊപ്പം നിന്നു. എന്നാൽ എന്നെ കണ്ടതോടെ ഒരു രോഗവും ഇല്ലാത്തവനെ പോലെ അദ്ദേഹം അഭിനയിച്ചു തുടങ്ങി. എന്നാൽ അമ്മ കരുതിയത് ഇങ്ങനെയാണ്. എത്രയും വേഗം ജഗദീഷിന്റെ വിവാഹം നടത്തണം. ഒരാളുടെ ആവശ്യകത അമ്മയ്ക്ക് ഉണ്ട്. അതുമാത്രമല്ല അതുമൂലം ലഭിക്കുന്ന സാമ്പത്തിക ലാഭത്തിലും ഒരു കണ്ണുണ്ട്. അമ്മയുടെ മൂത്ത സഹോദരൻ എഴുത്ത് അയച്ചിരിക്കുന്നു. അച്ഛനുമായി അമ്മയുടെ ഗ്രാമത്തിലേക്ക് വന്ന്, അവിടെ പ്രശസ്തനായ ഒരു വൈദ്യൻ ഉണ്ട്, കുറച്ചുനാൾ ചികിത്സ. രോഗം ഭേദം ആയാൽ എത്രയും വേഗം വീട്ടിലേക്ക് തിരികെ വരാം. അതിനുമുമ്പായി ജഗദീഷിന്റെ വിവാഹം നടത്തണം. അമ്മയുടെ ഒരു ബന്ധുവിന്റെ മകളെയും കണ്ടുവെച്ചിരിക്കുന്നു.

ഒരിക്കൽപോലും ചിന്തിക്കാത്ത ഒരു കാര്യം, പെട്ടെന്ന് തലയും വാലും വെച്ച് നിങ്ങളുടെ മുന്നിലേക്ക് വന്നാൽ എന്ത് ചെയ്യും? ഞാൻ ഞെട്ടി! വലുതായി തന്നെ. തൊണ്ടയിൽ നിന്ന് ശബ്ദം നഷ്ടപ്പെട്ട പോലെ. പതുക്കെ മുറിയിലേക്ക് കയറി, എന്നെ തന്നെ ആകെ ഒന്ന് നോക്കി. കുറച്ചുകൂടി വിശ്വാസം വരാനായി പുറത്തുവരാന്തയിൽ ഉള്ള കണ്ണാടിയിൽ ചെന്നു മുഖത്തേക്ക് ഒന്ന് നോക്കി. നാട്ടിൽ നിന്ന് പോന്നതിനേക്കാൾ കുറച്ചു തടിവച്ചിട്ടുണ്ട്. ഇത്തിരി നിറം കൂടിയിട്ടുണ്ടോ? മീശ അത്യാവശ്യം നന്നായി വളരുന്നുണ്ട്. ഞാനത് ആഴ്ചയിൽ എന്നവണ്ണം കളഞ്ഞു മുഖം നന്നായി മിനുക്കി എടുക്കുന്നുണ്ട്. ഇടയ്ക്ക് എപ്പോഴോ വന്നൊരു മുഖക്കുരുവിന്റെ പാട് കവിളിൽ മറഞ്ഞു കിടക്കുന്നു. ചാന്ദിനിയുടെ നിർദ്ദേശ പ്രകാരം അതു മാറാനായി കുറച്ചുനാൾ തുളസിനീര് പുരട്ടി നോക്കിയതാണ്.... മുതിർന്നവനായോ? എങ്കിലും കല്യാണം കഴിക്കാറായോ? പറയു

മ്പോഴേക്കും എടുത്തു കഴിക്കാൻ ഇത് ചപ്പാത്തിയും കറിയും ഒന്നു മല്ലല്ലോ.

ഞാനവിടെ നിൽക്കുന്നത് കണ്ടുകൊണ്ടാണോ എന്നറിയില്ല, പുറകിൽ ജസ്വന്ത്, അവൻ എന്റെ പഴയ കുർത്തയിൽ ഒന്ന് കയ്യോടിച്ചു. ചേട്ടാ ന മുക്കു പുതിയ കുർത്ത ഒന്നു തയ്പ്പിക്കണം. ഇങ്ങനെയൊന്നും പോയാൽ പോരാ. എവിടേക്ക് പോകാൻ? ഞാൻ അവന്റെ കൈകൾ വിടുവിച്ചു കൊണ്ട് ചോദിച്ചു. ചേട്ടൻ കെട്ടുന്നില്ലേ? പിന്നെ വളരെ ഗൗരവത്തിൽ പറഞ്ഞു. നിങ്ങൾ കെട്ടിയിട്ട് വേണം, എനിക്ക് കെട്ടാൻ. ഞാൻ അവന്റെ ചെവിയിൽ പിടിച്ചു, നീ പിന്നേക്കാക്കണ്ടാ, ഇപ്പോൾ തന്നെ പോയി കെട്ടാം. കച്ചി താഴെയിട്ടു ഒറ്റ ചാട്ടത്തിന് ചാന്ദിനി ഞങ്ങൾക്കരികി ലെത്തി. നന്നായി കൊടുക്കു ചേട്ടാ, നന്നായി കൊടുക്ക്.... മുഴുത്ത അഹ ങ്കാരമാണ് ചെറിയേട്ടന്. അമ്മയുടെ ഒരു സത്പുത്രൻ. അവൻ എന്റെ കൈ വിടുവിച്ചു, ചാന്ദിനിയെ രൂക്ഷമായി നോക്കി. നിങ്ങൾക്ക് വേ ണ്ടെങ്കിൽ കെട്ടണ്ട. അമ്മയാണ് എന്നോട് പറഞ്ഞത്, എന്നു പറഞ്ഞവൻ കെറുവിച്ചു പോയി. അവൻ പോയി എന്നു കണ്ടപ്പോൾ, ചാന്ദിനി ഒരു രഹസ്യം എന്ന മട്ടിൽ പറഞ്ഞു. നോക്കൂ ചേട്ടാ, പുതിയ വേലക്കാരിക്കാ യാണ്. അല്ലാതെ ചേട്ടനോടുള്ള സ്നേഹം കൊണ്ടൊന്നുമല്ല. കല്യാണമേ കഴിക്കേണ്ട, അതാണ് നല്ലത്, ഞാനും കഴിക്കുന്നില്ല കല്യാണം, ചാന്ദിനി അർദ്ധശങ്കയ്ക്കിടയില്ലാത്ത വിധം പ്രസ്താവിച്ചു. ഞാൻ ചിരിച്ചു കൊ ണ്ട് അവളെ അരികിൽ ചേർത്തിരുത്തി. അതെന്താണ് ചാന്ദിനി?... ഓ എ ന്തിനാ ചേട്ടാ? എവിടെപ്പോയാലും പണി ചെയ്യണം, എന്നാൽ പിന്നെ അ ത് സ്വന്തം കുടുംബത്ത് ചെയ്താൽ പോരേ...... ഞങ്ങൾ ഉറക്കെ ചിരിച്ചു...

അമ്മ സന്ധ്യയ്ക്ക് വീണ്ടും ആ വിഷയം എടുത്തിട്ടു. അപ്രതീക്ഷിതമായി ഒരു മഴയും വന്നു. അതങ്ങ് ആരോടും അനുവാദം വാങ്ങാതെ വാ തോരാതെ സംസാരിക്കുകയാണ്. അതിനെ ഭേദിക്കുന്ന ശബ്ദത്തിൽ ഞാൻ പറഞ്ഞു. അമ്മേ എന്റെ സഹോദരിയെ വിവാഹം കഴിപ്പിച്ചു കൊ ടുക്കാതെ, ഞാൻ വിവാഹത്തെക്കുറിച്ച് ചിന്തിക്കുക പോലുമില്ല. അമ്മ ഒച്ചയിട്ടു. ഓ വിഡ്ഢി...നിന്റെ സ്ത്രീധനം കിട്ടിയിട്ട് വേണം അവളെ എനിക്ക് കെട്ടിച്ച് അയക്കാൻ. തൂണും ചാരിയിരുന്ന് പാതി ഉറക്കത്തി ലായിരുന്നു അച്ഛൻ കണ്ണുകൾ തുറന്നു ചിരിച്ചു കൊണ്ട് പറഞ്ഞു. ഹേ ജ മുനാ... ഞാൻ പെട്ടെന്ന് തന്നെ മരിക്കുമെന്നാണോ നീ കരുതുന്നത്? അമ്മ ദേഷ്യത്തോടെ നിലത്ത് രണ്ടടി അടിച്ചു. ഓ അപശകുനം പറയുകയാണ്. അതും സന്ധ്യ നേരത്ത്. അമ്മ പിന്നെയും പിറുപിറുത്തു കൊണ്ടിരുന്നു.

പിറ്റേദിവസം മുതൽ ഞാൻ അച്ഛനോടൊപ്പം പാടത്തേക്ക് ഇറങ്ങി. ജസ്വ ന്ത് അതിവിദഗ്ധമായി പണികൾ ചെയ്യുന്നുണ്ട്. പക്ഷേ പ്രായത്തിന്റെ

പകωത കുറവ് കാരണം പല വിഡ്ഢിത്തങ്ങളും പറ്റുന്നുണ്ട്. അതിനാൽ അച്ഛന്റെ ശബ്ദം ഉയർന്നു കേൾക്കുന്നുണ്ടായിരുന്നു. ഇടവേള സമയത്ത് മഹേന്ദ്രൻ ചേട്ടനുമായി സംസാരിച്ചു കൊണ്ടിരുന്നു. ഗ്രാമത്തിനു പുറത്തെ വിവരങ്ങൾ അതിശ്രദ്ധയോടെയാണ് അദ്ദേഹം ചോദിച്ചറിഞ്ഞിരുന്നത്. അവസാനം സ്വന്തം ആവലാതികളുടെ കെട്ടഴിച്ചു. ഒരു കല്യാണം പോലും ശരിയാവുന്നില്ല ജഗദീഷ്. ഞാനാ വീട്ടിലെ കണ്ണേറ് പ്രതിമയാകും എന്നാണ് തോന്നുന്നത്. എനിക്ക് ചിരി വന്നില്ല. ജീവിതത്തിന്റെ വൈചിത്ര്യം എന്നെ അത്ഭുതപ്പെടുത്തി. എഴുന്നേറ്റ് പോകുന്നതിനിടയിൽ ഞാൻ പകുതി ആത്മഗതം പോലെ പറഞ്ഞു, "നമുക്ക് ആവശ്യമുള്ളതെല്ലാം നമ്മൾ തന്നെ തേടി കണ്ടെത്തണം".... എന്താ അനിയാ? മഹേന്ദ്രൻ ചേട്ടൻ മുഴുവൻ മനസ്സിലാകാത്ത പോലെ എന്നെ നോക്കി!

ഞാൻ ചിരിച്ചു, പിന്നെ ഉറക്കെ പറഞ്ഞു. വഴികൾ നമ്മൾ തന്നെ കണ്ടെത്തണം ചേട്ടാ, വേറെ മാർഗ്ഗമില്ല. ഞാൻ അദ്ദേഹത്തിന്റെ അരികിലേക്ക് നടന്നു. വളരെ സൗമ്യമായി പറഞ്ഞു. നിങ്ങൾ അമ്മയോട് ഒന്ന് സംസാരിച്ചു നോക്കൂ. അമ്മയ്ക്ക് ഇക്കാര്യങ്ങളെക്കുറിച്ച് വലിയ പിടിപാടാണ്. അദ്ദേഹം ഒരു പ്രയോജനവുമില്ല എന്ന മട്ടിൽ ഒന്നു മൂളി. ഓ നിന്റെ അമ്മയ്ക്ക് എന്നെ ഒരു വിലയുമില്ല ജഗദീഷ്. എന്റെ കയ്യിൽ പണപ്പെട്ടിയൊന്നും ഇല്ലല്ലോ. തിരിഞ്ഞു നടക്കുമ്പോൾ ഞാൻ ആലോചിച്ചു, എന്റെ കയ്യിൽ ഏത് പണപ്പെട്ടിയാണുള്ളത്?

രണ്ടാഴ്ച കഴിഞ്ഞപ്പോൾ അച്ഛൻ എന്നെ നിർബന്ധിച്ച് തിരിച്ചയച്ചു. ഇടയ്ക്കു പെയ്യുന്ന മഴ, കാലികൾ ആണെങ്കിൽ അസ്വസ്ഥതയും കാണിക്കുന്നു. എന്തോ ആദ്യമായി എനിക്ക് വീടു വിട്ടു പോകുന്നതിൽ ഒരു സുരക്ഷിതത്വക്കുറവ് തോന്നി. ഇറങ്ങുന്നതിനു മുമ്പ് അച്ഛനെ കെട്ടിപ്പിടിച്ചു. ബാബ നന്നായി ശ്രദ്ധിക്കണം, എല്ലാം തമാശയായി കരുതരുത്. ഓ മോനെ നീ പൊക്കോളൂ. തിരിച്ചുവരുമ്പോൾ അച്ഛനിവിടെ ഓടി നടക്കുന്നുണ്ടാവും. പതിവില്ലാത്ത വിധം അച്ഛൻ അമ്മയെക്കൊണ്ട് എനിക്കായി ബദാം ചേർത്ത് പാലെടുപ്പിച്ചു. കുടിച്ചിട്ട് പോയാൽ മതി എന്ന് നിർബന്ധം. എന്നെക്കൊണ്ട് നിർബന്ധമായ അദ്ദേഹം തന്നെ അത് പിടിച്ചു കുടിപ്പിച്ചു. എനിക്ക് ചിരി വന്നു. അച്ഛൻ ഇപ്പോഴും എന്നെ കുഞ്ഞായി തന്നെയാണ് കരുതുന്നത്. നെഞ്ചുവേദന മാറിയില്ലേ അച്ഛാ എന്ന് ഞാൻ ചോദിച്ചപ്പോൾ അതെപ്പോഴേ മാറി മോനെ, എന്നദ്ദേഹം വേഗം മറുപടി നൽകി. എന്നാൽ എന്റെ മുഖത്തേക്ക് തെറിക്കുന്ന മഴത്തുള്ളികളും കാറ്റത്തണഞ്ഞ ദീപവും മറ്റെന്തോ ആണ് എന്നോട് പറയാൻ ആഗ്രഹിച്ചിരുന്നതെന്നു തോന്നുന്നു.

മൂന്നേ മൂന്നു ദിവസം. നഷ്ടപ്പെട്ട ക്ലാസുകൾ പഠിച്ചെടുക്കാൻ ഞാൻ കഠിന ശ്രമത്തിൽ ആയിരുന്നു. പക്ഷേ അതിനു മുമ്പേ വീണ്ടും ബാലേശ്വരിലേക്ക്

യാത്രയായി. നെഞ്ചിൽ തീയുമായി.....കമ്പിയിലെ വാക്കുകൾ എന്നെ ഭയപ്പെടുത്തുന്നുണ്ട്. അച്ഛനെന്തോ ബുദ്ധിമുട്ടുണ്ട് അതുറപ്പാണ്. എന്നിട്ടും റെയിൽവേ സ്റ്റേഷനിൽ എന്നെ കാത്ത് അദ്ദേഹം നിൽക്കുന്നുണ്ടാവും എന്ന് കരുതി. കുറച്ചു ദൂരം നടന്ന് വണ്ടികൾ കിടക്കുന്ന സ്റ്റാൻഡിൽ എന്റെ കണ്ണുകൾ പരതി. എവിടെയെങ്കിലും അദ്ദേഹത്തിന്റെ കാള വണ്ടി കാണുമോ? ഞാനിറങ്ങുമ്പോൾ ഒരു സൈക്കിൾ പോലും അവിടെയില്ല. അല്ലെങ്കിലും അന്ന് വണ്ടികൾ കുറവായിരുന്നു. സ്റ്റേഷൻ എന്നാൽ ഇന്നത്തെ പോലെയല്ല. ഒരു ബസ്സ്റ്റോപ്പ് പോലെ. തിരക്കിട്ട് പോന്നതു കൊണ്ടാണ്. അല്ലെങ്കിൽ ബസ്സോ ട്രക്കോ പിടിക്കാമായിരുന്നു. കുറച്ചു ദൂരം നടന്നതിനുശേഷം ഒരു സൈക്കിൾറിക്ഷ കിട്ടി. ബാലേശ്വരിൽ എത്താറായപ്പോൾ എനിക്ക് കുറച്ച് ആശ്വാസം തോന്നി. കവലയിൽ തന്നെ മഹേന്ദ്രൻ ചേട്ടൻ നിൽക്കുന്നുണ്ടായിരുന്നു. വണ്ടി നിർത്തി ഞാൻ ഇറങ്ങി

കവലയിൽ അന്ന് വിരലിലെണ്ണാവുന്ന കടകളെ ഉണ്ടായിരുന്നുള്ളൂ. ഒരു പലചരക്ക് കട, പാത്രങ്ങളും ഓടിന്റെ വിളക്കുകളും മറ്റും വിൽക്കുന്ന ഒരു കട, ഒരു സൈക്കിൾ വർഷോപ്പും. കവലയിൽ അതിഥികൾ എത്തുന്നതും വളരെ കുറവ്. സൈക്കിൾ റിക്ഷയുടെ മണിയടി ശബ്ദം കേട്ട് പലരും പുറത്തേക്ക് എത്തിനോക്കി. പലരുടെയും അടക്കം പറച്ചിലുകൾ എനിക്ക് കേൾക്കാൻ കഴിഞ്ഞില്ല. മങ്ങിയ ഒരു പുഞ്ചിരി വരുത്തി, മഹേന്ദ്രൻ ചേട്ടൻ എന്റെ സഞ്ചി വാങ്ങാനായി ശ്രമിച്ചു. ഞാനത് സ്നേഹപൂർവ്വം നിരസിച്ചു. അച്ഛനു എങ്ങനെയുണ്ട്? തീരെ നടക്കാനാവാത്ത അവസ്ഥയാണോ? അതെ അദ്ദേഹം മൂളി. എനിക്ക് എന്തോ വല്ലാത്ത അസ്വസ്ഥത തോന്നി. വേഗം നടക്കണമെന്നുണ്ട്. എന്നാൽ വല്ലാത്ത ദാഹം. ചേട്ടാ എനിക്ക് കുറച്ച് വെള്ളം കിട്ടിയെങ്കിൽ നന്നായിരുന്നു. എന്നാൽ അദ്ദേഹം തിരക്കു പിടിച്ചു നടക്കുകയാണ്. വേഗം നടക്കൂ ജഗദീഷ്. ആദ്യം എന്റെ വീട്ടിൽ പോയി നമുക്ക് വെള്ളം കുടിക്കാം. അതിനുശേഷം നിന്റെ വീട്ടിലേക്ക് പോയാൽ മതി. ഞാനദ്ദേഹത്തെ ചോദ്യ ഭാവത്തിൽ നോക്കി. കാരണം ഞങ്ങളുടെ വീടുകൾ തമ്മിൽ അത്രയധികം ദൂരമൊന്നുമില്ല. സാധാരണയായി നിർത്താതെ സംസാരിക്കുന്ന മനുഷ്യൻ ഇന്ന് ഒരക്ഷരം മിണ്ടുന്നില്ല. അതുമാത്രമല്ല, മുഖത്തേക്ക് കൂടി നോക്കുന്നില്ല.

വല്യച്ഛന്റെ വീട്ടിൽ ആരും തന്നെ ഉണ്ടായിരുന്നില്ല. കുഞ്ഞുങ്ങളെ പോലും കാണാത്തതെന്നെ അത്ഭുതപ്പെടുത്തി. എന്നാൽ ദാഹം കൊണ്ട് ഞാൻ ഒന്നും ചോദിക്കാൻ നിൽക്കാതെ വെള്ളം വാങ്ങി കുടിച്ചു. അതിനുശേഷം ആണ് ഞാൻ അദ്ദേഹത്തിന്റെ മുഖം വ്യക്തമായി കണ്ടത്. കണ്ണുകൾ ഈറനാർന്നിരിക്കുന്നു. ഗദ്ഗദത്തോടെ അദ്ദേഹം ഇങ്ങനെ പറഞ്ഞു. ജഗദീഷ്... നീ കരയരുത്. സംയമനം പാലിക്കണം. ഇളയച്ഛൻ നമ്മെ വിട്ടുപോയി സഹോദരാ. അമ്മയെയും സഹോദരങ്ങളേയും നീയാണ് ആശ്വാസി

പ്പിക്കേണ്ടത്. പിന്നെയും അദ്ദേഹം എന്തൊക്കെയോ പറഞ്ഞു എന്ന് തോന്നുന്നു. എന്നാൽ ഞാൻ അത് കേട്ടിട്ടില്ലായിരുന്നു. ചുറ്റും ഇരുട്ട് കയറുന്ന പോലെ കുറച്ചുനേരം ഞാൻ തരിച്ചിരുന്നു. പിന്നെ സംഭവിച്ചത് കൃത്യമായി എനിക്ക് ഓർമ്മയില്ല. എന്നാൽ ഞാൻ വല്ലാത്തൊരു ഊക്കോടെ എഴുന്നേറ്റു നടന്നു.

നടന്നോ? ഓടിയോ?...ഇടയ്ക്ക് കാൽ എവിടെയൊക്കെയോ ഉടക്കി. രണ്ടു വട്ടം ഞാൻ തെന്നി വീണിട്ടുണ്ടാവും. ഇതെല്ലാം കണ്ട് മഹേന്ദ്രൻ ചേട്ടൻ എന്റെ പുറകിലൂടെ ഓടിവരുന്നുണ്ട്. കിതച്ചുകൊണ്ട് അദ്ദേഹം എന്നെ പിടിച്ചു എഴുന്നേൽപ്പിക്കാൻ ശ്രമിച്ചു. പതുക്കെ ജഗദീഷ്...പതുക്കെ.... ഒരു നിമിഷം, എനിക്ക് സ്ഥലകാല ബോധം തിരിച്ചു കിട്ടി. ഞാൻ അദ്ദേഹത്തെ ശക്തമായി പുറകിലേക്ക് തള്ളിക്കൊണ്ട് എഴുന്നേറ്റു. എന്റെ അച്ഛൻ മരിച്ചിട്ടില്ല. അദ്ദേഹം മരിക്കുകയുമില്ല. ഞാൻ അലറുകയായിരുന്നു. അവിടെ അടുത്തെങ്ങും വീടുകളൊന്നും ഉണ്ടായിരുന്നില്ല. എന്നാൽ കമല എന്നൊരു സ്ത്രീ, അവർ കുറച്ചു ദൂരെ കിണറ്റിൻകരയിൽ വെള്ളം എടുക്കാൻ വന്നിട്ടുണ്ടായിരുന്നു. അവർ റാം റാം എന്ന് പറഞ്ഞുകൊണ്ട് എന്റെ അരികിലേക്ക് ഓടിവന്നു. ഞാൻ ഉറക്കെ കരഞ്ഞു, ഭ്രാന്ത് പിടിച്ചവനെ പോലെ പുലമ്പിക്കൊണ്ട് ആ മണ്ണിൽ ഇരുന്നു. എന്നെ ചേർത്തു പിടിച്ചുകൊണ്ട് ചേട്ടൻ എന്തൊക്കെയോ ആശ്വാസവാക്കുകൾ പറയുന്നുണ്ട്. എന്നാൽ ഞാനത് ശ്രദ്ധിച്ചില്ല. പിച്ചു പിടിച്ചവനെ പോലെ എഴുന്നേറ്റ് വീണ്ടും നടന്നു. എന്നാൽ ഞാൻ എതിർശയിലേക്ക് ആണ് നടന്നത്. മഹേന്ദ്രൻ ചേട്ടൻ തലയിൽ കൈ വച്ചുകൊണ്ട് എന്റെ പുറകെ ഓടി. എന്നെ പിടിച്ചു നിർത്തി. വേറെ ഒരു വഴിയില്ലാത്തതുകൊണ്ടാകാം അദ്ദേഹം എന്റെ മുഖത്തേക്ക് ആഞ്ഞുതല്ലി. പിന്നെ എന്റെ കുർത്തയുടെ കോളറിൽ പിടിച്ചു വലിച്ചു മുഖം അദ്ദേഹത്തിന് അഭിമുഖമാക്കി, ബോധത്തോടെ ഇരിക്ക്, ജഗദീഷ് ബോധത്തോടെ ഇരിക്ക്. അദ്ദേഹം കിതച്ചുകൊണ്ട് പറഞ്ഞു.

കുറച്ച് നിമിഷം എല്ലാം ശൂന്യമായ പോലെ എനിക്ക് തോന്നി. ആരവങ്ങളെല്ലാം നിലച്ച പോലെ എങ്ങും നിശബ്ദത. വല്ലാത്ത ഒരു അനുഭവമാണത്. എനിക്കിപ്പോൾ കാണാനും കേൾക്കാനും കഴിയുന്നുണ്ട്. തൊണ്ട പൊട്ടി പിളരുന്ന വേദന. അത് ഇടനെഞ്ചിൽ നിന്നാണ് ആരംഭിക്കുന്നത്. ദേഹമാസകലം നീറ്റൽ തോന്നുന്നുണ്ട്. വലതുകണങ്കാൽ വേദനിക്കുന്നു. ഞാനൊരു വൃക്ഷത്തിലേക്ക് ചാരി വീണു. മഹേന്ദ്രൻ ചേട്ടനും എന്നോടൊപ്പം ഇരുന്നു. എന്നിട്ട് അദ്ദേഹം ആരോടുമെന്നില്ലാതെ പറഞ്ഞു. ദൈവമേ, കുടുംബത്തിൽ ഇത്രയേറെ മുതിർന്ന തടിമാടന്മാർ ഉണ്ടായിരുന്നിട്ടും എന്നെയാണല്ലോ നീ കർമ്മത്തിനായി തിരഞ്ഞെടുത്തത്. അദ്ദേഹം എന്റെ കാലിനടി നോക്കി, കല്ലുകൊണ്ട് ചതഞ്ഞ ഭാഗത്ത് തുണ്ടെടുത്തു കെട്ടി.

അപ്പോഴേക്കും വല്യച്ഛന്റെ മൂത്തമക്കൾ ഓടി വരുന്നുണ്ടായിരുന്നു. ഒരു പക്ഷേ കമല പറഞ്ഞിട്ടാവും അവർ വിവരമറിഞ്ഞത്. ദേവ് ഭായി ആണ് മൂത്ത സഹോദരൻ. അദ്ദേഹം മഹേന്ദ്രനെ രൂക്ഷമായൊന്നു നോക്കി. പിന്നെ വേഗം എന്റെ അരികിൽ വന്നിരുന്നു. മോനേ ജഗദീഷ് എന്താണിത്? ധൈര്യത്തോടെ ഇരിക്ക്, ഞങ്ങൾക്കും വേദനയുണ്ട്. പക്ഷേ സ്വയം നിയന്ത്രിക്കണം. ലോകം നിന്നെ കാണുന്നുണ്ട്. നീയാണ് മൂത്തമകൻ. അമ്മയെയും സഹോദരങ്ങളെയും സ്വാന്തനിപ്പിക്കേണ്ടത് നിന്റെ കടമയാണ്. മരിക്കും നേരവും അദ്ദേഹം അവ്യക്തമായി നിന്റെ അമ്മയോട് പറയുന്നത് ഞാൻ കേട്ടതാണ്. "ജമുനാ... ജഗദീഷ്, അവൻ എല്ലാവരെയും സംരക്ഷിച്ചു കൊള്ളും". അതുകൂടി കേട്ടതോടെ ഞാൻ എങ്ങലടിച്ചു കരഞ്ഞു. ഹരിഭയ്യാ എന്നെ ബലമായി പിടിച്ചു എഴുന്നേൽപ്പിച്ചു. എഴുന്നേൽക്ക് വിഡ്ഢി, ആൺകുട്ടികൾ ഇങ്ങനെ കരയുന്നത് ലോകത്തിന് തന്നെ നാണക്കേടാണ്. നിന്റെ അച്ഛനിത് ഇഷ്ടപ്പെടുമെന്ന് കരുതുന്നുണ്ടോ? ഞാൻ കണ്ണുകൾ തുടച്ചു. വേച്ചുവെച്ച് നടക്കാൻ തുടങ്ങിയപ്പോൾ ദേവ് ഭായിയും എന്നെ താങ്ങി. എന്റെ വേഷം മുഴുവൻ അഴുക്കു പുരണ്ടിരുന്നു.

ഞങ്ങൾ വീണ്ടും വല്യച്ഛന്റെ വീട്ടിലേക്ക് പോയി. ദേഹമാസകലം വേദനയാണ്. കൈമുട്ടുകളും കാൽമുട്ടുകളും ഉരഞ്ഞിട്ടുമുണ്ട്. നല്ല നീറ്റലും വേദനയും. അകത്തും പുറത്തും അത് അങ്ങനെ തന്നെ. എന്റെ ഉള്ളിലെ നിശബ്ദത ഇപ്പോൾ തികഞ്ഞ ശാന്തതയായി മാറുന്നുണ്ട്. ഞാൻ മഹേന്ദ്ര ഭായി തന്ന ഒരു കുർത്തയും പൈജാമയും ഇട്ടു, മുടി കോതിയൊരുക്കി. ഒരുതരം പ്രച്ഛന്നവേഷം. അന്ന് ഞാൻ മനസ്സിലാക്കിയ ഒരു കാര്യം ഇതാണ്, നിങ്ങൾ മുതിർന്നവനും സർവ്വോപരി ഒരു പുരുഷനും ആണെങ്കിൽ കരയാനുള്ള അവകാശം പോലും നിങ്ങൾക്കില്ല എന്നതാണ് സത്യം. അതുകൊണ്ട് മാത്രമല്ല, ഞാൻ പിന്നീട് കരഞ്ഞില്ല. എന്തെന്നാൽ എന്റെ അച്ഛൻ മരിച്ചു, കൂടെ എന്റെ കുട്ടിത്തവും. ഞാൻ വീർ പ്രതാപിന്റെ കുഞ്ഞായിരുന്നു. എന്റെ അച്ഛൻ മരിച്ചതോടെ, എനിക്ക് മുകളിൽ വിരിച്ചിരുന്ന ആ വലിയ ചിറകുകൾ നഷ്ടമായി. ഞാനിനി ആകാശത്തിനു കീഴെ തനിച്ചാണ്. റാഞ്ചി കൊണ്ട് പോകാൻ വലിയ കഴുകന്മാർ ഉണ്ടാകും. തനിച്ച് നിലനിൽക്കാൻ പഠിക്കണം.

നിസ്സംഗനെ പോലെ ഞാൻ കോലായിലേക്ക് കയറി. വരിവരിയായി ഇരിക്കുന്ന നാട്ടുകാർ. പലരുടെയും കണ്ണുകൾ എന്നിൽ മാത്രമാണ്. നനുത്ത ചന്ദനത്തിന്റെ മണം. എന്റെ വരവിനായി മാത്രമാണവർ കാത്തിരിക്കുന്നത്. ഇനി ജഡം വെച്ചിരിക്കാൻ കഴിയില്ല. അവരിലൊരാൾ പറയുന്നത് കേട്ട് എന്റെ ഹൃദയത്തിൽ സൂചികൾ കുത്തുന്നത് പോലെ. ഒരാഴ്ച മുമ്പ് എന്നെ ചേർത്തുപിടിച്ചു നിന്ന മനുഷ്യനെയാണ് നിങ്ങളിപ്പോൾ ജഡം എന്ന് പറയുന്നത്. ഞാൻ അദ്ദേഹത്തിന്റെ അരികിലിരുന്നു. എനിക്ക

പ്പോഴും വിശ്വസിക്കാൻ കഴിഞ്ഞിരുന്നില്ല. ഞാൻ അദ്ദേഹത്തിന്റെ കാലുകൾ തൊട്ടു നോക്കി, ഒരുപക്ഷേ എഴുന്നേറ്റാലോ എന്ന് ഞാൻ വിശ്വസിച്ചു. പുരാണ കഥകളിലെ പോലെ ശക്തമായ പ്രാർത്ഥന കൊണ്ട് അദ്ദേഹത്തെ തിരികെ കൊണ്ടുവരാൻ പറ്റുമോ? ഒന്നിനും കഴിയില്ലെന്നെനിക്ക് മനസ്സിലായി. ദൈന്യതയോടെ ഞാൻ അച്ഛന്റെ മുഖത്തേക്ക് നോക്കി. എന്തൊക്കെയോ അദ്ദേഹം പറയാൻ ബാക്കി വെച്ച പോലെ.

ഒരു നീല സാരിയിൽ എന്റെ അമ്മ അകത്തെ തളത്തിൽ, ഞാനാ ഏങ്ങലടികൾ കേട്ടു. പതുക്കെയെഴുന്നേറ്റ് മുറിയിലേക്ക് കടന്നു. മഹേന്ദ്രൻ ചേട്ടൻ എന്റെ കൂടെ തന്നെയുണ്ട്. എന്റെ ശാന്തത അദ്ദേഹത്തെ അത്ഭുതപ്പെടുത്തി. ഒരു പൊട്ടിത്തെറി കൂടി അദ്ദേഹം പ്രതീക്ഷിച്ചിട്ടുണ്ടാവും. ഞാൻ അടുത്ത് ചെന്നതോടെ അമ്മയുടെ കരച്ചിൽ ഉയർന്നു. ഞാനവരെ കെട്ടിപ്പിടിച്ചു... "പറയുന്നത് അനുസരിക്കില്ല, ഇപ്പോൾ കണ്ടില്ലേ, വേഗം പോയില്ലേ "അമ്മ പുലമ്പി കൊണ്ടേയിരുന്നു. ഞാനവരെ ആശ്വസിപ്പിച്ചു. ഈ ജന്മത്തെ ദുരിതങ്ങളിൽ നിന്ന് അദ്ദേഹം മോചിതനായി അമ്മേ. അങ്ങനെ കരുതിയാൽ മതി. അവർ വീണ്ടും വിതുമ്പി കൊണ്ടിരുന്നു. എന്റെ കുഞ്ഞനുജത്തി ചാന്ദിനി, ലക്ഷ്മി ചേച്ചിയുടെ മടിയിൽ കിടക്കുകയാണ്. രണ്ടാളും കരയുന്നുണ്ട്.

തണുത്ത കാറ്റ് വീശുന്നു. അതെന്നെ തഴുകി തലോടി പോകുമ്പോൾ ബാബ എന്റെ അടുത്തിരിക്കുന്ന പോലെ തോന്നുന്നു. അദ്ദേഹം ഒരുപക്ഷേ എനിക്ക് വേണ്ടി ഇനി പാടുകയില്ലായിരിക്കാം. എന്നാൽ അദ്ദേഹത്തിന്റെ പാട്ടുകൾ ഞാൻ എന്റെ ഹൃദയത്തിലാണ് സൂക്ഷിച്ചിരിക്കുന്നത്. ഇപ്പോളാ ഹൃദയം നുറുങ്ങുന്ന വേദനയുണ്ട്. ഞാൻ ഓരോന്നായി ഭാവനയിൽ കാണാൻ ശ്രമിച്ചു കൊണ്ടേയിരുന്നു. വൈകുന്നേരങ്ങളിൽ ആഞ്ഞു വീശുന്ന തെക്കൻ കാറ്റിൽ പൊഴിയുന്ന ഇലകളാൽ തീർത്ത മഞ്ചത്തിൽ കിടന്നു എന്നെയും ചേർത്തു കിടത്തി അദ്ദേഹം പാടിത്തന്ന പാട്ടുകളും കഥകളുമാണ് ജഗദീഷിനെ പാകപ്പെടുത്തിയെടുത്തത്. മട്ടുപ്പാവിലെ വിശാലമായ കമ്പളത്തിൽ നക്ഷത്രങ്ങളെയും നോക്കി എത്രയോ രാത്രികളാണ് ബാബയും ഒത്തു കിടന്നിരുന്നത്. ഉറക്കം നിർബന്ധമായും കണ്ണുകളെ അടയ്ക്കുന്നതുവരെ ഞങ്ങൾ സംസാരിച്ചിരിക്കും. ഓർമ്മകൾ ഒരു സുഖമുള്ള നീറ്റലാണ്.

സംസ്കാരവും ചടങ്ങുകളും എല്ലാം കഴിഞ്ഞു....എന്നത്തെപ്പോലെയും ആ ദിവസവും കടന്നുപോയി. അതെന്നെ അത്ഭുതപ്പെടുത്തുകയുമുണ്ടായി. ജീവിതം ഇങ്ങനെയാണ്. നമ്മൾ ഇഷ്ടപെട്ടാലും ഇഷ്ടപ്പെട്ടില്ലെങ്കിലും സംഭവിക്കാനുള്ളത് സംഭവിച്ചിരിക്കും. കാഴ്ചക്കാരെ പോലെ എല്ലാത്തിനും സാക്ഷിയാവുക. അത്രമാത്രം! നമ്മിൽ നിക്ഷിപ്തമായത് എ

ന്തോ ആ കർമ്മം തുടരുക. കർമ്മത്തിൽ നിന്ന് വ്യതിചലിക്കാനോ, ഭയന്ന് പിന്മാറാനോ പാടില്ല. ഈ സംഭവത്തിനും എത്രയോ വർഷങ്ങൾക്കപ്പുറമാണ് 'ഗീത' വായിച്ചു തുടങ്ങിയത്. എന്നാൽ യഥാർത്ഥത്തിൽ ഗീതയുടെ അന്തസത്ത നമ്മളിൽ ഒളിഞ്ഞു കിടക്കുന്നുണ്ട്. ആരുമത് തിരിച്ചറിയുന്നില്ലെന്നു മാത്രം. അത് ജീവന്റെയും ജീവിതത്തിന്റെയും രഹസ്യങ്ങളുടെ ഒരു നിധിയാണ്.

വർഷങ്ങൾക്കിപ്പുറം എന്റെ പ്രിയതമ എന്നെ ഭയപ്പെടുത്താറുണ്ട്. അവൾ മരിച്ചാൽ ഞാൻ ഏകനാകും, അവൾ ഉള്ളപ്പോൾ എനിക്ക് അവളുടെ വില മനസ്സിലാകില്ലെന്നും. ഞാനൊരു പുഞ്ചിരിയിൽ എന്റെ മൗനം അതിനുള്ള ഉത്തരമായി നൽകും. എന്റെ നിശബ്ദത അവൾക്ക് ശീലമായതുകൊണ്ട് പിന്നീട് ഒന്നും പറയില്ല.

പക്ഷേ എന്റെ മനസ്സ് അവളോട് മൗനമായി സംസാരിച്ചിരുന്നത് ഇതാണ്. "പ്രിയപ്പെട്ടവളെ, നിന്റെ വേർപാട് എന്നെ തളർത്തും, ശരിയാണ്...... ഇതിനേക്കാൾ ഏറെ വൃദ്ധനാകപ്പെട്ട പോലെ എനിക്ക് തോന്നുമായിരിക്കും. ഒരുപക്ഷേ ഞാൻ ഒരു വാക്കിങ് സ്റ്റിക്കിനെ എന്നെന്നേക്കുമായി ആശ്രയിക്കും. നിന്നെക്കുറിച്ചുള്ള ഓർമ്മകൾ എന്റെ കണ്ണുനീരിനാൽ നനഞ്ഞു കുതിരും. ആ നനവിൽ പല വിത്തുകളും പൊട്ടി മുളയ്ക്കുമായിരിക്കും. അവ വളർന്ന് പൂക്കുകയും കായ്ക്കുകയും ചെയ്യുമായിരിക്കും. അവിടെ ശലഭങ്ങളും പാടുന്ന പറവകളും ഉണ്ടായിരിക്കും. പക്ഷേ ആ വസന്തത്തിലും ഞാൻ ഏകനായിരിക്കും. മരുഭൂമിയിൽ ഉഷ്ണക്കാറ്റിൽ ദാഹിച്ചു പിടയുന്നവനെപ്പോലെ......എങ്കിലും പ്രിയപ്പെട്ടവളെ ഞാൻ ജീവിതം തുടർന്നു കൊണ്ടേയിരിക്കും എന്നുള്ളതാണ് സത്യം - "അതാണ് ഈ ജീവിതമെന്ന അത്ഭുതം"! മറക്കാൻ നമുക്ക് കഴിയുകയോ അല്ലെങ്കിൽ എല്ലാം മറന്നവരെപ്പോലെ നമ്മൾ അഭിനയിക്കുകയോ ചെയ്യും".

9 പുതിയ ഒരു തുടക്കം

വീട്ടിലെ തിരക്ക് പതുക്കെ ഒഴിഞ്ഞു ഇപ്പോൾ എന്റെ കണ്ണുകളിൽ ഒരു തുള്ളി നീർ പോലും ഇല്ല. എല്ലാം വറ്റിച്ചു കളഞ്ഞിട്ടുണ്ടായിരുന്നു. പകരം വറ്റി വരണ്ട ഭൂമിയുടെ ദൃഢത കൈവന്നു. പുതിയ ഒരു തുടക്കം പോലെ.

കുറച്ചു ദിവസങ്ങൾക്കുള്ളിൽ ഞാൻ പാടത്തേക്കിറങ്ങി. ജസ്വന്ത് ആരുടെയോ നിർദ്ദേശത്തിനായി കാത്തു നിൽക്കുന്നതു പോലെയാണ്. അവന് കഷ്ടി പതിനാറു പതിനേഴു വയസ്സായി *കാണും.* ഇന്നത്തെ പോലെ കല്യാ

ണം കഴിക്കുന്നത് വരെ മക്കളെ കുഞ്ഞുങ്ങളെപ്പോലെ പരിരക്ഷിക്കുന്ന ശീലമൊന്നും അന്നില്ല. ജോലി ചെയ്യാറായാൽ ജോലി ചെയ്യുക, ജീവിക്കുക. എന്നാലും അവനു നിർദ്ദേശങ്ങൾ വേണം. കാരണം അച്ഛൻ ഒരു നേതാവായിരുന്നു. ഞാനാണെങ്കിൽ ഒരു ഭ്രാന്തനെ പോലെ പണി ചെയ്തു. എല്ലാ രീതിയിലും അച്ഛനെ പോലെയാകാൻ ശ്രമിച്ചു കൊണ്ടേയിരുന്നു. അച്ഛനില്ലാത്ത പോലെ ആർക്കും തോന്നരുത്. മറ്റുള്ളവർക്ക് മാത്രമല്ല പ്രധാനമായും എനിക്കങ്ങനെ തോന്നരുത് എന്ന ആഗ്രഹത്താൽ ഞാൻ അച്ഛനായി അഭിനയിച്ചു.

രണ്ടു ദിവസത്തിനുള്ളിൽ ജസ്വന്ത് ഉഷാറായി. ചാന്ദിനിയുടെ കാര്യമായിരുന്നു രസകരം. അവൾ എന്റെ സഹായിയായി സ്വയം സ്ഥാനാരോഹണം നടത്തി. എനിക്കുള്ള ഭക്ഷണം തയ്യാറാക്കുക, ഭക്ഷണവും വെള്ളവും സമയത്തിന് എത്തിക്കുക. കുളിക്കാനുള്ള വെള്ളം കോരി വയ്ക്കുക. എന്നുവേണ്ട കൃഷി കാര്യങ്ങളിൽ വരെ അവൾ അഭിപ്രായം പറഞ്ഞു കൊണ്ടിരുന്നു. ജസ്വന്തിനെ തീരെ കൂസാതെയുമായി. ഇതെല്ലാം ഒരാളെ *അസ്വസ്ഥ*നാക്കുന്നുണ്ടായിരുന്നു. ജസ്വന്തിനെ!.. അതവൻ അവളോട് ഒച്ചയിട്ടും, വഴക്കിട്ടും തീർക്കാൻ ശ്രമിച്ചു. പോരാത്തതിന് അവനാണ് എന്നോട് കൂടുതൽ ആത്മാർത്ഥതയെന്ന് തെളിയിക്കാനുള്ള ശ്രമവുമുണ്ടായി. അവസാനം രണ്ടിന്റെയും വഴക്കു തീർക്കാനേ എനിക്ക് സമയം തികയുകയുള്ളുവെന്ന് മനസ്സിലായപ്പോൾ ഞാൻ കൂടുതൽ കർക്കശക്കാരനായി മാറി.

ദിവസങ്ങൾ അങ്ങനെ കടന്നുപോയി. ആ വർഷത്തെ മഴക്കാലവും അവസാനിച്ചു. വസന്തവും കടന്നുപോയി. ശിശിരം ഒരു നേർത്ത തേങ്ങലു പോലെ കടന്നുവന്നു. കൊഴിഞ്ഞു തീർന്ന വൃക്ഷങ്ങളിൽ പലതും യൗവനം നഷ്ടപ്പെട്ടവരെ പോലെ ചൈതന്യമറ്റ് നിന്നു.. ഓർമ്മകൾ ആകുന്ന കുടുക്കുകൾ ഓരോന്നും അഴിച്ചുമാറ്റിക്കൊണ്ട് ഞാൻ യാത്ര തുടർന്നു. തികച്ചും ഗ്രാമീണമായ ജീവിതം. ചെരിപ്പില്ലാത്ത കാലുകളും നേർത്ത പരുത്തി വസ്ത്രങ്ങളും. കുറച്ചുകാലം കൃഷിയിടത്തിൽ നിന്ന് വിട്ടു നിൽക്കേണ്ടി വന്നതിനാൽ എന്റെ കൈകാലുകൾക്ക് വഴക്കം പോരായിരുന്നു. പലയിടങ്ങളിലും മുറിവും നീറ്റലും ഉണ്ട്. ഇടയ്ക്ക് ആര്യവേപ്പും മഞ്ഞളുമരച്ച് അതിനുമേൽ പൊത്തി വയ്ക്കും. രണ്ടുദിവസത്തിനുള്ളിൽ മുറിവ് അപ്രത്യക്ഷമാകും.

ദേവേന്ദർ ഭായിയായിരുന്നു എന്റെ ഉപദേശകൻ. അങ്ങനെയിരിക്കെ ഞങ്ങൾ ചോളം പൊടിയാക്കി നേരിട്ട് മാർക്കറ്റിൽ എത്തിക്കാമെന്ന് തീരുമാനിച്ചു. എന്നാൽ അത് വളരെ ആയാസമേറിയിരുന്നു. ഇന്നത്തെപ്പോലെ ഞങ്ങൾ അന്ന് യന്ത്രങ്ങളെ ആശ്രയിച്ച് തുടങ്ങിയിരുന്നില്ല. മാത്രമല്ല മി

ല്ലുകൾ എണ്ണത്തിൽ വളരെ കുറവുമായിരുന്നു. പലപ്പോഴും കിട്ടിയ വിലയ്ക്ക് വിളകൾ കൊടുക്കാൻ ഞങ്ങൾ നിർബന്ധിതരായി. കൂട്ടത്തിൽ ഭേദം ലക്ഷ്മികാന്തായിരുന്നു. അയാൾ അച്ഛനോടുള്ള അടുപ്പം എന്നോടും കാണിച്ചു.

ഇതിനിടയിൽ അവസാന വർഷ പരീക്ഷയുടെ റിസൾട്ട് വന്നു. എങ്ങനെയോ പാസായി എന്ന് പറയാം. ആഗ്രഹിച്ച വിജയം ലഭിച്ചില്ല. പരീക്ഷ തന്നെ എഴുതാൻ കഴിയുമെന്ന് വിചാരിച്ചിരുന്നില്ല. എങ്ങനെ പോയി എഴുതിയെന്നെനിക്കിപ്പോഴും അറിയില്ല. താമസിക്കാനായി ഒരു മുറി പോലും തരപ്പെടുത്താൻ കഴിഞ്ഞില്ല. അവസാനം സുശാന്തിന്റെ അച്ഛന്റെ കടയിൽ തന്നെ കിടന്നു. അവിടെ വൈദ്യുതി പോലുമില്ല. സർട്ടിഫിക്കറ്റ് ലഭിക്കാനായി കോളേജിലേക്ക് പോകേണ്ട ആവശ്യമുണ്ടായിരുന്നു. അപ്പോഴാണ് മഹേന്ദ്രൻ ചേട്ടനും വരാമെന്നു പറഞ്ഞത്. ആ മനുഷ്യനു ഗ്രാമത്തിന് *പുറത്തേക്ക് പോകുകയെന്നത്* ഒരു സ്വപ്നമാണ്. കുടുംബത്തിന്റെ യജമാനൻ ഞാനായതുകൊണ്ട് എനിക്കിപ്പോൾ സ്വന്തമായി തീരുമാനമെടുക്കാം. എന്നാൽ അമ്മ എല്ലാത്തിനും മുകളിൽ സർവ്വാധ്യക്ഷയായി നിലകൊണ്ടു. കളയാൻ പോകുന്ന വണ്ടികാശിനെ കുറിച്ച് അമ്മ വാചാലയായി. കൊണ്ടു പോകുന്നെങ്കിൽ എന്നെ കൊണ്ടു പോയ്ക്കൂടെ എന്ന ഭാവത്തിൽ ജസ്വന്ത് മുന്നിൽ വന്നു നിന്നു. എടാ നമ്മൾ രണ്ടുപേരും പോയാൽ എങ്ങനെയാണ്? കൃഷിയിടത്തിൽ ഒരാൾ വേണ്ടേ? അവന്റെ തലയിൽ ട്യൂബ് ലൈറ്റ് കത്തി. പക്ഷേ പകരം ഒരു ആവശ്യം ഉന്നയിച്ചു. അവനും ഒരു നല്ല കുർത്ത വേണം. ഗ്രാമസഭ കൂടുമ്പോൾ അവനത് ധരിക്കണം. ജസ്വന്തിന് ഇപ്പോൾ അതെല്ലാം വളരെ പ്രാധാന്യമുള്ളതായി തീർന്നു. അവൻ മുതിർന്നവനായി എന്ന വിശ്വാസത്തിലാണ്.

നിങ്ങൾക്കിതൊരു നിസ്സാര കാര്യമായി തോന്നാം. എന്നാൽ എന്നെ സംബന്ധിച്ചത് എവറസ്റ്റ് കൊടുമുടി പോലെയാണ്. കിട്ടുന്ന പണം ചെലവിനും കടം വീട്ടാനും പോലും തികയുന്നില്ല. വിളവെടുപ്പ് കഴിഞ്ഞാൽ കടം വീട്ടുകയും എന്നാൽ അടുത്ത കൃഷി ഇറക്കാൻ വേണ്ടി വീണ്ടും കടം വാങ്ങുക. ഇതാണ് എന്റെ,...അല്ല, എന്റെ ഗ്രാമത്തിലെ ഒട്ടുമിക്ക കർഷകരുടെയും അവസ്ഥ. പാരമ്പര്യമായി സ്വത്തു കിട്ടുക എന്ന് പറയുന്നതു പോലെ, പാരമ്പര്യമായി കുറച്ച് കടവും കിട്ടിയിട്ടുണ്ട്. നോക്കൂ,... നിങ്ങളുടെ കയ്യിൽ കുറച്ചു പണവും നാലിരട്ടി ആവശ്യങ്ങളുമുണ്ടെങ്കിൽ, എന്തുചെയ്യണമെന്നറിയാതെ നിങ്ങൾ അസ്വസ്ഥനാകും. ആ പണത്തെ തുറിച്ചു നോക്കി കുറച്ചുനേരം നിങ്ങൾ കുഴങ്ങിയിരിക്കും.

ഒരിക്കൽ അച്ഛൻ പറഞ്ഞത് ഓർമ്മ വരുന്നു. ജഗദീഷ് ഒന്നുകിൽ നമ്മൾ അതിസമ്പന്നർ ആയിരിക്കണം. എന്തെന്നാൽ അവർക്ക് ആവശ്യമായതെ

ല്ലാം പണം കൊണ്ടവർ നേടാൻ ശ്രമിക്കുന്നു. അല്ലെങ്കിൽ പരമ ദരിദ്രരാകുക. മുകളിൽ ആകാശം, താഴെ ഭൂമി. അവൻ അന്നന്നു കിട്ടുന്നത് ഭക്ഷിച്ചു ജീവിതം തീർക്കുന്നു. എന്നാൽ ഇതിനിടയിൽ കുറച്ചുപേരുണ്ട്. അവർ ജീവിക്കാനായി കഷ്ടപ്പെടുന്നു. കിട്ടുന്നതിൽ നിന്നും നാണയങ്ങൾ മാറ്റിവയ്ക്കുന്നു. അവർക്ക് സദാ നാളെയെകുറിച്ചുള്ള ഉത്കണ്ഠയാണ്. അവർക്കു മുമ്പിൽ ആവശ്യങ്ങളുടെ ഒരു കൂമ്പാരം തന്നെയുണ്ടാവും. ഒന്നിൽ നിന്നും മറ്റൊന്നിലേക്ക് അവർ നിർത്താതെ ചലിച്ചു കൊണ്ടേയിരിക്കുന്നു. വിശ്രമമില്ലാതെ ഒടുവിൽ എവിടെയെങ്കിലും തളർന്നു വീഴുമ്പോൾ, കൂട്ടിവെച്ചിരിക്കുന്ന നാളെകൾ എന്നെന്നേക്കുമായി അപ്രത്യക്ഷമാകുന്നു- ജീവനുള്ള ഇന്നുകൾ സർവാഭരണ വിഭൂഷിതയായി നമുക്ക് മുന്നിൽ നിൽക്കുമ്പോഴും, അവ്യക്തമായ നാളെകൾക്ക് പുറകിൽ നാം ഓടിക്കൊണ്ടിരിക്കുകയാണ്.

നഗരത്തിൽ നിന്ന് ഒരു വസ്ത്രം വാങ്ങാനൊന്നും ഞാൻ മുതിർന്നില്ല. എന്നാൽ ജസ്വന്തിനെ എനിക്ക് പിണക്കാനും കഴിയില്ല. അവൻ എന്റെ വലംകൈയാണ്. പറയുന്ന പണികളെല്ലാം ചെയ്തുകൊള്ളും. ഞാൻ കവലയിലെ തുണിക്കടയിൽ നിന്ന് വിലകുറഞ്ഞ ഒരു തുണിയെടുത്ത് ഒരു കൂർത്ത തൈപ്പിച്ചു. എല്ലാം രഹസ്യമായിരുന്നു. ചാന്ദ്നിയുടെ സൂചിയും നൂലുകളും എടുത്തു. അവളുടെ പൊട്ടിയ മാല മണികളും. അവളെന്റെ വിശ്വസ്തയാണ്. ഞാൻ പറയരുതെന്ന് പറഞ്ഞാൽ അവൾ ആരോടും ഒന്നും പറയില്ല .

മഹേന്ദ്രൻ ചേട്ടൻ വളരെ ദുഃഖിതനായി എന്റെ മുമ്പിൽ നിൽക്കുകയാണ്. ജഗദീഷ് എന്റെ കയ്യിൽ വണ്ടി കാശ് തികയില്ല. ഒരു വലിയ യുദ്ധത്തിൽ തോറ്റവനെപ്പോലെ അദ്ദേഹത്തിന്റെ ശബ്ദം ഇടറിയിരുന്നു. അദ്ദേഹം ഒരു അഭിപ്രായം പറഞ്ഞു, അല്ല, ഞാൻ വണ്ടിയുടെ മുകളിൽ ആരും കാണാതെ കയറിയിരുന്നാലോ? അതുമല്ലെങ്കിൽ പുറകിൽ തൂങ്ങി കിടന്നാൽ? ഞാൻ ശക്തമായി നിഷേധിച്ചുകൊണ്ട് തലയാട്ടി... വേണ്ട ചേട്ടാ, ഞാൻ പണം എടുത്തു കൊള്ളാം. അദ്ദേഹത്തിന്റെ മുഖത്ത് ഒരല്പം മങ്ങിയ തെളിച്ചം വന്നു. നിനക്കത് ബുദ്ധിമുട്ടല്ലേ അനിയാ? ഒരു ബുദ്ധിമുട്ടുമില്ല, വഴിയുണ്ട്. ഞാൻ കണ്ണിറുക്കി കാണിച്ചു. ഞാനൊരിക്കലും എന്റെ വിധിയെക്കുറിച്ച് ആലോചിച്ച് ദുഖിച്ചിട്ടില്ല. എന്നാൽ രാവന്തിയോളം പണിയെടുത്തിട്ടും അരയണ പോലും എടുക്കാനില്ലാത്ത ആ മനുഷ്യനെക്കുറിച്ചാലോചിച്ചു ദുഃഖിച്ചിട്ടുണ്ട്. ഇളയ മകനായതു കൊണ്ട് മറ്റെല്ലാവർക്കും കടപ്പെട്ട് അയാൾ ജീവിച്ചു. ഭക്ഷണവും വെള്ളവും അല്ലാതെ അദ്ദേഹത്തിന് വേറെ ഒന്നും ആവശ്യമില്ല എന്ന രീതിയിൽ വീട്ടുകാരും ചിന്തിച്ചു.

എന്നാൽ അദ്ദേഹം വളരെ രസകരമായ ഒരു കാര്യം ചെയ്തു. രണ്ടു ദിവസത്തേക്ക് ഞങ്ങൾക്ക് കഴിക്കാനുള്ള ഭക്ഷണം അദ്ദേഹം സഞ്ചിയിലാക്കി കൊണ്ടു വന്നു. എന്നെക്കൊണ്ട് അധികം പണം ചെലവാക്കിപ്പിക്കരുത് എന്ന അദ്ദേഹത്തിന്റെ ആത്മാഭിമാനം തന്നെ കാരണം. യാത്ര വളരെ രസകരമായിരുന്നു. പോകുന്ന വഴികളിലെ കാഴ്ചകൾ മഹേന്ദ്രൻ ചേട്ടനെ വാചാലനാക്കി.. ഞാനെന്റെ പഴയ വാടക മുറിയിലേക്ക് പോയി കുറച്ചുനേരം അവിടെയിരുന്നു. പഴയ ആളുകൾ ആരും തന്നെ അവിടെ ഉണ്ടായില്ല. അയൽപക്കത്തെ താമസക്കാരനായ ഹേമന്ദ് ഭായിയെ കണ്ടു. ഒരു ചായയും സമൂസയും കഴിക്കുന്നതിനിടയിൽ അദ്ദേഹം ഒരു ജോലിയെ കുറിച്ച് സൂചിപ്പിച്ചു. എന്തോ എനിക്കത് അന്ന് സ്വീകാര്യമായി തോന്നിയില്ല. കുടുംബത്തിന്റെ നായകസ്ഥാനം പെട്ടെന്ന് ഉപേക്ഷിക്കാൻ കഴിയില്ല. തിരിച്ചു പോകേണ്ടത് അത്യാവശ്യമാണ്. എന്നാൽ ഒരു സർക്കാർ ഉദ്യോഗം ലഭിക്കുന്നതിനെ കുറിച്ച് ഞാൻ ആലോചിച്ചു. എന്നാലതത്ര എളുപ്പവുമായിരുന്നില്ല. എന്റെ അവസാന വർഷ പരീക്ഷഫലം അത്ര മെച്ചപ്പെട്ടത് ഒന്നുമല്ല. അതിനു മപ്പുറം സാധ്യതകൾ അന്നത്ര വിരളമായിരുന്നു. ഇതിനിടയിൽ ഞാൻ ജസ്വന്തിന്റെ കുർത്തയിൽ മുത്തുകൾ തുന്നി പിടിപ്പിച്ചു. ചിത്ര പണികളും ചെയ്തു. പോക്കറ്റിനു മുകളിൽ ഇംഗ്ലീഷിൽ അവന്റെ പേരും തുന്നി പിടിപ്പിച്ചു.

തിരിച്ചുചെന്ന് കുർത്ത ജസ്വന്തിനെ ഏൽപ്പിച്ചപ്പോൾ അവൻ അതിന്റെ വിലയന്വേഷിച്ചു. വില പറയുമ്പോൾ എനിക്ക് കുറ്റബോധം തോന്നിയെങ്കിലും ഗതികേടിനെയോർത്ത് സ്വയം ന്യായീകരിച്ചു. എന്നാൽ പോക്കറ്റിലെ ഡിസൈൻ ഭംഗിയായില്ല എന്നും, പൂക്കൾ ആണെങ്കിൽ നന്നായേനെ എന്നവൻ പറഞ്ഞപ്പോഴാണ് ഞാൻ ആകെ നാണംകെട്ടത്. പിന്നെ രാത്രികളിൽ നിർബന്ധപൂർവ്വം ഇരുത്തി അവന്റെ പേര് ഇംഗ്ലീഷിൽ എഴുതാൻ പഠിപ്പിച്ചു. പണിയെടുത്ത് നടുവൊടിഞ്ഞു വന്നിട്ട് രാത്രി പോലും സ്വൈര്യം തരാത്ത ചേട്ടൻ ഒരു ദുഷ്ടനും ഹൃദയമില്ലാത്തവനും ആണെന്ന് അവൻ പലവട്ടം പറഞ്ഞു കഴിഞ്ഞു. ചാന്ദിനിയാവട്ടെ അവനെ പരിഹസിക്കാൻ കിട്ടിയ ഒരു അവസരവും പാഴാക്കാറില്ല. എല്ലാം കൂടി ആയപ്പോൾ ജസ്വന്ത് ഒരാഴ്ചയോളം പിണങ്ങിയിരുന്നു.

ഫലത്തിൽ എന്റെ കുർത്ത പണി കൊണ്ട് വലിയ പ്രയോജനമൊന്നും ഉണ്ടായില്ല. എന്നാൽ ക്ഷേത്രത്തിലെ പ്രത്യേക പൂജാ വേളയിൽ അവനത് ധരിച്ചപ്പോൾ മാത്രം, എന്നോട് കൂടുതൽ സ്നേഹവും ഭവ്യതയും കാണിച്ചു. എന്നാൽ പൂജാദ്രവ്യങ്ങളും പുഷ്പങ്ങളും ആയി എത്തുന്ന സുന്ദരികൾ അവനെ ശ്രദ്ധിക്കുന്നുണ്ടെന്ന് തോന്നിയപ്പോഴാണ്, സ്വയം ഒരെണ്ണം വാങ്ങിച്ചു ഇടാത്തതിന്റെ ബുദ്ധി ശൂന്യതയെ കുറിച്ചാലോചിച്ചത്. ഞാനെന്റെ പഴയ ചന്ദനകളർ കുർത്തയുടെ കുടുക്കുകളിലൂടെ വിരലോ

ടിച്ചു. എനിക്കെന്തിനാണ് പുതിയ കുർത്ത, ഞാനൊരു സുന്ദരനാണെന്ന ആത്മവിശ്വാസത്തിൽ തലയുയർത്തിപ്പിടിച്ചു നിന്നു. പോരാത്തതിന് കുടുംബത്തെ കാരണവർ. സ്വന്തമായി വലിയ പ്രയോജനം ലഭിച്ചില്ലെങ്കിലും ആ സ്ഥാനം സമൂഹത്തിൽ നമുക്ക് ഒരു വില നൽകുമെന്നതാണ് സത്യം.

10. സ്വപ്നവും പൂർണ ചന്ദ്രനും

ഉത്സവങ്ങളും ആഘോഷങ്ങളും ഓരോന്നായി അരങ്ങു വിടുകയാണ്. കാലക്രമേണ കൈകാലുകളിൽ നല്ല തഴമ്പായി. രാവിലെ മുതൽ പണി, രാത്രി വിശ്രമം, ഉറക്കം. കൊണ്ടു വെച്ച സർട്ടിഫിക്കറ്റ് പഴയ പുസ്തകങ്ങളോടൊപ്പം പൊടി പിടിച്ചു കിടന്നു. അന്നു അമ്മ അടുത്തുള്ള ഞങ്ങളുടെ ഒരു ബന്ധുവിന്റെ കല്യാണ നിശ്ചയത്തിന് പോയിരിക്കുകയാണ്. ഗോതമ്പ് ഉണക്കാനിട്ടിരിക്കുന്നത് കൊണ്ട് ഞാനെങ്ങും പോയില്ല. പ്രാവുകളും മറ്റും കിളികളും ഒന്നും കൊത്താതെ നോക്കണം.

ഉച്ചയൊന്നാറുന്നതേയുള്ളൂ. അറിയാതെ ഞാനൊന്നു മയങ്ങിപ്പോയി. തൊട്ടടുത്തുതന്നെ കിളികളെ ഓടിക്കാനുള്ള ഒരു വടിയും വച്ചിട്ടുണ്ട്. പോസ്റ്റുമാൻ പുറത്തുനിന്ന് 'ആരാ ജഗദീഷ് 'എന്ന് വിളിച്ചു ചോദിക്കുകയാണ്. ഞാനുറങ്ങുന്നത് മൂപ്പര് കണ്ടിട്ടുണ്ടായിരിക്കണം. പക്ഷേ ഉറക്കത്തിൽ ഞാൻ കേട്ടത് മറ്റെന്തൊക്കെയാണ്. അമ്മയുടെ ശബ്ദം പോലെ. "പ്രാവുകൾ ഗോതമ്പ് കൊത്തി തിന്നുന്നു. നീ എന്തു നോക്കിയിരിക്കുകയാണ് ജഗദീഷ് ". എന്നൊക്കെയാണ് എനിക്ക് തോന്നിയത്. ഉടനെ തന്നെ വടിയെടുത്ത് ഞാൻ ചാടിയെഴുന്നേറ്റു. ഹേ ,ഹേ ......എന്ന ഒച്ചയിട്ടു. പാവം പോസ്റ്റുമാൻ അയാൾ പേടിച്ച് പുറകിലേക്ക് രണ്ടു ചാട്ടം. ദൈവമേ! എഴുത്തു കൊണ്ടു വന്നപ്പോൾ കൊല്ലാൻ വരികയോ? ഇതെന്ത് ലോകം? ഭ്രാന്തന്മാരുടെ നാടോ? എന്റെ ഉറക്കപ്പിച്ചു പോയി. വടി ഞാൻ ഉത്തരത്തിൽ തിരുകി. എഴുത്തോ, ഇങ്ങോട്ട് തരൂ.... നല്ല കയ്യക്ഷരം, അയച്ച ആളിന്റെ അഡ്രസ്സ് നോക്കി. സുശാന്ത് സിംഗ്. എനിക്ക് വളരെ സന്തോഷം തോന്നി. അഡ്രസ്സിൽ നിന്ന് അവനിപ്പോൾ ബോംബെയിലാണെന്ന് മനസ്സിലായി.

എഴുത്തിന്റെ ചുരുക്കം ഇത്രയാണ്. അവന്റെ ജോലി, പുതിയ വിശേഷങ്ങൾ. പിന്നെ എന്നെ കുറിച്ച് തിരക്കിയിരിക്കുന്നു. ബോംബെയിൽ ഒരുപാട് അവസരങ്ങളുണ്ട് നിനക്ക് താല്പര്യമുണ്ടെങ്കിൽ ഇങ്ങ് പോരൂ, കത്തിന്റെ അവസാനം അവനിങ്ങനെ എഴുതിയിരുന്നു. വായിച്ചിട്ടുണ്ടെങ്കിൽ ഉറപ്പായും മറുപടി അയക്കണം. എന്റെ കണ്ണുകൾ നിറഞ്ഞു

പോയി. തോളത്തിട്ടിരുന്ന മുഷിഞ്ഞ തുണി നിലത്തിട്ട് അവിടെ കുറച്ചു നേരം ഇരുന്നു.

അന്ന് രാത്രി എനിക്കുറങ്ങാൻ കഴിഞ്ഞില്ല. മട്ടുപ്പാവിൽ കിടന്ന് മുകളിലേക്ക് നോക്കുമ്പോൾ നക്ഷത്രങ്ങളിൽ ചിലത് ഓടുന്നത് പോലെ. ഉറക്കമില്ലാതെ ആലോചിക്കുകയാണ്. എന്താണ് ചെയ്യേണ്ടത്? എന്തിനാണിവിടെ നിൽക്കുന്നത്? പുറത്തെവിടെയെങ്കിലും പോയാൽ ഓഫീസുദ്യോഗം കിട്ടുമല്ലോ? അമ്മയെ സമ്മതിപ്പിക്കാൻ ബുദ്ധിമുട്ടാണ്. ഞാൻ തിരിഞ്ഞും മറിഞ്ഞും കിടന്നു. നാളെ തന്നെ സുശാന്തിന് എഴുതണം എന്ന് തീരുമാനമെടുത്ത് കുറച്ച് ആശ്വാസത്തോടെ ഞാൻ മലർന്നു കിടന്നു.

മുകളിൽ പൂർണ്ണ ചന്ദ്രൻ, നല്ല കുളിർമയുണ്ട്. കുറച്ചുനേരം അങ്ങനെ തന്നെ നോക്കി കിടന്നപ്പോൾ, പതുക്കെ മയങ്ങിയോ എന്നറിയില്ല. എന്നാൽ ചന്ദ്രന്റെ മുഖം പതുക്കെ മങ്ങുന്നതും പകരം അച്ഛന്റെ മുഖം പോലെയാകുന്നതും തോന്നി. ചുറ്റും സുഖകരമായ തണുപ്പും സുഗന്ധവും, മോനെ ..ജഗദീഷ്.... ഞാൻ പതുക്കെ മൂളി, ഊം... എന്താ മോനെ ഇത്? നിന്നെ ഞാൻ പഠിപ്പിച്ചത് ഇതിനു വേണ്ടിയായിരുന്നോ? നിനക്കൊരു ഉദ്യോഗസ്ഥൻ ആവാൻ ആയിരുന്നില്ലേ ആഗ്രഹം? എന്നിട്ടിപ്പോൾ എന്തു കൊണ്ട് ആ ആഗ്രഹം ഉപേക്ഷിച്ചു? അച്ഛന്റെ കൈകൾ മൂർധാവിൽ തലോടുന്നു. പെട്ടെന്ന് ശരീരം മുഴുവൻ ചൂടാവുന്ന പോലെ . ഞാൻ ഞെട്ടി എഴുന്നേറ്റു, ചുറ്റും നോക്കി. കുറച്ച് വിയർത്തിട്ടുണ്ട്. അച്ഛൻ എവിടെ? ഇന്നുമത് സ്വപ്നമായിരുന്നോ സത്യമായിരുന്നോ എന്നെനിക്കറിയില്ല. എന്നാൽ ഒരു റാന്തൽ വിളക്ക് കത്തിച്ചുവച്ച് അപ്പോൾ തന്നെ ഞാൻ സുശാന്തിനെഴുതി.

രാവിലെ പ്രാതൽ കഴിക്കുന്നതിനിടയിൽ ഇതെല്ലാം ഞാൻ അമ്മയ്ക്ക് വിശദീകരിച്ചു കൊടുത്തു. കൂടെ ജസ്വന്തും ഉണ്ടായിരുന്നു. അവൻ ഭക്ഷണം കഴിക്കുന്നത് നിർത്തി. ചേട്ടൻ ബോംബെയ്ക്ക് പോവുകയാണോ? അതേ ജസ്വന്ത്, അതാണ് നമ്മുടെ കുടുംബത്തിനും നല്ലത്. അമ്മ സ്തബ്ധയായി ഇരിക്കുകയാണ്.പിന്നെ വളരെ വേഗത്തിൽ പറഞ്ഞു. നീ പോയാൽ ഞങ്ങൾ തനിച്ചാവില്ലേ ജഗദീഷ്? നിനക്കെന്താ ബോധമില്ലേ, അച്ഛൻ എന്റെ സ്വപ്നത്തിലും വന്നിരുന്നു. ജഗദീഷിനെ ദൂരേക്കെങ്ങും അയക്കേണ്ടെന്നാണ് അച്ഛൻ പറഞ്ഞത്. അദ്ദേഹമത് പ്രത്യേകം പറയുകയും ചെയ്തു. അമ്മ ചേലയുടെ തലപ്പുകൊണ്ട് മുഖം പകുതി മറച്ചു. ഞാൻ ഭക്ഷണം കഴിക്കുന്നത് നിർത്തി. എനിക്ക് ചിരി വരുന്നുണ്ടായിരുന്നു. ആരുടെ അടുത്തു അച്ഛൻ സ്വപ്നത്തിൽ ചെന്നാലും അമ്മയുടെ അടുത്തേക്ക് വരില്ല എന്ന് എനിക്ക് ഉറപ്പായിരുന്നു. ജീവിച്ചിരിക്കുന്ന സമയ

ത്ത് അമ്മ അച്ഛന് സൈ്വര്യം കൊടുത്തിരുന്നില്ല. പിന്നെയാണ് മരിച്ചപ്പോൾ അദ്ദേഹം അന്വേഷിച്ചു വന്നിരിക്കുന്നത്?

എന്റെ മൂത്ത രണ്ട് സഹോദരിമാരെയും കല്യാണം കഴിച്ച് അയക്കാൻ അദ്ദേഹം വളരെയധികം കഷ്ടപ്പെട്ടുപോയി. അമ്മയാണെങ്കിൽ സൈ്വര്യം കൊടുക്കുന്നില്ല. നിർത്താതെ പറഞ്ഞു കൊണ്ടേയിരിക്കും. നോക്കൂ അവരുടെ മകളുടെ വിവാഹം കഴിഞ്ഞു,ഇവരുടെ മകളുടെ വിവാഹം കഴിഞ്ഞു. നിങ്ങൾ ഇങ്ങനെ തന്നെ ഇരുന്നോ, അവസാനം കുടുംബത്തിന് ചീത്ത പേരുണ്ടാകും. അമ്മ പിന്നെയും പിന്നെയും പിറു പിറുത്തു കൊണ്ടേയിരിക്കും. അമ്മയെ നേരിടാൻ വയ്യാതായതോടെ, അച്ഛൻ കൂടുതൽ സമയം കൃഷിയിടത്തിലും കവലയിലും ആയി ചെലവഴിച്ചു. അതിനുള്ള പഴി അദ്ദേഹത്തിന് വേറെ കിട്ടിയിരുന്നു.

അവസാനം ഞങ്ങളുടെ ഭൂമിയുടെ നല്ലൊരു ഭാഗം പണയപ്പെടുത്തി രണ്ട് ചേച്ചിമാരെയും കല്യാണം കഴിച്ചു വിട്ടു. ഇപ്പോൾ വിളവെടുക്കുന്നത് അതിന്റെ പലിശ കൊടുക്കാനേ തികയുന്നുള്ളൂ. ഇതെല്ലാം എവിടെ ചെന്നവസാനിക്കുമെന്ന് എനിക്ക് ഒരു നിശ്ചയവുമില്ല. ഞാൻ ഉറപ്പിച്ചു പറഞ്ഞു. നോക്കൂ അമ്മേ, ഞാൻ പുറപ്പെട്ടു പോകുന്നതല്ല , ജോലിക്കായി പോകുന്നതാണ്. ശമ്പളം കിട്ടിയാൽ ഉടനെ തന്നെ അമ്മയ്ക്ക് അയച്ചു തരും. ശമ്പളത്തിന്റെ കാര്യം കേട്ടപ്പോൾ അമ്മ ഒന്നയഞ്ഞു. കാശ് കിട്ടുമോ, അവർ ചോദിച്ചു. ഉവ്വ് അമ്മേ, ഞാൻ മറുപടി നൽകി. അവർ മൂളി. ഉം.. നിന്റെ ചെലവിനുള്ള കാശ് കിട്ടുമായിരിക്കും അല്ലേ? അല്ലമ്മേ, അതിലേറെ കിട്ടും. നമ്മുടെ കടം വീട്ടാം. ചാന്ദിനിയെ കല്യാണം കഴിച്ച് അയക്കാം. ഞാൻ നിർത്തി. ജസ്വന്ത് അമ്മയെ നോക്കി പിന്നെ എന്നോട് പറഞ്ഞു . ചേട്ടൻ പൊയ്ക്കോളൂ. കൃഷിയെല്ലാം ഞാൻ നോക്കിക്കോളാം. ഇവിടെ കിടന്നു കഷ്ടപ്പെട്ടിട്ട് എന്താവാനാണ്? അതവന് പറയാൻ തോന്നിയ ചേതോ വികാരം എന്താണെന്ന് എനിക്കറിഞ്ഞു കൂടാ. കൂട്ടത്തിൽ ഇളയവൻ ആയിട്ടും ആ തീരുമാനം അമ്മ അംഗീകരിച്ചുവെന്നത് എനിക്കതിശയമായി. പക്ഷേ അതൊരു മാറ്റമായിരുന്നു. എന്നെ ഭരിക്കാൻ തിടുക്കം കാണിച്ചിരുന്ന അമ്മ അവനെ അനുസരിക്കാൻ തുടങ്ങിയെന്ന മാറ്റം. വീട്ടുകാര്യങ്ങളും കൃഷിയും നന്നായി കൈകാര്യം ചെയ്യാൻ ജസ്വന്തിനാകുമെന്ന വിശ്വാസം എന്റെ തീരുമാനത്തെ ദൃഢീകരിച്ചു.

വലിയ യാത്ര പറച്ചിലുകൾ ഒന്നുമുണ്ടായില്ല. പതിവിന് വിപരീതമായി അമ്മ അതിരാവിലെ തന്നെ പ്രാർത്ഥന തുടങ്ങി. വല്യച്ഛന്റെയും ചെറിയച്ഛന്റെയും അനുവാദം വാങ്ങി. അമ്മാവൻമാർക്ക് വിവരത്തിനായി ഒരു കത്തെഴുതി. കൂടുതൽ എതിർപ്പുകൾ വരുന്നതിനു മുമ്പായി സ്ഥലം വിടുന്നതാണ് നല്ലതെന്ന് എനിക്ക് തോന്നി. ചാന്ദിനി മാത്രം അവളുടെ രക്ഷ

കനെ നഷ്ടപ്പെട്ടു എന്ന് ദുഃഖത്തിൽ അവിടെയും ഇവിടെയും ഇരുന്ന് ചിണുങ്ങുകയും മുഖം വീർപ്പിക്കുകയും ചെയ്തു. അവളെ കൂടി കൊണ്ടു പോകണമെന്ന ആവശ്യവും ഉന്നയിച്ചു. ഇതറിഞ്ഞ അമ്മ തൊഴുത്തിൽ നിന്ന് ഒരു വടിയെടുത്ത് അവളെ തല്ലാനോങ്ങി. ഞാനവൾക്ക് ആവശ്യത്തിലും, ഒരുപക്ഷേ അതിലധികവും സ്വാതന്ത്ര്യം നൽകിയിരുന്നു. ഞാൻ പോയാൽ ആ സ്വാതന്ത്ര്യത്തിന്റെ കടക്കൽ അമ്മ കോടാലി വയ്ക്കും എന്ന ഭയവുമുണ്ടവൾക്ക്.

യാത്ര പറയുമ്പോൾ എന്റെ കണ്ണുകൾ നനഞ്ഞില്ല. മറിച്ചവിടെ ആകാംക്ഷ മാത്രമായിരുന്നു. മനസ്സിലാകട്ടെ പ്രതീക്ഷകളുടെ വലിയ ഭാണ്ഡക്കെട്ടും. 1974 നവംബർ 10, വൈകുന്നേരം, ബോംബെ എന്ന നഗരത്തിന്റെ മടിത്തട്ടിലേക്ക്. റെയിൽവേ സ്റ്റേഷനിൽ സുശാന്ത് കാത്തിരിക്കുന്നുണ്ടായിരുന്നു. ആ തിരക്കിനിടയിലൂടെ അവന്റെ അടുത്തെത്താൻ പാടു പെട്ടു. തനിച്ചുള്ള യാത്ര, അതും ദൂര യാത്ര. തണുപ്പും, എന്റെ പരിചയക്കുറവും, ആവലാതികളും എല്ലാം കൂടി ഞാൻ ക്ഷീണിതനായിരുന്നു.

എന്റെ കയ്യിൽ രണ്ടു ബാഗുകൾ ഉണ്ടായിരുന്നു. ബാഗെന്നു വച്ചാൽ തോളിൽ തൂക്കിയിടുന്ന ഒരു തുണി സഞ്ചി. അതിൽ എന്റെ സർട്ടിഫിക്കറ്റുകൾ, പേന, രണ്ടു പുസ്തകങ്ങൾ, ഒരു ചോറ്റുപാത്രം, എനിക്ക് ട്രെയിനിൽ വച്ച് കഴിക്കാനുള്ള ഭക്ഷണം . പിന്നെ പഴയകാലത്തെ ഒരു തകരപ്പെട്ടി. അതിൽ രണ്ടു ജോഡി പാന്റും ഷർട്ടും, ഞാൻ കോളേജ് കാലത്ത് ഉപയോഗിച്ചിരുന്നത്. ഷർട്ടും പാന്റും അത്രയും നിറം മങ്ങി, പഞ്ഞിയും പൊന്തിയിട്ടുണ്ടായിരുന്നു. പിന്നെ വീട്ടിൽ ഇടാനുള്ള രണ്ടു ജോഡി വസ്ത്രങ്ങൾ, പൈജാമയും കുർത്തയും. ഒന്ന് ജസ്വന്തിന്റേതാണ്. എനിക്കത് പാകമൊന്നുമായിരുന്നില്ല. ചാന്ദിനി സൂചിയും നൂലും ഉപയോഗിച്ച് പല കൈപ്പണികളും ചെയ്ത് ശരിയാക്കി തന്നു. അതെടുത്തപ്പോൾ ജസ്വന്ത് മുഖം വീർപ്പിച്ചു. എന്റെ കയ്യിൽ നല്ലതു വേണ്ടേ. ഞാനവനെ സമാധാനപ്പെടുത്താൻ ശ്രമിച്ചു. ചേട്ടൻ ബോംബെയിൽ നിന്ന് വരുമ്പോൾ എനിക്ക് പുതിയത് കൊണ്ടുവരുമോ? ഞാൻ തലയുയർത്തി അവനെ നോക്കി, എന്നിട്ട് ഒരു ചെറുപുഞ്ചിരിയോടെ പറഞ്ഞു. ഉറപ്പായും കൊണ്ടു വരും. എനിക്കൊരുകാര്യം മനസ്സിലായി, ബോംബെയിലേക്ക് പോകാൻ തീരുമാനിച്ചപ്പോൾ തന്നെ എനിക്ക് എന്റെ സഹോദരനു മുന്നിൽ നല്ല വിലയായി. ഇനി ജോലി ലഭിച്ചു അവിടെ സ്ഥിരമായാൽ വീട്ടിൽ ഒരു രാജാവ് തന്നെയാകാം.

പണത്തിന്, അതിനും ഞാൻ ബുദ്ധിമുട്ടി, കയ്യിൽ പത്തു പൈസയില്ല. ആ വർഷത്തെ വിളവെടുപ്പ് കഴിഞ്ഞിട്ട് രണ്ടുമാസം കഴിഞ്ഞിരിക്കുന്നു. അടുത്ത കൃഷി ഇറക്കേണ്ട സമയമായിരുന്നു. നിത്യവൃത്തികൾ എങ്ങനെ

യൊക്കെയോ കഴിഞ്ഞു പോകുന്നു. രണ്ടു കാളകൾ ഉണ്ട്, പിന്നെ പ ശുക്കൾ. ഒന്നിനെ വിൽക്കാമെന്ന് വെച്ചാൽ അമ്മ സമ്മതിക്കുകയില്ല. ഇനി അമ്മ സമ്മതിച്ചാൽ തന്നെ, എന്റെ ആവശ്യം മനസ്സിലാക്കിയാൽ കിട്ടിയ വിലയ്ക്ക് കൊടുക്കേണ്ടി വരും. എന്താണ് വഴിയെന്ന് ഞാൻ തലപുകഞ്ഞ് ആലോചിച്ചു കൊണ്ടിരുന്നു. അമ്മയുടെ കയ്യിൽ ഒരു ആഭരണ പെട്ടിയുണ്ട്. അതിൽ എന്താണ് വെച്ചിരിക്കുന്നതെന്ന് എനിക്കറിയില്ല, എന്തായാലും അത് തുറന്നു നോക്കാനുള്ള ധൈര്യം എനിക്കുണ്ടായില്ല. പിന്നെ എന്റെ മുന്നിൽ ഒരു വഴിയേ ഉണ്ടായിരുന്നുള്ളൂ. 'ചാന്ദ്നി', നടക്കാൻ സാധ്യതയുള്ള ഏക വഴി.

അവളുടെ കഴുത്തിൽ ഒരു പതക്കമാലയുണ്ടായിരുന്നു. അരഞ്ഞാണം പോലെയുള്ള ഒരു മാലയിൽ ഒരു പതക്കം. അവൾ പ്രായപൂർത്തിയായപ്പോൾ അച്ഛൻ പണികഴിപ്പിച്ചു കൊടുത്തതാണ്. പെട്ടെന്ന് തന്നെ അദ്ദേഹം മരിക്കുകയും ചെയ്തു. ഞാനവളുടെ പുറകിൽ നിന്ന് മാറാതെ ചോദിച്ചു കൊണ്ടേയിരുന്നു. ജഗദീഷേട്ടാ, ഈ മാലയില്ലെങ്കിൽ എന്നെ കാണാൻ ഒരു ഭംഗിയും ഉണ്ടാവില്ല. അവൾ നിന്ന് ചിണുങ്ങി. ആരു പറഞ്ഞു ചാന്ദിനി, നീ കണ്ണാടിയിൽ നോക്കൂ, മാലക്കാണോ നിനക്കാണോ ഭംഗിയെന്ന്. നോക്ക് ചേട്ടൻ തിരികെ വരുമ്പോൾ ഇതിലും നല്ല മാല വാങ്ങിച്ചു തരും. ചാന്ദിനി, ഇതിലേറെ സ്വർണങ്ങൾ ഇട്ട്, നിന്റെ കല്യാണം ഒരു രാജകുമാരിയെപ്പോലെ, ഇതു പറഞ്ഞപ്പോൾ എന്റെ കയ്യിലെ രോമങ്ങൾ എഴുന്നേറ്റു നിന്നു എന്നെ അഭിനന്ദിച്ചു. അവളെന്നെ സംശയ ഭാവത്തിൽ നോക്കി, മുന്താണിയിൽ പിടിച്ച് തുരു പിടിച്ചിരുന്നു. എന്തൊക്കെയോ ആലോചിച്ചു കൂട്ടുകയാണ്. അമ്മ ചീത്ത പറയും ചേട്ടാ. ഞാനവളെ സമാധാനിപ്പിച്ചു. ഇപ്പോൾ അമ്മയോട് പറയണ്ട, വിറ്റിട്ട് പറഞ്ഞാൽ മതി. അവസാനം എങ്ങനെയോ അവളെ സമ്മതിപ്പിച്ചു. എന്നിട്ടും ആ പതക്കം അവൾ തന്നില്ല. അത് ഊരി ഒരു ചരടിൽ കെട്ടി കഴുത്തിലിട്ടു. ഞാൻ കിട്ടിയതാകട്ടെയെന്ന് കരുതി ആശ്വസിച്ചു. അങ്ങനെ നുള്ളി പെറുക്കി എന്റെ കയ്യിൽ ഇരുനൂറു രൂപയോളം ഉണ്ടായിരുന്നു.

11 ബോംബെ

എന്നെ കണ്ടിട്ട് മനസ്സിലാവാത്ത പോലെ സുശാന്ത് കുറെ നേരം നോക്കി. ഞാനാകെ കരുവാളിച്ചു പോയിരുന്നു. അവനെന്നെ ഇറുകിപ്പുണർന്നു. പിന്നെ പെട്ടി വാങ്ങി കയ്യിൽ പിടിച്ചു, നമുക്കെന്തെങ്കിലും കഴിച്ചിട്ട് പോകാമല്ലേ? ഞാൻ വേഗം തന്നെ വേണ്ടെന്നു പറഞ്ഞു. ഞാനാകെ പകച്ചിരുന്നു. തിരക്കും ബഹളവും, വല്ലാത്ത ശബ്ദങ്ങൾ, എവിടേക്ക് നോക്കണമെന്നറിയാതെ ഞാൻ ഉഴറി. എനിക്കെങ്ങനെയും പുറത്തു കടക്കണം, വീട്ടി

ലെത്തണം. അതിനുമപ്പുറം യാത്രയ്ക്കിടെ എന്റെ ഒപ്പമുണ്ടായിരുന്ന ഒരു മനുഷ്യൻ എന്നെ വല്ലാതെ പേടിപ്പിച്ചു കളഞ്ഞു. അയാളുടെ സഞ്ചിയിൽ വെട്ടുകത്തി പോലെ എന്തൊക്കെയോ ആയുധങ്ങൾ കണ്ടു. തന്റെ കട്ടി മീശയും പിരിച്ച്, ആരോടും ഒന്നും മിണ്ടാതെ അയാൾ രണ്ടു കാലും സീറ്റിനു മുകളിൽ വച്ച് വിസ്തരിച്ചിരുന്നു. എന്റെ പകപ്പ് കണ്ടിട്ടാണോ എന്നറിയില്ല, അയാൾ എന്നെ നോക്കി ചിരിക്കാൻ ശ്രമിച്ചു. അതൊരു വലിയ പരാജയമായി എന്ന് മനസ്സിലായപ്പോൾ തന്നെത്താനെ എന്ന ഭാവത്തിൽ ഇതെല്ലാം വിൽക്കാനുള്ളതാണെന്ന് പറഞ്ഞൊപ്പിച്ചു. ഇപ്പുറം ഇരുന്നിരുന്ന ഒരു കൃശഗാത്രൻ, അപ്പോൾ തന്നെ എന്റെ ചെവിയിൽ പറഞ്ഞു. എനിക്കങ്ങനെ തോന്നുന്നില്ല. അതോടെ എന്റെ ഭയം ഇരട്ടിച്ചു. ഈ കഥ കേട്ട് സുശാന്ത് ഉറക്കെ ചിരിച്ചു. വാ സുഹൃത്തെ നമുക്ക് വേഗം പോകാം. അവൻ ടാക്സി വിളിച്ചു കൊണ്ടു വന്നു. ആശ്വാസത്തോടെ ഞാൻ അതിൽ കയറിയിരുന്നു. എന്റെ ജീവിതത്തിൽ ആദ്യമായാണ് ഞാനൊരു കാറിൽ കയറുന്നത്, സുശാന്തിന് കാര്യം മനസ്സിലായി. അവൻ എന്നെ നോക്കി പുഞ്ചിരി തൂകി.

കാറിൽ വച്ച് സുശാന്ത് എന്തൊക്കെയോ സംസാരിക്കുന്നുണ്ടായിരുന്നു. ഞാൻ പകുതിയും കേൾക്കുന്നുണ്ടായിരുന്നില്ല. എന്റെ കണ്ണുകൾ ഒരു തരം വിഭ്രാന്തിയിലാണ്. സന്ധ്യാ സമയത്താണ് ഞാൻ അവിടെ എത്തിച്ചേർന്നത്. റെയിൽവേ സ്റ്റേഷന് പുറത്ത് ബോംബെ എന്ന പുതിയ ലോകം. ഞാൻ കണ്ടിട്ടുള്ളതിൽ വലിയ നഗരം ജയ്പൂരാണ്. ജയ്പൂർ മനോഹരമായ ഒരു നഗരമാണ്. പക്ഷേ ബോംബെ എനിക്ക് തികച്ചും പുതിയ ലോകമായിരുന്നു.

എന്റെ കണ്ണുകൾ അങ്ങോട്ടുമിങ്ങോട്ടും പാഞ്ഞു കൊണ്ടിരിക്കുകയാണ്. പുതിയ വേഷങ്ങൾ, തെരുവുകളിലെ തിരക്ക്, ബഹളം... ആകെ ഒരു ബോധവുമില്ലാതെ പുറത്തേക്ക് നോക്കിയിരിക്കുമ്പോഴാണ് സുശാന്തിന്റെ ശബ്ദം ഉയർന്നുകേട്ടത്. ജഗദീഷ് നീ എന്നെ കേൾക്കുന്നുണ്ടോ? ഞാൻ തലയാട്ടി, നീ പറയൂ. ജഗദീഷ് ഞാൻ ചെറിയച്ഛനും കുടുംബത്തിനും ഒപ്പമാണ് ഇവിടെ കഴിയുന്നത്. നിനക്ക് കുറച്ചുനാളേ എന്റെ കൂടെ കഴിയാൻ പറ്റൂ. അങ്ങനെയാണ് ഞാൻ അവരോടും പറഞ്ഞു വെച്ചിരിക്കുന്നത്. നോക്ക് സുഹൃത്തേ, കത്തെഴുതിയപ്പോൾ ഞാൻ ഒരു ഭംഗി വാക്ക് പോലെ എഴുതി പോയതാണ്. നീ മറ്റെവിടെയെങ്കിലും ജോലിയൊക്കെ ആയി കഴിയുന്നുണ്ടാവുമെന്നാണ് ഞാൻ കരുതിയിരുന്നത്. അവനൊരു ദീർഘനിശ്വാസം പോലെ പറഞ്ഞു തീർത്തു.

നിന്റെ മറുപടി കത്ത് കണ്ടപ്പോൾ ഞാനാകെ കരഞ്ഞു പോയി സുഹൃത്തേ, നിന്നെ എങ്ങനെയാണ് സഹായിക്കുക എന്നോർത്ത് ഞാൻ ദുഃഖി

ച്ചിരുന്നു. പിന്നെ ധൈര്യം സംഭരിച്ച് ചെറിയച്ഛനോട് കാര്യം പറഞ്ഞു. അദ്ദേഹം ചിരിക്കുകയായിരുന്നു. ഓഹോ, എന്റെ കുഞ്ഞേ ഒറ്റക്കാലിൽ നിൽക്കുന്ന നീ, രണ്ടുകാലുമില്ലാത്തവനെ സഹായിക്കാൻ തയ്യാറായെന്നോ? അത് ശരി എന്തെങ്കിലും ആവട്ടെ നീ അവനു ആശ കൊടുത്തതല്ലേ .....അവനിവിടെ പിടിച്ചു പോകാൻ കഴിയുമെന്ന് നിനക്കുറപ്പുണ്ടോ? സുശാന്ത് രണ്ടാമതൊന്നു ആലോചിച്ചില്ലെന്നാണ് പറഞ്ഞത്. എടുത്ത വഴി മറുപടിയും പറഞ്ഞു. അവൻ ഏതു സാഹചര്യത്തിലും നിന്നോളും ചെറിയച്ഛാ. സുശാന്ത് പ്രതീക്ഷയോടെ അദ്ദേഹത്തിന്റെ മുഖത്തേക്ക് നോക്കി നിന്നിട്ടുണ്ടാവാം... അവസാനം അദ്ദേഹം സമ്മതിച്ചു. നീ അവനോട് വരാൻ പറഞ്ഞു കൊള്ളൂ. നമുക്ക് നോക്കാം.

എന്റെ ഉള്ളിലെ ആശങ്ക വർദ്ധിച്ചുവെന്ന് പറയുന്നതാണ് ശരി. ജോലി ശരിയാവില്ലെ,ഞാൻ അവന്റെ മുഖത്തേക്ക് സൂക്ഷിച്ച് നോക്കിക്കൊണ്ട് പറഞ്ഞു. എന്റെ മുഖത്തെ ദൈന്യത കണ്ടിട്ടാവാം അവൻ ഇടതു കൈ തോളിലൂടെ ഇട്ട് എന്നെ ഒന്ന് കുലുക്കി. ജോലിയൊക്കെ ശരിയാക്കാം ജഗദീഷ്. എന്റെ ചെറിയച്ഛനിവിടെ ഒരുപാട് ആളുകളുമായി പരിചയമുണ്ട്. ജോലിയുടെ കാര്യം ഭയക്കേണ്ടതില്ല. പക്ഷേ ജോലി ശരിയായാൽ വേഗം മാറിക്കൊള്ളുവെന്നാണ് ഞാൻ ഉദ്ദേശിച്ചത്. പുതിയ ഒരാളെ കൂടി കൊണ്ടുവരുന്നത് ചെറിയമ്മയ്ക്ക് ഇഷ്ടമായിട്ടില്ല. അവിടെ ചെല്ലുമ്പോൾ നിനക്ക് കാര്യങ്ങൾ മനസ്സിലാകും.

താമസസ്ഥലത്ത് എത്തിക്കഴിഞ്ഞപ്പോൾ അവൻ പറഞ്ഞ പോലെ കാര്യങ്ങൾ വേഗം പിടികിട്ടി. അതൊരു രണ്ടു നില ബിൽഡിംഗ് ആയിരുന്നു. താഴെ ആരൊക്കെയോ താമസിക്കുന്നു. മുകളിൽ രണ്ടു മുറികളും ഒരു അടുക്കളയും ചേർന്നതാണ് ചെറിയച്ഛന്റെ വീട്. ഒരു മുറിയിൽ ചെറിയച്ഛനും കുടുംബവും. ഭാര്യ രണ്ടു പെൺകുഞ്ഞുങ്ങൾ, ഇളയ മകൻ. അജയ് എന്നാണവന്റെ പേര്. എന്നെ കണ്ടിട്ട്, കണ്ട ഭാവമേ ഇല്ല. സുശാന്ത് അവന്റെ പുറത്തു തട്ടി, നമസ്തേ പറയടാ. ഞാൻ ചിരിച്ചു. പെട്ടെന്നാണ് ബാഗിൽ ഇരിക്കുന്ന മിഠായി പാത്രത്തിന്റെ കാര്യം ഓർത്തത്. അതെടുത്ത് അവന്റെ കയ്യിൽ കൊടുത്തു. പല്ലില്ലാത്ത വായ പൊളിച്ച്, അവനൊന്ന് ചിരിച്ചിട്ട് പറഞ്ഞു, ഇനി നമസ്തേ പറയാം. ഒന്നല്ല, ഒരായിരം എണ്ണം ഇരിക്കട്ടെ. സുശാന്ത് പറഞ്ഞു, ഇതിലും വലുത് രണ്ടെണ്ണം ഉള്ളിലുണ്ട്. ബോംബുകളാണ് മൂന്നും.

രണ്ടാമത്തെ മുറിയിലേക്കാണ് സുശാന്ത് എന്റെ പെട്ടി വാങ്ങി വെച്ചത്. ഇതാണ് നമ്മുടെ മുറി, അവൻ തിരിഞ്ഞെന്നെ നോക്കിക്കൊണ്ട് പറഞ്ഞു. ഞാൻ വിശ്വസിക്കാനാവാതെ അവിടെത്തന്നെ നിന്നു. ഞങ്ങളെ കൂടാതെ മൂന്നു പേരുണ്ട്. എല്ലാവരും വാടകക്കാണ്. രണ്ടു മലയാളികൾ, ഒരു

തമിഴൻ. ആ കുടുസ് മുറിയിലേക്ക് പുതിയ ഒരാളെ കണ്ടപ്പോൾ അവർ മൂന്നു പേരും പിറുപിറുത്തു. എന്നെ ചീത്ത വിളിച്ചതാവാം. അവരുടെ ഭാഷയിലായതുകൊണ്ട് ഒന്നും മനസ്സിലായില്ല. ആ ആശ്വാസത്തിൽ ഞാൻ അവരെ നോക്കി ചിരിച്ചുകൊണ്ട് നമസ്തേ പറഞ്ഞു. അവർ സുശാന്തിനോടായി പറഞ്ഞു ,നാളെ ഒരാൾ കൂടി എത്തുമല്ലോ. തമിഴൻ തലകുലുക്കി,. അവൻ എന്റെ കൂട്ടുകാരനാണ്.

സുശാന്തിന്റെ ചെറിയച്ഛന് തെരുവിൽ ഒരു തയ്യൽ കടയുണ്ട്. ആ വരുമാനത്തിലാണ് ഈ കുടുംബം കഴിയുന്നത്. ഈ പ്രദേശമാകെ നിറയെ കെട്ടിടങ്ങളാണ്. ഭൂരിഭാഗവും വാടകക്കാരാണ്. ഞാൻ ചുറ്റും നോ ക്കി. മൂന്നു കട്ടിലുകൾ, ഒന്നിൽ രണ്ടാൾ വെച്ച് . സുശാന്ത് എണ്ണി പറഞ്ഞു, അവിടെ മലയാളികൾ, ഇപ്പുറത്ത് തമിഴൻ. ഇനി നിനക്ക് എന്നെ കെട്ടിപ്പിടിച്ച് ഇവിടെ കിടക്കാം എന്നു പറഞ്ഞവൻ എന്റെ തോളിൽ കയ്യിട്ടു ചിരിച്ചു. ഞാൻ പകച്ച് അവനെ നോക്കി. ഇതാണോ നീ പറഞ്ഞ സ്വർഗ്ഗം. ഞാൻ അത്ഭുതത്തോടെ ചോദിച്ചു. ഈ കട്ടിലിൽ രണ്ടാൾക്ക് കഴിയാമോ? ചെറിയമ്മ കൊണ്ടുവന്ന നാരങ്ങവെള്ളം എന്റെ കയ്യിൽ പിടിപ്പിച്ച് അവൻ കട്ടിൽ ഇരുന്നുകൊണ്ട് മുകളിലേക്ക് ഒന്നു നോക്കി, ഒരു ജ്ഞാനിയുടെ ഭാവത്തിൽ മൊഴിഞ്ഞു. "ഒരുമയുണ്ടെങ്കിൽ ഉലക്ക മേലും കിടക്കാം".

ഞാൻ വെള്ളം കുടിക്കുന്നത് നിർത്തി, ങ്ഹാ.... ശരിയാണ്, രാജസ്ഥാനികൾക്ക് സർക്കസും അറിയാമല്ലോ. സുശാന്ത് എന്റെ കൈകൾ പിടിച്ചു, സഹോദരാ നമുക്ക് കിട്ടിയത് സ്വർഗ്ഗം തന്നെയാണ്. ഇവിടെ കിടക്കാൻ കട്ടിലുകളെങ്കിലും ഉണ്ട്. ഭൂരിഭാഗം പേർക്കും ഇതൊന്നുമില്ല. തറയിൽ അങ്ങനെ കിടന്നുറങ്ങാം, നിരനിരയായി. ഞങ്ങളുടെ ചിരി കേട്ടിട്ടാണോ എന്നറിയില്ല, വാതിൽ കട്ടിളയുടെ മറവിലൂടെ നാലു വളകളിട്ട കൈകൾ ഞാൻ കണ്ടു. സുശാന്ത് വിളിച്ചു പറഞ്ഞു. ഞങ്ങളങ്ങോട്ട് വന്നോളാം. ഇവർ പഠിക്കുന്നില്ലേ? ഉവ്വ് അവൻ മൂളി. പിന്നാലെ ചെറിയമ്മ വന്നു ഞങ്ങളെ ഭക്ഷണം കഴിക്കാനായി ക്ഷണിച്ചു. എനിക്കൊന്നു കുളിക്കണം ചെറിയമ്മേ, എന്നിട്ട് മതിയായിരുന്നു. അവർ മന്ദഹസിച്ചുകൊണ്ട് സുശാന്തിനെ നോക്കി. ആദ്യം ഭക്ഷണം കഴിക്ക് മണ്ടാ. ഇപ്പോൾ കുളിക്കുന്നിടത്ത് അടുക്കാൻ പറ്റില്ല. കുളിയൊക്കെ ഇനി നാളെ രാവിലെ.

മുഷിഞ്ഞ കുർത്തയുടെ കൈകൾ തെരുത്ത് ഞാൻ പതുക്കെ ജനാലകൾ തുറന്നിട്ടു. അസ്വാസ്ഥ്യത്തോടെ തമിഴനെന്നെ നോക്കി, 'തണുപ്പടിക്കും' അയാൾ പിറുപിറുത്തു. എന്നാൽ ആ തണുത്ത കാറ്റ് എനിക്ക് ആനന്ദ നിർവൃതിയായിരുന്നു. പുറത്തേക്ക് നോക്കിയപ്പോൾ അകലെ മറ്റൊരു ലോകം. കുഞ്ഞുകുഞ്ഞു വാഹനങ്ങൾ. അതിനുമപ്പുറത്ത് വലിയൊരു ബിൽഡിംഗ്. പണി മുഴുവനായിട്ടില്ല. സുശാന്ത് തമിഴന്റെ തോളിൽ കയ്യിട്ടു,

ഹേ ഭയ്യാ, അവൻ പുതിയതല്ലേ. കുറച്ചു കാറ്റും വെളിച്ചവും കിട്ടിക്കോട്ടെ. തമിഴന്റെ മുഖത്തെ അസ്വസ്ഥത ചെറിയ ചിരിയായി. നാളെ സോമസുന്ദർ വരും. അവനെ കൂട്ടാൻ പറ്റില്ലെന്ന് പറയരുത്.

സുശാന്ത്, കാര്യം മനസ്സിലായോ എന്ന മട്ടിൽ എന്നെ നോക്കി ചിരി തൂകി. എന്നിട്ട് ഉറക്കെ പറഞ്ഞു, അയാളെ കൂടി നമുക്കീ കൂട്ടിലേക്ക് കയറ്റാം. കൃഷ്ണകുമാറും രാമചന്ദ്രനും, ബാക്കിയുള്ള സഹമുറിയന്മാർ, എന്നാൽ പിന്നെ ഒരു ആനയെയും രണ്ടു കുതിരയും കൂടി കൊണ്ടുവന്നു കെട്ട് എന്നു പറഞ്ഞു, തലവഴി മുണ്ടിട്ടു. എനിക്ക് അവരുടെ ഉച്ചാരണം മനസ്സിലാക്കാൻ കുറച്ചു ബുദ്ധിമുട്ട് ആയിരുന്നു. എന്നാൽ കുറച്ചു കാലം കഴിഞ്ഞപ്പോൾ സംസാരിക്കാതെ തന്നെ, കാര്യങ്ങൾ മനസ്സിലാക്കാൻ ഞങ്ങൾക്ക് കഴിഞ്ഞിരുന്നു. തമിഴൻ എന്റെ അരികിലേക്ക് വന്നു. കൈ തന്നു. ഹാർദ്ദവമായി ഒരു പുഞ്ചിരി, ഞാൻ രാമസ്വാമി, നീ എന്നെ രാമണ്ണാ എന്നു വിളിച്ചോ. ഞാൻ തലയാട്ടി. അതിനുശേഷം അയാൾ അയാളുടെ വശത്തെ ജനാലുകളും തുറന്നിട്ടു. എന്നിട്ടെന്നെ വിളിച്ചു. വാ ഇവിടെയും കാഴ്ചകൾ ഉണ്ട്. ഞാൻ അടുത്തു ചെന്ന് താഴോട്ട് നോക്കി. ആ കെട്ടിട സമുച്ചയങ്ങളുടെ നടുമുറ്റമാണത്. സമയം ഒമ്പതാകുന്നു. ആളുകൾ അങ്ങിങ്ങു തടിച്ചുകൂടി ഇരിക്കുന്നുണ്ട്.സ്ത്രീകളും പുരുഷന്മാരും കുഞ്ഞുങ്ങളും വൃദ്ധന്മാരും എന്നുവേണ്ട നരി, നായ, പൂച്ച എല്ലാം ഉണ്ട്. ചിലയിടത്ത് ചില്ലറ വാക്കു തർക്കങ്ങൾ, വാക്കു തർക്കമാണോ സംഭാഷണമാണോ, എന്തായാലും വലിയ ഒച്ചപ്പാടാണ്. രാമണ്ണന്റെ ചോദ്യം കേട്ട് ഞാൻ തലയുയർത്തി. സുന്ദരമായ കാഴ്ചകളല്ലേ? ഞാൻ ചോദ്യഭാവത്തിൽ സുശാന്തിനെ നോക്കി, പതുക്കെ അവന്റെ ചെവിയിൽ ചോദിച്ചു, ഇതിൽ എന്താണ് ഇത്ര സന്തോഷം ഉള്ളത്? സുശാന്ത് ഉറക്കെ ചിരിച്ചു, നീ എന്താണ് കണ്ടത്? ഞാനെന്തു കാണാൻ, നിങ്ങൾ കാണുന്നത് തന്നെ ഞാനും കാണുന്നു. എല്ലാവരും ചിരി തുടങ്ങി.

നീ ആ വലിയ തൂണിൽ ചാരിയിരുന്നു മുടി കെട്ടുന്ന ആ പെണ്ണിനെ കണ്ടോ, ആ മഞ്ഞ ദാവണിയുടുത്തവൾ, അതാണ് ഷീല. പിന്നെയും രണ്ടു വീടിനപ്പുറം ഒരു പച്ച ചുരിദാറിട്ട സുന്ദരിയെ കണ്ടോ, അതാണ് റാണി. ഇനിയുമുണ്ട്. പതുക്കെ പരിചയപ്പെടുത്തി തരാം. ഇവരെയൊക്കെയാണ് രാമണ്ണ കാണുന്നത്. അല്ലാതെ നിന്നെപ്പോലെ കുളിക്കാൻ വന്നവരെയും, കക്കൂസിൽ പോകുന്നവരെയും, ചുമയ്ക്കുന്നവരെയും ഒന്നുമല്ല. കണ്ണുണ്ടായാൽ പോരാ ജഗദീഷ്, കാണേണ്ടവരെ കാണണം. എനിക്ക് കുറച്ച് ജാള്യത തോന്നി. പെട്ടെന്ന് ഷീല ഞങ്ങളെ കണ്ട പോലെ എനിക്ക് തോന്നി. ഞാൻ തല അകത്തേക്കാക്കി. സുശാന്ത് ആ കുട്ടിക്ക് എന്തോ മനസ്സിലായെന്ന് തോന്നുന്നു. അത് അടുത്തിരിക്കുന്ന സ്ത്രീയുടെ ചെവിട്ടിൽ എന്തോ

പറയുന്നത് കണ്ടില്ലേ. സുശാന്ത് ചിരിച്ചു, പോടാ മണ്ടാ, അവർക്കെന്തു മനസ്സിലാവാനാണ്. നമ്മളെത്ര അകലത്തിലാണ്.

രാമണ്ണ എന്റെ തോളിൽ തട്ടി, നീ ഇതിനെക്കുറിച്ച് ആലോചിച്ചു തല പുണ്ണാക്കേണ്ട. ഇനിയങ്ങോട്ട് നോക്കുകയും വേണ്ട. നിനക്ക് ബോക്സിംഗിൽ താൽപര്യമുണ്ടോ, അല്ലെങ്കിൽ നാടൻ ഗുസ്തി. ഞാൻ തലയാട്ടി...... ഗുസ്തി എനിക്കിഷ്ടമാണ്. എന്നാൽ അത് ഇവിടെ ആഴ്ചയിൽ ഒരിക്കൽ നിർബന്ധമായും ഉണ്ടാകും. പെണ്ണുങ്ങളുടെ ഗുസ്തിയാണ് ഏറെ രസകരം. ട്രെയിനിങ് കൊടുത്താൽ ഇവർ ഇന്ത്യയ്ക്കായി കപ്പും കൊണ്ടേ വരൂ. എന്തിനാണീ ഗുസ്തി, ഞാൻ വളരെ നിഷ്കളങ്കമായി ചോദിച്ചു.... എന്തിനുമാകാം, വെള്ളത്തിന്, വെളിച്ചത്തിന് എന്നും വേണ്ട ഈ ഭൂമിയിലെ എല്ലാ വിഭവങ്ങൾക്ക് വേണ്ടിയും നമുക്ക് ഗുസ്തി കൂടാം. ജയിക്കുന്നവന് സിംഹഭാഗം. അതാണ് ഇവിടുത്തെ നീതി.

പിന്നെ വേറെ ഒരു തമാശയുണ്ട്. ആ രണ്ടു പെൺകുട്ടികളില്ലേ, അവരുടെ അച്ഛൻ ഒരാളാണ്. അയാളും എന്റെ നാട്ടുകാരനാണ്. നാട്ടിൽ നിന്നും ഒന്നിനെ കെട്ടിക്കൊണ്ടു വന്നു. അവരുടെ മകളാണ് ഷീല. അതിനുമുമ്പ് ഇവിടെ ഒന്നിന്റെ കൂടെയായിരുന്നു താമസം. അതിലുള്ള മകളാണ് റാണി. അമ്മമാർ തമ്മിൽ കണ്ടാൽ യുദ്ധമാണ്. പക്ഷേ മക്കൾ നല്ല സ്നേഹത്തിലാണ്. രാമണ്ണ ചിരിച്ചു. നിനക്കിനി എന്തെല്ലാം കാണാനിരിക്കുന്നു..... ഞാൻ ആലോചിച്ചു, പെണ്ണുങ്ങളുടെ യുദ്ധമോ?... ആ ...ചാന്ദിനി അവൾ മോശക്കാരിയാണോ? യുദ്ധം ചെയ്ത് എന്നെയും ജസ്വന്തിനെയും തോൽപ്പിക്കും. അവളെയും ഗുസ്തി പഠിപ്പിക്കേണ്ടതായിരുന്നു.

എനിക്ക് നല്ല വിശപ്പുണ്ടായിരുന്നു. ചപ്പാത്തിയും ദാലും പിന്നെ ആലു. വീണ്ടും ചോദിക്കണമെന്നുണ്ടെങ്കിലും പരിചയമില്ലാത്തവരിൽ നിന്നും ഭക്ഷണം സ്വീകരിക്കുമ്പോൾ ഒരു ജാള്യത പോലെ. അത് മനസ്സിലാക്കിയ പോലെ സുശാന്ത് നിർബന്ധപൂർവ്വം രണ്ട് ചപ്പാത്തി കൂടി കഴിപ്പിച്ചു. ഞാനിപ്പോഴും ഓർക്കാറുണ്ട് അവനെന്നും എന്റെ മനസ്സ് അറിയാൻ കഴിയുന്നവൻ ആയിരുന്നു.

രാത്രി ഏറെ വൈകി സുശാന്തിന്റെ ചെറിയച്ഛൻ വന്നു. കുളിയും അത്താഴവുമൊക്കെ കഴിഞ്ഞപ്പോൾ അദ്ദേഹം ഞങ്ങളുടെ അടുത്തേക്ക് വന്നു. ഞങ്ങൾ ഏറ്റവും മുകളിൽ ടെറസിൽ ആയിരുന്നു. മരത്തിന്റെ ഒരു ചെറിയ കോണിയുണ്ട്. അധികം ഉയരമൊന്നുമില്ല. ആ ബിൽഡിങ്ങിലെ മുഴുവൻ താമസക്കാരുടെയും തുണികൾ ഉണങ്ങാനിടുന്ന സ്ഥലമാണതെന്ന് തോന്നി. നിന്നുതിരിയാൻ സ്ഥലമില്ല. എന്നാൽ എന്നെ ഞെട്ടിച്ചത് അവിടെയും ആളുകൾ കിടന്നുറങ്ങുന്നത് കണ്ടതായിരുന്നു. ഞാൻ സുശാന്തിനെ ചോദ്യ ഭാവത്തിൽ നോക്കി. ഇവിടെയും വാടകയ്ക്ക് കൊടു

ത്തതാണോ? അവൻ പറഞ്ഞു, ഹേയ് ഇവന്മാർ രാത്രി വന്നു കിടക്കുന്ന താണ്. ഇടയ്ക്ക് ഇവിടുത്തെ താമസക്കാർ ഓടിച്ചു വിടാൻ നോക്കും. ഇവർ പോയാൽ വേറെ ആളുകൾ വരും. പിന്നെ കൂടുതൽ പേരും ഈ കോമ്പൗണ്ടിൽ താമസിക്കുന്ന ആരുടെയെങ്കിലും സുഹൃത്തുക്കളൊക്കെയായിരിക്കും. ചിലരൊക്കെ ഉള്ളിൽ കിടന്നു പുഴുകുമ്പോൾ ഇറങ്ങി വന്നു മുകളിൽ കിടക്കുന്നതാണ്. ഒരു മുറിയിൽ എത്ര ആളുകളുണ്ടാകുമെന്നറിയാമോ? നമ്മുടെ താമസസ്ഥലം യഥാർത്ഥത്തിൽ സ്വർഗ്ഗമാണ്. ഞാൻ ചിരിച്ചു. ഓ നിന്റെ സ്വർഗം. ഇതു പറഞ്ഞാണ് നീ എന്നെ മയക്കിയത്.

ഞങ്ങൾ ഇങ്ങനെ സംസാരിച്ചിരുന്ന സമയത്താണ് ചെറിയച്ഛൻ കയറി വന്നത്. തടിച്ചുകുറുകിയ ഒരു മനുഷ്യൻ. ഒരു അയഞ്ഞ പൈജാമയും കുർത്തയുമാണ് വേഷം. എനിക്ക് അഭിമുഖമായി ചമ്രം പടിഞ്ഞിരുന്നു. മുഖത്ത് തികഞ്ഞ പുഞ്ചിരി. എനിക്ക് എന്തോ സന്തോഷം തോന്നി. ബാബയെ പോലെ. എന്നോട് വീട്ടിലെ കാര്യങ്ങളെല്ലാം ചോദിച്ചറിഞ്ഞു . നോക്കൂ ജഗദീഷ് എന്റെ വീട്ടിൽ എരുമകൾ, പശുക്കൾ, കിടാങ്ങൾ ഒക്കെ ഉണ്ടായിരുന്നു . എന്റെ അച്ഛനു തുന്നൽപ്പണി വശം ഉണ്ടായിരുന്നു. അങ്ങനെ ഞാനും അത് പഠിച്ചു. വീട്ടിൽ ആളുകളെ തട്ടി നടക്കാൻ വയ്യാത്ത സ്ഥിതി. അവസാനം അച്ഛന്റെ സമ്മതം പോലും വാങ്ങാതെ ഞാൻ ഇങ്ങോട്ട് പോന്നു. ഇവിടെയും കഥയൊന്നും വ്യത്യസ്തമല്ല മോനേ. പിന്നെ എന്തു ജോലി എടുത്താലും നമുക്ക് പിടിപ്പുണ്ടാകണം.

ഈ 'പിടിപ്പ് 'എന്ന വാക്ക് ഞാൻ പലപ്പോഴായി കേട്ടിട്ടുള്ളതാണ്. പൂർണ്ണമായും അത് എന്താണെന്ന് എനിക്ക് മനസ്സിലായിട്ടില്ല. അമ്മ അച്ഛനെ കുറിച്ച് ഇടയ്ക്കിടക്ക് പറയുന്നതാണ്, ഒരു പിടിപ്പും ഉണ്ടായിരുന്നില്ല, അതാണ് ഈ ഗതി ആയത്. പക്ഷേ സുശാന്തിന്റെ ചെറിയച്ഛന്റെ വാക്ക് അത് ഞാൻ എന്റെ തലച്ചോറിൽ വീണ്ടും വീണ്ടും ഉരുവിട്ടു. പണം സൂക്ഷിച്ച് ചെലവാക്കണം. എപ്പോഴും അതിൽ നിന്ന് ഒരു പങ്ക് സമ്പാദ്യമായി സൂക്ഷിക്കണം. അതാണ് ഈ 'പിടിപ്പ്' എന്ന് ഞാൻ മനസ്സിൽ ഉറപ്പിച്ചു. അദ്ദേഹം എഴുന്നേറ്റുപോയി കൂടെ ഞങ്ങളും. സുശാന്ത് പറഞ്ഞു നിനക്ക് ഇവിടെ പരിചയമാകുന്നതല്ലേയുള്ളൂ, പുറത്ത് കിടക്കണ്ട, വല്ല രോഗവും പിടിപെട്ടാൽ . എനിക്ക് അവിടെത്തന്നെ കിടക്കാൻ ആയിരുന്നു ഇഷ്ടം. സുശാന്ത് പറഞ്ഞു, ഓ നീ വിഷമിക്കേണ്ട, വേനലാവുമ്പോൾ തന്നെ വന്നു ഇവിടെ കിടന്നുകൊള്ളും. ഇപ്പോൾ ഇറങ്ങി വാ. ഞാൻ മുകളിലേക്ക് നോക്കി, ചന്ദ്രൻ...... അച്ഛൻ!..

എനിക്ക് ജോലി ലഭിച്ചത് ഒരു വലിയ ഗോഡൗണിലായിരുന്നു. പ്രധാനമായും ഗോതമ്പ്, പിന്നെ അരിയും പരിപ്പ് വർഗ്ഗങ്ങളും. ഇന്ത്യക്കുള്ളിൽ തന്നെ പലയിടങ്ങളിലേക്കും കയറ്റി അയക്കുന്നുണ്ട്. അതു കൂടാതെ

മൊത്തവിതരണക്കാർ വന്നെടുത്തു കൊണ്ടു പോകുന്നുമുണ്ട്. ഉടമസ്ഥൻ ഒരു തെലുങ്കൻ ആണ്. രാമരായ്യ റെഡ്ഡി. സുശാന്തിന്റെ ചെറിയച്ഛൻ എന്റെ കാര്യം നേരത്തെ അവതരിപ്പിച്ച് മുതലാളിയുടെ അനുവാദം വാങ്ങിയെടുത്തിരുന്നു. വലിയ കമ്പനികളിൽ കയറിപ്പറ്റാൻ കുറച്ചു സമയമെടുക്കും ജഗദീഷ്, അതെല്ലാം നിന്റെ മിടുക്കു പോലെയിരിക്കും. അതുവരെ നീ ഇവിടെ പിടിച്ചു നിൽക്കണം. നടക്കുന്നതിനിടയിൽ സുശാന്ത് പറഞ്ഞുകൊണ്ടേയിരുന്നു. എന്റെ ആദ്യത്തെ ജോലിയാണ്. ഞാനാണെങ്കിൽ അതിരാവിലെ തന്നെ കുളിച്ചൊരുങ്ങി, സുശാന്തിനെയും ഉറക്കമുണർത്തി. അവൻ ഉറക്കച്ചടവിനിടയിൽ പിറുപിറുത്തു. എന്തിനാണ് ഇത്രയും നേരത്തെ. എന്റെ അകമഴിഞ്ഞ പ്രാർത്ഥനയും കൂടി കണ്ടപ്പോൾ അവൻ പുറകിൽ നിന്ന് പറഞ്ഞു. നീയെന്താ യുദ്ധത്തിനാണോ പോകുന്നത്. വാടാ ചെറുക്കാ ...എന്നെ അവിടെ ആക്കിയതിനുശേഷം അവൻ തിരക്കിട്ട് പോയി. വൈകുന്നേരം വരാം എന്ന വാഗ്ദാനവും തന്നു. ഇന്നൊരു ദിവസത്തേക്ക് എന്റെ ഉത്തരവാദിത്വം അവൻ ഏറ്റെടുത്തിരിക്കുകയാണ്.

തെരുവിൽ നിന്ന് കുറച്ച് അകന്നാണ് ഗോഡൗൺ. സാമാന്യം വലുതായിരുന്നു. ചുമട്ടുതൊഴിലാളികൾ ലോഡുകൾ ഇറക്കുകയും കയറ്റി വിടുകയും ചെയ്തുകൊണ്ടിരിക്കുന്നു. ഉള്ളിൽ ഒരു ചെറിയ മുറി പോലെയുണ്ട്. അതിനുള്ളിൽ ചുമരുകളിലും സ്റ്റാൻഡിലുമായി കുറേയേറെ ദൈവങ്ങളുടെ ഫോട്ടോകളും ഒത്ത നടുക്കായി ഒരു കസേരയും മേശയും. അതിൽ രാമരായ്യ റെഡ്ഡിയും. വളരെ പാവമെന്ന് അന്നെനിക്ക് തോന്നിയ, എന്നാൽ ആവശ്യം വന്നാൽ സിംഹത്തെ പോലെ ഗർജിക്കുകയും, ആനയെ പോലെ കാടു കുലുക്കുകയും ചെയ്യുന്ന എന്റെ അന്ന ദാതാവിനെ ആദ്യമായി കണ്ടപ്പോൾ ഞാൻ വിനീത ഭൃത്യനായി തൊഴുതു. ഞാനൊരു കർഷക കുടുംബാംഗമാണ് എന്നറിഞ്ഞപ്പോൾ അദ്ദേഹം വിസ്തരിച്ചൊന്നു പുഞ്ചിരിച്ചു. ഭംഗിയുള്ള വട്ട മുഖത്ത് മുറുക്കാൻ കറ വീണ പല്ലുകൾ ഒരു അഭംഗിയായി എനിക്ക് തോന്നി.

ഞാൻ പുറത്തേക്കിറങ്ങി, പുറത്ത് സാധനങ്ങൾ സൂക്ഷിച്ചിരിക്കുന്നിടത്ത് ഒരു മൂലയിൽ ആയി മേശയും കസേരയും. അതിലിരിക്കുന്നത് വെളുത്ത മെലിഞ്ഞുണങ്ങി വളഞ്ഞ ഒരു മനുഷ്യൻ. കുറച്ചധികം പ്രായമുണ്ടാവണം. കറുപ്പും വെളുപ്പും ഇണചേർന്ന മുടികൾക്ക് നല്ല തിളക്കം. നെറ്റിയിൽ ചന്ദനം കൊണ്ട് 'U' എന്ന് വരച്ചിരിക്കുന്നു. പേര് രാമാനുജ പൈ. എന്നെ കണ്ടതും അടിമുടി നോക്കി. പിന്നെ സുദീർഘമായ ഒരു പുഞ്ചിരി. പേരെന്താണ്? ജഗദീഷ്..... ജഗദീഷ് വീർ പ്രതാപ് സിംഗ്. ഓ!.... അദ്ദേഹം ഒരു ചിരിയോടെ എന്നെ നോക്കി. അവിടെ പോയി ഒരു കസേരയെടുത്തു കൊണ്ടു വാ. അല്പം കനമുള്ളതായിക്കോട്ടെ, ഇത്ര വലിയ പേരുള്ള ആളെ

താങ്ങാനുള്ള ശേഷി ഉണ്ടാവണം. കിളവനത്ര മോശക്കാരനല്ലെന്ന് എനിക്ക് മനസ്സിലായി. കസേരയിട്ട് ഒരു ദീർഘനിശ്വാസത്തോടെ ഞാനിരുന്നു. അപ്പോഴേക്കും താഴെ നിന്ന് കെട്ടുകണക്കിന് രജിസ്റ്ററുകളെടുത്ത് മേശപ്പുറത്ത് ഇട്ടു. തുടങ്ങിക്കോളൂ എന്ന ഒരു ആജ്ഞയും. ഞാൻ പകച്ചു പോയി. കയ്യിൽ ഒരു ഡിഗ്രി ഉണ്ടെന്നേ ഉള്ളൂ. ഒരുവിധ പരിചയവുമില്ല. അതിനുമപ്പുറം എനിക്ക് ഭാഷയോടും ചരിത്രത്തോടും ഒക്കെയായിരുന്നു താല്പര്യവും. ഞാനാദ്യം റസിറ്റ് ബുക്ക് മറിച്ചു നോക്കി. ജേണൽ ബുക്ക് കയ്യിലെടുത്തപ്പോൾ അദ്ദേഹമത് തട്ടിപ്പറിച്ചു വാങ്ങി. ആദ്യം വൗച്ചർ എഴുത്. നീ എന്താണിങ്ങനെ മിഴിച്ചു നോക്കിയിരിക്കുന്നത്.

അയാളുടെ ഒച്ച ഉയർന്നപ്പോൾ, ഞാൻ വളരെ പെട്ടെന്ന് പേനയെടുത്തു. സകല ദൈവങ്ങളെയും മനസ്സിൽ ധ്യാനിച്ച് എഴുതിത്തുടങ്ങി. എന്റെ കയ്യക്ഷരം കണ്ട് രാമാനുജ പൈ അത്ഭുതം കൂറി. ഓ അച്ചടി പോലെ തന്നെയുണ്ടല്ലോ. മുതലാളിക്ക് ഇഷ്ടമാവും. നീ ഒരു പാര തന്നെയാണ്. എന്നിട്ട് പതുക്കെ പേന കറക്കിക്കൊണ്ട് കസേരയിലേക്ക് ചാരിയിരുന്നു. എന്റെ കയ്യക്ഷരം വായിക്കാൻ ഈ ഭൂമിയിൽ ഒരാളെ കൊണ്ടേ സാധിക്കൂ. എനിക്ക് ചിരി വന്നു. ദൈവത്തിനാവും അല്ലേ?... ഹേയ്, എനിക്ക് തന്നെ. എനിക്ക് മാത്രം. ദൈവത്തിനെങ്ങനെ വായിക്കാൻ കഴിയും ചങ്ങാതി. അങ്ങേർക്ക് ഇംഗ്ലീഷ് വശമില്ലല്ലോ... അതും പറഞ്ഞയാൾ വീണ്ടും വീണ്ടും ചിരിച്ചു കൊണ്ടിരുന്നു.

പക്ഷേ എനിക്ക് കാര്യമായി ഒന്നും എഴുതേണ്ടി വന്നില്ല. കസേരയിലും ഇരിക്കേണ്ടി വന്നില്ല. ഇറക്കുന്ന സാധനങ്ങൾ, പോകുന്ന സാധനങ്ങൾ, ഇതിന്റെയൊക്കെ കണക്കു നോക്കണം. അതു കൃത്യമായി എഴുതി രാമാനുജ പൈയെ ഏൽപ്പിക്കുക. തിരക്കിനിടയിൽ ഒരു ചാക്ക് കൂടിയാലോ കുറഞ്ഞാലോ അത് പ്രശ്നമാണ്. ചിലപ്പോൾ തൊഴിലാളികൾ വെറുതെ തിരക്കുണ്ടാക്കി കളയും. അതുമാത്രമല്ല ഒക്കെ പല സ്റ്റേറ്റുകളിൽ നിന്നും വന്നവർ. ചിലർക്ക് ഹിന്ദി അറിയില്ല. മറ്റു ചിലർക്ക് അറിയാമെങ്കിലും ഉച്ചാരണത്തിലെ വ്യത്യാസം കൊണ്ട് എനിക്ക് മനസ്സിലാകുന്നില്ല. മറാട്ടിയാണെങ്കിൽ എനിക്ക് തീരെ അറിഞ്ഞു കൂടാ. മുതലാളിക്കാണെങ്കിൽ ആരെയും വിശ്വാസവുമില്ല. ചുറ്റും പൊടി..... അതെ അവിടെ ഒരു പൊടി ലോകമായിരുന്നു. ആദ്യത്തെ ഒരാഴ്ച എനിക്ക് തുമ്മാനെ നേരമുണ്ടായിരുന്നുള്ളൂ. ഞാനൊരു കർച്ചീഫെടുത്തു മുഖത്ത് കെട്ടി. എലുമ്പൻ കസേരയിലിരുന്ന് അങ്ങോട്ടുമിങ്ങോട്ടും നോക്കിയിരിക്കുന്നു. ഒരു ദിവസം പത്തു ചായയെങ്കിലും കുടിക്കും. വേറെ എന്തെങ്കിലും കഴിക്കുന്നുണ്ടോ എന്ന് അറിയില്ല. രാമരായ്യർ പുറത്തേക്കു പോകുമ്പോൾ ആ കസേരയിൽ നിന്നൊന്ന് എഴുന്നേൽക്കും. ഇടയ്ക്ക് എന്റെ അടുത്തു വന്നു നിൽക്കും. വന്നത് മിക്കവാറും ഞാൻ അറിഞ്ഞിട്ടുണ്ടാവില്ല. അത്ര പതു

ക്കെയാണ് നടക്കുന്നത്. നിൽക്കുന്നത് കണ്ടാൽ ഒടിഞ്ഞിപ്പോൾ വീഴുമോ എന്ന് തോന്നും.

കുറച്ചു മാസം കഴിഞ്ഞപ്പോൾ ഒന്നു പരിചയമായതിന്റെ ബലത്തിൽ, ഞാൻ ചിരിച്ചുകൊണ്ട് പറഞ്ഞു. അവിടെ പോയിരുന്നു കൊള്ളൂ, ഒടിഞ്ഞു വീഴണ്ട. മൂക്കിലേക്ക് വീണ കണ്ണട വലിച്ചു നേരെയാക്കി, എന്നെ നോക്കി മന്ദഹസിച്ചു കൊണ്ട് പറഞ്ഞു, അങ്ങനെയൊന്നും ഒടിയില്ല മോനെ.. കാലം കുറെയായി. എന്നിട്ട് പറഞ്ഞു. വരൂ നമുക്ക് അവിടെ ഇരിക്കാം. കണക്കുകൾ എഴുതേണ്ടത് എങ്ങനെയാണെന്ന് പഠിപ്പിച്ചു തരാം. ഞാൻ അദ്ദേഹത്തിന്റെ കൂടെ നടന്നു.

നോക്കൂ ജഗദീഷ് ഞാൻ ഏറിയാൽ അഞ്ചോ ആറോ മാസം കൂടിയുണ്ടാവും. അതിനുശേഷം നാട്ടിലേക്ക് പോകുകയാണ്. നിങ്ങളെ മുതലാളിക്ക് ബോധിച്ചിട്ടുണ്ട്. എന്നിട്ട് എന്നെ നോക്കി ചിരിച്ചു. നിങ്ങൾ മദ്യപിക്കാറുണ്ടോ ജഗദീഷ്? ഞാൻ ഇല്ല എന്ന് മറുപടി പറഞ്ഞു. ങ്ഹാ.. മദ്യപിക്കാത്ത തൊഴിലാളികളെ അദ്ദേഹത്തിന് പ്രിയം കൂടുതലാണ്. ഞാനും കുടിക്കില്ല എന്ന് പറഞ്ഞ് അദ്ദേഹം പേജുകൾ മറച്ചു. ഞാനപ്പോൾ ചിരിച്ചു കൊണ്ട് പറഞ്ഞു, ആരു പറഞ്ഞു താങ്കൾ ഒരു കുടിയനല്ലെന്ന്. ഒരു ദിവസം എത്ര ചായയാണ് കുടിച്ചു കൂട്ടുന്നത്. അയാളും ഉറക്കെ ചിരിച്ചു. ആ ചായകളാണ് ഈ ചൂടിലും പൊടിയിലും എന്റെ ഏക രസം. പിന്നെ കസേരയിലേക്ക് ചാഞ്ഞു. നീ ഗ്രാജുവേറ്റ് അല്ലേ, ഒന്നു നിലത്തുറച്ചാൽ വേറെ ജോലിക്ക് പരിശ്രമിക്കണം. ഇവിടെ ഇഷ്ടം പോലെ കമ്പനികളുണ്ട്. ഏതെങ്കിലും എക്സ്പോർട്ടിങ് കമ്പനിയിൽ കയറിപ്പറ്റിയാൽ നല്ലതാണ്. ഒരു വർഷം കഴിഞ്ഞപ്പോഴേക്കും രാമാനുജ പൈ സ്ഥലം വിട്ടു. മുഴുവൻ ഉത്തരവാദിത്തങ്ങളും എന്നെയേല്പിച്ച്!

ജോലിയുടെ ആദ്യ നാളുകൾ വളരെ കഠിനമായിരുന്നു. പക്ഷേ എന്റെ ഉള്ളിൽ ഉത്സാഹവും സന്തോഷവും ഉണ്ടായിരുന്നു. ആ പുതിയ ലോകത്ത് എനിക്ക് എന്തൊക്കെയോ നേടാനും ചെയ്യാനുമുണ്ടെന്ന തോന്നൽ. ആ പ്രായം അത് മികച്ച ഒന്നാണ്. നഷ്ടപ്പെട്ടു കഴിഞ്ഞാൽ തിരിച്ചു കിട്ടണമെന്ന് നമ്മൾ വീണ്ടും വീണ്ടും ആശിക്കുന്ന പ്രായം. കഷ്ടപ്പാടുകൾ പിന്നീട് സുഖമുള്ള ഓർമ്മകളാണ്. അന്നത്തെ കാഴ്ചകൾ, കണ്ടുമുട്ടുന്ന മുഖങ്ങൾ എല്ലാം ഒരു സിനിമ പോലെ നമുക്ക് മുന്നിൽ വീണ്ടും വീണ്ടും വന്നു കൊണ്ടിരിക്കും.

12 . സമ്പന്നനും ദരിദ്രനും

ബോംബെ വളരെ വ്യത്യസ്തമായിരുന്നു. എന്റെ ഗ്രാമത്തിൽ നിന്നും വിഭിന്നമായ കാഴ്ചകൾ. പ്രത്യേകിച്ച് അക്കാലം എന്റെ യൗവനത്തിന്റെ ആരംഭദശയാണ്. സ്വപ്നങ്ങൾ കുന്നോളമുണ്ട്. ജോലിസ്ഥലത്തേക്കും തിരിച്ച് വീട്ടിലേക്ക് ഉള്ള യാത്രകളാണ് ഏറെ രസകരമായിരുന്നത്.

വ്യത്യസ്ത വസ്ത്രധാരണങ്ങൾ. പാന്റും ബനിയനും, കാൽമുട്ടിലും കയറി നിൽക്കുന്ന മിഡിയും ടോപ്പും ഇതൊക്കെ ധരിച്ചു കാണുന്ന പെൺകുട്ടികൾ എനിക്കന്ന് അത്ഭുതമായിരുന്നു. നമ്മളെ ഒന്നു തലയുയർത്തി നോക്കാൻ ധൈര്യപ്പെടാത്ത പെൺകുട്ടികളെ ഞാൻ കണ്ടിട്ടുള്ളൂ. ഏതെങ്കിലും ഒരു കല്യാണത്തിന് പോയാൽ തന്നെ കാലിലെ മൈലാഞ്ചിയും, കുപ്പി വളകളും, കുറെ പട്ടുവസ്ത്രങ്ങളും, അതിനിടയിൽ ചില മുഖങ്ങൾ ഒളിച്ചിരിക്കുന്നുണ്ടാവും. ഇനി ധൈര്യം സംഭരിച്ചൊന്നു നോക്കാമെന്ന് വെച്ചാൽ ഈ പാവപ്പെട്ടവന് അതിനുള്ള സമയം കിട്ടിയിട്ട് വേണ്ടേ. അതെല്ലാം സോഹൻലാലിനെ പോലുള്ളവർക്ക് മാത്രം അവകാശപ്പെട്ടതാണ്. വീട്ടിൽ വാല്യക്കാരും വഴികാട്ടികളും ഉള്ളവർക്ക്. വല്ലപ്പോഴും എന്നെ കണ്ടുമുട്ടിയാൽ അവന്റെ വീര സാഹസ കഥകൾ മുഴുവൻ വർണ്ണിക്കും. കൂട്ടത്തിൽ ആ നാട്ടിലെ മുഴുവൻ പെൺകുട്ടികൾക്കും അവനോട് ആരാധനയാണെന്ന് തട്ടിവിടും. അവൻ പോയി കഴിയുമ്പോൾ ഞാൻ തന്നെത്താനെ ചോദിക്കും, ഈ കോന്ത്രൻ പല്ലനെ ഇഷ്ടപ്പെടാമെങ്കിൽ എന്നെ എന്തു കൊണ്ട് ഇഷ്ടപ്പെട്ടു കൂടാ......

എന്തായാലും ഞാൻ ഒരു കാര്യം ഉറപ്പിച്ചു. ബോംബെയിലുള്ളവർ സിനിമാ താരങ്ങളെ പോലെയാണ്. പക്ഷേ ഒരാൾ പോലും എന്നെ തിരിഞ്ഞു നോക്കില്ലെന്ന് ഉറപ്പാണ്. ഗോഡൗണിൽ നിന്ന് ചെളിയും പൊടിയും പിന്നെ അസാധ്യ വിയർപ്പും ഇതെല്ലാമായി പുറത്തു വരുന്ന എന്നെ ആരും നോക്കാനാണ്. എന്തായാലും ഇല്ലാത്ത പണം ഉണ്ടാക്കി പുതിയ വസ്ത്രങ്ങൾ വാങ്ങാതിരുന്നത് നന്നായെന്ന് എനിക്ക് തോന്നി.

ഏഴെട്ടു മണിയോടെ വീട്ടിൽ തിരിച്ചെത്തും. പിന്നെ അലക്ക്, കുളി. രണ്ട് ജോഡി വസ്ത്രങ്ങളാണുള്ളത്. അന്നന്നു അലക്കിയിട്ടെങ്കിൽ മാത്രമേ തുണിയുടുത്ത് പോകാൻ കഴിയൂ. സുശാന്തിന്റെ ചെറിയമ്മയുടെ വകയാണ് ഭക്ഷണം. അമ്മയുടെ സഹോദരി ആയതുകൊണ്ട് സുശാന്തിനെയും അവർക്ക് മകനെ പോലെ തന്നെയാണ്. അവനൊപ്പം എനിക്കും ഒരു പ്ലേറ്റ്, അങ്ങനെയല്ലെങ്കിൽ വല്ല ഹോട്ടലും ശരണം പ്രാപിക്കേണ്ടി വന്നേനെ. ചിലപ്പോൾ എന്റെ കൂട്ടുകാരൻ എന്തെങ്കിലും അവന്റെ ഹോട്ടലിൽ നിന്ന് പൊതിഞ്ഞു കെട്ടി കൊണ്ടുവരും. ഇന്നു സ്പെഷലാണ് ജഗദീഷ് എന്നുറക്കെ പറയും. ഞങ്ങൾ അതുംകൊണ്ട് മട്ടുപ്പാവിൽ പോയിരുന്നു

കഴിക്കും. ഒരിക്കൽ ഞാൻ ചെറിയമ്മയോട് വേഗത്തിൽ തന്നെ അവിടെ നിന്നും മാറാം എന്നുള്ള കാര്യം സൂചിപ്പിച്ചു. അതിനവർ ചിരിച്ചു കൊണ്ട് പറഞ്ഞ മറുപടി ഇതായിരുന്നു. നീ എന്തിനാ മാറുന്നത് മോനേ? നിന്നെക്കൊണ്ട് എന്ത് ശല്യമാണുള്ളത്? സുശാന്ത് എന്നെ ഹമ്പട എന്ന ഭാവത്തിൽ നോക്കി. ഞാൻ വന്നിട്ട് ഒരു മാസം പോലും ആയിട്ടുണ്ടായി രുന്നില്ല. അപ്പോൾ ഞാൻ സന്തോഷത്തോടെ പറഞ്ഞു. എനിക്ക് ശമ്പളം കിട്ടിയാൽ ഉറപ്പായിട്ടും ഞാൻ വാടക തരും ചെറിയമ്മേ.... അവർ ചിരി ച്ചുകൊണ്ട് തലകുലുക്കി, അതൊക്കെ എനിക്കറിയാം മോനെ, സാരമില്ല, സാരമില്ല, എങ്ങനെയെങ്കിലും ജീവിക്കാൻ പഠിക്കൂ. അതു പറഞ്ഞവർ എഴുന്നേറ്റുപോയി. സുശാന്ത് ചിരിച്ചുകൊണ്ട് പറഞ്ഞു. ഇനി അവർ എ ന്നെ പുറത്താക്കുമോ? നീ ഒട്ടകമാണല്ലോടാ. ഞാനും ഉറക്കെ ചിരിച്ചു.

തണുത്ത കാറ്റ് വീശുന്നുണ്ട്. ചെറിയ മഞ്ഞും ഉണ്ട്. അതിനിടയിൽ ചൂടു ള്ള ചപ്പാത്തിയും പരിപ്പു കറിയും, ഒരു കോപ്പയിൽ വെള്ളവും, വെ ള്ളം പതിൻ മുഖമിട്ട് തിളപ്പിച്ചതാണ്. എന്ത് രുചിയാണിതിന് അല്ലേ സു ശാന്ത്?... ഓ അത് നീ രാവിലെ മുതൽ വൈകിട്ട് വരെ ജോലി ചെയ്യുന്നത ല്ലേ, നല്ല വിശപ്പും ക്ഷീണം കൊണ്ടാണ് ഇങ്ങനെ തോന്നുന്നത്. ഇതിലും രു ചിയുള്ള വിഭവങ്ങളൊക്കെ ഇവിടെയുണ്ട് കൂട്ടുകാരാ.... അവൻ കൈ ക ഴുകാനായി എഴുന്നേറ്റു. ഒരു സന്തോഷ വർത്തമാനം ഉണ്ട്. എന്റെ ജോ ലി മാറാൻ പോകുന്നു. വലിയ ഹോട്ടൽ ആണ്. നീ പണ്ടേ രാശിയുള്ളവ നാണ്. വന്നപ്പോഴേക്കും എനിക്ക് ഭാഗ്യം കൊണ്ടു വന്നല്ലോ. എന്റെ ആ ദ്യത്തെ ശമ്പളത്തിന് നിനക്ക് ഞാൻ ചെലവ് ചെയ്യുന്നുണ്ട്. പറ്റുമെങ്കിൽ നി നക്കും അവിടെ ജോലി ശരിയാക്കും. ഞാൻ സന്തോഷത്തോടെ തല കുലു ക്കി.

.... കാലങ്ങൾക്കിപ്പുറം കൂട്ടുകാരാ, നിന്റെ സ്മരണകൾ ഒരു ഗദ്ഗദമായി തൊണ്ടയിൽ കുടുങ്ങുകയാണ്. അന്ന് കഴിച്ച ഭക്ഷണത്തിന്റെ രുചി ഹൃദ യത്തിലാണുള്ളത്. ഉള്ളതിൽ പാതി എന്നും എനിക്ക് പകുത്തു തന്നിട്ടേ യുള്ളൂ. രക്തബന്ധത്തേക്കാൾ നീ എന്നെ സ്നേഹിച്ചിട്ടുണ്ട്. എത്രത്തോളം നിന്നോട് ഞാൻ നീതി പുലർത്തിയെന്ന് എനിക്കറിയില്ല. എനിക്ക് മുമ്പേ നീ ഈ ലോകത്തോട് വിട പറഞ്ഞു. നിനക്കുവേണ്ടി സൂക്ഷിച്ച സ്നേഹം എന്റെ ഹൃദയത്തിൽ ഇപ്പോഴും തിങ്ങി നിറയുകയാണ്. അത് ഞാൻ ഈ പുസ്തകത്താളുകളിലേക്ക് പകർത്താൻ ശ്രമിക്കട്ടെ.

ഞങ്ങൾ താഴേക്കിറങ്ങി പോയി കിടന്നു. ബാക്കി നാലുപേരും ഉറക്ക ത്തിലായിരുന്നുവെന്നു തോന്നുന്നു. സുശാന്ത് പതുക്കെ എന്നോട് ചോ ദിച്ചു. എങ്ങനെയുണ്ട് നിന്റെ ജോലി? സുഖമാണോ? മുതലാളി എത്തര ക്കാരനാണ്? ഞാൻ പതുക്കെ മൂളി, ഊം... അതിനുശേഷം അടക്കി ചിരി

ച്ചു, എന്നിട്ട് പറഞ്ഞു, ഇതൊക്കെ തന്നെയാണ് നാട്ടിലും ചെയ്തു കൊണ്ടിരുന്നത്. അതേ ഗോതമ്പ്! അവിടെ ഞാനത് ഉത്പാദിപ്പിക്കുകയായിരുന്നു. പക്ഷേ സുശാന്ത്, ഈ ഗോതമ്പ് സ്വന്തമായി കൃഷി ചെയ്ത് ഉത്പാദിപ്പിച്ച ഞാൻ ദരിദ്രനും, അത് ചാക്കുകളിലാക്കി മറ്റുള്ളവരിലേക്ക് എത്തിക്കുന്ന രാമരായർ പണക്കാരനും. ഇതെന്ത് നീതി? പെട്ടെന്ന് ഉറക്കെ ഒരു ശബ്ദം, അതാണ് സുഹൃത്തേ ഞാനും ചോദിക്കുന്നത്? നമ്മൾ പ്രതികരിക്കണം, പ്രതികരിക്കണം. ഈ നാട്ടിൽ കർഷകന്റെ അവസ്ഥ എന്താണ്? ഞാനും സുശാന്തും കട്ടിലിൽ എഴുന്നേറ്റിരുന്നു. മലയാളിയായ കൃഷ്ണകുമാറാണ്.കൂടെയുണ്ടായിരുന്ന സുഹൃത്തും ഉറക്കച്ചടവോടെ ഞങ്ങളെ നോക്കി. കൃഷ്ണകുമാറിന് തുടരാൻ കഴിഞ്ഞില്ല. അപ്പോഴേക്കും തമിഴനും എഴുന്നേറ്റു കശപിശ തുടങ്ങി. ജോലിചെയ്ത് രാത്രിയാവുമ്പോൾ ഒന്നുറങ്ങാനാണ് വാടക തരുന്നത്. ശല്യം ചെയ്താൽ വാടക തിരിച്ചു തരണം. സുശാന്തിനോടാണ്... ഓ ഞങ്ങളും ഉറങ്ങാൻ പോകുകയാണ് വാടക തിരിച്ചു തന്നാൽ വേറെ സ്ഥലം കിട്ടിയത് തന്നെ. പേടിപ്പിക്കാതെ ചേട്ടാ..

ഞങ്ങൾ വീണ്ടും കിടന്നു. സുശാന്ത് പതുക്കെ എന്റെ ചെവിയിൽ പറഞ്ഞു. ഇവന്മാർ പറയുന്നത് കേട്ട് നീ തുള്ളണ്ട. നാട്ടിൽ ഒരു ഗതിയും ഇല്ലാതെ ഇങ്ങോട്ട് കുറ്റിയും പറിച്ചു വന്നതാണ്. വലിയ വായിൽ ഇതൊക്കെ വിളിച്ചു പറയാൻ എല്ലാവർക്കും കഴിയും. മാറ്റം വരുത്താനാണ് ആളുകൾ ഇല്ലാത്തത്. കുറച്ചുകഴിഞ്ഞ് ഇവനൊരു മുതലാളി ആയാൽ ആ പഴയ അമ്പും വില്ലും തന്നെ. ഒരു മാറ്റവും ഉണ്ടാവില്ല, അവൻ ചിരിച്ചു. ചങ്ങാതീ... മുതലാളി ഉണ്ടെങ്കിലേ തൊഴിലാളി ഉണ്ടാവൂ, ശമ്പളം കിട്ടൂ, നമുക്ക് ചപ്പാത്തിയും സബ്ജിയും കഴിക്കാൻ പറ്റൂ. മനസ്സിലായോ? ഞാൻ പതുക്കെ തല കുലുക്കി, എന്നിട്ട് പറഞ്ഞു, ബോംബെയിലെ രാജകുമാരാ, നിന്റെ സൗകര്യങ്ങളിൽ എന്നെയും പങ്കാളിയാക്കിയതിൽ സന്തോഷം. ഞാൻ മലർന്നു കിടന്നു. സുശാന്തിന്റെ ഒരു കാലും കയ്യും എന്റെ ശരീരത്തിലാണ്. ഞാൻ സീലിങ്ങിലേക്ക് നോക്കി കിടന്നു. ഉറക്കം വരുന്നില്ല.. ചിന്തകൾ, പല ചോദ്യങ്ങൾ ഉയർന്നുവരുന്നു... 'ധനികനും ദരിദ്രനും ' എന്താണ് അതിന്റെ യഥാർത്ഥ നിർവചനം.. പെട്ടെന്നെനിക്ക് നാട്ടിൽ നടന്ന ഒരു സംഭവം ഓർമ്മ വന്നു.

ഞങ്ങളുടെ വീടിനടുത്ത് ഒരു ദുർഗ്ഗാക്ഷേത്രം ഉണ്ട്. വളരെ ചെറുതാണ്. ഞാൻ ദിവസവും രാവിലെ കുളി കഴിഞ്ഞ് പാടത്തേക്ക് പോകുന്നതിനു മുമ്പായി അവിടെ ഒന്ന് തൊഴുകയും, ആവശ്യത്തിലധികം ആവശ്യങ്ങൾ അവതരിപ്പിക്കാറുമുണ്ടായിരുന്നു. ആ സമയത്ത് മിക്കവാറും അവിടെ ക്ഷേത്രാധികാരിയുടെ മകൾ പൂർണിമയും ഉണ്ടാകാറുണ്ട്. മഞ്ഞനിറത്തിലുള്ള തുണിയിൽ സ്വർണ്ണവർണ്ണത്തിലുള്ള നൂലുകൾ പാകിയ മനോഹരമായ പാവാടയും അതിനു താഴെ കാലിൽ സ്വർണ്ണ കൊലുസുകളും. എന്തു

ഭംഗിയാണ് ഈ പെണ്ണിനെ കാണാൻ. പെട്ടെന്ന് അവൾ എന്റെ അടുത്തേക്ക് വന്നു. കയ്യിൽ ഉണ്ടായ പാത്രത്തിൽ നിറയെ പ്രസാദമാണ് അതെനിക്കായി നീട്ടി. ഇതാ...ജഗദീഷ് കഴിച്ചോളൂ. ജഗദീഷ് എന്ന വിളിയും ഒരു കൊലുസിന്റെ നാദം പോലെയാണ് എനിക്ക് തോന്നിയത്.

അവളുടെ സ്നേഹത്തോടെയുള്ള സമീപനം എന്റെ ആത്മവിശ്വാസം കുറച്ചു വർദ്ധിപ്പിച്ചെന്ന് പറയാം. ആ ചെറിയ മന്ദിരം അത് ഞങ്ങളുടെ കുടുംബപരദേവതയുടെയാണ്.അതിന്റെ കാര്യക്കാരന് ഞങ്ങളുടെ സമുദായത്തിൽ ഉയർന്ന സ്ഥാനം ഉണ്ടായിരുന്നു. ഒരുപക്ഷേ പൗരപ്രമുഖനോളം തന്നെ... എന്തായാലും എനിക്ക് അദ്ദേഹത്തോട് തികഞ്ഞ ബഹുമാനമായിരുന്നു. വലിയൊരു ഭാഗ്യവാനായി ഞാൻ അദ്ദേഹത്തെ കരുതി. ക്ഷേത്രത്തിലെ വരുമാനവും അദ്ദേഹത്തിന് തന്നെ സ്വന്തം. എന്റെ ഗ്രാമത്തിലെ മിക്കവാറും ആളുകൾ അവിടെ വന്ന് ദേവിയെ കുമ്പിട്ടു പോകും. എന്റെ അമ്മ തന്നെ എത്ര പിശുക്കിയാലും ദേവിക്ക് കൊടുക്കാൻ ഒരു മടിയുമില്ല. ചാന്ദിനിക്ക് പുതിയ വസ്ത്രങ്ങൾ ഇല്ലെങ്കിലും എല്ലാവർഷവും അമ്മ ദേവിക്ക് പട്ടു ചാർത്തും. കാര്യക്കാരന്റെ ഭാഗ്യവതിയായ മകളുടെ സൗമ്യമായ പെരുമാറ്റം എന്നിൽ പല പ്രതീക്ഷകളും ഉണർത്തി.

ആ കാലഘട്ടത്തിൽ ഞാൻ സ്വയം എന്നെ ഒരു സുന്ദരനായിട്ടാണ് കരുതി പോന്നത്. പോരാത്തതിന് വിദ്യാസമ്പന്നനും. ഞാൻ അച്ഛനെ പോലെയും ജസ്വന്ത് അമ്മയെ പോലെയുമാണ്, ഇതാണ് നാട്ടുകാരുടെ അഭിപ്രായം. ഓ ജഗദീഷ് നീ നിന്റെ അച്ഛനെപ്പോലെ തന്നെ, മുഖത്തുനിന്ന് കണ്ണെടുക്കാൻ തോന്നുന്നില്ല. ഇതുകേട്ട് ഞാൻ വിനീതനായി അങ്ങ് നിൽക്കും. എന്നാൽ യാഥാർത്ഥ്യം കുറച്ചു വ്യത്യസ്തമായിരുന്നു. ജസ്വന്ത് അമ്മയെ പോലെയാണ്.അതായത് നല്ല വെളുത്തുചുമന്ന്,ചിരിക്കുമ്പോൾ കവിളിൽ രക്തം അങ്ങ് ഒഴുകിയെത്തും. പിന്നെ എന്നെക്കാൾ പൊക്കം കൂടുതലും. സ്വന്തം കുടുംബക്കാരുടെ ഛായ ആയതിനാൽ അമ്മയ്ക്ക് അവനോട് കുറച്ചു സ്നേഹക്കൂടുതൽ ഇല്ലേ എന്ന് ഒരു സംശയം കൂടി എനിക്ക് അക്കാലത്ത് വ്യാപകമായി ഉണ്ടായിരുന്നു. ആകെ ഒരു ആശ്വാസം അവന്റെ കട്ടപ്പല്ലാണ്. ചിരിക്കുമ്പോൾ കോമ്പലിനോട് ചേർന്ന് കിടക്കുന്ന ആ കട്ടപ്പല്ല് കണ്ണു തട്ടാതിരിക്കാൻ ഉള്ളതാണെന്ന് പറഞ്ഞു അമ്മ അവനെ ആശ്വസിപ്പിക്കുമായിരുന്നു. ചാന്ദിനി മാത്രം തരം കിട്ടിയാൽ അവനെ പരിഹസിക്കും

അവസാനം അവനെന്റെ മുന്നിൽ വച്ച് ഒരു പ്രതിജ്ഞ ചെയ്തു. ചേട്ടാ എന്തു സംഭവിച്ചാലും ശരി, നിങ്ങൾ എന്നെ തല്ലിയാലും എതിർത്താലും ശരി, ഇവളെയുണ്ടല്ലോ.... അതു പറയുമ്പോൾ ദേഷ്യം കൊണ്ട് അവന്റെ ചുണ്ട് വിറക്കുന്നുണ്ടായിരുന്നു. ഇവളെയുണ്ടല്ലോ, ഒരു കട്ടപ്പല്ലന് മാത്രമേ ഞാൻ വിവാഹം ചെയ്തു കൊടുക്കുകയുള്ളൂ. ഞാൻ അവന്റെ കൈ

കളിൽ അമർത്തി ആശ്വസിപ്പിച്ചു. അടങ്ങനിയാ, നിന്റെ ഇഷ്ടം പോലെ ആവട്ടെ. കട്ടപ്പല്ലന് കൊടുക്കാനുള്ള സ്ത്രീധനം കൂടി നീയങ്ങ് ഉണ്ടാക്കിക്കൊള്ളണം. ജസ്വന്ത് എന്റെ കൈവിടുവിച്ചു. പണി കയ്യിലിരിക്കട്ടെ, നിങ്ങളാണ് മൂത്ത കാരണവർ, ആ അവകാശം നിങ്ങൾക്കുള്ളതാണ്. ഞാൻ ചിരിച്ചുകൊണ്ട് തലയാട്ടി. അങ്ങനെ അവകാശങ്ങളുടെ ഭാണ്ഡവും പേറി, എന്റെ ജീവിതം ഒഴുകിക്കൊണ്ടേയിരുന്നു.

സുന്ദരനും, സുമുഖനും, വിദ്യാസമ്പന്നനും, സർവ്വോപരി കുടുംബക്കാരണവരെന്ന നിലയിലും ഗ്രാമത്തിലെ പെൺകുട്ടികൾക്ക് എന്നോട് ഒരു ബഹുമാനവും കുറച്ച് ആരാധനയും ഒക്കെയുണ്ടെന്ന് വിശ്വസിച്ച നാളുകൾ. പൂർണിമയാണെങ്കിൽ എന്നെ കാണുമ്പോൾ വെളുക്കെ ചിരിക്കും . ഒരിക്കലും നടക്കില്ല എന്ന് അറിയാമായിരുന്നിട്ടും, വെറുതെ ഒരു മോഹം, ശകുന്തളയെ പണ്ട് കുത്താനിട്ട് ഓടിച്ച വണ്ടിനെപ്പോലെ എന്നെ ശല്യം ചെയ്തു കൊണ്ടിരുന്നു. എന്നാലാ വണ്ടിനെ അവൾ തന്നെ തല്ലിക്കൊന്നു ആ അധ്യായമങ്ങ് അവസാനിപ്പിച്ചു തന്നു.

ഒരു ദിവസം ഉച്ച സമയം ഞാൻ ഭക്ഷണം കഴിഞ്ഞ് വിശ്രമിക്കുകയായിരുന്നു. പടിക്കൽ നിന്നൊരു വിളി. ഹേയ് ചാന്ദിനി, ജമുനാ ഭായി .... നോക്കിയപ്പോൾ പൂർണിമ. ഞാൻ വേഗത്തിൽ അടുത്തേക്ക് ചെന്നു. ഒരു ഇലയിൽ എന്തൊക്കെയോ പൊതിഞ്ഞു വെച്ചിട്ടുണ്ട്. നോക്കൂ ഇതെന്റെ പേരിലുള്ള പ്രത്യേക പൂജയുടെ പ്രസാദമാണ്. ഞാൻ വളരെ വിനയത്തോടെ ചോദിച്ചു. എന്ത് പൂജയാണ് പൂർണിമ?.... ഹോ..അത് ജഗദീഷ്, എന്റെ വിവാഹം മംഗളമായി നടക്കാനുള്ള പൂജയാണ്. പുരോഹിതൻ പറഞ്ഞു, കുറച്ചു മധുരം പാവങ്ങൾക്ക് കൊടുക്കാൻ അതിനു പുണ്യം കിട്ടുമത്രേ. അതും പറഞ്ഞവൾ തിരിഞ്ഞങ്ങ് നടന്നു. ഞാനാകെ സ്തബ്ധനായി. അവളുടെ കല്യാണം നടക്കാൻ ബാക്കി വന്ന ഭക്ഷണവും കൊണ്ടുവന്നിരിക്കുകയാണ്, ദരിദ്ര നാരായണനായ എനിക്ക് തരുവാൻ, ദുഷ്ട ...ഞാൻ തിരിഞ്ഞെന്റെ വീട്ടിലേക്ക് നോക്കി. അത്ര മോശമാണോ എന്റെ വീട്. പിന്നെ എന്നെയും! അപ്പോഴേക്കും അവിടെയെത്തിയ ജസ്വന്തിനെയും ചാന്ദിനിയെയും നോക്കി. എന്റെ പെങ്ങൾ നല്ല വേഷങ്ങൾ ധരിച്ചാൽ അവളെക്കാൾ സുന്ദരിയാണ്.

ജസ്വന്തും ചാന്ദിനിയും എന്റെ അടുത്തുകൂടി. എന്താ ചേട്ടാ അത് ചാന്ദിനി ചോദിച്ചു. ഞാനാ പൊതി ജസ്വന്തിന് കൊടുത്തിട്ട് പറഞ്ഞു. കൊണ്ടുപോയി ആ പശുവിനു കൊടുക്ക്. എന്റെ അനിയത്തി പൊതിയിലേക്ക് ചാടി വീണു. ചേട്ടന് ഭ്രാന്താണ്? നമുക്കിത് കഴിക്കാം ജസ്വന്ത് ഭയ്യാ...വരൂ... അവർ വേഗത്തിൽ പൂമുഖത്ത് വന്നിരുന്നു പൊതി അഴിച്ചു. നോക്ക് ചേട്ടാ ജിലേബിയും ഉണ്ട് .ഒന്ന് തരട്ടെ. ഞാൻ ചാന്ദിനിയെ കണ്ണുരുട്ടി നോക്കി.

എന്റെ മുകൾ വസ്ത്രം ഊരി അഴയിലിട്ടു. ഒരു തോർത്ത് കഴുത്തിലൂടെ ഇട്ടു. എന്തിനാണ് ഈ മേലങ്കിയൊക്കെ അണിയുന്നത്. ഞാൻ ജസ്വന്തിനെ നീട്ടി വിളിച്ചു. അവൻ കഴിക്കുന്നതു മുഴുവൻ വായിലേക്ക് തള്ളി. നിങ്ങൾ എന്താ മേൽ വസ്ത്രം ഇടാത്തത്. ഈ വെയിലത്ത് ക്ഷീണിച്ചു പോകും ചേട്ടാ...ഞാനൊന്നും മിണ്ടിയില്ല. ഇനിയിപ്പോൾ ക്ഷീണിച്ചാൽ എന്താണ് കുഴപ്പം...........

ഞാനൊന്നു ചെരിഞ്ഞു കിടക്കാൻ വിഫലശ്രമം നടത്തി. സുശാന്ത് കാലു കൊണ്ടതിനു തടയിട്ടു. ഞാൻ മുകളിലെ ചുമരിലെ മാറാലയിലേക്ക് നോക്കി മനസ്സിൽ പറഞ്ഞു കൊണ്ടേയിരുന്നു. സമ്പന്നനും ദരിദ്രനും അങ്ങനെ രണ്ടു വിഭാഗമേ ഈ ഭൂമിയിലുള്ളൂ. അല്ലാതെ ജാതികളും, മതങ്ങളും, ഭാഷകളും വർണ്ണങ്ങളും ഒന്നുമില്ല. ഞാനീ ബോംബെ വിട്ടു പോകുന്നില്ല. എത്ര കഷ്ടപ്പാടുമായിക്കൊള്ളട്ടെ. ധനികനായെ ഞാൻ ബാലേശ്വരിലേക്ക് പോകുകയുള്ളൂ.

എന്റെ ആദ്യത്തെ ശമ്പളം അറുനൂറു രൂപയായിരുന്നു. അത് കിട്ടിയപ്പോൾ ഈ ലോകത്തിനു മുഴുവൻ അധിപതിയായ പോലെ! താൽക്കാലിക ആവശ്യങ്ങൾക്കുള്ള പണമെടുത്ത് ബാക്കി വീട്ടിലേക്ക് അയച്ചു കൊടുത്തു. അമ്മയുടെ സന്തോഷത്തോടെയുള്ള മറുപടിക്കത്ത് കിട്ടി. പിന്നെ പിന്നെ കിട്ടുന്നതിൽ പകുതി ഞാൻ സൂക്ഷിക്കാൻ തുടങ്ങി. കടങ്ങൾ വീട്ടണം. പിന്നെ ചാന്ദിനി. ഈ രണ്ടു ലക്ഷ്യങ്ങളെ അന്നുണ്ടായിരുന്നുള്ളൂ.

13 . വല്ലാത്ത ഒരു ഓട്ടം

എന്റെ പഴയകാല കഥകൾ പലവട്ടം ഞാൻ കരിഷ്മയോട് പറഞ്ഞിട്ടുണ്ട്. അവൾക്ക് അതെല്ലാം കേൾക്കാൻ വലിയ ഇഷ്ടമായിരുന്നു. വിവാഹം കഴിഞ്ഞ ആദ്യ നാളുകളിൽ അതെല്ലാം എന്നെക്കൊണ്ട് നിർബന്ധിച്ച് പറയിക്കുമായിരുന്നു. അവളെന്റെ നെഞ്ചിൽ തലവെച്ച് കിടക്കും. ഞാൻ തലയിലങ്ങനെ തഴുകിക്കൊണ്ടിരിക്കണം. കൂടെ കഥകളും പറയണം, അവൾ ഉറങ്ങുന്നത് വരെ! ക്ഷീണം കൊണ്ട് അവളെക്കാൾ മുമ്പേ ഞാൻ ഉറങ്ങാറുണ്ടായിരുന്നു. പിന്നെ പിന്നെ എന്റെ കൈയിലെ സ്റ്റോക്കെല്ലാം തീർന്നപ്പോൾ ഞാൻ കഥകൾ മെനയാൻ തുടങ്ങി. അതവൾ വേഗം തിരിച്ചറിഞ്ഞു. നുണ പറയാതെ ജഗദീഷ്, അവൾ ചിരിച്ചു കൊണ്ട് പറയാറുണ്ടായിരുന്നു. നിങ്ങൾക്ക് ഇത്ര ധൈര്യമൊന്നുമില്ല എനിക്കറിഞ്ഞുകൂടേ.. അതൊരു സത്യമായിരുന്നു. ധൈര്യമില്ലാഞ്ഞിട്ട് മാത്രമല്ല, ആരോടും വഴക്കിനു പോകരുതെന്ന് ഞാൻ വളരെ മുൻപേ തീരുമാനിച്ച കാര്യമാണ്. ഈ ബോംബെയിൽ വന്ന് ഒരു വർഷം തികയുന്നതിന് മുമ്പേ ഞാൻ അങ്ങനെയൊരു പ്രതിജ്ഞ എടുത്തിരുന്നു.

ശമ്പളം ഒക്കെ കിട്ടിത്തുടങ്ങി ഞാൻ പച്ചപിടിച്ചു തുടങ്ങുന്ന സമയം. സുശാന്ത് പുതിയ ജോലി ലഭിച്ച് വലിയ സന്തോഷത്തിൽ. ഞങ്ങളുടെ സന്തോഷം പുറത്തുകാണിക്കാൻ ചെറിയച്ഛനെയും കുടുംബത്തെയും ഒരു സിനിമയ്ക്ക് ക്ഷണിച്ചു. ചെറിയച്ഛൻ അത് സ്നേഹപൂർവ്വം നിരസിക്കുകയും ഭാര്യയെയും മക്കളെയും കൊണ്ട് പോയി കാണിക്കുവെന്നു പറഞ്ഞു. അദ്ദേഹത്തിന്റെ രണ്ടു പെൺകുട്ടികൾ കൗമാര പ്രായക്കാർ, ആ പെൺകുട്ടികൾ രൂപയ്ക്കും മധുവിനും ആയിരുന്നു ഏറെ സന്തോഷം. അവർ ഓടിപ്പോയി അതിവേഗത്തിൽ ഏറ്റവും നല്ല വസ്ത്രങ്ങൾ അണിഞ്ഞു വന്നു. ചെറിയമ്മ സാരി മാറ്റി പുറത്തേക്ക് വന്നപ്പോഴേക്കും ഞങ്ങൾ റിക്ഷയിൽകയറി ഇരിപ്പായി.

സിനിമയൊക്കെ ആസ്വദിച്ചു കണ്ടു തിരിച്ചിറങ്ങുന്ന സമയത്ത് ആളുകൾ തിക്കിതിരക്ക് ഉണ്ടാക്കുകയാണ്. ആർക്കും ഒരു ക്ഷമയില്ല. അതിനിടയിൽ ഒരു പയ്യൻ, അവൻ രൂപയോട് സംസാരിക്കുന്ന പോലെ എനിക്ക് തോന്നി. ആദ്യം ഞാനത് കാര്യമാക്കിയില്ല. പക്ഷേ അവൻ അവളെ തൊടാൻ ശ്രമിക്കുന്നത് കണ്ടപ്പോൾ എന്റെ ചോര തിളച്ചു. അവന്റെ ബനിയന് പിടിച്ചു വലിച്ചു പുറത്തേക്കിട്ടു. എല്ലാം അറിയേണ്ട താമസം സുശാന്ത് എന്നെക്കാളും കോപിഷ്ഠനായി, രണ്ടടി അവന്റെ ചെകിടത്ത് തന്നെ കൊടുത്തു. കൂടെ നല്ല ചീത്തയും. അപ്പോഴേക്കും ചെറിയമ്മ ഭയത്തോടെ പുറകിൽ നിന്ന് വിളിച്ചു പറയുന്നുണ്ടായിരുന്നു. വേണ്ട മോനെ, വേണ്ട സുശാന്ത്, ഇങ്ങു വരൂ നമുക്ക് പോകാം. പക്ഷേ ഞങ്ങൾക്ക് ദേഷ്യം സഹിക്കാൻ കഴിഞ്ഞില്ല. ഞങ്ങൾ കൂടെയുള്ളപ്പോഴാണ് അവൻ ഇത്രയും ധൈര്യം കാട്ടിയത്. ചെറിയമ്മ അവർ നിന്നു വിറക്കുകയാണ്. വല്ലപ്പോഴും പുറത്തേക്കിറങ്ങാൻ അവസരം കിട്ടുന്ന ഒരു സ്ത്രീ, അവരുടെ സന്തോഷമാണ് കെട്ടടക്കിയത്.

തിരിച്ചുപോരുന്ന വഴിക്ക് സുശാന്ത് ചെറിയമ്മയുടെ കൈകളിൽ പിടിച്ചുകൊണ്ട് പറഞ്ഞു, ഇതിനി ചെറിയച്ഛൻ അറിയണ്ട. അവൻ രൂപയേയും മധുവിനെയും നോക്കി, കേട്ടല്ലോ...അവർ തലയാട്ടി. രൂപ തല താഴ്ത്തി ഇരിക്കുന്നത് കണ്ടപ്പോൾ ഞാൻ അവളെ സമാധാനിപ്പിക്കാനെന്ന മട്ടിൽ പറഞ്ഞു. നീ വിഷമിക്കേണ്ട.അവനത് കിട്ടേണ്ടതായിരുന്നു. ഒരു കുഴപ്പവും ഉണ്ടാവില്ല. ഇനി അവനെ കാണാനും പോകുന്നില്ല. ഉടനെയവൾ മുഖമുയർത്തി. മെടഞ്ഞിട്ട മുടിത്തണ്ട് പുറകിലേക്ക് ശക്തിയായിട്ടു. അവന്റെ കൈയൊടിച്ചു വിടേണ്ടതായിരുന്നു. അതോർത്താണ് വിഷമിക്കുന്നത്. ഞാൻ ചമ്മിയ ചിരി ചിരിച്ചു. സുശാന്ത് ഉറക്കെ പ്രസ്താവിച്ചു. എന്റെ പെങ്ങളാണ്. ഞാൻ തലയാട്ടി.

ആ പയ്യൻ ധൈര്യം കാണിച്ചത് വെറുതെയൊന്നുമായിരുന്നില്ല. അവനാ പ്രദേശത്തെ റൗഡി കൂട്ടത്തിലെ ഒരു അംഗമായിരുന്നു. അവന്റെ നേതാവിനെ അവിടെ എല്ലാവർക്കും ഭയമാണ്. ഞങ്ങളുടെ പ്രദേശത്തു നിന്നും പത്തു പന്ത്രണ്ടു കിലോമീറ്റർ ദൂരമുണ്ട്. അതിനാൽ ഞങ്ങൾക്കൊന്നും ഇവരെക്കുറിച്ച് വലിയ പിടിപാടൊന്നും ഉണ്ടായിരുന്നില്ല. എന്തായാലും അതിന്റെ അനന്തരഫലം പിന്നീട് അനുഭവിച്ചു. ഈ സംഭ വം നടന്ന് ഒരാഴ്ചയ്ക്കുള്ളിൽ!

ഞാനും സുശാന്തും തെരുവിലൂടെ നടക്കുകയായിരുന്നു. അന്ന് അവധി ദിനമാണ്. മാസാവസാനവും. കയ്യിലാണെങ്കിൽ പണം പേരിനു മാത്രം. ചെലവാക്കിയാൽ തീർന്നു പോകുമെന്ന ഭയത്താൽ ഒരു കടലപ്പൊതി വാങ്ങാനുള്ള ധൈര്യം പോലും എനിക്കില്ല. എന്നാൽ വെറുതെ ചന്തയിലൊന്നു ചുറ്റിക്കറങ്ങാമെന്ന് തീരുമാനിച്ചു. തിരിച്ചുപോരുന്ന വഴിയാണ്. എന്റെ പുറത്ത് ശക്തമായ ഒരടി വീണു. ഞാൻ തിരിഞ്ഞു നോക്കി. എന്താണ് സംഭവിക്കുന്നതെന്ന് മനസ്സിലാകുന്നില്ല. പെട്ടെന്ന് അവന്റെ ചുവന്ന കണ്ണുകൾ കണ്ടു. എന്തൊക്കെയാണ് അവരുടെ കയ്യിലെന്ന് എനിക്ക് മുഴുവനായി ഓർമ്മയില്ല. സൈക്കിൾ ചെയിൻ, കമ്പി വടി,വടിവാൾ, ഇടിയുണ്ട.... വാൾ കയ്യിലുള്ള തടിയൻ വണ്ടിയിൽ നിന്ന് പുറത്തേക്കിറങ്ങി സുശാന്തിന് നേരെയോങ്ങി.

ഓടിക്കോടാ എന്ന ശബ്ദം കേട്ടതേ ഓർമ്മയുള്ളൂ. പിന്നെ സംഭവിച്ചത് ഒരു മരണ ഓട്ടമായിരുന്നു. വഴിയരികിൽ വിൽക്കാൻ വെച്ചിരിക്കുന്ന സാധനങ്ങളിൽ പലതിലും ചവിട്ടി വീഴാൻ പോകുന്നുണ്ടായിരുന്നു. ഞങ്ങൾ നേരെ ഓടിയില്ല. സുശാന്ത് എന്റെ കൈകൾ പിടിച്ചുകൊണ്ട് ഊടുവഴികളിലൂടെ ഓടിക്കൊണ്ടേയിരുന്നു. മരിക്കാനോ അംഗഭംഗം സംഭവിക്കാനോ യോഗം ഇല്ലാത്തതുകൊണ്ട് മാത്രമാണ് അന്ന് രക്ഷപ്പെട്ടത്. അന്ന് അവരുടെ കയ്യിൽ കിട്ടിയിരുന്നെങ്കിൽ? എന്റെ പുറത്ത് രണ്ടടി കിട്ടിയതിന്റെ പാട്, ചോര ചത്തു കിടക്കുന്നുണ്ടായിരുന്നു. സുശാന്തിന്റെ വലതു കൈയിൽ മുറിവേറ്റിട്ടുണ്ടായിരു ന്നു. ഒരിടത്തെത്തിയപ്പോൾ ഞങ്ങൾ പമ്മി നിന്നു.പെട്ടെന്ന് കണ്ട ഒരു ഓട്ടോയിൽ കയറി. ഞങ്ങളുടെ പരിഭ്രമം ഡ്രൈവറെ അറിയിക്കാതിരിക്കാൻ ശ്രമിച്ചു. ഇനി ഇയാളും അവരുടെ ആളാണെങ്കിലോ. ഞങ്ങൾ മുഖത്തോട് മുഖം നോക്കി. സുശാന്ത് മിണ്ടല്ലേ എന്നാംഗ്യം കാണിച്ചു. അവൻ ബുദ്ധിപൂർവ്വം വണ്ടി മറ്റൊരിടത്ത് നിർത്തിച്ചു. അതായത് ഒരിക്കലും അവരാരും ഞങ്ങളുടെ താമസസ്ഥലം കണ്ടുപിടിക്കരുതെന്ന ഉദ്ദേശത്തിൽ. കയ്യിലുണ്ടായിരുന്ന അവസാന തുകയും ഡ്രൈവർക്ക് കൊടുത്തിട്ട് ഞങ്ങൾ വീണ്ടും ഓട്ടം ആരംഭിച്ചു. വീടിനുള്ളിലേക്ക് കയറാതെ കോണിപ്പടിയിലൂടെ ടെറസിലേക്ക് ഓടിക്കയറി. ചെറിയമ്മ എങ്ങാനും കണ്ടാൽ അവർ കരഞ്ഞു ബഹളം വയ്ക്കും.

ഞങ്ങൾ ശ്വാസം വലിക്കാൻ ബുദ്ധിമുട്ടുകയായിരുന്നു. സുശാന്ത് ചുമച്ചു കൊണ്ടേയിരുന്നു. ഞാൻ ഡ്രം തുറന്ന് വെള്ളം കോരിയെടുത്ത് അവന്റെ തലയിലൂടെയോ വായിലൂടെയോ ഒക്കെ ഒഴിച്ചു കൊടുത്തു. ജഗദീഷ് അവർ വരുന്നുണ്ടോ? നമുക്കെടുത്ത് ചാടാമല്ലേ, ചാടാം.. അല്ലെങ്കിൽ ഈ ഡ്രമ്മിൽ കയറി കിടന്നാലോ? ഞാൻ പതുക്കെ തലയുയർത്തി നോക്കി. അവനോട് ആരുമില്ലെന്ന് കൈകൊണ്ട് ആംഗ്യം കാണിച്ചു.... ആ ദിവസം, അന്ന് ഞങ്ങൾ തീരുമാനിച്ചിരുന്നു, ഇനി എന്തെങ്കിലും പ്രകോപനമുണ്ടായാൽ, അങ്ങനെയുള്ള ആളുകൾ, സ്ഥലങ്ങൾ എന്നിവ ഒഴിവാക്കുക. അല്ലാതെ വേറെ മാർഗ്ഗമില്ല. അന്യദേശം. അച്ഛനമ്മമാർ അടുത്തില്ല. എവിടെയെങ്കിലും കിടന്നു മരിച്ചാൽ ശരീരം പോലും ചിലപ്പോൾ വീട്ടുകാർക്ക് കിട്ടണമെന്നില്ല.

ആ സംഭവത്തിന് പിറ്റേദിവസം തന്നെ സുശാന്ത് തല മൊട്ടയടിച്ചു. അതു കൊണ്ട് പ്രയോജനം എന്തെങ്കിലുമുണ്ടോ എന്ന് ഞാൻ ആലോചിച്ചു. ആളെ പെട്ടെന്ന് അറിയില്ലെന്ന് പറഞ്ഞ് അവൻ സ്വയം സമാധാനിച്ചു. ഞാനും അങ്ങനെ ചെയ്താലോ എന്ന് കരുതിയപ്പോഴാണ്. രാമാനുജ പൈ നാട്ടിലേക്ക് പോകുന്ന കാര്യം ഓർമ്മ വന്നത്. ഗോഡൗണിനടുത്തുള്ള മുറിയൊഴിഞ്ഞാൽ എന്നോട് അങ്ങോട്ട് മാറാൻ പറഞ്ഞിരിക്കുകയാണ്. വണ്ടിക്കൂലി ലാഭിക്കാമെങ്കിലും സന്ധ്യക്ക് ശേഷവും പണി ചെയ്യേണ്ടി വരുമെന്ന് എനിക്ക് തോന്നിയിരുന്നു. എപ്പോഴൊക്കെയാണ് ലോഡ് വരിക എന്നറിയില്ല. കയറ്റി അയക്കുന്നതിന് നമുക്ക് കുറച്ചു ഭേദഗതികൾ ചെയ്യാം. പിറ്റേ ദിവസത്തേക്ക് എന്ന് പറഞ്ഞാലും ഡ്രൈവർമാർ വലിയ പ്രശ്നങ്ങളൊന്നും ഉണ്ടാക്കില്ല. അവർക്ക് ഭക്ഷണവും കിടക്കാനുള്ള ഇടവും കിട്ടിയാൽ മതി. ചിലർ വണ്ടിക്കുള്ളിൽ തന്നെ കിടന്നുറങ്ങികൊള്ളും.

സത്യത്തിൽ അവിടെ എന്റെ ഉദ്യോഗത്തിന് പ്രത്യേകിച്ച് ഒരു നാമവുമില്ല. ഇപ്പോൾ മുതലാളി 'സൂപ്പർവൈസർ 'എന്നുകൂടി പറയുന്നത് കേട്ടു. പോകുന്നതിനു മുമ്പ് രാമാനുജ പൈ പ്രത്യേകം ഓർമ്മിപ്പിച്ചു. അവർ പലതും പറയും. എല്ലാം കൂടി ഏറ്റാൽ പിന്നെ മൂത്രമൊഴിക്കാൻ കൂടി നിനക്ക് സമയം കിട്ടില്ല. ചെറുപ്പത്തിലെ ആവേശത്തിൽ ആകാശം കീഴ്മേൽ മറയ്ക്കാമെന്നൊക്കെ തോന്നും. എന്നെ അർത്ഥ ഗർഭമായി ഒന്ന് നോക്കി, പോക്കറ്റിൽ നിന്ന് ടവലെടുത്ത് മുഖവും കഴുത്തുമെല്ലാം അമർത്തി തുടച്ചു. ചെളിയും വിയർപ്പും നിറഞ്ഞ ആ ടവൽ വീണ്ടും പോക്കറ്റിലേക്ക് തിരുകി. നീ സൗത്തിലേക്ക് എപ്പോഴെങ്കിലും വരുന്നുണ്ടെങ്കിൽ എന്റെ വീട്ടിലേക്ക് വരണം. മാംഗ്ലൂർ മനോഹരമായ സ്ഥലമാണ്. ഞാൻ ശരിയെന്ന് പറഞ്ഞു. നീ വരുമ്പോഴേക്കും ഞാൻ ജീവിച്ചിരിപ്പുണ്ടാവുമോ എന്തോ? അയാൾ പിറുപിറുത്തു.

ഞാനും സുശാന്ത് ആ സംഭവത്തിനു ശേഷം കള്ളന്മാരെ പോലെയാണ് വരുന്നതും പോകുന്നതും. മിസൈൽ നമുക്കു നേരെ തൊടുത്തു വിട്ടിട്ടുണ്ടെന്നും, അതെപ്പോഴാണ് പതിക്കുകയെന്നും അറിയാത്തവനെ പോലെ ഞാൻ വട്ടംചുറ്റി നോക്കി കൊണ്ടിരുന്നു. സുശാന്ത് ആകട്ടെ മുറിയിലുള്ള കൂട്ടുകാർക്കെല്ലാം പലഹാരങ്ങൾ വാങ്ങിക്കൊടുത്തു സന്തോഷിപ്പിക്കാൻ ശ്രമിച്ചു. എന്തെങ്കിലും ആപത്ത് വന്നാൽ ഒരു സഹായം ആകുമല്ലോ എന്ന് കരുതിയാണ്. എന്നാൽ എല്ലാവരും മുണ്ടൂരി തലയിൽ കെട്ടി ഓടുമെന്ന് എനിക്കുറപ്പായിരുന്നു. കൂട്ടത്തിൽ രാമണ്ണയെയാണ് ഞങ്ങൾക്ക് കുറച്ചെങ്കിലും വിശ്വാസമുള്ളത്. അയാൾക്ക് ഇവിടെ ലോക്കൽസുമായി നല്ല ബന്ധമാണ്. ആ ഞായറാഴ്ച എന്റെ പെട്ടിയും സഞ്ചിയുമെടുത്ത് ഞാൻ ജോലിസ്ഥലത്തേക്ക് മാറി. കുറച്ചു നാളെ സുശാന്തിനൊപ്പം കഴിഞ്ഞുള്ളൂവെങ്കിലും എന്റെ ജീവിതത്തിലെ മറക്കാനാവാത്ത ഒരു അധ്യായമാണത് .

ആ സംഭവത്തിനുശേഷം ഞാനിന്നുവരെ ഒരാളോടും കയർക്കുകയോ വഴക്കിടുകയോ ചെയ്തിട്ടില്ല. പൊതുവേ എന്റെ സ്വഭാവം ശാന്തമായിരുന്നു. ചെറുപ്പം മുതൽ ക്ഷമയും സൗമ്യതയും ശീലിച്ചു പോന്നു. അല്ലെങ്കിലും ജസ്വന്ത്, ചാന്ദിനി, അമ്മ, ഇവർക്ക് മുന്നിൽ ക്ഷമയോടെ ജീവിക്കുക എന്നത് എന്റെ കൂടി ആവശ്യമായിരുന്നു. അതുകൊണ്ടെന്താണ്, പോകുന്നിടത്തെല്ലാം നല്ല പേര് കിട്ടി. എവിടെ ചെന്നാലും ഏതെങ്കിലും അസോസിയേഷന്റെ തലപ്പത്ത് കൊണ്ടിരുത്തും. കരിഷ്മ, അവളതിനെ കളിയാക്കുകയാണ് ചെയ്തത്. മിണ്ടാതിരിക്കുന്നതിന് കിട്ടുന്ന കൂലിയാണ് ഈ സ്ഥാനങ്ങൾ. ഞാൻ അവളോട് പറയും, നോക്കൂ കരിഷ്മ, ഞാൻ ആവശ്യത്തിന് മിണ്ടുന്നുണ്ട്, അല്ലാതെ എന്തിനാണ് മറ്റുള്ളവരെ കുറ്റപ്പെടുത്തുകയും അപമാനിക്കുകയും ചെയ്യുന്നത്? അങ്ങനെ ചെയ്യാൻ മാത്രം എന്തു സവിശേഷതയാണ് നമുക്കുള്ളത്.

നിങ്ങൾ ഇങ്ങനെ തത്വശാസ്ത്രം വിളമ്പിയിരുന്നുകൊള്ളൂ. ആ സവിത, വേസ്റ്റ് എല്ലാം മുറ്റത്തു തന്നെയാണ് ഇടുന്നത്. അവിടെയിട്ട് കത്തിക്കുകയും ചെയ്യുന്നു. മറ്റുള്ളവർ നിങ്ങൾക്കൊരു പരാതി എഴുതി തന്നിട്ടുണ്ട്.. ഞങ്ങളെല്ലാവരും വേസ്റ്റ് നിക്ഷേപിച്ചിരുന്ന കുപ്പത്തൊട്ടി അവിടെ നിന്നും മാറ്റിയപ്പോൾ കുറച്ചു ദൂരെയാണ് സ്ഥാപിച്ചിരിക്കുന്നത്. അതു കോർപ്പറേഷൻ ചെയ്തതാണ്. ഒരു രണ്ടു മിനിറ്റ് കഷ്ടി നടക്കണം. സവിതക്കത് സാധ്യമല്ല. ഒരിക്കൽ ഞാൻ അവരെ ഉപദേശിച്ചതാണ് ഒരു കാര്യവുമില്ല. ജോലിക്ക് പോകുന്നതിനായി ഷൂ കെട്ടുന്നതിനിടയിൽ വീരു ഇതു കേൾക്കുന്നുണ്ടായിരുന്നു. സവിതയുടെ പ്രശ്നം അതോടെ അവസാനിച്ചു.

ഒറ്റ നിമിഷം കൊണ്ട് അവൻ താഴത്തെ നിലയിൽ എത്തി. അവരുടെ ഫ്ലാറ്റിന്റെ കോളിംഗ് ബെൽ അടിച്ചു. പിന്നെയവിടെ അങ്ങോട്ടുമിങ്ങോട്ടും ഒരു പ്രസംഗ പരമ്പര തന്നെ നടന്നു. സവിതയുടെ മക്കൾ സോനാലിയും സ്വരൂപും രൂക്ഷമായി വീരുവിനെ നോക്കുന്നുണ്ട്. വീര് പറയുകയാണ്, നിങ്ങളുടെ മകളോട് ഒന്ന് നടക്കാൻ പറ, ആ തടിയൊന്ന് കുറയട്ടെ, ഈ പിത്തം പിടിച്ചതിനെയൊക്കെ ആര് കെട്ടാനാണ്? നിങ്ങളുടെ സ്വഭാവത്തിന് ആരിങ്ങോട്ട് കയറാനാണ്. ഈ ചെറുക്കനെ പറഞ്ഞയക്കരുതോ. ഒരു പണിക്കും പോകുന്നില്ലല്ലോ... അവൻ പിന്മാറുകയില്ലെന്ന് മനസ്സിലായതുകൊണ്ടോ അതോ മകളുടെ വിവാഹ കാര്യം പറഞ്ഞതുകൊണ്ടോ സവിത ഒന്ന് അടങ്ങി. തിരിച്ചുപോരുമ്പോൾ വീരു വീണ്ടും ഉറക്കെ പറഞ്ഞു. ഇനി ഇതാവർത്തിക്കരുത്.

ഞാൻ കരിഷ്മയുടെ തോളിൽ തട്ടി, വാ തിരിച്ചു പോവാം. എന്തായാലും നിനക്ക് സന്തോഷം ആയല്ലോ? എനിക്കുകൂടി പകരം നിന്റെ മൂത്തമകൻ സംസാരിക്കുന്നുണ്ടല്ലോ. ഞാനവനെ കണ്ടില്ല, അവൾ പിറുപിറുത്തു. എന്തൊക്കെയാണവൻ വിളിച്ചു കൂവിയത്... പിന്നെയവൾ ചിരിച്ചു, ആ അവർക്കത് പാകമാണ്.

വൈകുന്നേരം വിചാരിച്ച പോലെ സവിതയുടെ ഭർത്താവ് ശേഖർ പ്രസാദ് എത്തി. കരിഷ്മയാണ് വാതിൽ തുറന്നത്. നിങ്ങളുടെ മകനെവിടെ? കരിഷ്മ നിസ്സംഗതയോടെ വീറിനെ വിളിച്ചു. അവനാണെങ്കിൽ കുളിക്കുന്നതിനു മുമ്പ് ജിം പ്രാക്ടീസ് ചെയ്യുകയാണ്. അത്യാവശ്യം വേണ്ട കാര്യങ്ങൾ അവിടെ ബാൽക്കണിയിൽ സെറ്റ് ചെയ്തിട്ടുണ്ട്. അയാളോടു കയറിവരാൻ പറ, വീർ തിരിച്ചു മറുപടി പറഞ്ഞു. എനിക്കതിന്റെ ആവശ്യമില്ല, അവനോട് ഇറങ്ങി വരാൻ പറ. അയാളുടെ ഒച്ച കനത്തപ്പോൾ വീർ വേഗത്തിൽ വന്നു. കയ്യിൽ ഡംബലും ഉണ്ടായിരുന്നു. അവനത് രണ്ട് കൈയിലും ആയി അടിച്ചു കൊണ്ട് അയാളുടെ മുഖത്തേക്ക് സൂക്ഷ്മമായി നോക്കി. എന്നിട്ട് സൗമ്യമായി ചിരിച്ചു.

കരിഷ്മ എന്നെ മുറിയിൽ നിന്ന് വലിച്ചുകൊണ്ടു വന്നിട്ടുണ്ടായിരുന്നു. വീർ ഗൗരവത്തിൽ ഒരു ഡംബൽ അയാളുടെ കയ്യിൽ കൊടുത്തു. പാവം.. പെട്ടെന്ന് വന്ന ഭാരം കൊണ്ടാണോ എന്നറിയില്ല ശ്വാസമുള്ളിലേക്ക് വലിച്ചു മുറുകി. വീർ വളരെ സാവധാനത്തിലാണ് പറയുന്നത്. അങ്കിളിനി ക്ഷമ പറയേണ്ട ആവശ്യമൊന്നുമില്ല. ഞാൻ പറഞ്ഞത് ആന്റിക്ക് നന്നായി മനസ്സിലായിട്ടുണ്ട്. നാളെ മുതൽ അവരത് ആവർത്തിക്കില്ല. അങ്ങനെ തന്നെയല്ലേ അങ്കിൾ? അവൻ രണ്ടാമത്തെ ഡമ്പലും ഒരു ആയാസത്തിനെന്ന ഭാവത്തിൽ അയാളുടെ കയ്യിൽ കൊടുക്കുന്നതിനു മുമ്പേ, ആ മനുഷ്യൻ ചാടി കയറി പറഞ്ഞു, അതേ മോനേ, അതെ. എന്നിട്ട് എന്നെയും

കരിഷ്മയും നോക്കി കൈകൾ വീശികാണിച്ചു പിന്നീട് കാണാം ജഗദീഷ് ഭായ്, ചേച്ചി എന്നൊക്കെ പറഞ്ഞു ഒറ്റ നടത്തം.

അയാൾ പോയി കഴിഞ്ഞപ്പോൾ ഒന്നും സംഭവിക്കാത്ത പോലെ വീർ കുളിക്കാനായിപ്പോയി. പോകുന്നതിനു മുമ്പ് കരിഷ്മയെയും എന്നെയും നോക്കി പറഞ്ഞു. എന്തു പ്രശ്നമുണ്ടെങ്കിലും ഈ വീർ പ്രതാപ് സിങ്ങിനോട് പറഞ്ഞാൽ മതി. എല്ലാം സിമ്പിളാക്കി തരും. വരുമ്പോഴേക്കും അത്താഴം റെഡിയായിരിക്കണം അമ്മേ, വിശന്നു കുടല് കരിയുന്നു. അവൻ പോയി കഴിഞ്ഞപ്പോൾ കരിഷ്മ പറഞ്ഞു, നോക്ക്, പോകുന്നത് നോക്ക്, എന്റെ സിംഹക്കുട്ടി. നിങ്ങളെപ്പോലെ പാവമായാൽ ആളുകൾ നമ്മളെ പിടിച്ച് അച്ചാറിടും മനസ്സിലായോ? ഞാൻ തലയാട്ടി, ഓ എനിക്കറിയാം സിംഹക്കുട്ടിയെ ,ഇപ്പോഴല്ലല്ലോ കാണുന്നത്.

എന്റെ നിസംഗതയും സംയമനവും കരിഷ്മയ്ക്ക് പാവത്തമായാണ് അനുഭവപ്പെട്ടത്. പേടിത്തൂറി എന്ന സംശയവുമുണ്ട്. ആ വിഷമം തീർക്കാനെന്ന മട്ടിൽ എനിക്ക് പകരം അവൾ വാളെടുത്തു പയറ്റാറുണ്ടായിരുന്നു. അത് ഞാൻ തിരിച്ചറിഞ്ഞത് വർഷങ്ങൾക്കു മുമ്പാണ്. വീർ ജനിച്ചതിനുശേഷം. ഞങ്ങളന്ന് താമസിച്ചിരുന്നത് കല്യാണിലായിരുന്നു. അയൽപക്കങ്ങളിലൊക്കെ ഇഷ്ടം പോലെ ആളുകൾ. ഞങ്ങൾ താമസിക്കുന്ന അതേ കോമ്പൗണ്ടിൽ തൊട്ടടുത്ത് താമസിച്ചിരുന്നത് ഒരു പഞ്ചാബി കുടുംബമായിരുന്നു. ഹർവിന്ദരും ഭാര്യ പൂനവും. ഞാൻ വീട്ടിൽ നിന്നിറങ്ങുമ്പോൾ മുറ്റത്തു നിന്നിരുന്ന മാതളത്തിന് എന്നും വെള്ളം ഒഴിച്ച് കൊടുക്കാറുണ്ട്. എനിക്ക് അതൊരു സന്തോഷം.

ഞങ്ങളവിടെ താമസം തുടങ്ങിയ സമയത്ത് ഭക്ഷണവും വെള്ളവും കിട്ടാതെ ഉണങ്ങിപ്പോയ കുഞ്ഞുങ്ങളെ പോലെ ഇരുന്ന ആ ചെടി, രണ്ടു വർഷങ്ങൾക്കുശേഷം തളിർത്തു വന്നു. മൂന്നാം വർഷം നിറയെ കായ്ച്ചു. കരിഷ്മ വളരെയേറെ സന്തോഷത്തോടെ പറഞ്ഞു. ജഗദീഷ് നിങ്ങളുടെ മാതളം നിറയെ കായ്ച്ചല്ലോ. നിങ്ങൾ നല്ല ഐശ്വര്യമുള്ളവനാണ്. ഞാൻ പുഞ്ചിരി തൂകി. പക്ഷേ മൂത്തു പഴുത്ത ഫലങ്ങൾ ഒന്നുപോലും ഞങ്ങൾക്ക് കിട്ടിയില്ല. എല്ലാം പൂനം പറിച്ചെടുത്തു കൊണ്ടേയിരുന്നു. ആ മുറ്റം അത് ഞങ്ങൾക്ക് എല്ലാവർക്കും കൂടിയുള്ളതാണ്. ഇതെന്ത് മനുഷ്യരാണ്, കരിഷ്മ ആശ്ചര്യപ്പെട്ടു. ഒരു പഴം പോലും പറയ്ക്കാൻ സമ്മതിക്കില്ലെന്നു വച്ചാൽ? നിങ്ങളല്ലേ ആ ചെടിയെ സംരക്ഷിച്ചിരുന്നത്. വെള്ളവും വളവും ഇട്ട്.... മനുഷ്യത്വമുണ്ടോ ഇവറ്റകൾക്ക്. ഒരെണ്ണം വേണോയെന്ന് ചോദിക്കണ്ടേ. സാരമില്ല കരിഷ്മ, അവർ അങ്ങനെയൊന്നും ഉദ്ദേശിച്ചാവില്ല. എന്നാൽ അവളത് വെറുതെ വിടാൻ ഉദ്ദേശിച്ചിട്ടില്ലായിരുന്നു.

പിറ്റേദിവസം രാവിലെ ഉറക്കെയുള്ള ശബ്ദം കേട്ടാണ് ഞാൻ വാതിൽ തുറന്നു നോക്കിയത്. ഓഫീസിലേക്ക് പോകാൻ ഷർട്ട് മുഴുവനായി ഇട്ടിട്ടുണ്ടായില്ല.അതിനുമുമ്പേ ഞാൻ ചാടിയിറങ്ങി. കരിഷ്മയും പൂനവും തമ്മിലുള്ള വഴക്കാണ്. ഞാൻ കരിഷ്മയുടെ കയ്യിലേക്ക് നോക്കി, ഒരു തുടുത്ത മാതളപ്പഴം. ഹർവിന്ദർ എളിക്കു കൈകുത്തി നിൽക്കുന്നുണ്ട്. ഇടയ്ക്കെന്നെ കണ്ണുകൾ ചെറുതാക്കി രൂക്ഷമായൊന്നു നോക്കി. ഞാനാ മനുഷ്യനെ ആകെയൊന്ന് നോക്കി. ഒത്ത തടിയും പൊക്കവും. ഇയാൾ ഇനിയൊരു മല്ലയുദ്ധത്തിന് തയ്യാറായാൽ എതിരിടാൻ എനിക്ക് കഴിയുമെന്നു തോന്നുന്നില്ല. എനിക്ക് പണ്ടുമുതലേ താൽപര്യം തോന്നിയിട്ടുള്ളത് പുസ്തകങ്ങളോട് മാത്രമാണ്. കളിക്കുമ്പോൾ പോലും യോദ്ധാവ് ജസ്വന്താണ്. എന്റെ സ്ഥാനം പാട്ടുകാരനും കൊട്ടാരത്തിലെ മന്ത്രിയുമൊക്കെയാണ്.

ഞാൻ ഓർമ്മകളിൽ നിന്ന് ഞെട്ടിപ്പിടിഞ്ഞ് ബോധം നേരെയാക്കി, കരിഷ്മയെ അനുനയിപ്പിച്ച് വീട്ടിലേക്ക് ആക്കി. പൂനത്തോടും ഹർവിന്ദരിനോടും ക്ഷമാപണം നടത്തി. പെട്ടെന്ന് കഥയിൽ വന്ന മാറ്റത്തിൽ അവരൊന്നും പ്രതികരിക്കാൻ കഴിയാതെ നിന്നു. ആ തക്കം മുതലാക്കിയാണ് ഞാൻ കരിഷ്മയെ ഉള്ളിലേക്കാക്കിയത്. ഹർവിന്ദരിന്റെ മുഖത്ത് ചെറിയ ഭാവമാറ്റങ്ങൾ കണ്ടുതുടങ്ങി. അയാളുടെ ഉള്ളിലും ചില പുനർചിന്തനങ്ങൾ നടക്കുന്നുണ്ട്. പൂനത്തിന്റെ ഭാഗത്തും തെറ്റുണ്ടോയെന്നാവാം. എന്തായാലും അയാളവരോട് കയർക്കുന്നുണ്ട്. എല്ലാം കഴിഞ്ഞല്ലോ എന്ന് കരുതി സമാധാനിക്കാൻ തുടങ്ങുമ്പോഴാണ്, എന്റെ കുഞ്ഞുമോൻ വീരു, ഇത്രയും നേരം എല്ലാത്തിനും അവൻ സാക്ഷിയായിരുന്നു. ഹർവിന്ദരിനെ നോക്കി വെല്ലുവിളിക്കുകയാണ്. ഇടിച്ചു നിന്റെ മൂക്ക് ശരിയാക്കും താടിക്കാരാ. അവൻ മുഷ്ടി ചുരുട്ടി ഇടിക്കുന്ന പോലെ അഭിനയിച്ചു. പോരാത്തതിന് ഓരോ ഇടിക്കും അവൻ ശബ്ദം കൊടുക്കുന്നുണ്ട്. എന്തോ ഹർവിന്ദറിനു അത് കണ്ടപ്പോൾ ചിരിയാണ് വന്നത്. അയാളെന്നോട് പറഞ്ഞു, ഈ കുഞ്ഞു ബോംബിനെ കൂടി അകത്തേക്കാക്ക്. ഞാനൊരു ചമ്മിയ ചിരി ചിരിച്ചു.

ഉള്ളിൽ കയറിയപ്പോൾ ഞാൻ കണ്ടത് രൗദ്രഭാവത്തിൽ സെറ്റിയിൽ ചാരിയിരിക്കുന്ന കരിഷ്മയെയാണ്. അവൾ നിർത്താതെ സംസാരിക്കുകയാണ്. നോക്ക് ജഗദീഷ് അവളെന്നെ എന്താണ് പറഞ്ഞതെന്ന് കേട്ടോ? ഞാൻ ആണുങ്ങളെ പോലെയാണെന്ന്? അവൾക്ക് മറാട്ടി സ്ത്രീകളെക്കുറിച്ച് ശരിക്കും അറിയില്ല. അവൾ സെറ്റിയിലെ കുഷ്യനുകൾ മാന്തി പൊട്ടിക്കുമോയെന്ന് എനിക്ക് തോന്നി. ഞാനത് നിർബന്ധപൂർവ്വം വാങ്ങിയെടുത്തു. പുതിയത് വാങ്ങിക്കാവുന്ന ഒരവസ്ഥയിൽ അല്ല. രംഗമൊന്നു തണുപ്പിക്കണം. ഞാൻ കസേരയിലേക്ക് ചാരിയിരുന്നു, അവളെ ശാന്തമാ

യി വിളിച്ചു, കരിഷ്മാ. അവൾ എന്റെ മുഖത്തേക്ക് ദേഷ്യത്തോടെ നോക്കി. നോക്ക് കരിഷ്മ, ആ സ്ത്രീ പറഞ്ഞതൊന്നും നീ കാര്യമാക്കണ്ട. നീയൊരു സുന്ദരിയാണ് അപ്പോൾ പിന്നെ മറ്റുള്ളവർക്ക് കുറച്ചു കുശുമ്പൊക്കെയുണ്ടാകും. എന്റെ കൃത്രിമത്വം അവൾക്ക് മനസ്സിലായതു കൊണ്ടാണോ എന്നറിയില്ല, മുഴുവൻ ഒന്നും മനസ്സിലാക്കിച്ചേ എന്നവൾ മറു ചോദ്യമെറിഞ്ഞു. എനിക്കെന്തെങ്കിലും പറഞ്ഞേ പറ്റൂ. നോക്ക് നീ നല്ല മെലിഞ്ഞ് ഒരു സിനിമാ നായികയെപ്പോലെ, അവരാണെങ്കിൽ തടിച്ചുരുണ്ട് ഒരു ഫുട്ബോളും. എത്ര മാതളം കഴിച്ചിട്ടും എന്ത് കാര്യം? അവൾ ഓഹോ എന്ന മട്ടിൽ തലയാട്ടി, എന്നാലിത് അവരോട് നേരിട്ട് പറയാമായിരുന്നില്ലേ?

ഞാനൊന്ന് ഞെട്ടി. അവരോട് നേരിട്ട് പറയാമായിരുന്നില്ലേ എന്ന്. അതും വല്ലവന്റെ ഭാര്യയെ കുറിച്ച്. മറാട്ടികൾ ഓടിച്ചിട്ട് കൊല്ലാൻ നോക്കിയിട്ട് ചാവാതെ കിട്ടിയ ജീവനാണ്. ഇനി പഞ്ചാബികളുടെ ഇടി കൂടി കൊള്ളണോ? ഞാൻ ബോംബെയിലേക്ക് വന്നത് ഇടികൊള്ളാനല്ല, ജീവിത മാർഗത്തിനായാണ്. ഇനി മാതളത്തിന് വെള്ളമൊഴിക്കുന്നില്ല. വെള്ളം ഒഴിച്ചതാണല്ലോ കുഴപ്പമായത്. ഈ വിചാരവികാരങ്ങൾ ഒന്നും പുറത്തു കാട്ടാതെ ഞാൻ കരിഷ്മയുടെ അരികിൽ ഇരുന്നു. പോട്ടെ, എനിക്ക് വിശക്കുന്നു, നമുക്ക് പ്രാതൽ കഴിക്കാം. എന്തോ ഭാഗ്യത്തിന് ദീപു ഉറക്കമുണർന്ന് കരച്ചിൽ തുടങ്ങിയതോടെ അവളൊന്ന് അയഞ്ഞു.

ഞാൻ ഒട്ടും പ്രതികരിക്കുന്നവനല്ല എന്ന തോന്നലിൽ കരിഷ്മ എന്റെ രക്ഷ കൂടി ഏറ്റെടുത്തു. എനിക്കുവേണ്ടി എവിടെയും ഉറക്കെ സംസാരിക്കാനും വഴക്കിടാനും അവൾക്ക് ഒരു മടിയും ഇല്ലായിരുന്നു. എന്റെ അമ്മയായാലും, അനിയനായാലും ആരായാലും. ഞാൻ എല്ലായിപ്പോഴും ഓർക്കുകയും പിന്നീടെന്നെ ചിരിപ്പിക്കുകയും ചെയ്ത ഒരു കാര്യം! ഞാനവളെ ആദ്യം കണ്ടപ്പോൾ തന്നെ ശ്രദ്ധിച്ചത് ആ രൂപ സൗകുമാര്യം തന്നെയാണ്. കൂടുതൽ പരിചയമായപ്പോൾ ആ ശബ്ദം അതിന്റെ സൗന്ദര്യം എന്റെ കാതുകളിൽ ബാസുരി പോലെ തോന്നുമായിരുന്നു. പക്ഷേ ജീവിതത്തിലേക്ക് കടന്നുവന്നപ്പോൾ അവൾ വലിയ തന്റേടിയും കുറച്ചു വാശിക്കാരിയും ആയിരുന്നു. എങ്ങനെയാണവൾ എന്റെ ജീവിതത്തിലേക്ക് കടന്നുവന്നത്?

14 ചാന്ദിനിയുടെ വിവാഹം

മൂന്നുവർഷത്തോളം ഞാൻ എന്റെ പഴയ ജോലിസ്ഥലത്ത് തന്നെ തുടർന്നു. പുതിയൊരു അവസരത്തിനായി കാത്തിരിക്കുകയായിരുന്നു. കാരണം എനിക്കറിയാം ഇങ്ങനെയൊന്നും പോയാൽ എന്റെ ജീവിതത്തിൽ

വലിയ മാറ്റമൊന്നും ഉണ്ടാവാൻ പോകുന്നില്ല. പനവേലിൽ മൂന്നു വർഷം കൂടി. അപ്പോഴേക്കും ബോംബേ എന്റെ സ്വന്തമായി മാറിക്കഴിഞ്ഞിരുന്നു. അല്ലെങ്കിൽ എന്നെയും അവൾ മകനായി ദത്തെടുത്തു കഴിഞ്ഞിരുന്നു. പുതിയ മനുഷ്യർ, അനുഭവങ്ങൾ, വൈകുന്നേരങ്ങളിൽ സുഹൃത്തുക്കളൊരുമിച്ചുള്ള ചായ കുടി, അവധി ദിനങ്ങളിലെ കറക്കങ്ങൾ. അപ്പോഴേക്കും എന്റെ വസ്ത്രധാരണം പൂർണ്ണമായും പാന്റും ഷർട്ടുമായി മാറി.

എനിക്കിപ്പോഴും ഓർമ്മയുണ്ട്. ഇളം നിറങ്ങളിൽ വരകളുള്ള ഷർട്ടും ഇൻ ചെയ്തു, വീതി കൂടിയ പാന്റുകളും .ഭംഗിയുള്ള ടീഷർട്ടുകൾ. എല്ലാമന്ന് ആകർഷണങ്ങളാണ്. ഓരോരുത്തരുടെയും പണസഞ്ചി അനുസരിച്ച് മാത്രം സ്വന്തമാക്കാം. സുഹൃത്തുക്കളെല്ലാം പല ഭാഷക്കാരാണ്. സുശാന്തിനെ കാണുന്നത് വല്ലപ്പോഴുമാണ്. അതിനിടയിൽ രൂപയുടെ വിവാഹം കഴിഞ്ഞു. അത് ഞങ്ങൾ ആഘോഷമാക്കി.

ആയിടയ്ക്ക് എപ്പോഴും ചിന്ത ചാന്ദ്നിയെ കുറിച്ചാണ്. നാട്ടിൽ രണ്ടു പ്രാവശ്യം പോയി വന്നു. കൂടുതൽ അവധി ദിനങ്ങൾ കിട്ടാൻ ഒരു സാധ്യതയും ഇല്ലായിരുന്നു. എന്റെ ഓരോ വരവും അവൾ ആഘോഷമാക്കി. നാടു മുഴുവനത് പാട്ടാക്കുന്നതിൽ അവളും സഖികളും പ്രത്യേകം പങ്കു വഹിച്ചുവെന്ന് പറയേണ്ടതില്ലല്ലോ. പക്ഷേ ഈ ഓട്ടവും ചാട്ടവും അമ്മയ്ക്ക് ഇഷ്ടമുള്ള കാര്യമല്ല. കാലൊടിച്ചിടണമെന്നാണ് അവരുടെ അഭിപ്രായം. അവസാനത്തെ എഴുത്തിൽ ദേഷ്യം കുറച്ചു കൂടുതലാണ്. നീ എന്തിനാണിങ്ങനെ കാത്തു വച്ചിരിക്കുന്നത്? പറ്റില്ലെങ്കിൽ പറയ്, ബാക്കി കൃഷിയിടം കൂടി വിറ്റ് കല്യാണം നടത്താം. ഇത്ര പ്രായം വരെ നമ്മുടെ കുടുംബത്തിൽ പെൺകുട്ടികൾ നിൽക്കാറില്ല ജഗദീഷ്. ഇതെല്ലാം മോശമാണ്. ഞാൻ മറുപടി അയച്ചു. വളരെ വേഗത്തിൽ അവിടേക്ക് വരുന്നതാണ്.

അമ്മയുടെ യാഥാസ്ഥിതിക മനോഭാവം ഒരിക്കലും മാറ്റാൻ കഴിയുന്ന ഒന്നല്ല. ജനിച്ച ഗ്രാമവും, വിവാഹം കഴിച്ച ഗ്രാമവും അല്ലാതെ അവർക്ക് ഈ ലോകത്ത് മറ്റൊന്നും അറിയില്ല. ആചാരങ്ങൾ, മാമൂലുകൾ എല്ലാം കെട്ടിപ്പിടിച്ചു വെച്ചിരിക്കുന്നതാണ്. എന്റെ മാറ്റങ്ങൾ പോലും അമ്മയെ അസ്വസ്ഥമാക്കുന്നുണ്ട്. പക്ഷേ സ്നേഹവുമുണ്ട്. പിന്നെ എന്നിലൂടെയാണ് കടങ്ങളെല്ലാം വീട്ടിയത് എന്നറിയുന്നതിനാൽ എനിക്കെതിരെ വല്ലാതെ ബഹളം വയ്ക്കാൻ അമ്മയ്ക്ക് കഴിയുന്നില്ലെന്ന് മാത്രം. എനിക്ക് നാട്ടിലുള്ള പേരും പ്രശസ്തിയും അതാണ് ഏറ്റവും രസകരമായത്. അവർക്കു മുന്നിൽ ഞാൻ വളരെയേറെ സമ്പന്നനായിരുന്നു. യാഥാർത്ഥ്യമെന്താണെന്ന് വെച്ചാൽ ഞാൻ വളരെ കഷ്ടപ്പെട്ട് ജീവിക്കുന്നു. താമസിക്കുന്നത്

എന്റെ വീട്ടിലെ ഒരു മുറിയുടെ മാത്രം വലിപ്പമുള്ള ഒരു മുറിയിൽ. അതിൽ എന്നെ കൂടാതെ രണ്ടുപേർ. കിട്ടുന്ന ശമ്പളം കൂട്ടി വെച്ച് കടം വീട്ടി. ഇനി സഹോദരിക്ക് വേണ്ടി കുറച്ചു സമ്പാദ്യം. അതും കഴിഞ്ഞാൽ എല്ലാമാസവും ജോലിക്ക് പോയാൽ മാത്രം ജീവിക്കാം. അത്രതന്നെ!

പക്ഷേ എന്റെ പേരും പ്രശസ്തിയും, അതുകൊണ്ട് വലിയൊരു കാര്യം തന്നെ സംഭവിച്ചു. നല്ല ഒരു വിവാഹബന്ധം തന്നെ ചാന്ദിനിക്ക് കിട്ടി. എന്റെ അനിയത്തി കരയരുതെന്ന് മാത്രമായിരുന്നു എന്റെ ആഗ്രഹം. അവളെ ഒരു സർക്കാർ ഉദ്യോഗസ്ഥനെ കൊണ്ട് വിവാഹം കഴിപ്പിച്ചു. അതിനുവേണ്ടി മൂന്നാമന് കുറച്ച് കൂടുതൽ പണം നൽകി. എങ്കിലും എല്ലാം ഭംഗിയായി തന്നെ നടന്നു.

സന്തോഷ് കുമാർ വളരെ നല്ല ചെറുപ്പക്കാരനായിരുന്നു. സരസനാണ്. ഒപ്പം ചുറുചുറുക്കും ബുദ്ധിയും ഉണ്ട്. റവന്യൂ വകുപ്പിലായിരുന്നു അവനു ജോലി. വീട്ടുകാർ യാഥാസ്ഥിതികരൊക്കെ തന്നെയാണ്. പക്ഷേ അമ്മയുടെ അഭിപ്രായത്തിൽ വലിയ തറവാട്ട് മഹിമ ഇല്ല. അതാണ് അവർ കണ്ട ഒരു കുറവ്. പക്ഷേ ഞാനൊരു കാര്യം മാത്രമേ ശ്രദ്ധിച്ചുള്ളൂ. അവൻ ജോലി ചെയ്യുന്നിടത്തേക്ക് അവളെ കൊണ്ടു പോകും. അവർ ഒരുമിച്ചാണ് കഴിയാൻ പോകുന്നത്. ചാന്ദിനിയുടെ ജീവിതത്തിൽ തീർച്ചയായും മാറ്റങ്ങളുണ്ടാവും. ജസ്വന്താണെങ്കിൽ കുറച്ചു കൂടി കുടുംബസ്വത്തുള്ളവരുടെ വീട്ടിലേക്ക് അവളെ അയക്കണമെന്ന് ശഠിച്ചു. പക്ഷേ എന്റെ തീരുമാനം അന്തിമമായി നിലകൊണ്ടു.

അവൾക്കു വേണ്ടിയുള്ള ചുവന്ന കല്യാണസാരി തിരഞ്ഞെടുക്കാൻ ഞങ്ങളെല്ലാവരും ഒരുമിച്ച് പോയി. ചാന്ദിനി തിരഞ്ഞെടുത്ത സാരി കുറച്ചു വില കൂടുതലായിരുന്നു. ജസ്വന്ത് മുറുമുറുത്തു. ചേട്ടൻ ഒരു മണ്ടനാണ്. നമ്മൾ രണ്ടാളും മാത്രമേ ഉണ്ടായിരുന്നുവെങ്കിൽ ഈ കാശിന് എല്ലാവർക്കും വസ്ത്രങ്ങൾ വാങ്ങാമായിരുന്നു. ചാന്ദിനി എന്നെ സങ്കടത്തിൽ നോക്കി. ഞാൻ കണ്ണുകളടച്ചു, നിനക്ക് ഇഷ്ടമുള്ളതെല്ലാം വാങ്ങിച്ചു കൊള്ളൂ. ആഭരണങ്ങൾ കൂടി വാങ്ങിച്ച് ഞങ്ങൾ തിരിച്ചു വീട്ടിൽ എത്തുമ്പോൾ, സുശാന്ത്, രൂപ അവളുടെ വരൻ അലോക്, മധു, എല്ലാവരും എത്തിയിട്ടുണ്ട്. എന്റെ മറ്റു സുഹൃത്തുക്കൾക്കൊന്നും വരാൻ കഴിഞ്ഞില്ല.

ഏറ്റവും രസകരമായ കാര്യം ഇതായിരുന്നു. തങ്ങളെ ഇത്രയും ആഡംബരമായി വിവാഹം കഴിച്ച് പറഞ്ഞയച്ചില്ലല്ലോ എന്ന് ചേച്ചിമാർ അമ്മയോട് പരാതി പറഞ്ഞത്രേ! അവളുടെ വിവാഹദിവസം എനിക്കുണ്ടായ സന്തോഷം, എന്നാൽ അതിൽ കുറച്ചു നീറ്റൽ ഉണ്ടായിരുന്നു. ബാബയുടെ ഓർമ്മകളാണ് എന്നെ അലോസരപ്പെടുത്തിയത്. ഞാൻ അവളുടെ

വിവാഹം നടത്തി കൊടുക്കുന്നത് കാണുമ്പോൾ, ഈ ഭൂമിയിൽ ഏറെ സന്തോഷിക്കുന്നത് അദ്ദേഹമായേനെ—

ചാന്ദിനിയുടെ ജനനം സത്യത്തിൽ എന്റെ അമ്മ ഒരിക്കലും ആഗ്രഹിച്ചിരുന്നില്ല. മൂത്ത മക്കളുടെ കല്യാണമായിരുന്നു അവരുടെ മനസ്സു നിറയെ. ആഗ്രഹിക്കാതെയും ചോദിക്കാതെയും ഞങ്ങളുടെ വീട്ടിലേക്ക് കടന്നു വന്ന ഒരതിഥി. അമ്മ ഒരു കാരണവുമില്ലാതെ അച്ഛനെ കുറ്റപ്പെടുത്തി കൊണ്ടിരിക്കുന്ന കാലമാണത്. ഒരിക്കൽ എന്നെയും ജസ്വന്തിനെയും അടുത്തിരുത്തി തൊട്ടിലിൽ കിടക്കുന്ന ചാന്ദിനിയെ നോക്കി ബാബ പറഞ്ഞു. നോക്കൂ നിങ്ങൾക്ക് കളിക്കാനായി കൂട്ടായി വന്നതാണവൾ ചാന്ദിനി... അല്ലേ ഇരുട്ടിലാണ് പ്രകാശം വേണ്ടത്... നിലാവില്ലെങ്കിൽ പിന്നെ രാത്രിക്ക് എന്ത് സൗന്ദര്യം? കാര്യമായി ഒന്നും മനസ്സിലായില്ലെങ്കിലും ഞാൻ വേഗത്തിൽ പറഞ്ഞു, ആ ബാബ ശരിയാണ്. ജസ്വന്തിനു അത്രയധികം സന്തോഷമില്ല. അമ്മയുടെ അവകാശം നഷ്ടപ്പെട്ടതിലുള്ള ദുഃഖം ചുണ്ടുകളിൽ ഉണ്ട്. ഞാൻ അവളെ സൂക്ഷിച്ചു നോക്കിക്കൊണ്ട് പറഞ്ഞു, ബാബാ ഇവളെന്നെ പോലെയാണ്. ജസ്വന്തിനെ പോലെയല്ല അല്ലേ. അതുകൂടി കേട്ടപ്പോൾ ജസ്വന്ത് വലിയ വായിൽ കരച്ചിൽ തുടങ്ങി. ഞാനൊരു കുറ്റവാളിയെ പോലെ പരുങ്ങി. ബാബ ഉറക്കെ ചിരിച്ചു. ചാന്ദിനി നീ നിന്റെ ഏട്ടന്മാരെ വഴക്കടിപ്പിക്കുമോ ....

അവളുടെ വിവാഹം കഴിഞ്ഞപ്പോൾ വലിയൊരു ആശ്വാസം. കുറച്ചു കടമുണ്ട്. പക്ഷേ വീട്ടി തീർക്കാവുന്നതേയുള്ളൂ. ജസ്വന്ത് അവൻ മിടുക്കനാണ്. കൃഷിയെല്ലാം നന്നായി പോകുന്നുണ്ട്. എങ്കിലും പരാതി ഒഴിഞ്ഞു നേരമില്ല. ഒന്നാമത്തെ കാരണം. അമ്മയുടെയും മകന്റെയും ചിന്ത ഞാൻ അവിടെ ഒരു മരത്തിൽ നിന്ന് കുലുക്കി പണം വാരി കൂട്ടുകയാണെന്നാണ്. അങ്ങനെയല്ല കാര്യങ്ങളെന്നു പറഞ്ഞു മനസ്സിലാക്കാൻ ശ്രമിച്ചു. പക്ഷേ എല്ലാം വെള്ളത്തിൽ വരച്ച വര പോലെയായി. അവർ മാറുകയായിരുന്നു. എന്നെ മനസ്സിലാക്കാനും സ്നേഹിക്കാനും കഴിയാത്ത വിധം. ഞാനത് മനസ്സിലാക്കിയത് വർഷങ്ങൾക്കു ശേഷമാണെന്ന് മാത്രം.

ഞാനും അവനും തമ്മിൽ മൂന്നു വയസ്സ് വ്യത്യാസം, അത്രേയുള്ളൂ. അവനും മുതിർന്ന യുവാവായി. സ്വന്തം തീരുമാനങ്ങൾ, ഇഷ്ടങ്ങൾ. അതെല്ലാം ഞാൻ വക വച്ച് കൊടുക്കേണ്ടതാണെന്ന തോന്നൽ എനിക്കുണ്ടായി. ധാന്യങ്ങളുടെ കച്ചവടം നടത്തണമെന്ന അവന്റെ ആഗ്രഹം. അതിനുവേണ്ടി ടൗണിൽ സ്ഥലവും കണ്ടുവച്ചിട്ടുണ്ട്. ആ സമയത്ത് എനിക്ക് പണം കൊടുത്ത് സഹായിക്കാൻ കഴിഞ്ഞില്ല. എന്നാൽ സ്ഥലം കുറച്ച് വിൽക്കണമെന്നായി അവൻ. ഞാനാദ്യം ഒന്ന് ശങ്കിച്ചു. എന്റെ ഓഹരി തരുമ്പോൾ ഇതിൽ കുറച്ച് തന്നാൽ മതി, ജസ്വന്ത് ദേഷ്യപ്പെട്ടു. ഞാൻ ചിരിച്ചു, അത്ര

വാശിയാണോ? അമ്മയുടെ ഭംഗി വാക്കുകൾ കൂടിയായപ്പോൾ ഞാനത് സമ്മതിച്ചു. പക്ഷേ എല്ലാം സൂക്ഷിച്ച് ചെയ്യണമെന്ന് ഞാൻ അവനെ ഉപദേശിച്ചു. കാരണം എനിക്ക് നല്ല ഭയമുണ്ടായിരുന്നു. പാരമ്പര്യമായി കച്ചവടം പരിചയമില്ലാത്തവനാണ്. എന്നാൽ ഉല്പാദകൻ കച്ചവടക്കാരനുമാവണമെന്ന് എനിക്കും തോന്നിയിരുന്നതാണ്. അല്ലാതെ മുന്നേറ്റം ഉണ്ടാവണമെന്നില്ല .ഞാൻ വീണ്ടും ബോംബെയിലേക്ക് യാത്രയായി. അനിയത്തി വിവാഹിതയായി. സഹോദരൻ ബിസിനസുകാരനാവാൻ പോകുന്നു. തിരിച്ചുള്ള യാത്രയിൽ എന്നെ ചിരിപ്പിച്ചതും ചിന്തിപ്പിച്ചതുമായ ഒരു കാര്യം, ഇതായിരുന്നു. ഇരുപതു തികയുന്നതിന് മുമ്പ് എന്നെ വിവാഹം കഴിപ്പിക്കാൻ തിരക്കുപിടിച്ച അമ്മ, ഇരുപത്തിയെട്ടു കഴിഞ്ഞിട്ടും എന്നോടിപ്പോൾ അതിനെപ്പറ്റി ഒരു വാക്കു പോലും മിണ്ടുന്നില്ല.

15 . കാലാളിൽ നിന്ന് കുതിര പടയാളിയിലേക്ക്

തനിച്ചുള്ള ജീവിതം കൊണ്ട് എനിക്കുണ്ടായ നേട്ടങ്ങളിൽ ഒന്നു സുഹൃത്തുക്കളാണ്. ബന്ധുക്കളും സ്വന്തക്കാരും നാടും വിട്ട് മറ്റൊരിടത്ത്. അവിടെ എല്ലാവരും നമ്മുടെ സ്വന്തങ്ങളും ബന്ധങ്ങളുമായി മാറുമെന്നതാണ് സത്യം. ചന്ദ്രശേഖർ അങ്ങനെയുള്ള ഒരാളായിരുന്നു. അയാളുടെ നിർദ്ദേശപ്രകാരമാണ് ഞാൻ ഒരു പൊതു മേഖല കമ്പനിയിലേക്ക് ആപ്ലിക്കേഷൻ അയച്ചത്. ഇംപോർട്ട് ആൻഡ് എക്സ്പോർട്ട് കമ്പനിയാണ്. മുംബൈയിൽ അന്ന് അവർ മാത്രമേ ഉണ്ടായിരുന്നുള്ളൂ എന്നു പറയാം. അവർക്കാണ് കുത്തക. ഇന്റർവ്യൂ ലെറ്റർ വന്നത് സുഹൃത്തുക്കൾക്കെല്ലാം ആഹാ എന്നായി. എനിക്കാണെങ്കിൽ വലിയ പ്രതീക്ഷയൊന്നുമില്ല. ഉദ്യോഗാർത്ഥികളുടെ നീണ്ട നിര തന്നെ ഉണ്ടായിരുന്നു. സെലക്ട് ചെയ്തവരുടെ കൂട്ടത്തിൽ എന്റെ പേര് വിളിച്ചപ്പോൾ, വിശ്വസിക്കാനാവാതെയാണ് ഞാൻ എഴുന്നേറ്റത്.അപ്പോഴേക്കും എൺപതുകളുടെ തുടക്കമായി കഴിഞ്ഞിരുന്നു. ശമ്പളനിരക്കിനു വലിയ വ്യത്യാസം. അന്നത്തെ കാലത്ത് യുവത്വം ആഗ്രഹിക്കുന്ന ശമ്പളത്തിന് ഞാൻ ആ പുതിയ ജോലിയിൽ കയറി. കാലാളിൽ നിന്ന് കുതിര പടയാളി ആകുന്ന പോലെ.

അവിടെ ഒരു വർഷം കഴിഞ്ഞതിനുശേഷം ആണ് കരിഷ്മയെ കാണുന്നത്. എനിക്കിപ്പോഴും ഓർമ്മയുണ്ടാ ദിവസം. അതും ഇതു പോലെയൊരു ജൂൺമാസം ആയിരുന്നു. മഴ തോർന്നു തുടങ്ങിയിരുന്നു. അതിരാവിലെ തുടങ്ങിയതാണ്. ഓഫീസിൽ എത്തിയപ്പോഴേക്കും എന്റെ ഷർട്ടിന്റെ പുറകുവശമെല്ലാം നനഞ്ഞിട്ടുണ്ടായിരുന്നു. ഈ തണുപ്പൊക്കെ ഒന്നു മാറട്ടെ, ഒരു ചായ കുടിച്ചിട്ട് വരാമെടാ എന്ന് പറഞ്ഞ് വിക്രമും സഞ്ജുവും മുന്നോട്ടുവന്നു. അങ്ങനെ ആ വലിയ ഓഫീസ് ഹാളിന്റെ ഒരു മൂലയിൽ

ചായയും നുകർന്ന് രാവിലെയുടെ ഉണർവിൽ സജീവമായി ഇരിക്കുകയായിരുന്നു. പെട്ടെന്ന് ഞങ്ങളുടെ സീനിയർ മാധവ്ജി കടന്നുവന്നു, കൂടെ ഒരു പെൺകുട്ടിയും. എല്ലാ കണ്ണുകളും അവളിലേക്കായി. ബ്രൗൺ മെറൂൺ നിറം കൂടിക്കലർന്ന ഒരു സിൽക്ക് ചുരിദാറിൽ മെലിഞ്ഞു വെളുത്ത ഒരു പെൺകുട്ടി. വസ്ത്രങ്ങളുടെ തിളക്കത്തേക്കാൾ അവളുടെ നിറം മുന്തിനിന്നു എന്ന് പറഞ്ഞാൽ അതിശയോക്തിയില്ല. കാപ്പി നിറത്തിൽ കൃഷ്ണമണികൾ, അവയ്ക്കും ഒരു പ്രത്യേക തിളക്കം ഉണ്ട്. നീണ്ട മുടി സിൽക്ക് നാരുകൾ പോലെ, അതും ബ്രൗൺ നിറം. ഞാൻ,വിക്രം, സഞ്ജയ് അങ്ങനെ മൂന്ന് പേരായിരുന്നു അവിടുത്തെ ചെറുപ്പക്കാർ. ബാക്കിയെല്ലാവരും കുട്ടികളും പ്രാരാബ്ധവുമൊക്കെയുള്ളവർ. ചിലർ റിട്ടയേഡ് ആകാൻ കാത്തുനിൽക്കുന്നു.എല്ലാവരോടുമായി ഉറക്കെ അയാൾ പരിചയപ്പെടുത്തി. ഇത് മിസ് കരിഷ്മ റാവ്. പുതിയ റിസപ്ഷനിസ്റ്റ് കം ടൈപ്പിസ്റ്റ് ആണ്. അവൾ മനോഹരമായി ചിരിച്ചുകൊണ്ട് ഹലോ പറഞ്ഞു.

പുറത്ത് ആളുകൾ കയറി വരുന്നിടത്താണ് അവളുടെ സീറ്റ്. ഞങ്ങൾക്ക് ഫാക്സോ ഫോട്ടോ കോപ്പിയൊ എടുക്കണമെങ്കിൽ അങ്ങോട്ട് പോകാം. സത്യത്തിൽ പ്യൂണിനോട് പറഞ്ഞാൽ മതി. എന്നാൽ അവൾ വന്നതിനുശേഷം സഞ്ജുവും വിക്രമും പ്യൂണിന്റെ പണിയും ഏറ്റെടുത്തു. അവൾ പോയി കഴിഞ്ഞപ്പോൾ വിക്രം ചോദിച്ചു. അവളുടെ പേരെന്താണെന്നാ പറഞ്ഞത്, ങ്ഹാ 'കരിഷ്മാ'! ഹാ പേരും രൂപവും തമ്മിൽ നല്ല ചേർച്ച ....കരിഷ്മ...... ഇനി രാവിലെ വരുമ്പോൾ നല്ല കണിയായി. ഇപ്പോഴാണിത് ഓഫീസ് ആയത്.എല്ലാവരും ചിരിച്ചു. സുമിത്ര മാഡത്തിന് മാത്രം ആ തമാശയത്ര ഇഷ്ടമായില്ല. അവർ വിക്രമിനെ നോക്കി ഒരു പുച്ഛച്ചിരി സമ്മാനിച്ചുകൊണ്ട് പറഞ്ഞു. ഞാനിവിടെ നിന്ന് റിട്ടയേഡ് ആയി പോകുന്നതിനു മുമ്പേ നിനക്ക് ആരുടെയെങ്കിലും കയ്യിൽ നിന്നും അടി കിട്ടുന്നത് കാണാനുള്ള യോഗമുണ്ടെന്ന് തോന്നുന്നു. അവനും തലയാട്ടി, അങ്ങനെയോ......... തിരിച്ചു നടക്കുന്നതിനിടയിൽ പിറുപിറുത്തു, കിളവിക്ക് നമുക്ക് പണി കിട്ടുന്ന കാര്യം മാത്രമേ ആലോചനയിലുള്ളു. ഞാനവനെ തിരുത്തി, നമുക്കല്ല്, നിനക്ക്..... ഓ നടക്ക് ജന്റിൽമാൻ , വിക്രം എന്റെ പുറത്തുതട്ടി. നമുക്ക് കാണാം.

ഞാൻ, വിക്രം, സഞ്ജയ്.... ഞങ്ങൾ മൂന്നുപേർക്കിടയിൽ നല്ല സുഹൃത്ത് ബന്ധം വന്നു കഴിഞ്ഞിരുന്നു. കൂട്ടത്തിൽ സമ്പന്നൻ വിക്രമാണ്. അവനന്നൊരു മോട്ടോർസൈക്കിൾ സ്വന്തമായുണ്ട്. ഭംഗിയുള്ള ടീഷർട്ടും പാന്റുമെല്ലാം ധരിച്ച്, ആ മോട്ടോർസൈക്കിളിൽ അവൻ ഓഫീസിൽ എത്തും. ഇടയ്ക്കൊക്കെ എനിക്കും സഞ്ജയനും ഒരു ലിഫ്റ്റ് കിട്ടാറുണ്ട്. ഞങ്ങൾ മൂന്നു പേരും ഒരുമിച്ചു നടന്നാൽ, ഉയരക്കൂടുതലും വേഷ ഭൂഷാദികളും കൊണ്ട് അവനെ തന്നെയാണ് എല്ലാവരും ശ്രദ്ധിക്കുക. ഇനിയഥ

വാ ശ്രദ്ധിച്ചില്ലെങ്കിൽ ശ്രദ്ധ പിടിച്ചു വാങ്ങാനുള്ള ചെപ്പടി വിദ്യകളും ആശാന്റെ കൈവശമുണ്ടായിരുന്നു. അതുകൊണ്ടുതന്നെ ഉള്ളിലല്പം ഐസൊക്കെ കോരിയിട്ടെങ്കിലും, ഓഫീസിലെ പുതിയ പെൺകുട്ടിയെ കുറിച്ച് അധികം ഒന്നും ആലോചിക്കാൻ മെനക്കെട്ടില്ല. പോരാത്തതിന് വിക്രമാണെങ്കിൽ അവളോട് ആവശ്യത്തിൽ കൂടുതൽ അടുപ്പവും കാണിക്കുന്നു. പൂച്ചയ്ക്ക് എന്ത് പൊന്നുരുക്കുന്നിടത്ത് കാര്യം എന്നു കരുതി

സഞ്ജുവും എന്റെ വിചാരവികാരങ്ങൾക്ക് പിന്തുണയെന്നപോലെ. പറഞ്ഞു. നമ്മൾ ഹതഭാഗ്യവാൻമാർ സുഹൃത്തേ, ഏതെങ്കിലും കുഗ്രാമത്തിൽ, ചാണകം വാരുന്ന ഷീലയോ, ഗീതയോ... അങ്ങനെ ആരെങ്കിലും നമുക്ക് വേണ്ടി കാത്തിരിക്കുന്നുണ്ടാവും. അതു പറഞ്ഞ മാനസിക സമ്മർദ്ദത്തിലാണോ എന്നറിയില്ല, ഒരു പെൻസിലിന്റെ മുക്കാൽഭാഗം അവൻ കടിച്ചു നശിപ്പിച്ചു. ഞാനെന്റെ പെൻ ഹോൾഡർ താഴേക്ക് ഇറക്കി വെച്ചു. നോക്ക് ചാണം വരുന്നത് അത്ര മോശം പണിയൊന്നുമല്ല. അവനത് കേട്ട് എഴുന്നേറ്റു. എന്നാൽ നീ പോയി അന്വേഷിക്ക്.പെട്ടെന്ന് കിട്ടുമായിരിക്കും.

ദിവസങ്ങൾ അങ്ങനെ കഴിഞ്ഞു പോയി. കരിഷ്മ എല്ലാവർക്കും സുപരിചിതയും സുഹൃത്തുമായി മാറിയിരുന്നു. ഞാനവളോട് മിണ്ടിയില്ലെങ്കിലും അവൾ എന്നോട് വിശേഷങ്ങൾ തിരക്കാൻ തുടങ്ങി. അല്പം സങ്കോചത്തോടെയാണ് ഞാൻ സംസാരിച്ചു തുടങ്ങിയത്. സത്യത്തിൽ ഞാൻ കുറെയധികം അന്തർമുഖനായിരുന്നു. പ്രത്യേകിച്ച് സ്ത്രീകളോട്. എന്റെ ശബ്ദം സൗമ്യവും മധുരമുള്ളതും ആയിരുന്നു എന്നൊക്കെ പിന്നീടവൾ പാടിപുകഴ്ത്തിയിട്ടുണ്ട്. എന്നെ കാണുമ്പോഴാണ് അവൾ ഏറെ സന്തോഷിച്ചിരുന്നതത്രെ. എന്നാൽ എന്റെ അവസ്ഥ വ്യത്യസ്തമായിരുന്നു. പ്രാരാബ്ധങ്ങൾ ഒക്കെ ഒഴിഞ്ഞ് കുറച്ചു സുഖമായിരിക്കുന്ന അവസ്ഥ. അനിയത്തിക്ക് ആണെങ്കിൽ ഒരു കുഞ്ഞുമായി. ഇനിയൊരു കല്യാണമൊക്കെ ആവാം എന്ന് മനസ്സിൽ ഒരു തോന്നൽ ഉണ്ട്. ആരുമൊട്ട് ഇങ്ങോട്ട് ചോദിക്കുന്നില്ല താനും.

എന്റെ ഹൃദയത്തിൽ ഇപ്പോൾ ശൂന്യമായ ഒരറയുണ്ട്. അതിൽ നിറയെ പൂക്കളും സുഗന്ധവും സ്വപ്നങ്ങളുമൊക്കെയാണ്. കരിഷ്മ, അവളന്ന് ഒരു പച്ചക്കൊടി കാണിച്ചിരുന്നുവെങ്കിൽ അറയുടെ വാതിലുകൾ ഞാൻ മലർക്കെ തുറന്നിട്ടേനെ. വരൂ രാജകുമാരി എന്ന് ആനയിച്ചേനെ....പക്ഷേ ഞാനവളുടെ മുഖത്ത് പോലും നോക്കാൻ കൂട്ടാക്കിയില്ല. എനിക്ക് തീരെ ആത്മവിശ്വാസം ഉണ്ടായിരുന്നില്ലെന്നതാണ് സത്യം.

ദീപാവലിക്ക് മുമ്പ് ഞങ്ങൾ സുഹൃത്തുക്കൾ സമ്മാനങ്ങൾ പരസ്പരം പങ്കു വയ്ക്കാറുണ്ടായിരുന്നു. ആ വർഷത്തെ ഞങ്ങളുടെ വിലയേറിയ

സുഹൃത്തു കരിഷ്മയാണ്. ഞാനവൾക്കൊരു ബൊമ്മയാണ് വാങ്ങിച്ചു കൊടുത്തത്. നിറയെ വളകൾ ഇട്ട് മുക്കുത്തിയും ലഹങ്കയും എല്ലാം അണിഞ്ഞ ഒരു രാജസ്ഥാനി പെൺകുട്ടിയുടെ ബൊമ്മ. അതറിഞ്ഞപ്പോൾ സഞ്ജുവും വിക്രമും ചിരിച്ചു. നിനക്കൊരു പീപ്പിയും കിലുക്കട്ടവും കൂടി വാങ്ങിച്ചു കൊടുക്കാമായിരുന്നു. ഞാനതിന് ഒരു വിലയും കൽപ്പിച്ചില്ല. കലയെ ഇഷ്ടപ്പെടുന്നവർക്ക് അത് ഇഷ്ടമാകും, ഞാൻ പറഞ്ഞു. അത് ഇഷ്ടമായാലും ഇല്ലെങ്കിലും ഞാൻ അവൾക്ക് നല്ല ഒരു മിഡിയും ടോപ്പും വാങ്ങിച്ചു കൊടുത്തിട്ടുണ്ട്. അവധി കഴിഞ്ഞു വരുമ്പോൾ അവളത് ധരിച്ചു കൊണ്ടുവരും. വിക്രം അസന്നിഗ്ദ്ധമായി പ്രഖ്യാപിച്ചു. കയ്യിലുള്ള നിലക്കടല ഒരുമിച്ചു വായിലിട്ട് സഞ്ജുവും തലകുലുക്കി ഐക്യദാർഢ്യം പ്രഖ്യാപിച്ചു.

നീ എന്താണ് നൽകിയത് ഞാൻ സഞ്ജുവിനോടായി ആരാഞ്ഞു. ഞാനൊന്നും നൽകിയില്ല. ഒരു പ്രയോജനവും ഇല്ലാത്ത കാര്യത്തിന് കാശുമൊടക്കാൻ എന്നെക്കൊണ്ട് കഴിയില്ല. നാണമില്ലാത്തവനെ, എന്താണീ പ്രയോജനം? അവൾ തന്നത് രണ്ടുകയ്യും നീട്ടി സ്വീകരിച്ചല്ലോ... ആ ഒരു ഫ്ലവർ വേയസ്, അവൻ അലക്ഷ്യമായി പറഞ്ഞു. അതിൽ ഇപ്പോൾ അമ്മൂമ്മ മുറുക്കി തുപ്പുന്നുണ്ടാവും. അവരത് കോളാമ്പിയാണെന്നാണ് കരുതിയത്. ഞങ്ങളെല്ലാവരും പൊട്ടിച്ചിരിച്ചു. സഞ്ജു എന്റെ മുഖത്തേക്ക് നോക്കി ദുഃഖം അഭിനയിച്ചുകൊണ്ട് പറഞ്ഞു. എനിക്കിപ്പോൾ കുറ്റബോധം തോന്നുന്നു ജഗദീഷ്. ഒരു പൊതി നിലക്കടലയെങ്കിലും അവൾക്ക് വാങ്ങി കൊടുക്കാമായിരുന്നു. നീ വിഷമിക്കേണ്ട അതും ഞാൻ തന്നെ വാങ്ങി കൊടുത്തോളാം. വിക്രം അവന്റെ തോളത്ത് തട്ടിക്കൊണ്ടെഴുന്നേറ്റു. അവൻ വണ്ടിയെടുത്തു പോയി കഴിഞ്ഞപ്പോൾ സഞ്ജു എന്റെ തോളിലൂടെ കയ്യിട്ടു. സുഹൃത്തേ, അവൻ ഒരിക്കലും മുളക്കാത്ത വാഴക്കാണ് വെള്ളം കോരുന്നത്. നിനക്കതെങ്ങനെ പറയാൻ കഴിയും, ഞാൻ അവനോട് ഉദ്യോഗത്തോടെ ചോദിച്ചു. ഇതൊന്നും മനസ്സിലാക്കാനായി കൂടുതൽ സമയം വേണമെന്നില്ല. എല്ലാമിവന്റെ ബഡായിത്തമാണ്. നീ ബെറ്റ് വെച്ചോ... ഞാൻ മൂളി.....

16 . മൂൺലൈറ്റ്

ഒരു ദിവസം വൈകിട്ട് ഒരു ലെറ്റർ അടിച്ചു തരാൻ ഞാൻ കരിഷ്മയോട് സഹായം അഭ്യർത്ഥിച്ചു. ജോലി തീരുന്നതിനു മുമ്പായി അത് വാങ്ങാൻ അവളുടെ അടുത്തേക്ക് ചെന്നപ്പോൾ ചിരിച്ചുകൊണ്ട് ആ ലെറ്റർ കൈയിൽ തന്നുകൊണ്ടവൾ ചോദിച്ചു. ഓ ജഗദീഷ് നിങ്ങൾ ഒരു പിശുക്കനാണെന്ന് തോന്നുന്നല്ലോ. ഞാനൊരു ഞെട്ടലോടെ അവളെ നോക്കി. നിങ്ങൾ

ഇതുവരെ ഒരു ചായ കുടിക്കാൻ പോലും എന്നെ ക്ഷണിച്ചിട്ടില്ല. അവളത് പറഞ്ഞുകൊണ്ട് വീണ്ടും ചിരിച്ചു. അതിനെന്താ കരിഷ്മാ, ഞാനും ചിരിച്ചുകൊണ്ട് ചോദിച്ചു, ഇന്നു വരുന്നുണ്ടോ? ഇന്നോ? വളരെ വേഗത്തിലായല്ലോ. ശരി നമുക്കിന്ന് ഒരുമിച്ചിറങ്ങാം. ഞാൻ തലയാട്ടിയെങ്കിലും ഉള്ളിൽ ഉടുക്കു കൊട്ടായിരുന്നു.

അന്ന് വൈകുന്നേരം ഓഫീസിൽ നിന്നിറങ്ങി. അവൾ ബസ്സ്റ്റോപ്പിൽ കാത്തു നിൽക്കുന്നുണ്ടായിരുന്നു. ഓഫീസിൽ ഒരാളോടും ഞാൻ മിണ്ടിയിട്ടില്ല. മിണ്ടിയാൽ കുഴപ്പമൊന്നും ഉണ്ടായിട്ടല്ല. കൂട്ടിന് വിക്രമും സഞ്ജയും വരാമെന്ന് പറയും. അവന്മാരെ തടയാനുള്ള ബുദ്ധി സാമർത്ഥ്യമൊന്നും എനിക്കില്ല. അവളെന്നോടാണ് ചോദിച്ചത്. അപ്പോളിത് കൂട്ടുകാരുമൊത്തുമുള്ള ഒരു സൊറ പറച്ചിലാക്കി മാറ്റേണ്ട ആവശ്യമില്ല.

ഞങ്ങളൊരുമിച്ച് മൂൺലൈറ്റ് റസ്റ്റോറന്റിലേക്ക് നടന്നു. അവിടത്തെ പേര് കേട്ട ഒരു റസ്റ്റോറന്റ്, ഐസ്ക്രീം പാർലർ ഒക്കെയാണത്. തെരുവിലെ തിരക്കിനിടയിൽ ഞങ്ങൾ രണ്ടുപേർ. നടക്കാനുള്ള ദൂരമേയുള്ളൂ. പക്ഷേ വൈകുന്നേരത്തെ തിരക്ക്, അത് ഞങ്ങളെ രണ്ടാളെയും രണ്ടിടത്താക്കുന്ന രീതിയിലായിരുന്നു.അവളെന്തൊക്കെയോ പറയുന്നുണ്ട്.ഞാൻ ശരിക്കും കേൾക്കുന്നില്ല. അവസാനം കരിഷ്മ പറഞ്ഞു ജഗദീഷ് ചേർന്ന് നടക്ക്, ഇല്ലെങ്കിൽ വേർപിരിഞ്ഞു പോകും. ഞാൻ മനസ്സിലായെന്ന് തലയാട്ടി. എനിക്ക് പെണ്ണുങ്ങളെ തൊട്ടുരുമ്മി നടന്നു പരിചയമില്ല പെണ്ണേ എന്നു പറയണമെന്നുണ്ടായിരുന്നു. പക്ഷേ ഇത്രയും പ്രായമായി കഴിഞ്ഞിട്ടും ഇതിനൊന്നും സമയം കിട്ടിയില്ലെന്ന് അവളെ കൂടി അറിയിക്കേണ്ടെന്ന് കരുതി മിണ്ടാതിരുന്നു.

താഴേക്കിറങ്ങുന്ന പടികളിലേക്ക് എത്തിയപ്പോൾ തിരക്കല്പം കുറഞ്ഞു. പ്രധാന പാതയിൽ നിന്ന് ഞങ്ങൾ മാറിക്കഴിഞ്ഞിരുന്നു. ഇനി കുറച്ചു ഉള്ളിലേക്ക് നടന്നാൽ റസ്റ്റോറന്റ് ആയി. അവളുടെ മുഖം ചുവന്നു തുടുത്തിരുന്നു. കുറച്ച് കിതക്കുകയും ചെയ്യുന്നുണ്ട്. ഞാൻ ചിരിച്ചു കൊണ്ട് പറഞ്ഞു. ടാക്സി വിളിക്കാമെന്ന് പറഞ്ഞതല്ലേ. തിരിച്ചുപോകുമ്പോൾ അങ്ങനെ മതി. അവളും ചിരിച്ചു. നടക്കുന്നതിന് ഒരു സുഖമില്ലേ, പക്ഷേ നിങ്ങൾക്കിത്തിരി വേഗത കൂടുതലാണ്. ഓ, ഞാൻ കുറച്ച് ചമ്മി. ശരിയാണ്, നടന്നുനടന്ന് എനിക്ക് ഇപ്പോളത് ശീലമായി മാറി. ജീവിതത്തിനെന്നും അങ്ങനെ ഒരു വേഗത ഉണ്ടായിരുന്നു. ഇനിയത് കുറച്ചു മാറ്റണമെന്നും മനസ്സിൽ കരുതി.

ഉള്ളിലും പുറത്തും ഇരിക്കാനുള്ള സൗകര്യം മൂൺലൈറ്റിനുണ്ടായിരുന്നു. പേരിനെ അന്വർത്ഥമാക്കുന്ന രീതിയിൽ ചന്ദ്രപ്രഭയിൽ പുറത്തി

രുന്നു ഭക്ഷണം കഴിക്കാം. ഞങ്ങൾ ഒരു ഒഴിഞ്ഞ സ്ഥലം നോക്കിയിരുന്നു. ഞാൻ ആദ്യമായാണ് ഒരു പെൺകുട്ടിയൊരുമിച്ച്. എങ്കിലും പ്രായത്തിന്റെ ഒരു പക്വത എനിക്കുണ്ടായിരുന്നു. എനിക്കന്നു മുപ്പതു വയസ്സുണ്ട്. അവൾക്ക് ഇരുപതു കഴിഞ്ഞിട്ടുണ്ട്. അന്നു കാലത്ത് അതൊരു പ്രായ വിത്യാസമൊന്നുമായിരുന്നില്ല. എന്നാൽ പിന്നീടെനിക്ക് തോന്നിയിട്ടുണ്ട് കൗമാരം കഴിഞ്ഞു യൗവനത്തിന്റെ തുടക്കത്തിൽ നമ്മുടെ ചിന്തകൾ രസകരങ്ങളാണ് പ്രായോഗികതയ്ക്ക് വലിയ സ്ഥാനമൊന്നുമില്ല. പ്രണയം അത് അന്ധമാണ്. 30 വയസ്സു കഴിഞ്ഞ ഞാനും അവളുടെ അതേ മനസ്സോടു കൂടിയവനാണെന്നുള്ളതാണ് സത്യം. കാരണം ഞാൻ പ്രണയത്തെക്കുറിച്ച് ചിന്തിക്കുന്നതും അപ്പോളായിരുന്നു. അതുവരെ പുഴയിൽ ഒഴുക്കനുസരിച്ച് നീന്തി. ഇപ്പോളത് എവിടെയോ തട്ടി ഒന്നു നിന്നു. കണ്ണു തുറന്നു നോക്കുമ്പോൾ ചുറ്റും താമരപ്പൂക്കളും, ആമ്പലും.... നാനാ വർണ്ണത്തിലുള്ള മീനുകൾ. ഞാനാണെങ്കിൽ ഒരു അരയന്ന വഞ്ചിയിൽ, ചുറ്റും പരിചാരകരും, സമ്പത്തുമൊക്കെയായി.... ഹാ ഹാ എത്ര സുഖകരം ഈ സ്വപ്നം!

ഞങ്ങൾ സംസാരിച്ചു കൊണ്ടിരുന്നു. ഞാനോർത്തു ഇതിനുമുമ്പ് ആരുമായും ഇത്ര സ്വാതന്ത്ര്യത്തോടെ സംസാരിച്ചിട്ടില്ല. അത്രയടുത്തിരുന്ന് അവളെ ആദ്യമായി കാണുകയാണ്. രൂപയും മധുവും സുശാന്തും ഞങ്ങളൊരുമിച്ച് വൈകുന്നേരങ്ങളിലിരുന്ന് സംസാരിക്കാറുണ്ട്. പുറത്തെ ലോകവും, ഞങ്ങളുടെ ഭാവിയും എല്ലാം വിഷയങ്ങളാണ്. അന്നൊന്നും ഒരു സങ്കോചവും തോന്നിയിട്ടില്ല. എന്താണെന്ന് വെച്ചാൽ അവരെനിക്ക് സഹോദരിമാരെ പോലായിരുന്നു. എന്നെ ചോട്ടാ ഭായിയെന്നാണ് വിളിച്ചിരുന്നത്. അതുകൊണ്ടു തന്നെ അവരോട് സംസാരിക്കുമ്പോൾ കിട്ടുന്ന ആ സ്വാതന്ത്ര്യം കരിഷ്മയോട് സംസാരിക്കുമ്പോൾ കിട്ടുന്നില്ല.

അന്നത്തെ ദിവസം ,അത് മരണക്കിടക്കയിലും എനിക്ക് ഓർത്തെടുക്കാൻ കഴിയും. അതൊരു ഡിസംബർ മാസമായിരുന്നു. പുറത്തു നല്ല തണുത്ത കാറ്റ് വീശുന്നുണ്ട്. മഞ്ഞുമുണ്ട്. അവൾ എന്ന് ധരിച്ചിരുന്നത് നീല നിറത്തിലുള്ള ഒരു നീളൻ ഫ്രോക്ക് ആണ്. അതിന്റെ ഞൊറികൾ അവളുടെ കണങ്കാലിലൂടെ ഉലഞ്ഞു കൊണ്ടിരുന്നു. വിളക്കുകളെല്ലാം തെളിഞ്ഞു തുടങ്ങി. സന്ധ്യാസമയം, എതിരെ ഇരിക്കുന്നത് സുന്ദരിയായ ഒരു പെൺകുട്ടി. അതും ഉള്ളുകൊണ്ട് ഞാനവളെ ഇഷ്ടപ്പെടുന്നുമുണ്ട് അവളങ്ങനെ പതുക്കെ ഐസ്ക്രീം കഴിക്കുകയാണ്. ആ തണുപ്പത്തും ഞങ്ങൾ ഓർഡർ ചെയ്തത് ഐസ്ക്രീം ആയിരുന്നുവെന്നുള്ളതാണ് വലിയ തമാശ. എന്റെ മൗനം കണ്ടവൾ ചോദിച്ചു. എന്താ ജഗദീഷ് പെട്ടെന്ന് മൗനമായത്?

എന്റെ ബുദ്ധി എന്നെ ഭരിച്ചുകൊണ്ടിരിക്കുകയായിരുന്നു. "എടാ ജഗദീഷ് എന്തെങ്കിലും പറയാനുണ്ടെങ്കിൽ ഇപ്പോൾ പറയ്, ഇനിയൊരു അവസരം നിനക്ക് കിട്ടാൻ പോകുന്നില്ല." ചിന്തകളിൽ നിന്നും മുക്തനായി ഞാനവളുടെ മുഖത്തേക്ക് നോക്കി........ അവളുടെ കൃഷ്ണ മണികളിൽ എന്റെ മുഖം വ്യക്തമായി ഞാൻ കണ്ടു..... ആകാശത്തിനുമപ്പുറം സുന്ദരികളായ അപ്സരസുകളും മാലാഖമാരും നിറഞ്ഞൊരു ലോകത്ത് രത്നകല്ലുകൾ കൊണ്ടുണ്ടാക്കിയ ഒരു സിംഹാസനത്തിൽ രാജകുമാരനെ പോലെ ഞാൻ.... പെട്ടെന്നുണ്ടായ ഒരു ആവേശത്തിൽ ഞാൻ ചോദിച്ചു. "കരിഷ്മാ, ഞാൻ നിന്നെ വിവാഹം കഴിക്കട്ടെ?"

അവൾ കയ്യിലുള്ള സ്പൂൺ ഗ്ലാസിലേക്കിട്ടു. ടിഷ്യൂ എടുത്ത് ചുണ്ടുകൾ അമർത്തി കുറച്ചുനേരം എന്നെ തറപ്പിച്ചു നോക്കി. പിന്നെ ഉറക്കെ ചിരിച്ചു. ഞാൻ വല്ലാതായി. എന്തെങ്കിലും ആവട്ടെ അവളിനി എന്തു വിചാരിച്ചാലും കുഴപ്പമില്ല. പറഞ്ഞത് പറഞ്ഞു പോയി. ചിരി നിർത്തിയതിനു ശേഷം കരിഷ്മ പറഞ്ഞു. ജഗദീഷ് ഞാൻ എങ്ങനെ ചിരിക്കാതിരിക്കും.. സാധാരണ ഒരു പെൺകുട്ടിയെ പരിചയപ്പെട്ടാൽ, കുറച്ച് ഇടപഴകിയാൽ, പ്രണയമാണെന്നൊക്കെ ആളുകൾ പറയുന്നത് കേട്ടിട്ടുണ്ട്. ആദ്യമായാണ് ഞാൻ ഇങ്ങനെ ഒരു സ്വഭാവം കാണുന്നത്. അവൾ നിർത്തി, കുറച്ചുനേരത്തേക്ക് മൗനമായിരുന്നു. അതിനുശേഷം തുടർന്നു. പക്ഷേ എനിക്കിത് ഇഷ്ടമായി . നിങ്ങൾ സ്ട്രെയ്റ്റ് ഫോർവേഡ് ആണ്. എനിക്കിപ്പോൾ ധാരാളം വിവാഹാലോചനകൾ വരുന്നുണ്ട്. ഉയർന്ന ജോലിക്കാർ, സമ്പന്നർ അങ്ങനെ പലരും.

എന്റെ ശ്വാസം നേരെയായി. അബദ്ധമൊന്നും ഞാൻ പറഞ്ഞിട്ടില്ല. അവൾ ടിഷ്യുകൊണ്ട് കൈകൾ തുടച്ചു വൃത്തിയാക്കുകയാണ്. വിരലുകളുടെ ഓരോ കോണും തുടയ്ക്കുന്നു. ഇടയ്ക്കു പാളി എന്റെ മുഖഭാവം ശ്രദ്ധിക്കുന്നു. എനിക്ക് പെട്ടെന്ന് ചിരി വന്നു..... ഞാനുദ്ദേശിച്ചത് എനിക്ക് നിന്നെ ഇഷ്ടമാണെന്നാണ്.... ആണോ അവൾ കള്ളച്ചിരിയോടെ ചോദിച്ചു. സംസാരിച്ചു നിർത്തിയിടത്ത് നിന്നു തന്നെ അവൾ വീണ്ടും തുടർന്നു. കഴിഞ്ഞ ദിവസം ഒരു ബ്രോക്കർ വന്നിട്ടുണ്ടായിരുന്നു. ആർക്കു വേണ്ടി ആണെന്നോ, ഇവിടുത്തെ ബീച്ചിനടുത്തുള്ള ഒരു വലിയ റിസോർട്ട് ഇല്ലേ, അതിന്റെ ഉടമസ്ഥന് വേണ്ടി, അയാളുടെ രണ്ടാം വിവാഹമാണ്. കുറച്ചധികം പ്രായക്കൂടുതലുണ്ട്. എങ്കിലും സമ്പന്നനല്ലേ എന്നു കരുതി ആ മനുഷ്യൻ എന്റെ വീട്ടിലേക്ക് വന്നതാണ്. എന്റെ അമ്മ ഓടിച്ചു വിട്ടു, അവൾ ചിരിച്ചുകൊണ്ട് പറഞ്ഞു .നോക്കൂ ജഗദീഷ്, ഞങ്ങൾ മറാട്ടികളാണ്, എന്റെ അച്ഛൻ റായിഗഡിലെ പ്രശസ്തമായ ഒരു കുടുംബത്തിലെയാണ്. പക്ഷേ കുടുംബ സ്വത്ത് മുഴുവൻ അദ്ദേഹത്തിന്റെ അമ്മാവൻ കൈക്കലാക്കി. അദ്ദേഹത്തിനും സഹോദരങ്ങൾക്കും ഒന്നും ചെയ്യാൻ

കഴിഞ്ഞില്ല. ഇപ്പോഴും പഴയ കാലഘട്ടത്തിൽ ജീവിക്കുന്ന ഒരു കാരണവരാണ് അച്ഛന്റെ അമ്മാവൻ. അവൾ ചിരിച്ചു.

അച്ഛൻ സിവിൽ സർവീസിലായിരുന്നു. കൽക്കട്ടയിൽ, ഇപ്പോൾ പന്ത്രണ്ടു വർഷങ്ങളായി ഞങ്ങളിവിടെ താമസിക്കുന്നു, ഒരു വീടും അതിനു ചുറ്റും കുറച്ചു സ്ഥലവും. അതുമാത്രമാണ് ഞങ്ങൾക്ക് സ്വന്തമായുള്ളത്. എനിക്കൊരു സഹോദരനുണ്ട്. അവൻ ആർമിയിലാണ്. ഞങ്ങളുടേത് ഒരു പുരോഗമന ചിന്താഗതിക്കാരായ കുടുംബമാണ്. പ്രത്യേകിച്ച് എന്റെ അമ്മ, അവർ ടീച്ചരാണ്, സയൻസ് ആണ് വിഷയം. ഞാൻ പറഞ്ഞു വരുന്നത് എന്താണെന്ന് വെച്ചാൽ, നിങ്ങൾക്ക് ധൈര്യമായി എന്റെ വീട്ടിലേക്ക് വരാം. ജാതി, വംശം, നാട് ഇതൊന്നും ആരും കാര്യമാക്കില്ല. അവൾ പറഞ്ഞു നിർത്തി.

ഞാൻ കുറച്ചു നേരം നിശബ്ദനായി ഇരുന്നു പോയി. അവളെന്റെ പ്രൊപ്പോസൽ സ്വീകരിച്ചിരിക്കുന്നു. അഞ്ചു മിനിറ്റിനുള്ളിൽ അവൾ കുടുംബത്തെക്കുറിച്ചും വിശദീകരിച്ചിരിക്കുന്നു. സത്യത്തിൽ ആർക്കാണ് വേഗത, എനിക്കോ അതോ ഇവൾക്കോ? ഞാൻ ടവൽ എടുത്തു മുഖം തുടച്ചു. എനിക്കപ്പോഴേക്കും നല്ല ശാന്തത കൈ വന്നിരുന്നു.

കരിഷ്മാ, എന്റെ അച്ഛൻ ഒരു കർഷകനായിരുന്നു. കുറച്ചു ഭൂസ്വത്തും കന്നുകാലികളുമൊക്കെയുണ്ട്. ഓ അങ്ങനെയാണോ ? എന്നാൽ കല്യാണം കഴിഞ്ഞാൽ ഞാനവയെയെല്ലാം സംരക്ഷിക്കേണ്ടി വരുമോ ജഗദീഷ്? ഞാൻ ചിരിച്ചുകൊണ്ട് പറഞ്ഞു. അതിന്റെയൊന്നും ആവശ്യമില്ല, അതെല്ലാമവിടെ പുരുഷന്മാർ തന്നെ നോക്കിക്കൊള്ളും. അപ്പോൾ സ്ത്രീകളോ? അവൾ വിടാൻ ഉദ്ദേശമില്ല. സ്ത്രീകൾ, ഭക്ഷണം പാചകം ചെയ്യും, കുഞ്ഞുങ്ങളെ നോക്കും, അങ്ങനെ പലതും. ഓ എനിക്ക് പാചകവും അറിയില്ലല്ലോ ജഗദീഷ്, അവൾ കുസൃതിയോടെ എന്റെ മുഖത്തേക്ക് സൂക്ഷിച്ചു നോക്കിയിരിക്കുകയാണ്. സാരമില്ല കരിഷ്മ മാഡം, ഞാനിവിടെ വർഷങ്ങളായി ഇതെല്ലാം തനിച്ച് ചെയ്ത് പരിചയമായി. നിനക്കും പഠിപ്പിച്ചു തരാം. അവൾ മൂളി ഊം.... പിന്നെ വീട്ടിൽ ഒരു അനിയനും അനിയത്തിയും ഉണ്ടല്ലേ? ഞാൻ തിരുത്തി, ഹേയ്, എനിക്ക് മുതിർന്ന രണ്ട് സഹോദരിമാർ കൂടിയുണ്ട്.

ഞങ്ങൾക്കിടയിലെ അകലം കുറഞ്ഞു തുടങ്ങിയിരുന്നു. എനിക്ക് കുറച്ചു ബോധം കിട്ടി തുടങ്ങിയിരുന്നു. വീട്ടിലേക്ക് വരുന്നതിനുമുമ്പ് ഞാൻ ഒരു കാര്യം ചോദിച്ചില്ല കരീഷ്മ, നിങ്ങൾക്ക് എന്നെ ഇഷ്ടമല്ലേ? അത് ശരി ഇപ്പോഴാണോ ചോദിക്കുന്നത്, ഇഷ്ടമില്ലെങ്കിൽ വീട്ടിലേക്ക് വരാൻ പറയുമോ? ഞാൻ പുഞ്ചിരിച്ചു. മേശയുടെ വെളുത്ത വിരിയിൽ കൈയമർത്തിക്കൊണ്ട് പറഞ്ഞു, നിങ്ങൾ വളരെ സുന്ദരിയാണ് കരിഷ്മാ.......

പറഞ്ഞു മുഴുവനാക്കുന്നതിനു മുമ്പേ അവൾ ചോദിച്ചു, അതിനെന്താണ് ജഗദീഷ്, നിങ്ങൾ കണ്ണാടിയിൽ നോക്കാറില്ല? ങേ ....ഞാൻ ചിരിച്ചു.

അപ്പോഴേക്കും അവൾ തിരക്കുകൂട്ടി തുടങ്ങി. നേരം ഒരുപാട് വൈകി ജഗദീഷ്, നോക്കൂ, ഇനി കൂടുതൽ മഞ്ഞു വീഴാൻ തുടങ്ങും. നമുക്ക് പോകാം. അവൾ ബാഗ് തുറന്നു ഒരു ജാക്കറ്റെടുത്ത് ധരിച്ചു. ഞങ്ങൾ എഴുന്നേറ്റ് നടന്നു. നിങ്ങൾക്ക് തണുക്കുന്നില്ലേ ജഗദീഷ്. ഏയ്, എനിക്ക് തണുപ്പ് ഇഷ്ടമാണ്. ഓ എനിക്ക് തണുപ്പ് സഹിക്കാൻ പറ്റില്ല, അവൾ കൈകൾ കൂട്ടിത്തിരുമ്മി. എന്നിട്ടാണോ നീ ഐസ്ക്രീം കഴിച്ചത്, ഞാനവളെ കളിയാക്കിക്കൊണ്ട് ചോദിച്ചു. അവൾ കൗതുകത്തോടെ എന്റെ മുഖത്തേക്ക് നോക്കിക്കൊണ്ട് പറഞ്ഞു. നിങ്ങളിപ്പോൾ എന്റെ അച്ഛനെ പോലെയാണ് സംസാരിക്കുന്നത്. നിങ്ങൾ സംസാരിക്കുമ്പോൾ എനിക്ക് പലപ്പോഴും അച്ഛനോടും സഹോദരനോടും സുഹൃത്തിനോടും അങ്ങനെയെല്ലാം ഉപമ തോന്നിയിട്ടുണ്ട്. അവൾ ചിരിച്ചു, ഭർത്താവ് ആവുമോ എന്ന് കണ്ടറിയാം?.... ഞാനും ചിരിച്ചു.

ഞങ്ങൾ പതുക്കെ നടന്നു. ബസ്സ്റ്റോപ്പ് വരെ. എനിക്ക് അവളുടെ കൈകൾ പിടിക്കണമെന്നുണ്ടായിരുന്നു. ആ സ്വാതന്ത്ര്യം അപ്പോൾ എടുക്കുന്നത് ഉചിതമല്ലെന്ന് ഉള്ളെന്നെ വിലക്കി...... തെരുവിലെ ചില കടകളിൽ നിന്ന് ഹിന്ദി ഗാനങ്ങൾ... മനോഹരമായ സംഗീതവും വരികളും. എന്റെ ജീവിതത്തിന് എന്തോ മാറ്റം സംഭവിക്കുന്ന പോലെ......ഒരു ഒഴുകുന്ന ഡാഫോഡിലിനൊപ്പം ഞാനും സഞ്ചരിക്കുന്നു. ഹൃദയ ഹാരിയായ സംഗീതവും, തണുത്ത കാറ്റും, നറു സുഗന്ധവും എനിക്ക് ചുറ്റും.

വീട്ടിലേക്ക് നടക്കുന്നതിനു മുമ്പേ ഞാൻ ടെലിഫോൺ ബൂത്തിൽ കയറി സുശാന്തിനെ വിളിച്ചു. അവൻ ഹോട്ടലിൽ നിന്ന് ഇറങ്ങിയിട്ടുണ്ടാവില്ല. ഞായറാഴ്ച ഒരു പരിപാടിയുണ്ട്. നീയൊന്നു വരണം. അവൻ ചോദിച്ചു എന്താ കാര്യം? നിനക്കൊരു സഹോദരിയെ കൂടി കിട്ടാൻ സാധ്യതയുണ്ട്. അപ്പുറത്ത് നീണ്ട ചിരി, വേണ്ട അനിയാ വേണ്ട... ഉള്ളതുങ്ങളെ തന്നെ കെട്ടിച്ചുവിടാൻ കഴിയുന്നില്ല..... ആ പറയൂ ആരാണ് നിന്നെ ചൂണ്ടയിൽ വീഴ്ത്തിയത്? നീ വരില്ലേ, ഞാൻ വീണ്ടും ചോദിച്ചു. ഞാൻ വരാം, എവിടെയാണ് സ്ഥലം. തുക്കാറാം നഗർ, നീ ഇവിടേക്ക് വന്നാൽ മതി, നമുക്ക് ഒരു ടാക്സി വിളിച്ചു പോകാം. അവൻ മൂളി, ശരി ഞാൻ മാത്രം മതിയല്ലോ? ഞാൻ അവനോട് പറഞ്ഞു, ഇപ്പോൾ അത്രയും മതി, നമുക്ക് നോക്കാം.

പിറ്റേദിവസം ഞാൻ ഓഫീസിൽ നേരത്തെ എത്തി. കരിഷ്മ അവൾ നേരത്തെ വരുന്നതാണ്. കൂട്ടുകാർ എത്തുന്നതിനു മുമ്പേ എത്തിയാലേ അവളോടെന്തെങ്കിലും സംസാരിക്കാൻ പറ്റൂ. എന്തായാലും ഒരു തീരുമാ

നമാകുന്നതുവരെ പബ്ലിസിറ്റി കൊടുക്കരുതെന്നെനിക്ക് നിർബന്ധം ഉണ്ടായിരുന്നു. ഞായറാഴ്ച ഞങ്ങൾ വരും കരിഷ്മാ, ഞാനവളോട് ശബ്ദം താഴ്ത്തി പറഞ്ഞു. കുഴപ്പമില്ലല്ലോ? അവൾ ഇല്ല എന്ന ഭാവത്തിൽ തലയാട്ടി. എന്നാൽ അതുവരെയില്ലാത്ത ഒരു പരിഭ്രമം എനിക്കവളുടെ മുഖത്ത് കാണാൻ കഴിഞ്ഞു.

17. വംശനാശം സംഭവിച്ചുകൊണ്ടിരിക്കുന്നവരിൽ ഒരുവൻ

ഞാൻ പെൺകുട്ടികളോട് പെരുമാറുന്നതിൽ വളരെ വൈക്ലബ്യം ഉള്ള കൂട്ടത്തിൽ ആയിരുന്നു. എങ്ങനെയാണ് കരിഷ്മയോട് അന്നത് സംസാരിക്കാൻ കഴിഞ്ഞിരുന്നതെന്നോർത്ത് പിന്നീട് ഞാൻ അത്ഭുതപ്പെട്ടിട്ടുണ്ട്. ഒരുപക്ഷേ ഞാൻ മറ്റു ചെറുപ്പക്കാരിൽ നിന്നും തികച്ചും വ്യത്യസ്തനായിരുന്നു. എന്റെ ആ സ്വഭാവം സുശാന്തിന്റെ ചെറിയച്ഛനെയും ചെറിയമ്മയെയും വളരെ അത്ഭുതപ്പെടുത്തി. ഒരു ദിവസം സുശാന്ത് എന്നോട് പറഞ്ഞു. നോക്ക് ജഗദീഷ്, ചെറിയച്ഛൻ പറയുന്നത് നിന്നെപ്പോലുള്ള ചെറുപ്പക്കാരെ ലോകത്ത് കണ്ടു കിട്ടാനേ ഇല്ല എന്ന്! അവൻ എന്റെ തോളിൽ തട്ടി, അഭിമാനിക്കു സഹോദരാ...നീ വംശ നാശം സംഭവിച്ചു കൊണ്ടിരിക്കുന്ന ഒരു കൂട്ടത്തിൽ പെടുന്നവനാണ്. നിന്നെ ഞങ്ങൾ നന്നായി പരിപാലിക്കും. അവൻ ഉറക്കെ ചിരിച്ചു.

അങ്ങനെയിരിക്കെ മറ്റൊരു സംഭവമുണ്ടായി. പുതിയ ജോലിയും ശമ്പളവും, സുശാന്ത് സന്തോഷത്തിലായിരുന്നു. അവൻ ഒരു ഉദാര ഹൃദയനുമായിരുന്നു. പണം ചെലവാക്കുമ്പോൾ എനിക്കുകൂടി ചെലവാക്കാൻ ഒരു മടിയും കാണിച്ചിരുന്നില്ല. ഇടയ്ക്കിടയ്ക്ക് പുറത്തു പോകാനുള്ള ക്ഷണം കിട്ടും. അങ്ങനെയിരിക്കെ ഒരു ഞായറാഴ്ച എന്നെയും കൊണ്ടവൻ ഒരു വലിയ ഹോട്ടലിലേക്ക് ചെന്നു. കാണാനൊക്കെ നല്ല ഭംഗിയുണ്ട്. ഇഷ്ടപ്പെട്ട വിഭവങ്ങൾ മേശപ്പുറത്ത് എത്തി. ഞാനതങ്ങ് ആസ്വദിച്ചു കഴിച്ചു. ഭക്ഷണം കഴിഞ്ഞപ്പോൾ അവനെന്നോട് പറഞ്ഞു. വാടാ നമുക്ക് ഒരു സ്ഥലത്തേക്ക് പോകാം. എഴുന്നേൽക്ക്, ഞാൻ അവനെ ചോദ്യ ഭാവത്തിൽ നോക്കി. എവിടേക്കാ?, അതൊക്കെയുണ്ട്. നിനക്ക് പാട്ടും ഡാൻസുമൊക്കെ ഇഷ്ടമല്ലേ. ഞാനൊന്നും സംശയിച്ചിട്ട് തലയാട്ടി, അതെ ഇഷ്ടമാണ്. എങ്കിൽ എഴുന്നേൽക്ക്. അവൻ കാണിച്ചു തന്ന വഴിയിലൂടെ ഞാൻ നടന്നു.

ആ ഭോജനശാല, അതിനുള്ളിൽ മറ്റൊരു ലോകമുണ്ട്. പുറത്തു നിന്ന് വരുന്നവർ പെട്ടെന്ന് അറിയാത്ത രീതിയിൽ ഒരു രഹസ്യ വാതിൽ. ചെറിയ ഇടനാഴി, അതിലൂടെ ചെന്ന് കയറിയത് ഒരു വലിയ ഹാളിലേക്കാണ്. വെളിച്ചം നന്നേ കുറവായിരുന്നു. ഒരു സ്റ്റേജ് പോലെ തട്ടുണ്ടാക്കി വെച്ചിട്ടുണ്ട്. അതിനു ചുറ്റും നിറയെ ആളുകൾ. ആണുങ്ങൾ മാത്രം എന്നു പറയുന്ന

താവും ശരി. നിൽക്കാൻ തന്നെ സ്ഥലം ഇല്ല. സുശാന്ത് തിക്കി ഞെരുക്കി ഉള്ളിലേക്ക് കയറാൻ നോക്കുകയാണ്. ഞാൻ കഥയറിയാതെ കോമാളിയെ പോലെ വാ തുറന്ന് എല്ലാവരെയും നോക്കുന്നുണ്ട്. ഹോ എന്തൊരു ദുർഗന്ധമാണിത്, ഞാൻ സുശാന്തിനോട് പറഞ്ഞു. ഇവന്മാർ കുടിച്ചിട്ടുണ്ട്. അവൻ തീരെ ശ്രദ്ധിക്കാതെ പറഞ്ഞു. അവരെന്തെങ്കിലും ചെയ്തോട്ടെ ജഗദീഷ്.

കലാപരിപാടികൾ എവിടെ? ഞാൻ ശ്വാസം മുട്ടിക്കൊണ്ട് ചോദിച്ചു. ഒന്ന് ക്ഷമിക്കെടാ ഇപ്പോൾ തുടങ്ങും. അവൻ തലമുടി ഒന്ന് അമർത്തി എന്നെക്കൊണ്ട് ശല്യമായല്ലോ എന്ന് മട്ടിൽ നിന്നു.... കുറച്ചു നിമിഷങ്ങൾ.... ആ സ്റ്റേജിൽ നാലു പെൺകുട്ടികൾ വന്നു. ഒരുത്തിക്ക് മാത്രം കുറച്ച് പ്രായക്കൂടുതലുണ്ട്. ബാക്കിയെല്ലാവരും ചെറിയ പെൺ കുട്ടികൾ. സിനിമ പാട്ടിനൊത്ത് നൃത്തം ചെയ്യാൻ തുടങ്ങി. എനിക്ക് കാണണമെന്നുണ്ട്. പക്ഷേ അവിടെ കൂടിയിരിക്കുന്നവർ ഓരോ വൃത്തികേടുകൾ വിളിച്ചു പറയുന്നു. എനിക്ക് ദേഷ്യം നിയന്ത്രിക്കാൻ കഴിയുന്നില്ല. അതുപോലെയുള്ള കാര്യങ്ങളാണ് അവർ പെൺകുട്ടികളെ നോക്കി പറയുന്നത്. ഞാൻ പല്ലിറുമി സുശാന്തിനെ നോക്കി. എന്തു കുന്തമാണിത്? അവനും ഒന്നു പരുങ്ങി. ഇത്രയൊന്നും ആശാനും പ്രതീക്ഷിച്ചിട്ടില്ല.

ഞാൻ കൂട്ടത്തിൽ ഒരു കൗമാരക്കാരിയെ നോക്കി നിന്നു. നന്നായി നൃത്തം ചെയ്യുന്നുണ്ട്. കുറച്ചുനിമിഷങ്ങൾ കഴിഞ്ഞപ്പോൾ അവൾ മേലെയുടുത്ത പാവാട വലിച്ചെറിഞ്ഞു. അതോടെ അവിടെ ശബ്ദം കൊണ്ട് മുഖരിതമായി. ആ പാവാടയിലേക്ക് കുറച്ചുപേർ ചാടി വീണു. ഞാനാകെ സ്തബ്ധനായി, അവളുടെ മുഖത്തേക്ക് നോക്കി. ചിലർ പണം നീട്ടുന്നത് വാങ്ങിക്കുന്നുണ്ട്. എന്റെ നേരെയും കൈനീട്ടി. എന്റെ ദേഹം മുഴുവൻ ഒരു ചൂടു വ്യാപിക്കുന്ന പോലെ, പനി പോലെ കണ്ണുകൾ നിറഞ്ഞു തൂകി. എനിക്ക് തോന്നിയത് അവൾ ഒരു ഭിക്ഷക്കാരിയെ പോലെ യാചിക്കുകയാണ് ..... പതുക്കെ അവളുടെ മുഖം മങ്ങി മങ്ങി.... ചാന്ദിനിയുടെ മുഖം തെളിഞ്ഞു വന്നു. ഞാൻ സമനില തെറ്റിയവനെ പോലെ അലറി, സുശാന്തിനെ പിടിച്ചു തള്ളുകയും ചെയ്തു. കാര്യം പന്തിയല്ലെന്ന് മനസ്സിലായപ്പോൾ സുശാന്ത് പറഞ്ഞു, വാ നമുക്ക് പോകാം. വാതിലിനടുത്തു രണ്ടു തടിയന്മാർ കൈകൊണ്ട് കാണിച്ചു, എടുത്തുകൊണ്ട് പോടാ ഈ ചീവീടിനെ....

ഞാൻ പുറത്തേക്ക് ഓടുകയായിരുന്നു. ഹോട്ടലിൽ ഭക്ഷണം കഴിച്ചു കൊണ്ടിരിക്കുന്നവർ വായ തുറന്നു നോക്കുകയാണ്. ഒരു വെയിറ്റർ പയ്യൻ, അവൻ പിന്നാലെ വന്നു. പുറത്തിറങ്ങിയതും ഞാൻ സുശാന്തിന്റെ പുറത്തൊരു അടി കൊടുത്തു, പിടിച്ചു തള്ളി. എന്റെ ദേഹവും ശബ്ദവും വിറക്കുന്നുണ്ടായിരുന്നു .എന്താണത്? ഇതിനാണോ എന്നെ കൊണ്ടുവന്നത്?

അവൻ കൈകൾ കൂപ്പുന്നുണ്ട്. ഒരു അബദ്ധം പറ്റിയതാണ്, ശബ്ദമുണ്ടാക്കല്ലേ. ഞാൻ വീണ്ടും അലറി, പറയടാ മറയാ, നമ്മുടെ അനുജത്തിമാരാണെങ്കിൽ നീ ഇത് ഇങ്ങനെ നോക്കിനിൽക്കുമായിരുന്നോ?

കാര്യം മനസ്സിലായപ്പോൾ ആ വെയിറ്റർ ഉള്ളിലേക്ക് പോയി. സുശാന്ത് കൈകൾ പിടിച്ചു വലിച്ചു നടന്നു. ക്ഷമിക്ക്, ക്ഷമിക്ക് എന്നു പറയുന്നുണ്ട്. എന്റെ സംഭ്രമം മാറിയില്ല. ആ കൊച്ചു പെൺകുട്ടിയുടെ മുഖം മനസ്സിൽ നിന്ന് മായുന്നില്ല. എനിക്ക് അപ്പോൾ തന്നെ ചാന്ദിനിയോട് സംസാരിക്കണം. എന്റെ അനിയത്തി എന്ത് ചെയ്യുകയായിരിക്കും. അവളെ അവർ ശ്രദ്ധിക്കുന്നുണ്ടാവുമൊ. ജസ്വന്ത് അവൻ കളിച്ചു നടക്കുകയാവുമോ. അമ്മ കണ്ട സ്ത്രീകളോട് വാചകമടിച്ച് നടക്കുകയാവും. അവളെ ആരാണവിടെ ശ്രദ്ധിക്കാനുള്ളത്. എന്റെ കണ്ണുകൾ തിരയുന്നത് ടെലിഫോൺ ബൂത്തിനെയാണ്. ഒടുവിൽ കണ്ടെത്തി, ചാടി കയറി.

സുശാന്ത് എന്റെ പിന്നാലെയുണ്ട്. അവൻ ചില്ലുവാതിലിൽ ചാരി നിന്ന് ഞാനാരെയാണ് വിളിക്കുന്നതെന്ന് നോക്കാൻ ശ്രമിക്കുന്നുണ്ട്. എന്റെ വീട്ടിൽ അന്ന് ഫോണൊന്നുമില്ല. ആകെ ഫോൺ ഉള്ളത് ഗ്രാമ മുഖ്യന്റെ വീട്ടിലാണ്. അവിടെയാണ് ടിവിയുമുള്ളത്. ചാന്ദിനി സന്ധ്യ കഴിഞ്ഞാൽ ജസ്വന്തിനെയും കൂട്ടി ദൂരദർശൻ കാണാൻ പോകും. അവൾ മാത്രമല്ല ആ നാട്ടിലെ പകുതി ജനങ്ങളും അവിടെയുണ്ടാകും. അവിടേക്കാണ് വല്ലപ്പോഴും ഫോൺ ചെയ്യുക. ഞാൻ പോക്കറ്റിലുള്ള കാശു നോക്കി, അതിനു ശേഷം നമ്പർ ഡയൽ ചെയ്തു. അവൾ അവിടെ ഉണ്ടാവണമെന്ന് പ്രാർത്ഥിച്ചാണ് വിളിച്ചത്. ഇല്ലെങ്കിൽ ഗ്രാമ മുഖ്യനോട് സംസാരിക്കേണ്ടി വരും. അയാളാണെങ്കിൽ നിർത്തുകയും ഇല്ല. അങ്ങേതലക്കൽ ഫോൺ എടുത്തു. ഒരു സ്ത്രീ ശബ്ദമാണ്. പുറത്ത് ബഹളമായതുകൊണ്ട് ഞാൻ ഉറക്കെ പറഞ്ഞു. ചാന്ദിനിയുടെ സഹോദരനാണ്. അവൾ അവിടെ ഉണ്ടാവുമോ? അങ്ങേതലക്കലെ സ്ത്രീ വിളിക്കുന്നത് കേട്ടു. ചാന്ദിനീ ... നിന്റെ സഹോദരൻ. പിന്നെ എന്തോ പിറു പിറുത്തു കൊണ്ട് പോയി. ചാന്ദിനി ഫോൺ എടുത്ത് ആശ്ചര്യത്തോടെ ചോദിച്ചു. ചേട്ടാ എന്തുപറ്റി? ഞാനൊന്നും മിണ്ടിയില്ല.

അവൾ ഫോണിൽ സംസാരിക്കാൻ കഴിഞ്ഞ സന്തോഷത്തിൽ വാതോരാതെ പറയുകയാണ്. ഇടയ്ക്ക് ജസ്വന്തിന്റെ ശബ്ദം കേട്ടു. അവൻ ഫോൺ ചോദിക്കുന്നുണ്ട്,അവള് കൊടുക്കുന്നില്ല. അവസാനം എങ്ങനെയോ ഫോൺ വാങ്ങിച്ചെടുത്തു. എന്താ ചേട്ടാ വല്ല പ്രശ്നവുമുണ്ടോ? ഈ പെണ്ണിനോട് സംസാരിച്ചാൽ ഉള്ള കാശെല്ലാം പോയി കിട്ടും. ഞാൻ അവനോട് സാവധാനത്തിൽ പറഞ്ഞു. ചാന്ദിനിയെ നന്നായി ശ്രദ്ധിക്കണം. അവളുടെ കൂടെ തന്നെ രാത്രി തിരിച്ചു പോകണം. അവനെക്കുറിച്ച് അന്വേഷിക്കാ

ത്ത വിഷമത്തിലാണോയെന്നറിയില്ല, അവൻ നിഷേധാർത്ഥത്തിൽ ശബ്ദം പുറപ്പെടുവിച്ചു. എനിക്ക് പറ്റില്ല ചേട്ടാ ഈ പെണ്ണിനെ മേയ്ക്കാൻ. വല്ലാത്ത നാക്കാണ്. എന്നെ ഒരു വക കൂട്ടാക്കില്ല. എന്ത് കിട്ടിയാലും ഒറ്റയടിക്കകത്താക്കും. എനിക്ക് ചിരി വന്നു. എടാ മഠയാ... അവളെ ശ്രദ്ധയോടെ നോക്ക്, പന പോലെയങ്ങ് നീളം വെച്ചിട്ടുണ്ടല്ലോ. ഇപ്പോഴും അനിയത്തിയുമായി വഴക്കിട്ട് നടക്കുകയാണോ? അവൻ മൂളി, ശരി ഞാനവളുടെ അടിമയായി കൊള്ളാം. ഞാൻ ഫോൺ വെച്ചു.

തിരിച്ചിറങ്ങിയപ്പോൾ സുശാന്ത് നെറ്റിയിൽ കൈ വച്ചിരിക്കുന്നുണ്ട്. അവൻ ചോദിച്ചു ആരെയാണ് വിളിച്ചത്? ഞാൻ അടുത്തു കണ്ട കടയിൽ നിന്ന് ഒരു സർബത്ത് വാങ്ങി കുടിച്ചു. സുശാന്ത് ഒരെണ്ണം വാങ്ങി മടമടാന്ന് കുടിച്ചു. അവിടെ കണ്ട ബെഞ്ചിന്മേൽ ഞാനിരുന്നു. അവനും അടുത്ത് വന്നിരുന്നു. എന്റെ കൈകളിൽ പിടിച്ചവൻ യാചിക്കുന്ന പോലെ പറഞ്ഞു. പറ്റിപ്പോയി ഇനി ആരോടും പറഞ്ഞെന്നെ നാറ്റിക്കരുത്. പ്രത്യേകിച്ച് ചെറിയമ്മയും മധുവും രൂപയും. നിന്റെ കാലു പിടിക്കാം. ഞാൻ മുഖം തിരിച്ചു. നിന്റെ അനിയത്തിമാരെ കുറിച്ച് നീ ചിന്തിച്ചിരുന്നോ? അവൻ വായ തുറന്നു ചോദിച്ചു. ഞാനെന്തിനാണ് അവരെ കുറിച്ച് ചിന്തിക്കുന്നത്. അതിരിക്കട്ടെ നീ ആരെയാ ഫോൺ ചെയ്തത്? ചാന്ദിനിയെ, ഞാൻ ദേഷ്യത്തോടെ പറഞ്ഞു. ഹോ, അവൻ മൂളി. കാര്യങ്ങൾ ഏകദേശം മനസ്സിലായെന്ന് തോന്നുന്നു. കുറച്ചുനേരം അവനും ആലോചിച്ചിരുന്നു. ഇടയ്ക്കെന്നെ ഒളിക്കണ്ണിട്ട് നോക്കുന്നുണ്ട്. അവസാനം പറഞ്ഞു. ഇനിമേലിൽ ഇങ്ങനെയൊന്നും സംഭവിക്കില്ല. സത്യം... നീ എഴുന്നേൽക്ക് വീട്ടിൽ പോകാം. ഞങ്ങൾ എഴുന്നേറ്റ് നടന്നു.

നടക്കുന്നതിനിടയിൽ ഞാൻ പറഞ്ഞു, സുശാന്ത് നമ്മുടെ ഗ്രാമങ്ങളിൽ ദാരിദ്ര്യമുണ്ടാകാം, സ്ത്രീകൾ ചെറിയ പ്രായത്തിൽ വിവാഹിതരായി കുടുംബസ്ഥരാകുന്നുണ്ടാവാം. പക്ഷേ നമ്മൾ ഒരിക്കലും അവരെ അപമാനിക്കാൻ കൂട്ടുനിൽക്കാറില്ല. ബഹുമാനിക്കാനാണ് പഠിച്ചിട്ടുള്ളത് സുശാന്ത് ...അവൻ തലയാട്ടി, ശരിയാണ്, പക്ഷേ ഇവിടം വ്യത്യസ്തമാണ് ജഗദീഷ്. ഇത് മറ്റൊരു ലോകമാണ്. ഞാനവനെ ഇടയിൽ തടസ്സപ്പെടുത്തികൊണ്ട് പറഞ്ഞു, എനിക്കിത് അപരിചിതവും, അപരിഷ്കൃതവുമാണ്. സുശാന്ത്, ഇതെല്ലാം വെറും കപട വാദങ്ങളാണ്. നമ്മുടെ നാട്ടിൽ നമ്മൾ ഒരു രീതിയിലും മറ്റൊരു നാട്ടിൽ മറ്റൊരു രീതിയിലും ആകാൻ കഴിയില്ല. അങ്ങനെ കഴിയുന്നുണ്ടെങ്കിൽ അത് കാപട്യമാണ്. ഒരു മുഖംമൂടി ധരിച്ച് ജീവിക്കുന്ന പോലെ. അവൻ മൗനമായി നടന്നു. കുറെയേറെ ദൂരം പിന്നിട്ട ശേഷം അവൻ പറഞ്ഞു. നിനക്ക് എല്ലാവരും സഹോദരിമാരെ പോലെയാണ് അല്ലേ ജഗദീഷ്. ഞാനൊന്നും മിണ്ടിയില്ല. കുറച്ചു കഴിഞ്ഞ് അവൻ

പതുക്കെ ചിരിച്ചു. ആരാണാവോ ഈ ഗുണവാനെ കെട്ടാൻ പോകുന്ന ഭാഗ്യവതി! ആ ഭാഗ്യവതിയെ കാണാനാണ് അവനെ വിളിച്ചിരിക്കുന്നത്

ഈ സംഭവത്തിനുശേഷം വളരെ രസകരമായ മറ്റൊരു കാര്യം ഉണ്ടായി. ചാന്ദിനി എനിക്ക് വളരെ നീണ്ടൊരു കത്ത് എഴുതി. അവളെ ഇതു പോലെ ഇടയ്ക്ക് ഫോൺ ചെയ്യണമെന്നും, ഇപ്പോൾ ഗ്രാമത്തിൽ അവളുടെ സുഹൃത്തുക്കൾക്കിടയിൽ ഒരു താര റാണിയായി മാറിയെന്നും മറ്റുമാണ്. ബോംബെയിൽ ഒരു ചേട്ടനുള്ള, അതും ഫോൺ ചെയ്തു വിശേഷങ്ങൾ അന്വേഷിക്കുന്ന ചേട്ടനുള്ള അവളുടെ സുഹൃത്തുക്കളാവാൻ ഗ്രാമത്തിലെ തരുണീമണികൾ മത്സരിക്കുന്നുവെന്നതാണ് അവളുടെ ഭാഷ്യം. മുമ്പ് അവളോട് മുഖം തിരിച്ചു കൊണ്ടിരുന്ന പാർവതിയും കൃഷ്ണയുമെല്ലാം ഇന്ന് അവളുടെ സൗഹൃദത്തിനായി കാത്തുനിൽക്കുകയാണ്. കത്ത് വായിച്ച് ഞാൻ കുറെ ചിരിച്ചു.

മറുപടി എഴുതാൻ നേരം സുശാന്ത് പറഞ്ഞു, എനിക്കും എഴുതണം. അവൻ പേപ്പർ തട്ടിപ്പറിച്ചു വാങ്ങി. പ്രിയപ്പെട്ട സഹോദരി, നിന്റെ ചേട്ടൻ എല്ലാ സ്ത്രീകളും നീയാണെന്ന് കരുതി ഒരു പെണ്ണിന്റെയും മുഖത്ത് പോലും നോക്കുന്നില്ല എന്ന് വ്യസനസമേതം അറിയിക്കുന്നു. അവൾ തിരിച്ചു മറുപടി എഴുതി. പ്രിയപ്പെട്ട സുശാന്ത് ഭയ്യാ, എന്റെ സഹോദരൻ സിനിമാ നായികമാരെ പോലെ സൗന്ദര്യമുള്ളവരുടെ മുഖമേ നോക്കാവൂ എന്നെനിക്ക് നിർബന്ധമാണ് . മറുപടി വായിച്ച് സുശാന്ത് പറഞ്ഞു. നീ നിന്റെ അനിയനും എഴുത്. അവൻ അവിടെ എങ്ങനെ ജീവിച്ചു പോകുന്നു ആവോ, ഈ പെണ്ണിന്റെയായിരിക്കുമല്ലോ ഭരണം.

വീട്ടിൽ ചാന്ദിനിയുടെ ഭരണമൊന്നും നടക്കില്ല, അമ്മ ഉള്ളിടത്തോളം. ജസ്വന്ത് എനിക്ക് കത്ത് അയക്കാറുണ്ടായിരുന്നു. അതിൽ വീട്ടുകാര്യങ്ങളും പണത്തെക്കുറിച്ചും ആയിരുന്നു ഉണ്ടായിരുന്നത്. എന്നാൽ ചാന്ദിനി അമ്മയും ജസ്വന്തും കാണാതെ എനിക്ക് കത്തയക്കുമായിരുന്നു. ജസ്വന്തിനെയും അമ്മയെയും പറ്റി നിറയെ കുറ്റങ്ങൾ ഉണ്ടാകും. അവളെക്കൊണ്ട് എല്ലുമുറിയെ പണിചെയ്യിക്കുന്നു എന്നതാണ് പ്രധാന പരാതി. ഞാൻ നാട്ടിൽ ചെല്ലുമ്പോൾ അവൾ അമ്മ കാണാതെ എന്റെ അടുത്തു കൂടും. നോക്ക് ചേട്ടാ,എന്റെ കൈ നോക്ക്. കച്ചി തല്ലിയെടുത്ത്,ഇതു കണ്ടോ? എത്ര വെള്ളം കോരുന്നു ഒരു ദിവസം. പോരാത്തതിന് മാടുകൾ, എല്ലാ ജോലിയും എന്നെക്കൊണ്ട് ചെയ്യിക്കും. അവൾ പതം പറയുകയും കരയുകയും ചെയ്യും. ചേട്ടനല്ലേ കാശയച്ചു കൊടുക്കുന്നത്, ചേട്ടൻ ചെന്ന് പറയ്, ചാന്ദിനിയെ കൊണ്ട് ജോലികൾ ചെയ്യിക്കരുതെന്ന്. ചെന്ന് പറയ് ചേട്ടാ.... ജസ്വന്ത് ചേട്ടൻ അമ്മയുടെ ശിപായിയാണ്.

അവളുടെ നിർബന്ധം സഹിക്കാനാവാതെ ഞാൻ എഴുന്നേൽക്കും. അമ്മയുടെ അടുത്ത് ചെന്നു പരിവേദനം പറഞ്ഞിട്ട് ഒരു കാര്യവുമില്ല എന്നെനിക്കറിയാം. എങ്കിലും പ്രായത്തിൽ വന്ന മാറ്റം എന്റെ സംസാരത്തിൽ കുറച്ച് ദൃഢത വരുത്തിയിട്ടുണ്ട്. ഞാൻ അടുക്കളയിലേക്ക് ചെന്നു. അവിടെ ജസ്വന്തുമുണ്ട്. അവൻ എന്തോ കൊത്തി കൊറിക്കുന്നു.. അമ്മ അരകല്ലിൽ എന്തോ പൊടിച്ചെടുക്കുന്നു. അതിന്റെയാണി തിരിച്ചുകൊണ്ടിരിക്കുകയാണ്. ഞാൻ ചാന്ദിനിയുടെ കൈകൾ പിടിച്ചു, രണ്ടുപേരോടുമായി പറഞ്ഞു. നോക്ക്, എന്റെ അനിയത്തിയെ ഇവിടെ അടിമപ്പണിക്ക് നിർത്തിയിരിക്കുന്നതല്ല. അവളുടെ ചെലവിന് ഞാൻ പണം അയച്ചു തരുന്നുണ്ട്. ഇനി അവളെ ജോലി ചെയ്യിക്കരുത്. ജസ്വന്ത് കഴിക്കുന്നത് നിർത്തി, അമ്പടി എന്ന ഭാവത്തിൽ അവളെ നോക്കി. ചേട്ടാ, ഇവളെപ്പറ്റി ചേട്ടന് അറിഞ്ഞുകൂടാത്തത് കൊണ്ടാ. ചാന്ദിനി നിഷ്കളങ്ക ഭാവത്തിൽ എന്നെ നോക്കി. പിന്നെ പറഞ്ഞു, അമ്മയോടു കൂടി പറയൂ. അവളെന്റെ മേൽ കുത്തിക്കൊണ്ടിരുന്നു.

അവസാനം ഞാൻ പറഞ്ഞു. അമ്മ കൂടി കേൾക്കാനാ ഞാനിതെല്ലാം പറയുന്നത്. അമ്മ ഒറ്റ കുത്ത്. അരകല്ലിൽ മഞ്ഞൾപൊടി പറന്നു. പിന്നെ എന്നെ നോക്കി പറഞ്ഞു, ജോലി ചെയ്യാതെ ജീവിക്കണമെങ്കിൽ പെങ്ങളെ കൂടി ബോംബെയ്ക്ക് കൂട്ടിക്കോ. ഞാനത് കേട്ടതായി ഭാവിച്ചില്ല. ഭീഷണിപ്പെടുത്തുന്നത് ജസ്വന്തിനെയാണ്. നോക്ക് ജസ്വന്ത്, ചാന്ദിനിയെ കരയിപ്പിച്ചാൽ നിനക്ക് ഞാൻ അഞ്ചു പൈസ അയച്ചു തരില്ല. അവൻ തലയാട്ടി എഴുന്നേറ്റു, എന്റെയും ചാന്ദിനിയുടെയും അടുത്തേക്ക് വന്നു. മഹാരാജാവും രാജകുമാരിയും പോയി വിശ്രമിച്ചോളൂ. ഞാൻ അവധി കഴിഞ്ഞു പോകുന്നതുവരെ എന്റെ അനിയത്തി അവിടെ സുഖമായി കഴിഞ്ഞു. അതുകഴിഞ്ഞാൽ എനിക്കറിയാം ഉറപ്പായും അവൾക്ക് ജോലികൾ ചെയ്യേണ്ടിവരും. എങ്കിലും ഞാൻ നാട്ടിലുള്ളപ്പോൾ അവൾ സന്തോഷത്തോടെ ഓടി നടക്കട്ടെയെന്ന് വിചാരിച്ചു.

18. മാറുന്ന എൻ മുഖം

ആ ഞായറാഴ്ച ഞാനും സുശാന്തും കരിഷ്മയുടെ വീട്ടിലേക്ക് പോയി, അവളുടെ വീട് നഗരത്തിന്റെ ഒരു ഒതുങ്ങിയ കോണിലാണ്. അത് തികച്ചും ഒരു റെസിഡൻഷ്യൽ ഏരിയ ആയിരുന്നു. ചെറുതും എന്നാൽ വളരെ വൃത്തിയുള്ളതും മനോഹരവുമായിരുന്നു. പഴയ ബ്രിട്ടീഷ് ശൈലിയിലുള്ള ഇന്റീരിയർ ആണ്. വെളുത്ത ചുമരുകൾ, അവയിൽ കറുത്ത മരങ്ങൾ കൊണ്ടുള്ള ചില ആർട്ട് വർക്കുകൾ. ഒന്നോ രണ്ടോ പെയിന്റിംഗ്സ്. ബ്രാസിന്റെ ഒരു നീളൻ ഫ്ലവർ വേസ്. അതിൽ നിറയെ

വെളുത്ത പൂക്കൾ. അവളുടെ അമ്മയുടെ ഇഷ്ടനിറം വെളുപ്പാണെന്ന് മന സ്സിലായി. ഞാനും സുശാന്തുമാണെങ്കിൽ കടും വർണ്ണങ്ങളാൽ നിർമ്മിത മായ സ്വീകരണ മുറികളെ കണ്ടിട്ടുള്ളൂ. രാജസ്ഥാനിൽ അങ്ങനെയാണ് നിറങ്ങളുടെ മനോഹാരിത വളരെ ഇഷ്ടമാണ്. പ്രത്യേകിച്ച് ചുവപ്പ് നിറം.

ഞങ്ങൾ കുറച്ചുനേരം പരിചയപ്പെടുത്തലുകളും വിശേഷങ്ങളും പങ്കു വെച്ചു. ഞാൻ നേരെ കാര്യങ്ങൾ പറഞ്ഞു. കാരണം അവരുടെ സംസാരം പണത്തെക്കുറിച്ചും സ്ത്രീധനത്തെക്കുറിച്ചും ഒക്കെയായി മാറുന്നു വെ ന്ന് എനിക്ക് തോന്നി. നോക്കു ആന്റി, അങ്കിൾ എനിക്ക് പണത്തെക്കു റിച്ചും സ്വത്തിനെ കുറിച്ചും അറിയേണ്ട ആവശ്യമില്ല. ഞാനുമത്ര സമ്പന്ന നൊന്നുമല്ല. ഒരു ജോലിയുണ്ട്, സാമാന്യം ഭേദപ്പെട്ട ശമ്പളവും. അതിനേ ക്കാളൊക്കെ ഉപരിയായി എനിക്ക് കരിഷ്മയെ ഇഷ്ടമാണ്. നിങ്ങൾക്കും കൂടി താല്പര്യം ഉണ്ടെങ്കിൽ എത്രയും വേഗം വിവാഹം നടത്തണമെന്നാ ണ് എന്റെ ആഗ്രഹം. കരിഷ്മയുടെ അമ്മ ഇത് കേട്ട് അച്ഛനെ നോക്കി പുഞ്ചിരി തൂകി കൊണ്ട് പറഞ്ഞു. നിങ്ങൾ ഒരു മറുപടി അവന് കൊടു ക്കൂ. പിന്നെ എന്നോടായിട്ട് പറഞ്ഞു. ജഗദീഷ്, പെൺകുഞ്ഞുങ്ങളെ ഒരു ഭാരമായി കാണുന്ന നമ്മുടെ നാട്ടിലെ ചില സമ്പ്രദായങ്ങളുണ്ടല്ലോ എനി ക്കതിനോട് തികഞ്ഞ അവജ്ഞയാണ്. പക്ഷേ അവൾക്കായി ഞങ്ങൾ എന്തെങ്കിലും വാങ്ങിയിട്ടുണ്ടെങ്കിൽ അതെല്ലാം അവൾക്കുള്ളതാണ്. ഞങ്ങൾക്ക് അവകാശപ്പെട്ടതിൽ പാതിക്ക് അവളും അവകാശിയാണ്. പക്ഷേ ഇതൊന്നും ഒരു വിവാഹ ഉടമ്പടിയായി പറയേണ്ട ആവശ്യമില്ല. അതില്ലെങ്കിൽ വിവാഹമില്ല എന്നാണെങ്കിൽ അങ്ങനെയുള്ള ഒരു വിവാ ഹം വേണ്ടെന്നു വയ്ക്കും.

ഞങ്ങളുടെ വിവാഹം തീരുമാനമായി എല്ലാം ദൈവം മുമ്പേ തീരു മാനിച്ചിരുന്ന പോലെ. കുറച്ചുനാൾ ഞങ്ങളാ കാര്യം ഓഫീസിൽ ആരെ യും അറിയിക്കാൻ മുതിരുന്നില്ല. അറിയിച്ചപ്പോൾ എല്ലാവരും ഒന്നു ഞെ ട്ടി. വിക്രം എന്റെ മുതുകിലേക്ക് ഒരു നല്ല ഇടി തന്നു. മഹാപാപി, മിണ്ടാ തെ നടന്നത് ഇതിനായിരുന്നു അല്ലേ. സഞ്ജു രണ്ടു ദിവസം എന്നെ കള്ള നെപ്പോലെ കണക്കാക്കി കുത്തുവാക്കുകൾ പറഞ്ഞുകൊണ്ടേയിരുന്നു. നീ എന്തിനാണ് സഞ്ജു ഇങ്ങനെ കുത്തുന്നത്, ഞങ്ങൾക്ക് പരസ്പരം ഇഷ്ടമായി, വിവാഹം കഴിക്കാൻ തീരുമാനിച്ചു. ഓഹോ അതെല്ലാം ഇന്ന ലെ അല്ലല്ലോ സംഭവിച്ചത്? ഞാൻ ചിരിച്ചു, ഒന്നു രണ്ടു മാസമായി കാ ണും അതിൽ കൂടുതൽ ഒന്നും ആയിട്ടില്ല. നേരത്തെ അറിഞ്ഞാൽ നിന്റെ യൊക്കെ കളിയാക്കൽ, എനിക്ക് കുഴപ്പമുണ്ടായിട്ടല്ല, അവൾക്കൊരു ബുദ്ധിമുട്ടുണ്ടാകരുത് എന്ന് കരുതിയാണ്. എന്നാലും നിനക്ക് എന്നോടെ ങ്കിലും പറയാമായിരുന്നു, സഞ്ജു പകുതി ആത്മഗതം പോലെ പറഞ്ഞു. എല്ലാം അവസാനിപ്പിക്കു, വിക്രം ഇടംകോലിട്ട് പറഞ്ഞു, ഇനി ഇവനാ

ണ് നമ്മുടെ രാജാവ്. വളരെയധികം കാര്യങ്ങൾ പഠിക്കാനുണ്ട്. സഞ്ജു തലയാട്ടി. ഇന്ന് ഇവന്റെ വക ചെലവ്,ഒരു മാറ്റവും ഇല്ല. പ്രായശ്ചിത്തം അതെന്തായാലും വേണം.

അമ്മയ്ക്ക് ഒട്ടും താല്പര്യമുണ്ടായിരുന്നില്ല. ഞാൻ നാട്ടിൽ നിന്ന് തന്നെ വിവാഹം കഴിക്കണമെന്ന് അവർ ആഗ്രഹിച്ചു. ഇന്നത്തെപ്പോലെ ആശയവിനിമയത്തിന് അത്ര വേഗത ഉണ്ടായിരുന്നില്ല. പിന്നെ അവർക്ക് ദൂരെ യാത്രകൾ തീരെ താല്പര്യം ഇല്ലായിരുന്നു. ട്രെയിനിൽ കയറാൻ കൂടി പേടിയായിരുന്നു. കല്യാണത്തിന് ജസ്വന്ത്, എന്റെ സഹോദരിമാരുടെ ഭർത്താക്കന്മാർ, പിന്നെ ചാന്ദിനി, സന്തോഷ്, കുഞ്ഞ് എന്റെ സുഹൃത്തുക്കൾ, ഓഫീസിലെ സഹപ്രവർത്തകർ, കരിഷ്മയുടെ ബന്ധുക്കൾ, കുടുംബ സുഹൃത്തുക്കൾ അങ്ങനെ അത്യാവശ്യം ഗംഭീരമായി ഞങ്ങളുടെ വിവാഹം നടന്നു.

എന്റെ താമസം ഒരു ഒറ്റമുറി വീട്ടിലായിരുന്നു. നാലുവർഷമായി അവിടെയാണ്. എന്നാൽ കരിഷ്മയെ കുറച്ചുകൂടി സൗകര്യത്തിൽ താമസിപ്പിക്കേണ്ടതാണ്. എനിക്ക് അവളെ അവളുടെ വീടിനേക്കാൾ നല്ല രീതിയിൽ താമസിപ്പിക്കണമെന്നൊക്കെയുണ്ട്. നിശ്ചയത്തിനു ശേഷം ഞങ്ങൾ മിക്കവാറും ദിവസങ്ങളിൽ ഒരുമിച്ച് ഇറങ്ങാൻ തുടങ്ങി. കുറച്ചു നേരം എവിടെയെങ്കിലും ഇരുന്ന് സംസാരിക്കും. അല്ലെങ്കിൽ കുറച്ചു ദൂരം നടക്കും. ഇതിനിടയിൽ ഞാനവളുടെ ഇഷ്ടങ്ങൾ ചോദിച്ചറിയാൻ തുടങ്ങി. ഞാനും മാറാൻ തുടങ്ങുകയായിരുന്നു. കുറച്ചധികം നേരം കണ്ണാടിക്കു മുന്നിൽ നിന്നു. വസ്ത്രവും ചെരുപ്പും എന്നുവേണ്ട പല്ലു തേക്കുന്നതിൽ വരെ പ്രത്യേക ശ്രദ്ധ കൊടുത്തു. ആദ്യ നാളുകളിൽ മറ്റുള്ളവർ അറിയാതെ പ്രണയിക്കുന്നതായിരുന്നു രസകരം. ശലഭം പൂവിലേക്ക് ആകർഷിക്കുന്ന പോലെ എന്റെ കണ്ണുകൾ എല്ലായ്പ്പോഴും അവളെ കാണാൻ ആഗ്രഹിച്ചു. എന്നാൽ പുറത്തേക്ക് പ്രകടിപ്പിക്കാനും കഴിയില്ല . അവസാനം ഒരു കവിത എഴുതി, അവളൊരുമിച്ച് കടപ്പുറത്തു വച്ചു അതു പാടി കേൾപ്പിച്ചു.. അന്നവളുടെ മുഖം ചുവന്നു. പിന്നെ ഉറക്കെ ചിരിച്ചു ...ഞാൻ നിങ്ങളെ കവിയാക്കി...ഞാനും ചിരിച്ചു.. ഞാൻ കവിതകൾ എഴുതാറുണ്ട്. പക്ഷേ ഇനിയെന്റെ കവിതകൾ നിനക്കു വേണ്ടി മാത്രമാണ്...

"കണ്ണാടിയിൽ കാണും എൻ മുഖം
കണ്ണേ അതോ മാറും നിൻ മുഖം
നെഞ്ചോരമായി ഒഴുകും ഒരു സുഖം
ഇനി നമുക്കായി അലിയാൻ ഒരു ദിനം. (2)

നീല പീലികൾ വിടരും നയന സുഖം
ഇളമരുവികൾ ഒഴുകും ശ്രവണസുഖം.
എൻ ചുണ്ടിൽ ഉതിരും പ്രണയ സുഖം.(കണ്ണാടിയിൽ......... ഒരു ദിനം)

ആലോലമായി അണയൂ കണ്മണി
കണ്ണോരമായി ഒഴുകും ഓവ്യം നീ
ഇനി നുകരാനില്ലൊരു വസന്തം
ചിറകിൽ അമരുമീ ശിശിരം.
നിൻ ലോലമാം മലർ കൈകൾ തൊടുമ്പോൾ
വാചാലമാകുമെൻ മൗനരാഗം(2)

മന്ദസ്മിതങ്ങൾ ഒഴുകും സന്ധ്യയിൽ
ചേരും കൈകൾ, മറയാതെയിങ്ങായി
അണയാത്ത സൂര്യനായി
നിൻ നോട്ടം പോലും ഉതിരും ശലഭമായ് (ആലോല.... ഓവ്യം നീ)

19 ഹെവൻ - ഭൂമിയിലെ സ്വർഗം

രണ്ടുമാസം തപ്പിയതിനുശേഷമാണ് ഒരു വീട് കിട്ടിയത്. അവൾ വരുന്നതിന്റെ ഭാഗമായി അതുവരെ സ്വരുക്കൂട്ടിയ പണം എല്ലാം ഉപയോഗിച്ച് ഫർണിച്ചറുകൾ, ടെലിവിഷൻ, അടുക്കളസാമഗ്രികൾ, വീടിനു മോടി പിടിപ്പിക്കൽ എന്നുവേണ്ട എന്നെക്കൊണ്ട് കഴിയുന്ന എല്ലാ കാര്യങ്ങളും ചെയ്തുവച്ചു. ഓരോന്നും ഇങ്ങനെ ഇങ്ങനെ എന്നു ഭാവനയിൽ കണ്ടു കൊണ്ടിരുന്നു. ഒരു പഴയ വീടായിരുന്നു. താഴെ രണ്ടു മുറികൾ, അടുക്കള, ബാത്റൂം. മുകളിലത്തെ നില മറ്റൊരാൾക്ക് വാടകയ്ക്ക് കൊടുത്തിരുന്നു. വിക്രമിന്റെ ഒരു സുഹൃത്തിന്റെ ബന്ധുവാണ് വീട് ശരിയാക്കി തന്നത്. ബെൻസിലാൽ സേട്ട് എന്ന ഒരാളുടെതാണ് വീട്. നടക്കാൻ പോലും കഴിയാത്ത ഒരു വൃദ്ധൻ. എന്റെ മോടി കൂട്ടലു കൂട്ടി കഴിഞ്ഞപ്പോൾ അതൊരു പഴയ വീടാണെന്ന് തോന്നിയതേയില്ല.

വിവാഹശേഷം ആദ്യം കരിഷ്മയുടെ വീട്ടിൽ, അതിനുശേഷം ബാലേശ്വർ, രണ്ടാഴ്ചയ്ക്കുശേഷം തിരിച്ചു വന്നു. അതോടെ ഞങ്ങളുടെ ലീവും അവസാനിച്ചിരുന്നു. പിന്നെ പുതിയ വീട്ടിലേക്കുള്ള മാറ്റം. സുശാന്തും ചെറിയമ്മയും മക്കളുമെല്ലാം ഞങ്ങളെ കാത്ത് അവിടെയുണ്ടായിരുന്നു. റെ

യിൽവേ സ്റ്റേഷനിൽ നിന്നും കരിഷ്മയുടെ അച്ഛനും അമ്മയ്ക്കും ഒപ്പം അവിടേക്ക് യാത്രയായി. വണ്ടിയിൽ വെച്ച് ക്ഷീണം കൊണ്ടവൾ ഉറങ്ങി പ്പോയി. അതുമാത്രമല്ല ബാലേശ്വറിലുള്ള താമസവും അതിഗംഭീരമായി രുന്നു.വീടെത്തിയിട്ടും അവൾ ഉണരാതായപ്പോൾ ഞാൻ തട്ടി വിളിച്ചു, കരീഷ്മ.. പെട്ടെന്ന് എന്ത് ഓർമ്മയിലാണോ എന്നറിയില്ല അവൾ എന്റെ കൈതട്ടി എന്തോ ചീത്ത പറഞ്ഞു. അവളുടെ അമ്മ ഒന്ന് ചൂളി, എന്നിട്ട് എന്നെ നോക്കി പറഞ്ഞു. ഉറക്കത്തിലാണെന്ന് തോന്നുന്നു. കരിഷ്മാ ...അവർ കുലുക്കി എഴുന്നേൽപ്പിച്ചു. അവൾ ഞെട്ടി എഴുന്നേറ്റ് അങ്ങോട്ടു മിങ്ങോട്ടും പകച്ചു നോക്കി. ഇതെല്ലാം കണ്ട് ചിരി അടക്കാനാവാതെ ഞാൻ പുറത്തു നിൽക്കുകയാണ്. ഇവളൊന്നു ഇറങ്ങിയിട്ട് വേണം ഉള്ളി ൽ കയറാൻ. ഇറങ്ങിയപ്പോഴും ഉറക്ക പിച്ചിൽ അവൾ ഒരിടത്തേക്ക് ചാഞ്ഞു . ചെരുപ്പും സാരിയും എല്ലാം നേരെയാക്കി, ഛേ എന്നു ഒച്ചയെടുത്തു. വല്ലാത്ത ക്ഷീണമായിരുന്നു ഉറങ്ങിപ്പോയി.എന്നു പറഞ്ഞ തിനുശേഷം ആണ് സുശാന്തിനെയും കുടുംബത്തെയും നോക്കിയത്. രൂപ ചിരിച്ചുകൊണ്ട് ചോദിച്ചു. ചേട്ടത്തി പിടിക്കണോ? കരിഷ്മ വേണ്ട വേ ണ്ട ,എന്ന് തലയാട്ടി.

എനിക്ക് ഒരിക്കലും മറക്കാനാവാത്ത ദിവസങ്ങളിലൊന്നാണ് അത്. യഥാ ർത്ഥത്തിൽ ഞങ്ങളുടെ ജീവിതം ആരംഭിച്ചത് അന്നുമുതലാണ്. 1981 ജനു വരി 30, 16ന് വിവാഹം. മുപ്പതിന് പുതിയ വീട്ടിലേക്ക്...ആ വീട്.......വീറും ദീപും പിച്ചവെച്ച് നടന്നത് അവിടെയാണ്.

ആദ്യത്തെ ഒരു വർഷം ഞങ്ങളുടെ ജീവിതത്തിൽ ഏറ്റവും സന്തോഷകര മായ ദിവസങ്ങൾ എന്നു പറയാം. രണ്ടു കിടപ്പുമുറികൾ ഉള്ള, ഞങ്ങളുടെ ഭാഷയിൽ പറഞ്ഞാൽ ഹെവൻ, ഭൂമിയിലെ സ്വർഗം അതാണ് ഞങ്ങളിട്ട പേര്. ആ പറമ്പിൽ തന്നെ വേറെയും വീടുകൾ ഉണ്ട്. ഇരിക്കാനും ഒന്ന് ബാഡ്മിന്റൺ കളിക്കണമെന്ന് തോന്നിയാൽ കളിക്കാനും മുറ്റത്ത് സ്ഥ ലം. നിറയെ ചെടികൾ, ഫലവൃക്ഷങ്ങൾ. അതിരാവിലെ എഴുന്നേറ്റ് ഒരു ല ഞ്ച് ക്യാരിയറിൽ ഭക്ഷണവും വെള്ളവുമായി ബാഗും പിടിച്ച് ഞാനും കൂടെ അവളും ഒരുമിച്ച് ഓഫീസിൽ പോകുന്നു. വൈകിട്ട് തിരിച്ച് വീട്ടി ലേക്ക്.

കുറച്ചുകാലം അങ്ങനെയങ്ങ് കഴിഞ്ഞു പോയി. ഒരു ഓഗസ്റ്റ് മാസം, മഴ യൊന്നും കുറഞ്ഞുവരുന്നു. ഓഫീസിലേക്ക് ഒരുങ്ങാതെ അവൾ എന്തോ സംശയിച്ചു ആലോചിച്ചും നിൽക്കുകയാണ്. 'എന്തുപറ്റി'എന്ന ചോദ്യ ത്തിനുള്ള ഉത്തരമാണ് ഏപ്രിൽ മാസത്തിൽ കൊടുംചൂടിൽ ആശുപ

ത്രിയിലെ വരാന്തയിൽ വിയർത്തു കുളിച്ച എന്റെ കൈയിലേക്ക് ഒരു വെള്ളത്തുണിയിൽ പൊതിഞ്ഞു തന്നത്. കരിഷ്മ അവളതിനെ നിസാരവൽക്കരിച്ച് ഏഴുമാസം വരെ ഓഫീസിലേക്ക് എന്റെ കൂടെ ബസ്സിലേക്ക് ചാടി കയറിവന്നു. ഭയം എനിക്കു മാത്രമായിരുന്നു. അവളാണെങ്കിൽ ആരെയും കൂട്ടാക്കുന്നില്ല.

എന്റെ ശ്രദ്ധ അവൾക്കൊരു ശല്യമായി എന്ന് പറയാം. ഞാനാണെങ്കിൽ ബസ്സിൽ കയറുമ്പോൾ അവളുടെ പുറകിൽ തന്നെ നിൽക്കും. ആളുകളുമായി ഇടയ്ക്ക് വഴക്ക് കൂടേണ്ടി വന്നിട്ടുണ്ട്, സീറ്റ് കിട്ടാൻ അല്ലെങ്കിൽ, തിക്ക് കുറയ്ക്കാൻ. ബസ്സിൽ നിന്ന് ഇറങ്ങി കഴിഞ്ഞാൽ കരിഷ്മ ദേഷ്യപ്പെടും. ഇതെന്ത് കഷ്ടമാണ് ജഗദീഷ്. ഭൂമിയിൽ ഞാൻ മാത്രമല്ല ഒരു സ്ത്രീ ഗർഭിണിയാകുന്നത്. അതെയോ എനിക്കറിയില്ലായിരുന്നു ഞാൻ മറുപടി പറയും. നിങ്ങളുടെ അമ്മ അഞ്ച് പ്രസവിച്ചതല്ലേ. ശരിയാണല്ലോ എന്റെ അമ്മ അഞ്ചു പ്രസവിച്ചതാണ് എന്റെ അച്ഛൻ ആ സമയത്തൊക്കെ എന്തു ചെയ്തിട്ടുണ്ടാവും ചിലപ്പോൾ പാടത്ത് അല്ലെങ്കിൽ ചാക്കുകളിൽ ഗോതമ്പ് നിറയ്ക്കുകയോ അതുമല്ലെങ്കിൽ കവലയിൽ വർത്തമാനം പറഞ്ഞിരിക്കുകയോ ചെയ്തിട്ടുണ്ടാവാം. ഞാൻ മുഖത്തെ ഭാവങ്ങൾ മാറ്റി കരിഷ്മയോട് പറയും .ആ കഥകളൊന്നും പറയാതിരിക്കുന്നതാണ് നല്ലത്. പ്രസവിച്ചിട്ട് എന്നെ ആ മൺതറയിൽ ഒരു പായ വിരിച്ചു കിടത്തിയിട്ടുണ്ടാവും , അപ്പോഴേക്കും ജസ്വന്ത്, ചാന്ദിനി. ഞാനെത്ര കഷ്ടപ്പെട്ടിട്ടുണ്ട് എന്നറിയാമോ? എനിക്ക് പാല് പോലും ശരിക്ക് കിട്ടിയിട്ടില്ല. പിന്നെ നിർത്തി എന്തോ ആലോചിക്കുന്ന പോലെ ഭാവിച്ചിട്ട് പറയും, നോക്കൂ ഞാൻ എരുമപ്പാലാണ് കുടിച്ചിരുന്നത്.

അവൾ ചിരി ഒതുക്കി. ഇപ്പോഴും ഇതൊ ക്കെ ഓർമ്മയുണ്ടോ ,കമിഴ്ന്നു കിടന്ന കാലം മുതൽ എല്ലാം പറയുന്നുണ്ടല്ലോ . എനിക്ക് നല്ല ബുദ്ധിയും ഓർമ്മയുമാണ് കരിഷ്മ, എന്റെ അച്ഛൻ പറയാറുണ്ട് ഞാൻ വിദ്യാലക്ഷ്മിയുടെയും ഐശ്വര്യലക്ഷ്മിയുടെയും അനുഗ്രഹം ഒരുമിച്ചു ലഭിച്ച കുഞ്ഞാണെന്ന്.... ഓ ഹോ എന്ന് അവൾ കളിയാക്കും ..... അപ്പോഴേക്കും റോഡ് ക്രോസ് ചെയ്യേണ്ട സ്ഥലം എത്തിയിട്ടുണ്ടാവും. മിണ്ടാതെ, സൂക്ഷിച്ച്, കൈ പിടിക്ക്, പതുക്കെ എന്നൊക്കെ ആജ്ഞാപിച്ചു ഞങ്ങൾ റോഡ് മുറിച്ച് കടക്കും.

വീറിനെ ഗർഭിണിയായിരുന്നപ്പോൾ കരിഷ്മയുടെ ശരീരത്തിന് ഒരു മാറ്റവും വരാത്ത പോലെ എനിക്ക് തോന്നി. അവളുടെ തോളുകൾ ക്ഷീണിച്ചിരുന്നു. മുഖത്തും വലിയ ക്ഷീണം......വയറാണെങ്കിൽ വലുതാവാത്ത

പോലെ. എന്തോ വലിയ കുഴപ്പമുണ്ടെന്ന് എനിക്ക് തോന്നി. ഇന്നത്തെപ്പോലെ മാസംതോറും സ്കാനിങ്, പരിശോധന അങ്ങനെയൊന്നുമില്ല. ഗർഭിണിയാണെന്ന് അറിഞ്ഞ മുതൽ നിർബന്ധമായി ഭക്ഷണം കഴിപ്പിക്കുന്നതാണ്. അവൾ ആണെങ്കിൽ ഒരു കിച്ചടിയുടെ പാത്രത്തിൽ ചോറ് കഴിക്കുന്നവളും. പോരാത്തതിന് ചപ്പാത്തിയും കഴിക്കാൻ ഇഷ്ടമല്ല. എന്റെ ചിന്തകൾക്ക് അനുസൃതമായി ഞാൻ നല്ല ഭക്ഷണം വാങ്ങിച്ചു കൊടുത്തു. ദിവസവും നെയ്യും പാലും നിർബന്ധമായി കഴിപ്പിച്ചു. അവൾ ദേഷ്യപ്പെടുകയും ചിലപ്പോൾ കരയുന്ന പോലെ അഭിനയിക്കുകയും ചെയ്യും. എന്നെ നിങ്ങൾ ഒരു തടിച്ചിയാക്കും.

എട്ടുമാസം കഴിഞ്ഞപ്പോൾ അവളുടെ അമ്മ വീട്ടിൽ വന്നു നിന്നു. ഞാൻ കുറച്ചു ദിവസത്തെ അവധിയെടുത്ത് നാട്ടിലേക്ക് പോയി. ജസ്വന്തിന്റെ വിവാഹമാണ്. എന്റെ വിവാഹം കഴിയാനായി അവൻ കാത്തു നിന്നതാണ്. അമ്മയും തിരക്ക് കൂട്ടി, ഈയടുത്താണ് നിശ്ചയം കഴിഞ്ഞത്. ഇനി അവൻ കൂടി ബാക്കിയുള്ളൂ. വിവാഹ ചെലവിനുള്ള പണം അയച്ചു കൊടുത്തു. വീട്ടിലേക്ക് കയറി ചെല്ലുമ്പോൾ അവിടെ വലിയ തിരക്കാണ്. എന്റെ വിവാഹം ഗ്രാമത്തിൽ നടത്താൻ കഴിയാത്തതിന്റെ ദുഃഖം അമ്മ തീർക്കുന്നുണ്ട്. വലിയ വായിലുള്ള വർത്തമാനങ്ങളും മുറുക്കാൻ ഇടിക്കുന്ന ശബ്ദങ്ങളും എന്റെ മുറിയിലേക്ക് കേൾക്കാം...ഞാൻ പുറകുവശത്തേക്ക് ചെന്നു. തിരക്കൊന്നു ഒഴിഞ്ഞിട്ടുണ്ട്. കൂടെ അമ്മയുടെ ഇളയ സഹോദരന്റെ ഭാര്യ ഇന്ദ്രാണി അമ്മയും അവരുടെ മകന്റെ ഭാര്യയും ഉണ്ട്.

എന്നെ കണ്ടതും അവർ ചിരിച്ചുകൊണ്ട് എഴുന്നേറ്റു. തലയെല്ലാം ഉഴിഞ്ഞു കൈഞ്ഞൊട്ട പൊട്ടിച്ചു. രാജാവിനെപ്പോലെ വാഴട്ടെ ജഗദീഷ്. ഞാൻ ചിരിച്ചുകൊണ്ട് പറഞ്ഞു, രാജ്യം ഭരിക്കുന്നത് ഇപ്പോൾ അനിയനാണ് അമ്മായി. എന്റെ സിംഹാസനമെല്ലാം നഷ്ടപ്പെട്ടു. എന്റെ തമാശ എന്തോ അമ്മയ്ക്കത്ര രസിച്ചില്ല. അവരെന്തോ കാരണമുണ്ടാക്കി അമ്മായിയെയും മരുമകളെയും രംഗത്തുനിന്നു മാറ്റി. സത്യത്തിൽ ഞാനും ഒരു സ്വകാര്യത ആഗ്രഹിച്ചിരുന്നു. അമ്മ എളിയിൽ കൈകുത്തി കാർക്കശ്യത്തോടെ പറഞ്ഞു. നിന്റെ സിംഹാസനം എവിടെ പോയി?

ഞാൻ തലയിൽ കൈവെച്ച് നിലത്തിരുന്നു, ഞാനൊരു തമാശ പറഞ്ഞതല്ലേ അമ്മാ.. ഓർമ്മ വെച്ചപ്പോൾ മുതൽ ബന്ധുക്കളി ആശിർവാദം തരുന്നതാണ് അമ്മേ. അച്ഛനും ആയിരം വട്ടം പറഞ്ഞിട്ടുണ്ട്. ജഗദീഷ്, എന്റെ മകനെ... നീ രാജാവിനെ പോലെ ശോഭിക്കുമെന്ന്. ട്രെയിനിലെ

യാത്രയും, വിശ്രമമില്ലാത്ത ജീവിതവും, എന്റെ കാലുകൾക്ക് നല്ല വേദന ഉണ്ടായിരുന്നു. അതുകൊണ്ടാണോ എന്നറിയില്ല, ഞാൻ പറഞ്ഞു ഞാൻ രാജാവല്ലമ്മേ, കാലാളാണ്. മുന്നിൽനിന്ന് യുദ്ധം ചെയ്യേണ്ടവൻ. ആദ്യം വീണ് മരിക്കുന്നവൻ...അമ്മ മുഖം തിരിച്ചിരിപ്പാണ്.
അമ്മേ ഞാൻ വന്നതെന്താണെന്ന് വെച്ചാൽ എനിക്ക് അധികം ലീവില്ല... അമ്മയ്ക്ക് അറിയാമല്ലോ കരിഷ്മയുടെ കാര്യം. ചടങ്ങുകൾ കഴിഞ്ഞാൽ പിറ്റേ ദിവസം തന്നെ ഞാനിവിടം വിടും . അമ്മ നിസ്സാരമായി പറഞ്ഞു. അതിനെന്താ? ഇവിടെ നിന്നിട്ട് ഇപ്പോൾ എന്തു ചെയ്യാനാണ്? പിന്നെയും എന്തൊക്കെയോ പിറുപിറുക്കുകയാണ്... അമ്മയുടെ വായ അടപ്പിക്കേണ്ടത് അത്യാവശ്യമായതുകൊണ്ട് തുരുപ്പു ചീട്ട് എന്നപോലെ ഞാൻ പറഞ്ഞു. വിവാഹ ചെലവിനുള്ള കാശ് അയച്ചു തന്നില്ലേ. അത് ജോലി ചെയ്തു ഉണ്ടാക്കുന്ന പണമാണ്. അല്ലാതെ ഇവിടെ വന്ന് കൊടിയും തോരണങ്ങളും കെട്ടി തന്നാൽ മതിയോ? വിചാരിച്ച പോലെ അമ്മയുടെ പരിവേദനങ്ങൾ നിലച്ചു. ഞാൻ ചിരിച്ചുകൊണ്ട് അവരുടെ കൈകൾ പിടിച്ചു. നോക്ക് ഞാൻ പോകുമ്പോൾ കരിഷ്മയ്ക്കായി എന്തെങ്കിലും ഉണ്ടാക്കി തരണം. അവൾ ക്ഷീണിച്ചാണിരിക്കുന്നത്.

അമ്മ എന്റെ കൈകൾ വിടുവിച്ചു. ഹോ ഇതാണോ വലിയ കാര്യം. നാളെ വിവാഹം കഴിഞ്ഞാൽ കോകിലയുടെ വീട്ടിൽ നിന്ന് നിറയെ പലഹാരങ്ങളും, പാത്രങ്ങളും, മറ്റു സാധനങ്ങളും വരും.... നോക്ക് അവർ ഉണ്ടല്ലോ ഭിക്ഷക്കാരല്ല, ധനികരാണ്...ധനികർ, അറിയാമോ? അടുക്കള വശത്തുനിന്ന് സ്ത്രീകൾ ഞങ്ങളുടെ സംസാരം കേൾക്കാനായി പുറത്തേക്ക് തലയിട്ടു തുടങ്ങി. എനിക്ക് ദേഷ്യം വന്നു. എന്തിനാണമ്മയിപ്പോൾ ഒച്ചയിടുന്നത്. കോകിലയുടെ വീട്ടിൽ നിന്ന് എന്തൊക്കെയാണ് കൊണ്ടുവരുന്നത് എന്നല്ല ചോദിച്ചത്. എട്ടുമാസമായ എന്റെ ഭാര്യക്ക് ആരോഗ്യത്തിനായി എന്തെങ്കിലും ഉണ്ടാക്കി തരുമോ എന്നാണ് ചോദിച്ചത്. എന്നോട് ക്ഷമിക്ക് ഞാനിത് പറഞ്ഞിട്ടില്ലെന്ന് കരുതിക്കോളൂ. അവൾക്ക് വേണ്ടതെല്ലാം അവളുടെ അമ്മ ഉണ്ടാക്കി കൊടുത്തു കൊള്ളും.. എന്നോടുള്ള ദേഷ്യം തീർക്കാൻ അമ്മ മുറുക്കാനില്ലാതെ തന്നെ ഇടികല്ലിൽ ഇടി തുടങ്ങി. ഞാൻ എഴുന്നേറ്റു. ഇനി ഇവിടെ നിന്നാൽ ചിലപ്പോൾ അവർ എന്റെ പ്രായം മറന്നുപോകും. ദേഷ്യം വന്നാൽ കാലികളെ തെളിക്കുന്ന വടി കൊണ്ടാണ് അമ്മ ഞങ്ങളെ തല്ലുക. ആ തല്ല് എനിക്ക് ഒരുപാട് കിട്ടിയിട്ടുണ്ട്. കൂടുതൽ കിട്ടിയത് ചാന്ദിനിക്കാണ്. രക്ഷപ്പെട്ടിട്ടുള്ളത് ജസ്വന്തും.

പലപ്പോഴും ജസ്വന്തും ചാന്ദിനിയും കൂടി എന്തെങ്കിലും അനുസരണക്കേട് ചെയ്തു വച്ചിട്ടുണ്ടാവും. അതായത് അമ്മയുടെ നിയമങ്ങൾ അനുസരി

ക്കാതെ വരുക. ഞാൻ അതിനു സാക്ഷിയാവേണ്ടിവരും. എന്നാലാ മഹാ പാപി ജസ്വന്ത്, തല്ലു കൊള്ളാതിരിക്കാനായി നേരത്തെ പോയി അമ്മ യോടെല്ലാം പറയുകയും,, അതിന്റെ ഉത്തരവാദിത്വം ചാന്ദിനിയുടെയും എന്റെയും തലയിൽ കെട്ടിവെക്കും. അടിയെല്ലാം ഞങ്ങൾക്ക്. അവൻ അമ്മയുടെ സാരിതലപ്പിനുള്ളിൽ ഒളിച്ചിരുന്ന് ഞങ്ങളിൽ നിന്നും രക്ഷപ്പെടും. പെണ്ണായതിനാൽ ചാന്ദിനി ജോലി ചെയ്യാൻ വിധിക്കപ്പെട്ടവ ളാണെന്നാണ് അമ്മയുടെ ഭാവം. അവളാണെങ്കിൽ ഇതിൽ നിന്നെല്ലാം രക്ഷപ്പെടാൻ നാടോടികളുടെ കൂടെ സ്ഥലം വിട്ടാലോ എന്ന് വരെ ചിന്തി ച്ചവളാണ്. അവൾ ജോലി ചെയ്യാൻ മടി കാണിക്കുകയും കരയുകയും ചിലപ്പോൾ തൊഴുത്തിന്റെ മച്ചിനു മുകളിൽ കയറി ഒളിച്ചിരിക്കു കയും ചെയ്യും. അമ്മ അവളെ ഓടിച്ചിട്ട് തല്ലിയിട്ടുണ്ട്.

എന്റെ ഓർമ്മകളെ ഭേദിച്ചുകൊണ്ട് ചാന്ദിനി കുടിക്കാനായി പാലു കൊണ്ടുവന്നു. അവളതിൽ ബദാമൊക്കെ അരച്ചു ചേർത്തിട്ടുണ്ട്. ചേട്ട നെന്താണ് ചിന്തിക്കുന്നത്? ഞാനൊന്നും ഇല്ലെന്ന് കണ്ണുകൾ അടച്ചു. ജസ്വ ന്ത് ഭയ്യായുടെ വസ്ത്രങ്ങൾ കണ്ടോ? അവൾ ആവേശത്തോടെ ചോദി ച്ചു. ഞാൻ ഇല്ലെന്ന് തലയാട്ടി. എനിക്ക് വസ്ത്രങ്ങൾ വാങ്ങിയോ. അവൾ നെ റ്റിയിൽ കൈ കൊണ്ട് അടിച്ചു. പോയി ചെന്ന് ചോദിക്കൂ. കിട്ടിയില്ലെങ്കി ൽ നല്ലത് ഒരെണ്ണം അങ്ങ് എടുത്തേക്ക്. നന്നായി കാശ് ചെലവാക്കിയിട്ടു ണ്ടല്ലോ പിശുക്കൻ ജസ്വന്ത്... അവൾ ഉറക്കെ ചിരിച്ചു. എവിടെ നിന്നെന്ന റിയില്ല, അമ്മ പൊട്ടി വീണു. ഓ ഈ പെണ്ണ് നാണം കെടുത്താൻ, ഇങ്ങനെ ചിരിക്കല്ലേ. കല്യാണം കഴിഞ്ഞാലെങ്കിലും ഒരു അടക്കം വരുമെന്ന് കരു തി. റാം റാം എന്ന് ഒച്ചയിട്ട് അവർ പുറത്തേക്കിറങ്ങിപ്പോയി. ഞാൻ ദൈ വത്തിനു നന്ദി പറഞ്ഞു, കരിഷ്മയ്ക്ക് വരാൻ കഴിയാത്തതിനാൽ..... ഇ ല്ലെങ്കിൽ?....

വിവാഹം ഗംഭീരമായി നടന്നു. കുറച്ചുനാളുകൾക്കു ശേഷം ഗ്രാമത്തിലെ വിവാഹത്തിൽ പങ്കെടുത്തതിൽ എനിക്ക് വളരെയധികം സന്തോഷം തോന്നി. പഴയ ഓർമ്മകളുടെ ഒരു വേലിയേറ്റം ഉണ്ടാക്കുന്ന ഓളങ്ങൾ ഒരു കവിത പോലെയെന്ന് എനിക്ക് തോന്നുന്നു.

ഞാൻ പോകാനായി ഒരുങ്ങുമ്പോൾ ചാന്ദിനി വാതിൽക്കൽ വന്നു ചോദിച്ചു. ചേട്ടാ പോകാറായോ... ഊം ഞാൻ മൂളി. എന്റെ കുഞ്ഞനന്ത രവൻ ഒക്കത്തിരിക്കുന്നു. ഞാനവനെ എടുത്ത് ഇറുകെ പുണർന്നു. വല്യ മ്മാവൻ പോകുകയാണ്, പറയൂ അമ്മാവൻ എന്ന്.. അവൻ അവ്യക്തമാ യി പറയാൻ ശ്രമിക്കുന്നുണ്ട്. പിന്നെ കുഞ്ഞി പല്ലു കാണിച്ചു ചിരിച്ചു.

അമ്മയെവിടെ ചാന്ദിനി? അമ്മയോട് പറയു ഞാൻ ഇറങ്ങുകയാണെന്ന്. അമ്മയോ? അവൾ ചിരിച്ചു. പുതിയ മരുമകളുടെ അടുത്താണ്. അവളെ നിലത്തൊന്നുമല്ല വയ്ക്കുന്നത്. ഞാൻ അവളുടെ മുഖത്തേക്ക് കുസൃതി യോടെ നോക്കി, നിനക്ക് കുശുമ്പുണ്ടോ ചാന്ദിനി?... കുശുമ്പോ അതൊന്നു മല്ല ചേട്ടാ... പിന്നെ അവൾ കണ്ണിറുക്കി കൊണ്ട് പറഞ്ഞു. നമ്മുടെ അമ്മ യല്ലേ, നമുക്കറിഞ്ഞുകൂടേ ചേട്ടാ, ഒരു മാസം കഴിഞ്ഞാൽ ഇവിടെ വന്നു നോക്കിക്കോളൂ, അവൾ ഉറക്കെ ചിരിച്ചു. ഒന്നു പതുക്കെ പറയ് ചാന്ദ്നി , ആ പെണ്ണ് കേട്ടിട്ട് പേടിക്കേണ്ട. ചേട്ടൻ നിൽക്കു , ഞാൻ പോയി കുറച്ച് പലഹാരങ്ങൾ എടുത്തിട്ട് വരാം. ചേടത്തിക്കും കുടുംബത്തിനും കൊടുക്കൂ...

എനിക്ക് കുറച്ച് സമാധാനം തോന്നി. അവളെങ്കിലും ഓർത്തല്ലോ... ചാന്ദിനി അത്യാവശ്യം ഭേദപ്പെട്ട കനത്തിൽ ഒരു സഞ്ചിയും താങ്ങി പിടി ച്ചു വന്നു. ഇത്രയധികം എന്തിനാണ് ചാന്ദിനി. ആര് കഴിക്കാനാണ്. അവ ൾ ചൂണ്ടുവിരൽ ചുണ്ടിൽ വച്ച് ഒച്ചയുണ്ടാക്കല്ലേ എന്ന് പറഞ്ഞു. ചേട്ടാ നിങ്ങൾ നാട്ടിൽ വല്ലപ്പോഴും അല്ലേ വരുന്നത്. കുറച്ചു സുഹൃത്തുക്കൾ ക്കും അയൽപക്കക്കാർക്കും കൊടുത്തൂടെ. എല്ലാവരോടും മറക്കാതെ പറയണം ചാന്ദിനിഭായി വളരെ ഉദാരമതിയാണെന്ന്. അവൾ അ തെന്റെ ബാഗിൽ തള്ളിക്കയറ്റി വെച്ചു. നോക്കൂ ഇപ്പോൾ കുഴപ്പമില്ല... എന്റെ ചേട്ടാ നിങ്ങൾ ശ്രദ്ധയോടെ കേട്ടോളൂ ...ഇവിടെ ആരും ചോദിക്കാതെയും നിർബന്ധിക്കാതെയും നിങ്ങൾക്ക് ഒന്നും തരാൻ പോകുന്നില്ല. മനസ്സിലാ യോ? ഞാൻ ചിരിച്ചുകൊണ്ട് തലയാട്ടി. പക്ഷേ അവൾ പറഞ്ഞത് മനസ്സി ലാക്കിയെടുക്കാൻ എനിക്ക് പിന്നെയും ഒരുപാട് വർഷങ്ങൾ കൂടി വേണ്ടി വന്നു.

ബാഗ് എടുത്ത് ഇറങ്ങാൻ തുടങ്ങുമ്പോൾ പുറത്തുനിന്ന് നന്നേ ദുർബലമായ ഒരു ശബ്ദം, ജഗദീഷ് മോനേ, ഞാൻ അകത്തേക്ക് വരട്ടെ. ഹീര ചേച്ചി..... അവർ വന്ന് എന്റെ കട്ടിലിൽ ഇരുന്നു. എന്റെ അനന്തരവൻ ശ്യാംപ്രസാദ് കൂടി ഉണ്ടായിരുന്നു. മോനെ ജഗദീഷ്, ശ്യാം ഇപ്പോൾ ഗോത മ്പുമില്ലിൽ ജോലി ചെയ്യുകയാണ്. അതുകൊണ്ട് പ്രത്യേകിച്ച് നേട്ട മൊന്നു മില്ല. നിനക്ക് ഇവന് ബോംബെയിൽ ഒരു ജോലി ശരിയാക്കി കൊടുക്കാ മോ...ഞാൻ പറഞ്ഞു, ശ്രമിക്കാം ചേച്ചി... ഞാൻ ശ്യാമിന്റെ കൈകൾ പിടി ച്ചു നിർബന്ധിച്ച് അടുത്തിരുത്തി. അവൻ പത്താംതരം തോറ്റിരുന്നു. ജയി ച്ചിരുന്നെങ്കിൽ തുടർന്ന് പഠിക്കാനുള്ള എല്ലാ സഹായവും ചെയ്തു കൊടുക്കാമെന്ന് ഞാൻ പറഞ്ഞിരുന്നതാണ്. ഇവനെ ഇനി ബോംബെയിൽ കൊണ്ടുപോയി എന്ത് ജോലിയാണ് വാങ്ങിക്കൊടുക്കുക. ഇവിടെയാ

യാലും അവിടെയായാലും കഷ്ടപ്പെടാതെ നിവർത്തിയില്ല. ഞാൻ അങ്ങ നെയെല്ലാം മനസ്സിൽ ഓർത്തിരിക്കുമ്പോഴും ചേച്ചി സംസാരം തുടരുക യാണ്. നോക്കു ജഗദീഷ്, നിനക്കറിയാമല്ലോ എനിക്കിവനു താഴെ മൂന്നു കുഞ്ഞുങ്ങൾ കൂടിയുണ്ട്. ഇളയത് രണ്ടും പെൺകുഞ്ഞുങ്ങൾ. അവർ പിറുപിറുക്കുകയാണ്. ഞാൻ തോളിൽ കൈവച്ചു. ശ്രമിക്കാം ചേച്ചി, ഉറപ്പായിട്ടും ശ്രമിക്കാം... പേഴ്സ് തുറന്ന് കയ്യിൽ ഉണ്ടായിരുന്ന പണത്തിന്റെ പകുതി അവർക്ക് കൊടുത്തു.

അങ്ങനെ പോകാൻ ഒരുങ്ങിയ ഞാൻ ബാഗവിടെ വച്ചിട്ട് ലക്ഷ്മി ചേച്ചിയെയും ഒന്ന് കാണണമെന്ന് തീരുമാനിച്ചു. ഇവരെക്കാൾ കഷ്ടമാണ് അവരുടെ കാര്യം. ഭർത്താവ് ഒരു രോഗിയാണ്. ഒരു ജോലിയും ചെയ്യു ന്നില്ല. അവർക്ക് കൂടി കുറച്ചു പണം കൊടുക്കണം. എനിക്കിപ്പോഴും ഓർമ്മയുണ്ട്, അവരെ കല്യാണം കഴിക്കുമ്പോൾ അവരുടെ ഭർത്താവ് ഒരുപാട് ഭൂസ്വത്തും കന്നുകാലികളുമൊക്കെയുള്ളവനാണ് ധനികനാ ണെന്നൊക്കെ അച്ഛനും അമ്മയും സംസാരിച്ചുകൊണ്ടിരുന്നത്. ആ ബ ന്ധം ഒരു ഭാഗ്യമായി എല്ലാവരും കണ്ടു. അതിനൊപ്പിച്ച സ്ത്രീധനം കൊടു ക്കാൻ വേണ്ടി അച്ഛൻ കടുകുവിളയുന്ന ഒന്നാന്തരം പാടം പണയം വെച്ചു. അവസാനം അത് വിൽക്കേണ്ടിയും വന്നു. വിവാഹം കഴിച്ചവൻ കുറച്ചു നാളുകൾക്കുള്ളിൽ വീതം കിട്ടിയ സ്വത്തും നശിപ്പിച്ചു. അവസാനം രോ ഗിയുമായി. നാലു കുട്ടികളുണ്ട്. മൂന്ന് പെണ്ണും, ഇളയ ഒരു മകനും.

ഞാൻ പുറകുവശത്തൊക്കെ അന്വേഷിച്ചു കാണാനില്ല. മുകളിൽ കയറി നോക്കണോ. അവിടെ സഭ കൂടി ഇരിക്കുന്നുണ്ടാവുമോ. ഞാൻ ചാന്ദിനി യെ കണ്ടു. ലക്ഷ്മി ചേച്ചി എവിടെ? അവൾ തിരിഞ്ഞു നിന്നു. എന്നെ ത റപ്പിച്ചു നോക്കി. ചേട്ടാ നിങ്ങൾ കയ്യിലുള്ള കാശെല്ലാം തീർക്കാൻ പോ വുകയാണോ? അവരുടെയൊന്നും ആവലാതികൾ തീരാൻ പോകുന്നില്ല. സാരമില്ലെടി ഞാനവളുടെ കയ്യിൽ തട്ടി. എവിടെയാണെന്ന് പറയൂ... അവർ പുറത്ത് മരത്തിന്റെ ചുവട്ടിലുണ്ട്. കൂടെ ചെറിയമ്മയും ഉണ്ട്. എല്ലാം ചൂഴ്ന്നറിയുകയാവും. ഞാൻ അങ്ങോട്ട് തിരിഞ്ഞു പോകാൻ തുടങ്ങിയപ്പോൾ, അവൾ കൈകൊണ്ട് തടഞ്ഞു, അയ്യോ ചേട്ടാ നിങ്ങൾ പോകേണ്ട, ഞാൻ പോയി വിളിച്ചു കൊണ്ടുവരാം. അല്ലെങ്കിൽ നിങ്ങ ളിനി ചെറിയമ്മക്കും കാശു കൊടുക്കേണ്ടി വരും. ഞാൻ ചുവരും ചാരി നിന്ന് ചിരിച്ചു പോയി.

ഇവൾ ഒരു കാന്താരിയാണ്. എന്റെ മൂത്ത രണ്ടു സഹോദരിമാർക്കും ജസ്വന്തിനും അമ്മയുടെ പ്രകൃതമാണ്. നീളൻ മുഖവും, നല്ല ഉയരവും,

നല്ല ബലമുള്ള കൈകാലുകൾ, അധികം തടിക്കാത്ത ശരീരം. എനിക്ക് കൂടുതലും അച്ഛന്റെ പ്രകൃതിയാണ്. വട്ട മുഖമായിരുന്നു അദ്ദേഹത്തിന്. ആവശ്യത്തിനു ഉയരവും വണ്ണവും. മനോഹരമായിരുന്നു എന്റെ അച്ഛന്റെ ചിരി. എപ്പോഴും തമാശകൾ പറയുമായിരുന്നു. അതുകേട്ട് ചിരിക്കാത്ത ആ ഗ്രാമത്തിലെ ഒരേ ഒരാൾ എന്റെ അമ്മ മാത്രമാണ്! ഇവൾ ഈ ചാന്ദിനി ആവട്ടെ രണ്ടിന്റെയും ഒരു മിശ്രിതമാണ്. അതു കൊണ്ട് അവൾക്ക് അച്ഛന്റെ സ്നേഹപ്രകടനവും അമ്മയുടെ സാമർത്ഥ്യവും കിട്ടിയെന്ന് തോന്നുന്നു.

ലക്ഷ്മി ചേച്ചി വേഗം വന്നു. ഓ മോനെ ജഗദീഷ്, നിനക്ക് പോകാറായോ? ആരും എന്നോട് പറഞ്ഞില്ല. ഞാൻ പോകട്ടെ ചേച്ചി. നാളെത്തന്നെ ജോലിക്ക് കയറണം. പോക്കറ്റിൽ നിന്ന് കുറച്ചു പണം എടുത്ത് അവർക്ക് കൊടുത്തു. ഇതു വച്ചോളൂ ചേച്ചി. എനിക്ക് ഇത്രയുമൊക്കെ ഇപ്പോൾ ചെയ്യാൻ കഴിയുകയുള്ളൂ. അവർ വളരെ സ്നേഹത്തോടെ പറഞ്ഞു. അറിയാം ജഗദീഷ്, നിനക്കും ഒരു കുടുംബം ആയില്ലേ. പോരാത്തതിന് ഒരു കുഞ്ഞുമാകാൻ പോകുന്നു. എനിക്ക് മനസ്സിലാവും മോനേ. ഞാനവരുടെ കാൽതൊട്ടു വന്ദിച്ചു. നന്നായി വരട്ടെ മോനെ എന്നവർ അനുഗ്രഹിച്ചു. രണ്ട് ചേച്ചിമാരുടെയും കാൽതൊട്ട് വന്ദിച്ചു കഴിഞ്ഞു . ഇനിയമ്മ, ആ കാലൊന്ന് കിട്ടാൻ വേണ്ടി എത്ര നേരം നിൽക്കേണ്ടിവരും. മരുമകളുടെ മുറിയിൽ നിന്ന് ഇപ്പോഴെങ്ങാനും ഇറങ്ങുമോ? ചാന്ദിനി പോയി അവരെയും വിളിച്ചു കൊണ്ടുവന്നു. യാത്ര പറഞ്ഞു കെട്ടിപ്പിടിച്ച് ഞാനിറങ്ങി. യാത്രയാവുമ്പോൾ അമ്മ പിറുപിറുത്ത് പ്രാർത്ഥിക്കുകയാണ്. ഇതെല്ലായ്പ്പോഴും സംഭവിക്കുന്നതാണ്.

ഞാനിറങ്ങിയപ്പോൾ കൂടെ ചാന്ദിനിയും സന്തോഷവും അവരുടെ കുഞ്ഞുമകൻ ഹരിചന്ദും ഉണ്ടായിരുന്നു. എന്നെ യാത്രയാക്കുകയും അവർക്ക് അജ്മീറിലേക്ക് പോകുകയും വേണം. നീ ഇത്രയും വേഗം പോവുകയാണോ ചാന്ദിനി എന്ന് ഞാൻ ചോദിച്ചു. പോകേണ്ട ആവശ്യമുണ്ട് ചേട്ടാ ഇദ്ദേഹത്തിന് തിരക്കുണ്ട്. അക്കാലത്ത് എനിക്കേറ്റവും കൂടുതൽ സന്തോഷം തോന്നിയിട്ടുള്ളത് ചാന്ദിനിയെക്കുറിച്ച് ഓർത്താണ്. സന്തോഷ് ഒരു നല്ല ചെറുപ്പക്കാരൻ ആയിരുന്നു. എന്റെ മുന്നിൽ വന്നു നിന്ന് കരയാനും ആവലാതിപ്പെടാനും അവൾക്കൊരിക്കലും ഇടവരരുതെന്നു മാത്രമായിരുന്നു ഞാൻ ആഗ്രഹിച്ചിരുന്നത്.

ട്രെയിനിൽ കയറി ഇരുന്നതിനു ശേഷം ഞാൻ വീണ്ടും എന്റെ പേഴ്സ് എടുത്തു തുറന്നു പണം എണ്ണി നോക്കി. വീട്ടിൽ എന്തായാലും എത്തിച്ചേ

രാൻ കഴിയും. ഞാൻ ഉള്ളിൽ ചിരിച്ചു. എല്ലായ്പ്പോഴും ഇങ്ങനെയാണ്. ബോംബെയിൽ നിന്ന് ബാലേശ്വരിലേക്ക് എത്തുമ്പോൾ ഞാൻ ധനികനും തിരിച്ചുപോകുമ്പോൾ ദരിദ്രനുമായിട്ടുണ്ടാവും. ഇന്നും ഈ സമ്പന്നതയും ദരിദ്രതയും തമ്മിലുള്ള വ്യത്യാസം പൂർണ്ണമായി എനിക്ക് മനസ്സിലായിട്ടില്ല... ആരാണ് സമ്പന്നൻ? ആരാണ് ദരിദ്രൻ? ഞാൻ അമ്മയെ കുറിച്ചോർത്തു. അമ്മ കോകിലയെ കുറിച്ച് പറഞ്ഞത്, സമ്പന്നർ.. സത്യത്തിലാ സമ്പന്നത അമ്മയുടെ കണ്ണുകളിൽ മാത്രമായിരുന്നു. ഒരു ഗ്രാമീണ സ്ത്രീയുടെ അഭിപ്രായത്തിൽ കോകില സമ്പന്നയായിരുന്നു. അമ്മയ്ക്ക് കരിഷ്മയോട് തീരെ മമതയുണ്ടായിരുന്നില്ല. അത് അവസാനം വരെ അങ്ങനെ തന്നെയായിരുന്നു. കോകില അമ്മയെ നന്നായി നോക്കിയിരുന്നോ എന്നെനിക്കറിയില്ല, അങ്ങനെ സംഭവിക്കട്ടെ എന്ന് ഞാൻ പ്രാർത്ഥിച്ചിരുന്നു.

തിരിച്ചു വീട്ടിൽ എത്തിയപ്പോൾ കരിഷ്മ എനിക്ക് സ്വൈര്യം തരുന്നില്ല. കല്യാണ വിശേഷങ്ങൾ നടന്നപോലെ അവളെ കേൾപ്പിക്കണം. അവളുടെ അമ്മയും അടുത്തുണ്ട്. അവൾ നിരാശയോടെ പറഞ്ഞു. ഓ ജഗദീഷ് നിങ്ങളുടെ ഒരേയൊരു സഹോദരന്റെ വിവാഹം കൂടാൻ എനിക്ക് കഴിഞ്ഞില്ലല്ലോ. നീ വിഷമിക്കേണ്ട കരീഷ്മാ.. ഇതിനു പകരം സുശാന്തിന്റെ വിവാഹം നമുക്ക് ഗംഭീരമായി കൂടാം. നിന്റെ പ്രസവം കഴിയുന്നതു വരെ കല്യാണം കഴിക്കേണ്ട എന്ന് ഞാൻ അവനോട് പറയാം . ഞാനത് ഫോൺ ചെയ്ത് അവനോട് പറയുകയും ചെയ്തു. അപ്പോൾ തന്നെ മറുപടിയും കിട്ടി. എടാ മഹാപാപി നിന്റെ വിവാഹവും കഴിഞ്ഞു, കുഞ്ഞുമാകാൻ പോകുന്നു. എന്നിട്ട് നിന്റെ ഭാര്യയുടെ പ്രസവവും അവധിയും കഴിഞ്ഞ് ഞാൻ കെട്ടാൻ പാടുള്ളുവെന്നോ? ആഹാ നോക്ക്, ഇതു കഴിഞ്ഞ് രണ്ടാമത്തെ പ്രസവം വേഗമാക്കണ്ട. എനിക്ക് കുറച്ച് സമയം താ. അല്ലെങ്കിൽ തന്നെ മൂക്കിൽ പല്ല് മുളക്കാറായി. ഇനി എപ്പോൾ കെട്ടാനാണാവോ? വീർ ജനിച്ചതിനു ശേഷം സുശാന്തിന്റെ വിവാഹം ഞങ്ങൾ ഗംഭീരമായി കൂടി. അവന്റെ കൂടെ നാട്ടിൽ പോയി. അങ്ങനെ പത്മിനി കൂടി ഞങ്ങളുടെ സുഹൃത്തായി മാറി.

20 ഞാൻ അച്ഛനാകുന്നു

വീരുവിന്റെ ജനനം ,അത് ഏപ്രിൽ മാസത്തിൽ ആയിരുന്നു.അവസാന മാസങ്ങൾക്ക് അടുത്ത ചൂടുകാരണം കരിഷ്മ വളരെ ബുദ്ധിമുട്ടിയിരുന്നു. ജനലുകൾ തുറന്നിട്ടാൽ കൂടെ അവൾ ശ്വാസം മുട്ടുന്നുവെന്നു പറയും. വേദന തോന്നിയപ്പോൾ അവളെന്നെ തട്ടിയുണർത്തി. കിടക്കാൻ കഴിയുന്നില്ല, ജഗദീഷ്..... എനിക്കെന്തോ ഭയം പോലെ. അപ്പോൾ തന്നെ ഞാൻ ഓടി

ടാക്സി അന്വേഷിച്ചു. രാത്രി ആ സമയത്ത് വണ്ടി കിട്ടാൻ ബുദ്ധിമുട്ടായിരുന്നു. ഞങ്ങൾ സ്ഥിരമായി വിളിക്കാറുള്ള രമേഷ് കാന്ത് കാറുമായി വരാമെന്ന് പറഞ്ഞു. പിറ്റേദിവസം രാവിലെ 10 മണിയോടെയാണ് എന്റെ മകൻ ജനിച്ചത്. അന്ന് ഹനുമാൻ ജയന്തി ആയിരുന്നു. എന്റെ എല്ലാ കണക്കുകൂട്ടലും തെറ്റിച്ചു കൊണ്ട് മൂന്നര കിലോയോളം അവന് ഭാരമുണ്ടായിരുന്നു. നല്ല വെളുത്തു തുടുത്തൊരു സുന്ദരക്കുട്ടൻ. കരിഷ്മ കഴിച്ചിരുന്ന ഭക്ഷണം മുഴുവൻ ഇവൻ ഒറ്റയ്ക്കാണ് അകത്താക്കിയിരുന്നതെന്ന് അപ്പോഴാണ് എനിക്ക് മനസ്സിലായത്. അവന്റെ കുഞ്ഞു കണ്ണുകൾ തുറന്നപ്പോൾ, ആ നിമിഷത്തിന്റെ നിർവൃതി വിവരിക്കാൻ കഴിയുന്നില്ല. അത്ഭുതവും, ആകാംക്ഷയും നിറഞ്ഞ സന്തോഷം എന്നു വേണമെങ്കിൽ പറയാം. കുറച്ചുകഴിഞ്ഞ് ഭക്ഷണം കഴിച്ചതിനുശേഷം ഞങ്ങൾ കരിഷ്മയുടെ അരികിലേക്ക് ചെന്നു. തളർന്നാ മുഖത്ത് ഒരു പുഞ്ചിരി വിടർന്നു. നോക്ക് കരിഷ്മാ.... എന്റെ മോൻ അച്ഛനെ കൊണ്ട് ലീവ് പോലും എടുപ്പിച്ചില്ല, മിടുക്കൻ...ങ്ഹാ, അവൾ ചിരിച്ചു കൊണ്ടു പറഞ്ഞു നോക്കൂ ജഗദീഷ്, ഇവനു ഇനിയെങ്ങാനും വാലുണ്ടോ എന്ന്.

അവന് പേരിടൽ ആയിരുന്നു പിന്നെ വലിയൊരു ജോലി. പലർക്കും പല അഭിപ്രായങ്ങളാണ്. കരിഷ്മയുടെ അച്ഛന്റെ സഹോദരി, തികഞ്ഞ ജ്യോതിഷ വിശ്വാസിയാണ്. പ്രസവം കഴിഞ്ഞതറിഞ്ഞ് ഒരു സഞ്ചി നിറയെ പലഹാരവുമായി വന്നെത്തി. പേരിടൽ കഴിഞ്ഞേ പോകുന്നുവെന്ന് സ്വയം പ്രഖ്യാപനവും നടത്തി. അതൊരു തമാശയായിരുന്നു... അവർ അച്ഛനേക്കാൾ വളരെ പ്രായം കൂടിയതാണ്. അച്ഛനെ അവർ സഹോദരൻ എന്നതിനേക്കാൾ മകൻ എന്ന നിലയിലാണ് കണക്കാക്കുന്നത്. അതുകൊണ്ട് എല്ലാം നിർബന്ധങ്ങളാണ്. കുഞ്ഞിനെ വിഷ്ണുവിന്റെ പര്യായങ്ങളിൽ ഒന്നിടണം. അത് നിർബന്ധമാണ്. കരിഷ്മയ്ക്കും അമ്മയ്ക്കും ആധുനിക നാമങ്ങൾ തന്നെ വേണം.

എന്നെ തനിച്ച് മുറിയിൽ കിട്ടിയപ്പോൾ അവൾ പറഞ്ഞു, നോക്ക് കുഞ്ഞിനെ വീട്ടിൽ ജയ് എന്ന് വിളിക്കണം. അതെനിക്കിഷ്ടമാണ്. അതാവുമ്പോൾ ഇന്ത്യൻ പേരുമായി, ഇംഗ്ലീഷിലും അങ്ങനെ ഒരു പേരുണ്ട്. 'ജെയ് 'എന്താ നല്ലതല്ലേ... ഊം ഞാൻ മൂളി. ഞാനവളുടെ അടുത്തിരുന്നു. 'ജ' എന്റെ പേരിന്റെ ആദ്യ അക്ഷരം, കുഴപ്പമില്ല. അവളെന്റെ കയ്യെടുത്ത് മാറ്റി, ഓ അങ്ങനെയൊക്കെയുണ്ടല്ലേ, ഞാനത് ഓർത്തില്ല. എന്നാപ്പിന്നെ എന്റെ പേരിന്റെ അക്ഷരങ്ങളും വേണം. പറഞ്ഞത് അബദ്ധമായല്ലോ എന്ന അവസ്ഥയിലായി ഞാൻ. ഹേയ് കരിഷ്മാ, നിന്റെ പേര് പോലെ, അത് നമുക്ക് മകൾ ഉണ്ടാകുമ്പോൾ അങ്ങനെ ചെയ്യാം. ഊം അവൾ മൂളി.

എന്നാൽ പേരു പറയൂ? എന്താണ് ഓർത്തു കൊണ്ടിരിക്കുന്നത്. ഞാനോർത്തത് ജസ്വന്തിന്റെ വിവാഹം കഴിഞ്ഞ് തിരിച്ചു വരുമ്പോൾ ചാന്ദിനി പറഞ്ഞതാണ് . ചേട്ടാ, നിങ്ങളുടെ കുഞ്ഞിന്റെ പേരിടൽ ബോംബെയിൽ ആയിരിക്കുമല്ലേ. അതേ ചാന്ദിനി, അതിനെന്താ, നിനക്കും കുടുംബത്തിനും വരാമല്ലോ ...ഓ അതൊന്നും നടക്കാൻ പോകുന്നില്ല ചേട്ടാ. അദ്ദേഹത്തിന് ലീവ് കിട്ടുമെന്ന് തോന്നുന്നില്ല. സാരമില്ല, ഞാൻ വളരെ വേഗം ഇങ്ങോട്ട് വരാം. കുഞ്ഞിനെ അമ്മയെ കാണിക്കേണ്ടേ....അവൾ ആവേശത്തോടെ പറഞ്ഞു, കുഞ്ഞിന് നമ്മുടെ അച്ഛന്റെ പേര് ഇടണം... ഞാൻ ഉറക്കെ ചിരിച്ചു. എന്റെ ചാന്ദിനി, എനിക്ക് ആൺ കുഞ്ഞായിരിക്കുമെന്ന് നിനക്കെന്താണ് ഉറപ്പ്? അവൾ വളകൾ വലിച്ചു മേലോട്ടാക്കി, കൈ മലർത്തി കാണിച്ചു. പന്തയം വയ്ക്കുന്നുണ്ടോ ചേട്ടാ, നിങ്ങൾക്ക് ആൺ കുഞ്ഞായിരിക്കും. ഓ.. അവളുടെ പ്രവചനം ഫലിച്ചിരിക്കുന്നു. കരിഷ്മ നമുക്ക് ഇവനെ ജയവീർ എന്നു പേരിടാം. അവൾ ആദ്യമായി കേൾക്കുന്ന പോലെ എന്നെ നോക്കി. പിന്നെ ഉച്ചരിച്ചു " ജയ് വീർ...ജയ് വീർ.. ഓഹോ നിങ്ങളുടെ അച്ഛന്റെ പേർ കൂടി. അമ്പടാ. അതിനു പകരം ഇളയ കുഞ്ഞിനു അവളുടെ അച്ഛന്റെ പേരുകൂടി ചേർത്തത് മറ്റൊരു ചരിത്രം.

ഞങ്ങളുടെ വീട്ടിലെ പുതിയ അതിഥി, ആരു കണ്ടാലും ഓമനിക്കാൻ തോന്നുന്ന ഒരു കുഞ്ഞായിരുന്നു അവൻ. നല്ല ശരീര വളർച്ചയുള്ള കുഞ്ഞ്. കവിളെല്ലാം ചുവന്നു തുടുത്തിരുന്നു. അതുകൊണ്ടുതന്നെ ചുണ്ടുകൾ ചെറുതായി തോന്നി. കരച്ചിലിനേക്കാൾ ആശാന് പ്രിയം ചിരിയാണ്. അതായത് വെറുതെ കലപില ശബ്ദമുണ്ടാക്കും. ആരെങ്കിലുമൊന്നു നോക്കി വീരു എന്ന് വിളിച്ചാൽ മതി. പിന്നെ കുടുകുടാ ചിരിയാണ്. ഒരിക്കൽ കരീഷ്മ അവന്റെ ജാതകം കൊണ്ടുവന്നു, ചെറു ചിരിയോടെ. ഇതു വായിച്ചു നോക്കൂ. എന്റെ മകൻ രാജാവിനെ പോലെ വാഴുമെന്നാ ണ എഴുതി വച്ചിരിക്കുന്നത്. പിന്നെയും കുറെ കാര്യങ്ങൾ കൂടി എഴുതിയിട്ടുണ്ട്. അവൻ വലുതായപ്പോൾ അതിലെഴുതിയ പല കാര്യങ്ങളും ശരിയായല്ലോ എന്നെനിക്ക് തോന്നിയിട്ടുണ്ട്. എന്നാൽ അന്നതു വായിച്ചപ്പോൾ ചിരിയാണ് വന്നത്. ഞാനൊരു സാധാരണക്കാരൻ. കുഞ്ഞുണ്ടായതിനുശേഷം കരിഷ്മയാണെങ്കിൽ ജോലിക്കും പോകുന്നില്ല. എന്റെ ഒരാളുടെ വരുമാനം കൊണ്ട് എല്ലാം നടക്കണം. അമ്മയ്ക്കും പണം അയച്ചു കൊടുക്കണം.

പ്രസവം കഴിഞ്ഞ് കരിഷ്മയുടെ അച്ഛൻ എനിക്ക് കുറച്ചു പണം തരാനായി തീരുമാനിച്ചു. ഞാനത് സ്നേഹത്തോടെ നിരസിച്ചു. ഇതിന്റെയൊന്നും ആവശ്യമില്ല അച്ഛാ എന്ന് പറഞ്ഞപ്പോൾ, കരിഷ്മയുടെ

അമ്മ പറഞ്ഞു, ഞങ്ങൾ നിനക്കുവേണ്ടി ഇതുവരെ ഒന്നും ചെയ്തിട്ടില്ല. ഇതെങ്കിലും ഒന്ന് ചെയ്യാൻ സമ്മതിക്കൂ. കരിഷ്മ വേഗം അങ്ങോട്ട് വന്ന് പണം വാങ്ങിച്ചു. അതിങ്ങ് തരൂ, എനിക്ക് പണം ആവശ്യമുണ്ട്. അച്ഛനും അമ്മയും പോയതോടെ അവളുടെ ഉപദേശം കുറച്ചധികം കേൾക്കേണ്ടി വന്നു. നിങ്ങളുടെ ദുരഭിമാനം ഒന്നു മാറ്റണം ജഗദീഷ്... ദുരഭിമാനമൊന്നുമല്ല കരിഷ്മാ... ഞാൻ ഇങ്ങനെയാണ്. എന്തുകൊണ്ടാണെന്ന് അറിയില്ല. കൊടുക്കാൻ എനിക്ക് ബുദ്ധിമുട്ടില്ല. വാങ്ങുമ്പോൾ ഒരു ജാള്യത തോന്നും. അവൾ എന്റെ തലയിൽ കൊട്ടി. ഇതെല്ലാം ഒരു ചടങ്ങാണെന്ന് കരുതിയാൽ മതി. ഞാൻ ചിരിച്ചു.

അന്ന് കുഞ്ഞുങ്ങളെ ഡേ കെയറിലാക്കുന്ന സമ്പ്രദായം അത്രയങ്ങ് വിപുലപ്പെട്ടിട്ടില്ല. ഓഫീസിൽ അവളുടെ ജോലി താൽക്കാലികമായിരുന്നു. അതുകൊണ്ടുതന്നെ കുറച്ചധികം ലീവ് ആയപ്പോൾ, അവർ തന്നെ വേറെ ആളെ വെച്ചു. എന്നോട് പറഞ്ഞിട്ടാണ് ചെയ്തത്. ഞാനവളെ സമാധാനിപ്പിച്ചു. നോക്കൂ നീ വിദ്യാഭ്യാസമുള്ളവളാണ്. വേറെ ജോലി ലഭിക്കാൻ ഒരു ബുദ്ധിമുട്ടും ഉണ്ടാവില്ല. എന്നാൽ അതത്ര എളുപ്പമായിരുന്നില്ല. കാലം മാറുകയായിരുന്നു. ഇതിനിടയിൽ ദീപു കൂടി ഞങ്ങൾക്കിടയിലേക്ക് വന്നു. വീറിനു മൂന്നു വയസ്സു കഴിഞ്ഞിരുന്നു. ആ കഥയും വളരെ രസകരമായ ഒരു അധ്യായമാണ്

എനിക്ക് പഴയപോലെ ഒരാധിയും ഉണ്ടായിരുന്നില്ല. എന്നാൽ കരിഷ്മയുടെ അവസ്ഥ അതിദയനീയമായിരുന്നു. അവൾക്ക് എപ്പോഴും ക്ഷീണവും ഛർദ്ദിയും ആണ്. അവളുടെ മാതാപിതാക്കൾക്ക് മിക്കവാറും ഞങ്ങളുടെ അടുത്ത് വന്ന് നിൽക്കേണ്ട അവസ്ഥയായിരുന്നു. അവൾ ആണെങ്കിൽ നന്നായി തടി വെച്ചു. മുടിയുടെ നീളവും ഉള്ളുമെല്ലാം വർദ്ധിച്ചു. ഉടനെ തന്നെ ലക്ഷണശാസ്ത്രക്കാർ ഇറങ്ങി. ഇത് പെൺ കുഞ്ഞാണ്, എനിക്കുറപ്പാണ്.. പലരുടെയും ആ പ്രവചനങ്ങൾ എന്റെ ഉള്ളിലും മോഹങ്ങൾ നിറച്ചു. എന്റെ മകൾക്കായി ഞാൻ കാത്തിരിപ്പ് തുടങ്ങി. അവളെ ഒരു രാജകുമാരിയെ പോലെ വളർത്തണമെന്നുള്ള പ്രതിജ്ഞയെല്ലാം എടുത്തു കഴിഞ്ഞു. പോരാത്തതിന് ശമ്പളം ഒന്നു കൂടി കിട്ടിയിട്ടുണ്ട്. അങ്ങനെയൊരു ഡിസംബർ മാസത്തിൽ പെൺകുഞ്ഞിനെ കാത്തിരുന്ന എന്റെ കൈകളിലേക്ക് 'ദീപു'! കൂടെയുണ്ടായിരുന്ന സുശാന്ത് എന്നെ കള്ളക്കണ്ണിട്ട് നോക്കി, എന്നിട്ട് ആത്മഗതം പോലെ പറഞ്ഞു. അടുത്ത പ്രാവശ്യം എല്ലാം ശരിയാവും. പെൺകുഞ്ഞായിരിക്കും നോക്കിക്കോ. വീറും അനിയത്തി വരുമെന്നാണ് വിചാരിച്ചിരുന്നത്. പാവം അവനു ബുദ്ധി ഉറപ്പാകുന്നത് വരെ ദീപുവിനെ അനുജത്തിയെന്നാണ്

വിശ്വസിച്ചിരുന്നത്. സ്കൂളിൽ പോയി തുടങ്ങിയതിനുശേഷം ആണ് തനിക്കൊരു അനുജനാണ് ഉണ്ടായിരിക്കുന്നതെന്നവന് മനസ്സിലായത്.

തന്റെ സാമ്രാജ്യത്തിലേക്ക് പുതിയ ഒരാൾ കൂടി വന്നത് അവന് ആദ്യം കുറച്ച് ബുദ്ധിമുട്ട് ഉണ്ടാക്കി. കരിഷ്മ വാവയെ എടുക്കുന്നു, പാലു കൊടുക്കുന്നു. വീറിനോട് പോയിരുന്നു കളിക്കാൻ പറയുന്നു. അവൻ കുറച്ചു വാശിയൊക്കെ കാണിച്ചു തുടങ്ങി. പ്രധാനമായും അവന്റെ ആവശ്യം ഇതായിരുന്നു. കരിഷ്മ ദീപിന് പാല് കൊടുക്കുന്നത് അവന്റെ മുന്നിൽ വച്ചായിരിക്കണം. അവന്റെ സമ്മതമില്ലാതെ അവനെ കാണാതെ, കരിഷ്മയത് ചെയ്യാൻ പാടില്ല. എങ്ങാനും അത് ചെയ്താൽ, അത് അവൻ കണ്ടുകൊണ്ടു വന്നാൽ, തറയിൽ കിടന്നുരുണ്ടു കരയുമായിരുന്നു .

കരിഷ്മ അവനെ ഭയപ്പെടുത്താൻ നോക്കി. അമ്മൂമ്മയുടെ അടുത്തു കൊണ്ടാക്കും, അതൊന്നും ഏറ്റില്ല, മാത്രമല്ല അവനു മനസ്സിലായത് കൂടിയില്ല. എന്നാൽ എല്ലാത്തിനും കുറച്ചറുതിയായത്, ഒരു കുഞ്ഞൻ സൈക്കിൾ വന്നപ്പോഴാണ്... അനിയൻ വന്നപ്പോൾ വീരൂ സന്തോഷിച്ചിരുന്നോ എന്നറിയില്ല. എന്നാൽ ആ ചുവന്ന സൈക്കിൾ, അവനെ രാജാവിനെ പോലെയാക്കി. സ്വന്തം രഥത്തിൽ കയറിയുള്ള യാത്രയിൽ, വീരു കുഞ്ഞനിയന്റെ പാല് കുടി കണ്ടില്ലെന്ന് നടിച്ചു......എന്റെ ജീവിതം മാറുകയായിരുന്നു. ഉത്തരവാദിത്യങ്ങൾ മാത്രമായി എന്നു പറയുന്നതാവും ഉചിതം.

ഞങ്ങൾ താമസിച്ചുകൊണ്ടിരുന്ന വീടിന്റെ പൂമുഖത്തെ ചുമരിൽ 'ഹെവൻ' എന്നെഴുതിയ ഒരു ബോർഡ് ഉണ്ടായിരുന്നു. ഞങ്ങളത് ഉറപ്പിച്ചു വെച്ചതാണ്...എന്നാൽ ആറു വർഷങ്ങൾ കഴിഞ്ഞപ്പോൾ, നിർബന്ധമായും അവിടെ നിന്നും മാറേണ്ടി വന്നു. ആ ബിൽഡിങ്ങിന്റെ ഉടമസ്ഥൻ അത് പുതുക്കി പണിയാൻ തീരുമാനിച്ചു. പുതുക്കി പണിയുക എന്നു വച്ചാൽ അവിടെ ഫ്ലാറ്റ് സമുച്ചയങ്ങൾ ആക്കാൻ. ഞങ്ങൾ ആറു കുടുംബങ്ങൾക്ക് ആ പറമ്പിൽ നിന്ന് ഇറങ്ങേണ്ടി വന്നു. ഹർവിന്ദരും പൂനവും അടക്കം എല്ലാവരും വിഷമത്തോടെ ഇറങ്ങി. ആ വീട് ഞങ്ങളുടെ സ്വന്തം പോലെയായിരുന്നു. ഇറങ്ങുമ്പോൾ കരിഷ്മയുടെ കണ്ണുകളിൽ നനവ് പടർന്നു.

അന്നു ഞാൻ മനസ്സിലാക്കിയത്, നമ്മൾ പണം മുടക്കി വാങ്ങുന്നതേ നമ്മുടെ സ്വന്തമാവൂ എന്നാണ്.... എന്നാൽ കാലാന്തരത്തിൽ എന്റെ കണ്ടെത്തലുകൾക്ക് തിരുത്തലുകൾ വന്നുകൊണ്ടേയിരുന്നു. നമുക്കു മാത്രം സ്വന്തമായി ഒന്നും ഈ ഭൂമിയിലില്ല. ഇന്ന് സ്വന്തമാക്കി വെച്ചത്

നാളെ മറ്റൊരുത്തന് സ്വന്തമാക്കാനുള്ളതാണ്. എല്ലാത്തിനും ഒടുവിൽ നമ്മുടെ ജീവൻ പോലും നമ്മുടെ സ്വന്തമല്ല എന്നതാണ് സത്യം!

21 കൃഷ്ണനഗർ

മൂന്ന് കിലോമീറ്റർ അപ്പുറമായിരുന്നു ഞങ്ങളുടെ പുതിയ താമസം. അത് വളരെ തിരക്കേറിയ പ്രദേശവുമായിരുന്നു. ഞങ്ങളുടെ പഴയ വാടക വീടിനു ഒരു കുഴപ്പവും ഉണ്ടായിരുന്നില്ല. എന്നാൽ അവർക്കത് ഇടിച്ചു നിരത്തി ഫ്ലാറ്റുകൾ പണിയണം. അന്ധമായ അനുകരണം. അത് ഗുണത്തേക്കാൾ ഏറെ ദോഷങ്ങളും ചെയ്തിട്ടുണ്ട്. എനിക്കു വേറെ നിവൃത്തി ഉണ്ടായിരുന്നില്ല .വേഗം മാറണം. പുതിയ സ്ഥലം: കട്ടപിടിച്ചു നിൽക്കുന്ന ബിൽഡിങ്ങുകൾ, ഒരു ബിൽഡിങ്ങിൽ തന്നെ ഒരുപാട് കുടുംബങ്ങൾ, എന്നാലും അവിടം തന്നെ തിരഞ്ഞെടുത്തു. പോരാത്തതിന് വാടക നിരക്ക് കുത്തനെ ഉയർന്നിരുന്നു. വീരുവിനെ സ്കൂളിൽ ചേർത്തു. ദീപു ആണെങ്കിൽ ഓടി നടക്കേണ്ട പ്രായം. ഇതിനിടയിൽ കിരണിന് വിവാഹ തീരുമാനമായി. സഹോദരനു എന്തെങ്കിലും ഒരു സമ്മാനം നൽകണം. പണത്തിന് വലിയ ഞെരുക്കമായിരുന്നു.

സുശാന്ത് ആണെങ്കിൽ പത്മിനിയെ കൂടി കൊണ്ടുവന്നു. നിറയെ ചെലവാണ്. മടിച്ചാണ് അവൻ എന്നോട് കടം ചോദിച്ചത്. ഇല്ലെന്നു പറയാൻ എനിക്ക് കഴിയില്ല. കയ്യിൽ_ഉണ്ടായിരുന്ന ഒരു തുക അവന് കൊടുത്തു. അവന് രണ്ടു കുഞ്ഞുങ്ങളുമുണ്ട്. മൂത്തമകൻ സഞ്ജയ്, ദീപിനേക്കാൾ ഒരു വയസ്സ് മൂത്തതാണ്. ഇളയ കുഞ്ഞിന് ഒരു വയസ്സ്. എനിക്ക് മകൾ ഉണ്ടായില്ലെങ്കിലും അവനു മകൾ ഉണ്ടായി, സാക്ഷി. ചുരുക്കത്തിൽ എനിക്കൊരു വീടെടുക്കാനുള്ള പണമില്ല. അവസാനം രണ്ടും കൽപ്പിച്ച് ജിഎമ്മിനോട് ഒരു ലോൺ ചോദിച്ചു. മുൻകൂർ പണം അവിടെ നടപടിയില്ലാത്ത ഒന്നാണ്. എന്നാൽ ആ മനുഷ്യൻ അയാളുടെ സ്വന്തം കയ്യിൽ നിന്നും പണം തന്നെന്നെ സഹായിച്ചു.

അങ്ങനെ കുറഞ്ഞ വാടകയ്ക്ക് ഒരു ഫ്ലാറ്റ് തപ്പിയെടുത്തു. ഒരു ബെഡ്റൂം ഹാൾ കിച്ചൻ ബാത്റൂം, ഒരു ചെറിയ ബാൽക്കണി. രണ്ടാമത്തെ നിലയിലാണ്. വാതിൽ എപ്പോഴും അടച്ചിടണം. അല്ലെങ്കിൽ കുഞ്ഞുങ്ങൾ പുറത്തേക്ക് ചാടുമോ എന്ന ഭയം. പിന്നെ കുറെയേറെ വർഷങ്ങൾ അതായിരുന്നു ഞങ്ങളുടെ ലോകം. വളരെ സംഭവ ബഹുലമായ എട്ടു വർഷങ്ങൾ അവിടെ കഴിഞ്ഞു പോയി. ജോലിക്ക് പോവുക എന്നത് കരിഷ്മ പൂർണ്ണമായും മറന്നുവെന്ന് കരുതാം. കുട്ടികൾ മാത്രമായിരുന്നില്ല കാരണം.

അവൾക്ക് ഇടയ്ക്കിടെ ഉണ്ടാകുന്ന അസുഖങ്ങൾ, തലവേദന, അലർജി, അതിനോടനുബന്ധിച്ച് ചുമ, കണ്ണിൽ നിന്നും തുടർച്ചയായി വെള്ളം വന്നു കൊണ്ടിരിക്കും. അവൾ വല്ലാതെ കഷ്ടപ്പെട്ടു. ഞാനും വേദനിച്ചിരുന്നു. കുറെയധികം നാൾ.....ഞങ്ങൾ പല ചികിത്സകളും നടത്തിക്കൊണ്ടേയിരുന്നു. അവസാനം ആയുർവേദ മരുന്നുകൾ കഴിച്ചു കൊണ്ടിരുന്നു. പിന്നീട് എപ്പോഴോ അതിന്റെ കാഠിന്യം കുറഞ്ഞു. ദീപും തീരെ ആരോഗ്യമില്ലാത്തവൻ ആയിരുന്നു. ഒരു ചെറിയ കാറ്റ് വീശിയാൽ മതി ജലദോഷം വരും. പിന്നെ അതിന്റെ തുടർച്ചയായി പനി, ചുമ.... അക്കാലങ്ങളിൽ എന്റെ ബെഡ്റൂം വാർ ഡ്രോബിൽ തുണികളല്ല മരുന്നുകളാണ് കൂടുതൽ ഉണ്ടായിരുന്നത്. ഇതിനിടയിൽ ഞങ്ങൾ മകളെ പറ്റി മറന്നു. അതല്ലെങ്കിൽ മറന്ന പോലെ അഭിനയിച്ചു.

കരിഷ്മ ഒരു മൾട്ടി ടാസ്കറെ പോലെ എല്ലായിടത്തും എത്തി എന്ന് പറയാം. അവൾ മധ്യവർത്തികളായ കുടുംബങ്ങളിലെ നാഥകളായ സ്ത്രീകളുണ്ടല്ലോ അവരെപ്പോലെ വാളെടുത്ത് പൊരുതിക്കൊണ്ടിരുന്നു. ഞാൻ അതിരാവിലെ പോകുന്നതാണ്. എത്തുന്നത് രാത്രിയും. കുട്ടികളുടെ പഠനം, വീട്ടുജോലികൾ, മാർക്കറ്റിൽ പോകുന്നത്, കരണ്ട് ചാർജ് എന്ന് വേണ്ട എല്ലാ അല്ലറ ചില്ലറകളും ഏറ്റെടുത്തു. എന്നെയും ഇഷ്ടം പോലെ ഭരിച്ചു. ദീപു കൂടി സ്കൂളിൽ പോയി തുടങ്ങിയപ്പോൾ. അവൾ ജോലിക്കായി പരിശ്രമിച്ചു തുടങ്ങി. അത്രയേറെ വർഷങ്ങൾ വെറുതെ ഇരുന്നതുകൊണ്ട് പുതിയ ജോലിയിൽ പ്രവേശിക്കാൻ ബുദ്ധിമുട്ട്. എങ്ങനെയോ ഒരു ടൈപ്പ് റൈറ്റിംഗ് സെന്ററിൽ കയറിപ്പറ്റി. അവൾ വിചാരിച്ച ശമ്പളമൊന്നും കിട്ടിയില്ല. പക്ഷേ വീടിനടുത്താണ് എന്ന സമാധാനം. എന്നാൽ അത് അധികകാലം പോയില്ല. കുട്ടികളുടെ സ്കൂൾ വിടുമ്പോഴേക്കും കരിഷ്മയ്ക്ക് അവരെ കൂട്ടാൻ പോകണം. അയാളാണെങ്കിൽ വൈകുന്നേരങ്ങളിലും കൂടുതൽ സമയം ഇരിക്കാൻ കഴിയുമോ എന്ന് ചോദിച്ചു. ശമ്പളമൊട്ടു കൂട്ടാനും ഉദ്ദേശിക്കുന്നില്ല. കരിഷ്മ എന്തോ എതിർത്ത് പറഞ്ഞു . നിന്നെപ്പോലെ ഇഷ്ടം പോലെ ആൾക്കാർ ക്യൂ നിൽക്കുന്നുണ്ട് എന്നയാൾ പറഞ്ഞത്രേ. കരിഷ്മയിലെ രണനായിക ഉയർത്തെഴുന്നേറ്റിട്ടുണ്ടാവും. അയാൾക്കുള്ളത് വയറു നിറച്ചു കൊടുത്തിട്ട് അവൾ ബാഗുമെടുത്ത് ഇറങ്ങി.

അന്ന് വൈകുന്നേരം ഞാൻ വീട്ടിൽ എത്തുമ്പോൾ അവൾ സെറ്റിയിൽ മുഖം വീർപ്പിച്ചിരിക്കുന്നുണ്ട്. ദേഷ്യം മുഴുവൻ കുഞ്ഞുങ്ങളോടായിരിക്കും തീർത്തിട്ടുണ്ടാവുക . കുളി കഴിഞ്ഞു വന്നിട്ടും എനിക്കൊരു ഗ്ലാസ് ചായ പോലും കിട്ടിയില്ല. ഞാനൊന്നും മിണ്ടാതെ അടുക്കളയിൽ കയറി

ചായ ഉണ്ടാക്കി. ഒരു പാത്രം തുറന്നു റൊട്ടിയെടുത്ത് കുറച്ചു വെണ്ണ പുരട്ടി. അപ്പോഴാണ് വീരു വന്നു കാലിൽ തോണ്ടുന്നത്. എന്താ മോനെ? പാലു താ അച്ഛാ.... എനിക്ക് വിശക്കുന്നു. ബിസ്ക്കറ്റ് ഉണ്ടോയെന്ന് നോക്കൂ. വാലു പോലെ ദീപുവും വന്നു. എനിക്ക് കുറച്ച് ദേഷ്യമൊക്കെ വരുന്നുണ്ട്. ഞാൻ അവളെ നോക്കി. ഒരു കാൽ സോഫയ്ക്ക് മുകളിൽ കയറ്റിവെച്ചിരിക്കുകയാണ്. മോതിരവിരലിൽ തിരു പിടിച്ചു കൊണ്ടിരിക്കുന്നു. എന്തോ നഷ്ടപ്പെട്ട പോലെ ഇടയ്ക്കു കരയുന്നുണ്ട്. എന്റെ ഉള്ളിൽ വേറെ ചില ചിന്തകളാണ് കടന്നുപോയത്. ആ ടൈപ്പ് റൈറ്റിംഗ് സെന്ററിന്റെ ഉടമസ്ഥനെ കണ്ടപ്പോൾ തന്നെ എനിക്കെന്തോ ബോധിച്ചിരുന്നില്ല. സംസാര രീതിയും എനിക്കിഷ്ടമായില്ല. അവനിനി എന്തെങ്കിലും മോശമായി പെരുമാറിയോ.?

ഞാൻ ഒറ്റ നിമിഷത്തിൽ ചായ നാല് ക്ലാസുകളിൽ ആക്കി, വീറിനോട് പറഞ്ഞു ഇന്ന് ചായ കുടിക്ക്,നാളെ അച്ഛൻ പാലുണ്ടാക്കി തരാം. പിന്നെ ഒറ്റ ശ്വാസത്തിൽ ബിസ്ക്കറ്റ് ടിൻ മുഴുവൻ കൊട്ടി ഒരു പാത്രത്തിൽ ആക്കി അവന് കൊടുത്തു. വീരു എന്നെ വായ തുറന്നു നോക്കുകയാണ്. അച്ഛനു എന്തുപറ്റി? ഒരാഴ്ചത്തേക്കുള്ള ബിസ്ക്കറ്റ് ഒരു ദിവസത്തേക്ക് കൊട്ടിയിട്ടിരിക്കുകയാണ്. ദീപു പറയുന്നത് കേൾക്കാം ,സാരമില്ല ചേട്ടാ, വാ നമുക്ക് കഴിക്കാം......ഉടനെ അവന്റെ മറുപടിയും കേട്ടു. പോടാ മണ്ടാ... അമ്മയറിഞ്ഞാൽ വഴക്കു പറയും. വീരു പാത്രം കയ്യെത്തിച്ചെടുത്ത് പകുതിയിൽ കൂടുതൽ അതിലേക്കിട്ടു, എന്നിട്ട് അവൻ ദീപുവിനെയും വിളിച്ച് താഴെയിരുന്ന് കഴിച്ചു തുടങ്ങി. ഞാൻ ചായയും കൊണ്ട് കരിഷ്മയുടെ അടുത്തെത്തിക്കഴിഞ്ഞു. ഞാൻ അവളുടെ കൈകൾ പിടിച്ചു. എന്താണ്? എന്തുപറ്റി? എന്നോട് പറയൂ. അവൾ നടന്നതെല്ലാം പറഞ്ഞു. പിന്നെ കരയുകയും പിറുപിറുക്കുകയും അയാളെ പ്രാകുകയുമൊക്കെ ചെയ്തു. എനിക്ക് സത്യത്തിൽ ശ്വാസം വീണത് അപ്പോഴാണ് .ഞാൻ എന്തൊക്കെയോ ആലോചിച്ചു കൂട്ടി. സുശാന്തിനെയും കൂട്ടുകാരെയും വിളിച്ച് അവന്റെ കാല് തല്ലിയൊടിക്കണോ അതോ പോലീസ് സ്റ്റേഷനിൽ പോകണോ എന്നൊക്കെയാണ് ആലോചിച്ചത്. പോലീസ് സ്റ്റേഷൻ എന്നൊക്കെ പറഞ്ഞാൽ ഇന്നത്തെ പോലെയല്ല, സാധാരണക്കാർക്ക് പോകാൻ തന്നെ മടിയും ഭയവും ആണ്.

അന്നു രാത്രിയിലെ ഭക്ഷണം കൂടി ഞാൻ ഉണ്ടാക്കേണ്ടിവന്നു. എന്തെങ്കിലും ചെയ്യണം: ഒരു ജോലി, അതാണവളുടെ പ്രശ്നം - മക്കളും ഞാനും പോയാൽ അവൾക്കിവിടെ തനിയെയിരിക്കുന്നത് ഇഷ്ടമല്ല. അതിനുമപ്പുറം അക്കാലത്തെ സ്ത്രീകളിൽ നിന്ന് വ്യത്യസ്തയാണ് അവൾ. എല്ലാ സ്വാ

തന്ത്ര്യവും കൊടുത്താണ് അച്ഛൻ അവളെ വളർത്തിയിരിക്കുന്നത്. പിന്നെ അമ്മ അത്യാവശ്യം ഭേദപ്പെട്ട ഒരു ഫെമിനിസ്റ്റാണ്. ഒരിടത്ത് കൂട്ടിലടച്ച പോലെ അവളെയിടാൻ കഴിയില്ല. ഇക്കാരണം കൊണ്ടാണ് ബാലേശ്വരിൽ പോലും ഞാൻ അധിക ദിവസം തങ്ങാത്തത്. അവൾക്കത് വളരെ ഇഷ്ടമാണ്. എന്നാൽ ടൂറിസ്റ്റിനെ പോലെ ഗ്രാമം ചുറ്റാമെന്ന് കരുതും. എനിക്ക് ഇവളെക്കാൾ പേടി എന്റെ അമ്മയെയാണ്. അവരുടെ വിചാരം മരുമകൾ ഒരാഴ്ച നാട്ടിലെത്തുന്നത് വീട്ടുജോലി ചെയ്ത് സഹായിക്കാനാണെന്നാണ്.

അറിയുന്നവരോട് മുഴുവൻ അവളുടെ ജോലി കാര്യം പറഞ്ഞു വച്ചു. ഒരാഴ്ച അങ്ങനെ കടന്നുപോയി. അവൾക്കൊരു ഉദാസീന ഭാവമാണ്. പിന്നെ ആലോചനയും. അവസാനം കൃഷ്ണ നഗർ വിട്ട് എന്റെ ഓഫീസിന് തൊട്ടടുത്ത് ഒരു ഫ്ലാറ്റ് നോക്കണമെന്ന അഭിപ്രായം പറഞ്ഞു .പിന്നെ പിന്നെ അതുതന്നെ ഞാൻ വായ തുറക്കുമ്പോഴേക്കും പറഞ്ഞു തുടങ്ങും. എനിക്കത് ചിന്തിക്കാൻ പോലും പറ്റാത്ത ഒരു കാര്യമായി രുന്നു. ഒന്നാമത്തെ കാര്യം അവിടെ ജീവിത ചെലവ് കൂടുതലാണ്. സ്കൂൾ അടക്കം എല്ലാ സംവിധാനങ്ങളും അകലെയാണ്. അതായത് എല്ലാ കാര്യങ്ങൾക്കും ഇരട്ടി ചെലവ്. പിന്നെ ഇവിടെ കൊടുത്തിരിക്കുന്ന തുക, കരാറിന് മുമ്പേ വിട്ടാൽ അതും നഷ്ടപ്പെടും.

ഒരു സാധാരണ മിഡിൽ ക്ലാസ് ഇന്ത്യൻ ഭർത്താവിനെ പോലെ, എനിക്ക് വേണമെങ്കിൽ ഒച്ചയിടാം. ഞാനാണ് കഷ്ടപ്പെടുന്നത്. നിനക്ക് പണത്തിന്റെ വിലയറിയാമോ എന്നൊക്കെ ഘോര ഘോരം പ്രസംഗിക്കാം. പക്ഷേ ഞാനത് ചെയ്യില്ല, ചെയ്യുകയുമില്ല. കാരണം ഭാര്യയെ പേടി ആയിട്ടൊന്നുമല്ല. ഒന്നാമത്തെ കാരണം, എനിക്ക് അവളെ വളരെയധികം ഇഷ്ടമാണ്. അതെനിക്ക് നിഷേധിക്കാൻ കഴിയാത്ത തരത്തിലുള്ള ഒരു ഇഷ്ടമാണ്. അവളുടെ കണ്ണുനിറയുന്നതോ, മുഖം വീർക്കുന്നതോ പോലും എന്നിൽ അസ്വസ്ഥതയുളവാക്കുന്നതായിരുന്നു. വീട്ടിലേക്കുള്ള പലചരക്ക് സാധനങ്ങളിൽ കുറവ് വരുത്തിയാലും, മാർക്കറ്റിൽ കൊണ്ടുപോയി അവൾക്ക് ഇഷ്ടമുള്ള വള, പൊട്ട്, സാരി, പിന്നെ അക്കാലത്ത് ഒരു ആകർഷണം ആയിരുന്ന നെയിൽ പോളിഷ് ഇതൊക്കെ വാങ്ങിച്ചു കൊടുക്കാൻ ഒരു പിശുക്കും ഉണ്ടായിരുന്നില്ല.

എന്നാൽ എന്റെ മക്കൾക്ക് അത്രയധികം ആഡംബരം കൊടുത്തിട്ടുമില്ല. വീറിന്റെ പഴയ ഡ്രസ്സുകളുടെയെല്ലാം അവകാശി ദീപായിരുന്നു. എന്തോ ഭാഗ്യത്തിന് അവന് പഴയതും പുതിയതും തിരിച്ചറിയാനും കഴി

ഞ്ഞിരുന്നില്ല. അമ്മ എന്തെടുത്തു കൊടുത്താലും ഒരുങ്ങി കെട്ടിക്കോളും. പിന്നെ ആശാന്റെ ഏക നിർബന്ധം, അവൻ ഒരു ടോയ് റെയിൻബോ ഗ്ലാസ്സ് ഉണ്ട്. അതു വെച്ചാലെ പുറത്തോട്ടിറങ്ങാൻ കഴിയൂ . ആ ഗ്ലാസിലൂടെ അവൻ കാണുന്ന ലോകം വ്യത്യസ്തമായിരിക്കാം. ഒരു വിവാഹ ചടങ്ങിനിടയിൽ വെച്ച് വയസ്സായ ഒരു സ്ത്രീ കരിഷ്മയോട് ചോദിച്ചത്രേ, ചെറുക്കനു കണ്ണിന് കാഴ്ചക്കുറവുണ്ടോ എന്ന് . ആളുകളുടെ ചിരിയ്ക്കിടയിൽ കരിഷ്മ ഒരു വളിച്ച മുഖത്തോടെ അത് നിർബന്ധമായി വാങ്ങി ബാഗിനുള്ളിൽ തിരുകി. പിന്നെ കല്യാണ വീട്ടിലെ മേളങ്ങൾ അല്ല, ജയദീപ് സിംഗിന്റെ കലാമേളയായിരുന്നു അവിടെ സംഭവിച്ചത്. അവസാനം ഞാനാ കണ്ണട തട്ടിയെടുത്ത് മുഖത്ത് തിരികെ വച്ചു കൊടുത്തപ്പോൾ സ്വിച്ചിട്ട പോലെ കരച്ചിൽ നിന്നു.

എന്റെ ആ സമയത്തെ വിനോദം, കുഞ്ഞുങ്ങളെ ശ്രദ്ധിക്കുക, എന്റെ ഭാര്യക്ക് മറ്റുള്ളവരുമായി സംസാരിക്കാനുള്ള അവസരം ഉണ്ടാക്കുക, പിന്നെ കുട്ടികൾ കുത്തിമറഞ്ഞു അവളുടെ സാരി ചുളിയാതെ നോക്കുക എന്ന വലിയ കർത്തവ്യം കൂടി എനിക്ക് നിർവഹിക്കേണ്ടതുണ്ടായിരുന്നു. ഇതുകൊണ്ടൊക്കെയാണോയെന്ന് അറിഞ്ഞു കൂടാ, ആൺ സുഹൃത്തുക്കൾക്കിടയിൽ എനിക്ക് പെൺ കോന്തൻ എന്നൊരു കളിയാക്കൽ കിട്ടാറുണ്ടായിരുന്നു. പെൺ സുഹൃത്തുക്കൾക്കാണെങ്കിൽ നെടുവീർപ്പുകളും കുറച്ച് അസൂയയും.... അതായത് എനിക്ക് അവളോട് ഇല്ലാ, പറ്റില്ല എന്ന രണ്ടു വാക്കുകൾ പറയാൻ കഴിഞ്ഞിരുന്നില്ല. അതൊരു കഴിവുകേടായി എനിക്ക് തോന്നിയിട്ടുമില്ല. കാരണം ഞാൻ അതിനെക്കുറിച്ച് ശരിക്കും വിശകലനം ചെയ്തിട്ടുണ്ട്. ഇതിന്റെ കാരണവും എനിക്കറിയാം. എനിക്ക് എന്റെ ബാല്യത്തിൽ സ്നേഹപ്രകടനങ്ങൾ കിട്ടിയിട്ടില്ല. പ്രത്യേകിച്ച് അമ്മയുടെ ഭാഗത്തു നിന്ന്. എന്നെ ഒന്ന് തലോടാൻ പോലും അമ്മയ്ക്ക് സമയം കിട്ടിയിട്ടില്ല. എന്റെ ഓർമ്മകൾ തുടങ്ങുന്നത് തന്നെ അച്ഛനും അമ്മയും തമ്മിലുള്ള വാഗ്ദാദങ്ങളിൽ നിന്നാണ്. ചേച്ചിമാരുടെ വിവാഹമായിരുന്നു അന്നത്തെ വലിയ പ്രശ്നം. എനിക്ക് പുറകെ ജസ്വന്ത്, അതിനു പുറകെ ചാന്ദിനി. മുതിർന്നവൻ എന്ന ലേബലിൽ ഭക്ഷണം പോലും എനിക്ക് അവസാനമേ ലഭിച്ചിരുന്നുവുള്ളൂ എന്നതാണ് സത്യം. മുതിർന്നവനായപ്പോൾ ജോലി ചെയ്തു ഒരു യന്ത്രം പോലെ പണമുണ്ടാക്കുക, അത് അയച്ചു കൊടുക്കുക, നാട്ടിൽ ചെല്ലുമ്പോൾ എല്ലാവരുടെയും ആവലാതികൾ കേൾക്കുക, ഇതൊക്കെ ശീലമായിപ്പോയി.

എന്നാൽ കരീഷ്മയുടെ കടന്നുവരവോടെ എന്റെ ജീവിത വീക്ഷണം തന്നെ മാറിപ്പോയി.ഒരിക്കൽ പൂർണിമ തല്ലിക്കൊന്ന എന്റെ ഉള്ളിലെ

റൊമാന്റിക് നായകൻ ചത്തിട്ടില്ല, കോമ സ്റ്റേജിലായിരുന്നു. കരിഷ്മ യുടെ വരവോടെ അവൻ ഒരിക്കലും വിചാരിക്കാത്ത ട്വിസ്റ്റുണ്ടാക്കി ചാടിയെഴുന്നേറ്റു . പല്ല്, നഖം, മുടി എന്ന് വേണ്ട ഇടുന്ന വസ്ത്രവും, എന്തിനു എന്റെ ചോറ്റുപാത്രത്തിന്റെ ആകൃതി വരെ ഞാൻ ശ്രദ്ധിച്ചു തുടങ്ങിയത് അതിനുശേഷമാണ്. ഇതിനെല്ലാമപ്പുറം വിവാഹത്തോടെ ഒരു കുഞ്ഞിനെയെന്നപോലെ അവളെന്നെ ലാളിക്കുമായിരുന്നു. ജീവിതത്തിൽ ആദ്യമായാണ് എന്റെ അച്ഛൻ കഴിഞ്ഞു ഒരാൾ എനിക്ക് ആഹാരം വാരി തന്നിട്ടുള്ളത്, അതവളാണ്. നാട്ടുകാരുടെ ഭാഷയിൽ പറഞ്ഞാൽ മുതുക്കൻ ചെക്കനായിട്ട്.

ബാബ പോയതിനുശേഷം ഉള്ള എന്റെ ഒറ്റപ്പെടൽ, അത് പൂർണ്ണമായും ഞാൻ മറന്നത് അവൾ വന്നതിനുശേഷം ആണ്. പണം അതുണ്ടാക്കാൻ കഴിയുന്നതാണ്. എന്നാൽ സ്നേഹം അത് വന്നുചേരേണ്ടതാണ്. എല്ലാവരുടെയും കാർന്നോർ സ്ഥാനം ഏറ്റെടുത്ത് പ്രായത്തേക്കാൾ വലിയ പക്വതയോടെ ഞാൻ ജീവിച്ചിരുന്നപ്പോൾ,എന്റെ ഉള്ളിൽ സ്നേഹവും ലാളനയും കൊതിക്കുന്ന ഒരു കുഞ്ഞു ഉറങ്ങുന്നുണ്ടായിരുന്നു. ആ വളകളിട്ട കൈവിരലുകൾ എന്റെ മുടിയിൽ തഴുകുമ്പോഴും, നെറ്റിയിൽ കിട്ടുന്ന ചുംബനങ്ങളും സ്നേഹത്തിന്റെ അടയാളങ്ങൾ ആയിരുന്നു. എനിക്കെന്റെ ബാബയെ ജീവനായിരുന്നു. എന്റെ അമ്മയും സഹോദരങ്ങളും ഒരു പകുതി തന്നെയാണ്. സുശാന്ത് അവൻ എന്റെ താങ്ങാണ്. ഇവരെയെല്ലാം ഞാൻ ഒരു നിബന്ധനകളുമില്ലാതെ സ്നേഹിച്ചിട്ടുണ്ട്. എന്നാൽ ഇവരെല്ലാം വിട്ടു പോയാലും ഞാനതിനെ അതിജീവിക്കുമെന്നെനിക്കുറപ്പുണ്ട്. എന്നാൽ കരിഷ്മ എന്നിൽ നിന്നും അകന്നാൽ അത് ഞാൻ അതിജീവിക്കുമെന്നെനിക്കുറപ്പില്ല. ഈ ബോംബെയിലെ തെരുവുകളിൽ, ഞാനൊരു പക്ഷേ ഭ്രാന്തനെപ്പോലെ അലഞ്ഞു തിരിയും. അതുകൊണ്ടുതന്നെ ഞാനവളെ എതിർക്കാനോ വേദനിപ്പിക്കാനോ കഴിയാത്തവൻ ആണ്. എന്റെ ജീവന്റെ ഒരു അംശം അത് അവളിൽ തന്നെയാണുള്ളത്.

പ്രശ്നത്തിനുള്ള പരിഹാരം അതാണ് രണ്ടാഴ്ചയായി ചിന്ത മുഴുവൻ. കേൾക്കുന്നവർക്കിതൊക്കെ നിസ്സാര കാര്യമായി തോന്നാം . എന്നാൽ സാധാരണക്കാരന്റെ ജീവിതം ഇതുപോലെയുള്ള യുദ്ധങ്ങളാണ് . ഞാനതിനെ ചെറിയവന്റെ വലിയ യുദ്ധങ്ങൾ എന്നു പറയും. അവളുടെ സർട്ടിഫിക്കറ്റെടുത്ത് മറിച്ചുനോക്കി. ബി എ ഇംഗ്ലീഷ് ആണ്. പിന്നെ ടൈപ്പ് ഷോർട്ട് ഹാൻഡ് ഹയർ പാസായിട്ടുണ്ട്. ജോലി കിട്ടാൻ ബുദ്ധിമുട്ടൊന്നുമില്ല. എന്നാ മറ്റു പലപ്രശ്നങ്ങളുമുണ്ട്, കുട്ടികൾ, സമയം,

സ്ഥലം, ആരോഗ്യം. ഇടയ്ക്കവൾക്ക് ലീവ് എടുക്കേണ്ടിവരും. പെട്ടെന്ന് മനസ്സിൽ ഒരു കൊള്ളിമീൻ കത്തി. പിറ്റേദിവസം ലീവെടുത്തു അവളെയും കൊണ്ട് ചർച്ചിനടുത്തുള്ള പാരലൽ കോളേജിൽ പോയി. അവൾക്ക് ഇംഗ്ലീഷിൽ ഉള്ള പ്രാവീണ്യം എനിക്ക് നന്നായി അറിയാം. അത്ര സ്ഫുടമായാണ് സംസാരം. അധ്യാപനത്തിൽ മുൻ പരിചയം ഇല്ല അതാണ് ഒരു ന്യൂനത. അവിടത്തെ പ്രിൻസിപ്പാൾ ഒരു വനിതയായിരുന്നു. മധ്യവയസ്സു കഴിഞ്ഞ ഒരു ആംഗ്ലോ ഇന്ത്യൻ ലേഡി. അപേക്ഷയെല്ലാം വാങ്ങിവെച്ചു. ആവശ്യമെങ്കിൽ വിളിക്കാമെന്ന് പറഞ്ഞു. ഒരു മാസം കഴിഞ്ഞു പോയി. അവളാണെങ്കിൽ കൊണ്ടുപിടിച്ച് നോവലുകളും കവിതകളുമെല്ലാം വായിച്ചു കൊണ്ടിരിക്കുകയാണ്. പതുക്കെ പതുക്കെ പ്രതീക്ഷ കെട്ടു തുടങ്ങി. ഇതിനിടയിൽ ദീപു ഒന്നു വീണു, ഇടതു കൈ പ്ലാസ്റ്റർ ഇട്ടു. പട്ടി കടിക്കാനിട്ടു ഓടിച്ചാൽ പോലും ഓടാത്തവനാണ്, എങ്ങനെയാണ് വീണതെന്ന് അറിഞ്ഞുകൂടാ.

വീറിന്റെ അഭിപ്രായത്തിൽ ദീപിന് ആരോഗ്യമില്ല, അതുകൊണ്ട് സംഭവിച്ചതാണ്. വീരുവിനു അത്യാവശ്യം തടിയുണ്ട്. ദീപുവാണെങ്കിൽ നന്നായി മെലിഞ്ഞിട്ടും, കൈകാലുകൾ കോലു പോലെ. വീറിനതൊരു വേദനയാണ്. അവന്റെ സുഹൃത്താണ് ആകാശ്, അനിയനാണ് അഭിഷേക്. രണ്ടുപേർക്കും ഒരേ ചായ, എന്തുകൊണ്ടാണ് ഞാനും ദീപും വ്യത്യസ്തനായിരിക്കുന്നത്, ഞങ്ങൾ ഒരുപോലെയല്ല അച്ഛാ. ഞാനവനെ സമാധാനിപ്പിച്ചു നോക്കി. നോക്കു മോനെ അച്ഛനും ചെറിയച്ഛനും ഒരു പോലെയാണോ? അമ്മയ്ക്കും അമ്മാവനും ഒരേ ഛായയാണോ, അത് വ്യത്യസ്തമായിരിക്കും മോനേ. എങ്കിലും അവന് സമാധാനം കിട്ടിയില്ല. കരിഷ്മയ്ക്ക് ഇതെല്ലാം കേൾക്കുമ്പോൾ ചിരിയാണ് വരുന്നതെങ്കിലും അവൾ വീരുവിനെ പിരു പിടിപ്പിക്കുമായിരുന്നു.

ഒരിക്കൽ അവൻ ഞങ്ങളുടെ മുറിയിലേക്ക് സ്വകാര്യമായി കയറി വന്നു. അച്ഛാ എനിക്കൊരു കാര്യം പറയാനുണ്ട്. ആ പറഞ്ഞോളൂ മോനെ, എന്താ തനിച്ച്. അനിയൻ എവിടെ? അവന്റെ മുഖത്ത് ഒരു കുറ്റബോധം പോലെയുണ്ട്. ദീപു ഉറങ്ങി. ഞാനവനെ മടിയിലിരുത്തി. കരിഷ്മ എന്തോ പാട്ട് മൂളി കിടക്കുകയാണ്. ജോലി എന്ന ആശ വിട്ട പോലെയാണ് .വീരു ഒരു മഹാ കാര്യം പോലെ പറഞ്ഞു. അച്ഛാ ഒരുപക്ഷേ ദീപിനെ നമുക്ക് മാറി കിട്ടിയതാണെങ്കിലോ ?കരിഷ്മ പാട്ട് വിഴുങ്ങി ഞങ്ങളുടെ അരികിലേക്ക് വന്നു, മുഴുവൻ പറയൂ... അമ്മേ അവനെ ഹോസ്പിറ്റലിൽ വെച്ച് മാറിയതാവാൻ സാധ്യതയുണ്ട്. അങ്ങനെ സംഭവിക്കാം. ആകാശ് ത്യപാഠി പറഞ്ഞതാണ്. അങ്ങനെ മുമ്പ് സംഭവിച്ചിട്ടുണ്ട്. ഞാനോർത്ത

പ്പോൾ നമ്മൾ കണ്ട സിനിമയിലും അങ്ങനെ സംഭവിച്ചില്ലേ, കുട്ടിയെ ഒരാൾ മാറ്റിക്കിടത്തി. അതുപോലെ എന്തോ സംഭവിച്ചിട്ടുണ്ടമ്മേ നമുക്കന്വേഷിക്കണം. എനിക്ക് തോന്നുന്നത് അനിയത്തി ആയിരുന്നുവെന്നാണ്. അവന്റെ കുഞ്ഞു കണ്ണുകൾ നിറഞ്ഞു തുടങ്ങി. അവൻ കൈകൾ കൂട്ടിപിടിച്ചു, ഞാനിതെങ്ങനെ കണ്ടുപിടിക്കും. എന്റെ അനിയത്തി ,അവളെത് കള്ളിയായിരിക്കും കട്ടിട്ടുണ്ടാവുക. എനിക്ക് ചിരിക്കണമെന്നുണ്ട്. പക്ഷേ അവനത്ര ആത്മാർത്ഥമായാണ് ചോദിക്കുന്നത്.

കരിഷ്മ ഷെൽഫ് തുറന്ന് ഒരു പഴയ പെട്ടിയെടുത്തു. അതിനുള്ളിൽ ഒരു ചെറിയ ആൽബം. അതിൽ രണ്ടു കുട്ടികൾ നിൽക്കുന്ന ഒരു ഫോട്ടോ. കൂട്ടത്തിൽ ഒരു കൊച്ചു നിക്കറും ബനിയനും ഇട്ട് ആൺകുട്ടികളെപ്പോലെ മുടിയെല്ലാം വെട്ടി ഒരു പെൺകുട്ടി. കണ്ടാൽ രണ്ട് ആൺകുട്ടികൾ എന്നേ തോന്നൂ. അവളുടെ കാതിൽ കമ്മൽ ഉള്ളതുകൊണ്ടാണ് എനിക്ക് തിരിച്ചറിയാൻ കഴിഞ്ഞത്. നോക്ക്, അവൾ വീരുവിനെ മടിയിൽ ഇരുത്തി. ഇതാരാണെന്നറിയാമോ? അവൻ സൂക്ഷിച്ചു നോക്കി, ദീപിനെ പോലെയുണ്ട്. ങ്ഹാ മടയാ, ഇതു ദീപല്ല നിന്റെ അമ്മയാണ് മനസ്സിലായോ? ഇനി അവൻ അനിയനല്ലെന്നു തോന്നുമോ? വീറു ഫോട്ടോയിലേക്ക് സൂക്ഷിച്ചു നോക്കി. അവന്റെ മുഖത്ത് തെളിച്ചം വന്നു. പിന്നെയത് ചിരിയായി. എനിക്കപ്പോഴേ തോന്നിയിരുന്നു. എന്തുതോന്നിയിരുന്നെന്ന്, കരിഷ്മ ചിരിയടക്കി കൊണ്ട് ചോദിച്ചു. അവൻ എന്റെ അനിയൻ തന്നെയാണെന്ന് പക്ഷേ ദീപയാവേണ്ടതായിരുന്നു...... ദീപ....!

...ഓടടാ, നാളെ സ്കൂളിൽ പോകാൻ എഴുന്നേൽക്കേണ്ടതാണ്. ഞാൻ നോക്കുമ്പോൾ വിരു ദീപുവിന്റെ അടുത്ത് ചെന്ന് പുതപ്പെല്ലാം നേരെയാക്കി. പ്ലാസ്റ്ററിട്ട കയ്യിൽ ഒന്നു തൊട്ടൊക്കെ നോക്കി. പിന്നെ കൈകൂപ്പി ഹനുമാൻ ചാലിസ ഒറ്റ ശ്വാസത്തിൽ ചൊല്ലി. ആത്മഗതം പോലെ ഉറക്കെ പ്രഖ്യാപിച്ചു. ആകാശ് നാളെ നിന്റെ ബോണ്ട വയർ ഞാൻ ഇടിച്ചു തകർക്കും. ഞാനും പ്രാർത്ഥിച്ചിട്ട് കിടന്നു, നാളെ ആവുമ്പോഴേക്കും അവനതെല്ലാം മറന്നിട്ടുണ്ടാവണേ ഈശ്വരാ എന്ന്.

ഏകദേശം നാലു മാസങ്ങൾക്കുശേഷമാണ്, ജൂലിയ റിച്ചാർഡ് എന്ന ആസ്ത്രീ ഒരു ഇന്റർവ്യൂ ലെറ്റർ അയക്കുന്നത്. അവള് അറ്റൻഡ് ചെയ്തു. കോളേജിലേക്കായിരുന്നില്ല. അവരുടെ തന്നെ സ്കൂളിലേക്ക് ആയിരുന്നു. എങ്കിലും അവൾക്കത് വളരെ സന്തോഷമായി. ഏറ്റവും രസകരമായ കാര്യം വലിയ വിശ്വാസിയൊന്നുമല്ലാതിരുന്ന കരിഷ്മയ്ക്ക് ഈയിടെ വിശ്വാസങ്ങൾ കുറച്ചു കൂടിയിരിക്കുന്നു. ദീപുവിന്റെ കയ്യൊടിഞ്ഞതിനു ശേഷം അവൾ അമ്മായിയെ വിളിച്ചു പൂജാരിയെ ഏർപ്പാടാക്കി.

വീട്ടിൽ വിഘ്നേശ്വര പൂജയും മറ്റും നടത്തി. ബന്ധുക്കളെയും സുഹൃത്തുക്കളെയും വിളിക്കുകയും ചെയ്തു. പൂജ നടത്താതെയാണ് ഞങ്ങൾ താമസം മാറ്റിയത്. അതിനുള്ള സമയം ഒന്നും കിട്ടിയില്ല. പക്ഷേ ചില സംഭവങ്ങളാണ് നമ്മെ കൂടുതൽ വിശ്വാസികളാക്കുന്നത് എന്നതാണ് സത്യം. പൂജ കഴിഞ്ഞതോടെ അവൾക്ക് ജോലിയും ലഭിച്ചു. എല്ലാ കഷ്ട കാലങ്ങ ളും ഒഴിഞ്ഞു പോയെന്ന് കരിഷ്മ ആത്മഗതം നടത്തി.

എന്നാൽ ആ പൂജയിലുടനീളം ഞാൻ പ്രാർത്ഥിച്ചിരുന്നത് ഇതായിരുന്നു. ജസ്വന്ത്, അവന് പണം ആവശ്യപ്പെട്ട് കത്തെഴുതാൻ തോന്നരുതേ ഈശ്വ രാ... കാരണം കുഞ്ഞിന്റെ അപകടം, വീട്ടുചിലവുകൾ, കല്യാണം, പേരു വിളി, ഇപ്പോളിതാ പൂജയും സൽക്കാരവും. യാതൊരു നിവൃത്തിയു മില്ല. അവന്റെ എഴുത്തു വന്നാൽ പറ്റില്ലെന്ന് മറുപടി അയക്കേണ്ടി വ രും. ഇനി അങ്ങനെയെങ്ങാനും സംഭവിച്ചാൽ വല്ലപ്പോഴും ആണൊന്ന് നാട്ടിൽ പോകാൻ കഴിയുന്നത്, ആകെ ഒരാഴ്ചയെങ്ങാനും അവധി കി ട്ടും. ആ ഏഴു ദിവസവും, ആ മഹാപാപി എന്നോട് മിണ്ടാതിരിക്കും. അവന്റെ പിണക്കം ഒരു മാറ്റവുമില്ല. രണ്ടു കുട്ടികളുടെ അച്ഛനായി. എന്നാൽ ഇപ്പോഴും എന്നോടും ചാന്ദിനിയോടും വഴക്കിടും. എന്നോടധി കം അപ്രിയമില്ല. ചാന്ദിനിയാണ് മുഖ്യ ശത്രു. അവൾ പറയുന്നത് ചെറി യേട്ടനോട് ഞാനിപ്പോൾ മിണ്ടാറില്ല. മിണ്ടിയാൽ ഞങ്ങൾ വഴക്കാവും. ഇപ്പോൾ വീണ്ടും പിണങ്ങിയിരിക്കുകയാണ് , ഞാൻ മിണ്ടുന്നില്ലെന്നു പറഞ്ഞു, അവൾ അത് പറഞ്ഞു ചിരിച്ചു. അവളുടെ ഫോൺ കോൾ വല്ല പ്പോഴും ഉണ്ടാകും.

ദിവസങ്ങൾ കൊഴിഞ്ഞു വീഴവേ ആ വീടും ഞങ്ങൾക്ക് സ്വർഗ്ഗമായി. നമുക്ക് വേണ്ടപ്പെട്ടവരും നമ്മളെ സ്നേഹിക്കുന്നവരും ഒരുമിച്ച് സന്തോ ഷമായി ജീവിക്കുന്നിടമാണ് സ്വർഗ്ഗം. മറ്റൊരു സ്വർഗ്ഗം ഭൂമിയിലില്ല. അവളാ പഴയ നെയിംബോർഡ് വീണ്ടും പൊടി തട്ടിയെടുത്തു, മുൻവശ ത്ത് ചുവരിൽ ഉറപ്പിച്ചു. ഓഫീസിൽ നിന്ന് വന്നപ്പോൾ അതു കണ്ട് ഞാൻ സന്തോഷിച്ചു. എതിർ വീട്ടുകാരി പാർവതി, അവരുമായി സൗഹൃദം ആകുന്നത് തന്നെ ആ പലകയവിടെ ഉറപ്പിച്ചതിനുശേഷമാണ്. ഇതാണ് സ്വർഗ്ഗത്തിലെ രാജാവ്, ...ഹരിദാസ്, അവരുടെ ഭർത്താവ് അങ്ങനെയാ ണ് എന്നെ പരിചയപ്പെടുത്തി കൊടുത്തത്. പാർവതി എന്നെ നോക്കി ചിരിച്ചു. കരിഷ്മയായിട്ട് അവർക്ക് ചെറിയ സൗഹൃദം ഉണ്ട്. സത്യത്തി ൽ അവർക്കിവിടുത്തെ ഭാഷയിൽ പ്രാവീണ്യമുണ്ടായിരുന്നില്ല. കഷ്ടപ്പെ ട്ടാണ് സംസാരിക്കുക. കരിഷ്മ അതും പറഞ്ഞവരെ കളിയാക്കിക്കൊണ്ട് എന്നോട് സംസാരിക്കാറുണ്ട്. അവർക്ക് സംഭവിക്കുന്ന അബദ്ധങ്ങൾ

അവൾക്കൊരു തമാശയാണ്. ഞാൻ ചോദിച്ചു, നീ അവളുടെ നാട്ടിൽ പോയാൽ, ആ ഭാഷയിൽ സംസാരിക്കാനാവുമോ? അവൾ എന്നെ കള്ള ക്കണ്ണിട്ട് നോക്കി, ഇല്ല ഞാൻ തോറ്റു, പോരേ.

22 മധ്യവർത്തികളുടെ ലോകം

സ്വർഗ്ഗത്തിൽ കുറച്ചു വർഷങ്ങൾ യുദ്ധങ്ങൾ തന്നെയായിരുന്നു. ആ വീട്ടിലെ ചെറിയ ഹാളായിരുന്നു ഞങ്ങളുടെ യുദ്ധ വേദി. പഴയ വീട്ടിൽ വച്ച് വാങ്ങിച്ചിരുന്ന ഫർണിച്ചറുകൾ മുഴുവൻ അതിലിടാൻ ഞങ്ങൾക്ക് കഴിയുമായിരുന്നില്ല. അതിനുള്ള സ്ഥലം ഇല്ല. പഴയ ഫർണിച്ചറുകളെ ല്ലാം വിറ്റു. ഒരു ചെറിയ സോഫ, വട്ടത്തിലുള്ള ഒരു തീൻ മേശ. ഇത്രയും ഇട്ടപ്പോൾ തന്നെ സ്ഥലം ഒതുങ്ങി. അടുക്കളയിൽ നിന്ന് കരിഷ്മയ്ക്ക് നടക്കേണ്ടി പോലും വന്നില്ല. ടേബിളിനടുത്തു നിന്ന് പാത്രം നീട്ടിയാൽ അടുക്കളയിലേക്കായി.

നാലഞ്ചു വർഷങ്ങൾ അങ്ങനെ കഴിഞ്ഞു പോയി. അതിനുശേഷം ആണ് അവൾക്ക് സ്കൂളിൽ ജോലി ലഭിച്ചത്, എനിക്ക് പ്രമോഷൻ ലഭിച്ചു. അവളുടെ അഭിപ്രായത്തിൽ പറഞ്ഞാൽ പൂജക്ക് ശേഷമാണ് സാമ്പ ത്തിക ഞെരുക്കം കുറഞ്ഞത്. അത് അവളുടെ തന്നെ തെറ്റായവൾ കരുതി. അങ്ങനെയുള്ള ചിന്താഗതിക്ക് കാരണം ചുറ്റും താമസിച്ചിരുന്നവർ തന്നെ യായിരുന്നു. അവളുടെ സുഹൃത്തുക്കൾ ഹേമ ലത, ആശ, മധുമിത, എല്ലാവരും അത്യാധുനികരൊക്കെയാണ്. എന്നാൽ തികഞ്ഞ വിശ്വാ സികളും.

കരിഷ്മ എല്ലാ വീടുകളിലെയും പൂജകളിൽ അതിഥിയായി. കൂടെ ദീപും വീറും അടിച്ചുപൊളിച്ചു നടന്നു. ലഡു കഴിച്ച് വശംകെട്ടു. അവിടെ താമ സിക്കുന്നവരെല്ലാം അതിസമ്പന്നരൊന്നുമല്ല, എല്ലാം സാധാരണക്കാർ, എന്നാൽ ഉള്ളതുകൊണ്ട് എന്നും ആനന്ദിച്ച് ജീവിച്ചിരുന്നു. ഏറ്റവും രസ കരമായിരുന്നത് അവിടെ ഇന്ത്യയിലെ ഒട്ടുമിക്ക സംസ്ഥാനങ്ങളിലെയും ജനങ്ങൾ ഉണ്ട്. കൃഷ്ണ നഗർ അന്ന് അങ്ങനെ കുടിയേറിയവരുടെ ഒരു സങ്കേതം ആണ്. അതുകൊണ്ടുതന്നെ ഞങ്ങൾക്ക് വർഷം മുഴുവനും ആഘോഷങ്ങളാണ്. ദീപാവലി, ദസറ, പൊങ്കൽ, മകരസംക്രാന്തി, ഗണേശ ചതുർത്ഥി, രാമനവമി എന്നു വേണ്ട എല്ലാ ജയന്തികളും, ഓണം, വിഷു തുടങ്ങി ദക്ഷിണേന്ത്യൻ ഉത്സവങ്ങൾ, ഇതൊന്നും പോരാത്തതിന് ക്രിസ്തുമസിന് കരിഷ്മയുടെ മാഡത്തിന്റെ വക വിരുന്ന്. പബ്ലിക് ഹോളിഡേയ്സ് ഒഴികെയുള്ള ആഘോഷങ്ങൾ ഞങ്ങൾ വൈകുന്നേരങ്ങ ളിലാണ് ആഘോഷിച്ചിരുന്നത്. ഓണ സദ്യ അത് ഹരിദാസിന്റെ വീട്ടിലാ ണ്. ഞങ്ങൾക്കത് പുതുമയുള്ള അനുഭവമായിരുന്നു. കറികൾ കഴിക്കു

മ്പോൾ ഞാനും കരിഷ്മയും അമ്പരന്നിട്ടുണ്ട്. എനിക്കായിരുന്നു കൂടുതൽ അങ്കലാപ്പ്. എനിക്ക് തോന്നുന്നത് മറാട്ടികൾക്ക് സൗത്ത് ഇന്ത്യൻ രീതികളും നോർത്തിന്ത്യൻ രീതികളും പരിചിതമാണ്.

പലപ്പോഴും ഞാൻ ജോലി കഴിഞ്ഞു വീട്ടിലെത്തുമ്പോൾ അമ്മയും മക്കളും ഉണ്ടാവില്ല.ടേബിളിൽ ചായയും എന്തെങ്കിലും കഴിക്കാനായും ഉണ്ടാകും. തലേദിവസം അവൾ ചിലപ്പോൾ പറഞ്ഞിട്ടുണ്ടാവും. ഉറക്കപ്പിച്ചിൽ ഞാൻ മൂളിയിട്ടുമുണ്ടായിരിക്കാം. രാത്രി ഉറങ്ങാറാവുമ്പോഴേക്കും എല്ലാവരും എത്തിയിട്ടുണ്ടാകും. വൈകിയതിന് വഴക്ക് പറയാനായുള്ള എല്ലാ സന്നാഹത്തോടെയായിരിക്കും ഞാനിരിക്കുക. പേരിന് കയ്യിൽ ഒരു പുസ്തകവുമുണ്ടാകും. വാതിൽ കുറ്റിയിട്ടുണ്ടാവില്ല. എന്നാലവൾ അകത്തേക്ക് കയറിവരുമ്പോൾ പപ്പെറ്റ് ഷോ കണ്ട കുട്ടിയെ പോലെ ഒരാനന്ദം എനിക്കുണ്ടാവും. പിന്നെ പറയാൻ വന്നതെല്ലാം മറന്നിട്ടുണ്ടാകും. അമ്മയും മക്കളും അകത്തേക്ക് കയറി വരുമ്പോൾ ചന്ദനത്തിന്റെയും പനിനീരിന്റെയും ഒക്കെ സുഗന്ധമാണ്. പിന്നെങ്ങനെയാണ് വഴക്ക് കൂടുക. പോരാത്തതിന് അവളുടെ സുഹൃത്തുക്കൾ എനിക്കു കൂടിയുള്ള ഭക്ഷണം കൊടുത്തിട്ടുണ്ടാവും. രണ്ടു മക്കളും എന്റെ മേലെ കയറിയിരിക്കും. കളിച്ചതിന്റെ ക്ഷീണമാണ്. പിന്നെ ഉടുപ്പ് മാറ്റി അവരെ കിടക്കയിൽ കൊണ്ട് കിടത്തുമ്പോഴേക്കും ഉറക്കമായിട്ടുണ്ടാവും.

ഹാളിൽ തന്നെ ഒരു ചെറിയ മടക്കു കട്ടിൽ ഉണ്ട്. അവിടെയാണ് അവരുടെ സങ്കേതം. വീറിന് 14 വയസ്സു വരെ അവിടെ തന്നെയായിരുന്നു. രാവിലെ കിടക്ക മാറ്റി കട്ടിൽ മടക്കി വെക്കും. എന്നാൽ ആ ചെറിയ വീടിന് ഒരു സുഗന്ധമുണ്ടായിരുന്നു ചന്ദനവും പനിനീരും മിക്സ് ചെയ്ത് കളഭം ഉണ്ടാക്കി, കൃഷ്ണ പ്രതിമയ്ക്ക് അടുത്ത് വച്ചിട്ടുണ്ട്. ചുമരിൽ തന്നെ ഒരു തട്ട്, അതിൽ ഒരു വിളക്ക്. ചെറിയ മുറിയായതിനാൽ ആ സുഗന്ധം എല്ലായിടത്തും എത്തും. വീടിന്റെ വാതിൽ തുറന്ന് അകത്തു കിടക്കുമ്പോൾ ഒരു അമ്പലത്തിൽ കയറിയ പ്രതീതിയാണ്. ആ വീട്ടിലിരുന്നാണ് ഞങ്ങൾ കണക്കുകൂട്ടലുകളും സ്വപ്നങ്ങളുമെല്ലാം മെനഞ്ഞിരുന്നത്.

ഒരു ദിവസം ഞാൻ ചോദിച്ചു,, കരിഷ്മ നമ്മൾ ഇനിയും ബോംബെയിൽ തന്നെയല്ലേ ജീവിക്കുക. കരിഷ്മ ദീപാവലിയ്ക്കുള്ള ലഡു ഉരുട്ടി വയ്ക്കുകയായിരുന്നു. ഞാൻ സെറ്റിയിലും അവൾ ഡൈനിങ് ടേബിളിനടുത്തും ഇരിക്കുകയാണ്. കുഞ്ഞുങ്ങൾ ഉറങ്ങിക്കഴിഞ്ഞു.കരിഷ്മ മുഖമുയർത്തി, എന്താ ജഗദീഷ്? നീ ബാലേശ്വറിൽ വന്ന് താമസിക്കുമോ

കരിഷ്മ? അവൾ പുഞ്ചിരി തൂകിക്കൊണ്ട് ചോദിച്ചു, മുഴുവനും പറയൂ. അല്ല കരിഷ്മ നമ്മൾ കാലാകാലം ഇവിടെത്തന്നെ കഴിയേണ്ടവരല്ലേ. നമ്മുടെ മക്കൾ പഠിക്കുന്നതിവിടെ, വളർന്നാൽ അവരും ഇവിടെത്തന്നെ ജീവിക്കും. നമുക്കിവിടെ സ്വന്തമായി ഒരു വീടു വേണ്ടേ? വേണം. എന്താ സംശയം. കരിഷ്മ മറുപടിയും പറഞ്ഞു. ഞാൻ അലസമായി ചാരിയിരുന്നു അവളെ നോക്കി ചിരിച്ചുകൊണ്ട് പറഞ്ഞു, അതിനുള്ള വഴികളാണ് ഞാൻ ആലോചിച്ചു കൊണ്ടിരിക്കുന്നത്.

അവൾ ഉരുട്ടിവെച്ച ലഡു പാത്രത്തിലാക്കി അടുക്കളയിലേക്ക് പോയി. ഒരു ചെറിയ പ്ലേറ്റിൽ രണ്ട് ലഡു കൊണ്ടുവന്നു. എന്റെ അടുത്തിരുന്ന് അത് നിർബന്ധമായി കൈകളിൽ തന്നിട്ട് പറഞ്ഞു, ഒന്ന് സ്വാദ് നോക്കിയേ. ഇത് പൂജയ്ക്ക് വയ്ക്കാനുള്ളതല്ലേ? അതിനെന്താ നിങ്ങളൊന്ന് രുചി നോക്കി പറയൂ. ഞാനത് രണ്ടു വായക്കകത്താക്കി. നന്നായിട്ടുണ്ട്. പലഹാരങ്ങളെല്ലാം ഉണ്ടാക്കി കഴിഞ്ഞോ? നാളത്തോടെ കഴിയും ജഗദീഷ്, നിങ്ങൾ എന്റെ മടിയിൽ കിടക്കു, ഞാനാ തലയൊന്നു ചെക്ക് ചെയ്യട്ടെ.. ഞാൻ ചിരിച്ചുകൊണ്ട് മടിയിൽ തല വച്ചു. അവൾ പതുക്കെ കയ്യോടിച്ചുകൊണ്ട് പറഞ്ഞു, നോക്കൂ ഇത് ചൂടായിരിക്കുന്നത്, ഇങ്ങനെ പോയാൽ ചെറുപ്പത്തിലേ മുടിയെല്ലാം കൊഴിയും. ജഗദീഷ് നിങ്ങൾ ഇങ്ങനെ ചിന്തിച്ചു ചിന്തിച്ചു കൊണ്ടിരിക്കാതെ. എല്ലാമതിന്റെ സമയമാകുമ്പോൾ നടന്നു കൊള്ളും. നോക്ക് എന്റെ അച്ഛൻ എത്ര സമ്പന്ന കുടുംബത്തിലെ ആയിരുന്നു. ഇപ്പോൾ ആ പഴയ വീട് മാത്രമാണ് അച്ഛന് സ്വന്തമായുള്ളത്. എന്നിട്ട് അച്ഛൻ സന്തോഷമായി ജീവിക്കുന്നില്ലേ. ഞാൻ കുസൃതിയോടെ പറഞ്ഞു, ഇതുപോലെയുള്ള മരുമക്കളെ കിട്ടിയാൽ ഏത് അച്ഛന്മാരാണ് സന്തോഷമായി ഇരിക്കാത്തത്. ഓഹോ അവൾ ഉറക്കെ ചിരിച്ചു. എഴുന്നേറ്റ് വന്ന് കിടക്ക്. നാളെ ഓഫീസിൽ പോകേണ്ടേ, അതുകഴിഞ്ഞ് നാട്ടിൽ പോകാനുള്ള ഒരുക്കങ്ങൾ...ഊം, ഞാൻ മൂളി.

എന്റെ ഓർമ്മയിൽ പഴയ ദിനങ്ങൾ....നിരനിരയായി പോകുന്ന ഉറുമ്പുകൾ. എന്റെ കളി, ബാബയുടെ ഉപദേശം. ങ്ഹാ, അതെ ഞാൻ ഒരു ഉറുമ്പാണ്. വർഷം മുഴുവനും പണി ചെയ്യുന്ന ഒരു ഉറുമ്പ്, തന്നെക്കാൾ വലിയ അരിമണിയുമായി വീട്ടിലേക്ക് കുതിക്കുന്ന ഒരു കുഞ്ഞുറുമ്പ്! അതെ! ഞാൻ ഉറുമ്പിനെ പോലെ ഓരോ മണിയും ചേർത്തു വച്ചുകൊണ്ടേയിരുന്നു.

കുറച്ചു വർഷങ്ങൾക്കു ശേഷം ഞങ്ങൾ ഒരു ഫ്ലാറ്റ് സ്വന്തമാക്കി. ബാങ്കുകൾ ഒക്കെ ഉദാരമായി ലോണിനെ പ്രോത്സാഹിപ്പിക്കാൻ ആരംഭിച്ച സമ

യമായിരുന്നു. അപ്പോഴേക്കും ഞാൻ ഫിനാൻസ് മാനേജർ തസ്തികയിലേക്ക് ഉയർന്നു കഴിഞ്ഞിരുന്നു. സ്ഥലമാറ്റവും ലഭിച്ചു. അങ്ങനെയാണ് ഡോമ്പിവില്ലിയിലേക്ക് ചേക്കേറിയത്. മാനേജർക്ക് എന്നെ വലിയ കാര്യമായിരുന്നു. തൊണ്ണൂറ്കളുടെ മധ്യകാലമായിരുന്നു അത്. ബിസിനസ് എല്ലാം വൻതോതിൽ കുതിച്ചു കയറുന്നു. എന്നെ എല്ലാം ഏൽപ്പിച്ചു യാത്രകൾ പോകാൻ അദ്ദേഹത്തിന് വിശ്വാസമായിരുന്നു. കരിഷ്മയുടെ സഹോദരൻ കിരൺ ആർമിയിൽ നിന്ന് വിരമിച്ചു നാട്ടിലേക്ക് എത്തിയിരുന്നു. അദ്ദേഹവും ഭാര്യ നീതു രണ്ടു മക്കൾ പൂജയും നീരജും, അവർ കരിഷ്മയുടെ മാതാപിതാക്കൾക്കൊപ്പം താമസം തുടങ്ങി.

ആ സമയത്താണ് ഒരു ഞായറാഴ്ച അവർ ഞങ്ങളെ സന്ദർശിച്ചത്. വീടിന്റെ ഷെയർ അവൾക്ക് കൂടി ഉള്ളതാണ്, അത് തന്ന് വീട് അച്ഛനും അമ്മയുടെയും കാലശേഷം പൂർണമായും കിരണിന്റെ പേരിലാകണം. ആ പണം കയ്യിൽ കിട്ടിയപ്പോൾ, കരിഷ്മയത് ഡെപ്പോസിറ്റ് ചെയ്തിട്ടുണ്ട്. പക്ഷേ അതുകൊണ്ടൊന്നും ആവില്ല. ലോണിന് അപ്ലൈ ചെയ്തു എട്ടു മാസം കഴിഞ്ഞാണ് അനുമതി കിട്ടിയത്. പിന്നെ കുറച്ചു സേവിങ്സ്, കമ്പനിയിൽനിന്ന് ലോൺ, എല്ലാം കൂട്ടി പെറുക്കി അത് നേടി, വാടകയ്ക്ക് കൊടുക്കുന്ന കാശ് കഴിച്ച് ബാക്കിയല്ലേ ലോണിലേക്ക് വരികയുള്ളൂ എന്ന് കരുതി ആശ്വസിച്ചു. തിടുക്കം കൂടിയോ എന്ന് അന്ന് സംശയം തോന്നിയിരുന്നു. പക്ഷേ എന്റെ സുഹൃത്തുക്കളിൽ പലർക്കും സ്വന്തം സങ്കേതങ്ങൾ ആയി. പിന്നെ എന്റെ ജിഎം രാമകൃഷ്ണ റാവുവിന്റെ പ്രോത്സാഹനം. കുട്ടികളുടെ സ്കൂൾ അഡ്മിഷൻ, പ്രത്യേകിച്ച് വീർ ഒമ്പതാം ക്ലാസിൽ ആയിരുന്നു, അതു കൊണ്ട് വെക്കേഷൻ സമയം നോക്കി താമസം തെരഞ്ഞെടുത്തു. പുതിയ സ്കൂളിൽ അഡ്മിഷൻ എടുക്കണമല്ലോ. കരിഷ്മയുടെ ജോലിയും രാജിവെക്കേണ്ടി വന്നു. അവിടെയുള്ള സ്കൂളുകളിൽ ഒരു അന്വേഷണം നടത്തി നോക്കി. എന്നാൽ കാര്യങ്ങൾ ആകെ മാറി തുടങ്ങിയിരുന്നു. ടീച്ചേഴ്സ് ട്രെയിനിങ് കോഴ്സ് നിർബന്ധമായും വേണം. വീടു മാറുമ്പോൾ ഇതിനെ പറ്റി ഒന്നും ഞങ്ങൾ ഓർത്തിട്ടുണ്ടായില്ല. ഞങ്ങൾക്ക് കൊടുക്കാൻ കഴിയുന്ന വില, ഓഫീസിലേക്ക് സഞ്ചരിച്ച് എത്താൻ കഴിയുന്ന ദൂരം, ഇത്രയും എല്ലാം മാത്രമായിരുന്നു മാനദണ്ഡങ്ങൾ. ഒരു പ്രൈമറി അധ്യാപികയായി പോകാൻ എന്തുകൊണ്ടോ അവൾ ഇഷ്ടപ്പെട്ടില്ല. ഒടുവിൽ അന്വേഷണം അവസാനിപ്പിച്ച് തൊട്ടടുത്തുള്ള ട്യൂട്ടോറിയൽ കോളേജിൽ അധ്യാപികയായി കയറി.

ചെറിയ ഒരു സൽക്കാരത്തോടെ വീടു താമസം. കുറച്ചടുത്ത ബന്ധുക്കൾ സുഹൃത്തുക്കൾ, അത്രമാത്രം. ഏപ്രിൽ 21, അന്നുമുതൽ ഞങ്ങളുടെ ജീവി

തത്തിലെ മറ്റൊരു അധ്യായം ആരംഭിച്ചു. ഞങ്ങൾക്കാ ദിവസം ഉത്സവം ആയിരുന്നു, ഏത് ആഘോഷങ്ങളെക്കാളും. ചാന്ദിനിയും സന്തോഷും വന്നു. ഹരി ഹോസ്റ്റലിലാണ്. പക്ഷേ എന്നെ വിഷമിപ്പിച്ചത് അമ്മയും ജസ്വന്തും കുടുംബവും വരാത്തതായിരുന്നു. അവൻ അതിനു നിരത്തിയ കാരണങ്ങൾ എനിക്ക് ബോധിച്ചില്ല. പക്ഷേ ഞാൻ മൗനം പാലിച്ചു. വിഷമം പുറത്തേക്ക് കാണിക്കാതിരിക്കാൻ കഠിനമായി ശ്രമിച്ചു. എന്നാൽ കരിഷ്മ അവൾ, ബുദ്ധിമതിയാണ്. എല്ലാം ഊഹിച്ചെടുത്തു. സുശാന്തും ഉണ്ടായിരുന്നില്ല. അവൻ അപ്പോഴേക്കും വിദേശത്തേക്ക് പോയിരുന്നു. ഗൾഫ് രാജ്യങ്ങൾ, അതായിരുന്നു പണം ഉണ്ടാക്കാനുള്ള സാധാരണ ഇന്ത്യക്കാരന്റെ അന്നത്തെ സ്വപ്നം. അവനിപ്പോൾ ഷാർജയിലാണ്. വല്ലപ്പോഴും ഒരു കത്ത് കിട്ടും. ആദ്യമാദ്യം അമ്പരപ്പിന്റെയും ആകാംക്ഷയുടെയും വിശേഷങ്ങൾ. പിന്നെപ്പിന്നെ മടുപ്പിന്റെയും പ്രതീക്ഷകളുടെയും തണുത്ത വരികൾ. പിന്നെ അവനെ കാണാൻ കഴിഞ്ഞിട്ടുള്ളത് ചുരുക്കമാണ്. അവന്റെ മരണത്തിനു കുറച്ചു വർഷങ്ങൾക്കു മുമ്പാണ് ഞങ്ങൾക്ക് ഒരുമിക്കാൻ കഴിഞ്ഞത്.

പുതിയ വീട്, പുതിയ അയൽക്കാർ, വ്യത്യസ്തമായ ജീവിത നിലവാരം. ഇതെല്ലാം ദീപിലും വീരുവിലും മാറ്റങ്ങളുണ്ടാക്കി. വീരു പണ്ടുമുതലേ സാഹചര്യങ്ങൾക്ക് അനുസരിച്ച് മാറാൻ കഴിയുന്നവനായിരുന്നു. ഞങ്ങൾ മുംബൈയിലെ സാധാരണ തിരക്കേറിയ തെരുവിൽ നാനാജാതി ആളുകളുടെ ഇടയിൽ കിടന്നാണ് ജീവിച്ചത്. പ്രത്യേകിച്ച് എന്റെ മക്കൾ. വൈകുന്നേരം സ്കൂൾ വിട്ടു വന്നാൽ. റോഡിൽ തന്നെയുള്ള ക്രിക്കറ്റ് കളി. ഒന്നു മുകളിലേക്ക് നോക്കി ഉറക്കെ വിളിച്ചാൽ, മുകളിലെ നിലയിൽ ഉള്ളവർക്കും താഴത്തുള്ളവർക്കും സംവദിക്കാം. തനി നാടൻ രീതിയിലുള്ള സംസാരമായിരുന്നു. ആചാര മര്യാദകളൊന്നുമില്ല. കരിഷ്മ ചെറുപ്പത്തിൽ ബ്രിട്ടീഷ് രീതികളുടെ പരിശീലനം ലഭിച്ചവളാണ്. എന്നാലിപ്പോള വളത് മറന്നുപോയ പോലെയാണ്. അവധി ദിനങ്ങളിൽ ഒരു ക്രിക്കറ്റ് ബാറ്റേന്തി, വീരു താഴ്ത്തു നിൽക്കും. പിന്നെ ഉറക്കെ വിളിയാണ്. ആകാശ്, അഭിഷേക്, സഞ്ജു ,ഗോവിന്ദ്....അങ്ങനെയങ്ങനെ....വിളിച്ചു കഴിയുമ്പോഴേക്കും അടുത്തുള്ള കെട്ടിടങ്ങളിലെ കുട്ടികളടക്കം എത്തിക്കഴിയും. പിന്നെ മൈതാനത്തിലേക്ക് പരേഡ് പോലെ എല്ലാരും പോകും.

പുതിയ സ്ഥലത്തേക്ക് മാറിയപ്പോൾ വീരാകെ ശാന്തനായി. ഒരു ദിവസം അവന്റെ പുറത്തു തട്ടി ഞാൻ ചോദിച്ചു. എന്താ ആകെ ഒരു മാറ്റം. ഞാൻ കരിഷ്മയെ നോക്കി കണ്ണടച്ചു. വീർ ടിവിയിൽ നിന്ന് കണ്ണെടുത്ത് എന്നെ നോക്കി. എനിക്കെന്തു മാറ്റം ഡാഡി, പിന്നെ ലണ്ടനിൽ പോയാൽ സായി

പ്പിനെപോലെയും, കൃഷ്ണ നഗറിൽ താമസിക്കുമ്പോൾ അവിടുത്തെ ആളുകളെ പോലെയും പെരുമാറണം. മനസ്സിലായോ ഡാഡീ... ഞാൻ ഉറക്കെ ചിരിച്ചു. വീരൂ, അവൻ ചെറുപ്പം മുതലേ നമ്മളെ ഉപദേശിച്ചു നേരെയാക്കുന്നവൻ ആണ്. പിന്നെ അവൻ ആത്മഗതം പോലെ പറഞ്ഞു. നമ്മുടെ എതിരെ താമസിക്കുന്നത് ഒരു ദന്തഡോക്ടർ ആണ്. അങ്ങേരുടെ മകൻ വായിൽ വിരലിട്ട് കുത്തിയാൽ പോലും മിണ്ടില്ല. പിന്നെ താഴത്തെ നിലയിൽ ഒരു സോഡാ കുപ്പിയുണ്ട്. അവൻ എന്റെ സ്കൂളിൽ തന്നെയാ പഠിക്കുന്നത്. ഫസ്റ്റ് ടേം പരീക്ഷ ആയപ്പോഴേക്കും പേടിച്ചു തുള്ളി പനി വരുത്തും . നാലു സ്ഥലത്താ ട്യൂഷന് പോകുന്നത്. വീരു കാലിൽ തട്ടി ഉറക്കെ ചിരി തുടങ്ങി.

ഈ തടി ഒന്നു കുറച്ചെടുക്കേണ്ടേ മോനെ, ഞാനവന്റെ വീർത്ത കവിളിൽ നോക്കി പറഞ്ഞു. വൈകുന്നേരം കുറച്ച് എക്സസൈസ് ആകാം. വീരു ടിവി ഓഫാക്കി. എനിക്ക് തടി കൂടുതലാണോ? അങ്ങനെയല്ല ഞാൻ മറുപടി പറഞ്ഞു, കുറച്ചു തടിയുണ്ട്. ഈ സൗന്ദര്യം കൊണ്ടുതന്നെ ആരാധികമാർ കൂടുതലാണ് ഡാഡി. താഴത്ത് താമസിക്കുന്ന ഒരു സ്ത്രീയല്ലേ അനുപമ, അവരുടെ മകൾ ഉണ്ടല്ലോ വർഷ, ശല്യം കാരണം ഞാൻ ഇപ്പോൾ ആ വഴി പോകാറില്ല. "പോടാ നിന്റെ ഗീർവാണം". അവൻ അല്ല എന്ന ഭാവത്തിൽ തല കുലുക്കി. സ്കൂൾ എത്തുന്ന വരെ കിന്നാരമാണ്. എല്ലാ കാര്യത്തിലും തലയിടും. സുഹൃത്തുക്കൾക്കെല്ലാം ഇതിപ്പോൾ തമാശയാണ്. ഇപ്പോൾ എന്റെ കല്യാണം നടത്താൻ നിങ്ങളുടെ കയ്യിൽ കാശില്ലല്ലോ? കരിഷ്മ അതു കേട്ട് എളിയിൽ കയ്യും കുത്തി മുറിയിൽ നിന്ന് വേഗം വന്നു. ഓ, നിന്റെ കല്യാണവും തീരുമാനമായോ, അവൾ ഗൗരവത്തിൽ ചോദിച്ചു. നിങ്ങൾ പേടിക്കേണ്ട മമ്മി, നല്ല സ്ത്രീധനം തരാതെ ഞാൻ ഒരു സുന്ദരിയെയും കെട്ടാൻ പോകുന്നില്ല. പോരേ.. അവൾക്ക് ചിരി വരുന്നുണ്ടെങ്കിലും അത് പുറത്തു കാണിക്കാതെ എന്നോട് പറഞ്ഞു, നിങ്ങൾ എഴുന്നേൽക്കുന്നുണ്ടോ നമുക്ക് പുറത്തു പോകേണ്ടേ. വേഗം റെഡിയാകു. ഞങ്ങളെ കൊണ്ടു പോകുന്നില്ലേ അമ്മേ എന്ന വീറിന്റെ ചോദ്യം മുഴുവനാക്കുന്നതിനു മുമ്പേ അവൾ പറഞ്ഞു. ഇല്ല, ഇരുന്നു പഠിക്ക്. വൈകുന്നേരത്തിനു മുമ്പ് ഞങ്ങൾ എത്തും.

ഞാൻ എഴുന്നേറ്റു മുറിയിലേക്ക് പോകുന്നതിനിടയിൽ അവൾ എന്റെ ചെവിട്ടിൽ പതുക്കെ ചോദിച്ചു. ഇത് നിങ്ങളുടെ തന്നെയല്ലേ. ഞാൻ ചിരിച്ചിട്ട് പറഞ്ഞു, ഇത് ഞാൻ ചോദിക്കേണ്ട ചോദ്യമല്ലേ. അതിനുള്ള മറുപടി നഖങ്ങൾ കൊണ്ടുള്ള ഒരു ഇറുക്കലായിരുന്നു.

ഞങ്ങളുടെ വീട്ടിലെ ഓരോ പ്രധാന സംഭവങ്ങളും കൊച്ചു കൊച്ചു തമാശകൾ സന്തോഷങ്ങൾ എല്ലാം നടന്നത് ഈ വീട്ടിലാണ്. ഇതാ...ഇന്ന് വരെ! സന്തോഷങ്ങൾ മാത്രമല്ല വേദനകളും ദുഃഖങ്ങളും ഉണ്ടായിട്ടുണ്ട്. കൊച്ചു കൊച്ചു പിണക്കങ്ങൾ ഉണ്ട്. വലിയ പൊട്ടിത്തെറികളും ഉണ്ട്

23 അത്താഴം

ദീപിന്റെ ശബ്ദമാണ് എന്നെ ഓർമ്മകളിൽ നിന്നുണർത്തിയത്. ഞെട്ടിപ്പിടിഞ്ഞ് എഴുന്നേറ്റു. നീ നേരത്തെ വന്നോ മോനെ. അവൻ എന്റെ അരികിലിരുന്നു. ഉച്ചയ്ക്ക് ശേഷം ലീവെടുത്തു. വീരു ഭയ്യാ നേരം വൈകിയായിരിക്കും എത്തുക അല്ലേ? ആ.. ഞാൻ മൂളി. മക്കളെവിടെ? അവർ പുറത്തുണ്ട് ഡാഡി. ഡാഡി എന്താ ഈ മുറിയിൽ തന്നെ ചടഞ്ഞു കൂടിയിരിക്കുന്നേ? ഒന്നുമില്ല എല്ലാ പണികളും കഴിഞ്ഞു. അപ്പോൾ പിന്നെ കുറച്ചു നേരം വിശ്രമിക്കാമെന്ന് വിചാരിച്ചു. ഞാൻ പറഞ്ഞതിൽ ഒരു ദ്വയാർത്ഥം പോലെ എനിക്ക് തന്നെ തോന്നി. എല്ലാ കടമകളും നിർവഹിച്ചു കഴിഞ്ഞു. ഇനി അല്പം വിശ്രമം. അവസാനം അന്ത്യമായ വിശ്രമം.

രാത്രി എല്ലാവരുമൊത്ത് അത്താഴം കഴിച്ചു. വീറിന്റെ മുഖത്ത് വലിയ തെളിച്ചമൊന്നുമില്ല. ദീപുമായി സംസാരിക്കുന്നുണ്ട്. കുട്ടികൾക്ക് സോഫ്റ്റ് ആയ ചപ്പാത്തി നോക്കി എടുത്തു കൊടുക്കുന്നുണ്ട്. റോഷ്നിയുടെ കണ്ണുകൾ മുഴുവൻ ഗുലാബ് ജാം പാത്രത്തിലാണ്. ചപ്പാത്തി കഴിഞ്ഞാൽ അച്ഛൻ അതിന്റെ മൂടി തുറക്കും, ഓരോന്ന് വിധം എല്ലാവർക്കും തരുമെന്നും അവൾക്കറിയാം. ചിലപ്പോൾ തനിക്ക് കൂടുതലും കിട്ടും. ചപ്പാത്തി വളരെ കഷ്ടപ്പെട്ടാണ് കഴിക്കുന്നത്, അച്ഛനെ ബോധിപ്പിക്കാൻ. കരിഷ്മ അവൾക്ക് നേരത്തെ ഭക്ഷണം കൊടുത്തു കിടത്താറുണ്ട്. ഇന്ന് ചേച്ചിമാരുടെ ഒപ്പം തന്നെ ഇരുന്നു കഴിക്കണമെന്ന് നിർബന്ധം പിടിച്ചു. കരിഷ്മ ഉരുളൻ കിഴങ്ങ് സ്റ്റഫ് ചെയ്ത ഒരു ചപ്പാത്തിയെടുത്ത് വീരിനു കൊടുത്തു. ഒരെണ്ണം കൂടി ഇടട്ടെ മോനെ, അവൾ അത്ര മൃദുലമായാണ് സംസാരിക്കുന്നത്. വീറു ഉടനെ മറുപടി പറഞ്ഞു, വേണ്ട .. അവനത് വളരെ ഇഷ്ടമാണെന്ന് അവൾക്കറിയാം. ഞാനോർത്തു എന്റെ ഭാര്യയുടെ ജീവിതത്തിന്റെ പ്രധാനപങ്കും ഞങ്ങൾക്കുള്ള ഭക്ഷണം തയ്യാറാക്കലും മറ്റുമായിരുന്നിട്ടുണ്ടാകും. അവസാനമായപ്പോഴേക്കും അവളുടെ കൈ വേഗത എന്നെ അമ്പരപ്പിച്ചിട്ടുണ്ട്. ആളുകളുടെ എണ്ണവും കൂടി. അവൾ ആണെങ്കിൽ മുഴുവൻ സമയ അടുക്കളക്കാരിയുമായി. മക്കൾ, മരുമക്കൾ, പേരക്കുട്ടികൾ...

വീർ പതുക്കെ പറഞ്ഞു. ഓ ഇനി മുതൽ എന്തെങ്കിലുമൊക്കെ കഴിച്ചു ശീലിക്കണം. കരിഷ്മ ചിരിച്ചു. നിന്റെ ഭാര്യ നന്നായി പാചകം ചെയ്യു മല്ലോ മോനെ, അപ്പോഴേക്കും ദീപു പറഞ്ഞു ഇങ്ങോട്ട് തന്നേക്കമ്മേ, ഞാനാണ് നിങ്ങളുടെ ഭക്ഷണം കുറെ നാളുകളായി മിസ്സ് ചെയ്യുന്നത്. വീർ തലകുലുക്കി, അത് ശരിയാണ്, നിന്റെ ശരീരം കണ്ടാലറിയാം. മുതുകിൽ വളവുമായി. ദീപു ചിരിച്ചു. അതെനിക്ക് പൊക്കം കൂടുതലുള്ളതുകൊണ്ടാണ് ചേട്ടാ. വീർ ഭക്ഷണം കഴിക്കുന്നത് നിർത്തി, അതിന് നിനക്ക് എന്റെ പൊക്കം തന്നെയല്ലേ ഉള്ളൂ. ചേട്ടാ നിങ്ങൾക്ക് തടി ഉണ്ടല്ലോ. ഒരു മിനിറ്റ് കഴിഞ്ഞപ്പോൾ വീർ ഗൗരവം നടിച്ചു പറഞ്ഞു. നോക്ക് തടിയുള്ളവർ പാവങ്ങളാണ്, അവരുടെ മനസ്സ് ശുദ്ധമാണ്, അറിയാമോ? ദീപു തലയാട്ടി. ഞാനും എന്റെ അച്ഛനും അത്യാവശ്യം തടിയുള്ളവരാണ്, വളരെ നിഷ്കളങ്കരും. നീയും നിന്റെ അമ്മയും മെലിഞ്ഞ് കുശാഗ്രബുദ്ധിക്കാർ ...ഊം... വീരും ദീപും ചിരി തുടങ്ങി. അത് എല്ലാവരിലേക്കും പടർന്നു. റോഷ്നി ഉറക്കെ പറഞ്ഞു. ഞാനും പാവമാണ്. അതെ അതെ നീയാണീ വീട്ടിലെ ഏറ്റവും പാവം. എന്റെ ആൺമക്കൾക്ക് പോലും ഞാൻ ഇത്രയും കുറുമ്പു കണ്ടിട്ടില്ല. വീർ തലയാട്ടി ചിരിച്ചുകൊണ്ടിരുന്നു. ഞങ്ങളും ചിരിക്കുകയായിരുന്നു. ഞാൻ കരിഷ്മയെ നോക്കി. അവളുടെ കണ്ണുകളിൽ ചെറിയ നനവില്ലേ, അത് സന്തോഷ ത്തിന്റേതാവുമോ? കുറെ നാൾ കൂടി മക്കളും ഒരുമിച്ച് ഭക്ഷണം കഴിക്കുന്നതിന്റെ, അതോ അവരെ വിട്ടു പോകുന്നതിന്റെ സങ്കടമോ?

അത്താഴം കഴിഞ്ഞ്, ഞാൻ ബാൽക്കണിയിൽ ഇരിക്കുകയായിരുന്നു. പുറത്ത് നിരത്തിൽ ഇപ്പോഴും തിരക്കാണ്. അത് അങ്ങനെ തന്നെയാണ്. ഇവിടെയെപ്പോഴും തിരക്കാണ്. ദീപു അടുത്തു വന്നിരുന്നു. ഞാൻ മനപ്പൂർവ്വം നേരത്തെ പോന്നതാണ് അച്ഛാ. ഇവിടെ വന്ന് താമസിക്കാൻ എന്തെങ്കിലും കാരണങ്ങൾ വേണ്ടേ. ഇല്ലെങ്കിൽ പിന്നെ തിരക്കായിരിക്കും. ഒന്നിനും സമയമില്ലാതെ. ഞാൻ മന്ദഹസിച്ചു. നിന്റെ കാര്യങ്ങൾ എല്ലാം നന്നായി പോകുന്നില്ലേ ജയദീപ്? അവൻ തലയാട്ടി കുഴപ്പമില്ലച്ഛാ അങ്ങനെ പോകുന്നു. ദിവ്യയുടെ അച്ഛനും അമ്മയ്ക്കും സുഖം? അതേ അച്ഛാ, വാർദ്ധക്യസഹജമായ എല്ലാ രോഗങ്ങളും ഉണ്ട്. പിന്നെ അവർക്ക് അവരുടേതായ ഒരു ലൈഫ് സ്റ്റൈൽ ഉണ്ടല്ലോ. അവൻ പൊടുന്നനെ വിഷയം മാറ്റി. നോക്കു അച്ഛാ അവിടെ ഗ്രാമത്തിൽ എന്ത് സൗകര്യങ്ങളാണുള്ളത്. നിങ്ങൾ പോയി കുറച്ചു കഴിഞ്ഞു തിരിച്ചു വരില്ലേ. അവൻ എന്റെ വലതു കൈയിൽ അവന്റെ വലതു കൈ സൗമ്യമായി വെച്ചു. അങ്ങനെയല്ലേ അച്ഛാ?

ഞാൻ അവന്റെ കൈകൾ മുറുകെ പിടിച്ചു. സാരമില്ല മോനേ, ആ വീട് നിർമ്മിച്ചതിനുശേഷം അവിടെ തങ്ങിയത് വിരളമാണ്. ഈ സമയത്തേ

ക്ക് ആയിരിക്കാം ഒരുപക്ഷേ ഞാൻ ആ വീട് നിർമ്മിച്ചത്. ഞാൻ പറഞ്ഞു നിർത്തിയപ്പോഴേക്കും ദീപ് പറഞ്ഞു. എന്തു സൗകര്യമാണ് ആ വീടിനുള്ളത്? എത്ര ചെറിയ വീടാണ്?... ഞങ്ങൾക്കത് പോരെ ദീപു... നോക്കൂ അച്ഛാ, ചേട്ടൻ എന്നെയാണ് കുറ്റപ്പെടുത്തി കൊണ്ടിരിക്കുന്നത്. ഞാൻ സമ്മതിച്ചതു കൊണ്ടാണ് നിങ്ങൾ പോകുന്നതെന്ന്. ഇപ്പോഴും എന്നെ നിർബന്ധിക്കുകയാണ്, പോകരുതെന്ന് പറയാൻ. നിനക്ക് അവന്റെ സ്വഭാവം അറിയില്ലേ ദീപ്? അവൻ കുറച്ചുനേരം മൗനത്തിൽ ഇരുന്നു. പിന്നെ പറഞ്ഞു, സ്വഭാവം അറിയുന്നതുകൊണ്ടാണ്. ഇനി ജീവിതകാലം മുഴുവൻ എന്നെ കാണുമ്പോൾ ഇതും പറഞ്ഞു കൊണ്ടിരിക്കും. അവൻ ചിരിച്ചു.

ദിവ്യ വരുന്നത് കണ്ട് ഞങ്ങൾ എഴുന്നേറ്റ് ഹാളിലേക്ക് വന്നു. വീരു ലാപ്ടോപ്പിൽ എന്തോ നോക്കി, കയ്യിലെ ഫയൽ ചെക്ക് ചെയ്യുന്നുണ്ട്. കുട്ടികൾ ഉറങ്ങി കഴിഞ്ഞു. പൂജ റോഷ്നിയെ ദീപിന്റെ മുറിയിൽ നിന്ന് എടുത്തുകൊണ്ടുവന്ന് അവരുടെ മുറിയിൽ കിടത്തുന്നത് കണ്ടു. ദിവ്യയുടെ കയ്യിൽ ഒരു പാക്കറ്റ് ഉണ്ട്. അതവൾ ഞങ്ങൾക്ക് നേരെ നീട്ടി. ഒരു ജോഡി ഡ്രസ്സ് ആണ് അമ്മേ. കരിഷ്മ പുഞ്ചിരിച്ചു കൊണ്ട് അത് വാങ്ങി. ഇതിന്റെ ഒന്നും ആവശ്യമുണ്ടായിരുന്നില്ല മോളെ. കുറച്ചുനേരത്തെ കുശലാന്വേഷണങ്ങൾക്ക് ശേഷം ദീപും ദിവ്യയും ഉറങ്ങാൻ പോയി. പൂജ വിഷമത്തോടെ വീറിനെ നോക്കി പറഞ്ഞു. നോക്കൂ നമ്മൾ അച്ഛനും അമ്മയ്ക്കും ഒന്നും വാങ്ങിച്ചു കൊടുത്തില്ല. ഓ നിനക്ക് വിഷമമായോ പൂജ, എന്നാൽ നീ വിഷമിക്കേണ്ട. ഈ വസ്ത്രങ്ങൾ നമ്മൾ കൂടി വാങ്ങിച്ചു കൊടുത്ത പോലെയാ. പിന്നെ അവൻ ചിരിച്ചു കൊണ്ട് പറഞ്ഞു. അവന്റെ മുഖം കണ്ടാലറിയാം പോകുമ്പോൾ എന്നോട് കാശ് കടം ചോദിക്കുമെന്ന്. വീർ ഉറക്കെ ചിരിക്കാൻ തുടങ്ങി. ഞാൻ ഒച്ചയെടുത്തു. വീരു മിണ്ടാതിരിക്ക്,ഇങ്ങനെയൊന്നും സംസാരിക്കരുത്.

എനിക്ക് എന്താ ഈ വീട്ടിൽ ഒരു തമാശ പോലും പറഞ്ഞുകൂടെ. നിങ്ങളുടെ രണ്ടാമത്തെ മോനും മരുമോളും വന്നാൽ ശ്വാസമടക്കിപ്പിടിച്ച് ഇരിക്കണോ. കരിഷ്മ തലയിൽ കൈ വച്ച് എന്നെ നോക്കി, തുടങ്ങി എന്ന അർത്ഥത്തിൽ. ഞാൻ സൗമ്യമായി പറഞ്ഞു. മോനേ, നിന്റെ തമാശകൾ മനസ്സിലാക്കുന്ന നാലു പേരെ ഈ ഭൂമിയിൽ ഉള്ളൂ. നിന്റെ അച്ഛൻ, അമ്മ സഹോദരൻ പിന്നെ നിന്റെ ഭാര്യ.. ബാക്കിയുള്ളവർ മുഴുവൻ അത് മനസ്സിലാക്കണം എന്ന് ശഠിക്കരുത്. നോക്ക് നീ എനിക്ക് മുമ്പ് വാക്ക് തന്നിട്ടുണ്ട്, ദിവ്യയുടെ മുന്നിൽ സംസാരിക്കുമ്പോൾ ശ്രദ്ധിക്കുമെന്ന്. അവൻ തലയാട്ടി. ഓ,ഓർമ്മയുണ്ട് നല്ല ഓർമ്മയുണ്ട്. ഞാനെന്റെ ഭാര്യയുടെ വിഷമം തീർത്തതാണ്. പിന്നെ അവളെ നോക്കി അഭിനയിച്ചുകൊണ്ട് പതിഞ്ഞ ശബ്ദത്തിൽ പറഞ്ഞു. എനിക്ക് എന്റെ അച്ഛനെയും അമ്മയെയും ഇവി

ടെ നിന്ന് പറഞ്ഞയക്കണമെന്നില്ല. അതുകൊണ്ടുതന്നെ ഞാൻ അവർക്ക് കാശൊ, വസ്ത്രമോ ഒരു സഹായവും ചെയ്തില്ല. അവൾക്ക് അച്ഛനും അമ്മയും പോകുന്നതിൽ ഒരു വിഷമവുമില്ല. അതുകൊണ്ടാണ് പുതിയ വസ്ത്രങ്ങളൊക്കെ കൊടുത്തത് യാത്രയാക്കുന്നത്. അവൻ എഴുന്നേറ്റു. അച്ഛാ നിങ്ങൾ ഈ വീടുമായുള്ള ഓർമ്മകൾ അയവിറക്കി ഇരിക്കുകയാണെന്ന് മനസ്സിലായി. ബാൽക്കണിയിൽ ചെന്നിരിക്കാനാണ് ഭാവമെങ്കിൽ, ഈ തൊപ്പി എടുത്തു തലയിൽ വയ്ക്കണം. നല്ല മഴ പെയ്തു തണുത്തു കിടക്കുകയാണ്. അവൻ ഉള്ളിലേക്ക് പോയി.

കരിഷ്മ ചോദിച്ചു, ഉറങ്ങാറായില്ലേ ജഗദീഷ്?... നീ പോയി കിടന്നോളൂ കരിഷ്മ... ഞാൻ കുറച്ചു കഴിഞ്ഞു വരാം. അവൾ ശരി എന്നു പറഞ്ഞ് എഴുന്നേറ്റു. ഞാനാകട്ടെ വീണ്ടും ബാൽക്കണിയിലേക്ക്. ഈ തണുപ്പിന് നല്ല സുഖമാണ്, എസിയുടെ തണുപ്പിനേക്കാൾ. ബാൽക്കണിയിലെ ചെടികളിൽ തൂണിൽ പടർന്നു കയറുന്ന വിധത്തിൽ ഒരു മുല്ലയുണ്ട്. കരിഷ്മയത് വെട്ടിയൊതുക്കി ഭംഗിയാക്കി വെച്ചിട്ടുണ്ട്. അതു പൂത്തിരിക്കുകയാണ്. അഞ്ചോ ആറോ പൂവുകൾ, നല്ല സുഗന്ധം. ഞാൻ ദീപിന്റെ വാക്കുകൾ ആലോചിച്ചു. അത് ചെറിയ വീടല്ലേ അച്ഛാ? ആ വീടിന് പുറകിൽ ഒരു കഥയുണ്ട്. ആ കാലഘട്ടത്തിൽ എനിക്ക് ഒരിക്കലും സാധിക്കാത്ത ഒന്നായിരുന്നു അത്. എന്നിട്ടും ഞാനത് ചെയ്തു.

---

24 ചിലർ ജീവിച്ചിരിക്കുമ്പോള് തന്നെ മരിക്കുന്നു

ഞാൻ ബോംബെയിൽ ജീവിതം കെട്ടിപ്പടുക്കുന്ന സമയത്ത്, എന്റെ കുടുംബത്തിൽ, നാട്ടിൽ ആകെ മാറ്റങ്ങൾ സംഭവിച്ചുകൊണ്ടിരിക്കുകയായിരുന്നു. ജസ്ന്തിനാണ് കൂടുതൽ മാറ്റങ്ങൾ സംഭവിച്ചത്. ആളുകൾക്ക് കൃഷിപ്പണിയെല്ലാം നാണക്കേടായി തുടങ്ങി. അതുമാത്രമല്ല സാമ്പത്തിക പുരോഗതിയും കുറവ്. അന്നം ദൈവമാണെന്ന ചിന്തകൾ അപ്രത്യക്ഷമാകുകയായിരുന്നു. ആ ജോലിയുടെ ദൈവികതയും നഷ്ടമായി. അല്ലെങ്കിൽ തന്നെ എനിക്കെങ്ങനെ എന്റെ അനിയനെ ഉപദേശിക്കാൻ കഴിയും. ഞാനവിടെ നിന്ന് ഓടിപ്പോന്നവനാണ്, അതും പണമുണ്ടാക്കാൻ. എന്നെക്കൊണ്ട് കഴിയുന്ന പോലെ ഞാൻ കുടുംബത്തിനെ സഹായിച്ചു കൊണ്ടിരുന്നു. പക്ഷേ എന്റെ സ്വന്തം കാര്യങ്ങളും അവരുടെ ആവശ്യങ്ങളും മുഴുവനായി തീർക്കാൻ എനിക്ക് കഴിഞ്ഞിരുന്നില്ല.

അന്നൊക്കെ ഓരോരോ ആവലാതികളും ആവശ്യങ്ങളുമായി എനിക്ക് ജസ്വന്തിൻറെ എഴുത്തുകൾ വരും. സ്ഥലം കുറേശ്ശെയായി അവൻ വിറ്റു കൊണ്ടിരുന്നു. ജസ്വന്ത് ഭൂമിയുടെ പകുതിയിൽ കൂടുതൽ വിൽക്കാൻ തീരുമാനിച്ചു, എനിക്കൊരു കത്ത് അയച്ചു. അവന് കച്ചവടം തുടങ്ങണം എന്നായിരുന്നു ആവശ്യം. ഇടയ്ക്കിടെ അമ്മയ്ക്ക് അസുഖങ്ങൾ അവ

ന്റെ ഭാര്യയ്ക്ക്, കുഞ്ഞുങ്ങൾക്ക്, പോരാത്തതിന് അവന്റെ ബിസിനസ്സിൽ നഷ്ടങ്ങൾ, ആകെ കഷ്ടപ്പാടുകൾ. എനിക്ക് എന്ത് ചെയ്യാൻ കഴിയും. അവർ ഭൂമി വിൽക്കുന്ന കാര്യം പറയുമ്പോൾ എനിക്ക് തടയാൻ കഴിഞ്ഞില്ല. എനിക്കോ സഹായിക്കാൻ കഴിയുന്നില്ല, എന്നാൽ അവർക്ക് ഇഷ്ടമുള്ള പോലെ ചെയ്യട്ടെ എന്ന് കരുതി. മൂത്ത ചേച്ചിയുടെ മകനെ ഞാൻ മുംബൈയിൽ കൊണ്ടുവന്നു. ഒരു ജോലി ശരിയാക്കി കൊടുത്തു. വലിയ ഗോതമ്പ് പാടം വിറ്റപ്പോൾ ലക്ഷ്മി ചേച്ചിയെ സഹായിക്കണമെന്ന് പറഞ്ഞു ഞാൻ അവന് കത്തയച്ചിരുന്നു. എന്നാൽ അവനത് ചെയ്തില്ല. എനിക്ക് മിണ്ടാൻ കഴിയാത്തതിന്റെ കാരണം, അമ്മ അവനോടൊപ്പമായിരുന്നു എന്നുള്ളതാണ്. എന്തെങ്കിലും പറഞ്ഞാൽ അവരപ്പോൾ കണക്കുകൾ നിരത്താൻ തുടങ്ങും. എനിക്കാണെങ്കിൽ ഇതെല്ലാം ശ്രദ്ധിക്കാൻ സമയവും കിട്ടുന്നില്ല. പക്ഷേ കരിഷ്മയ്ക്ക് കുറച്ചു കഴിഞ്ഞപ്പോൾ മനസ്സിലായി, ഞാൻ വിഡ്ഢിയായി കൊണ്ടിരിക്കുകയാണെന്ന്.

ഞങ്ങൾ പുതിയ വീട്ടിലേക്ക് താമസം മാറി കഴിഞ്ഞ വർഷം, ഒരു തുണ്ട് കൃഷി ഭൂമിയില്ലാതെ എല്ലാം അവർ വിറ്റു കഴിഞ്ഞിരുന്നു. ആകെ ബാക്കിയായത് ഞങ്ങൾ ജനിച്ചു വളർന്ന ആ പഴയ വീടും അതിനോട് ചേർന്ന സ്ഥലവും. ജസ്വന്തും കുടുംബവും പൂർണമായും ജയ്പൂരിലേക്ക് മാറാൻ തീരുമാനിച്ചിരിക്കുന്നു. ആ വീടും സ്ഥലവും വിൽക്കാനാണ് അവന്റെ ഉദ്ദേശം. അതിനവൻ നിരത്തുന്ന കാരണങ്ങൾ മറ്റു പലതുമാണ്. അമ്മയ്ക്ക് കാഴ്ച ശക്തി കുറഞ്ഞു വരികയാണ് , ഡോക്ടറെ കണ്ടുവെന്നും ഓപ്പറേഷൻ ആവശ്യമായി വരുമെന്നും, പണത്തിനു ആവശ്യമുണ്ടെന്നും കത്തിൽ ഉണ്ട്. കരിഷ്മയാണ് കത്തു വായിച്ചത്. എന്നെ നോക്കിയവൾ ദേഷ്യത്തോടെ ചോദിച്ചു, നിങ്ങൾ ഇത്ര മണ്ടനാണോ? അമ്മയ്ക്ക് എന്തസുഖം ജഗദീഷ്? അവൻ ജയ്പൂരിലേക്ക് മാറാൻ പോവുകയാണ്. നാട്ടിൽ ഒരു തുണ്ട് ഭൂമി ഇടാതെ എല്ലാം അവനു തന്നെ വേണം നിങ്ങൾക്കറിയില്ലെങ്കിൽ മനസ്സിലാക്കിക്കൊള്ളൂ ജഗദീഷ്, നിങ്ങളുടെ സഹോദരന് വിദ്യാഭ്യാസമേ ഇല്ലാതുള്ളൂ, കുബുദ്ധി ആവശ്യത്തിലധികം ഉണ്ട്. നിങ്ങളുടെ അമ്മയിൽ നിന്ന് കിട്ടിയതാവും. ആദ്യമായാണ് അവളെന്റെ കുടുംബത്തെക്കുറിച്ച് മോശമായി സംസാരിക്കുന്നത്. എന്നാൽ എനിക്ക് എതിർക്കാൻ തോന്നിയില്ല. കാരണം അവൾ പറഞ്ഞത് സത്യമാണെന്ന് എനിക്കറിയാം. ചിലർക്കത് കുബുദ്ധിയും മറ്റു ചിലർക്കത് സാമർത്ഥ്യവുമായി തോന്നുന്നു എന്ന് മാത്രം.

പക്ഷേ കരിഷ്മയുടെ ഭാഷയിൽ സാമർത്ഥ്യമല്ല,അതിസാമർത്ഥ്യമാണ്. എതിർക്കപ്പെടേണ്ടതുമാണ്. അവൾ തുടർന്നു. വിറ്റു കാശാക്കിയാൽ ആരെയെങ്കിലും ബോധിപ്പിക്കണോ. നിങ്ങൾക്ക് വീതം തന്നോ ഇല്ലയോ എന്നാരും അറിയാൻ പോകുന്നില്ല. ഓ ജഗദീഷ് നിങ്ങൾ ഇത്ര പാവമായി

പോയല്ലോ? ഇവിടെ ലോണും ചെലവുകളും തീർക്കാൻ കഷ്ടപ്പെടുന്നതിനിടയിലും അവരെ സഹായിക്കാൻ ശ്രമിച്ചുകൊണ്ടേയിരുന്നു. ഞാൻ പോയി ഉറങ്ങുകയാണ്.ഇനി അവന്റെ മുന്നിൽ മണ്ടനെ പോലെ അഭിനയിക്കേണ്ട. ചേട്ടൻ അറിഞ്ഞാണിതെല്ലാം ചെയ്യാൻ സമ്മതിക്കുന്നതെന്ന് അവൻ മനസ്സിലാക്കിക്കോട്ടെ. അല്ലെങ്കിൽ എനിക്കാണതിന്റെ മോശം. ആ കോകില കരുതും ഞാനും ഒരു കിഴങ്ങത്തി ആണെന്ന്. കരിഷ്മയുടെ ദുഃഖം എന്തുകൊണ്ടാണെന്ന് അപ്പോഴാണെനിക്ക് മനസ്സിലായത്. കോകിലയുടെ മുന്നിൽ ഞാനൊരു കിഴങ്ങനാവുന്നത് അവൾക്കത്ര ഇഷ്ടപ്പെടുന്നില്ല. അതല്ലാതെ ബാലേശ്വറിലെ വീടോ കൃഷിയിടമോ ഒന്നും അവൾക്ക് വലിയ വിഷയങ്ങൾ അല്ല. എന്തായാലും അനിയനും ഭാര്യയും കുടുംബ സ്വത്ത് മുഴുവനും കൈവശപ്പെടുത്തി. എന്നാൽ പിന്നെ ഇതെല്ലാം നമ്മുടെ ഔദാര്യമാണെന്ന് മട്ടിൽ ആളാവാനുള്ള അവസരവും കളഞ്ഞു കുളിച്ച് വിനയ കുമ്പാനിതനായി നടക്കുന്ന ഞാൻ അവൾക്കൊരു അത്ഭുതമാണ്.

ചിരി വന്നെങ്കിലും അനൗചിത്യമോർത്തു ഞാനത് അമർത്തി, എന്നിട്ട് അവളെ ചേർത്ത് പിടിച്ചു, നോക്ക് അങ്ങനെയൊന്നുമില്ല, ദൈവം നമ്മളെ രക്ഷിക്കും. ഇതേ ദൈവം തന്നെയാണോ ജസ്വന്തിനെക്കൊണ്ടീ കള്ള ത്തരം ചെയ്യിക്കുന്നത്? ഇനി അവളോട് സംസാരിച്ചിട്ട് ഒരു കാര്യവുമില്ലെന്ന് എനിക്ക് മനസ്സിലായി. കരിഷ്മ കാര്യങ്ങൾ മുഴുവനറിയാതെ നമുക്കാരെയും കുറ്റപ്പെടുത്താൻ കഴിയില്ല. അവൾ ഒന്നും മിണ്ടാതെ പോയി കിടന്നു. അവളോട് അങ്ങനെ പറഞ്ഞെങ്കിലും എന്റെ മനസ്സ് അസ്വസ്ഥമായിരുന്നു. സന്തോഷിന്റെ നമ്പർ റിങ്ങ് ചെയ്തു അവനോട് കാര്യങ്ങൾ ഒന്ന് അന്വേഷിച്ച് അറിയാൻ പറഞ്ഞു. രണ്ടുദിവസത്തിനുള്ളിൽ സന്തോഷിന്റെ ഫോൺ വന്നു. ജസ്വന്ത്, അവന്റെ ബിസിനസ് ഇപ്പോൾ നല്ല നില യിലാണ്. അവനും അളിയന്മാരും ചേർന്ന് ജയ്പൂരിൽ വലിയൊരു ഫർണിച്ചർ ഷോറൂം തുറക്കാൻ പോവുകയാണ്. പുതിയ വീട് വെച്ച് മാറാനാണവന്റെ ഉദ്ദേശം. സന്തോഷ് ഒന്നു നിർത്തി, ചേട്ടാ ജസ്വന്ത് ഭായ് അദ്ദേഹത്തിന്റെ ഇഷ്ടം പോലെ ചെയ്തോട്ടെ, എന്നാൽ നിങ്ങൾ മൂത്തവൻ ആണ്. ആ വീട് അത് നിങ്ങൾക്കുള്ളതാണ്. അതും കളയാൻ സമ്മതിക്കരുത്. ചാന്ദിനി ഫോൺ തട്ടിപ്പറിച്ചെന്ന് തോന്നുന്നു. ഞാൻ നിങ്ങളോട് മുമ്പേ പറഞ്ഞതല്ലേ ശ്രദ്ധിക്കാൻ. ഇപ്പോൾ എന്തായി? അവൾ നിർത്താതെ പറയുകയാണ്, പഴയ കാര്യങ്ങൾ മുതൽ. കുറച്ചുനേരം കേട്ടിട്ട് ഞാൻ ഫോൺ വെച്ചു.

എനിക്ക് ദുഃഖവും നിരാശയും തോന്നി. പിന്നെ കരിഷ്മക്ക് എല്ലാം മനസ്സിലായി എന്ന നാണക്കേടും . അവൻ നന്നായി കാണണം എന്നു മാത്രമാണ് ഞാൻ ആഗ്രഹിച്ചത്. ആവലാതികളില്ലാതെ എന്റെയും കുടുംബ ത്തിന്റെയും വിശേഷങ്ങൾ മാത്രം അന്വേഷിച്ച് ഒരു എഴുത്ത്, എന്നെങ്കിലും

വരുമെന്ന് ഞാൻ പ്രതീക്ഷിച്ചിരുന്നു. അവനെന്നെ കബളിപ്പിക്കുകയായിരുന്നുവെന്ന തോന്നൽ, എന്നിലുണ്ടാക്കിയ അസ്വസ്ഥത, അതെനിക്ക് ഉറക്കം തന്നില്ല. എന്നെ ഏറ്റവും കൂടുതൽ ചിന്തിപ്പിച്ചത് ഇതൊക്കെയാണ്; ഇതിനിടയിൽ ഞാനെന്റെ സഹോദരിയുടെ രണ്ടു പെൺമക്കളുടെ വിവാഹത്തിനും സഹായങ്ങൾ ചെയ്തു കൊടുത്തു. എന്തുകൊണ്ടാണ് അവൻ അവരെയൊന്നും സഹായിക്കാൻ പോലും തയ്യാറാകാത്തത്. ഇത്ര സ്വാർത്ഥനാണോ എന്റെ അനിയൻ. ഞാനിവിടെ ഓരോ നാണയത്തിനും കഷ്ടപ്പെടുമ്പോൾ, എന്റെ അനിയൻ എന്നെ പറ്റിക്കാനായി കഷ്ടപ്പെടുകയായിരുന്നു. അമ്മയും അതിനു കൂട്ടുനിന്നോ... ഞാൻ എന്നോട് തന്നെ പറഞ്ഞുകൊണ്ടേയിരുന്നു. "ആളുകൾ പലവിധമാണ്.... പലവിധം!"

ഞാനൊരു കാര്യം തീരുമാനിച്ചു. ഞാൻ ജനിച്ചു വളർന്ന വീട്, ആ വീട് വിൽക്കാൻ ഞാൻ സമ്മതിക്കില്ല. അതെനിക്ക് വേണം. എന്നെങ്കിലും ബാലേശ്വരിലേക്ക് പോകുമ്പോൾ എനിക്കവിടെ താമസിക്കണം. രാത്രി കിടന്നിട്ട് ഉറക്കം വരുന്നുണ്ടായില്ല. അച്ഛന്റെ,ആ വീടിന്റെയൊക്കെ ഓർമ്മകൾ; രാത്രി ഞങ്ങൾ ഭക്ഷണം കഴിക്കാൻ ഇരിക്കുന്നത്, അടുക്കളയോട് ചേർന്ന് ഒരു വരാന്തയുണ്ട്, അവിടെയാണ് ഇരിക്കുക. ആകാശത്തേക്ക് നോക്കിയാൽ തിളങ്ങുന്ന നക്ഷത്രങ്ങൾ. വലിയ ഓട്ടു കിണ്ണത്തിൽ ഈർപ്പം തീരെയില്ലാത്ത ചപ്പാത്തി. എന്തെങ്കിലും ഒരു കറി, ചിലപ്പോൾ എന്തെങ്കിലും കൂടുതൽ മധുരവും മറ്റും. അത് കഴിക്കുമ്പോൾ അച്ഛൻ വാത്സല്യത്തോടെ പാത്രത്തിൽ നിന്നെടുത്ത് എനിക്കും ജസ്വന്തിനും തരുമായിരുന്നു. അദ്ദേഹം ഇടയ്ക്ക് പറയും, നോക്കു മക്കളെ, ഭൂമി ലക്ഷ്മിയാണ്. ഐശ്വര്യമാണ്. നമ്മളെ കാക്കുന്ന ദേവതയാണ്. എന്നും തൊട്ടു വന്ദിച്ചു വേണം ഒരു ദിവസം തുടങ്ങാൻ. ഈ ഭൂമിയെ നശിപ്പിക്കരുത് ജഗദീഷ്, നീ കേൾക്കുന്നുണ്ടോ ജസ്വന്ത്?... ഞങ്ങൾ ഉറക്കെ മൂളും. ഇടയ്ക്കദ്ദേഹം ആത്മഗതം പോലെ പറയും, ഈ കൃഷി ഭൂമിയും ചമ്പാനദിയും ആണ് നമ്മുടെ ജീവനെ നിലനിർത്തുന്നത്. ജയ് മാതാ.. ജയ് മാതാ... എന്ന് അദ്ദേഹം ഉരുവിട്ടുകൊണ്ടേയിരുന്നു......

എന്റെ കണ്ണുകൾ നിറഞ്ഞു. എന്റെ അച്ഛൻ, അദ്ദേഹത്തിന്റെ ജീവൻ തന്നെ ആ ഭൂമിയായിരുന്നു. എന്റെ വല്യച്ഛൻമാരുടെ മക്കൾ, ഇളയച്ഛന്റെ മക്കൾ, എല്ലാവരും അവിടെത്തന്നെയുണ്ട്. വീർപ്രതാപ്, വീർ പ്രതാപിന്റെ മക്കൾ മാത്രം എല്ലാം നശിപ്പിച്ചു. എന്റെയുള്ളിൽ കുറ്റ ബോധം നിറഞ്ഞു. പിറ്റേദിവസം രാവിലെ ഞാൻ ഓഫീസിൽ എത്തിയതിനു ശേഷം ലീവിന് എഴുതിക്കൊടുത്തു. ഹെഡ് ഓഫീസിൽ വിളിച്ചറിയിച്ചു. അന്ന് വൈകിട്ട് തന്നെ എനിക്ക് വേണ്ട അത്യാവശ്യം സാധനങ്ങളുമെടു

ത്തു റെയിൽവേ സ്റ്റേഷനിലേക്ക് യാത്രയായി. കരിഷ്മ ഇതെല്ലാം കണ്ട് അന്തംവിട്ട് ചോദി ച്ചു. എവിടേക്കാണ് ജഗദീഷ്?... നാട്ടിലേക്ക്.. എന്തു പറ്റി ഒരു മുന്നറിയിപ്പുമില്ലാതെ?... ഒന്നുമില്ല കരിഷ്മ, ആ വീടും സ്ഥലവും വിൽക്കാൻ പോവുകയല്ലേ. ഞാൻ പോയി വന്നിട്ട് എല്ലാം പറയാം. അവൾ തലയാട്ടി.

റെയിൽവേ സ്റ്റേഷനിലിറങ്ങി കിട്ടിയ വണ്ടി പിടിച്ച വീട്ടിലേക്ക് യാത്രയായി. അവിടെയവർ സ്ഥലവും വീടും വിൽക്കാൻ കൊണ്ടുപിടിച്ചുള്ള പരിശ്രമത്തിലാണ്. എന്റെ വരവിലത്ര സന്തോഷമൊന്നും ഉണ്ടായില്ല. ഞാൻ അമ്മയുടെ അരികിലേക്ക് ചെന്നു. അമ്മേ ഇത് ശരിയല്ല.. ഞാൻ ഇതിന് സമ്മതിക്കില്ല. ഇത് നമ്മുടെ പൂർവിക സ്വത്താണ്, പാരമ്പര്യ മാണ്. ഇതു മുഴുവനായി ഇല്ലാതാക്കാൻ നിങ്ങൾക്ക് എങ്ങനെ കഴിയുന്നു. ജസ്വന്ത് നിനക്ക് നിർബന്ധമാണെങ്കിൽ പുറകിലുള്ള സ്ഥലം വിറ്റു കൊള്ളൂ. വീട് അത് എനിക്ക് വേണം. ജസ്വന്ത് പറഞ്ഞു, ചേട്ടാ നിങ്ങൾക്ക് ഇവിടുത്തെ ചെലവുകളെ കുറിച്ച് എന്തെങ്കിലും അറിയണോ? ബോംബെയിൽ ഭാര്യയും കുട്ടികളുമൊത്തു സുഖമായി കഴിഞ്ഞാൽ മതിയല്ലോ?... ഞാനവനെ തറപ്പിച്ചു നോക്കി, ചെലവുകളെ കുറിച്ച് ഒന്നും നീ പറയേണ്ട, അതെല്ലാം എനിക്കറിയാം .

അപ്പോഴേക്കും അമ്മ ഇടപെട്ടു. നിനക്കെന്തിനാണ് ഈ വീട് ജഗദീഷ്? ബോംബെയിൽ സ്വന്തമായി വീടില്ലേ. നീ ഇവിടെ വന്നു താമസിക്കാൻ പോവുകയാണോ... നോക്കൂ ജസ്വന്തിനു അവന്റെ കച്ചവടം വിപുലപ്പെ ടുത്തണം. അവനിനി ജയ്പൂരിലേക്ക് മാറാൻ പോവുകയാണ് . ഞാനിനി എത്ര കാലം കൂടി ഉണ്ടാവും. ഞാൻ അമ്മയുടെ നേരെ തിരിഞ്ഞു കൊണ്ട് ചോദിച്ചു . സ്വന്തം കുടുംബ വീടു വിറ്റിട്ടാണോ, ഇവൻ കച്ചവടം ചെയ്യാൻ പോകുന്നത്. ഇതെന്റെ അച്ഛന്റെ ഓർമ്മകലുള്ള വീടാണ്. മുത്തച്ഛൻ അദ്ദേഹത്തിന് നൽകിയത്.നിങ്ങൾക്കിതൊക്കെ എങ്ങനെ നിഷ്പ്രയാസം മറക്കാൻ കഴിയുന്നു.

ജസ്വന്ത് എന്തൊക്കെയോ പതം പറഞ്ഞുകൊണ്ടിരുന്നു. ഞാൻ ലെവലേ ശം മാറ്റമില്ലാതെ നിന്നു. ജസ്വന്ത്, നീ ഇനി എന്താട്ടമാടിയാലും ഈ വീട് വിൽക്കാൻ ഞാൻ സമ്മതിക്കില്ല. ഞാൻ എഴുന്നേറ്റു നടന്നു. രാത്രി ഏറെ വൈകിയിരുന്നു. ആരും ഭക്ഷണം കഴിക്കാൻ പോലും വിളിക്കുന്നില്ല. അടുക്കളയിൽ ചെന്ന് തനിയെ ഭക്ഷണം എടുത്തു.കോകില ഒരു മൂലയിൽ നിൽക്കുന്നുണ്ടായിരുന്നു. എന്നെ അവൾ നീരസത്തോടെ നോക്കി. എനി ക്കുള്ളിൽ ചിരി വന്നു, ഞാനെന്തു ചെയ്തിട്ടാണ് എന്നെ ദേഷ്യത്തോടെ

നോക്കുന്നത്. ഉള്ള സ്വത്ത് മുഴുവൻ ഞാൻ സഹോദരനു കൊടുത്തു. കിടക്കാനുള്ള വീടെങ്കിലും ബാക്കിയാവണമെന്ന് ആഗ്രഹിച്ചതോ? എനിക്കൊരു കാര്യം ബോധ്യമായി. എന്റെ ഭാര്യ ഒരു മഹതിയാണെന്ന്. ചെറിയ ബഹളമുണ്ടാക്കിയാലും, അവൾ സൗമനസ്യമുള്ളവളാണ്.

പിറ്റേദിവസം രാവിലെ ഞാൻ കുറച്ചു വൈകിയാണ് എഴുന്നേറ്റത്. കുളി കഴിഞ്ഞ് വസ്ത്രം മാറുകയായിരുന്നു. ചില ശബ്ദങ്ങൾ കേട്ട് ഞാൻ വേഗം പുറത്തേക്ക് വന്നു. കുറച്ചധികം ആളുകൾ...ഗ്രാമത്തിലെ പ്രമാണിമാർ, അച്ഛന്റെ ഒരു സഹോദരൻ. ഞാനാകെ അമ്പരന്നു. ഇവിടെ എന്തു സംഭവിച്ചു. കുളി കഴിഞ്ഞു വന്നപ്പോൾ അടുക്കള വശത്ത് അമ്മയെ കണ്ടതാണ്. അവർക്ക് കുഴപ്പമൊന്നുമില്ല. അവധിയായതിനാൽ കുട്ടികൾ അമ്മ വീട്ടിലേക്കു പോയിരിക്കുകയാണ്. കോകിലയുമുണ്ട് അടുക്കളയിൽ. എന്റെ അനുജനാണെങ്കിൽ മുന്നിൽ പന പോലെ നിൽക്കുന്നു.

ഞാൻ എല്ലാവരെയും നോക്കി ഒന്ന് പുഞ്ചിരിച്ചു. ഇരിക്കൂ, തിണ്ണ ചൂണ്ടിക്കാട്ടി പറഞ്ഞു. ഗ്രാമമുഖ്യനായി ജസ്വന്ത് അകത്തു നിന്ന് ഒരു കസേര കൊണ്ടുവന്നു കൊടുത്തു. ഇടയ്ക്ക് ഞാൻ അവന്റെ മുഖത്തേക്ക് ഒന്ന് നോക്കി. അവൻ മുഖം കടുപ്പിച്ചാണ് പിടിച്ചിരിക്കുന്നത്. എന്നെ ശ്രദ്ധിക്കുന്നതേയില്ല. എന്തോ കുഴപ്പം സംഭവിക്കാൻ പോകുന്നു എന്ന സൂചന എനിക്ക് കിട്ടിത്തുടങ്ങി.

അവർ തുടങ്ങി. എന്താണു ജഗദീഷ്? നിങ്ങൾ ഇവിടെ കുഴപ്പമുണ്ടാക്കാൻ വന്നതാണോ? ഇവിടെ നിന്ന് എത്ര വർഷം മുമ്പേ പോയതാണ്. ഇപ്പോൾ ബോംബെയിൽ ജീവിക്കുന്നു. ഇതുവരെ കുടുംബത്തെക്കുറിച്ച് ചിന്തിക്കാതെ സ്വത്തിനായി അവകാശം പറയുന്നുവോ? ഞാനൊന്നു ഞെട്ടി, പെട്ടെന്ന് തന്നെ സമനില വീണ്ടെടുത്തുകൊണ്ട് ചോദിച്ചു. എനിക്ക് മനസ്സിലാകുന്നില്ല. ഞാൻ ബോംബെയിൽ ജോലി ചെയ്യുന്നു എന്നുള്ളത് സത്യം തന്നെ. പക്ഷേ എനിക്ക് എന്റെ നാടും കുടുംബവുമായും എപ്പോഴും ബന്ധമുണ്ടായിരുന്നു. അവർക്ക് കൂടി വേണ്ടിയാണ് ഞാൻ ഈ നാടു വിട്ടത്. ഞാൻ അവർക്ക് വേണ്ടി എന്തെല്ലാം ചെയ്തിട്ടുണ്ടെന്ന് അവർക്ക് നന്നായി അറിയാം. അല്ലേ ജസ്വന്ത്? ഞാൻ ജസ്വന്തിനു നേരെ തിരിഞ്ഞു. അവൻ എന്നെ ശ്രദ്ധിക്കാതെ ഗ്രാമമുഖ്യന്റെ മുഖത്തു തന്നെ നോക്കി നിൽക്കുകയാണ്, അവിടെ നിന്ന് എന്തോ പ്രതീക്ഷിച്ചുകൊണ്ട്. ഞാൻ ഗ്രാമ മുഖ്യനോടായി പറഞ്ഞു. താങ്കൾക്കും ഇതെല്ലാം അറിയാവുന്നതാണ്, ഇങ്ങനെയെല്ലാം സംസാരിക്കാൻ എങ്ങനെ മനസ്സ് വരുന്നു? അയാളുടെ കണ്ണുകൾ ഒന്നു പിടഞ്ഞു. ഞാൻ തുടർന്നു, ഭാഗം ചോദിക്കാനായി വന്നതല്ല. ഈ

വീട് വിൽക്കാൻ എനിക്ക് താല്പര്യമില്ല. എന്റെ കാലം കഴിയുന്ന വരെ യെങ്കിലും എന്നെങ്കിലും ഞാൻ നാട്ടിൽ വരുമ്പോൾ എനിക്കൊരു രാത്രി കിടക്കണമെങ്കിൽ ഞാൻ മറ്റെവിടെ പോകും.

കൂട്ടത്തിൽ നിന്ന് മറ്റൊരാൾ എഴുന്നേറ്റു. പാൻ കഴിച്ച് അയാളുടെ പല്ലുകൾ പകുതിയും നശിച്ചു കഴിഞ്ഞു . കുടുംബത്തിനുവേണ്ടി അഞ്ചു പൈസ ചെലവാക്കാതെ, ഏതോ പെണ്ണിനെയും കെട്ടി, അവിടെ സുഖമായി കഴിയുകയാണ്. ഈ ജസ്വന്തിവിടെ എത്രയധികം എത്രയധികം കഷ്ടപ്പെട്ടിട്ടുണ്ട് എന്നറിയാമോ. പിന്നെ അയാൾ പാരായണം തുടങ്ങി. ഞാൻ തന്നെ എന്നെ കുറിച്ച് അതെല്ലാം ആദ്യമായാണ് കേൾക്കുന്നത് ! എന്തിന്! അയാൾ എന്റെ ഭാര്യയെയും കുടുംബത്തെയും കുറിച്ച് വരെ പറഞ്ഞു തുടങ്ങി. എന്റെ ക്ഷമ നശിച്ചു. പോരാത്തതിന് അയൽ പക്കത്തെ വീടുകളിൽ നിന്ന് ആളുകൾ വന്ന് ഉമ്മറത്തിരുപ്പായി. സ്ത്രീകൾ വേലിക്കരികിൽ നിന്ന് ചേലത്തലപ്പിനുള്ളിലൂടെ എന്തൊക്കെയോ സംസാരിക്കുന്നു.

ഞാൻ ഉറക്കെ പറഞ്ഞു. നോക്കൂ ഇതെന്റെ കുടുംബ കാര്യമാണ്. ഞാനീ വീട്ടിലെ മൂത്ത മകനാണ്. ഞാൻ ജസ്വന്തിനു നേരെ തിരിഞ്ഞു, ജസ്വന്ത് നീ ചെയ്തത് അന്തസ്സിന് നിരക്കാത്ത കാര്യമാണ്. നമുക്കിത് പറഞ്ഞു തീർക്കാവുന്നതേ ഉണ്ടായിരുന്നുള്ളൂ. ഈ നാണക്കേടിന്റെ ആവശ്യമുണ്ടായിരുന്നില്ല. ബാബയുടെ ആത്മാവ് നമ്മളോട് ഒരിക്കലും പൊറുക്കില്ല. അവന്റെ മട്ടു മാറി. നിങ്ങൾ എന്തു മൂത്തമകനാണ്. എന്റെ കഷ്ടപ്പാട് നിങ്ങൾക്കറിയാമോ? എനിക്ക് കച്ചവടത്തിന് പണം വേണം. ഈ വീടും സ്ഥലവും രാമുഭയ്യയാണ് എടുക്കാൻ പോകുന്നത്. രാമു ഭയ്യാ എന്ന് വെച്ചാൽ നേരത്തെ എന്നോട് സംസാരിച്ച വ്യക്തി. അപ്പോൾ ജസ്വന്തെല്ലാം കരുതിക്കൂട്ടിയാണ്.എനിക്കൊന്നും വിശ്വസിക്കാൻ കഴിയുന്നുണ്ടായിരുന്നില്ല. രാത്രി കഴിഞ്ഞിട്ടില്ലെന്നും ഒരുപക്ഷേ ഉറക്കത്തിൽ നിന്ന് ഞാൻ ഞെട്ടി ഉണർന്നേക്കാമെന്ന് വരെ ആശിച്ചുപോയി.

ജസ്വന്ത്, എന്റെ അനിയൻ, അവൻ തുടർന്നുകൊണ്ടേയിരുന്നു. നിങ്ങൾക്ക് വല്ലപ്പോഴും വന്നു താമസിക്കാനായി ഈ വീട് സ്വന്തമായി വേണോ? ഏതെങ്കിലും സത്രത്തിൽ തങ്ങിയാൽ പോരേ?... ഞാൻ തരിച്ചു നിന്നു പോയി. ഞങ്ങൾ ജനിച്ചു, വളർന്ന വീട്. എനിക്ക് കൂടി അവകാശമുള്ള വീട്. അതവൻ വിൽക്കാൻ തീരുമാനിച്ചിരിക്കുന്നു. എന്നോടെതെങ്കിലും സത്രത്തിൽ തങ്ങിക്കൊള്ളാൻ. ഇവൻ ഇത്ര കഠിന ഹൃദയനായിരുന്നോ?.... ഇരിക്കുന്നവർ കലപില സംസാരിച്ചു തുടങ്ങി. എല്ലാവരും ജസ്വന്തിനു വേണ്ടി മാത്രമാണ് സംസാരിച്ചത്. കാര്യങ്ങളവൻ അങ്ങനെയാക്കി മാറ്റിയിരു

ന്നു. അവനിതെല്ലാം മുൻകൂട്ടി കണ്ടപോലെ!.... ഞാനവർ പറയുന്നതൊന്നും കേൾക്കുന്നുണ്ടായിരുന്നില്ല. പുറത്തുനിന്ന് അടക്കം പറയുന്നവർ, താടിക്കും മൂക്കിനും എല്ലാം വിരൽ കൊടുത്ത് കഷ്ടം വയ്ക്കുന്നവർ. എന്റെ കണ്ണുകളിൽ അവരൊക്കെയായിരുന്നു. കൂട്ടത്തിൽ ഒരു സ്ത്രീ പറയുന്നത് കേട്ടു. വീർ പ്രതാപിന്റെ മക്കൾ തമ്മിൽ തല്ലിയോ?... എന്ത് കർമ്മഫലം!....

എന്റെ ചെവിടിനുള്ളിൽ വണ്ടുകൾ മൂളുന്ന പോലെ...ഞാൻ അമ്മയെ വിളിച്ചു, അമ്മേ ഇവിടേക്ക് വരൂ, ഇവിടെ വന്ന് സംസാരിക്കൂ .... ഞാനിവിടെ നാണം കെട്ടു നിൽക്കുകയാണ്. നിങ്ങൾ സത്യം അറിയുന്നവരാണ്. ഇവിടെ വന്ന് ഇവരോട് സത്യം പറയൂ. അവർ ഒരു അടി പോലും മുന്നോട്ടു വന്നില്ല. അവരുടെ സാരിതലപ്പ് ഞാൻ കതകിന്റെ വിടവിലൂടെ കണ്ടു. ഞാൻ ഉള്ളിലേക്ക് തിരിഞ്ഞതും അമ്മ വേഗത്തിൽ മുറിയിൽ കയറി വാതിൽ അടച്ചു. ഞാൻ നിസ്സഹായനായി നിന്നു. എന്തൊക്കെയാണ് ജസ്വന്ത് ആളുകളോട് പറഞ്ഞു ധരിപ്പിച്ച് വെച്ചിരിക്കുന്നതെന്ന് എനിക്ക് മുഴുവനായും അറിയില്ല. ഒരുപക്ഷേ അവൻ കൃഷിഭൂമി വിറ്റതിന്റെ വിഹിതം എനിക്കും കൂടി തന്നിരുന്നുവെന്ന് പറഞ്ഞിട്ടുണ്ടാവാം.

എന്റെ അച്ഛന്റെ സഹോദരങ്ങളിൽ രണ്ടുപേർ അപ്പോഴും ജീവനോടെ ഉണ്ടായിരുന്നു. അവരുടെ മക്കളെല്ലാം കൃഷി സ്ഥലത്തായിരുന്നു. ആരും ഒന്നും അറിഞ്ഞില്ല. ഞാൻ വന്നതു പോലും. അവരെ അകറ്റി നിർത്താൻ ജസ്വന്ത് നല്ല ബുദ്ധി കാണിച്ചു. രണ്ടാമത്തെ വല്യച്ഛൻ അദ്ദേഹമാണ് കൂടെയുള്ളത്. പാവത്തിന് ഒരുപാട് വയസ്സായി. പോരാത്തതിന് കേൾവി കുറവുമുണ്ട്. അദ്ദേഹത്തിന് എതിർത്ത് പറയണമെന്നൊക്കെ ഉണ്ടായിരുന്നു. എന്നാൽ ഗ്രാമ മുഖ്യനെയും, രാമു ഭയ്യാ അയാളുടെ സഹോദരനാണ്. അവരെ എതിർത്താൽ പിന്നെ നാട്ടിൽ സമാധാനമായി ജീവിക്കാൻ കഴിയില്ല. അദ്ദേഹം പതുക്കെ എന്റെ അടുത്തേക്ക് വന്നു. എന്റെ മോനെ നീ ഇങ്ങനെ ഒരു ബുദ്ധി മോശം കാണിക്കരുതായിരുന്നു. ഞങ്ങളെ അറിയിച്ചിട്ട് വേണമായിരുന്നു വരാൻ. ഞാനാ തിണ്ണയിൽ കുറച്ചു നിമിഷങ്ങൾ ഇരുന്നു പോയി... എന്ത്? ആരെ അറിയിക്കാൻ?... ഇങ്ങനെയെല്ലാം സംഭവിക്കുമെന്ന് ആരാണ് വിചാരിച്ചത്?

എന്റെ മനസ്സ് ചത്തു കഴിഞ്ഞിരുന്നു. ചിലപ്പോൾ അങ്ങനെയാണ് ചിലര് ജീവിച്ചിരിക്കുമ്പോൾ തന്നെ മരിക്കുന്നു . ഞാനും അവരിലൊരാളായി . നമുക്ക് ഏറ്റവും വേണ്ടപ്പെട്ടവർ, നമ്മൾ നമ്മുടേത്, സ്വന്തമെന്നു കരുതുന്ന

വർ, സ്നേഹിക്കുന്നവർ അവർ നമ്മളെ ചതിക്കുമ്പോൾ അനുഭവിക്കുന്ന വേദനയുണ്ടല്ലോ, അത് പറഞ്ഞറിയിക്കാൻ കഴിയാത്തതാണ്. നെഞ്ച് പൊട്ടി പിളരുന്ന വേദന, തൊണ്ട വറ്റി വരണ്ടു വേദന എടുക്കുന്നു. ആ വേദന കവിളിലും കഴുത്തിലും എല്ലാം വിങ്ങലാവുകയാണ്.

കുറച്ചുനേരത്തിന് ശേഷം ഞാൻ എഴുന്നേറ്റു, ഗ്രാമമുഖ്യനു നേരെ തിരിഞ്ഞു കൊണ്ട് പറഞ്ഞു. ഇനി നിർത്തിക്കോളൂ, ഞാൻ പോവുകയാണ്. എനിക്കൊന്നും വേണ്ട. ഈ വീട് കൂടി എന്റെ സഹോദരൻ എടുത്തു കൊള്ളട്ടെ. പക്ഷേ നിങ്ങൾ ഒരു കാര്യം മറക്കണ്ട. ഞാൻ വീർ പ്രതാപിന്റെ മകനാണ്. അദ്ദേഹത്തിന്റെ അനുഗ്രഹം അതെന്നും എന്റെ കൂടെയുണ്ട് എല്ലാവരും നിശബ്ദരായി. ഞാൻ അകത്തേക്ക് കയറിപ്പോയി, എന്റെ ബാഗടുത്ത് പുറത്തു കിടക്കുന്ന ഈറൻ തുണികൾ അതിൽ തള്ളിക്കയറ്റുന്നതിനിടയിലാണ്, നാട്ടിലേക്കാണെന്ന് പറഞ്ഞപ്പോൾ കരിഷ്മ ഓടിപ്പോയി, കുറച്ച് പേനകളും കളർ പെൻസിലുമൊക്കെ അടങ്ങുന്ന ഒരു ബോക്സ് ബാഗിൽ വച്ചിരുന്നു, അത് കുട്ടികൾക്ക് കൊടുക്കാൻ പറഞ്ഞു. എന്റെ കണ്ണുകൾ നിറയുന്നതു കൊണ്ട് എനിക്ക് ശരിക്കും കാണാൻ കഴിയുന്നില്ല. അതെടുത്തു താഴെ വെച്ചു. ആരെയും നോക്കിയില്ല. യാത്ര പറഞ്ഞുമില്ല..... അപ്പോൾ തന്നെ ഇറങ്ങി നടന്നു.

25 ദൈവത്തിന്റെ കണക്കുകൾ

ഞാൻ ഗ്രാമ കവലയിലൂടെ നടക്കുകയാണ്, എപ്പോഴാണ് ബസ് വരുന്നതെന്നറിയില്ല. പെട്ടെന്ന് പുറകിൽ നിന്ന് ഉറക്കെയുള്ള വിളി, ജഗദീഷേട്ടാ നിൽക്ക്. ഞാൻ തിരിഞ്ഞു നോക്കി. കല്യാൺ പ്രതാപ് ആണ്. എന്റെ ചെറിയച്ഛന്റെ ഇളയ മകൻ, എന്നെക്കാൾ 18 വയസ്സ് വ്യത്യാസമുണ്ട്. കുട്ടിക്കാലം മുതലേ അവന്റെ ഇഷ്ടപ്പെട്ട ചേട്ടനാണ് ഞാൻ.

ഞാൻ ബോംബെയിൽ നിന്ന് വരുമ്പോൾ അന്നവൻ ചെറിയ കുട്ടിയാണ്. ജനാലയിലും മറ്റു പിടിച്ചു കയറി എന്റെ മുറിയിലേക്ക് ഒളിഞ്ഞു നോക്കുക, അവന്റെ ഒരു വിനോദമായിരുന്നു. എന്തോ ഒരു അത്ഭുത വസ്തുവിനെ പോലെ. അകത്തേക്ക് വിളിച്ചാൽ വരില്ല, നാണവും പേടിയും ആണ്. അമ്മയും ചെറിയമ്മയുമായി അക്കാലത്ത് വലിയ രസത്തിലല്ലായിരുന്നു. അതുകൊണ്ടുതന്നെ ചെറിയച്ഛന്റെ കുടുംബം ഇങ്ങോട്ട് എത്തിനോക്കാറുമില്ല . എന്നാൽ ഇവനാകട്ടെ വലിയവരുടെ ഈ പൊട്ടത്തരങ്ങളെ കുറിച്ച് ധാരണയൊന്നുമില്ലാത്തതുകൊണ്ട് എന്റെ വീട്ടിൽ കറങ്ങി നടക്കും. ചാന്ദിനിയുടെ സിൽബന്തിയായി. ഏറ്റവും രസകരമായ കാ

ര്യം, അവന് എന്റെ അമ്മയുടെ വഴക്കും കിട്ടും, വീട്ടിൽ ചെല്ലുമ്പോൾ സ്വന്തം അമ്മയുടെ വക വേറെയും കിട്ടും.

ഒരു ദിവസം ഞാൻ പുറകിലൂടെ പതുങ്ങിച്ചെന്ന് അവനെ എടുത്തു കൊണ്ട് മുറിയിലേക്ക് കയറി, ചാന്ദിനി അതുകണ്ട് ഓടിവന്നു. അവൻ കുതറുകയും നാണിക്കുകയും ഒക്കെ ചെയ്തു. ഞാൻ അവളോട് ബോംബെയിൽ നിന്ന് കൊണ്ടുവന്ന പലഹാരങ്ങളോ മിഠായികളോ എടുക്കാൻ പറഞ്ഞു. കേൾക്കേണ്ട താമസം അവൾ ഒരു പാത്രം നിറയെ അവൾക്കുകൂടി കഴിക്കാൻ വേണ്ടിയാണെന്ന് തോന്നുന്നു, എടുത്തു കൊണ്ടു വന്നു. അത് മടിച്ചു മടിച്ചവൻ കഴിക്കുമ്പോഴാണ് അമ്മ കയറി വന്നത്, അവർ പിറു പിറുക്കാൻ തുടങ്ങി. നന്ദിയില്ലാത്ത വർഗ്ഗമാണ്. ഞാൻ അവനെ നോക്കി സാരമില്ല എന്ന അർത്ഥത്തിൽ കണ്ണടച്ചു. വലിയമ്മയ്ക്ക് വായ് തരിച്ചിട്ടാണ് മോനെ. മുറുക്കാൻ വായിൽ ഇല്ലെങ്കിൽ എന്തെങ്കിലും പറഞ്ഞു കൊണ്ടിരിക്കണം. അവൻ പല്ലു പോയ വിടവ് കാട്ടി ചിരി തുടങ്ങി. അമ്മ വഴക്കു പറയും അവൻ ആശങ്കയോടെ പറഞ്ഞു. ഞാൻ ചിരിച്ചു. ഇല്ല ജഗദീഷ് ഭയ്യാ തന്നതാണെന്ന് പറഞ്ഞാൽ മതി. അവൻ അത് എടുത്തു കൊണ്ട് വീട്ടിലേക്ക് പോകുന്നതിനിടയിൽ ഞാൻ പറഞ്ഞു, അമ്മയും ചെറിയമ്മയും തമ്മിലുള്ള വഴക്ക് മാറിക്കോളും കല്യാൺ! എനിക്കത് ഉറപ്പായിരുന്നു.

പിണക്കം എന്തായാലും അന്നു തന്നെ മാറി. അവൻ എന്താണ് വീട്ടിൽ ചെന്ന് പറഞ്ഞതെന്ന് അറിയില്ല. എന്തായാലും ചെറിയമ്മയുടെ പിണക്കം മാറി, അവരെന്നെ കാണാൻ വീട്ടിലേക്ക് വന്നു. കൂടെ പരിമളയും സാവിത്രിയും ഉണ്ടായിരുന്നു. ഞാനുള്ളതുകൊണ്ട് ആയിരിക്കാം അമ്മ മോശമായി ഒന്നും പറഞ്ഞില്ല. പിന്നെയെല്ലാം പഴയതുപോലെയായി. ഞാൻ നാട്ടിലേക്ക് പോകുമ്പോൾ അവനുവേണ്ടി എന്തെങ്കിലും വാങ്ങും. കുടുംബത്തിലെ ഏറ്റവും ഇളയ സന്താനമാണ്. വളരെ പാവം, ഒരു കാറ്റടിച്ചാൽ പറന്നു പോകുമോ എന്ന് തോന്നുവിധം. മഹേന്ദ്രഭായുടെ ഭാഷയിൽ പറഞ്ഞാൽ, തന്റെ ദുരിതങ്ങളുടെ അനന്തരാവകാശി.

ജഗദീഷേട്ടാ... അവൻ സൈക്കിൾ എന്റെ മുന്നിലേക്ക് നീക്കി നിർത്തി. എന്തു വേഗമാണിത് ചേട്ടാ? അവൻ എന്റെ മുഖത്തേക്ക് നോക്കി, പിന്നെ സങ്കടത്തോടെ മുഖം തിരിച്ചു.വരൂ നമുക്ക് കടയിലേക്ക് പോകാം. അവൻ എന്റെ കയ്യിൽ നിന്നും ബാഗ് തട്ടിപ്പറിച്ച് വാങ്ങി എന്നു പറയുന്നതായിരിക്കും ശരി. വരൂ ചേട്ടാ, ഞങ്ങളൊക്കെ ഇപ്പോഴാണ് കാര്യങ്ങളൊക്കെ അറിയുന്നത്. ജസ്വന്ത് ചേട്ടൻ ഇതിനെല്ലാം ദൈവത്തോട് കണക്കു പറയേണ്ടിവരും. അവിടെ ചെല്ലുമ്പോൾ വിലയ്ക്കെടുക്കാൻ ഗ്രാമമുഖ്യൻ

ഉണ്ടാവില്ലല്ലോ... കണക്കു പറയേണ്ടി വരും ....അവൻ അങ്ങനെ നിഷ്കള ങ്കമായി സംസാരിക്കുകയാണ്.

അവന് കവലയിൽ ഒരു ചെറിയ ഇലക്ട്രോണിക്സ് റിപ്പയറിങ് കടയു ണ്ട്. രണ്ടുമൂന്നു പഴയ ഫാനുകൾ, റേഡിയോ, ഗ്രാമഫോൺ ഇവയൊക്കെ നന്നാക്കാനായി കൊണ്ടു വച്ചിട്ടുണ്ട്. അവനൊരു കസേര ഇട്ടു തന്നു. എ പ്പോഴാണ് ബസ് വരുന്നത്? ബസ്സിനി ഉച്ചയ്ക്ക് ശേഷമാണ് ചേട്ടാ? നിങ്ങ ളെന്തെങ്കിലും കഴിച്ചിരുന്നോ? അവൻ പുറത്തേക്കു പോകാൻ ഒരുങ്ങി യപ്പോൾ എനിക്ക് മനസ്സിലായി എന്തോ വാങ്ങിച്ചു കൊണ്ടു വരാനാണ്. കല്യാൺ എനിക്ക് ഒന്നും ആവശ്യമില്ല. കുറച്ചു വെള്ളം തരൂ. വേറെ എന്തെങ്കിലും വണ്ടിയുണ്ടോ എന്ന് അന്വേഷിക്കൂ. എനിക്ക് റെയിൽവേ സ്റ്റേഷനിൽ എത്തണം. അവൻ തലയാട്ടി കൂജയിൽ നിന്ന് വെള്ളം എടുത്തു തന്നു. നടപ്പിന്റെ ക്ഷീണം കൊണ്ട് ഞാനത് പെട്ടെന്ന് തന്നെ കുടിച്ചു തീർ ത്തു. കല്യാൺ പുറത്തുപോയി അന്വേഷിച്ചിട്ട് വന്നു. ഒരു ജീപ്പ് വരും ചേട്ടാ.. അപ്പോൾ കയറി പോകാം.

ഞാൻ പുറത്തേക്ക് ഇറങ്ങിയില്ല. ആളുകളെ നേരിടാൻ ബുദ്ധിമുട്ടു ണ്ടായിരുന്നു. പരിചയമുള്ളവർ, അല്ലാത്തവർ എല്ലാവരും അറിഞ്ഞിട്ടു ണ്ടാകും. പിന്നെ പൊടിപ്പും തൊങ്ങലും വെച്ച് അവനവന്റെ ഭാഷ്യത്തി ൽ അങ്ങോട്ടുമിങ്ങോട്ടും പറയുന്നുണ്ടാവും. ചിലർ സഹതിപ്പിക്കാനോ കാര്യങ്ങളന്വേഷിക്കാനോ വരാം. എനിക്കൊന്നും പറയാനുണ്ടായിരു ന്നില്ല. മനസ്സിന് തികഞ്ഞ ഭാരമാണ്. കൂട്ടത്തിൽ അപമാന ബോധവും. ഞാൻ ചെറുപ്പത്തിലെ ഇവിടെ നിന്ന് പോയതാണ്. നാട്ടിൽ വരുമ്പോഴൊ ക്കെ തികഞ്ഞ ബഹുമാനം ലഭിച്ചിരുന്നു. സന്തോഷത്തോടെ മാത്രമേ ഞാ ൻ ഈ നാട്ടിൽ നിന്നിട്ടുള്ളൂ. ചാന്ദ്നിയുടെ വിവാഹം കേമമായിട്ടാണ് നട ത്തിയത്. അതുകൊണ്ടൊക്കെ ആയിരിക്കാം അപമാനം എന്നെ വല്ലാതെ അസ്വസ്ഥനാക്കി. അപ്പോഴേക്കും ജീപ്പ് വന്നു. ഞാൻ ബാഗെടുത്തു കല്യാ ണിനോട് യാത്ര പറഞ്ഞ് പുറപ്പെടാൻ തുടങ്ങിയപ്പോൾ അവൻ വേഗം അലമാര തുറന്ന് സഞ്ചിയിൽ നിന്ന് കനം കുറഞ്ഞ ഒരു കടലാസു പാക്കറ്റ് എടുത്ത് എന്റെ കയ്യിൽ തന്നു. ഹനുമാൻ കോവിലെ പ്രസാദമാണ് ചേട്ടാ. നിങ്ങൾക്ക് വണ്ടിയിൽ വച്ച് കഴിക്കാം. ഇതിപ്പോൾ ഊണിന്റെ സമയമാ ണ്. പക്ഷേ നിങ്ങളൊന്നും കഴിക്കാൻ പോകുന്നില്ലെന്ന് എനിക്കറിയാം

റെയിൽവേ സ്റ്റേഷനിൽ ഒട്ടും തിരക്കുണ്ടായിരുന്നില്ല. സ്റ്റേഷൻ എന്നൊ ന്നും പറയാനില്ല ഒരു ചെറിയ കെട്ടിടം. അധികസമയം ട്രെയിൻ നിർത്തി യിടില്ല. വളരെ പെട്ടെന്ന് കയറണം. ഞാൻ ജനറൽ കമ്പാർട്ട്മെന്റിൽ കയ

റി. ജനലിലൂടെ എന്റെ നാട് പിന്തള്ളപ്പെടുന്നത് കണ്ടു. ഏപ്രിൽ മാസമായിരുന്നു നല്ല ചൂട്. അതിലേറെ ചൂട് മനസ്സിനാണ്. ഞാനൊന്നും കഴിച്ചില്ല അങ്ങനെ ഇരുന്നു. ചിന്തകൾ കീറിമുറിക്കുകയാണ്. ഞാൻ ഇറങ്ങിപ്പോന്നപ്പോൾ അമ്മയെന്താണ് വിളിക്കാതിരുന്നത്. ഞാൻ പഴയ കാര്യങ്ങൾ ഓർത്തുകൊണ്ടേയിരുന്നു......

രാത്രിയായപ്പോൾ നടുവിന് വയ്ക്കാനായി എന്റെ കൈയിലുള്ള ചെറിയ കുഷ്യനെടുത്തു അധികം നേരം ഇരിക്കുമ്പോൾ നടുവേദന തോന്നും. ഇപ്പോളിത് സ്ഥിരം ബാഗിൽ കരുതാറുണ്ട്. വർഷങ്ങൾ നീണ്ട ബോംബെ ജീവിതത്തിന് കിട്ടിയ ബോണസാണ്. 10 മണിക്കൂർ ജോലി. ആദ്യ കാലഘട്ടങ്ങളിൽ അതിലും കൂടുതൽ സമയം ജോലി ചെയ്യേണ്ടി വന്നിട്ടുണ്ട്. രാവിലെയും വൈകിട്ടും ഉള്ള നീണ്ട യാത്രകൾ. ഒരുപാട് വർഷമായില്ലേ..... എല്ലൊക്കെ തേഞ്ഞു തുടങ്ങിയിട്ടുണ്ടാവും.,,.. കുഷ്യൻ എടുത്തപ്പോഴാണ് ബാഗിന്റെ സൈഡ് പോക്കറ്റിൽ കല്യാൺ തന്ന പാക്കറ്റ് കണ്ടത്. ചാരിയിരുന്ന് അത് പതുക്കെ പൊട്ടിച്ചു. ലഡുവാണ്. ചെറുപയർ പരിപ്പ് പൊടിച്ചതും പൊരിയും ശർക്കരയും ചേർത്ത് കുഴച്ചെടുത്ത വലിയൊരു ലഡു. ഞാനത് കയ്യിലെടുത്തു. ഓ ഇത് ഞങ്ങളുടെ നാട്ടിലുള്ള ഹനുമാൻ കോവിലിലെ പ്രസാദമാണ്. അവിടെ ഒരു ദിവസം എല്ലാ ഭക്തർക്കും പ്രസാദം സൗജന്യമായി തരും.

ഒരു ഉയരമേറിയ കുന്നു പോലെയുള്ള സ്ഥലത്താണ് ക്ഷേത്രം. വളരെ ചെറിയ ക്ഷേത്രമാണ്. എന്നാൽ കയറാൻ കല്ലുകൾ വെട്ടി പടികളുണ്ടാക്കിയിട്ടുണ്ട്. എന്റെ കുട്ടിക്കാലത്ത് ഞാനാ പടവുകൾ വേഗത്തിലോടി പ്രസാദം വിതരണം ചെയ്യുന്നിടത്തെത്തും. വല്ലാത്ത തിരക്കാണാ ദിവസം ക്യൂ നിന്ന് പ്രസാദം വാങ്ങണം. അത് കിട്ടിയാൽ താഴത്തേക്ക് വീണ്ടും ഓടും. ചാന്ദിനിയും ജസ്വന്തും താഴെ നിൽക്കുന്നുണ്ടാവും. കുന്നിന്റെ മുകളിലേക്ക് കയറുക ശ്രമകരമാണ്. അവരുടെ കാലുകൾ കഴയ്ക്കും എന്നുള്ളതുകൊണ്ട് മുകളിലേക്ക് വരാൻ ഞാൻ നിർബന്ധിക്കാറില്ല. ജസ്വന്ത് താഴെ പടവിൽ ഇരിക്കുന്നുണ്ടാവും ചാന്ദിനി അക്ഷമയായി എന്നെ നോക്കി നിൽക്കുന്നുണ്ടാവും. താഴെ ഇറങ്ങിവന്ന് രണ്ടുപേർക്കും പങ്കു വെച്ചു കൊടുത്താൽ എന്റെ കയ്യിൽ അതിന്റെ പൊടികൾ മാത്രം ബാക്കിയാവും. അതും കഴിച്ചു ഞങ്ങൾ കളിച്ചു ചിരിച്ച് വീട്ടിലേക്ക് പോകും. അടുത്ത ആഴ്ചയും വരണം ചേട്ടാ അവൾ എന്നോട് കെഞ്ചാറുണ്ടായിരുന്നു. അവൾ ഒരു മധുരക്കൊതിയത്തിയാണ്.........

ഞാൻ ഈർപ്പമാർന്ന ലഡുവിലേക്ക് നോക്കി. ചൂടുകാരണം ഈർപ്പമായി

തുടങ്ങി. ആദ്യമായി ഇത് മുഴുവനോടെ കഴിക്കുകയാണ്. തൊണ്ടയിൽ നിന്നിറങ്ങുന്നില്ല.....എന്റെ സഹോദരങ്ങൾ.....ഞാനവരെ.......എന്റെ കണ്ണുകൾ നിറഞ്ഞൊഴുകി. ഞാൻ കല്യാണിന്റെ വാക്കുകളോർത്തു, ദൈവത്തിനോട് കണക്കു പറയേണ്ടി വരും . ദൈവത്തിനു കണക്കുണ്ടോ ? ഇല്ലെന്നനെന്റെ ഹൃദയം മന്ത്രിച്ചു.

26 വിധിയുടെ വൈപരീത്യം

വീട്ടിലെത്തി വാതിൽ തുറന്നു, കരിഷ്മ ആശ്ചര്യത്തോടെ ചോദിച്ചു. ഇതെന്ത് കോലമാണ് ജഗദീഷ്. അവിടെ പാടത്ത് പണിയെടുത്ത് ക്ഷീണിച്ചു നേരെ ഇങ്ങു കയറിപ്പോന്നോ. ഞാൻ ബാഗ് സെറ്റിയിൽ വച്ച് അവളെ തറപ്പിച്ചു നോക്കി. അതിന് അവിടെ കൃഷിഭൂമി എവിടെയാണ്? അതെല്ലാം വല്ലവരുടെയും സ്വന്തമാണിപ്പോൾ. ഞാൻ ഉറക്കെയാണ് സംസാരിച്ചത്.... അവളമ്പരന്നു. ഞാൻ ബാഗ് എടുത്ത് അകത്തേക്ക് പോയി, പിന്നാലെ അവളും വന്നെങ്കിലും ഞാൻ വേഗം തന്നെ കുളിക്കാനായി ബാത്റൂമിൽ കയറി. ശരീരത്തിൽ തണുത്ത വെള്ളം വീണപ്പോൾ കുറച്ച് ആശ്വാസം പോലെ. വസ്ത്രം മാറി തീൻമേശയ്ക്കരികിലിരുന്നു. നല്ല വിശപ്പുണ്ട്. ട്രെയിനിൽ വെച്ച് ഒന്നും കഴിച്ചില്ല. വിശപ്പ് തീരെ തോന്നിയില്ലെന്നതാണ് സത്യം.

നമ്മൾ നമുക്ക് വേണ്ടി വരയ്ക്കുന്ന ചില ചിത്രങ്ങളുണ്ട്. അത് പൂർണ്ണമായും നമ്മുടെ ഭാവനയാകും. ചിത്രം യാഥാർത്ഥ്യമല്ല എന്നറിഞ്ഞ ചിത്രകാരന്റെ അവസ്ഥയാണ് എനിക്ക്. ഞാൻ തന്നെ വരച്ച ഒരു ചിത്രമാണ് എന്റെ കുടുംബം. അതിൽ കടും വർണ്ണങ്ങളും ഇളം ചായങ്ങളും ഉണ്ടായിരുന്നു. ഇടയ്ക്കിടെ ഞാൻ അതിന്റെ മോടി കൂട്ടാൻ ശ്രമിച്ചുകൊണ്ടിരുന്നു. എന്നാൽ യാഥാർത്ഥ്യം മറ്റൊന്നാണ്. അത് അഴുകിത്തുടങ്ങിയ മുറിവുകൾ പോലെ!

ഭക്ഷണം കഴിക്കുന്നതിനിടയിൽ കരിഷ്മയുടെ കണ്ണുകൾ എന്നിൽ തന്നെയാണ്. ഇടയ്ക്ക് അവൾ ചോദിച്ചു. അമ്മ ഒന്നും തന്നയച്ചില്ലേ. നിങ്ങൾക്കെങ്കിലും എന്തെങ്കിലും വാങ്ങിക്കൊണ്ടു വരാമായിരുന്നല്ലോ കുട്ടികൾ വരുമ്പോൾ അന്വേഷണം തുടങ്ങും...ഞാൻ ദേഷ്യത്തോടെ പറഞ്ഞു. എന്താണെന്ന് വെച്ചാൽ ഇവിടുന്ന് വാങ്ങാലോ. അവൾ പയറു കറിയിൽ വെറുതെ സ്പൂൺ ഇട്ട് ഇളക്കി കൊണ്ടിരിക്കുകയാണ്. എന്റെ സംസാര രീതി തീരെ ഇഷ്ടപ്പെട്ടില്ല. എങ്കിലും എന്തോ ഒരു സംയമനം കാണിക്കുന്നു. അപ്പോഴേക്കും കോളിംഗ് ബെൽ അടിച്ചു. വീറും ദീപും വെക്കേഷനായ

തുകൊണ്ട് കുറച്ച് ദിവസമായി ഒരു സംഗീത സ്ഥാപനത്തിൽ പോകുന്നുണ്ട്. വീർ തബലയാണ് സെലക്ട് ചെയ്തിരിക്കുന്നത്, മറ്റേയാൾ വയലിനും. രണ്ടാളും വലിയ വാശിയിട്ടാണ് പഠിക്കാൻ പോയിരിക്കുന്നത്. പകുതിക്ക് വെച്ച് നിർത്തരുതെന്ന് കരിഷ്മയുടെ ഓർഡർ ഉണ്ട്. എന്നെ കണ്ടപ്പോഴേക്കും രണ്ടാളും വേഗം അടുത്തേക്ക് വന്നു. ഡാഡി വേഗം വന്നോ? വേഗം പോയി വൃത്തിയായി വാ, ഊണ് വിളമ്പാം കരിഷ്മ പറഞ്ഞു.

ഊണ് കഴിഞ്ഞ് വീർ അവിടെയെല്ലാം പരതിത്തുടങ്ങി. ദീപും പുറകിലുണ്ട്. പൂച്ചയെപ്പോലെ കാലിൽ ഉരസാതെ ഒന്നു മാറി നിൽക്കെടാ... ഞാനൊന്നു നോക്കട്ടെ അവന്റെ ഒച്ച ഉറക്കെ കേട്ടു.. അമ്മേ ഡാഡി ഒന്നും കൊണ്ടു വന്നില്ലേ? കരിഷ്മ രണ്ടിനെയും അടുക്കളയിൽ നിന്നും ഓടിച്ചു വിട്ടു. നോക്ക് അച്ഛനെ ശല്യം ചെയ്യരുത്, അച്ഛനു വയ്യാതിരിക്കുകയാണ്. വീർ എന്റെയടുത്ത് വന്നെന്നെ സസൂക്ഷ്മം നിരീക്ഷിച്ചു...ശരിയാണ് അമ്മേ അച്ഛന് എന്തോ കുഴപ്പമുണ്ട്, എനിക്ക് തോന്നുന്നത് ജമുനാഭായി പ്രാവുകളെ ഓടിക്കുന്ന ആ വടിയില്ലേ, അതുകൊണ്ട് എന്റെ അച്ഛനെ തല്ലിയിട്ടുണ്ടാവും. നോക്കച്ചാ ഇനി നിങ്ങൾ നാട്ടിൽ പോകുമ്പോൾ എന്നെയും കൂടി കൂട്ടിക്കോളൂ. എന്നെ മാത്രമേ അച്ഛമ്മയ്ക്ക് പേടിയുള്ളൂ. കരിഷ്മ ചിരിച്ചുകൊണ്ട് അടുത്ത് വന്നു. നിന്നെ ആർക്കാണ് പേടിയില്ലാത്തത്?...

അമ്മേ നിങ്ങൾ മുത്തശ്ശൻ കൊണ്ടുവന്ന ആപ്പിൾ എടുക്കു. ഇന്നിപ്പോൾ അത് മതിയല്ലേ ദീപു. അവൻ തലയാട്ടി വേറെ വഴിയില്ല. കരിഷ്മ ആപ്പിൾ മുറിച്ചു പാത്രത്തിലാക്കി ടീപ്പോയിൽ വച്ചു. എനിക്ക് നേരെ നീട്ടിയപ്പോൾ ഞാൻ വേണ്ടെന്ന് ആഗ്യം കാണിച്ചു. വീരു പകുതി ആപ്പിൾ വായിലേക്ക് ആക്കി കരിഷ്മയെ നോക്കി പറഞ്ഞു. അമ്മ മുത്തശ്ശൻ വരുമ്പോൾ കുറച്ചു കൂടുതൽ ബഹുമാനം കാണിക്കൂ. അദ്ദേഹം മാത്രമാണ് എന്നെ കാര്യമായി ഗൗനിക്കുന്നത്. കരിഷ്മ മുഖം തിരിച്ചുകൊണ്ടു പറഞ്ഞു, എനിക്ക് നിന്റെ ഉപദേശം ഒന്നും വേണ്ട. വീരു മുത്തശ്ശൻ എന്ന് പറയുന്നത് കരിഷ്മയുടെ അച്ഛനെ അല്ല, അച്ഛന്റെ അമ്മാവനെയാണ്.

ദീപു സോഫയിൽ ചാരികിടന്ന് ആപ്പിൾ കടിച്ചുകൊണ്ട് പറഞ്ഞു, നിങ്ങൾ ഭാഗ്യവാനാണ് ചേട്ടാ, നിങ്ങളെ ഗൗനിക്കാൻ ഒരു മുത്തശ്ശനെങ്കിലും ഉണ്ട്. വീർ അവനെ തമാശയോടെ നോക്കി. അതിന്റെ ഗുണം നിനക്കും കിട്ടുന്നുണ്ടല്ലോ. കുപ്പിയിൽ സൂക്ഷിച്ചിരിക്കുന്ന ബദാമും കശുവണ്ടി പരിപ്പുമെല്ലാം എവിടേക്കാണ് പോകുന്നത്. ദീപു കുഷ്യനിൽ പൂഴ്ത്തിവെച്ച മുഖമൊന്നുയർത്തി ചിരിച്ചു. അതുപിന്നെ ചേട്ടാ അമ്മ പറയുന്നത് ഞാൻ അതൊക്കെ കഴിക്കേണ്ടതിന്റെ ആവശ്യമുണ്ടെന്നാണ്... .അതു

തന്നെയാണ് ഞാനും ചിന്തിക്കുന്നത്, വീർ ദീപുവിന്റെ വയറ്റിലൊന്ന് തട്ടി. ഈ കഴിക്കുന്നതെല്ലാം ഇവന്റെ ശരീരത്തിൽ പിടിക്കാതെ ആവി യായി പോവുകയാണോ? ദീപു അവന്റെ ബനിയൻ കുറച്ചു മേലോട്ട് ഉയർത്തി. പരന്നൊട്ടിയ വയർ എന്നെ കാണിച്ചു. ഇതൊരു അത്ഭുതമാണ് അച്ഛാ..... വീർ അതുകണ്ട് പൊട്ടിച്ചിരിക്കുകയാണ്. നിങ്ങളുടെ മുത്തശ്ശനെ മണിയടിക്കാൻ എന്തെങ്കിലും വഴിയുണ്ടോ ചേട്ടാ? വീർ ചിരിച്ചുകൊണ്ട് പറഞ്ഞു, ഞാൻ മുത്തച്ഛന്റെ കൂടെ ഭജനയ്ക്ക് പോകുന്നുണ്ട്. ഇവി ടുത്തെ പൂജ മതിയാവാഞ്ഞിട്ടാണോ നീ ഭജനയ്ക്ക് പോകുന്നത്. കരിഷ്മ നീരസത്തോടെ പറഞ്ഞു. ദൈവ കാര്യത്തിനും തടസ്സം പറയുന്ന ഒരു അമ്മ യോ. ഞാനീ തബല പഠിക്കുന്നത് പിന്നെ എന്തിനാ. ഞാനിത് വായിക്കും, മുത്തശ്ശൻ പാടിക്കോളും. കരിഷ്മ ചിരിച്ചു, നാട്ടുകാർ ഓടിക്കോളും.

ദീപു അപ്പോഴേക്കും എണീറ്റു. ഞാനും വരാം ചേട്ടാ. ഞാൻ വയലിൻ വാ യിക്കും. വയലിനോ വയലിനൊന്നും ഭജനയ്ക്ക് ഉപയോഗിക്കില്ല. നി നക്ക് അതിനുപകരം ഘടമോ, കൈ മണിയോ പഠിക്കാമായിരുന്നില്ലേ. ദീപുവിന്റെ ഉത്സാഹം പോയി. പിന്നെ ആലോചിച്ചിട്ട് പറഞ്ഞു. കൈ മണി ഞാൻ അടിക്കാലോ. വീരു ചിരിച്ചു. ഞാനെന്റെ മക്കളുടെ സന്തോ ഷവും ചിരിയും ശ്രദ്ധിക്കുകയായിരുന്നു. ഇതുപോലെ തന്നെയായിരു ന്നില്ലേ ഞാനും ജസ്വന്തും. പിന്നെങ്ങനെയാണ് അവനു എന്നോട് ഇപ്രകാ രം ചെയ്യാൻ കഴിഞ്ഞത്. നാളെ എന്റെ മക്കളും ഇതുതന്നെ ആവർത്തി ക്കുമോ? കരിഷ്മ എന്നെ തന്നെ ശ്രദ്ധിക്കുകയാണ്. എന്റെ സന്തോഷമി ല്ലായ്മ അവളിൽ സംശയങ്ങൾ ഉണ്ടാക്കി. നിങ്ങൾ പോയി കിടന്നോളൂ, നല്ല ക്ഷീണമുണ്ട്. അവളെന്റെ തോളിൽ കൈവച്ചുകൊണ്ട് സൗമ്യമായി പറഞ്ഞു.

അന്ന് രാത്രി ചാന്ദ്നിയുടെ ഫോൺ വന്നു....അവൾ വല്ലാതെ പരിതപിച്ചു. ചേട്ടാ നിങ്ങൾക്കൊന്ന് ഞങ്ങളെ ഫോൺ ചെയ്യാമായിരുന്നില്ലേ. എന്റെ വീട്ടിലേക്ക് വരാമായിരുന്നു. നമ്മൾ വീണ്ടും അവരോട് സംസാരിക്കണ മായിരുന്നു. സന്തോഷ് പറഞ്ഞു, ചേട്ടാ നിങ്ങൾ കുറച്ച് ആളുകളെ കൂട്ടണ മായിരുന്നു, ഛേ, ഞാനുറപ്പായിട്ടും വരേണ്ടതായിരുന്നു... സന്തോഷ് ഞാൻ ഒരു തല്ലോ വഴക്കോ ഉണ്ടാക്കി ഒന്നും വാങ്ങിച്ചെടുക്കാൻ പോയ തല്ല. ഞാൻ കൂടുതൽ സംസാരിക്കാൻ പോയില്ല. പിന്നീട് വിളിക്കാം എന്ന് പറഞ്ഞ് ഫോൺ കട്ട് ചെയ്തു.

കരിഷ്മയ്ക്ക് കാര്യം മനസ്സിലായി. ഞാൻ സെറ്റിയിലിരിക്കുകയായിരു ന്നു. അവൾ അടുത്തേക്ക് വന്നു എന്റെ തലമുടിയിൽ കൈകൾ അമർത്തി.

പോട്ടെ ജഗദീഷ്. നിങ്ങളിനി സങ്കടപ്പെടേണ്ട. ഇതിനെയെല്ലാം വേണമെങ്കിൽ നിയമപരമായി നേരിടാം, പക്ഷേ നിങ്ങൾ അത് ചെയ്യില്ലെന്ന് എനിക്കറിയാം. അങ്ങനെയെങ്കിൽ പിന്നെ വെറുതെ വിഷമിച്ച് സ്വന്തം കുടുംബ ജീവിതം കൂടി എന്തിനാണ് അസ്വസ്ഥമാക്കുന്നത്. വന്നു കിടന്നുറങ്ങു ... അതുവരെ കെട്ടിവെച്ച എന്റെ ദുഃഖം മുഴുവൻ നിറഞ്ഞൊഴുകി... ഞാനവളുടെ എടുപ്പിലൂടെ കെട്ടിപ്പിടിച്ച്. എന്റെ മുഖം അവളുടെ വയറ്റത്തമർത്തി. ഞാൻ കരയുകയായിരുന്നു. ഏറെനേരം അങ്ങനെ കരഞ്ഞു. കണ്ണടയ്ക്കുമ്പോൾ മുന്നിലൊരു ചിത്രം പോലെ എന്റെ ഭൂതകാലം. അവളെന്നെ ആശ്വസിപ്പിച്ചു കൊണ്ടിരുന്നു.

ഞാനൊരിക്കലും പ്രതീക്ഷിക്കാതിരുന്ന എന്റെ ജീവിതത്തിലെ ആ അദ്ധ്യായം, അന്നാളുകളിൽ അതെന്റെ സ്വഭാവത്തിൽ കുറച്ചു കഠിനത വരുത്തി. ഞാൻ മധ്യവയസ്സിനോട് അടുത്തിരുന്നു. അതുകൊണ്ടാണോ എന്നറിയില്ല, പ്രായമേറിയത് എന്റെ അഭിമാനത്തെ കൂടുതൽ ബലപ്പെടുത്തി. അതിലേറെ മുറിവുകൾ.. എന്റെ നല്ല യൗവനം മുഴുവൻ ഞാൻ എന്റെ സഹോദരങ്ങൾക്ക് വേണ്ടി ചെലവഴിച്ചു. എന്റെ കുടുംബ ത്തെ അല്ലാതെ മറ്റൊരു ചിന്ത എനിക്കുണ്ടായിരുന്നില്ല. എന്നുമാ ബഹുമാനം എനിക്ക് ലഭിക്കുമെന്ന് ഒരു മിഥ്യാ ബോധം ഉണ്ടായിരുന്നു. ആ ബോധത്തിലേറ്റ തിരിച്ചടി വളരെ വലുതായിരുന്നു. അത് പിന്നെ വല്ലാത്തൊരു വാശിയുമായി. ബാലേശ്വരിൽ സ്വന്തമായി എനിക്ക് ഭൂമി വേണം. അതായത് ജഗദീഷ് വീർ പ്രതാപ് സിംഗിന് സ്വന്തം അധ്വാനത്താലെ അവിടെ ഭൂമി വാങ്ങാൻ കഴിയും എന്ന് ആ നാട്ടുകാരെ പ്രത്യേകിച്ച് എന്റെ അമ്മയെയും സഹോദരനെയും അറിയിക്കണമെന്ന് എനിക്ക് തോന്നി.

എന്റെ അപ്പോഴത്തെ അവസ്ഥയിൽ, ഒരു 100 രൂപ എനിക്ക് വക മാറ്റി ചെലവഴിക്കാൻ കഴിയുമായിരുന്നില്ല. എന്നിട്ടും ഞാൻ അങ്ങനെ തീരുമാനിച്ചു. കല്യാണിനെ വിളിച്ചുപറഞ്ഞു. എനിക്ക് വീടുവയ്ക്കാനായി അഞ്ച് സെന്റ് ഭൂമി വേണം. അത്രയും മതി.... അതിനുള്ള വിലയും കാര്യങ്ങളും എന്നെ അറിയിക്കാനായി അവനെ ഏൽപ്പിച്ചു. രണ്ടുമാസം കഴിഞ്ഞപ്പോൾ അവൻ എന്നെ വിളിച്ചു. പോസ്റ്റ് ഓഫീസിനടുത്ത് നാലു സെന്റ് ഭൂമിയുണ്ട്. നല്ല സ്ഥലമാണ് ചേട്ടാ. കുറച്ചു വർഷങ്ങൾ കഴിഞ്ഞാൽ ഇവിടെ കൂടുതൽ സൗകര്യങ്ങൾ വരും. ഇപ്പോൾ തന്നെ റോഡിന് വീതി കൂട്ടുന്നുണ്ട്. പോരാത്തതിന് ഒരു വിദ്യാലയവും വരാൻ പോകുന്നു.വില കുറച്ചു കൂടും ചേട്ടാ. ഞാൻ മൂളി.. എന്റെ എം ഡി സൂരജ് ദേശ്പാണ്ടെ എന്ന ഒരാളായിരുന്നു. അദ്ദേഹത്തിന്റെ മരുമകനും കമ്പനിയുടെ ഡയറക്ടർ ബോർഡിലെ ഒരു അംഗവുമായിരുന്ന ലോകേഷ് കുമാർ ദേശ്പാണ്ടേയു

മായി എനിക്ക് നല്ല അടുപ്പമായിരുന്നു. എന്റെ അതേ പ്രായം. ആ സൗഹൃദത്തിന്റെ ബലത്തിലാണ് ഞാൻ അദ്ദേഹത്തോട് കുറച്ചു പണം ലോൺ ആയി ചോദിച്ചത്. ഒരു ലോൺ അടയ്ക്കാൻ ഉണ്ടായിരുന്നു. മറ്റൊന്നു കൂടി പതിവില്ലാത്തതാണ്. എങ്കിലും അയാൾ അതിന് തയ്യാറായി.

പിന്നെയും പണത്തിനായി ഓടി നടന്നു. ആറുമാസത്തിനുള്ളിൽ നാട്ടിൽ പോകണം. സ്ഥലം രജിസ്റ്റർ ആക്കണം. ഉൾഗ്രാമത്തിൽ ആണെങ്കിൽ വില കുറഞ്ഞേനെ. പക്ഷേ എന്തോ കരിഷ്മയെ കുറിച്ച് ഓർത്തപ്പോൾ കവല കടുത്തുതന്നെ സ്ഥലം ഉള്ളതാണ് നല്ലതെന്ന് തോന്നി. എന്റെ ബന്ധപ്പാട് കണ്ട് കരിഷ്മ അവളുടെ സ്വർണവളകൾ എടുത്തു തന്നു. ഇതു കൊണ്ടുപോയി വിൽക്കൂ.. പക്ഷേ ഞാനത് സ്വീകരിച്ചില്ല . ഒരാളുടെയും സഹായത്തോടെ ഞാൻ അത് വാങ്ങില്ല. വല്ലാത്തൊരു വാശി. അവൾക്ക് ദേഷ്യം വന്നു. ഓ, ഞാനും അന്യയാണോ. രണ്ടുദിവസം മുഖം വീർപ്പിച്ചിരുന്നു... പഴയ ഓഫീസിലെ രണ്ടു സുഹൃത്തുക്കളെ വിളിച്ചു നോക്കി. പണം കൊണ്ട് എന്നെ സഹായിക്കാൻ കഴിവുള്ളവർ അവർ രണ്ടുപേരും മാത്രമാണ്. രണ്ടുമാസത്തിനുള്ളിൽ കടം വീട്ടാം എന്ന ധാരണയിൽ ബാക്കി പണം കൂടി ഒപ്പിച്ചെടുത്തു. കരിഷ്മ, അവളെന്നെ ആവുന്നത്ര പിന്തിരിപ്പിക്കാൻ നോക്കി. താമസിക്കുന്ന വീടിന്റെ കടം വീട്ടാൻ നോക്കൂ ജഗദീഷ്. അല്ലാതെ വീണ്ടും കടം. ഇതെല്ലാം നിങ്ങൾ തന്നെ വീട്ടണം. കുട്ടികളുടെ പഠിപ്പ്, വീട്ടു ചെലവ്. നോക്ക് എന്റെ വരുമാനം എന്റെ ചെലവുകൾക്ക് പോലും തികയുന്നില്ല എന്നതാണ് സത്യം. ഇന്നത്തെ കാലത്ത് കുട്ടികളുടെ ഉപരിപഠനത്തിന് നല്ല ചെലവുണ്ട് ജഗദീഷ്. അതു മറക്കണ്ട. ഞാൻ അതൊന്നും ചെവി കൊണ്ടില്ല.

അല്ലെങ്കിലും റൊമാന്റിക് കോമഡി നായകനായിരുന്നു ഞാൻ, ഒറ്റ ദിവസം കൊണ്ട് അവാർഡ് സിനിമ നായകനെ പോലെ മാറിയിരുന്നു. ആവശ്യത്തിന് മാത്രം സംസാരം. കരിഷ്മയുടെ വാക്കുകൾക്ക് അധികം ചെവി കൊടുക്കാതിരിക്കുക. എന്തായാലും ഞാൻ ബാലേശ്വരിലേക്ക് പോയി സ്ഥലം രജിസ്റ്റർ ചെയ്തു. അങ്ങനെ, ഏക്കർ കണക്കിന് പാടവും ഭൂമിയും ഉണ്ടായ പ്രതാപ് കല്യാൺ സിംഗ് എന്ന, പാരമ്പര്യ വാദത്തെ മുറുകെപ്പിടിച്ച, മക്കളെ വഴക്കിടാൻ സമ്മതിക്കാത്ത, ബാലേശ്വരിലെ ഒരു പ്രമുഖന്റെ കൊച്ചുമകൻ ഒരു തുണ്ട് ഭൂമി വാങ്ങിക്കാനായി പെടാപ്പാട് പെട്ടു എന്ന് ആലോചിക്കുമ്പോൾ ഇന്നത് എനിക്ക് ഒരു തമാശയാണ്. വിധിയുടെ വൈപരീത്യം.

പന്ത്രണ്ടു വർഷത്തിൽ കൂടുതലെടുത്തു, എന്റെ കടങ്ങൾക്കു മലച്ചിലിനും ഒരു അറുതി കിട്ടാൻ. എന്റെ മൂത്ത മകനൊരു ജോലി ലഭിച്ചതിനുശേഷമാണ് എനിക്ക് അല്പം സമാധാനം തോന്നിയിട്ടുള്ളത്. എന്റെ വരുമാനം ഇല്ലെങ്കിലും ജീവിച്ചോളുമല്ലോ. ആദ്യത്തെ ശമ്പളവു മായി വീർ എന്റെ മുന്നിലേക്ക് വന്നു. അതെന്റെ കയ്യിലേക്ക് വെച്ചു. ഇപ്പോൾ എന്തു തോന്നുന്നു ജഗദീഷ് സാർ? ഞാൻ അവനെ കുസൃതി യോടെ നോക്കി. സത്യം പറയട്ടെ മോനെ. പറഞ്ഞോളൂ അച്ഛാ, അവൻ എന്നെ ആകാംക്ഷയോടെ നോക്കി.

ഞാനിപ്പോൾ ചിന്തിച്ചത് എന്റെ മരണത്തെ കുറിച്ചാണ് വീർ. അതായത് ഞാൻ പൊടുന്നനെ മരിച്ചാലും എന്റെ കുടുംബം നോക്കാനുള്ള പ്രാപ്തി എന്റെ മകനായി. എനിക്കതിൽ നിറഞ്ഞ സന്തോഷവും അഭി മാനവും തോന്നുന്നു. ഞാൻ അവന്റെ തോളത്തു തട്ടി. അങ്ങനെയല്ലേ വീർ, നീ നിന്റെ അമ്മയെയും സഹോദരനെയും സംരക്ഷിക്കുകയില്ലേ. വീർ ഉറക്കെ ചിരിച്ചു. ഡാഡി, നിങ്ങൾ നിങ്ങളുടെ അമ്മയെയും സഹോദരനെയും സംരക്ഷിച്ചില്ലേ. എന്നിട്ട് എത്ര വർഷം നിങ്ങൾ അവരെയൊന്നും കാണാൻ പോലും കഴിയാതെ വേദനയോടെ ഇവിടെ കഴിഞ്ഞു. എന്നിട്ടും എനിക്ക് അതേ ഉപദേശം. സ്വന്തം കാര്യം നോക്കാതെ കുടുംബസംരക്ഷണം. അങ്ങനെയാണോ? അങ്ങനെ തന്നെ. എല്ലാം ആവർ ത്തനം തന്നെയാണ്. ആവർത്തനം വീർ... ഈ ഭൂമിയുടെ ആവർത്തിച്ചുള്ള കറക്കമാണ് ഓരോ ദിനങ്ങളും. നിശ്ചലമായാൽ!... അവൻ എന്നെ നിർന്നി മേഷനായി നോക്കി നിന്നു. ഡാഡി നിങ്ങളെ പറഞ്ഞു ജയിക്കാൻ എനിക്ക് ഇപ്പോൾ കഴിയില്ലായിരിക്കും. എന്നാൽ ഒരിക്കൽ എനിക്കതിന് സാധി ക്കും. ഞാൻ തലയാട്ടി.. അവന്റെ നെറ്റിയിൽ ചുംബിച്ചു. എന്റെ കണ്ണുകളിൽ ചെറുതായി നീർ പൊടിഞ്ഞിരുന്നു

നാട്ടിൽ നിന്ന് അന്ന് വന്നതിനുശേഷം ഞാൻ ജസ്വന്തിനെ ഫോണിൽ വിളി ക്കാൻ ശ്രമിച്ചില്ല. അവനും അമ്മയും എന്നെയും വിളിച്ചില്ല. ഞാനെന്റെ കുടുംബത്തിലേക്ക് ഒതുങ്ങിക്കൂടി. ചാന്ദിനി ഇടയ്ക്ക് വിളിക്കുമ്പോൾ അധികം സംസാരിക്കാറില്ലായിരുന്നു. കൂടുതലും കരിഷ്മയാണ് ഫോൺ എടുക്കുക. കുറെ നാളുകൾക്കു ശേഷം ഒരു ഞായറാഴ്ച വൈകുന്നേരം ഫോൺ ബെൽ അടിച്ചു. ഞാൻ മറ്റൊരു കോൾ പ്രതീക്ഷിച്ചിരിക്കുകയാ യിരുന്നു. എടുത്തപ്പോൾ അങ്ങേ തലയ്ക്കൽ ചാന്ദിനിയുടെ ശബ്ദം. ഞാൻ ഹലോ പറഞ്ഞപ്പോൾ, ഓ ചേട്ടാ...വേദന കലർന്ന ശബ്ദത്തിൽ അവൾ ചോദിച്ചു. നിങ്ങൾ എന്നെയും വെറുത്തോ ചേട്ടാ? എന്റെ കണ്ണുകൾ

നിറഞ്ഞു പോയി. ഞാനാരെയും വെറുത്തിട്ടില്ല ചാന്ദിനി. കുറച്ചകലം പാലിച്ചുവെന്നുമാത്രം. എനിക്കിപ്പോൾ വേദനിക്കാൻ ഭയമാണ്.

നിങ്ങളെന്താണ് നാട്ടിലേക്ക് വരാത്തത് ചേട്ടാ? ......ഇതിപ്പോൾ രണ്ടാമത്തെ വർഷമാണ്. ഞാൻ കുറച്ചു നിമിഷങ്ങൾ മൗനം പാലിച്ചു. എവിടേക്കാണ് വരേണ്ടത് ചാന്ദ്നീ... വീട് മറ്റാരുടെയോ ആയി. എന്റെ മനസ്സിൽ ഒരു ദൃഢനിശ്ചയമുണ്ട്. ഞാൻ വാങ്ങിയ മണ്ണിൽ ഒരു വീട് വയ്ക്കണം. എന്നിട്ടേ ഇനി ബാലേശ്വറിൽ വന്നു താമസിക്കൂ. വരുമ്പോൾ എനിക്ക് താമസിക്കാൻ ഒരിടം വേണ്ടേ ചാന്ദിനി.. ഒരുപക്ഷേ എന്റെ അച്ഛന്റെ സഹോദരന്മാരുടെ കുടുംബങ്ങൾ എന്നെ സ്വീകരിക്കുമായിരിക്കും. പക്ഷേ ഞാനത് ചെയ്യില്ല. ഞാനെന്റെ ജീവന്റെ അംശമായാണ് നിന്നെയും ജസ്വന്തിനെയും കരുതിയത് ചാന്ദ്നീ എന്റെ അനിയൻ എന്നോട് സത്രത്തിൽ താമസിച്ചുകൊള്ളാൻ പറഞ്ഞു. അതു കൊണ്ടുതന്നെ ജഗദീഷിനി വരുന്നത് സ്വന്തം വീട്ടിൽ താമസിക്കാൻ ആയിരിക്കും

അവൾ മൂളിക്കൊണ്ടിരുന്നു. അവസാനം ചോദിച്ചു. ചേട്ടന് എന്റെ വീട്ടിലേക്ക് വന്നുകൂടെ. ഇവിടെ താമസിക്കാമല്ലോ. വരാം ചാന്ദിനി ഞാൻ നിസ്സംഗതയോടെ പറഞ്ഞു. ഞാൻ അമ്മയുടെ വിശേഷങ്ങൾ തിരക്കി. അവർക്ക് പ്രത്യേകിച്ച് വിശേഷങ്ങൾ ഒന്നും ഇല്ല അവൾ കുറച്ചു നീരസത്തോടെ പറഞ്ഞു. മകനുമൊരുമിച്ച് ജയ്പൂരിൽ സുഖമായി കഴിയുന്നു. ജസ്വന്ത് ഭയ്യാ പുതിയ ഒരു ഷോറൂം തുറന്നിട്ടുണ്ട് ഒരു വീട് പണി കഴിപ്പിച്ചു. താമസവും ചടങ്ങുകളും എല്ലാം ഗംഭീരമായി എന്നു പറയുന്നു. ഞാൻ പോയില്ല. എന്തുപറ്റി, ഞാൻ ചോദിച്ചു. ഞാൻ മാത്രമല്ല, രണ്ട് ചേച്ചിമാരും പോയില്ല. എന്തിനു പോകണം? നിങ്ങളോട് ചെയ്തതെല്ലാം ഞങ്ങൾ അറിഞ്ഞു ചേട്ടാ. എല്ലാം വിശദമായി തന്നെ അറിഞ്ഞു. അതെല്ലാം അറിയിക്കാൻ അവിടെ ആളുണ്ട്. അവൾ വിക്കിത്തുടങ്ങി. ഞാനിനി ചേട്ടനെ വീണ്ടും ഓർമ്മിപ്പിക്കുന്നില്ല. വിവരങ്ങൾ അറിഞ്ഞ അടുത്ത ആഴ്ച തന്നെ ഞാൻ ജസ്വന്ത് ഭയ്യയെ കാണാൻ പോയിരുന്നു. ഞാനും വളരെ ദേഷ്യത്തിലായിരുന്നു. അവർ പറഞ്ഞത് എന്താണെന്നോ. വിവാഹം കഴിപ്പിച്ചു വിട്ടവൾ കുടുംബകാര്യങ്ങളിൽ ഇടപെടേണ്ട എന്ന്. ഞാനും സംസാരിച്ചു. എന്നെ വിവാഹം കഴിപ്പിച്ചു വിട്ടത് ജഗദീഷ് ഏട്ടനാണ്. അദ്ദേഹം ഇല്ലാത്ത ഈ കുടുംബത്തെ ഞാനെന്തിന് ബഹുമാനിക്കണം. എന്റെ സംസാരം അവർക്ക് ഇഷ്ടമായില്ല. അവൾ പറഞ്ഞു നിർത്തി. കുറച്ചുകൂടി പറയാനുണ്ടെന്ന് എനിക്ക് മനസ്സിലായി. എന്നാൽ അവൾ അത് പങ്കിടാൻ ആഗ്രഹിക്കുന്നില്ല. ചാന്ദിനി വേഗം വിഷയം മാറ്റി. ഈ ദീപാവ

ലിക്കെങ്കിലും അവധിക്ക് വരാൻ നോക്കൂ ചേട്ടാ. ഹരിക്കു മറ്റാരാണ് സഹോദരങ്ങളായുള്ളത്. അവൻ നിങ്ങളെ അന്വേഷിക്കാറുണ്ട്.

27 മഞ്ഞു മലകൾ ഉരുകുന്നു

ആറു വർഷം എടുത്താണ് ഞാൻ അവിടെ ഒരു ചെറിയ വീടു പണിതത്. ഒരു ബെഡ്റൂം, ഹാൾ,കിച്ചൻ,ബാത്റൂം. ഞങ്ങൾ അവിടെ ചെന്ന് കുറച്ചു ദിവസം നിൽക്കുമ്പോൾ ഒന്ന് കഴിയണം അത്രമാത്രം. മുകളിലേക്ക് കയറാൻ ഒരു ഗോവണി പുറത്തുനിന്നുണ്ടാക്കി. അതിന്റെ മുകളിൽ കയറി എന്റെ പഴയ വീട്ടിലെ മട്ടുപ്പാവിൽ ഞാൻ നക്ഷത്രങ്ങളെ നോക്കി കിടക്കാറുള്ള പോലെ എനിക്ക് കിടക്കണം. അന്നത്തെ ചിന്തകൾ ഇങ്ങനെയൊക്കെയായിരുന്നു.

പുതിയ വീടിന്റെ താമസത്തിനു പോകുന്നതിനു മുമ്പായി, ഞാൻ മക്കളോട് ആവർത്തിച്ചു പറഞ്ഞു കൊണ്ടേയിരുന്നു. നോക്കൂ മക്കളെ ചെറിയ വീടാണ്. അങ്ങനെ മനസ്സിൽ കരുതി വേണം പോകാൻ. അവസാനം സഹികെട്ട് വീർ പറഞ്ഞു, അച്ഛാ എനിക്ക് മനസ്സിലായി. കൂടെ കൂടെ എന്തിനാണ് ആവർത്തിക്കുന്നത്. ആ വീടിന് നാല് ചുവരില്ലേ, അതിനു മുകളിൽ ഒരു മേൽക്കൂര ഉണ്ടല്ലോ. അതുമതി... ദീപു വേഗം ടിവി ഓഫാക്കി വീറിനെ നോക്കി ചോദിച്ചു. ടോയ്‌ലറ്റ് ഒക്കെ ഉണ്ടല്ലോ അല്ലേ ...അല്ലെങ്കിൽ എനിക്ക് ബുദ്ധിമുട്ടാണ്.വീർ നാട്ടിൽ പോകുന്നതിനു മുമ്പായി അസൈൻമെന്റ് എഴുതി തീർക്കുന്ന തിരക്കിലായിരുന്നു. അവൻ എഴുത്തു നിർത്തി ചിരി തുടങ്ങി. നിനക്ക് മൂത്രമൊഴിക്കാനും അപ്പി ഇടാനുമെല്ലാം അവിടെ ഇഷ്ടംപോലെ സ്ഥലമുണ്ടാകും. ആ അതുമതി... ദീപുവും ചിരിച്ചു. വീറിനന്ന് ഇരുപതും, ദീപിന് പതിനാറുമാണ് പ്രായം .

ദീപാവലി അവധിയോട് അടുത്താണ് വീട് താമസം നടത്തിയത്. അതുകൊണ്ടുതന്നെ ആ വർഷത്തെ ദീപാവലി നാട്ടിൽ ആഘോഷിച്ചു. ചേച്ചിമാരും കുടുംബവും, ചാന്ദിനിയും കുടുംബവും, നാട്ടിലുള്ള എല്ലാ ബന്ധുക്കളും പ്രമാണിമാരും ഉണ്ടായിരുന്നു. പഴയ ഗ്രാമമുഖ്യൻ ഇതിനോടകം പടമായി കഴിഞ്ഞിരുന്നു. എന്റെ വീടും സ്ഥലവും വാങ്ങിച്ച അയാളുടെ സഹോദരൻ രാംലാൽ വന്നിരുന്നു. അയാൾ വന്നു ഭക്ഷണം കഴിച്ചു പോയി. പോകുമ്പോൾ എല്ലാ കുറ്റവും ജസ്വന്തിന്റെ തോളിൽ ചാരി എന്നെ നോക്കി വെളുക്കെ ചിരിച്ചുകൊണ്ട് സഹതാപം അറിയിച്ചു. എന്റെ പഴയ വീടിന്റെ സ്ഥാനത്ത് അയാളുടെ മില്ല് തല ഉയർത്തി നിൽക്കുകയാണ്.

ജസ്വന്തും അമ്മയും വന്നില്ല . ഞാനവന് ഒരു പോസ്റ്റ് കാർഡിട്ടിരുന്നു . ഞാൻ ബാലേശ്വറിൽ വന്ന് താമസിക്കുന്നത് അവൻ കാണട്ടെ എന്നായിരുന്നു എന്റെ ഭാവം. അവന് ഭക്ഷണം വാരി കൊടുത്തിരുന്ന ചേട്ടന് എന്തെങ്കിലും നേടാൻ ഒരു ചതിയുടെയും ആവശ്യമില്ല എന്ന് അവൻ മനസ്സിലാക്കിക്കൊള്ളട്ടെ. എന്നാൽ അവനും അമ്മയും എത്തിയില്ല. അമ്മയുടെ രണ്ടു സഹോദരന്മാർ വന്നു. മൂത്ത സഹോദരൻ എത്തിയില്ല. അമ്മാവൻമാർക്ക് ആകെ ഒരു നാണക്കേട് പോലെ. സഹോദരിയെയും തള്ളാൻ കഴിയുന്നില്ല. എന്റെ ഭാഗത്തൊരു തെറ്റുമില്ലെന്ന് അവർക്കറിയാം.

പോകുന്ന സമയത്ത് എന്റെ കൈകൾ പിടിച്ച് കുഞ്ഞമ്മാവൻ പറഞ്ഞു. ഒരു നാണയത്തിന് രണ്ടു വശങ്ങൾ ഉണ്ടാകും. ഞാൻ പുഞ്ചിരിച്ചു കൊണ്ട് പറഞ്ഞു. ശരിയാണ് അമ്മാവാ രണ്ടു വശങ്ങൾ, ജീവിതത്തിനും രണ്ടുവശങ്ങളുണ്ടാവും. ഒന്ന് ശരിയുടെയും മറ്റൊന്ന് തെറ്റിന്റേതും. തെരഞ്ഞെടുക്കാനുള്ള സ്വാതന്ത്ര്യവും ഈശ്വരൻ നമുക്കു നൽകിയിട്ടുണ്ട്. അദ്ദേഹത്തിന്റെ മുഖം വല്ലാതായി. ഞാൻ പെട്ടെന്ന് വിഷയം മാറ്റിക്കൊണ്ട് വീറിനെയും ദീപിനെയും വിളിച്ച് അമ്മാവനുമായുള്ള പരിചയം പുതുക്കി. ഞാനും കല്യാണും ചേർന്ന് കുറച്ച് ചെടികളും ഫലവൃക്ഷങ്ങളും കൊണ്ട് നട്ടു. എല്ലാത്തിന്റെയും സംരക്ഷണം കല്യാണിനെ ഏൽപ്പിച്ചു. കുറച്ചുനാൾ കഴിഞ്ഞപ്പോൾ അവന്റെ കട വിപുലപ്പെട്ടപ്പോൾ, സ്റ്റോക്ക് സൂക്ഷിക്കാനായി അവനാ വീട് ഉപയോഗിച്ചിരുന്നു. ഞങ്ങൾ വരുമ്പോൾ മാറ്റാമെന്ന ധാരണയിൽ .

എനിക്ക് സത്യത്തിൽ ജസ്വന്തിനോട് വിദ്വേഷമോ പകയോ ഉണ്ടായിരുന്നില്ല. പക്ഷേ ആ കാലഘട്ടങ്ങളിൽ എനിക്ക് വല്ലാത്ത ദുഃഖം തോന്നിയിരുന്നു. അത് പിന്നീട് വാശിയും മനസ്സിന്റെ ദൃഢതയുമായി മാറി. ജസ്വന്തിന്റെ പെരുമാറ്റം അതെനിക്ക് ഉൾക്കൊള്ളാൻ കഴിഞ്ഞില്ല. അവനും അമ്മയും രണ്ടുമൂന്നു പ്രാവശ്യം ആവർത്തിച്ചു പറഞ്ഞാൽ, ഞാൻ മറ്റെന്തെങ്കിലും പോംവഴി കണ്ടെത്തിയേനെ. ഇത് പക്ഷേ, അവർ ആളെ കൂട്ടി എന്നെ വീട്ടിൽ നിന്ന് അടിച്ചിറക്കിയ പോലെയായി. മുഴുവൻ ഗ്രാമത്തിന്റെ മുന്നിലും എന്നെ അപമാനിച്ചു. ആ വേദന കുറെ നാൾ നീറ്റലായി ഉള്ളിൽ അവശേഷിച്ചു. ഞാൻ ഉള്ളിന്റെയുള്ളിൽ ആ നാട്ടിൻപുറത്തു കാരൻ തന്നെയാണ്.... പിന്നെ എന്റെ കുടുംബ പാരമ്പര്യം, സമ്പത്തിനേക്കാൾ അഭിമാനമാണ് വലുതെന്ന ചിന്ത. അത് പഴയകാല കാരണവരെ പോലെ എന്റെ ഹൃദയത്തെ മഥിച്ചു. പിന്നീട് ആരവങ്ങൾ ഒഴിഞ്ഞപ്പോൾ ഞാൻ ശാന്തനായി ചിന്തിച്ചു തുടങ്ങി. കരിഷ്മ പറയുന്ന പോലെ എനി

ക്ക് ആരോടും ദേഷ്യമോ പകയോ സൂക്ഷിക്കാൻ കഴിയില്ല. എപ്പോഴും ചിരിച്ചും സന്തോഷിച്ചും ജീവിക്കാനാണ് എനിക്കിഷ്ടമായിരുന്നത്.

കാലം ഉണക്കാത്ത മുറിവുകൾ ഇല്ല എന്നല്ലേ. ഞാനും എന്റെ സഹോദരനുമായുള്ള ബന്ധത്തിൽ ശിഥിലത വരുത്തി എന്നതിനുമപ്പുറം എന്ത് നേട്ടമാണ് എന്റെ സഹോദരനുണ്ടായത്. ആദ്യകാലങ്ങളിൽ അവന് കുറച്ച് ഗുണഫലങ്ങൾ ഉണ്ടായി എന്ന് കരുതാം. അവൻ സ്വത്തുക്കൾ സമ്പാദിക്കാൻ പരിശ്രമിച്ചു. എന്നെക്കാൾ മുൻപേ പറന്നു. എന്നാൽ വേഗത്തിൽ പറന്നതുകൊണ്ടാണോ എന്നറിയില്ല, അവൻ എനിക്കു മുന്നേ തളർന്നു വീണു.

അവനു മൂന്നു മക്കളായിരുന്നു. ശ്വേത, ശ്രുതി, വിജയ്.... മൂത്ത മകളുടെ വിവാഹത്തിന് അവൻ എനിക്കൊരു എഴുത്തു അയച്ചു. എഴുത്ത് കരിഷ്മയുടെ കയ്യിലാണ് കിട്ടിയത്. അവൾ ഉദാസീനതയോടെ എന്റെ നേർക്ക് നീട്ടി. ഞാൻ വരുന്നില്ല കേട്ടോ അവൾ മുൻകൂർ പ്രഖ്യാപനവും നടത്തി. എന്നാൽ പിന്നീടെൻറെ നിർബന്ധത്തിനു വഴങ്ങി വരാമെന്ന് സമ്മതിച്ചു. അതൊരു അവസരം പോലെ എനിക്ക് തോന്നി. പിണക്കങ്ങൾ മാറുന്നെങ്കിൽ മാറട്ടെ. അതിനേക്കാളപ്പുറം എനിക്ക് അമ്മയെ ഒന്നു കാണണമെന്നുണ്ടായിരുന്നു.

ബാലേശ്വരിലെ വീടു പാർക്കൽ കഴിഞ്ഞ് അധികനാൾ ആയിട്ടില്ല. പെട്ടെന്ന് വീണ്ടും അങ്ങോട്ട് പോകുന്നത് ഒരു അധിക ചെലവായിരുന്നു. എന്നാൽ എന്റെ മുന്നിൽ വേറെ മാർഗ്ഗമില്ല. അല്ലെങ്കിലും കുറെ നാളുകളായി എന്റെ അവസ്ഥ ഇതാണ്. ജോലി ചെയ്യുന്നു, ശമ്പളം വാങ്ങുന്നു അതു മുഴുവനും ചെലവാക്കുന്നു. ഭാവിയെ കുറിച്ച് ഒരു ആവലാതിയും ഇല്ല. ആവലാതിപ്പെട്ടിട്ടും കാര്യമില്ല. റിട്ടയേഡ് ആകുമ്പോൾ പെൻഷൻ കിട്ടും എന്നതാണ് എന്റെ ഒരു പിടിവള്ളി. ഞാനെങ്ങാനും ചത്താൽ അത് കരിഷ്മയ്ക്കും കിട്ടിക്കോളും. ചുരുക്കത്തിൽ വയസ്സു കാലത്ത് ആരുടെ മുന്നിലും കൈനീട്ടേണ്ടി വരില്ല. ഇത് പറഞ്ഞാണ് കരിഷ്മയെ ആശ്വസിപ്പിക്കാറ്. അവളാണെങ്കിൽ ഇപ്പോൾ പത്തു പൈസ എനിക്ക് തരാറില്ല. കൂട്ടിവെച്ച് പുതിയ നെക്ലെസ്, കമ്മലും ഒക്കെ വാങ്ങി. വിവാഹ വാർഷികത്തിനുള്ള ഔട്ടിങ്ങും ചെലവുകളും എല്ലാം ഞാൻ സ്വയം വഹിക്കണമെന്ന് പറയുകയും ചെയ്തു. മാത്രമല്ല ഒരിക്കൽ അവൾ എന്നോട് ഡയമണ്ടിന്റെ ഒരു സ്റ്റഡ് വാങ്ങിച്ചു കൊടുക്കണം എന്ന് ആവശ്യപ്പെട്ടു. ഞാൻ മാനേജർ ആണ്. പക്ഷേ മറ്റാളുകളെ പോലെ എനിക്ക് സാമ്പത്തികഭിവൃദ്ധി ആയില്ല എന്നാണ് അവളുടെ പരാതി. വെറുമൊരു അക്കൗ

ണ്ടന്റ് ആയ മുകേഷ് അവളുടെ സുഹൃത്തിന്റെ ഭർത്താവ് പുതിയ കാർ വാങ്ങി. കരിഷ്മയുടെ ചിന്തയിൽ ഇതിന്റെയെല്ലാം മൂല കാരണം ഞാൻ ഒരു പാവമാണ് എന്നുള്ളതാണ്.

മനുഷ്യർ ഇങ്ങനെ പാവമാവാൻ പാടില്ല..... ശരി, ഞാൻ കള്ളത്തരങ്ങൾ ചെയ്യണമെന്നാണോ പറയുന്നത്. അവൾ ഒന്നും മിണ്ടിയില്ല..... സത്യസന്ധ മായി പ്രവർത്തിച്ചാൽ ഇത്രയൊക്കെ പറ്റൂ. അവൾ മുഖം വീർപ്പിച്ചു കൊണ്ട് പറഞ്ഞു, അതേ, അങ്ങനെ പറഞ്ഞത് എന്റെ തെറ്റാണ്. കുറച്ചു സമയം എനിക്ക് വേണ്ടി ചെലവഴിക്കാൻ കഴിയുമോ? ഞാൻ ചിരിച്ചു... അങ്ങനെ നടക്കുന്ന കാര്യങ്ങൾ ഉണ്ടെങ്കിൽ പറയൂ...ഊം അവൾ മൂളി... ഒരു കാര്യവുമില്ലാതെ ആ വീടിന് വേണ്ടി ബുദ്ധിമുട്ടി. ഇപ്പോൾ അത് അടച്ചിട്ടിരിക്കുന്നു. ഞങ്ങളുടെ കൂടെ വീട്ടിലിരിക്കാൻ പോലും സമയം കിട്ടിയിട്ടില്ല....ഞാൻ പറഞ്ഞു, എല്ലാ പരാതികൾക്കും ഇന്ന് അവസാനമാണ്. പോയി റെഡിയായി വരൂ.. അന്നു മുഴുവൻ പുറത്തു കറങ്ങി.

തിരിച്ചു വരുമ്പോൾ ജസ്വന്തിന്റെ മകളുടെ വിവാഹക്കാര്യമാണ് സംസാരിച്ചത്. നമുക്ക് പോകണം കരിഷ്മാ...അതിന് നിങ്ങളുടെ കയ്യിൽ സമ്മാനങ്ങൾ എന്തെങ്കിലും കൊടുക്കാനുണ്ടോ, കരിഷ്മ കള്ള ദൃഷ്ടി യോടെ എന്നെ നോക്കി. അതാണ് പ്രശ്നം. ഞാൻ ചിരിച്ചു. വീറിന്റെ കോളേജ്ഫീ ഈ മാസം അടയ്ക്കേണ്ടതാണ്.. എന്റെ സ്വർണ്ണം വേണ മായിരിക്കും, അവളെന്നെ സംശയദൃഷ്ടിയോടെ നോക്കി. അങ്ങനെയൊന്നും ഞാൻ പറഞ്ഞില്ല, നല്ല മനസ്സ് തോന്നി എന്നെ സഹായിച്ചാൽ നന്നായിരുന്നു. അങ്ങനെ അവളുടെ പുതിയ സ്വർണ്ണ നെക്കലേസും ഒരു ജോഡി കമ്മലും എടുത്ത് ജ്വല്ലറി ബോക്സിലാക്കി കല്യാണത്തിന് പുറപ്പെട്ടു. അഭിമാനം ഉയർത്തുന്ന കാര്യത്തിൽ കരിഷ്മയും വലിയ മോശക്കാരി യല്ലാത്തത് എനിക്കൊരു അനുഗ്രഹമായി. പിന്നെ അവൾ സ്വയം സമാധാനിച്ചു. നമുക്ക് പെൺകുഞ്ഞുങ്ങളൊന്നും ഇല്ലല്ലോ.

എന്റെ അനിയന്റെ വീട് അതിഗംഭീരം ആയിരുന്നു. രണ്ടുനില മാളിക.. അലങ്കാരങ്ങളും ഫർണിച്ചറുകളും ആണ് ഏറെ. പുറമേക്ക് പഴയ ഹവേലികളുടെ മാതൃകയാണെങ്കിലും ഉള്ളിൽ എല്ലാ ആധുനിക സൗ കര്യങ്ങളുമുണ്ട്. എനിക്ക് അവനെ ഒന്നും അഭിനന്ദിക്കണം എന്നൊക്കെ യുണ്ട്. പക്ഷേ എന്നെയും കുടുംബത്തെയും കയറ്റി ഇരുത്തിയതാണ്. പിന്നെ അവനെ കണ്ടുകിട്ടിയില്ല. സത്യത്തിൽ അവൻ എന്നെ പ്രതീക്ഷി ച്ചിരുന്നില്ല. അല്ലെങ്കിൽ തന്നെ അവനെ കുറ്റം പറഞ്ഞിട്ട് കാര്യമില്ല, ഇത്രയധികം നാണം കെടുത്തിയിട്ടും ഞാനല്ലാതെ വേറെ ആരാണ് അവ

ന്റെ ക്ഷണം സ്വീകരിച്ചു പോവുക. അവൻ എന്നെ ഒരിക്കലും പ്രതീക്ഷിച്ചിട്ടില്ല... ജയവീർ പ്രതാപ് സിംഗ് അവന്റെ പ്രതീക്ഷകൾക്കപ്പുറത്താണ്. ഞാൻ സ്വയമേവ സമാധാനിച്ചു.

കരിഷ്മയുടെ മുഖം വീർത്തിരിക്കുന്നുണ്ട്. കോകില അവളെ ഗൗനിക്കുന്നതേയില്ല. അവൾ വന്ന് എന്റെ കയ്യിൽ പിച്ചി. നോക്ക് പ്രധാന ചടങ്ങ് കഴിഞ്ഞാൽ അപ്പോൾ ഇറങ്ങിക്കോണം. ഞാൻ തലയാട്ടി പതുക്കെ പറയൂ എന്നാഗ്യം കാണിച്ചു. എന്റെ മാലയും കമ്മലും... അവൾ പിറുപിറുത്തു. നാട്ടിൽ ചെല്ലുമ്പോൾ പുതിയത് വാങ്ങിച്ചു തരണം. ഞാനെന്റെ ബുദ്ധിമോശത്തെ മനസ്സിൽ പഴിച്ചു. അമ്മയെ കാണാമെന്ന അത്യാഗ്രഹത്തിൽ ഇറങ്ങിത്തിരിച്ചതാണ്. അവരെ ഇനി തേടി കണ്ടുപിടിക്കണം. അവസാനം കണ്ടുകിട്ടി. അവർ നല്ല മോടിയോടെ ഇരിക്കുന്നു. എന്നെ കണ്ടപ്പോൾ കുറച്ചുനേരം നിശ്ചലയായി ഇരുന്നു. പിന്നെ എന്തൊക്കെയോ എണ്ണി പെറുക്കി കരഞ്ഞു. എന്തായാലും തെറ്റിപ്പോഴും എന്റെ ഭാഗത്ത് തന്നെയാണ്. ഞാൻ പതുക്കെ അവിടെ നിന്ന് മാറി വീടെല്ലാം ചുറ്റി കണ്ടു.

ജസ്വന്ത് വന്നു,ചേട്ടാ സമയം തീരെ ഇല്ലാത്തതുകൊണ്ടാണ്. അവൻ മടിച്ചു മടിച്ചാണ് സംസാരിക്കുന്നത്. എനിക്ക് അവന്റെ ബുദ്ധിമുട്ട് മനസ്സിലായി. സാരമില്ല ഞാനവന്റെ തോളിൽ തട്ടി. ഞാൻ കരയാതിരിക്കാൻ കഠിനമായി ശ്രമിക്കുകയായിരുന്നു. എല്ലാം നന്നായിട്ടുണ്ട്. ഞാൻ അവനോട് ശ്വേതയെ അന്വേഷിച്ചു. അവനും കുറച്ച് അയവ് വന്നെന്ന് തോന്നുന്നു. വരൂ എന്ന് വിളിച്ച് എന്നെയും കരിഷ്മയും, പിന്നെ വീറിന്റെ കൈ പിടിച്ചു, അനിയത്തിയെ കാണണ്ടേ. അവൻ ചിരിച്ചു. അവൾക്കുള്ള സമ്മാനം കരിഷ്മ കയ്യിൽ കൊടുത്തു. അവൾ ഞങ്ങളെ കണ്ടിട്ട് വർഷങ്ങളായിരുന്നു. അതുകൊണ്ടുതന്നെ സംസാരിക്കാൻ നല്ല മടിയുണ്ടായിരുന്നു.

അവസാനം മുറിയിലേക്ക് പോയി വിശ്രമിക്കുമ്പോളാണ്ണ് അമ്മ അന്വേഷിച്ചു വന്നത്. അവർ കുറച്ചു മുഖവുരയിട്ടാണ് സംസാരിച്ചു തുടങ്ങിയത്. നോക്കൂ ജഗദീഷ്, നീ പഴയ വിരോധം അവനോട് കാണിക്കരുത്. അമ്മ എന്റെ മുഖത്തേക്ക് നോക്കി, വീണ്ടും ചോദിച്ചു. ഞാൻ പറയുന്നത് നിനക്ക് മനസ്സിലാവുന്നുണ്ടല്ലോ? ഞാൻ ചോദ്യഭാവത്തിൽ അമ്മയെ നോക്കി. അല്ല ശ്വേതയുടെ ഭർതൃവീട്ടുകാരുടെ മുന്നിൽ പഴയ പ്രശ്നങ്ങൾ പറയുകയോ, അങ്ങനെ ജസ്വന്തിന് അപമാനകരമായി ഒന്നും പറയരുത്. ഞാൻ ഉറക്കെ ചിരിച്ചു. ശരി അമ്മേ. പക്ഷേ കരിഷ്മയ്ക്ക് ദേഷ്യം വന്നു. നോക്കമ്മേ എല്ലാവരുടെയും സ്വഭാവം ഒരുപോലെയാണെന്ന് കരുത

രുത്. പ്രധാന ചടങ്ങ് കഴിഞ്ഞാൽ ഞങ്ങൾ പോവുകയാണ്. ആരോടും മിണ്ടാനും പോകുന്നില്ല, പോരേ.... ഞാൻ പറഞ്ഞതാണ് വരേണ്ടത്, അത് കേൾക്കാതെ ഇറങ്ങി പുറപ്പെട്ടതാണ്. ഞങ്ങൾ എന്തിനു കുറ്റവാളികളെ പോലെ നിൽക്കണം. കുറ്റം ചെയ്തവർ അങ്ങനെ നിൽക്കട്ടെ. സാധാരണ രീതിയിൽ അമ്മ ദേഷ്യപ്പെടേണ്ടതാണ്. പക്ഷേ അവർ ഒന്നും മിണ്ടാതെ പുറത്തേക്ക് പോയി. ബാക്കി ശുണ്ഠി മുഴുവൻ കരിഷ്മ എന്നോട് തീർത്തു. നിങ്ങൾ എന്തിനാണ് കൊച്ചു കുട്ടികളെപ്പോലെ ഇവിടെയെല്ലാം തുള്ളി നടക്കുന്നത്. ഞാൻ മിണ്ടാതെ ഒരിടത്തിരുന്നു. ഇനി ഒരു വാഗ്വാദം കൂടി ആവശ്യമില്ല.

ചാന്ദിനി ചടങ്ങിന്റെ സമയത്ത് കാറിൽ വന്നിറങ്ങി. കുറച്ചു സമയത്തിനുള്ളിൽ തിരികെ പോയി. അതും ഞാൻ നിർബന്ധിച്ചത് കൊണ്ട് മാത്രമാണ് അവൾ വന്നത്. ആരോടും മിണ്ടുന്ന പോലും കണ്ടില്ല. ഹരിയേയും വീറിനെയും ദീപിനെയും എല്ലാം ബന്ധുക്കൾക്ക് പരിചയപ്പെടുത്തി കൊടുക്കാൻ ഉത്സാഹിച്ചു. ജസ്വന്തിനെ കാണുമ്പോൾ മുഖം തിരിക്കാൻ മറന്നുമില്ല. കല്യാണം കഴിഞ്ഞ് അമ്മയെ കണ്ടു അനുഗ്രഹം വാങ്ങി ഞങ്ങൾ തിരിച്ചു മടങ്ങി. ഏതാനും വർഷങ്ങളായുള്ള ഒരു വലിയ മഞ്ഞുമലയ്ക്ക് ചെറിയ വിള്ളലുകൾ ഉണ്ടായി. അമ്മയോട് സംസാരിക്കാത്തതിന്റെ കുറ്റബോധം പോയതോടെ എനിക്ക് കുറച്ചു കൂടി സ്വാതന്ത്ര്യം വന്ന പോലെ തോന്നി.

എന്തായാലും കരിഷ്മ വീടെത്തുന്നത് വരെ കാത്തു നിന്നില്ല. ട്രെയിനിൽ വച്ച് തുടങ്ങി. നോക്ക് ജഗദീഷ്, നമ്മൾ ചെല്ലുമെന്ന് കരുതിയിട്ടില്ല. പോയില്ലെങ്കിലും ഒരു വിഷമവും ഉണ്ടാകുമായിരുന്നില്ല. ബാക്കിയുള്ളവർ നാണംകെട്ടത് മെച്ചം. ഞാൻ മൂളി കേട്ടുകൊണ്ടിരുന്നു. പിന്നെ അവളോട് പതുക്കെ പറഞ്ഞു. കുട്ടികൾ കേൾക്കണ്ട. ഞാനൊന്നും മിണ്ടുന്നില്ല, അല്ലാതെ തന്നെ അവർക്കറിയാം. ഞാൻ കല്യാണം കഴിച്ചത് ശ്രീരാമനെ ആണല്ലോ. രാജ്യം ത്യജിച്ച ശ്രീരാമനു വേണ്ടി ഭരതൻ അദ്ദേഹത്തിന്റെ പാദുക പൂജ ചെയ്ത് കാത്തിരുന്നു. പക്ഷേ നിങ്ങളുടെ ഭരതൻ, ചേട്ടൻ പോയ തക്കം നോക്കി രാജ്യം അപഹരിച്ചു. അവൾ കുലുങ്ങി ചിരിച്ചു കൊണ്ടിരുന്നു. ഞാൻ വിരൽ ചുണ്ടിൽ ചേർത്ത് പതുക്കെ എന്ന് കാണിച്ചു.

വീർ സീറ്റിൽ കിടന്ന് പാട്ടു കേട്ടുകൊണ്ടിരിക്കുകയാണ് . ദീപവന്റെ കാല് ഞെക്കി കൊണ്ടിരിക്കുന്നുണ്ട്. എന്തുപറ്റി വീർ, ഞാൻ വിഷയം മാറ്റാനായി ചോദിച്ചു. അവൻ എന്നെ തലയുയർത്തി നോക്കി. മസിലു കയറിയതാ ഡാഡി.... നോക്കു, കരിഷ്മ എന്റെ മക്കളെ! ചേട്ടന് കാലുവേ

ദന, അനിയൻ കാലു ഞെക്കി കൊടുക്കുന്നു. ഞാൻ അഭിമാനത്തോടെ പറഞ്ഞു. അവർ ജഗദീഷിന്റെ മക്കളാണ്. ശ്രീരാമനും ലക്ഷ്മണനും പോലെയായിരിക്കും. വീരു പെട്ടെന്ന് പാട്ട് നിർത്തി. എന്റെ ഡാഡി...ഇതൊന്നും വെറുതെ ചെയ്യുന്നതല്ല. വീട്ടിൽ ചെന്നാൽ 100 രൂപ കൊടുക്കണം. കരിഷ്മ വീണ്ടും ഉറക്കെ ചിരി തുടങ്ങി. ഓ നിങ്ങളുടെ രാമലക്ഷ്മണന്മാർ.... നാണമില്ലേടാ നൂറു രൂപയ്ക്ക് വേണ്ടി കാലു ഞെക്കുന്നോ? ദീപപ്പോൾ വീറിന്റെ കാലെടുത്തു പൊക്കി കരിഷ്മയോട് ചോദിച്ചു, ഈ കാലിന് പിന്നെ എനിക്ക് പതിനായിരം ഈടാക്കാൻ പറ്റുമോ? കാലു നിലത്തു വെക്കടാ വേദനിച്ചിട്ട് വയ്യ, വീർ ഒച്ചയിട്ടു. അങ്ങനെ ആ ചർച്ച ഒരു കൂട്ടച്ചിരിയിൽ അവസാനിച്ചു.

28 അവസ്ഥാന്തരങ്ങൾ

ജസ്വന്തിന്റെ ഉന്നതി അത് താൽക്കാലികം മാത്രമായിരുന്നു. രണ്ട് പെൺകുഞ്ഞുങ്ങളെയും പതിനെട്ടു കഴിഞ്ഞപ്പോഴേക്കും വിവാഹം ചെയ്തു കൊടുത്തു. ശ്രുതിയെ കല്യാണം കഴിച്ചു കൊടുത്തതും ഒരു ധനിക കുടുംബത്തിലേക്കായിരുന്നു. പക്ഷേ ഭർത്താവ് ധൂർത്തനും മദ്യപാനിയും ആയിരുന്നു. ഇടയ്ക്കിടെ അവൻ ജസ്വന്തിനോട് പണം ആവശ്യപ്പെട്ടിരുന്നുവെന്നാണ് ഞാൻ അറിഞ്ഞത്. ഒടുക്കം അവർ പിരിഞ്ഞു. അവളിപ്പോൾ ജസ്വന്തിനൊപ്പം ആണ്. ഈ വിവരങ്ങളെല്ലാം കല്യാണാണ് എന്നോട് പറഞ്ഞത്. ജസ്വന്തിന്റെ കച്ചവടം നഷ്ടത്തിലായി, അവന്റെ അളിയന്മാർക്ക് കൂടി കച്ചവടത്തിൽ പങ്കുണ്ടായിരുന്നു. രണ്ട് അളിയന്മാരുടെയും വീതം കൊടുക്കാനായി ഷോറൂമുകൾ വിൽക്കേണ്ടി വന്നു. അവനു പ്രായമായി വന്നല്ലോ. ആപത്ത് സമയത്തു കൂടെ നിൽക്കേണ്ടവർ തന്നെ നമ്മളെ വിട്ടു കളഞ്ഞാലോ. ജസ്വന്തിനും സംഭവിച്ചത് അതുതന്നെയാണ്. എല്ലാത്തിനും തുണയാകേണ്ട മകൻ സ്വന്തം ഭാഗവും വാങ്ങിച്ച് വേറെ പോയി. അതോടെ ജസ്വന്ത് കച്ചവടം അവസാനിപ്പിച്ചു. ശ്വേതയുടെ ഭർതൃ കുടുംബവുമായും നീരസങ്ങളാണ്. അവൾ വരാറേയില്ല. ഇത് ജസ്വന്ത് തന്നെയാണ് എന്നോട് പറഞ്ഞത്. ദീപിന്റെ വിവാഹത്തിന് വന്നപ്പോഴാണ് അവനത് പറഞ്ഞത്.

എനിക്ക് തോന്നിയിട്ടുള്ളത് രണ്ടായിരമാണ്ടായതോടെ ഇന്ത്യൻ നഗരങ്ങളിലും ഗ്രാമങ്ങളിലും വലിയ മാറ്റങ്ങൾ ഉണ്ടായി . കച്ചവട സ്ഥാപനങ്ങളുടെ എണ്ണം ഗണ്യമായി വർദ്ധിച്ചു. വലിയ മത്സരം തന്നെ വന്നു. പുതിയ കച്ചവടതന്ത്രങ്ങളും ആധുനികവൽക്കരണവുമായി പലരും മുന്നോട്ടു പോയപ്പോൾ, എന്റെ അനിയനു അധികം പിടിച്ചു നിൽക്കാൻ കഴിഞ്ഞില്ല. സഹായിയാവും എന്ന് കരുതിയ മകൻ സ്വന്തം കാര്യം നോക്കി

പോയി. അവന്റെ ചോദ്യം ഇതാണ് എന്തിനാണ് ശ്രുതിയുടെയും കുഞ്ഞുങ്ങളുടെയും ഭാരം അവൻ ഏറ്റെടുക്കുന്നത്. അവളെ അച്ഛൻ വീട്ടിൽ നിർത്തേണ്ട ഒരു ആവശ്യവും ഇല്ലായിരുന്നു. കുടുംബ ബിസിനസിൽ കഷ്ടപ്പെടുന്നത് വെറുതെയാണെന്ന് അവൻ സന്തോഷിനെ കണ്ടപ്പോൾ പറഞ്ഞത്രേ. രണ്ടു പെൺമക്കൾക്കുശേഷം ഉണ്ടായ മകനാണ്. പ്രായം കൊണ്ട് അനിയനാണ്. എങ്കിലും ജസ്വന്തിന്റെ പ്രതീക്ഷ മുഴുവൻ അവനിൽ ആയിരുന്നിട്ടുണ്ടാവണം.

അമ്മയുടെ മരണം വീറിന്റെ വിവാഹശേഷം ആയിരുന്നു. അപ്പോഴേക്കും അവർക്ക് എഴുന്നേൽക്കാൻ പോലും കഴിയാതെ കിടപ്പായിരുന്നു. ഞാനവിടെ പോയി കണ്ടിരുന്നു. രണ്ടുമാസം കഷ്ടിയായപ്പോഴേക്കും മരണവാർത്ത തേടി വന്നു. എനിക്ക് പ്രത്യേകിച്ച് ഒരു ദുഃഖവും തോന്നിയില്ല. അവരാ ദുരിതത്തിൽ നിന്നും രക്ഷപ്പെട്ടല്ലോ എന്നാണ് ഞാൻ കരുതിയത്. ബന്ധങ്ങൾ, അല്ല ബന്ധനങ്ങൾ ഓരോന്നായി അഴിയുകയാണ്. ശ്വേതയുടെ മകളുടെ വിവാഹം കഴിഞ്ഞ വർഷമായിരുന്നു. അന്നാണ് അറിഞ്ഞത് അവൻ വാടക വീട്ടിലേക്ക് മാറിയെന്ന്. ശ്രുതിയുടെ കുഞ്ഞുങ്ങളുടെ പഠനത്തിനു വേണ്ടിയിട്ടാണ് വീട് വിറ്റ് വാടകയ്ക്ക് മാറിയതെന്ന് അവൻ പറഞ്ഞു. ഇന്നത്തെ കാലത്ത് പഠിക്കാതിരുന്നിട്ട് ഒരു കാര്യവുമില്ല ചേട്ടാ... അവൻ ചിരിച്ചപ്പോൾ തേഞ്ഞു തുടങ്ങിയ പല്ലുകൾ ഒരഭംഗിപോലെ. അമ്മയെപ്പോലെ മുറുക്കാൻ പ്രിയമാണ്. പല്ലെല്ലാം തേഞ്ഞും മഞ്ഞക്കളറും ആയിട്ടാണ് ഇരിക്കുന്നത്.

തിരിച്ചുപോരുമ്പോൾ എന്റെ മനസ്സും അസ്വസ്ഥമായിരുന്നു. എന്നെയേറെ വിഷമിപ്പിക്കുന്നത്, അവന്റെ ഈ അവസ്ഥയെക്കുറിച്ച് പറയുമ്പോൾ ബന്ധുക്കളും സ്വന്തക്കാരും ഒക്കെ അവസാനിപ്പിക്കുന്നത് ഈ വാചകത്തോടെയാണ്. എല്ലാം ആ ജഗദീഷിന്റെ ശാപമാണ്. ഞാൻ എല്ലാവരോടും പറഞ്ഞു. ഞാനവനെ ഒരിക്കലും ശപിച്ചിട്ടില്ല, എനിക്കതിന് കഴിയില്ല. ചാന്ദിനിയും പറഞ്ഞു, ദൈവം ഉണ്ടെന്ന് മനസ്സിലായില്ലേ ചേട്ടാ.. അന്നും ഞാനാകെ അസ്വസ്ഥനായി. എല്ലാത്തിനും ഒടുവിൽ അവന് ഇങ്ങനെയൊക്കെ വന്നല്ലോ. ആർക്കാണ് നേട്ടമുണ്ടായത്?

അന്ന് നാട്ടിൽ നിന്ന് വന്നിട്ട് എന്റെ ജീവിതം പിന്നെ എങ്ങനെ ഉള്ളതായിരുന്നു. ആ ഗ്രാമത്തിൽ ഒരു വീട് വേണമെന്ന് എന്റെ ആഗ്രഹം കൊണ്ട് കൂടുതൽ പണം എനിക്ക് ആവശ്യമായി മാറി. ഞാൻ അതിന് കണ്ടുപിടിച്ച വഴി ഒരു പാർട്ട് ടൈം ജോലി കൂടിയായിരുന്നു. അന്നൊക്കെ ബോംബെയിൽ ജോലി അന്വേഷിച്ചു വരുന്നവർ, വിദേശത്തേക്ക് പോകാൻ ശ്രമിക്കുന്നവർ അങ്ങനെ പലരും ഈവനിംഗ് കോളേജുകളിൽ ചേരാറു

ണ്ടായിരുന്നു. അക്കൗണ്ടൻസിക്ക് അന്ന് വലിയ പ്രാധാന്യമുണ്ട്. പിന്നെ എനിക്ക് അവിടെ ഉണ്ടായിരുന്ന പരിചയങ്ങളും കാരണം ജോലി കിട്ടാൻ ഒരു ബുദ്ധിമുട്ടും ഉണ്ടായിരുന്നില്ല. എന്നെയവർ അവിടെ ഒരു വിഐപി ആയി അവതരിപ്പിച്ചു.

ഓഫീസ് ടൈം കഴിഞ്ഞിറങ്ങി എട്ടുമണിക്ക് ക്ലാസിൽ കയറും. വീട്ടിലെത്തുമ്പോൾ പത്ത് മണി കഴിയും. പിന്നെ കുളി, ഭക്ഷണം, ഉറക്കം. പിറ്റേ ദിവസം രാവിലെ എഴുന്നേറ്റ് ഇതേ ആവർത്തനങ്ങൾ. ഏഴു വർഷത്തോളം ഇതു തുടർന്നു കൊണ്ടിരുന്നു. അതായത് എന്റെ മധ്യവയസ് എന്നു പറയാം ഒരു പക്ഷേ എന്റെ ചെറുപ്പം, ഞാനും ഭാര്യയും ഒത്തു ചെലവഴിക്കേണ്ട വൈകുന്നേരങ്ങൾ, അതെല്ലാം ഓട്ടപാച്ചിലിന്റെ ദിനങ്ങൾ ആയിരുന്നു. ഞായറാഴ്ചയും പഠിപ്പിക്കാനുള്ള പുസ്തകവുമെടുത്ത് ഞാൻ ഇറങ്ങും . രണ്ടു മണിയാവുമ്പോഴേക്കും വീട്ടിലെത്താൻ ഞാൻ ശ്രമിച്ചിരുന്നു. ഇല്ലെങ്കിൽ കരിഷ്മ എന്നെ തല്ലുമോ എന്ന ഭയവും ഉണ്ട്. ഒന്ന് രണ്ട് പ്രാവശ്യം അവൾ അത് സൂചിപ്പിക്കുകയും ചെയ്തു. സമാധാനിപ്പിക്കാനായി ഞാൻ ഇടയ്ക്ക് ബീച്ചിലേക്ക് കൊണ്ടു പോകും. അവൾക്ക് നടക്കാൻ ഇഷ്ടമാണ്. എനിക്കാണെങ്കിൽ എവിടെയെങ്കിലും കിടക്കണമെന്നാണ്. അതിനായി മനഃപൂർവ്വം അവളെ ഒരിടത്ത് ഇരുത്തും. മടിയിൽ തലവച്ച് കിടക്കും. അവൾ സംസാരിക്കുന്നത് മുഴുവൻ ഞാൻ കേൾക്കുന്നുണ്ടെന്ന ഭാവത്തിലാണ് കിടക്കുന്നത്. ഇടയ്ക്ക് റെക്കോർഡ് ചെയ്തു വച്ചിരിക്കുന്നതുപോലെ മൂളാറുണ്ട്. മക്കൾ വിശാലമായ ബീച്ചിൽ കളിച്ചു കൊണ്ടിരിക്കും. രണ്ടുപേരും സിമ്മിങ് സ്യൂട്ട് ഒക്കെ എടുത്തിട്ടുണ്ടാവും. ഇതാണ് അവരുടെ അറ്റ്മോസ്റ്റ് വിനോദം. ഇതിനുമപ്പുറം ഡാഡി ഒന്നും ചെയ്തു തരില്ലെന്നവർക്ക് നന്നായി അറിയാം. എന്നാൽ എന്റെ വീട് പണിയാനുള്ള വാശി കരിഷ്മയെ അത്ഭുതപ്പെടുത്തി ഞാനവളുടെ വാക്കുകൾക്ക് വലിയ വില കൽപ്പിക്കാത്തതും. ഞാൻ പാവമാണെന്ന പ്രസ്താവനകളും പറയാതായി.

ഞാൻ എന്റെ ജീവിതത്തെ വീണ്ടും വീണ്ടും വിലയിരുത്താറുണ്ട് ,വിശകലനം ചെയ്യാറുണ്ട്. ഓരോ വിശകലനവും ഓരോ തത്ത്വങ്ങളിൽ ചെന്നവസാനിക്കും. ജീവിതത്തിന്റെ അവസ്ഥാന്തരങ്ങൾ അത്രയേറെ എന്നെ അത്ഭുതപ്പെടുത്തിയിട്ടുണ്ട്.

29 യാത്രാമൊഴി

എല്ലാം കഴിഞ്ഞു പോയിരിക്കുന്നു. ദീപു പറഞ്ഞ ആ ചെറിയ വീട്. അതെന്റെ ജീവിതത്തിലെ വ്യത്യസ്തങ്ങളായ പല അനുഭവങ്ങളുടെയും പ്രതീകമാണ്. ഞാനിപ്പോൾ താമസിക്കുന്ന ഈ വീട് അത് വീറിനു

മാത്രമായി രജിസ്റ്റർ ചെയ്തു കൊടുത്തു. ദീപിന്റെ ഷെയറും കൊടുത്തു കഴിഞ്ഞു. അതായത് ഇരുപത്തിരണ്ടാമത്തെ വയസ്സിൽ ബോംബെ എന്ന നഗരത്തിന്റെ വാതിലിനു മുന്നിൽ പകച്ചു കൊണ്ട് കാലുകൾ കുത്തിയ ജഗദീഷ് വീർ പ്രതാപ് സിംഗ് എന്ന ഞാൻ തിരിച്ചുപോകുമ്പോൾ ബാക്കി ആയിട്ടുള്ളത് ആ വീട് മാത്രമാണ്. ഒരുപക്ഷേ എന്റെ ഭാര്യയ്ക്കായി ഞാൻ കാത്തുസൂക്ഷിച്ച സമ്പാദ്യം. മുറ്റം നിറയെ പൂക്കളും ഫലവൃക്ഷങ്ങളും ഒക്കെയുള്ള ആ കൊച്ചു വീടിനെ ഞാൻ നന്നായി അലങ്കരിച്ചു വെച്ചിട്ടുണ്ട്. വാതിൽ തുറക്കുമ്പോൾ മണികൾ കിലുങ്ങുന്ന ഒരു വീട്. ചേതൻ നഗറിലെ ആ ചെറിയ ഒറ്റ മുറിയിൽ എട്ടുപേരിൽ ഒരാളായി തുടങ്ങി, എന്റെ ഓരോ ചുവടുകളുടെയും, അധ്വാനത്തിന്റെയും ആകെ തുകയാണ് ആ വീട്.

തിങ്കളാഴ്ച അതിരാവിലെ തന്നെയായിരുന്നു ട്രെയിൻ. വീറും ദീപു സ്റ്റേഷനിലേക്ക് വന്നു. റോഷ്നി എന്തോ ശബ്ദങ്ങൾ കേട്ട് നേരത്തെ ഉണർന്നു. ഞങ്ങളുടെ പെട്ടികളെല്ലാം താഴേക്ക് കൊണ്ടുപോകുന്നത് നോക്കിയിരിക്കുകയാണ്. എന്റെയും കരിഷ്മയുടെയും വസ്ത്രങ്ങൾ, കുറച്ച് അധികം പുസ്തകങ്ങളും ഉണ്ടായിരുന്നു. ഞങ്ങളുടെ രണ്ടുപേരുടെയും കളക്ഷൻസ് ആണ്. പിന്നെ പഴയ ഡയറികൾ, ആൽബങ്ങൾ. ഞങ്ങളുടെ ആദ്യത്തെ വാടകവീട്ടിൽ വച്ച് കരിഷ്മ കുറച്ച് ചെറിയ കളിമൺ രൂപങ്ങൾ, ഒരു കൈമുഷ്ടിക്കുള്ളിൽ ഒതുങ്ങുന്നവ, കുറച്ചധികം വാങ്ങിച്ചിട്ടുണ്ടായിരുന്നു. അവിടെ ഒരു തുറന്ന അലമാരിയിൽ അവയും മറ്റു പല കൗതുക വസ്തുക്കളും കൊണ്ട് അലങ്കരിച്ചിരുന്നു. പിന്നെ കൃഷ്ണ നഗറിലേക്ക് പോയപ്പോൾ ഞങ്ങൾക്കതൊന്നും ഒതുക്കി വയ്ക്കാൻ സ്ഥലമുണ്ടായിരുന്നില്ല. ഡോമ്പി വില്ലയിലേക്ക് മാറിയപ്പോൾ ആ കളിമൺ രൂപങ്ങൾ അവൾ വീണ്ടും എടുത്തു വച്ചു. പക്ഷേ കാലത്തിന്റെ കുത്തൊഴുക്കിൽ വന്ന മാറ്റങ്ങൾ അവയെല്ലാം പഴയ ബാഗിനുള്ളിൽ ആക്കി. അതെല്ലാം അവൾ എടുത്തു വച്ചിട്ടുണ്ട്. ബാലേശ്വരിലെ വീട്ടിൽ അവയ്ക്ക് ഒരു സ്ഥാനം ഉണ്ടാക്കണമെന്നാണ് അവൾ പറയുന്നത്. എത്ര വർഷം പഴക്കമുള്ളവ! മൊത്തം രണ്ടു ബാഗുകൾ. പിന്നെ വെള്ളം ,അത്യാവശ്യം വേണ്ട കാര്യങ്ങൾ. രേഖകളെല്ലാം അടങ്ങിയ ബാഗ്, ഞാൻ തോളിലൂടെ ഇട്ടു. ലിഫ്റ്റിലേക്ക് കയറുമ്പോൾ അതും വീർ വാങ്ങിച്ചു തോളിൽ ഇട്ടു.

വീർ അമ്മയുടെ കൈ പിടിച്ചിട്ടുണ്ട്. അവൻ ഇപ്പോൾ തന്നെ കരയുമോ എന്നെനിക്ക് സംശയം തോന്നി. മരുമക്കളോട് യാത്ര പറഞ്ഞു കഴിഞ്ഞിരുന്നു. പേരക്കുട്ടികളെ ഉണർത്തിയില്ല. അതെല്ലാം മുൻപേ പറഞ്ഞിട്ടുണ്ടായിരുന്നു. റോഷ്നി ആണെങ്കിൽ ഞങ്ങൾ ഇറങ്ങുമ്പോഴേക്കും സെറ്റിയിലിരുന്നു ഉറങ്ങിപ്പോയി. ആരോടും കൂടെ വരേണ്ട എന്ന് പറഞ്ഞതാണ്. പക്ഷേ വീറും ദീപും സമ്മതിക്കേണ്ടേ. വേഗം വരൂ, ആളുകൾ ജോ

ഗിങ്ങിന് ഇറങ്ങുന്ന സമയമാണ് നാടുവിട്ടു പോകുന്നത് എല്ലാവരും അറിയേണ്ട. വീർ ആത്മഗതം പോലെ പറഞ്ഞു. കരിഷ്മ ചിരിച്ചു കൊണ്ട് ചോദിച്ചു അതിനിനി ആരാണ് ബാക്കിയുള്ളത് വീർ. ദീപും ചിരിച്ചു. വീർമാത്രം വീർത്ത മുഖവുമായി ഇറങ്ങി. ഞാൻ അവനെ ഒന്ന് തണുപ്പിക്കാൻ ശ്രമിച്ചു. ഒന്ന് റിലാക്സ് ആവൂ വീർ, നിന്റെ മുഖ ഭാവം കണ്ടാൽ ആളുകൾ കരുതും ഞാൻ നിന്റെമ്മയെ കട്ടുകൊണ്ടു പോകുന്നതാണെന്ന്.

അതെ അതുതന്നെയാണ് സത്യം. അവൻ ഉറക്കെ പറഞ്ഞു. ഡാഡി എന്റെ അമ്മയെ കണ്ടത് 30 വയസ്സ് ആയിട്ടാണ്. ഞാനെന്റെ അമ്മയെ, ജനിച്ചത് മുതൽ കാണുന്നതാണ്. രണ്ടും തമ്മിൽ വ്യത്യാസമുണ്ട്. എനിക്ക് ചിരിയും കരച്ചിലും വന്നു. കരിഷ്മ അവന്റെ തലയിൽ ചെറുതായി ഒന്ന് കിഴുക്ക് കൊടുത്തു. ഞാൻ ഇന്ത്യ വിട്ടൊന്നും പോകുന്നില്ല. തൊട്ടടുത്തു തന്നെയുണ്ട്. ഒഴിഞ്ഞു പോകുകയാണെന്നും കരുതണ്ട. ഇടയ്ക്ക് വരും. ഇപ്പോൾ വീരു ചിരിച്ചു. ഓ കരിഷ്മ മാഡം ഫോമിൽ ആയല്ലോ

യാത്ര പറഞ്ഞ് ട്രെയിനിൽ കയറുമ്പോൾ, കരയരുതെന്ന് മനസ്സിനെ പഠിപ്പിച്ചിട്ടുണ്ട്.എങ്കിലും മക്കളെ പിരിഞ്ഞ് ആദ്യമായാണ്. രണ്ടു കൈകൾ നഷ്ടപ്പെടുന്ന പോലെ . കണ്ണുകൾ നിറയാതിരിക്കാൻ ഞാൻ പരമാവധി പരിശ്രമിച്ചു. ദീപു കരിഷ്മയെ കെട്ടിപ്പിടിച്ചുകൊണ്ട് കുറച്ചു നേരം നിന്നു. വീരു മുഖത്തേക്ക് നോക്കുന്നേ ഇല്ല. അവന്റെ സങ്കടം നമ്മൾ അറിയാതിരിക്കാനാണതെന്നെനിക്കു മനസിലായി. ട്രെയിനിൽ കയറിയിരുന്നപ്പോൾ കരിഷ്മയ്ക്ക് നിയന്ത്രിക്കാൻ കഴിഞ്ഞില്ല. അവൾ ടവൽ എടുത്തു മുഖം തുടച്ചു കൊണ്ടിരുന്നു. അവർ നോക്കി നിൽക്കുന്നതിനാൽ ഇടയ്ക്കിടെ കൈ വീശുന്നുണ്ടായിരുന്നു. വണ്ടി പതുക്കെ നീങ്ങിത്തുടങ്ങി. ഞാനെന്റെ മക്കളെ നോക്കി. രണ്ടുപേരുടെയും കണ്ണുകൾ നിറഞ്ഞിട്ടുണ്ട്. വീരു കൈകൾ കൊണ്ട് മുഖമാകെയൊന്ന് അമർത്തി തുടച്ചു. ഞാൻ നോക്കുന്നത് കണ്ടപ്പോൾ കൃത്രിമമായി ചിരിച്ചുകൊണ്ട് കൈവീശി.....വണ്ടിയുടെ വേഗത കൂടുകയാണ്.....ഞാൻ കരിഷ്മയുടെ വലതു കൈയിൽ എന്റെ കൈവച്ചമർത്തി അവളെ സമാധാനിപ്പിച്ചു. അവൾക്കായിരിക്കാം ഒരു പക്ഷേ കൂടുതൽ വിഷമം.

എന്റെ മക്കൾ.... ഞാൻ നോക്കിയപ്പോൾ വീർ ദീപിന്റെ തോളിൽ കയ്യിട്ട് അവനോട് എന്തോ സംസാരിക്കുന്നുണ്ട്. ചിലപ്പോൾ ആശ്വസിപ്പിക്കുന്നതാകാം .അവർ ഒരു പൊട്ടുപോലെയായി. ഞാൻ കണ്ണുകൾ അടച്ചു. ജീവിതത്തിലുടനീളം അവർക്ക് ഈ അടുപ്പവും യോജിപ്പും ഉണ്ടായിരിക്കണെമേ എന്ന് വീണ്ടും വീണ്ടും പ്രാർത്ഥിച്ചു. ഒരിക്കലവരുടെ അകൽച്ചയിൽ ഞാൻ ഭയപ്പെട്ടിരുന്നു -അവർ എന്നെന്നേക്കുമായി അകന്നു പോകുമോയെന്ന് ശങ്കിച്ചിരുന്നു . ഞാനും കരിഷ്മായും നിശബ്ദമായി കരഞ്ഞിരുന്ന

ദിവസങ്ങളുണ്ടായിരുന്നു. എന്നാൽ ഇപ്പോഴെനിക്ക് മനസ്സിലാവുന്നുണ്ട് അവർ തമ്മില് സ്നേഹത്തിന്റെ, രക്ത ബന്ധത്തിന്റെ ഒരു ബന്ധനം ഉറപ്പായും ഉണ്ട്. സ്വഭാവം കൊണ്ട് ഇരു ധ്രുവങ്ങളിലായിരുന്നുവെങ്കിലും.

30 ഞങ്ങളുടെ വീട്ടിലെ രാജകുമാരൻ

വീർ രാജയോഗവും ഭാഗ്യജാതകവുമായി പിറന്നവൻ. ഞാൻ അതിലൊന്നും വിശ്വസിക്കാതെ അപ്പാടെ തള്ളിക്കൊണ്ട് ചിരിച്ചു. എന്നിട്ട് കരിഷ്മയുടെ അമ്മായിയോടായി പറഞ്ഞു. രാജകുമാരൻ രാജകൊട്ടാരത്തിലാണ് ജനിക്കുക. പക്ഷേ രാജയോഗം കൊണ്ട് ഉദ്ദേശിക്കുന്നത് എന്താണെന്ന് പിന്നീടാണ് എനിക്ക് മനസ്സിലായത്. കരിഷ്മയുടെ അച്ഛന്റെ അമ്മാവൻ, ബാലാജി എന്ന് എല്ലാവരും സ്നേഹത്തോടെയും ബഹുമാനത്തോടെയും വിളിക്കുന്ന ബാലാജി നാരായണ വിലാസ് റാവുവിനെ കണ്ടുമുട്ടിയതിനുശേഷം.

വളരെ പ്രശസ്തമായ ഒരു തറവാട്ടിലെ അംഗമായിരുന്നു കരിഷ്മയുടെ അച്ഛൻ. പഠനശേഷം അദ്ദേഹം സിവിൽ സർവീസ് ഉദ്യോഗവുമായി കൽക്കട്ടയിൽ ആയിരുന്നു. തന്റെ അറിവും വായനയും പുറം ലോകവുമായ ബന്ധങ്ങളും അദ്ദേഹത്തെ ഒരു ഉദാരഹൃദയനാക്കി തീർത്തു. അദ്ദേഹത്തിന് മൂന്ന് സഹോദരിമാരും ഒരു സഹോദരനും ഉണ്ടായിരുന്നു. സഹോദരൻ വിവാഹിതനാകുന്നതിനു മുമ്പേ മരിച്ചു. അമ്മാവനായ ബാലാജി കടുത്ത യാഥാസ്ഥിതികവാദിയായിരുന്നു. മതം, ജാതി ,ഈശ്വരൻ ,കുലം എല്ലാത്തിലും തങ്ങൾ മികച്ചതാണെന്ന് അദ്ദേഹം വിശ്വസിച്ചിരുന്നു. ഞാനിതെല്ലാം മനസ്സിലാക്കിയത് വളരെ വൈകിയാണ്. കൃത്യമായി പറഞ്ഞാൽ വീറിന് ആറു വയസ്സായതിന് ശേഷം.

പലപ്പോഴായി കരീഷ്മ അച്ഛന്റെ കുടുംബത്തെക്കുറിച്ച് പറഞ്ഞിട്ടുണ്ട്. പണ്ടു കാലങ്ങളിൽ സ്ത്രീകളെ വിവാഹം ചെയ്തു കൊടുത്തു കഴിഞ്ഞാൽ കുടുംബ സ്വത്തിന്റെ ഭൂരിഭാഗവും തല മുതിർന്ന കാർന്നോർക്കാണ് സ്വന്തം. എന്നാൽ അനന്തരവർക്ക് ചില സൗഭാഗ്യങ്ങൾ ലഭിക്കാറുണ്ട്. കരിഷ്മയുടെ അച്ഛന് അതും കൂടി കിട്ടിയില്ല. നിയമങ്ങൾ പിന്നീട് വ്യത്യസ്തമായെങ്കിലും പലസ്ഥലങ്ങളിലും കാര്യങ്ങൾ പഴയപോലെ തുടർന്നു കൊണ്ടിരുന്നു. ചുരുക്കത്തിൽ കരിഷ്മയുടെ കുടുംബവും അമ്മാവനും ';തമ്മിൽ അത്ര രസത്തിലല്ല. ഞങ്ങളുടെ കല്യാണത്തിനും ഈ അമ്മാവനെ ഞാൻ കണ്ടിട്ടില്ല. ഇദ്ദേഹം ക്ഷണിക്കപ്പെട്ടിരുന്നു. എന്നാൽ വന്നില്ല എന്നാണ് ഞാൻ അറിഞ്ഞത്.

എന്നാൽ കരിഷ്മയുടെ അച്ഛന്റെ രണ്ടാമത്തെ സഹോദരിയുടെ മകളുടെ വിവാഹവേദി. ഞാൻ സദസ്സിൽ ഇരിക്കുകയാണ്. എന്റെ കൂടെ വീരും ഉണ്ട്. കരിഷ്മ പ്രധാന വേദിയിലാണ്. ദീപുവിനെ അവൾ എടുത്തിട്ടുണ്ട്. അവൻ അവളുടെ അടുത്തുനിന്ന് മാറില്ല. വീറിന് ഇപ്പോൾ ഇതെല്ലാം ശീലമായി. അമ്മയുടെ അവകാശം പൂർണമായി ഏറ്റെടുത്ത അനിയനെ കുറിച്ച് ഓർത്ത് അവനിപ്പോൾ ആവലാതി ഇല്ല. ബന്ധുക്കൾ ആയുള്ള കുശലം പറച്ചിലിനിടയിൽ എന്റെ കണ്ണുകൾ ഒരു അസാധാരണ മനുഷ്യനിൽ ചെന്നുടക്കി. അദ്ദേഹത്തിന്റെ വേഷഭൂഷാദികൾ പരമ്പരാഗതമായ രാജകീയ വേഷം പോലെ! അലങ്കാരങ്ങളോടു കൂടിയ മേലങ്കി. കഴുത്തിൽ സ്വർണവും മുത്തും കൊണ്ടുള്ള മാലകൾ. ആരാടാ ഈ രാജാവ് എന്ന മട്ടിൽ ഞാനൊന്നു ഉഴിഞ്ഞു നോക്കി. കല്ലു വെച്ച മോതിരങ്ങൾ. അതും ഒന്നും രണ്ടും അല്ല. പോരാത്തതിന് കൈകളിൽ കുറെയധികം ചരടുകളും, നെറ്റിയിൽ കുറികളും ഉണ്ട്. തികഞ്ഞ ഒരു ഈശ്വരവാദിഎന്ന് ഞാൻ ഉറപ്പിച്ചു.

എന്നാൽ എന്നെ അമ്പരപ്പിച്ചുകൊണ്ട് അദ്ദേഹത്തിന്റെ നോട്ടം ഞങ്ങളിൽ മാത്രമായി. എനിക്ക് ചെറിയ പരിഭ്രമം തോന്നിയെങ്കിലും ഞാൻ നന്നായൊന്നു പുഞ്ചിരിച്ചു. അതോടെ അദ്ദേഹം എഴുന്നേറ്റ് എന്റെ അടുത്തേക്ക് വന്നു. കയ്യിൽ സ്വർണ്ണവും മുത്തും പിടിപ്പിച്ച ഒരു ഊന്നുവടിയുണ്ട്. ഇത്ര ആരോഗ്യം തോന്നുന്ന മനുഷ്യനു എന്തിനാണ് ഈ ഊന്നു വടി എന്ന് ഞാൻ ചിന്തിച്ചു. പക്ഷേ അത് വെറും ഊന്നുവടി അല്ല, അതിനുള്ളിൽ അവരുടെ കുടുംബത്തിന്റെ അഭിമാനമായ വാളു കൂടിയുണ്ടെന്ന് പിന്നീടാണ് എനിക്ക് മനസ്സിലായത്.

എന്റെ അടുത്തെത്തിയപ്പോൾ എന്തോ ഉൾപ്രേരണയുടെ ഞാൻ എഴുന്നേറ്റു. എന്റെ അടുത്തിരുന്നിരുന്ന മാധവ് എന്ന ചെറുപ്പക്കാരനും എഴുന്നേറ്റ് നമസ്തേ അമ്മാവാ പറഞ്ഞു. അദ്ദേഹത്തിനായി ആരോ വേഗത്തിൽ ഒരു കസേര എടുത്തു കൊണ്ടുവന്നു. ഞങ്ങളോടായി ഇരിക്കെന്ന് കൈകൊണ്ട് ആഗ്യം കാണിച്ച് അദ്ദേഹമെന്നോട് ചോദിച്ചു താങ്കളെ എനിക്ക് മനസ്സിലായില്ല. ഗാംഭീര്യമുള്ള ശബ്ദം. ഞാൻ വിനയത്തോടെ മറുപടി പറഞ്ഞു. ദീപക് റാവുവിന്റെ മരുമകനാണ്. ഓഹോ അദ്ദേഹത്തിന്റെ ചുണ്ടിൽ ഒരു പുഞ്ചിരി വിടർന്നു. നിങ്ങളുടെ മകനാണല്ലേ. അതെ ഞാൻ മൂളി. അദ്ദേഹം വീറിന്റെ ശിരസ്സിൽ തലോടി. വീറു അത്ഭുതത്തോടെയാണ് നോക്കുന്നത്. പിന്നെ നന്നായി ഒന്നു പുഞ്ചിരിച്ചു. അവന് ആളെ പിടിച്ച മട്ടുണ്ട്. വളരെ നിഷ്കളങ്കമായി അവൻ അദ്ദേഹത്തിന്റെ കൈകളിൽ മോതിരങ്ങളിൽ ഒന്നു തൊട്ടുകൊണ്ട് ചോദിച്ചു. രാജാവാണോ? അദ്ദേഹം ഉറക്കെ ചിരിച്ചു കൊണ്ട് വീറിനെ മടിയിൽ ഇരുത്തി. അവന്റെ കൈകളിലും കാതുകളിലും എല്ലാം ഒന്ന് തലോടി. പിന്നെ അവനോട് വിശേഷങ്ങൾ തിരക്കാൻ തുടങ്ങി. അവനാണെങ്കിൽ അദ്ദേഹത്തിന്റെ മാലയും ചരടുകളുമെല്ലാം പരിശോധിച്ചു കൊണ്ടിരിക്കുകയാണ്. അപ്പോഴേക്കും അദ്ദേഹത്തിന്റെ കൂടെയുണ്ടായിരുന്ന രണ്ടുപേർ കൂടി

ഞങ്ങൾക്കരികിലേക്ക് എത്തി. അദ്ദേഹത്തിൽനിന്നും തികച്ചും വ്യത്യസ്തരായിരുന്നു അവർ. തീരെ വണ്ണം കുറഞ്ഞ പ്രകൃതമാണ്. ഇദ്ദേഹം ആവട്ടെ ആറടി ഉയരത്തിൽ ഒത്ത തടിയും ഉയർത്തിപ്പിടിച്ച തലയുമായി ഒരു മനുഷ്യൻ. ആ തല അങ്ങോട്ടുമിങ്ങോട്ടും അനക്കുന്നുണ്ടോയെന്ന് സംശയമാണ്.

പരിചയപ്പെടലും കാര്യങ്ങളുമൊക്കെ കഴിഞ്ഞപ്പോഴാണ് ഞാനും അക്കാര്യം ശ്രദ്ധിച്ചത്. ബാലാജി റാവുവിനെ എന്റെ അടുത്തേക്ക് എത്തിച്ചത് ജയവീരാണ്. അവൻ അത്യാവശ്യം തടിയുള്ള കുഞ്ഞായിരുന്നു. നല്ല ചുവന്നു തുടുത്ത നിറം. കവിളിൽ രക്തശോഭ തെളിഞ്ഞു കാണാം. വല്ലാത്തൊരു ദീപ്തിയായിരുന്നു അവനു ചുറ്റും. ദീപു പൂർണമായും കരിഷ്മയെ പോലെയായിരുന്നു. വെളുത്തു മെലിഞ്ഞ് കോലൻ മുടിയും, അമ്മയെ പോലെ എന്ന് എല്ലാവരും പറയുമ്പോൾ, വീറെന്നെ പോലെയും അച്ഛനെ പോലെയും ഒക്കെയാണെന്ന് ഞാൻ വിശ്വസിച്ചിരുന്നു.ആ വിശ്വാസം പാടെ തകർത്തുകൊണ്ടാണ് ഇദ്ദേഹം അവതരിച്ചിരിക്കുന്നത്. വീർ അദ്ദേഹത്തിന്റെ ഒരു കൊച്ചു പകർപ്പാണ്. വട്ട മുഖവും, നടുവിൽ അല്പം യോജിച്ച പുരികം, നീണ്ട മൂക്ക്, ആരെയും മയക്കുന്ന പുഞ്ചിരി. ലക്ഷണമൊത്ത ചെവികളും, സമൃദ്ധമായ മുടി, തിളങ്ങുന്ന നിറവും. ഇതെല്ലാം കൊണ്ടും രണ്ടു പേരും ഒന്നാണ്. ചുരുക്കത്തിൽ തന്റെ കുട്ടി പകർപ്പിനെ കണ്ട ആശ്ചര്യത്തിൽ ആരാണെന്ന് അറിയാൻ എന്റെ അടുത്തേക്ക് വന്നതാണ്.

കരിഷ്മ ഞങ്ങളെ കാണുന്നുണ്ട്. അവളുടെ മുഖത്തത്ര തെളിച്ചം ഒന്നുമില്ല. ആ സംഭവത്തിനുശേഷം വീട്ടിൽ വച്ച് ഞാൻ അവളോട് ചോദിച്ചു. നോക്ക് നീയല്ലേ പറഞ്ഞത് വീർ എന്നെ പോലെയാണെന്ന്. അവൻ നിന്റെ അമ്മാവനെപോലെയാണ്. ശരിക്കും ഒരു കാർബൺ കോപ്പി. എനിക്കങ്ങനെ തോന്നുന്നില്ല ,കരിഷ്മ അലസമായി പറഞ്ഞു. ഞാൻ ശുണ്ഠി അഭിനയിച്ചുകൊണ്ട് പറഞ്ഞു. നോക്കൂ രണ്ടു പേരും നിന്റെ കുടുംബത്തിലെ പോലെയായി. എനിക്കിനി ഒരു കുഞ്ഞു കൂടി വേണം. മകൾ മതി, എന്റെ അമ്മയെപ്പോലെ, പെട്ടെന്ന് ഞാൻ നിർത്തി, അതുവേണ്ട ചാന്ദിനിയെ പോലെ മതി. അതുകേട്ടവൾ ഉറക്കെ ചിരിച്ചു . കഥ അവിടം കൊണ്ട് തീർന്നില്ല. ഞങ്ങളെ ഞെട്ടിച്ചുകൊണ്ട് ഒരു കറുത്തറോൾസ് റോയ്സ് കാർ കൃഷ്ണ നഗർ കോളനിയിലേക്ക് കടന്നുവന്നു. അങ്ങനെ ഒരു വലിയ ശീത സമരം എന്റെ മകൻ കാരണം അവസാനിക്കുകയായിരുന്നു. ഞങ്ങളുടെ ആ ചെറിയ സ്വീകരണമുറിയിൽ യാതൊരു ശാഠ്യങ്ങളുമില്ലാതെ അദ്ദേഹം ഇരുന്നിട്ടുണ്ട്. ആദ്യമായി വന്ന ദിവസം അദ്ദേഹം എന്നോട് പറഞ്ഞു. ജഗദീഷ് എന്താണെന്ന് അറിയില്ല എനിക്കീ കൊച്ചു മോനെ കാണണമെന്നു തോന്നി. സാധാരണ ആളുകളെ പെട്ടെന്ന് അനുസരിക്കുന്ന പ്രകൃതമല്ല വീറിന്. പക്ഷേ "രക്തത്തിന് വെള്ളത്തേക്കാൾ കട്ടിയുണ്ട്" എന്ന പഴഞ്ചൊല്ലിനെ അന്വർത്ഥമാക്കുന്ന പോലെ എന്റെ മകൻ അദ്ദേഹത്തോട് വലിയ ഇണക്കവും അനുസരണയും കാണിച്ചു.

പിന്നീട് ഇടയ്ക്കിടെ അദ്ദേഹത്തിന്റെ സന്ദർശനങ്ങൾ ഉണ്ടായി. കൂട്ടത്തിൽ പലഹാരങ്ങൾ പഴങ്ങൾ എന്നിങ്ങനെ ചെറിയ പെട്ടികൾ എത്തി

ക്കൊണ്ടിരുന്നു. സത്യത്തിൽ അദ്ദേഹം ഇതെല്ലാം ചെയ്തിരുന്നത് വീറിനു വേണ്ടിയാണെന്ന് എനിക്കറിയാം. കാരണം ഉണങ്ങിയ പഴങ്ങൾ, ബദാം ,കശുവണ്ടിപരിപ്പ്, പലതരത്തിലുള്ള പഴങ്ങൾ ഇതെല്ലാം വീറിനെ പുഷ്ടി പ്പെടുത്താൻ വേണ്ടിയാണ്. പണ്ടത്തെ യോദ്ധാക്കളെപ്പോലെ. പക്ഷേ വീറിന് ആവശ്യത്തിലധികം തടിയാണെന്നായിരുന്നു കരിഷ്മയ്ക്ക്, കൊണ്ടു വരുന്നതിൽ കൂടുതലും അവൾ ദീപുവിനെ കഴിപ്പിക്കാൻ പാടു പെട്ടു. അങ്ങനെയെങ്കിലും ഈ ചെക്കന് കുറച്ച് ആരോഗ്യം കിട്ടട്ടെ. അവൾ ചിരിച്ചുകൊണ്ട് പറയാറുണ്ടായിരുന്നു

ആദ്യം ഒന്നും കരിഷ്മയ്ക്ക് അത്ര പഥ്യമല്ലായിരുന്നു അമ്മാവന്റെ ആ ഗമനം. ഒരിക്കൽ ഞാനവളോട് പറഞ്ഞു. കരിഷ്മ നീ അദ്ദേഹത്തെ വേണ്ട വിധത്തിൽ ബഹുമാനിക്കുകയും ഗൗനിക്കുകയും വേണം. വീട്ടിലേക്ക് വ രുന്ന അതിഥിയാണ് അദ്ദേഹം. അതു മറക്കരുത്. അവൾ ദേഷ്യപ്പെട്ടു. എ ന്തൊരു കഷ്ടമാണിത്. ജഗദീഷ്, അദ്ദേഹം എന്റെ അമ്മാവൻ അല്ലേ, നിങ്ങൾ എന്നെക്കുറിച്ച് എന്താണ് ധരിച്ചു വെച്ചിരിക്കുന്നത്. ഞാൻ ചിരിച്ചു കൊണ്ട് പറഞ്ഞു, നീയൊരു ശുണ്ഠിക്കാരിയാണ്. ഞാൻ ശുണ്ഠിക്കാരിയൊന്നുമല്ല. ജഗദീഷ് നിങ്ങളൊരു തണുത്ത പ്രകൃത ക്കാരനാണ് ഒരു 'തലയാട്ടി'. തലയാട്ടിയോ എന്നു വച്ചാൽ? എന്നുവച്ചാൽ നിങ്ങൾക്ക് ഒന്നും കുഴപ്പമില്ല... ശരി ശരി എന്ന് അങ്ങനെ തലയാ ട്ടിക്കൊണ്ടിരിക്കും. ഞാൻ ചിരിച്ചു. കുറച്ചു സമയത്തിനുശേഷം ഞാൻ കരിഷ്മയോട് പറഞ്ഞു. കരിഷ്മ നീ ഒന്ന് ആലോചിച്ചു നോക്കൂ. ഇപ്പോൾ അദ്ദേഹത്തിനു നമ്മളെ തേടി വരേണ്ട ഒരാവശ്യവുമില്ല. അങ്ങനെ വരുന്നുണ്ടെങ്കിൽ അത് തീർച്ചയായും നമ്മുടെ കുഞ്ഞിനോടുള്ള സ്നേഹം കൊണ്ടാണ്. അവൾ തലയാട്ടി, പിന്നെ മുമ്പ് സംഭവിച്ചതെല്ലാം ഒരുപക്ഷേ അദ്ദേഹത്തിന്റെ ഭാഗത്തു നിന്ന് ചിന്തിച്ചപ്പോൾ അത് ശരിയായി തോന്നിയിരിക്കാം അല്ലേ. ഇപ്രാവശ്യം കരിഷ്മ കുറച്ചു കളിയാക്കലോടെ തലയാട്ടി.

വീറിന് ബാലാജി മുത്തച്ഛനെന്നാൽ ജീവൻ പോലെയാണ്. അദ്ദേഹം അ വനെ ഞങ്ങളുടെ അനുവാദത്തോടെ പുറത്തുകൊണ്ടുപോകാൻ തുടങ്ങി ഇടയ്ക്ക് അവൻ റായ്ഗഢിലേക്കും പോയി. കൂടെ കരിഷ്മയുടെ അച്ഛ നും അമ്മയും ഉണ്ടായിരുന്നു. പിറ്റേ ദിവസമാണ് തിരിച്ചുവന്നത്. കരി ഷ്മ അസ്വസ്ഥയായിരുന്നു അവനെത്തുന്നതുവരെ. തിരിച്ചുവന്നപ്പോൾ ഞങ്ങൾക്കവനെ കണ്ടു, ചിരിയും കരച്ചിലും ഒരുമിച്ചു വന്ന പോലെയാ യി. അത്ര സുന്ദരനായിട്ടാണ് അവൻ എത്തിയത്. പരമ്പരാഗതമായ മറാട്ടി വേഷത്തിൽ, തലപ്പാവും ഉണ്ട്. കൊച്ചുകുഞ്ഞുങ്ങൾ ഇങ്ങനെയെല്ലാം ധ രിച്ചു നിൽക്കുന്നത് കാണുന്നത് കൗതുകമാണ്.

മുത്തച്ഛൻ പോയതിനുശേഷം ആ വസ്ത്രമൂരാതെ അവൻ സെറ്റിയിൽ ഇരുന്നു. കുറച്ചു നേരമായി. ഞാനും കരിഷ്മയും അമ്മാവനെയും വീറിനെയും പറ്റി സംസാരിച്ചു കൊണ്ടിരിക്കുകയായിരുന്നു. വീർ മുത്തു പതിപ്പിച്ച ഷൂ അങ്ങനെ ആട്ടിക്കൊണ്ടിരിക്കുകയാണ്. കരിഷ്മ എന്റെ ചെവിയിൽ പറഞ്ഞു. നോക്ക്, അവൻ ഇരുന്നിടത്തു തന്നെ, ഇതുവരെ എഴുന്നേറ്റിട്ടില്ല. ഗമയാണ്. അവൾ ചിരിച്ചു. 'വീരൂ' ഞാൻ നീട്ടി വിളിച്ചു. അവൻ മന്ദഹസിച്ചുകൊണ്ട് എന്നെ നോക്കി വലതു കൈ ഉയർത്തി കുറച്ചു നേ രം ക്ഷമിക്കു, എന്ന മട്ടിൽ രാജകീയമായ അടയാളം കാണിച്ചു. ഞാനവനെ ശരിക്കും ഒന്ന് നോക്കി. സാധാരണ മനുഷ്യർ പ്രത്യേകിച്ച് കുഞ്ഞുങ്ങൾ സോഫയിൽ ഇരിക്കുമ്പോൾ വളഞ്ഞു കുത്തിയോ കാലുകൾ കയറ്റിയോ ആണ് ഇരിക്കുന്നത്. ഇത് നട്ടെല്ല് വളയാതെ നിവർത്തിപിടിച്ചാണ് ഇരിക്കുന്നത്. തലയും ഉയർത്തി പിടിച്ചിട്ടുണ്ട്. അവൻ കൂട്ടത്തിൽ വ്യത്യസ്ത നായ ഒരു പക്ഷിയെ പോലെ.

പെട്ടെന്നാണ് ഒരു ചിണുങ്ങൽ കേട്ടത്. ഉറക്കം കഴിഞ്ഞ് എഴുന്നേറ്റ് വന്ന എന്റെ ഇളയമകൻ, ചേട്ടനെ കണ്ട് കരയുകയാണ്. ഞാൻ വേഗം ചെന്ന് അവനെ എടുത്തു. വീർ അമ്പരന്നുപോയി. ദീപു വീണ്ടും കരയുകയാ ണ്. കരിഷ്മ വന്നവനെ വാങ്ങിച്ചു, എന്തിനാണ് കരയുന്നത് കുഞ്ഞാ.. അവൾ താലോലിച്ചു കൊണ്ട് ചോദിച്ചു. അവൻ വീറിന്റെ ഉടുപ്പ് ഒന്ന് വലിച്ചു നോക്കി. പിന്നെ ഷൂവിലെ മുത്തുമണികൾ പറിച്ചെടുക്കാൻ നോക്കുന്നുണ്ട്. ഇടയ്ക്ക് എന്തോ ഓർമ്മ വന്ന പോലെ വിതുമ്പിക്കൊണ്ട് വീറിനെ ചൂണ്ടി കരിഷ്മയോടായി പറഞ്ഞു. എനിക്ക്,.... എനിക്ക് എവിടെ? അപ്പോഴാണ് കാര്യങ്ങൾ വ്യക്തമായത്. ചേട്ടന് പുതിയ ഉടുപ്പ്, ഷൂ. അവനില്ല, അതിന്റെ സങ്കടമാണ് കരഞ്ഞു തീർക്കുന്നത്. കരിഷ്മ പൊട്ടിച്ചിരിച്ചു കൊണ്ട് എന്നെ നോക്കി പറഞ്ഞു. നോക്കൂ ഇളയ രാജകുമാരനും അംഗ വസ്ത്രങ്ങളും ആഭരണങ്ങളും വേണമെന്ന്. വേഗം പോയി വാങ്ങിക്കൊണ്ടു വന്നോളൂ.

ഓ ഇങ്ങനെയൊരു അപകടം ഉണ്ടല്ലേ. കൊച്ചു കുഞ്ഞുങ്ങൾ അല്ലേ അവർക്ക് എന്തറിയാം. എനിക്ക് കാര്യം മനസ്സിലായി, നമ്മൾ മുതിർന്നവർ പലതും നിസ്സാരങ്ങളായി കാണുന്നു. എന്നാൽ കുഞ്ഞുങ്ങൾക്ക് അതൊന്നും അങ്ങനെയല്ല. ദീപിന് അവനെതിരെ ഞങ്ങൾ വലിയ തെറ്റാണ് ചെയ്തിരിക്കുന്നത്. പ്രത്യേകിച്ച് കരിഷ്മ. അവനവളുടെ ചെല്ല കുട്ടിയാണ്. ജഗദീഷ്, ഇതിനേക്കാൾ അലങ്കാരമുള്ളത് ഇവിടുത്തെ മാർക്കറ്റിൽ കിട്ടുമല്ലോ. ഒരു പക്ഷേ ഇത്ര ഗുണനിലവാരം ഉണ്ടാകണമെന്നില്ല. അവൾ വീരുവിന്റെ ഉടുപ്പ് ശ്രദ്ധിച്ചു നോക്കി. ഓ ജഗദീഷ്, ഇത് റായ്ഗഡിലെ നെയ്ത്തുകാർ ഉണ്ടാക്കിയതാണ്. ഞാൻ തലയാട്ടി. എന്തായാലും നീ ഇപ്പൊ അവനെ

കല്യാണത്തിനായി വാങ്ങിച്ച വസ്ത്രം ധരിപ്പിക്കു. ശരിയെന്നു പറഞ്ഞവൾ ദീപുവിനെ എടുത്തു. ആദ്യം പോയി മൂത്രമൊഴിക്ക് കുഞ്ഞാ.

വീറിന്റെ മുഖത്തൊരു വാട്ടം വന്നു. എന്തോ കാര്യങ്ങൾ പന്തിയല്ലെന്ന് അവനു തോന്നിയിട്ടുണ്ട്. ഞാൻ അവനെ ചേർത്തു പിടിച്ചുകൊണ്ട് പറഞ്ഞു.നോക്കു വീരൂ, നീ വിഷമിക്കേണ്ട. അവൻ കുഞ്ഞല്ലേ. അപ്പോഴേക്കും കരിഷ്മ ദീപിനെ വസ്ത്രങ്ങൾ ധരിപ്പിച്ചു കൊണ്ടുവന്നു. വീറിന്റെ അടുത്ത് ഇരുത്തി. വീർ ദീപിനെ സ്വാന്തനിപ്പിക്കാൻ എന്ന മട്ടിൽ തോളിൽ കയ്യിട്ടു ചേർത്തുപിടിച്ചു ചിരിച്ചു. ദീപു വീണ്ടും നോക്കുകയാണ്. ചേട്ടന്റെ പോലെ ആയിട്ടില്ല. എങ്കിലും അവനു കുറച്ച് ശാന്തതയായിട്ടുണ്ട്. വീർ അവനോട് ചോദിച്ചു. ചേട്ടന്റെ ഷൂ ഇഷ്ടമായോ . അവൻ തലയാട്ടി. ഇതാരാ വാങ്ങിച്ചു തന്നെ, അവൻ കൊഞ്ചി കൊണ്ട് ചോദിച്ചു. വീരൂ ഷൂവൂരി ദീപിന്റെ കാലിൽ ഇട്ടുകൊടുത്തു. ഒട്ടും പാകമല്ല. അഴഞ്ഞൂരി പോകുന്ന പോലെ.. എന്നാലും അവൻ കാലുകൾ അതിനുള്ളിൽ ആക്കി നടക്കാൻ ശ്രമിച്ചു. പിന്നെ സന്തോഷപ്രകടനം . കരിഷ്മയെയും എന്നെയും കാണിച്ചു തന്നുകൊണ്ട് ചിരി തുടങ്ങി. വീർ അവന്റെ അടുത്ത് മുട്ടുകുനിഞ്ഞിരുന്നു. വാവ രാജാവായേ ഹോയ്, ഹോയ്...

കുറച്ചുകഴിഞ്ഞ് ഞാൻ നോക്കിയപ്പോൾ ആ ഷൂകൾ ഒരു മൂലയിൽ കിടക്കുന്നുണ്ട്. രണ്ടാളും തിമിർത്തു കളിക്കുകയാണ് .അതിനുശേഷം വീരു കൂടുതൽ ശ്രദ്ധാലുവായി. അവൻ എന്തു വാങ്ങിച്ചാലും ഒന്ന് അനിയനും കൂടി വാങ്ങാൻ ശ്രമിച്ചു. കുറച്ചുനാൾ കഴിഞ്ഞപ്പോൾ. ദീപു ഒരിത്തിരികൂടി വലുതായപ്പോൾ അമ്മാവൻ രണ്ടുപേരെയും പുറത്തേക്ക് കൊണ്ടുപോയി തുടങ്ങി.

31 ധ്രുവങ്ങൾ

എന്റെ മക്കൾ സ്വഭാവം കൊണ്ട് പൂർണമായും ഭിന്നരായിരുന്നു. അവരെ ഒരുമിച്ച്നിർത്തിയിരുന്നത് തീർച്ചയായും സഹോദര സ്നേഹം ഒന്നു മാത്രമായിരുന്നു. ദീപു ഒരിക്കലും വീറിനെ ജയിക്കാൻ മുതിരില്ലായിരുന്നു. അത് സാധ്യവുമായിരുന്നില്ല. പകരം അവനു എന്തെങ്കിലും സാധിക്കണമെങ്കിൽ കരിഷ്മയോട് ചെന്ന് പരാതി പറയും. പിന്നെ അവളുടെ ആഭിമുഖ്യത്തിൽ അത് നേടിയെടുക്കുകയും ചെയ്യും. ഒരു ദിവസം കളിക്കളത്തിൽ നിന്ന് ദീപു കരഞ്ഞുകൊണ്ട് വരികയാണ്. എന്നെയൊന്ന് ശ്രദ്ധിക്കുക പോലും ചെയ്യാതെ അവൻ നേരെ കരിഷ്മയുടെയടുത്തേക്ക് പോയി. കുറച്ചു കഴിഞ്ഞപ്പോൾ ബാറ്റും ബോളുമേന്തി മൂത്ത ആളും എത്തി. അവൻ മുഖം ഗൗരവമായി വച്ചിട്ടുണ്ട്. വേഗം കുളിക്കാൻ പോ

യി. കുളികഴിഞ്ഞ് നേരെ ഡൈനിങ് ടേബിളിലേക്കാണ്. അമ്മേ വിശക്കുന്നു എന്ന സൈറനും മുഴങ്ങി. ദീപു നേരത്തെ കുളികഴിഞ്ഞ് മുഖത്ത് പൗഡർ പൂശിയിട്ടുണ്ട്. കരിഷ്മ ഇട്ടു കൊടുത്തത് ആവാം. ചമ്രം പടിഞ്ഞു സോഫയിൽ ഇരിക്കുകയാണ്. ഇപ്പം ശരിയാക്കിത്തരാം എന്ന മട്ടിൽ.

കരിഷ്മ അടുക്കളയിൽ നിന്ന് വന്നു. എത്രനേരമായി അമ്മയെ വിളിക്കുന്നു. എനിക്കെന്തെങ്കിലും തരൂ. കരിഷ്മ എളിയിൽ കൈകുത്തി കൊണ്ട് ചോദിച്ചു. നീ അവനെ കളിയിൽ കൂട്ടില്ലെന്നു പറഞ്ഞോ. വീർ ദീപിനെ ദേഷ്യത്തോടെ നോക്കി. നാണമില്ലാത്തവൻ ഇവിടെ വന്ന് എല്ലാം ഓതി കൊടുത്തിട്ടുണ്ട്. ഇതു വല്ലാത്ത കഷ്ടമായിപ്പോയല്ലോ. അതെ ഞാൻ അങ്ങനെ പറഞ്ഞു. കരിഷ്മയുടെ മുഖം മാറി. നോക്ക് നീ അവന്റെ ചേട്ടനല്ലേ. നീ തന്നെ അവനെ കളിക്കാൻ കൂട്ടില്ലേ.

അവൻ ശാന്തനായി മറുപടി കൊടുത്തു. നാളെ മുതൽ ടൂർണമെന്റ് തുടങ്ങുകയാണ്. ടീമിലേക്കുള്ള എല്ലാവരെയും തിരഞ്ഞെടുത്തു കഴിഞ്ഞു. നന്നായി കളിക്കുന്നവരെയെ സെലക്ട് ചെയ്യൂ. വരേണ്ട എന്ന് പറഞ്ഞിട്ടില്ല. വന്നു കളി കണ്ട് തിരിച്ചുവരാം. അല്ലെങ്കിൽ ഇവിടെ ബാക്കി പിള്ളേര് കളിക്കുന്നിടത്ത് കളിക്കാം. എന്റെ ടീമിലെ ഒരു അംഗമായി ഞാൻ ഗ്രൗണ്ടിലേക്ക് കൊണ്ടുപോകില്ല. അതെന്താണ് പറ്റാത്തത് എന്നാ ചോദിച്ചത് ക രിഷ്മ ഒച്ചയെടുത്തു.

ലോകത്ത് ഏതൊരു ക്യാപ്റ്റനും, സ്വന്തം ടീം തോൽക്കാൻ ആഗ്രഹിക്കില്ല. അത് തന്നെ കാരണം. കരിഷ്മയ്ക്ക് ചിരി വന്നെങ്കിലും അവളത് കഷ്ടപ്പെട്ട് ഒതുക്കി. അവളെങ്ങാനും ചിരിക്കുന്നത് ദീപു കണ്ടാൽ മതി, അവൻ ഒരുക്കി കൂട്ടി വെച്ചിരിക്കുന്ന ഗൗരവം കരച്ചിലായി മാറാൻ. നീ ഇന്ത്യയുടെ ക്യാപ്റ്റൻ ഒന്നുമല്ലല്ലോ? വീരുകസേരയിലേക്ക് ചാരിയൊന്നു പുഞ്ചിരിച്ചു. ഇന്ത്യൻ ടീമിന്റെ ക്യാപ്റ്റൻ ആയിരുന്നെങ്കിൽ ഞാൻ ഇവനെ ഗാലറിയിൽ പോലും ഇരുത്തില്ലായിരുന്നു. പിന്നെ എന്റെ നേർക്ക് തിരിഞ്ഞു പറഞ്ഞു ,അക്രമകാരിയായ ഒരു ഫാസ്റ്റ് ബൗളറെ നേരിടുമ്പോൾ, ഒന്നുകിൽ പന്ത് അടിച്ചു പരത്തണം, അവന്റെ ആത്മവിശ്വാസം കെടുത്തണം. അല്ലെങ്കിൽ പന്ത് പ്രതിരോധിച്ചു നിൽക്കണം. പേടിച്ചു മാറിക്കൊടുത്തു ആദ്യത്തെ ബൗളിൽ തന്നെ ഔട്ട് ആവുന്ന ഇവനെ ടീമിലെടുക്കാൻ എനിക്ക് പറ്റില്ല. പിന്നെ ഫീൽഡിങ്, കയ്യിലേക്ക് ഇട്ടു കൊടുത്താൽ പോലും ക്യാച്ച് ചെയ്യാത്ത മണ്ടൻ കുണാപ്പി. ബൗളിംഗ് അതവൻ ചെയ്യുന്നില്ല. അത് ഭാഗ്യമായി പോയി. അപ്പോഴേക്കും ദീപു ചാടി കയറി പറഞ്ഞു. ഞാൻ സ്പിന്നർ ആണ്. ചേട്ടൻ എന്നെ ബോൾ ചെയ്യിക്കാറുണ്ടോ.

വീറിന്റെ സർവ്വ നിയന്ത്രണവും പോയി, കരിഷ്മ അടുത്തു നിൽക്കുന്നതും അവൻ മറന്നു. നീ ഒരു സ്പിന്നർ, അവൻ ദീപിന്റെ അടുത്തേക്ക് ചാടാൻ പോയപ്പോഴേക്കും കരിഷ്മ കയ്യിൽ പിടിച്ചു വലിച്ചു. അവിടെ നിൽക്കടാ, നോക്ക് കയ്യാങ്കളി എന്റെ മുന്നിൽ വച്ചോ? അത്ര ധൈര്യമോ? നീയല്ലേ അവനെ ടീമിൽ എടുക്കാത്തത്. ഇവിടെ വേറെയും പിള്ളേരുണ്ടല്ലോ ഞാനൊന്നു സംസാരിച്ചു നോക്കട്ടെ. വീർ തലയാട്ടി.. ശരി പോയി സംസാരിക്കൂ.....കരിഷ്മ വേറെ കുട്ടികളെന്ന് ഉദ്ദേശിക്കുന്നത് പാർവതിയുടെ മകനെയാണ്.വീറിനൊപ്പം ആണ് രോഹിതും പഠിക്കുന്നത്. അവനു കരിഷ്മയോട് കുറച്ചധികം വിനയം ഉണ്ട്. ഇവിടുത്തെ ശബ്ദകോലാഹലങ്ങൾ കേട്ട് പേടിച്ചിട്ടാണോ എന്നറിയില്ല.

വീർ അടുക്കളയിൽ പോയി ചപ്പാത്തിയും കറിയും എടുത്തു കൊണ്ടു വന്നു കഴിപ്പ് തുടങ്ങി. ഭക്ഷണം തരാതെ എന്നെ തോൽപ്പിക്കാമെന്ന് കരുതരുത്. കരിഷ്മ അവളുടെ കണ്ണുകൾ ചെറുതാക്കി വീറിനെ ഒന്നു നോക്കി. അവൻ ഒരു ഭയവും കൂടാതെ ചിരിച്ചുകൊണ്ട് പറഞ്ഞു. പിന്നെ വേറൊരു വഴിയുണ്ട്. അതിവനോട് ഞാൻ നേരത്തെ പറഞ്ഞതാണ്. ഞാൻ പത്രം വായന നിർത്തി വീർ പറയുന്നതു മാത്രം ശ്രദ്ധിച്ചു. എതിർ ടീമിൽ പോയി അവരുടെ പ്രീതി സമ്പാദിച്ച് കയറിപ്പറ്റാൻ ഞാൻ പറഞ്ഞതാ. എതിർ ടീമിലോ? നിന്റെ ടീമിൽ നീ എടുക്കാതെ എതിർടീമിലേക്ക് എന്തിനാ പറഞ്ഞയക്കുന്നത്? കരിഷ്മ അവന്റെ അടുത്തിരുന്നു ചോദിച്ചു. വായിലുള്ള ചപ്പാത്തി തീർന്നതിനു ശേഷം വീർ പറഞ്ഞു. കുറച്ചു നെയ്യെടുത്തു കൊണ്ടു വാ. നെയ്യിന്റെ പാത്രം നോക്കിയിട്ട് കണ്ടില്ല. എന്നാൽ ഞാൻ പറയാം.

കരിഷ്മയൊന്ന് ഇരുത്തി മൂളി. ഒരു സ്പൂണിൽ നെയ്യ് കോരി അവന്റെ ചപ്പാത്തിയിൽ ഇട്ടു കൊടുത്തു. വീർ ചിരിച്ചുകൊണ്ട് പറഞ്ഞു ,നല്ല അമ്മ. ഇരിക്കൂ സുന്ദരി. നോക്ക് നിന്റെ കളി തമാശയൊന്നും വേണ്ട, കാര്യം പറയൂ. അവളുടെ കയ്യിൽ ഒരു വടിയുണ്ട്. ഇടയ്ക്കിടെ എടുത്തു കയ്യിൽ വെക്കുന്നത് കാണാം. എന്നാൽ ഇതുവരെ തല്ലുന്നത് കണ്ടിട്ടില്ല. ഇതൊരു പക്ഷേ അവളുടെ പാരമ്പര്യ ഗുണം ആയിരിക്കുമോ. കയ്യിൽ ഒരു ആയുധം. വീർ പറഞ്ഞു തുടങ്ങി. അതൊരു യുദ്ധ തന്ത്രമാണ് അമ്മേ. ശത്രു പാളയത്തിൽ ദുർബലരെ കയറ്റി വിടുക. പിന്നെ ശത്രു തന്നെ തോറ്റു കൊള്ളും. ഇവനൊരു ചാരനാവാനുള്ള കപ്പാസിറ്റിയൊന്നുമില്ല. എന്നാലും ഇവൻ ചേരുന്ന ടീം തോറ്റോളും അതുറപ്പാ. വീർ കുലുങ്ങി ചിരിച്ചു തുടങ്ങി...ഓ അവന്റെയൊരു യുദ്ധതന്ത്രം, എല്ലാം മുത്തച്ഛനുമായുള്ള സഹവാസംകൊണ്ട് കിട്ടുന്നതാ. അവനെ കളിക്കാൻ കൂട്ടാതെ നീയും കളിക്കേണ്ട,. വീരൂ എന്നെ നിനക്കറിയാലോ? കരിഷ്മ അവനെ ഭീഷണിപ്പെടുത്തുകയാണ്.

കൈകഴുകിത്തുടച്ചതിനുശേഷം അവൻ കരിഷ്മയുമായി കുറച്ചകലം പാലിച്ച്, വടി മേല് വീഴില്ല എന്ന് ഉറപ്പുവരുത്തിയതിനു ശേഷം പറഞ്ഞു മുത്തശ്ശൻ വേറെ ഒരു കാര്യം കൂടി പറഞ്ഞു തന്നിട്ടുണ്ട്. പോർമുഖത്തേക്ക് പോകുന്ന യോദ്ധാവിനെ അപകടമതികളും ചഞ്ചലഹൃദയരുമായ സ്ത്രീകൾ ചിലപ്പോൾ നിരുത്സാഹപ്പെടുത്തിയെന്നു വരാം. എന്നാൽ അതൊന്നും കണക്കിലെടുക്കാതെ സ്വന്തം ലക്ഷ്യത്തിനായി യുദ്ധം ചെയ്യുന്നവനാണ് യഥാർത്ഥ യോദ്ധാവ്. അവൻ വലതുകൈ ഉയർത്തി മസിൽ പ്രകടിപ്പിച്ചു ശക്തി കാണിച്ചു. കരിഷ്മ കസേരയിൽനിന്ന് എഴുന്നേറ്റപ്പോഴേക്കും വീർ ചാടിയോടി പുറത്തേക്ക് എത്തിക്കഴിഞ്ഞിട്ടുണ്ടായിരുന്നു. പാർവതിയുടെ വീട്ടിലേക്കായിരിക്കും. വേനലവധി ആയതിനാൽ എല്ലാ സ്വാതന്ത്ര്യവുമുണ്ട്. കരിഷ്മ എന്നെ കുറ്റപ്പെടുത്തി കൊണ്ടിരുന്നു. ഞാനവനെ ശാസിക്കുന്നില്ല അതാണ് ആരോപണം.

ഞാൻ ദീപിനെ അടുത്തേക്ക് വിളിച്ചു. അവനാണെങ്കിൽ തീരെ സന്തോഷം ഇല്ലാത്തവനെ പോലെയിരിക്കുകയാണ്. അമ്മ പറഞ്ഞിട്ടും ചേട്ടന്റെ മനസ്സ് മാറിയിട്ടില്ലെന്ന് അവന് മനസ്സിലായി. ഞാനവനെ മടിയിലിരുത്തി. കൈകൊണ്ട് അവന്റെ മുഖമുയർത്തി. ദീപു നീ ഒരു കാര്യം മനസ്സിലാക്കണം. ഓരോ ആളുകളും വ്യത്യസ്തരാണ്. എല്ലാവരും ഒരേ കാര്യത്തിൽ സമർത്ഥരാവണമെന്നില്ല. നോക്ക് നീ ക്ലാസിൽ മിടുക്കനായ കുട്ടിയല്ലേ. അവൻ തലയാട്ടി. നിനക്ക് ചെസ്സ് കളിക്കാൻ ഇഷ്ടമല്ലേ. അതെയതെ അവൻ മറുപടി പറഞ്ഞു. നീ ചിത്രം വരയ്ക്കുന്നില്ലേ, ക്രാഫ്റ്റ് ചെയ്യുന്നില്ലേ. ഇതൊക്കെ ചേട്ടൻ ചെയ്യുന്നുണ്ടോ? നീ മിടുക്കൻ ആവും എന്ന് തോന്നുന്ന കാര്യങ്ങളിൽ നീ കൂടുതൽ ശ്രദ്ധിക്കൂ. അവൻ തലയാട്ടി എന്റെമേൽ ചാരി കിടന്നു.

കരിഷ്മ കവിളുകൾ വീർപ്പിച്ച് വലിയൊരു ബുദ്ധിമാൻ എന്ന മട്ടിൽ എന്നെ നോക്കി, അടുക്കളയിലേക്ക് പോയി. എന്നാലും ഡാഡിക്ക് ഭയ്യായെ വഴക്കു പറയാമായിരുന്നു. ദീപു എന്റെ കഴുത്തിൽ കെട്ടിപ്പിടിച്ച് മുഖം നെഞ്ചോടമർത്തി പരിഭവം പറഞ്ഞു. ഞാനവന്റെ പുറത്തു തട്ടി കൊണ്ടിരുന്നു. അതുകൊണ്ട് എന്ത് കാര്യം മോനെ. നോക്ക് നീ നന്നായി കളിച്ചു പഠിക്ക്. അടുത്തവർഷം കളിക്കാലോ. അവൻ മുഖമുയർത്തി ഒരു ചെറിയ തെളിച്ചമുണ്ട്. പിന്നെ എന്തൊക്കെയോ ആലോചിച്ച് എന്റെ മടിയിൽ നിന്നിറങ്ങി ഞങ്ങളുന്ന് കൃഷ്ണ നഗറിൽ ആണ്. കുട്ടികളുടെ കളിയും ചിരിയും തീറ്റയും പഠനവും എല്ലാം ഒരു ഹാളിൽ തന്നെയാണ്. കുറച്ചുകഴിഞ്ഞ് വീർ വന്നപ്പോൾ ദീപു പതുക്കെ അടുത്തേ ക്ക് ചെന്നു. അടുത്തവർഷം എന്നെ കൊണ്ടു പോകുമോ.വീറൊരു ദീർഘ നിശ്വാസത്തോടെ തറയിലിരുന്നു. നീയത് മറന്നില്ലേ. അപ്പോഴേക്കും ദീപി

ന്റെ കണ്ണുകൾ നിറഞ്ഞു. അവൻ എന്നെ ചോദ്യ ഭാവത്തിൽ നോക്കി, കണ്ടോ എന്ന മട്ടിൽ.

വീറിനെന്തോ പിടികിട്ടി എന്ന് തോന്നുന്നു. ആ കൊണ്ടുപോകാം നീ നന്നായി കളിച്ചാൽ . ഞാൻ ദീപിനെ നോക്കി പുഞ്ചിരിച്ചു. ഞാൻ നാളെ മുതൽ പ്രാക്ടീസ് ചെയ്യാം ചേട്ടാ. വീരുവിന് കുറച്ചു വിഷമം തോന്നി. കാരണം അവനപ്പോൾ തന്നെ അവന്റെ കളിപ്പാട്ടങ്ങളും മറ്റു സൂക്ഷിപ്പുകളും അടങ്ങിയ ഒരു പെട്ടി തുറന്നു. രണ്ടുപേർക്കും അങ്ങനെ ഓരോ പെട്ടിയുണ്ട്. അതിനൊരു താക്കോലും ഉണ്ട്. കരിഷ്മയുടേതാണ് ആ ഐഡിയ. അല്ലെങ്കിൽ അവൻ ചീത്തയാക്കി ചേട്ടൻ ചീത്തയാക്കി തുടങ്ങിയ കുറ്റപ്പെടുത്തലുകളും വഴക്കുകളും ഉണ്ടാകും. വീർ ഒരു സെറ്റ് കാർഡ് എടുത്തുകൊടുത്തു. ക്രിക്കറ്റ് കളിക്കാരുടെ ആണ്. ആ കാലഘട്ടത്തിൽ കുഞ്ഞുങ്ങളുടെ ഒരു കളിയാണത് . ആ സെറ്റ് അങ്ങനെ തന്നെ ദീപുവിന് കൊടുത്തു. ദീപു ആശ്ചര്യഭരിതനായി. ചേട്ടൻ കളിച്ച് ജയിച്ച് കൂട്ടി വെച്ചിരിക്കുന്നതാണ്. അവൻ വിശ്വാസം വരാത്ത പോലെ നോക്കി. നീ എടുത്തോ. വീരു ചിരിച്ചു കൊണ്ട് പറഞ്ഞു. ഒരു സമാശ്വാസം. ദീപു തന്റെ സന്തോഷ പ്രകടനത്തിനായി വീറിനെ കെട്ടിപ്പിടിച്ചു.

ഭയ്യാ നിങ്ങൾ മഹാനാണ്. ദയാലു. ഇത് കേട്ടാണ് കരിഷ്മ ഞങ്ങൾക്കിടയിലേക്ക് വന്നത്. അവൾ എന്റെ തോളിൽ ചാരി ചിരി തുടങ്ങി. നിങ്ങളുടെ ഇളയ മകനൊരു കിടുക്കാച്ചി ഐറ്റം തന്നെയാണ്. ഞാനും ചിരിച്ചു. കാര്യങ്ങളെല്ലാം മാറി മറിഞ്ഞില്ലേ. വെറുതെ വീറിനെ വഴക്ക് പറഞ്ഞതുകൊണ്ട് വല്ല നേട്ടവും ഉണ്ടായോ. എന്നോട് ക്ഷമിക്കണം. കരിഷ്മ ദയനീയത അഭിനയിച്ചുകൊണ്ട് പറഞ്ഞു. ദയാലുവും മഹാനുമായ നിങ്ങളുടെ മൂത്ത മകനെ, ഈ കാല് മാറുന്നവൻ പറയുന്നത് കേട്ട് ചീത്ത പറഞ്ഞതിൽ ക്ഷമിക്കണം. വീർ ഇടയ്ക്ക് കയറി പറഞ്ഞു. നോക്കൂ അമ്മാ എനിക്കെന്റെ അനിയൻ കഴിഞ്ഞേ ഉള്ളൂ, ബാക്കി കൂട്ടുകാർ. അവനോട് ചോദിച്ചു നോക്കൂ. സൂപ്പർമാനെ പോലെയാണ് ഞാനവനെ സംരക്ഷിക്കുന്നത്. ഇല്ലെങ്കിൽ ഈ തെരുവിലെ പിള്ളേരിവനെ പഞ്ഞിക്കിടും. ദീപു തലയാട്ടി. അവൻ കാർഡ് എണ്ണികൊണ്ടിരിക്കുകയാണ്. കണ്ണുകളിൽ ഇപ്പോൾ പല വർണ്ണത്തിലുള്ള കാർഡുകൾമാത്രം. പാവം ബാക്കിയെല്ലാം മറന്നു പോയി. പതുക്കെ തലയുയർത്തി, ചുണ്ടിൽ ഒരു പുഞ്ചിരി ഉണ്ട്. ങ്ഹാ ചേട്ടൻ സൂപ്പർമാൻ ആണ്. ....സൂപ്പർമാൻ!

32 യുവരാജ്

ഞാനെന്റെ മക്കളിൽ എന്നും സന്തുഷ്ടനായിരുന്നു. അവർ എന്നെ അധികം ബുദ്ധിമുട്ടിച്ചു എന്ന് എനിക്ക് തോന്നുന്നില്ല. രണ്ടുപേരും എൻജിനീയറിംഗ് ആണ് സെലക്ട് ചെയ്തത്. മൂത്തയാൾ ഇലക്ട്രോണിക്സും രണ്ടാമത്തെയാൾ കമ്പ്യൂട്ടർ സയൻസ്. ഞാനവരെ ഉപദേശിച്ചിട്ടുണ്ട്. അല്ലെങ്കിൽ അവരോട് കാര്യങ്ങൾ ചർച്ചചെയ്തിട്ടുണ്ട്. അവരുടെ ആഗ്രഹങ്ങൾ, ആശയങ്ങൾ എന്നിവ അറിയാനും ശ്രമിച്ചിട്ടുണ്ട്. പക്ഷേ വഴക്കു പറയുകയോ തല്ലുകയോ ചെയ്തിട്ടില്ല. അങ്ങനെയൊരു സാഹചര്യം അവർ ഉണ്ടാക്കിയിട്ടില്ലെന്നതാണ് സത്യം. പലപ്പോഴും കരിഷ്മ വീറിന്റെ കർക്കശതയെ കുറിച്ചോ, വർത്തമാനരീതിയെക്കുറിച്ചോ എന്നോട് പരിഭവിക്കാറുണ്ട്. ഞാൻ കുറച്ചു ശാസിക്കണം എന്നുപറയും. പക്ഷേ എനിക്കങ്ങനെ തോന്നിയിട്ടില്ല. കുറയൊക്കെ അവന് ജനിതകമായി ലഭിച്ചിട്ടുള്ള സ്വഭാവ സവിശേഷതകൾ ആണ്. രണ്ടാമത്തേത് ഒരു പക്ഷേ ബാലാജി മാമനുമായുള്ള സഹവാസം ആകാം.

എന്നെ അമ്പരപ്പിച്ചുകൊണ്ട് അവന്റെ കുട്ടിക്കാലത്തെ ഒരു ഇരട്ടപ്പേര് ഉണ്ടായിരുന്നു,' യുവരാജ്' അവനെ അങ്ങനെ ആദ്യം വിളിച്ചത് അമ്മാവനായിരുന്നു. ചെറുപ്പത്തിലെ അവനൊരു കൂട്ടത്തിന്റെ മുൻപന്തിയിൽ എത്തുക പതിവായിരുന്നു. സുഹൃത്തുക്കൾക്കിടയിൽ ഒരു അനിഷേധിതം അവനുണ്ടായിരുന്നു. അവരും അവനെ അങ്ങനെ തന്നെ വിളിച്ചു. ബുദ്ധിയും കായിക ശേഷിയും മാത്രമല്ല അവനെ നേതാവാക്കി മാറ്റിയത്. അവനു സുഹൃത്തുക്കളെ നിയന്ത്രിക്കാൻ അറിയാമായിരുന്നു. അവരുടെ പ്രശ്നങ്ങൾക്ക് പരിഹാരം നിർദ്ദേശിക്കാനും. പിന്നെ ഭയമില്ലായ്മ. അവന്റെ തന്റേടം പലപ്പോഴും എന്നെ ഭയപ്പെടുത്തിയിട്ടുണ്ട്. പിന്നെ അവനാവശ്യത്തിനുള്ള പണം, എനിക്ക് അന്ന് കുഞ്ഞുങ്ങൾക്ക് പോക്കറ്റ് മണിയൊന്നും കൊടുക്കുന്ന ശീലമില്ല. ഉണ്ടെങ്കിൽ തന്നെ അത് വളരെ നിസ്സാരമായി പോകും .

വീരുവിന്റെ അവസ്ഥ അവന്റെ സുഹൃത്തുക്കളെ അപേക്ഷിച്ച് വിഭിന്നമായിരുന്നു. അവന് ബാലാജി മാമന്റെ വക പോക്കറ്റ് മണി ആവശ്യത്തിലധികം കിട്ടിയിരുന്നു. എന്തോ ഭാഗ്യത്തിനവൻ ഒരു ധൂർത്തനായി മാറിയില്ല. ഒരുപക്ഷേ പണം കൊടുക്കുന്നതിനൊപ്പം അദ്ദേഹം ആവശ്യത്തിലധികം ഉപദേശങ്ങളും കൊടുത്തു കാണണം. ചുരുക്കത്തിൽ അവൻ ഞങ്ങൾക്കിടയിലും ഒരു കുഞ്ഞു രാജാവ് തന്നെയായിരുന്നു. കുട്ടിക്കാലത്തേ അവൻ വലിയ ആളുകളെ പോലെ സംസാരിക്കുകയും അഭിപ്രായം പറയുകയും ചെയ്തു. അന്നൊക്കെ ഞങ്ങളത് തമാശകളായാണ് എടുത്തിരുന്നത്. എന്തോ സംസാരത്തിനിടയിൽ കരിഷ്മാ

ഒരിക്കൽ ചോദിച്ചു. എന്നെക്കാൾ നിനക്ക് വലുത് നിന്റെ മുത്തശ്ശൻ ആണോ? അതിനവൻ പറഞ്ഞ മറുപടി ഇതാണ്. എനിക്ക് അച്ഛനും അമ്മയെക്കാളും വലുതല്ല മുത്തശ്ശൻ എന്നാൽ നിങ്ങളെ രണ്ടുപേരെയും ഞാൻ സ്നേഹിക്കുന്ന അത്രതന്നെ മുത്തശ്ശനെ ഞാൻ സ്നേഹിക്കുന്നുണ്ട്.

പക്ഷേ പലപ്പോഴും എനിക്ക് തോന്നിയിട്ടുണ്ട് ഞങ്ങളെ സ്നേഹിക്കുന്നതിനേക്കാൾ അവൻ അദ്ദേഹത്തെ സ്നേഹിക്കുന്നുണ്ടെന്ന്. അവന്റെ സ്വഭാവശീലങ്ങളിൽ, അഭിപ്രായങ്ങളിൽ അത്രയധികം സ്വാധീനം അദ്ദേഹം ചെലുത്തിയിട്ടുണ്ട്. അവന്റെ ജീവിതത്തിൽ സംഭവിച്ചത് അതാണ്. ആറു വയസ്സുള്ള ഒരു കുഞ്ഞ്, കളിയും ചിരിയുമായുള്ള ദിവസങ്ങൾ, ഇടയ്ക്ക് കുറുമ്പുകൾ, വാശികൾ, പിണക്കങ്ങൾ. ഇതിനിടയിൽ ഒരു ദിവസം പെട്ടെന്ന് അവനെ സ്നേഹിക്കാൻ മറ്റൊരാൾ കടന്നുവന്നു. തന്റെ അവകാശം പോലെ അയാളാ കുഞ്ഞിനെ കരുതി. അദ്ദേഹത്തിന്റെ രംഗപ്രവേശം അവനെ ഒരു ഭക്തനാക്കി എന്നു പറയാം. ഭക്തി ദൈവങ്ങളോടും അമ്മാവനോടും ഉണ്ടായിരുന്നു. ആറേഴു വയസ്സ് കഴിഞ്ഞപ്പോൾ തന്നെ എന്റെ കുഞ്ഞു, ദിവസവും കുളികഴിഞ്ഞ് പൂജാമുറിയിൽ ആരതി ഉഴിയുകയുമൊക്കെ ചെയ്തിരുന്നു. അന്ന് ഞങ്ങൾക്ക് അതൊക്കെ സന്തോഷങ്ങൾ ആയിരുന്നു. വാശിക്കാരൻ ആയിരുന്നെങ്കിലും അവൻ അച്ചടക്കവും ക്ഷമയും ഉള്ളവനായിരുന്നു.

ഒരു ദിവസം വീർ വളരെ അഭിമാനത്തോടെ പറയുകയാണ്. മുത്തശ്ശന്റെ വാൾ അത് അദ്ദേഹം എനിക്കാണു തരികയെന്ന് പറഞ്ഞിട്ടുണ്ട്. ഞാൻ വേഗം സെറ്റിയിൽ നിന്ന് എഴുന്നേറ്റ് അവന്റെ അടുത്തേക്ക് നടന്നു. വാളോ? അത് നിനക്ക് എന്തിനാണ്? അയ്യേ, അച്ഛൻ എന്തിനാണിങ്ങനെ പേടിക്കുന്നത്. ആ വാൾ ആരുടേതാണെന്ന് അറിയാമോ. അത് രാജാവ് സമ്മാനിച്ചതാണ്. പിന്നെ അവൻ സ്വാതന്ത്ര്യം കിട്ടുന്നതിന് മുമ്പുള്ള ചരിത്രങ്ങളും, അവന്റെ മുത്തശ്ശൻ, മുത്തശ്ശന്റെ അച്ഛൻ, അദ്ദേഹത്തിന്റെയും അച്ഛൻ, എന്നുവേണ്ട എല്ലാവരെയും കുറിച്ച് വിവരിക്കാൻ തുടങ്ങി. മുഗളരുടെ ഭരണകാലത്ത് എന്ത് സംഭവിച്ചു? അങ്ങനെ അത് തുടർന്നുകൊണ്ടിരുന്നു. ഞാൻ വായ തുറന്നിരുന്നു കേട്ടു. കരിഷ്മ വാതിലിനടുത്തുവന്നു. അവിടെ ചാരി നിന്നു. അവളുടെ കയ്യിൽ ഒരു മരതവിയുണ്ട്. എന്നെ നോക്കി ഇപ്പോൾ എങ്ങനെയുണ്ട് എന്ന ഭാവത്തിൽ.

വീർ ഭക്ഷണം കഴിഞ്ഞ് എഴുന്നേറ്റു പോയപ്പോൾ അവൾ എന്റെ അടുത്തേക്ക് വന്നു. അദ്ദേഹം ഒരു യാഥാസ്ഥിതികവാദിയാണ്. പിന്നെ പാരമ്പര്യത്തിൽ ഊറ്റം കൊള്ളുന്നവനും. നമ്മുടെ മകനും അങ്ങനെയായി മാറി .ഞാൻ മൂളി. നമ്മുടെ ചരിത്രവും പാരമ്പര്യവും അറിയുന്നതിൽ എന്താണ് തെറ്റ് കരീഷ്മ? അവൾ ചിരിച്ചു, ഒരു തെറ്റുമില്ല. നിങ്ങൾക്കറി

യാമോ ബാലാജി മാമൻ മക്കളായിട്ട് പോലും അത്ര രസത്തിൽ ഒന്നുമല്ല. എങ്ങനെ രസത്തിലാവും. പിടിച്ച മുയലിന് മൂന്നാണ് കൊമ്പ്. ഞാൻ അവളോട് സംശയത്തോടെ ചോദിച്ചു. എന്നോട് എത്ര നന്നായാണദ്ദേഹം പെരുമാറുന്നത്. കരിഷ്മ തവിയെടുത്ത് തലയിൽ വെച്ചുകൊണ്ട് പറഞ്ഞു. നിങ്ങളോട് നന്നായിട്ട് പെരുമാറാത്തവർ മാനസികരോഗികൾ ആയിരിക്കും. ഞാൻ പതുക്കെ ചിരിച്ചു, ആണോ? എന്നെ ഏറ്റവും കൂടുതൽ ചീത്ത പറയുന്നത് നീയാണ് കരിഷ്മ. പിന്നെ ഞാനവിടെ അധികം നേരം നിന്നില്ല.

എന്റെ വിശകലനങ്ങളിലൂടെ ഞാൻ മനസ്സിലാക്കിയത് ഇങ്ങനെയാണ്. യഥാർത്ഥത്തിൽ അമ്മാവന് ആരോടും വൈരാഗ്യം ഇല്ല. പക്ഷേ അദ്ദേഹം തന്റെ പാരമ്പര്യത്തിൽ ഊറ്റം കൊണ്ടിരുന്നു. തന്റെ വാക്കുകൾ ധിക്കരിക്കുന്നവർ അവർ അദ്ദേഹത്തിന് അനഭിമതർ തന്നെയായിരുന്നു. അത് മരുമകനായാലും മകനായാലും അങ്ങനെ തന്നെ. കരിഷ്മയുടെ അച്ഛൻ അമ്മാവന്റെ വാക്കുകൾ ധിക്കരിച്ചു, അദ്ദേഹം ചൂണ്ടിക്കാണിച്ച പെൺകുട്ടിയെ വിവാഹം കഴിക്കാൻ തയ്യാറായില്ല. പകരം പരിഷ്ക്കാരിയും ഇംഗ്ലീഷ് ശൈലികളെ അനുകരിക്കുന്നവളും ആയ കരിഷ്മയുടെ അമ്മ സുമിത്രയെ വിവാഹം ചെയ്തു. അദ്ദേഹം മരുമകനോട് ഗ്രാമത്തിൽ തങ്ങാൻ ആവശ്യപ്പെട്ടു. എന്നാൽ ദീപക് റാവു ഉദ്യോഗം സ്വീകരിച്ച് കൽക്കട്ടയിൽ എത്തുകയും ചെയ്തു. ഇതെല്ലാം അദ്ദേഹത്തിനു മരുമകനോടുള്ള ആഭിമുഖ്യം ഇല്ലാതാക്കി. എന്നാൽ ഒരു പക്ഷേ ഉള്ളിൽ കുറ്റബോധമോ വിഷമമോ ഉണ്ടായിക്കാണും. എന്തായാലും വീറിനെ കണ്ടപ്പോൾ അദ്ദേഹത്തിന്റെ ഉള്ളിലെ മഞ്ഞുമല ഉരുകാൻ തുടങ്ങി. ഒരിക്കൽ എന്നോട് ഒരു തമാശപോലെ ഇങ്ങനെ പറഞ്ഞു. നോക്കൂ ജഗദീഷ്, വീറിനെ കണ്ടപ്പോൾ എന്റെ സുഹൃത്ത് ചോദിക്കുകയാണ്. നിനക്ക് ഈ വയസ്സുകാലത്ത് വീണ്ടും മകനുണ്ടായോ ബാലാജിയെന്ന്. അതും പറഞ്ഞ് അദ്ദേഹം പൊട്ടിച്ചിരിച്ചു കൊണ്ടേയിരുന്നു.

വീറിനു പതിനാറു വയസ്സായി കാണും. ബാലാജി മാമന് നല്ല ആരോഗ്യമൊക്കെ തോന്നുമായിരുന്നു. എന്നാൽ അദ്ദേഹത്തിന് ഉയർന്ന രക്തസമ്മർദ്ദം ഡയബറ്റിസും ഒക്കെ ഉണ്ടായിരുന്നു. എന്നിരുന്നാലും ഓടിനടന്ന് തന്റെ റൈസ് മില്ലും കട മുറികളും ഒക്കെ ശ്രദ്ധിച്ചിരുന്നു . പരമ്പരാഗതമായ ഭൂസ്വത്തും ചില കച്ചവടങ്ങളും മൂന്ന് ആൺമക്കളും പാലിച്ചു കൊണ്ടിരുന്നു. പെട്ടെന്നൊരു ദിവസം കിടപ്പിലായി ഒരുവശം തളർന്നു.

ഒരു ദിവസം കരിഷ്മയുടെ അച്ഛനും അമ്മയും കിരണും കൂടി ഞങ്ങളുടെ വീട്ടിലേക്കു വന്നു അമ്മാവനെ തീരെ വയ്യാതിരിക്കുകയാണ് ജഗദീഷ് നമുക്കൊന്നു പോയി കാണണം. മാത്രമല്ല അദ്ദേഹത്തിന് വീറിനെ കാണ

ണമെന്ന് ആഗ്രഹവും ഉണ്ടാവും. പിന്നെ മറ്റൊരു ശ്രുതി കൂടികേൾക്കുന്നുണ്ട്. അമ്മാവന് വീരുവിന്റെ പേരിൽ കുറച്ചു സ്വത്തു കൊടുക്കണമെന്ന് ആഗ്രഹമുണ്ടത്രേ. മക്കൾ സമ്മതിച്ചില്ല എന്നാണ് അറിഞ്ഞത്. നാട്ടിലുള്ള ഒരു വിശ്വസ്തൻ അറിയിച്ചതാണ്. ഒന്നു പോയി നമുക്ക് കാണേണ്ടേ ജഗദീഷ്? തീർച്ചയായും വേണം. പക്ഷേ സ്വത്തൊന്നും നമുക്ക് വേണ്ട കിരൺ. അത് അദ്ദേഹത്തിന്റെ മക്കളുടേതല്ലേ. കരിഷ്മയുടെ അച്ഛൻ മന്ദഹസിച്ചു. അതൊന്നും കാര്യമാക്കേണ്ട ജഗദീഷ്. ഒരിക്കൽ എനിക്ക് നിഷേധിച്ചു. ഇന്ന് വീറിനു കൊടുക്കാൻ ആഗ്രഹിക്കുമ്പോൾ കഴിയുന്നുമില്ല. ഇത്രയേ ഉള്ളൂ മനുഷ്യന്റെ അവസ്ഥ. ഞാൻ മൂളി.

അദ്ദേഹത്തിന്റെ പരമ്പരാഗത ഭവനം, അതിന്റെ ഉയരക്കൂടുതലുകൊണ്ട് തന്നെ എന്നെ അത്ഭുതപ്പെടുത്തി. ധാരാളം മുറികളും നടുമുറ്റവും വരാന്തകളും ഒക്കെയുള്ള വീട്. ആയോധന പരിശീലനത്തിനായുള്ള ഒരിടം അതിനോട് ചേർന്നു തന്നെയുണ്ട്. പഴയ ഒരു കുതിരാലയവും ഞാൻ കണ്ടു. എന്നാൽ അതിനിപ്പോൾ വേണ്ടത്ര ശ്രദ്ധ കിട്ടുന്നില്ല എന്ന് ഉറപ്പാണ്. താഴെ ഒരു വലിയ മുറിയിലാണ് അദ്ദേഹം കിടന്നിരുന്നത് ഒരു നിറം മങ്ങിയ ചന്ദനക്കളർ കുർത്തയും പൈജാമയും ആണ് ധരിച്ചിരിക്കുന്നത്. നന്നായി ക്ഷീണിച്ചിട്ടുണ്ട്. സംസാരം പുറത്തേക്ക് വരുന്നില്ല. ശ്വാസമെടുക്കാനും ബുദ്ധിമുട്ടുന്നുണ്ട്. എനിക്ക് സങ്കടം വന്നു പോയി. അത് നിയന്ത്രിക്കാനാവാതെ കണ്ണുകൾ നിറഞ്ഞു.

നമ്മൾ ചില ആളുകളെ വളരെ കേമന്മാരായി മാത്രമായിരിക്കും കാണുക. പക്ഷേ ആ ദിവസം അന്നാണ് എനിക്ക് വാർദ്ധക്യത്തെ കുറിച്ചുള്ള ബോധ്യവും, 'അവസാനം' എന്ന വാക്കും മനസ്സിലാക്കിത്തന്നത്. വീർ അവൻ പകച്ചു പോയി. കുറെ നാളുകളായി അമ്മാവനെ കാണുന്നതു വല്ലപ്പോഴുമാണു ഇത്ര പെട്ടെന്ന് ഇങ്ങനെയൊരു മാറ്റം അവൻ പ്രതീക്ഷിച്ചിട്ടുണ്ടാവില്ല. അവൻ സങ്കടത്തോടെ അദ്ദേഹത്തിന്റെ കൈകൾ തലോടിക്കൊണ്ടിരുന്നു. ആ സമയത്ത് ആൺമക്കൾ മൂന്നുപേരും മുറിയിലേക്ക് വന്നു. ഞങ്ങൾ വന്ന സമയത്ത് മൂത്തമകൻ മാത്രമേ ഉണ്ടായിരുന്നുള്ളൂ. ഇപ്പോൾ ബാക്കി രണ്ടുപേരും കൂടി എത്തിയിട്ടുണ്ട്. ഇളയ മകൻ വീറിന്റെയും അമ്മാവന്റെയും അടുത്തുതന്നെ പോയി നിന്നു. വീറിനെ നന്നായി നോക്കുന്നുണ്ട്. എനിക്കെന്തോ പന്തികേട് തോന്നി. എനിക്ക് ഉറക്കെ പറയണമെന്നുണ്ട്, നോക്ക് എന്റെ മോനു നിങ്ങളുടെ സ്വത്തൊന്നും വേണ്ട. അവനെ സംരക്ഷിക്കാൻ അവന്റെ അച്ഛനുണ്ട്.

ഞാൻ വീറിനെ ശ്രദ്ധിച്ചു . അവൻ എന്തൊക്കെയോ അദ്ദേഹത്തിന്റെ ചെവിയിൽ പറയുന്നുണ്ട്. ഇടയ്ക്കു നെഞ്ചിൽ മുഖം ചേർത്തുവെച്ചു. ഞാൻ അടുത്ത് ചെന്നു ആ മനുഷ്യൻ ചുണ്ടുകൾ അനക്കാൻ ശ്രമിക്കുന്നു

ണ്ട്. ഞാൻ വീറിന്റെ ചുമലിൽ കൈവച്ചു. എന്താണ് മോനെ നീ സംസാരി ക്കുന്നത് .അവന്റെ കണ്ണുകൾ നിറഞ്ഞിരുന്നു. അവൻ എന്തൊക്കെയോ പ്രാർത്ഥിക്കുകയാണെന്നെനിക്ക് തോന്നി. അവൻ എന്തോ മന്ത്രം ഉരുവിടു കയാണ്. വീരു മതി, എഴുന്നേൽക്കൂ .നമുക്ക് പോകാം. തിരിച്ചുവരുന്ന സ മയത്ത് കിരൺ പറഞ്ഞു. ഇനി അധികം ഉണ്ടാവില്ല, അങ്ങനെയാണ് അർജുൻചേട്ടൻ പറഞ്ഞത്. ഞാൻ കിരണിനോട് കണ്ണുകൊണ്ട് കാണിച്ചു ഇപ്പോൾ സംസാരിക്കേണ്ട. അവൻ പൊടുന്നനെ സംസാരം നിർത്തി.

മൂന്നു ദിവസങ്ങൾക്ക്ശേഷം അദ്ദേഹത്തിന്റെ മരണവാർത്ത തേടി വന്നു. എന്റെ മകനെ എങ്ങനെ സമാധാനിപ്പിക്കുമെന്ന് ഓർത്ത് ഞാൻ ഭയന്നു. പക്ഷേ അവൻ ശാന്തനായി കാണപ്പെട്ടു. കണ്ണുകൾ ഇടയ്ക്ക് നിറ യുന്നുണ്ടായിരുന്നു. പക്ഷേ ഒരു തുള്ളികണ്ണുനീർ പോലും പുറത്തേക്ക് ഒ ഴുകിയില്ല. എല്ലാ ചടങ്ങുകളിലും പങ്കുകൊണ്ടു തിരിച്ചു പോരുമ്പോൾ ഞാൻ അവനെത്തന്നെ നോക്കിക്കൊണ്ടിരുന്നു. പിന്നെ അവന്റെ മുടിയി ൽ തഴുകികൊണ്ട് ചോദിച്ചു. നിനക്ക് കരച്ചിൽ വരുന്നില്ലേ വീരൂ. അവൻ നിസ്സഹായതോടെ എന്റെ മുഖത്തേക്ക് നോക്കി. ആണുങ്ങൾ കരയരുത് അച്ഛാ, യോദ്ധാവ് ഒരിക്കലും കരയില്ല. മുത്തശ്ശൻ ആണെന്നെ അങ്ങനെ പറഞ്ഞു പഠിപ്പിച്ചിട്ടുള്ളത്. അവൻ പിറുപിറുത്തു കൊണ്ടിരുന്നു. ഞാ നൊന്നു ഞെട്ടി. എന്റെ മോന്റെ അവസ്ഥ അതിദയനീയമാണെന്ന് എനി ക്ക് മനസ്സിലായി. കാരണം ഈ വേദന ഞാൻ പലപ്പോഴായി അറിഞ്ഞിട്ടു ള്ളതാണ്. ബാബയും ഇതുതന്നെയാണ് എനിക്ക് പറഞ്ഞു തന്നിട്ടുള്ളത്. അ യ്യേ കരയല്ലേ ജഗദീഷ്, ആൺകുട്ടികൾ കരയാൻ പാടില്ല. നാണക്കേടാണ്. എന്റെ മോനും ഇത് വിശ്വസിക്കുന്നുണ്ടോ? മണ്ടൻമാർ ... .മണ്ടൻമാർ.... കരഞ്ഞു പോയാൽ നെഞ്ചിന്റെ ഭാരം എത്രയധികം കുറയും..

കുറച്ചുദിവസം കഴിഞ്ഞപ്പോൾ ഒരു സന്ധ്യാ സമയത്ത് ഞാൻ ബാൽക്ക ണിയിൽ ഇരിക്കുകയായിരുന്നു. കോളിംഗ് ബെൽ അടിക്കുന്നത് കേട്ട് കരി ഷ്മ വേഗം എഴുന്നേറ്റ് പോയി വാതിൽ തുറന്നു. അച്ഛനാണ്. പെട്ടെന്നുള്ള ഒരു സന്ദർശനം.ഇവിടെ ഇരിക്കാൻ നല്ല സുഖമുണ്ടല്ലോ ജഗദീഷ്? ഞാൻ ചിരിച്ചു അച്ഛനും അമ്മയ്ക്കും കുറച്ചു ദിവസം ഇവിടെ വന്ന് താമസി ച്ചു കൂടെ. ഞങ്ങൾ ഇടയ്ക്കിടെ വരുന്നില്ലേ ജഗദീഷ്. ഞാനിപ്പോൾ വന്നത് ഒരു പ്രധാനപ്പെട്ട കാര്യം പറയാനാണ്. കരിഷ്മയും ഞങ്ങളുടെ അടുത്തു വന്നിരുന്നു. ജഗദീഷ്......അദ്ദേഹം പതിവില്ലാത്ത മുഖവുരകളുമായാണ് തുടങ്ങുന്നത് അമ്മാവന് വീറിനു കുറച്ച് സ്വത്തു കൊടുക്കണം എന്ന് ആഗ്രഹം ഉണ്ടായിരുന്നതായി പറഞ്ഞില്ലേ. അദ്ദേഹത്തിന് കുറെയധികം കെട്ടിട മുറികൾ ഉണ്ടായിരുന്നല്ലോ. ശ്രീലയിൽ ഉണ്ടായിരുന്ന കെട്ടിടം ഇവന്റെ പേരിൽ എഴുതണമെന്ന് അദ്ദേഹം ആഗ്രഹിച്ചു .പക്ഷേ മക്കൾ ആരും സമ്മതിച്ചില്ല എന്നാണ് പറയുന്നത്. ഇളയ മകന് സ്വർണ്ണ വ്യാപാ

രം അങ്ങോട്ടേക്കും വ്യാപിപ്പിക്കണമെന്ന് പറഞ്ഞത്രേ. അവർക്കൊക്കെ ആവശ്യത്തിലധികം അദ്ദേഹം കൊടുത്തിട്ടുണ്ട്. അതൊരു പുതിയ കെട്ടിടമായിരുന്നു. ഞാൻ ബാക്കി കൂടി കേൾക്കാൻ കാത്തു നിന്നു.

കരിഷ്മ ഒരു വിലയും ഇല്ലാത്ത മട്ടിൽ ചോദിച്ചു അതൊന്നും നടന്നില്ല എന്നല്ലേ അച്ഛൻ പറയാൻപോകുന്നത്. അല്ല മറ്റൊരു കാര്യം കൂടി ഉണ്ടായി. ഇന്നലെ പ്ര വീൺ വിളിച്ചിട്ടുണ്ടായിരുന്നു. വീറിന്റെ പേരിൽ അവർ കുറച്ചു പണം ബാങ്കിൽ നിക്ഷേപിച്ചിട്ടുണ്ട്. അതിന്റെ ഡോക്യുമെന്റ് എന്റെ കയ്യിൽ തരാം നിങ്ങൾക്ക് കൊടുക്കാൻ പറഞ്ഞു. ഞാൻ വായ തുറക്കുന്നതിന് മുമ്പ് അദ്ദേഹം വീണ്ടും സംസാരിച്ചു. ജഗദീഷ് നിങ്ങൾ ഇതു വേണ്ട എന്ന് പറയരുത്. നിങ്ങൾ ചിന്തിക്കുന്നപോലെ ഇത് അവകാശമില്ലാത്തതൊന്നും അല്ല. അവകാശപ്പെട്ടത് തന്നെയാണ്. പിന്നെ കരിഷ്മയെ നോക്കി ചിരിച്ചുകൊണ്ട് പറഞ്ഞു. ഒരുപക്ഷേ അമ്മാവന്റെ പ്രേതത്തെ പേടിച്ചിട്ട് ആയിരിക്കാം. ആ മനുഷ്യനെ കുറച്ചു കൂടി ആരോഗ്യം ലഭിച്ചിരുന്നെങ്കിൽ വീർ ഇന്നൊരു കോടിപതിയായി മാറിയേനെ. ഒറ്റ ദിവസംകൊണ്ട് തളർന്നു പോയില്ലേ. എല്ലാവരെയും വിറപ്പിച്ച ആളായിരുന്നു. അവസാനം നാവനക്കാൻ പോലും കഴിഞ്ഞില്ല.

അങ്ങനെ പതിനെട്ടു വയസിനു മുമ്പേ എന്റെ മകൻ ഒരു ലക്ഷാധിപതിയായി. മൂന്ന് ലക്ഷം രൂപയാണ് അവരവന്റെ പേരിൽ ഇട്ടുകൊടുത്തത്. അന്നാ പണം വലുത് തന്നെയായിരുന്നു. പക്ഷേ എന്റെ മകന് അദ്ദേഹത്തോടുള്ള സ്നേഹം പണം കൊണ്ട് അളക്കാൻ കഴിയുന്ന ഒന്നല്ല. അതെനിക്ക് പൂർണമായും മനസ്സിലാക്കി തന്നത് പിന്നീടുള്ള അവന്റെ ജീവിതത്തിൽ നിന്നാണ്. ഞങ്ങളുടെ വീട്ടിലെ സ്വീകരണ മുറിയിൽ പൂജാ തട്ടിനോട് ചേർന്നുള്ള ചുമരിൽ മുത്തച്ഛന്റെ ഫോട്ടോ അവൻ ഫ്രെയിം ചെയ്തു വച്ചിട്ടുണ്ട്. പഴയ ഫോട്ടോ കൊടുത്തു വരപ്പിച്ചെടുത്തതാണ്. ഇന്നും അതിരാവിലെ പൂജയും അതിനുശേഷം ആ ഫോട്ടോയ്ക്ക് മുന്നിൽ കുറച്ചു നിമിഷങ്ങൾ കണ്ണടച്ചു നിന്നിട്ട് മാത്രമേ അവന്റെ ദിവസം തുടങ്ങുകയുള്ളൂ.

കരിഷ്മ ആദ്യമൊക്കെ പരിഭവം പറയാറുണ്ടായിരുന്നു മുത്തശ്ശൻ എന്നു പറയുമ്പോൾ എല്ലാവരും വിചാരിക്കുന്നത് എന്റെ അച്ഛനാണെന്നാണ്. എല്ലായിപ്പോഴും അവന്റെ സ്വഭാവത്തിൽ ഒരു അധീശത്വം പ്രകടമായിരുന്നു. എന്നാൽ അതേസമയം അവൻ സ്നേഹാലുവുമായിരുന്നു. വാശി എടുത്താലും ദീപിനെയും കരിഷ്മയെയും സംരക്ഷിക്കേണ്ടത് തന്റെ കടമയാണെന്നാണവൻ കരുതിയിരുന്നത്. വീറിന്റെ ഈ അധീശത്വം ദീപു അംഗീകരിച്ചു കൊടുത്തിരുന്നു എന്നുള്ളതാണ് സത്യം. അവൻ ആവശ്യത്തിനു മാത്രമേ സംസാരിക്കുകയുള്ളൂ. കൂടുതലും പുഞ്ചിരിയാ

ണ് മറുപടി. വളരെ താഴ്ന്ന ശബ്ദം. ഒരു നാണം കുണുങ്ങിയെ പോലെ നമുക്കു തോന്നും. എന്നാൽ വീറിന്റെ നല്ല ഉറച്ച ശബ്ദവും തീരുമാനങ്ങളുമായിരുന്നു.

33 ന്യൂട്രൽ ഫാമിലി

ഞാൻ മനസ്സിൽ കണക്കു കൂട്ടിയിരുന്നത്, വീർ ഒരു സുന്ദരനും മിടുക്കനും ആയതിനാൽ അവനു ഒരുപാട് സ്ത്രീ ആരാധികമാരും ഉണ്ടാകുമെന്നാണ്. പക്ഷേ സംഭവിച്ചത് നേരെ തിരിച്ചാണ്. എന്റെ കർക്കശക്കാരനായ മൂത്ത മകൻ പെണ്ണുങ്ങളെ അധികം അടുപ്പിച്ചില്ല. അവന്റെ പഠനം, കോളേജ്, സുഹൃത്തുക്കൾ ഇതിന്റെയൊക്കെ ഇടയിൽ ചെറിയ ബിസിനസുകൾ നടത്താനും അവനും മിടുക്കുണ്ടായിരുന്നു. എന്നാൽ ദീപു, അവനെ അന്വേഷിച്ചു ഞങ്ങളുടെ കോളിംഗ്ബെൽ ഇടയ്ക്കിടയ്ക്ക് അടിച്ചു കൊണ്ടിരുന്നു. കരിഷ്മയും ഇക്കാര്യത്തിൽ വളരെ പുരോഗമന ചിന്താഗതിക്കാരിയാണ്. പണ്ടു മുതലേ മക്കൾക്ക് പെൺസുഹൃത്തുക്കൾ ഉണ്ടായാലും അവൾക്ക് അതൊരു പ്രശ്നമായിരുന്നില്ല. മാത്രമല്ല ആ കുട്ടികളെ എല്ലാം വളരെയധികം സ്നേഹിക്കുകയും സ്വാതന്ത്ര്യം കൊടുക്കുകയും ചെയ്തിരുന്നു.

എനിക്കാണെങ്കിൽ കുട്ടികളെ ഭയപ്പെടുത്തി വളർത്തുന്ന രീതി ഒട്ടും വശമല്ല. വീറും, ദീപും എന്നും എന്റെ സുഹൃത്തുക്കൾ കൂടിയായിരുന്നു. മറ്റൊരു തമാശ എന്താണെന്ന് വെച്ചാൽ കരിഷ്മയ്ക്ക് അക്കാലത്ത് ഉണ്ടായിരുന്ന പ്രധാനഹോബികളിൽ ഒന്നായിരുന്നു, ആഭരണങ്ങൾ ഉണ്ടാക്കൽ മുത്തും, കല്ലുകളും, കമ്പികൾ, നൂലുകൾ ഇവയൊക്കെ ഉപയോഗിച്ചുള്ള നിർമ്മിതികൾ, പിന്നെ പോട്ട്പെയിന്റിംഗ്. അങ്ങനെ എന്തൊക്കെ ചെയ്യാവുന്നോ എല്ലാത്തിലും അവൾ കൈവച്ചിട്ടുണ്ട്. ഇതിനെല്ലാം പ്രേക്ഷകരെയും ഉപഭോക്താക്കളെയും ലഭിക്കേണ്ടത് അവളുടെ ആവശ്യമാണ്. അതിനാൽ തന്നെ ആ ഏരിയയിലെ ഒരുമാതിരി സ്ത്രീകളും പെൺകുഞ്ഞുങ്ങളുമെല്ലാം ഞങ്ങളുടെ വീട് സന്ദർശിച്ചിട്ടുണ്ട്.

എന്റെ മൂത്ത മകനു കോഴ്സ് പൂർത്തിയായതും ജോലി ലഭിച്ചു കഴിഞ്ഞിരുന്നു. അപ്പോയ്മെന്റ്ലറ്ററുമായവൻ എന്റെ മുന്നിൽ വന്നു നിന്നപ്പോൾ ഞാൻ ഉള്ളിൽ കരയുകയായിരുന്നു അതുവരെ റോഡിലൂടെ നടക്കുമ്പോൾ പോലും ഞാൻ ജാഗരൂകനായിരിക്കും. മരിക്കരുതെന്ന വല്ലാത്ത വാശിയിലാണ് ജീവിതം. കാരണം എനിക്ക് എന്തെങ്കിലും സംഭവിച്ചാൽ എന്റെ ഭാര്യ ഒരുപക്ഷേ പകച്ച് ഈ ഭൂമിയെ നോക്കാം. എന്റെ മക്കൾ രണ്ടറ്റം കൂട്ടിമുട്ടിക്കാൻ കഷ്ടപ്പെടാം. ഒരുപക്ഷേ അവരെ സഹായിക്കാൻ ആളുകൾ ഉണ്ടാകും. എന്നാൽ അങ്ങനെ ആരും ഉണ്ടാകാൻ സാധ്യതയില്ലെന്ന മട്ടിലാണ് ഞാൻ ജീവിച്ചിരുന്നത്. വീറിന്റെ ജോലി എന്റെ

ശ്വാസഗതികളിൽ അയവു വരുത്തി. അതിവേഗം വാർദ്ധക്യത്തിലേക്ക് കുതിച്ചുകൊണ്ടിരുന്ന മനസ്സിന് ഒരു കടിഞ്ഞാൺ വീണു. ജീവിതം വീണ്ടും ഞാൻ ആസ്വദിച്ചു തുടങ്ങി.

വലുതാവുന്തോറും വീറിന്റെ ചിന്തകളും വീക്ഷണങ്ങളും അടിവരയിട്ടു കഴിഞ്ഞിരുന്നു. ആർക്കും മാറ്റാനാവാത്ത പോലെ. എന്റെ ഓർമ്മകളിലെ ഒരു സംഭവം, അത് പകുതി തമാശ കൂടിയാണ്. എന്നാൽ എന്റെ രണ്ടു മക്കളുടെയും സ്വഭാവം ആ സംഭവത്തിലൂടെ മനസ്സിലാക്കാം. ദീപിനന്ന് പത്തൊൻപത് വയസ്സ് ആയിട്ടുണ്ടാവും . അവന്റെ കൂടെ പഠിക്കുന്ന ഒരുപെൺകുട്ടി, അവധി ദിനങ്ങളിൽ വരാറുണ്ട്. പഠനത്തിലെ സംശയ നിവാരണത്തിനും കമ്പൈൻഡ് സ്റ്റഡി എന്ന പേരിലുമാണ് അവൾ വന്നിരുന്നത്. പേര് സ്നേഹ, ഒരു മുക്കാൽ പാന്റും ബനിയനും ആണ് വേഷം. പാന്റിന് ആണെങ്കിൽ അവിടെയും ഇവിടെയും കീറലും ഉണ്ടാകും. അതായിരുന്നു അന്നത്തെ ഫാഷൻ. എന്നാൽ ഞങ്ങൾക്ക് അതൊരു തമാശയായിരുന്നു. ദീപു അവന്റെ പാന്റിലും തുളകളും കീറലുകളും ഒക്കെ ഉണ്ടാക്കാൻ തുടങ്ങി. അതെല്ലാം ധരിച്ച ദീപ് അഭിമാനത്തോടെ കോളേജിലേക്ക് പോകുമ്പോൾ, വീർ അവനെ വിളിച്ചിരുന്നത് പിച്ചക്കാരനെന്നാണ്.

വീറിന് ജോലി ലഭിച്ചുകഴിഞ്ഞിട്ടുണ്ടായിരുന്നതേയുള്ളൂ. അനിയന്റെ സുഹൃത്തിനോട് അവൻ അത്ര മതിപ്പൊന്നും തോന്നിയിട്ടുണ്ടായില്ല. ഒരു തുമ്പും വാലും ഇല്ലാത്ത പെണ്ണ് എന്ന ഒറ്റ കമന്റിൽ അവന്റെ അഭിപ്രായം ഒതുക്കി. ഒരു ദിവസം അവൻ കരിഷ്മയോട് ചോദിച്ചു. ആ പെണ്ണ് എന്തിനാണ് എല്ലാ ഞായറാഴ്ചയും എഴുന്നള്ളുന്നത്. ഇതിനൊന്നും വീട്ടിൽ ചോദിക്കാനും പറയാനും ആരുമില്ലേ....അവർ ഒരുമിച്ചിരുന്ന് പഠിക്കുന്നത് കൊണ്ട് നിനക്കെന്താണ് കുഴപ്പം. ഇത് ഇരുപത്തൊന്നാം നൂറ്റാണ്ട് ആണ്. പെൺകുട്ടികൾ വിമാനം പറത്തുന്നു! കരിഷ്മ പറഞ്ഞു. വീർ സംശയത്തോടെ അവളെ നോക്കിക്കൊണ്ട് ചോദിച്ചു. അതും ഇതും തമ്മിൽ എന്തുബന്ധം? അവൾ എന്താ ഫ്ലൈറ്റ് ഓടിക്കാൻ പഠിക്കാനാണോ ഇങ്ങ് വരുന്നത് .എന്റെ മമ്മി നിങ്ങൾ ഇങ്ങനെ മണ്ടിയെ പോലെ പെരുമാറരുത്. അവൾ അവനെ ഡേറ്റ് ചെയ്യുകയാണ്. മനസ്സിലായോ. ഇരുപത്തിയൊന്നാം നൂറ്റാണ്ടായാലും ചെറുക്കന്റെ പഠനത്തിനുള്ള ശ്രദ്ധ പോയാലുണ്ടല്ലോ പിന്നെ ഒന്നിനും കൊള്ളാതാവും. അപ്പോൾ ഒരുത്തിയും ഉണ്ടാവില്ല തിരിഞ്ഞു നോക്കാൻ.

അവൻ എന്നെ നോക്കി, ഡാഡിക്ക് എന്താ ഒന്നും പറയാനില്ലേ. ഞാൻ അവനെ നോക്കി മന്ദഹസിച്ചു. മോനേ ഇക്കാര്യത്തിൽ ഞാൻ ഒരു പുരുഷാധിപത്യവാദിയാണ്. നോക്ക്, അവന്റെ പ്രായത്തിൽ എതെങ്കിലുമൊ

രു പെൺകുട്ടി എന്നെ നോക്കിയൊന്നു ചിരിച്ചിരുന്നുവെങ്കിൽ എന്ന് ഞാൻ ആലോചിച്ചിട്ടുണ്ട്. എന്തിന് കാറ്റുകൊണ്ടെങ്കിലും ഏതെങ്കിലും ദുപട്ട എന്റെ കൈവിരലിൽ ഒന്നു തൊട്ടെങ്കിൽ ഞാൻ ആത്മഗതം പോലെ പറഞ്ഞു കരിഷ്മയെ ഒന്നു നോക്കി. അവൾ വാ തുറന്ന മട്ടാണ്. പോരട്ടെ, പ്രായം കൂടുംതോറും ആളുകൾ സത്യം പറയാൻ ധൈര്യം കാണിക്കും. ഇനിയും എന്തെങ്കിലും ഉണ്ടോ. ആ ഞാൻ മൂളി. ആ കഥ ഞാൻ നിന്നോട് പറഞ്ഞിട്ടുണ്ട് കരിഷ്മാ. അവൾ ചിരിച്ചു ഓ അതെനിക്കറിയാം 'പൂർണിമ'. ഞാൻ വീരുവിനെ നോക്കി. അവൻ കള്ളച്ചിരിയോടെ ഇരിക്കുകയാണ്.

കരിഷ്മ വീറിനോടായി പറഞ്ഞു. എന്റെ വീരൂ ഈ വീട്ടിൽ വല്ലപ്പോഴെങ്കിലും ഒരുപെൺകുഞ്ഞിന്റെ വളകിലുക്കം ഒന്ന് കേൾക്കട്ടെ. വീരു മതിയാക്കി, അവൻ എഴുന്നേറ്റു കൊണ്ട് പറഞ്ഞു. അതിന് അവൾ വളകൾ ഇടാറുണ്ടോ? കുളിക്കാറുണ്ടോ എന്നു വരെ എനിക്ക് സംശയമാണ്. കരിഷ്മയ്ക്ക് ചിരിവന്നെങ്കിലും അവൾ അത് പുറത്തു കാണിച്ചില്ല. നീ നിന്റെ കാര്യം നോക്കിയാൽ മതി വീർ. അവൻ നിഷേധത്തോടെ തലയാട്ടി. ഞാനിപ്പോൾ പോകുന്നു. നിങ്ങളെയെല്ലാം നേർവഴിക്ക് കൊണ്ടു വരേണ്ടത് എന്റെ കടമയാണ്. ഞാനാണ് ഇപ്പോൾ ഇവിടത്തെ കാരണവർ. കരിഷ്മ ചോദിച്ചു അതെങ്ങനെ? അവൻ അവളുടെ കഴുത്തിൽ കയ്യിട്ടു. അത് അറിയില്ലേ കരിഷ്മാജി.എന്റെ സാലറി അത് ഡാഡിയുടെ കയ്യിൽ പൊട്ടിക്കാതെ കൊടുക്കുന്നുണ്ട്. അവൾ തോറ്റു കൊടുക്കില്ല. ഒന്നു പോ ചെറുക്കാ. നിന്റെ ശമ്പളം കൊണ്ടല്ല ഞങ്ങൾ ഇത്രയും കാലം ജീവിച്ചത്. ശമ്പളം അടുത്ത മാസം മുതൽ വേണ്ട. ഉറപ്പാണല്ലോ വീർ ചോദിച്ചു. ആ അവൾ മൂളി. ഞാനിതെല്ലാം കേട്ടും കണ്ടും ചിരിക്കുകയായിരുന്നു.

വീരൂ പോയപ്പോൾ ഞാൻ ചോദിച്ചു. എന്തറിഞ്ഞിട്ടാണ് അവനോട് ശമ്പളം വേണ്ടെന്നു പറഞ്ഞത് . ദീപുവിന്റെ പഠനം കഴിയുന്ന വരെയെങ്കിലും അവന്റെ ശമ്പളം അത്യാവശ്യമാണ്. കരിഷ്മ നിസാരഭാവത്തിൽ പറഞ്ഞു. അതിനെന്താണ്. വീരു സഹായിക്കാതെ ഒന്നും ഇരിക്കില്ല. എന്താണ് നിനക്കിത്ര ഉറപ്പ്. അവളെന്റെ അടുത്തു വന്നിരുന്നു.തോളിൽ കൈ വെച്ചു. ജഗദീഷ് നിങ്ങളുടെ മക്കൾ ഉണ്ടല്ലോ, രണ്ടിനെയും എനിക്ക് മനപാഠമാണ്. കുടുംബം സംരക്ഷിക്കേണ്ടത് സ്വന്തം കടമയാണെന്ന് കരുതുന്ന നിങ്ങളുടെ സ്വഭാവം ഉണ്ടല്ലോ അത് നിങ്ങളുടെ മൂത്ത മകനും ഉണ്ട്. കുഞ്ഞുനാൾ മുതൽ അവൻ സ്വയം അവനെ ഒരു രക്ഷകനായാണ് കരുതുന്നത്. പിന്നെ എന്തു പറഞ്ഞാലും സൗമ്യമായി സംസാരിക്കുന്ന സ്വഭാവം ഉണ്ടല്ലോ. അതാണ് ഇളയമകന് കിട്ടിയിരിക്കുന്നത്. എന്നാൽ അവരുടെ മോശം സ്വഭാവമോ കരീഷ്മാ, ഞാൻ ചിരിച്ചുകൊണ്ട് ചോദിച്ചു. ഓ അവൾ എ

ന്നെ ഭയങ്കരാ എന്ന മട്ടിൽ നോക്കി. എന്റെയും കുടുംബക്കാരുടെയും ആയിരിക്കാം.

എന്തായാലും സ്നേഹക്ക് കിട്ടേണ്ട പണി അവൾ തന്നെ ചോദിച്ചു വാങ്ങി. അന്ന് ഞായറാഴ്ച രാവിലെ നേരത്തെ തന്നെ അവൾ എത്തി. അവളുടെ അച്ഛനും അമ്മയും കറങ്ങാൻ പോയിരിക്കുകയാണ്. അവർ നേരത്തെ ഇറങ്ങിയത് കൊണ്ടായിരിക്കാം സ്നേഹയെയും കൊണ്ടുവന്നാക്കി പോയി. അടുത്ത ആഴ്ച പരീക്ഷ തുടങ്ങുകയാണ്. രണ്ടുപേരും ഹാളിൽ സോഫയിൽ ഇരുന്നു സംസാരിക്കുകയാണ്. ഞാനെന്റെ പതിവ് സ്ഥലത്ത് ബാൽക്കണിയിൽ പേപ്പർ വായിച്ചു കൊണ്ടിരിക്കുന്നു. കരിഷ്മ ബ്രേക്ക്ഫാസ്റ്റ് മറ്റും മേശപ്പുറത്ത് കൊണ്ടുവന്നു വച്ചിട്ട് എന്റെ അടുത്തേക്ക് വന്നിരുന്നു.

വീറിന്റെ പ്രാർത്ഥനയും പൂജയും കഴിഞ്ഞതിനു ശേഷമേ ഞങ്ങൾ ഭക്ഷണം കഴിക്കാറുള്ളൂ. അവനാണെങ്കിൽ ഞായറാഴ്ച പൂജ ഇത്തിരി ദീർഘമാണ്. കുറെയേറെ നേരം ശ്ലോകങ്ങൾ ചൊല്ലും. പൂജാ സ്ഥലം എന്നു പറഞ്ഞാൽ ബാൽക്കണിയോട് ചേർന്ന് മരം കൊണ്ട് ഉണ്ടാക്കിയ ക്ഷേത്ര മാതൃകയാണ്. അത് താഴെ വെച്ചിരിക്കുന്നു. അതുകൊണ്ടുതന്നെ ഇരുന്നു കൊണ്ട് പ്രാർത്ഥിക്കണം. അതിന്റെ നാല് ചുറ്റും കനം കുറഞ്ഞ ബോർഡുകൾ ഉപയോഗിച്ച് തിരിച്ചിട്ടുണ്ട്. ചുരുക്കത്തിൽ അതൊരു ചെറിയ മണ്ഡപം പോലെ തോന്നും. വീർ പതിവുപോലെ കുളികഴിഞ്ഞ് ശുഭ്ര വസ്ത്രധാരിയായി വന്നു. അനിയൻ തലേദിവസത്തെ ബർമുഡയും ബനിയനുമായി കൂട്ടുകാരിയുമായി സംസാരിച്ചുകൊണ്ടിരിക്കുന്നത് കണ്ടപ്പോൾ തന്നെ അവന്റെ മുഖം മങ്ങി. ദീപു കൂടി പോയി കൂടെ ഇരിക്കേണ്ടതാണ്. വർത്തമാനത്തിന്റെ രസത്തിൽ കുളിക്കാനുള്ള കാര്യമൊക്കെ അവനങ്ങ് മറന്നു.

വീരുവിന്റെ കണ്ണുകൊണ്ടുള്ള മർദ്ദനം കഴിഞ്ഞ് അവൻ പൂജ തുടങ്ങി. ദീപു വളിച്ച ചിരിയുമായി എഴുന്നേറ്റ് കുളിക്കാൻ പോയി. അവൻ 5 മിനിറ്റിനുള്ളിൽ തിരികെയെത്തി. വീറിന്റെ അടുത്ത് പോയി കൈകൂപ്പി കാണിച്ച് വീണ്ടും സ്നേഹയുടെ അടുത്ത് വന്നിരുന്നു. ഭക്ഷണം കഴിഞ്ഞു പഠിക്കാം അല്ലേ അവൾ ചോദിച്ചു. അവൻ പതുക്കെ മൂളി. എന്നാൽ സ്നേഹയ്ക്ക് ബോറായി തുടങ്ങി. അവൾ സംസാരിച്ചു തുടങ്ങി. ദീപു പതുക്കെ പറയൂ എന്നൊക്കെ പറയുന്നുണ്ട്..പക്ഷേ അവളതൊന്നും ശ്രദ്ധിച്ചില്ലെന്ന് തോന്നുന്നു. അവൾക്ക് വീറിനോട് എന്തെങ്കിലും ദേഷ്യം ഉണ്ടായിരുന്നോ എന്നറിയില്ല. അവൻ ഹനുമാൻ ചാലിസ ചൊല്ലി തുടങ്ങിയപ്പോൾ, പെട്ടെന്ന് അവൾ അത്യാവശ്യമുറക്കെ ഒരു കമന്റ് പറഞ്ഞു.

നിന്റെ ചേട്ടനെയും ഹനുമാനെയും തിരിച്ചറിയാൻ കഴിയുന്നില്ലല്ലോ ജയദീപ്. അവൾ പൊട്ടിച്ചിരിച്ചു അത് കുറച്ചുനേരം നീണ്ടു.

ഞാൻ കരിഷ്മയെ നോക്കി അവൾ അപകടം മണത്തു കഴിഞ്ഞിരുന്നു. വീറിന്റെ പ്രാർത്ഥനയിലെ ശ്രദ്ധ നഷ്ടപ്പെട്ടു. ആ ചിരി ആയിരിക്കാം അവനെ അലോസരപ്പെടുത്തിയത്. ഒറ്റനിമിഷം, അവൻ എഴുന്നേറ്റു അവളുടെ അടുത്ത് എത്തി. എഴുന്നേൽക്ക് കൈകൾ ഞൊടിച്ചു കൊണ്ട് പറഞ്ഞു. ഇനി മേലിൽ ഈ വീട്ടിലേക്ക് വന്നു പോകരുത്. എന്റെ സംസ്കാരം കൊണ്ട് ഞാൻ അധികം സംസാരിക്കുന്നില്ല. അവൾ എഴുന്നേറ്റു ദീപിനെ നോക്കി എന്തോ സംസാരിക്കാൻ വായ തുറന്നപ്പോഴേക്കും വീർ അലറി. ഇറങ്ങിപ്പോടി ലക്ഷണം കെട്ടവളേ. ദീപു ചെവി പൊത്തി ദൈവമേ എന്ന ഭാവത്തിൽ ഇരുന്നു. ഒരു നിമിഷം ഞങ്ങൾ എല്ലാവരും സ്തബ്ധരായി ഇരുന്നുപോയി. ബോധം വീണ്ടെടുത്ത് കരിഷ്മ എഴുന്നേറ്റ് ചെന്നപ്പോഴേക്കും ആ പെൺകുട്ടി കരഞ്ഞുകൊണ്ട് ഇറങ്ങിപ്പോയി. ദീപു വിഷമത്തോടെ മുറിയിലേക്ക് പോയി.

വീർ ഉള്ളിൽ പോയി വസ്ത്രം മാറി വന്നു. എന്താ ആരും ഭക്ഷണം കഴിക്കുന്നില്ലേ എന്ന അവന്റെ ചോദ്യം കേട്ട് ഞാൻ എഴുന്നേറ്റ് കണ്ണട ഒരു കവറിൽ ഇട്ടു സെൽഫിനകത്ത് കൊണ്ടുപോയി വെച്ചു. കരിഷ്മ എല്ലാ ദേഷ്യവും എന്നെ നോക്കിയാണ് തീർക്കുന്നത്. ഇത്രയൊക്കെ സംഭവിച്ചിട്ടും ഒരക്ഷരം അവനോട് ചോദിക്കുന്നുണ്ടോ എന്നാണ് അർത്ഥം. അവളെഴുന്നേറ്റ് ഭക്ഷണം വിളമ്പുന്നതിനിടയിലും ദേഷ്യം തീർക്കുന്നുണ്ട്. പൂരിയും കറിയുമെല്ലാം ആ ദേഷ്യത്തിന്റെ ചൂട് അറിഞ്ഞു. ഞാൻ വീറിനടുത്തേക്ക് ചെന്നു. അവൻ കസേരയിൽ ഇരിക്കുകയാണ്. ഞാൻ പുറകിലൂടെ എന്റെ രണ്ടു കൈകളും അവന്റെ തോളിൽ വച്ചു. വീരൂ ...ഞാൻ സൗമ്യമായി വിളിച്ചു. ഒന്നും പറയാതെ തന്നെ എനിക്ക് പറയാനുള്ളത് എന്താണെന്ന് അവൻ അറിയാം. അവൻ തിരിഞ്ഞെന്നെ നോക്കി. ഡാഡി അവളത് അർഹിക്കുന്നുണ്ട്. എന്നാലും അവളു കുട്ടിയല്ലേ വീരൂ, നിനക്കൊന്നും ക്ഷമിക്കാമായിരുന്നു. ഡാഡി അഞ്ചു മിനിറ്റ് നേരം അവൾക്ക് സംസാരിക്കാതെയിരിക്കാൻ കഴിയില്ലേ. മറ്റൊരാളുടെ വീട്ടിൽ അതും അവരുടെ പ്രാർത്ഥന സമയത്ത് പോലും ഒരു മര്യാദ കാണിക്കാൻ കഴിയാത്തവളെ ഈ വീട്ടിലെ അതിഥിയായി കരുതുന്നതിൽ എനിക്ക് ബുദ്ധിമുട്ടുണ്ട്. ഇനി അവൾ വായിൽ തോന്നുന്നത് പറയുന്നത് നിർത്തിക്കോളും.

കരിഷ്മ അപ്പോഴേക്കും ചാടി വീണു. പെൺകുട്ടിയാണെന്ന പരിഗണന കൊടുക്കേണ്ടേ വീരു. വീരു കരിഷ്മയുടെ കയ്യിൽ പിടിച്ച് അടുത്തിരുത്തി. എന്താണ് ഈ പ്രത്യേക പരിഗണന. എന്തിനാണ് ഈ പ്രത്യേക പരി

ഗണന കൊടുക്കുന്നത്. നിങ്ങളെല്ലാവരും സ്ത്രീ സമത്വത്തിനായി മുറവിളികൂട്ടുന്നുണ്ടല്ലോ. എന്താണീ സമത്വം. പുരുഷനെപ്പോലെ എല്ലാ മേഖലകളിലും സ്ത്രീകൾക്കും സ്വാതന്ത്ര്യം അല്ലേ. അങ്ങനെ ആഗ്രഹിക്കുന്ന നിങ്ങൾ പിന്നെ എന്തിനാണ് ഈ പരിഗണനയെ പറ്റി പറയുന്നത്. പരിഗണന എന്നാൽ ഒരുരീതിയിൽ സംരക്ഷണം ആണ് . അതായത് നിങ്ങൾ ഞങ്ങളെക്കാൾ ശാരീരികവും മാനസികവുമായി ബലഹീനർ ആയതു കൊണ്ട് ചില കാര്യങ്ങളിൽ, മേഖലകളിൽ ഞങ്ങൾ നിങ്ങൾക്ക് പരിഗണന തരുന്നു. അത് ഞങ്ങൾ നിങ്ങളെ സംരക്ഷിക്കുന്നതിനു തുല്യമാണ്. അത് ഞങ്ങൾക്ക് നിങ്ങളോടുള്ള സ്നേഹംകൂടിയാണ്. പലപ്പോഴും ആ സ്നേഹത്തെ, സംരക്ഷണത്തെ നിങ്ങൾ അടിച്ചമർത്തലുകൾ ആയി കണക്കാക്കുമ്പോൾ പരിഗണനയ്ക്കായി യാചിക്കരുത്. അതിനുപകരം സ്വയം നിർവചിക്കാൻ തയ്യാറാകണം. ധൈര്യത്തോടെ മുന്നോട്ട്പോകണം. അല്ലാതെ പെൺകുഞ്ഞാണ് അതുകൊണ്ട് പ്രത്യേക പരിഗണന. അതായത് ദീപിന്റെ ആൺ സുഹൃത്തായിരുന്നെങ്കിൽ ഞാൻ അവനോട് അങ്ങനെ പറഞ്ഞാൽ തെറ്റില്ലെന്നാണോ? കരിഷ്മ സ്തബ്ധയായി. പെട്ടെന്നവൾക്ക് ഒരു മറുപടി കിട്ടിയില്ല.

എന്റെ സ്വഭാവത്തിൽ കുറച്ചു കർക്കശതയുണ്ട്. അതെനിക്കറിയാം. ചിട്ടവട്ടങ്ങളിൽ അലോസരം ഉണ്ടായാൽ എനിക്ക് കുറച്ചു ദേഷ്യം വരും. ഞാനത് പ്രകടിപ്പിക്കുകയും ചെയ്യും. കരിഷ്മ ബോധം വീണ്ടെടുത്തു. ഞാനാണെങ്കിലോ, നിന്റെ ഡാഡി ആണെങ്കിലോ, അല്ലെങ്കിൽ ദീപു, നീ ഞങ്ങളെ ഇറക്കി വിടുമോ വീർ? ഇത്തവണ വീരു തോറ്റോ എന്ന് ഞാൻ ശങ്കിച്ചു. എന്നാൽ ക്ഷണനേരം കൊണ്ട് മറുപടിയും കിട്ടി. എന്റെ ഡാഡി ഇങ്ങനെ ഒരിക്കലും ചെയ്യില്ല. പിന്നെ മമ്മി, മമ്മി ഇങ്ങനെ ചെയ്താൽ, അവൻ ഒരു കള്ളച്ചിരിയോടെ പറഞ്ഞു. ബുദ്ധി കുറവാണെന്ന് കരുതി ഞാനങ്ങ് ക്ഷമിക്കും. ഇനി ദീപു ആണെങ്കിൽ അവനെക്കൊണ്ട് ആയിരം ഏത്തമിടീച്ചേനെ. കരിഷ്മ അവസാനം തോൽവി സമ്മതിച്ച് മിണ്ടാതിരുന്നു.

ദീപുവിനെ കാണുന്നില്ല, കരിഷ്മ വിളിക്കാനും പോയില്ല. എന്നാൽ വീരു വിളിച്ചു ഉറക്കെ, ദീപ് ഭക്ഷണം കഴിക്കാൻ വരൂ. ആ മുഴക്കത്തിൽ അവൻ വാതിൽ തുറന്നു വന്നു. വീറിന്റെ അടുത്ത് മനസ്സില്ലാ മനസ്സോടെയാണ് വന്നിരിക്കുന്നത്.വീർ അവനു പൂരിയും കറിയും വിളമ്പിക്കൊടുത്തു. അവനു ഇഷ്ടപ്പെട്ട മധുരപലഹാരവും എടുത്തുകൊടുത്തു. ദീപിന്റെ മുഖത്തൊരു ചെറിയചിരി വന്നു. അമ്മ ഇത് ഉണ്ടാക്കിയിട്ടുണ്ടായിരുന്നോ. ഞാനറിഞ്ഞില്ല, അവനത് ഒറ്റയടിക്കകത്താക്കി. വീരു വേഗം പാത്രം അടച്ച് കരിഷ്മയുടെ അടുത്തേക്ക് നീക്കി. ഇല്ലെങ്കിൽ അവൻ ഇതു മുഴുവൻ ഒറ്റയ്ക്ക് തിന്നു തീർക്കും. നാട്ടുകാരുടെ വിചാരം ഞാനാണ് ഇവിടു

ത്തെ ആഹാരം മുഴുവൻ തിന്ന് തീർക്കുന്നതെന്നാണ്. അവർക്ക് ആർക്കും അറിയില്ലല്ലോ ഇവൻ എന്ത് കഴിച്ചാലും ദേഹത്ത് പിടിക്കൂലെന്ന്.

കരിഷ്മ രണ്ടു മക്കളെയും മാറിമാറി നോക്കിക്കൊണ്ട് പതുക്കെ പൂരി മുറിച്ചു കഴിക്കുകയാണ്. ഒരെണ്ണം പോലും കഴിഞ്ഞിട്ടില്ല. ദീപിന് യാതൊരു കൂസലും കണ്ടില്ല. ഭക്ഷണം കഴിച്ചു തുടങ്ങിയപ്പോൾ അവൻ ഉഷാറായി. വീരും ആസ്വദിച്ച് കഴിക്കുന്നുണ്ട്. എനിക്കാണെങ്കിൽ ചിരി വന്നു തുടങ്ങി. അതടക്കി ഞാനും ഭക്ഷണം കഴിക്കുകയാണ്. ഭക്ഷണം അവസാനിപ്പിച്ചതിനുശേഷം, വീർ ദീപിനോട് ആയി പറഞ്ഞു, നോക്കൂ ഒരുമിച്ചുള്ള പഠനമൊക്കെ ക്യാമ്പസിൽ. ഇനി ഈ വീട്ടിലേക്ക് അന്യരുടെ പെൺമക്കളെ ക്ഷണിക്കരുത്. അഥവാ വരികയാണെങ്കിൽ വന്നു കുറച്ചുനേരം സംസാരിച്ചതിനു ശേഷം മടങ്ങിപ്പോവുക. ഒരു ദിവസം മുഴുവൻ പഠിക്കാനാണെന്ന് പറഞ്ഞു ഇവിടെ ഇരിക്കേണ്ട ആവശ്യമില്ല. അവൾക്ക് കൂടുതൽ സംശയമുണ്ടെങ്കിൽ പഠിപ്പിക്കുന്ന അധ്യാപകരോട് ചോദിക്കാൻ പറയൂ. അല്ലെങ്കിൽ ഒരു ട്യൂഷന് പോകാൻ പറ. നിനക്ക് മനസ്സിലായോ ദീപു. അവൻ അതേ എന്ന് തലയാട്ടി. നിനക്ക് അടുത്ത ആഴ്ച മുതൽ പരീക്ഷയല്ലേ. ഇനി പരീക്ഷ കഴിയുന്നതുവരെ പുറത്തുപോയി കറങ്ങുകയും വേണ്ട. വേറെ ആരെയും ഇങ്ങോട്ട് വിളിക്കേണ്ട കേട്ടോ. അവൻ അതിനും തലയാട്ടി

കുറച്ചു കഴിഞ്ഞ് വീരു പുറത്തേക്കു പോയി. കരിഷ്മ ദീപിന് നേരെ തിരിഞ്ഞു. എടാ മണ്ഡോദര, നിന്റെ സുഹൃത്തിനെയാണ് വീട്ടിൽ നിന്ന് പുറത്താക്കിയത്.നിനക്കൊരു വിഷമവുമില്ലേ. നിനക്കവളുടെ പുറകെ പോയി ഒരു മാപ്പെങ്കിലും പറയാമായിരുന്നില്ലേ. എന്ത് മുഖത്തോടെയാണ് നാളെ കോളേജിൽ പോകുന്നത്. കരിഷ്മയുടെ എല്ലാ ചോദ്യങ്ങൾക്കുമുള്ള ഉത്തരം ദീപു കൊടുത്തു. മാപ്പൊക്കെ ഞാൻ നാളെ പറഞ്ഞോളാം. പിന്നെ അവൾ ഇവിടെ വരുന്നതിന് എനിക്കും വലിയ താല്പര്യം ഉണ്ടായിരുന്നില്ല. സത്യത്തിൽ പഠിക്കാനും കഴിയുന്നുണ്ടായിരുന്നില്ല. പഠനത്തേക്കാൾ ഏറെ ബാക്കി കഥകളാണ് പറയാനുള്ളത്. സിനിമാഗോസിപ്പ്, ഫാഷൻ....അങ്ങനെ അങ്ങനെ... എങ്ങനെയാണ് വരേണ്ടതെന്നു പറയുക. ഇനി അങ്ങനെയെങ്ങാനും പറഞ്ഞാൽ ക്ലാസ്സിൽ അവൾ എനിക്കെതിരെ പ്രക്ഷോഭം ഉണ്ടാക്കും. ഇപ്പോൾ എല്ലാം മംഗളമായി അവസാനിച്ചു. കരിഷ്മ വായ തുറന്നിരുന്നു പോയി. നിന്നെ വിശ്വസിക്കുന്ന സ്ത്രീകളുടെ കാര്യം ദയനീയം തന്നെയാവും ദീപു.

ദീപ് എഴുന്നേറ്റു കൊണ്ട് പറഞ്ഞു, അങ്ങനെ പറയല്ലേ അമ്മേ, എന്നെ വിശ്വസിക്കുന്ന ഒരു സ്ത്രീയെ ഞാൻ എല്ലായിപ്പോഴും സംരക്ഷിക്കും. അവൻ കരിഷ്മയുടെ രണ്ടു കവിളും പിടിച്ചു വലിച്ചു കൊഞ്ചിച്ചു കൊ

ണ്ട് പറഞ്ഞു.... കരിഷ്മയെ! അവൾ ചിരി ഒതുക്കി കൊണ്ട് ഒന്ന് പോടാ എന്നു പറഞ്ഞു. ഞാൻ കുറച്ചു നേരം ബാഡ്മിന്റൺ കളിക്കാൻ പോവുകയാണ്. വന്നിട്ട് പഠിക്കാം.

ബാറ്റിന്റെ ബാഗും ചുമലിലിട്ട് അവൻ വീണ്ടും കരിഷ്മയുടെ അടുത്ത് വന്നിരുന്നു. കോളേജിൽ അടയ്ക്കുന്ന ഫീയും, ബസ്കാശും അല്ലാതെ എനിക്ക് എന്തെങ്കിലും പണം വേണോ എന്ന് ചോദിക്കാറുണ്ടോ. നിനക്കെന്തിനാണ് പണം ദീപു? എല്ലാം ഡാഡി ചെയ്തു തരുന്നില്ലേ. അതു മതിയോ മാഡം, ചേട്ടൻ വല്ലപ്പോഴും തരുന്ന പോക്കറ്റ് മണി കൊണ്ടാണ്, ഇടയ്ക്കു ള്ള കാന്റീൻ സന്ദർശനവും സിനിമയും മറ്റും. പിന്നെ അവൻ പുതിയ വണ്ടി വാങ്ങിയത് കൊണ്ട് അവന്റെ വണ്ടി എനിക്ക് കിട്ടി. അത് ഓടണമെങ്കിൽ പെട്രോൾ അടിക്കണം. ഇതൊന്നുമില്ലാതെ എവിടെയെങ്കിലും ഒതുങ്ങി ഇരുന്നാലുണ്ടല്ലോ. ഒരു അവളുമാരും തിരിഞ്ഞു നോക്കില്ല. ഞാൻ വീരുവിനെ എതിർത്തുപറഞ്ഞ് അവനു ദേഷ്യം വന്നു, പിന്നെ എന്നോട് പിണങ്ങി ഒരു മാസം ഇരിക്കണം . അതാണോ അമ്മയുടെ ആഗ്രഹം. എന്റെ വയറ്റത്തടിക്കണോ. കരിഷ്മ തലയാട്ടി, അമ്പട മിടുക്കാ എന്ന മട്ടിൽ.

ഇറങ്ങുന്നതിനു മുമ്പ് അവൻ ഒന്നുകൂടി പറഞ്ഞു. ചേട്ടനിപ്പോൾ ജോലിയുമായി. അതും ഒരു മൾട്ടി നാഷണൽ കമ്പനിയിൽ. നല്ല ശമ്പളം. അമ്മ വെറുതെ അവനോട് മുഷിയാൻ നിൽക്കേണ്ട. നന്നായി നിന്നാൽ നമുക്ക് എല്ലാവർക്കും ഇൻസെന്റീവും സമ്മാനങ്ങളും ഒക്കെ കിട്ടും. അല്ലേ ഡാഡി. ഞാൻ ചിരിച്ചുകൊണ്ട് തലയാട്ടി....... ഒരു കാര്യം ആരും മറക്കേണ്ട, ഇടയ്ക്കിടെ ജയവീർ സിന്ദാബാദ് എന്ന് വിളിക്കാൻ മറക്കരുത്. നമ്മൾ മൂന്നുപേരും ഒരുമിച്ചു നിന്നാൽ ജഗദീഷ് സിംഗിന്റെ കണക്കൊപ്പിച്ചു ഇഴയുന്ന ഈ സ്വർഗ്ഗത്തിൽ ചില സർപ്രൈസ് പാർട്ടികൾ നടത്താം. അവൻ ഇതെല്ലാം വളരെ നാടകീയമായാണ് പറഞ്ഞത്. അഭിനയത്തിന്റെ കാര്യത്തിൽ എന്റെ രണ്ടു മക്കളും മിടുക്കന്മാരാണ്. അവരാ മേഖലയിലേക്ക് പോയില്ലെന്ന് മാത്രം. അവസാനം മുഷ്ടി ചുരുട്ടി , ജയവീർ സിന്ദാബാദ് വിളിച്ച് രംഗം കൊഴുപ്പിച്ചുകൊണ്ട് അവൻ ഇറങ്ങി.

ഉടനെ തന്നെ കരിഷ്മ പറഞ്ഞു. മേലാൽ ഇവനെ എന്നെപ്പോലെയാണെന്ന് പറയരുത്. ഞാൻ ചിരിച്ചു. നീ സന്തോഷിക്ക് കരിഷ്മ, കുഞ്ഞുങ്ങൾ തല്ലുകൂടുന്നില്ലല്ലോ.... അതെ അതെ നല്ല ചേട്ടനും അനിയനും. രണ്ടിന്റേയും ഫിലോസഫി രണ്ടാണ് . എന്നാലും എല്ലാ കാര്യത്തിലും അവസാനം ഒരുമിക്കും. ഞാനും ചിരിച്ചു. നമ്മുടേത് ഒരു ന്യൂട്രൽ ഫാമിലിയാണ് .

34 സിംഹകുഞ്ഞ് അതിന്റെ ഗുണങ്ങൾ കാണിച്ചു തുടങ്ങി

മൂന്നുവർഷത്തോളമേ വീരു ആ കമ്പനിയിൽ നിന്നുള്ളു. അതിനിടയിൽ അവന് സ്ഥാനകയറ്റവും കിട്ടിയിരുന്നു. ദീപിന്റെ പഠനം കഴിയാറാവുന്നു. ഒരു ദിവസം വൈകുന്നേരം ദീപു കോളേജിൽ നിന്ന് വന്ന് ബാഗ് താഴത്ത് വെക്കുന്നതിന് മുമ്പേ പറഞ്ഞു. നിങ്ങളുടെ മൂത്തമകൻ ഉദ്യോഗം രാജി വെച്ചിരിക്കുന്നു. കരിഷ്മ അകത്തുനിന്ന് കാറ്റുപോലെ പുറത്തേക്ക് വന്നു.

ഞാൻ വീട്ടിലേക്ക് എത്തിയിട്ടുണ്ടായില്ല. എത്തിയപ്പോഴേക്കും അവൾ കാത്തു നിൽക്കുകയാണ്. ചായ എല്ലാം വേഗം എടുത്തു തന്നു. ഞാൻ പതുക്കെ കുടിക്കുന്നത് കണ്ട് അവളുടെ ക്ഷമ നശിച്ചു. നോക്കു, വീർ ജോലി രാജിവെച്ചെന്ന്.. നിങ്ങളോട് പറഞ്ഞിരുന്നോ. ഞാൻ ചായക്കപ്പ് താഴെ വെച്ചു. അവന് ബിസിനസ് ചെയ്യാൻ താല്പര്യമുണ്ടെന്നു പറഞ്ഞിരുന്നു പക്ഷേ ജോലി രാജിവെക്കുന്നത്, ഞാൻ പറഞ്ഞു മുഴുവനാക്കുന്നതിനു മുൻപേ കരിഷ്മ പറഞ്ഞു തുടങ്ങി. ദൈവമേ ആരെങ്കിലും ഇങ്ങനെ ചെയ്യുമോ. കെൽടെക്പോലെയൊരു കമ്പനിയിൽ ഏതൊരു ചെറുപ്പക്കാരന്റെയും സ്വപ്നമല്ലേ അങ്ങനെ ഒരു ജോലി. എന്റെ സുഹൃത്തുക്കളെല്ലാം എത്രത്തോളം അവനെ പുകഴ്ത്തിയിരുന്നെന്നോ. ഈ ചെറിയ പ്രായത്തിൽ തന്നെ വിവാഹാലോചനകളും വന്നു. അതെയോ ഞാൻ ആശ്ചര്യത്തോടെ ചോദിച്ചു. നീ എന്നിട്ട് എന്നോടൊന്നും പറഞ്ഞില്ലല്ലോ കരീഷ്മ. അവൾ ശുണ്ഠിയെടുത്തു. അതാണോ ഇപ്പോൾ വലിയൊരു കാര്യം. നിങ്ങളൊന്നു ശ്വാസം വിട്ടു തുടങ്ങിയത് ഇപ്പോഴാണ്. നിങ്ങൾക്ക് ഈ അവസാന കാലത്ത് കിട്ടുന്ന ശമ്പളം അവനു തുടക്കത്തിൽ തന്നെ കിട്ടി. എന്താണ് ഈ ചെറുക്കൻ ചെയ്തത്. അവൾ എന്റെ ചുമലിൽ പിടിച്ചു കുലുക്കി. ഞാൻ ഒച്ചയിട്ടു, ആ ചായ പുറത്തേക്ക് കളയല്ലേ.

ഞാൻ ദീപുവിന്നേരെ തിരിഞ്ഞു. നീ ഇത് എങ്ങനെയാണ് അറിഞ്ഞത് മോനെ? വീറിന്റെ കൂടെജോലി ചെയ്യുന്ന ഒരു പെൺകുട്ടി, ആരാധ്യ എന്നാണവളുടെ പേര് അവൾ വിളിച്ചു പറഞ്ഞതാണ്. അവൾക്ക് വലിയ വിഷമം. എന്നിട്ട് അവൻ ആത്മഗതം പോലെ പറഞ്ഞു. വീറിനെ കണ്ടിട്ട് അവളെന്തെങ്കിലും സ്വപ്നങ്ങൾ നെയ്തിട്ടുണ്ടെങ്കിൽ, അതവളുടെ ശനിയുടെ ആരംഭമാണ്. അവൻ ഞങ്ങളുടെ മുഖത്തേക്ക് നോക്കി, ചിരിക്കുന്നില്ലെന്നു കണ്ടപ്പോൾ കാര്യങ്ങൾ പന്തിയല്ല എന്ന് മനസ്സിലാക്കി രംഗം വിട്ടു.

വീരു ഓഫീസിലെ യാത്രയയപ്പ് കഴിഞ്ഞതിനുശേഷം ആണ് വീട്ടിലെത്തിയത്. ചോദ്യങ്ങൾക്കെല്ലാം അവൻ ചുരുങ്ങിയ വാക്കുകളിൽ ഉത്തരം പറഞ്ഞു. അവസാനം ഇങ്ങനെ പ്രസ്താവിച്ചു. എനിക്ക് സ്വന്തമായി ബിസിനസ് ചെയ്യണം. അതാണ് എന്റെ ആഗ്രഹം. അതെല്ലാം ഇപ്പോൾ തന്നെ തു

ടങ്ങണോ കരിഷ്മ ചോദിച്ചു. ഇപ്പോഴല്ലെങ്കിൽ എപ്പോഴാണ് അമ്മേ, വയസ്സായിട്ടോ. ഞാനെല്ലാം വ്യക്തമായി പ്ലാൻ ചെയ്തിട്ടുണ്ട്. നീ ഞങ്ങളുമായി സംസാരിച്ചോ വീരു. ഞാൻ അച്ഛനോട് സൂചിപ്പിച്ചിരുന്നു. കരിഷ്മ എന്നെ ദേഷ്യത്തോടെ നോക്കി.

ഞാൻ അവൻ പറയുന്നത് ശ്രദ്ധയോടെ കേൾക്കുകയായിരുന്നു. ഞാനവളെ തടസ്സപ്പെടുത്തി. അവൻ മുഴുവൻ പറയട്ടെ കരിഷ്മ. ഡാഡി എന്റെ അക്കൗണ്ടിൽ ഒരു എഫ്ഡി ഉണ്ടല്ലോ. അതു തന്നെ ക്യാപ്പിറ്റൽ. നിങ്ങൾക്ക് ഇത് പെട്ടെന്ന് ഉൾക്കൊള്ളാൻ കഴിയില്ലെന്നറിയാം. അതുകൊണ്ടാണ് വിശദീകരിച്ച് അറിയിക്കാതിരുന്നത്. കുറച്ചു കാര്യങ്ങൾ ചെയ്തു തീർക്കാനുണ്ട്. കുറച്ചു മാസങ്ങൾ പണിയാണ്. നിനക്ക് ഇതെല്ലാം ഒറ്റയ്ക്ക് ചെയ്യാൻ കഴിയുമോ മോനെ. അവൻ എന്റെ തോളിൽ കയ്യിട്ടു കൊണ്ട് പറഞ്ഞു. ഡാഡി നിങ്ങൾക്ക് വീർ പ്രതാപിനെ വിശ്വാസമില്ലേ. ഞാൻ പുഞ്ചിരിച്ചു. വീരു എന്റെ അച്ഛന്റെ പേരാണ് നിനക്കിട്ടത്. എനിക്ക് ഭൂമിയിൽ ഏറ്റവും വിശ്വാസം ഉണ്ടായിരുന്നത് വീർ പ്രതാപ് സിംഗിനെയാണ്. അതുപോലെ എന്നെയും വിശ്വസിച്ചോളു ഡാഡി. എന്തിനാണ് വിഷമിക്കുന്നത്. മുത്തശ്ശൻ എനിക്ക് തന്ന പണമാണ്. ഞാൻ ആരുടെയും കീഴിൽ ടൈ കെട്ടി അടിമകളെപ്പോലെ ജോലി ചെയ്യുന്നത് മുത്തശ്ശന് ഇഷ്ടമാവില്ല. അദ്ദേഹം പറഞ്ഞിട്ടുണ്ട്, ജയവീർ, ബാലാജി നാരായൺ വിലാസ് റാവുവിന്റെ പിൻഗാമിയാണ്. റായ്ഗഡിലെ ധീരനായ യോദ്ധാവ്. ഞാൻ മൂളി...

ഞാൻ സെറ്റിയിൽ ഇരുന്നു. അവൻ എന്റെ എതിരെ ഡൈനിങ് ടേബിളിനോട് ചേർന്ന് ഒരു കസേര നീക്കിയിട്ടിരിക്കുകയാണ്. കരിഷ്മയും അടുത്ത് തന്നെയുണ്ട്.അവളെന്നെ പറയു പറയു എന്ന അർത്ഥത്തിൽ നോക്കുന്നുണ്ട്. ഞാനവനെ സസൂക്ഷ്മം വീക്ഷിക്കുകയായിരുന്നു. കുട്ടിക്കാലം മുതലേ ഞാനൊരു നിരീക്ഷകനാണ്. നിരീക്ഷണവും പഠനവും ആണ് എന്റെ വിനോദങ്ങൾ. പട്ടി പൂച്ച കിളികൾ തുടങ്ങി മനുഷ്യന്റെയും സ്വഭാവങ്ങൾ വരെ ഞാൻ നിരീക്ഷണത്തിന് വിധേയമാക്കിയിട്ടുണ്ട്......

എന്റെ മകൻ, അവന്റെ ആ ഇരിപ്പ്, ആ കണ്ണുകൾ, അതിന്റെ സ്ഥിരത, സാധാരണ മനുഷ്യനിരിക്കുമ്പോൾ അവരുടെ കാലുകൾ വിറപ്പിക്കുകയോ, കൈകൾ തുരുപിടിപ്പിക്കുകയോ, ഇല്ലെങ്കിൽ കണ്ണുകൾ ഉഴറുകയോ.... അങ്ങനെയൊന്നും അവൻ കാണിക്കാറില്ല. അനങ്ങാത്ത ഒരു പാറ പോലെയാണ് അവൻ. ഞാനവനെ സൂക്ഷിച്ചു നോക്കി. എനിക്കവനിൽ പഴയ ജഗദീഷിനെ കാണാൻ കഴിഞ്ഞില്ല. പക്ഷേ കാണുന്നത് ഒരാളെ മാത്രമാണ്. ബാലാജി നാരായണൻ വിലാസ് റാവു, ഇവൻ അയാളുടെ ഒരു ക്ലോൺ ആണ്. അതായത് ഈ ക്ലോണിനെ ഭൂമിയിൽ അവതരി

പ്പിക്കാൻ വേണ്ടിയാണോ ഞാനും കരിഷ്മയും ഒന്നായതെന്നു പോലും ഞാൻ സംശയിച്ചു. എനിക്കൊരല്പം ദേഷ്യവും തോന്നുന്നുണ്ട്. കാരണം കരിഷ്മ ഇനി ഇതിന്റെ പേരിൽ കുറെ നാൾ എന്നെ കുറ്റപ്പെടുത്താൻ പോവുകയാണ്... എല്ലാത്തിനും കാരണം നീയാണ് പെണ്ണേ... നീ.....

ഞാനൊരു ചെറിയ പുഞ്ചിരിയോടെ എഴുന്നേറ്റ് അവന്റെ ചുമലിൽ തട്ടി. നിനക്കെല്ലാ ആശംസകളും നേരുന്നു ജയവീർ പ്രതാപ് രാവു..... അവൻ ചിരിച്ചു... താങ്ക്യൂ ഡാഡി. കരിഷ്മ കുറച്ചു ദിവസം എല്ലാവരോടും പിണങ്ങിയിരുന്നു. ബാൽക്കണിയിലെ ചെടികളോട് പോലും. ഞാനവളെ ആശ്വസിപ്പിച്ചു , കരിഷ്മാ സിംഹത്തിനെ, പശുവിനെ പോലെ വളർത്തണമെന്ന് വാശി പിടിക്കരുത്, എന്നായാലും അത് സ്വന്തം ഗുണം പ്രകടിപ്പിക്കും.

എന്റെ മകന്റെ കണക്കുകൂട്ടലുകൾ ഒരിക്കലും തെറ്റിയില്ല. ഡോമ്പി വില്ലിയിലെ ഒരു ചെറിയ ഒറ്റ മുറിയിൽ അവന്റെ സ്ഥാപനം ആരംഭിച്ചു. ഹൈടെക് സൊല്യൂഷൻസ് എന്ന പേരിൽ ആദ്യമൊക്കെ സർവീസുകൾ മാത്രമായിരുന്നു. പിന്നെ പിന്നെ കമ്പ്യൂട്ടർ, ലാപ്ടോപ്പ്, അതിന്റെ അനുബന്ധ ഉപകരണങ്ങൾ, മൊബൈൽ ഫോൺ, അതിനുള്ള ആക്സസറീസ് അതിന്റെയെല്ലാം മൊത്തം വിതരണം, അങ്ങനെ അങ്ങനെ അവന്റെ ബിസിനസ് വളർന്നുകൊണ്ടേയിരുന്നു.

ഉദ്ഘാടന ദിവസം ഞങ്ങൾ കുറച്ചുപേരെ ഉണ്ടായിരുന്നുള്ളൂ. പ്രത്യേക ക്ഷണിതാക്കളായി റായ്ഗഢിലെ കുടുംബക്ഷേത്രത്തിന്റെ പുരോഹിതനും അദ്ദേഹത്തിന്റെ മകനും ഉണ്ടായി. തലേദിവസവും രാവിലെയും വിശേഷാൽ പൂജയുണ്ടായിരുന്നു. ഭക്ഷണം കഴിക്കാൻ മറന്നാലും വീരൂ അതൊന്നും മുടക്കില്ല. പിന്നെ അവിടുത്തെ ഒരു പ്രാദേശിക രാഷ്ട്രീയ നേതാവ്, അദ്ദേഹവും രണ്ട് അനുയായികളുമെത്തിയിരുന്നു. അവർ വീരുവിനോട് അടുത്തിടപഴകുന്നത് കണ്ടപ്പോൾ ഞാനൊന്നമ്പരന്നു എന്തെന്നാൽ മുപ്പതു വർഷത്തിൽ കൂടുതൽ മുംബൈയിൽ തങ്ങിയിട്ടും എനിക്ക് ഇക്കൂട്ടരുമായി യാതൊരു സഹവാസവുമുണ്ടായിരുന്നില്ല. പക്ഷേ എന്റെ മക്കൾ അവർ ജനിച്ചു വീണത് ഇവിടെയാണ്, വളർന്നതും ഓടിക്കളിച്ചതും കിതച്ചതുമൊക്കെ ഇവിടെ തന്നെയാണ്. ഒരു മുംബൈക്കർ എന്തായിരിക്കണം, എങ്ങനെയായിരിക്കണം, എന്നാരും അവരെ പഠിപ്പിക്കേണ്ട ആവശ്യമില്ല. ഞാൻ യഥാർത്ഥത്തിൽ എഴുപതുകളിലെ മേച്ചിൽ പുറങ്ങൾക്കായി അലഞ്ഞ, ഒരുപക്ഷേ ഗതികെട്ടവരായ ഒരു യുവ തലമുറയുടെ പ്രതിനിധിയാണ്. എന്റെ മക്കൾ വളരുന്ന ഇന്ത്യയുടെ ഉപഭോക്താക്കളും.

കിരണും കുടുംബവും ഡെറാഡൂണിലേക്ക് പോയിരുന്നു. അച്ഛന്റെ മരണശേഷം പഴയ വീട് വിറ്റ് അമ്മയും അവർക്കൊപ്പം ആയി. വീരൂ അമ്മാവനെയും കുടുംബത്തെയും വിളിച്ചു പറഞ്ഞു. ആശിർവാദം വാങ്ങി. ആർക്കും വരാനൊന്നും കഴിയില്ലായിരുന്നു. പൂജയ്ക്കും രാഹുലിനും പഠനസംബന്ധമായ തിരക്കുകൾ. രാഹുൽ ആണെങ്കിൽ പഠിക്കുന്നത് ഡൽഹിയിലാണ്. പിന്നെ പ്രധാന അതിഥികൾ വീറിന്റെ മുത്തശ്ശന്റെ മൂന്നു ആൺമക്കൾ. പിന്നെ രണ്ടാമത്തെ സഹോദരിയുടെ മകനും. വിശാൽ രാമകൃഷ്ണറാവു, അദ്ദേഹത്തിന് വീറിനോട് പ്രത്യേക വാത്സല്യമുണ്ടായിരുന്നു. പ്രവീൺ, അർജുൻ, അനിരുദ്ധ് മൂന്നുപേരും എത്തി. അർജുന്റെ മുഖത്ത് കുറച്ച് കാഠിന്യം ഉണ്ട്.

പ്രവീൺ എന്റെ അരികിലേക്ക് വന്നു. അയാളെന്റെ കൈകൾ പിടിച്ചു കുലുക്കി, ജഗദീഷ് നിങ്ങൾക്ക് സുഖമല്ലേ. ഞാൻ സന്തോഷത്തോടെ പറഞ്ഞു. വളരെ സുഖം. ഇങ്ങനെയെങ്കിലും നിങ്ങളെയെല്ലാവരെയും കാണാൻ കഴിഞ്ഞല്ലോ.വളരെ സന്തോഷം. പ്രവീണും ഹാർദ്ദവമായി പുഞ്ചിരി തൂകി. ജഗദീഷ് വീറിനു ഈ ചെറിയ മുറിയെടുക്കേണ്ട ഒരു ആവശ്യവും ഉണ്ടായിരുന്നില്ല. ഞങ്ങൾ അവനെ സഹായിക്കില്ലേ, കാര്യങ്ങൾ അറിഞ്ഞപ്പോൾ അർജുൻ അവനെ വിളിച്ചു പറഞ്ഞതാണ്. അവന്റെ സുഹൃത്തുക്കൾ ഇവിടെയുണ്ട്. പലർക്കും വലിയ ബിൽഡിങ്ങുകളും സ്വന്തമായി ഉണ്ട്. ഇതിലും വലിയൊരു ഓഫീസ് തുറക്കാൻ എല്ലാ സൗകര്യങ്ങളും ചെയ്തു കൊടുക്കാം എന്ന് പറഞ്ഞതാണ്. പക്ഷേ വീർ സമ്മതിച്ചില്ല. ഇപ്പോൾ അതിന്റെ ആവശ്യമില്ല എന്തെങ്കിലും ആവശ്യമുണ്ടെങ്കിൽ അവൻ പറയാമെന്ന്, അതും പറഞ്ഞ് പ്രവീൺ പതുക്കെ ചിരിച്ചു.

അപ്പോഴേക്കും ഞങ്ങളുടെ അടുത്തേക്ക് അർജുനും അനിരുധൂം എത്തിയിരുന്നു. ഞാനെന്റെ മകനെ ഒന്നുപാളി നോക്കി. അവൻ കുറച്ച കലെ ആ രാഷ്ട്രീയക്കാരനോട് സംസാരിച്ചുകൊണ്ട് നിൽക്കുകയാണ് ഇടയ്ക്ക് കണ്ണുകൾ ഞങ്ങളിൽ ഉടക്കി. പെട്ടെന്ന് തന്നെ അവ പിൻവലിഞ്ഞു. അവന്റെ നിൽപ്പ് അത് യാതൊരു ഭയവും ഇല്ലാത്തവന്റെയാണ്. ആത്മവിശ്വാസമാണ് അവന്റെ പുഞ്ചിരിയായി വിടരുന്നത്. ആ കണ്ണുകൾ അത് അവന് ഒരു സ്കാനർ പോലെയാണ്. ഒന്നുനോക്കിയാൽ മറ്റുള്ളവരുടെ മനസ്സ് വായിച്ചെടുക്കുന്നവരെ പോലെ.

അപ്പോഴേക്കും പുരോഹിതൻ തിരിച്ചു പോകാനായി ഒരുങ്ങി. വീർ അദ്ദേഹത്തിന്റെ കാൽക്കൽ നമസ്കരിക്കുന്നത് കണ്ടു. ഞാനൊന്നു പുഞ്ചിരിച്ചുകൊണ്ട് പ്രവീണിനെ നോക്കി. പ്രവീൺ, എന്റെ മകൻ നല്ലവനാണ്. പക്ഷേ അവൻ വാശിക്കാരനുമാണ്. അവന് ആരുടെ വാശിയാണ് ലഭിച്ചിരിക്കുന്നത്? പ്രവീൺ ഉറക്കെ ചിരിച്ചു... ഓ സഹോദരാ

പറയാതെ തന്നെ എനിക്ക് അറിയാം. ഇതുതന്നെയാണ് അർജുനും പറയുന്നത്. അർജുനും പതുക്കെ ചിരിച്ചു. അയാൾ ഒരു മിതഭാഷിയാണ്. എല്ലാം നന്നായി വരട്ടെ. വല്യേച്ചിക്കാണ് ഇവന്റെ കാര്യത്തിൽ വലിയ ഉത്കണ്ഠ. അവരിവനെ ലണ്ടനിലേക്ക് വിളിച്ചിരുന്നു. നിങ്ങൾ അറിഞ്ഞുവോ? ഞാൻ മൂളി, വീർ ഈ നാടുവിട്ട് പോവില്ല അർജുൻ. അവന് ഉപരിപഠനം നടത്താമായിരുന്നില്ലേ ജഗദീഷ്. സാരമില്ല. വഴികൾ സ്വയം വെട്ടുന്നതാണ് അവന്റെ രീതി. നിങ്ങൾ ഒന്നും ഭയക്കണ്ട. ഞങ്ങൾ മറാട്ടികളാണ്. ഇവിടെ ഒരു ഇല അനങ്ങിയാൽ ഞങ്ങൾക്കറിയാൻ കഴിയും. അവന് ഞങ്ങളുടെ സഹായം ആവശ്യമില്ലെങ്കിലും, അവനൊരു അപകടവും സംഭവിക്കാതിരിക്കാൻ ഞങ്ങൾ ശ്രമിക്കും. ഇവിടെയെല്ലാം മത്സരമാണ് ജഗദീഷ്...

വീരു അവൻ ബിസിനസ് ചെയ്യാനായി ജനിച്ചവൻ ആയിരുന്നു. കാരണം അത്ര വേഗമാണ് അവൻ വളർന്നത്. എന്നെയും കരിഷ്മയെയും അമ്പരപ്പിച്ചുകൊണ്ട്.ആദ്യ നാളുകളിൽ അവൻ തന്നെയായിരുന്നു എല്ലാം. റിസപ്ഷനിസ്റ്റും ക്ലർക്കും മാനേജറും മാർക്കറ്റിംഗും അങ്ങനെയെല്ലാം. അവന്റെ ഒരു സുഹൃത്ത്, അനൂപ് എന്നാണ് ആ കുട്ടിയുടെ പേര്. മുഴുവൻ സമയവും ഓഫീസിൽ ഇരുന്നു. ആ കുട്ടിയെയാണ് വീരു ആദ്യം അപ്പോയിന്റ് ചെയ്തത്. ബിസിനസ് പിടിക്കാൻ വീരു മുംബൈ മുഴുവൻ അലഞ്ഞു. അവൻ ബൈക്കിൽ അതിരാവിലെ ഇറങ്ങും. ഭക്ഷണവും വെള്ളവും എല്ലാം അമ്മ ഉണ്ടാക്കിക്കൊടുത്തോളണം. അത് പുറത്തുനിന്ന് കഴിക്കുന്ന സ്വഭാവം കുറവാണ്.

അപ്പോഴേക്കും ദീപിന് ജോലിയായിരുന്നു. രണ്ടുപേരും വരുമാനത്തിന്റെ ഒരു പങ്ക് എനിക്ക് തന്നിരുന്നു. എന്നാൽ ഞാൻ അത് നിരസിക്കുമോ എന്ന് ഭയന്ന് ആദ്യത്തെ പ്രാവശ്യം തന്നെ കരിഷ്മ ചാടി കയറി അത് വാങ്ങിയെടുത്തു. അമ്മയ്ക്ക് എന്താണ് ഇത്ര ധൃതി. ദീപു ചിരിച്ചുകൊണ്ട് ചോദിച്ചു. നിന്റെ അച്ഛനെങ്ങാനും ഇത് വേണ്ടെന്നു പറഞ്ഞാലോ. അങ്ങനെയാണോ അച്ഛാ, അവൻ എന്നെ നോക്കി ചോദിച്ചു. അങ്ങനെയാണ് അവൾ ഉറക്കെ പറഞ്ഞു. നിന്റെ അച്ഛനെ എനിക്കറിയുന്ന പോലെ ആർക്കും അറിയില്ല. ഞാൻ തല കുലുക്കി അത് ശരിയാണ്. ദീപു പോയപ്പോൾ ഞാൻ ചോദിച്ചു. ഇത് നീ തന്നെ സൂക്ഷിക്കാൻ പോവുകയാണോ,? എന്നിട്ടെന്ത് ചെയ്യും. ആ നമ്മുടെ കാറ് മാറ്റി വാങ്ങണം. വീറിന്റെ കല്യാണം ആവുമ്പോഴേക്കും ഗമയ്ക്ക് ഒരു കുറവുമുണ്ടാകരുത്. അതിന്റെയൊന്നും ആവശ്യമുണ്ടായില്ല, ഞങ്ങളെ ഞെട്ടിച്ചുകൊണ്ട് വീറിന്റെ ഓഫീസും ബിസിനസും വലുതായി കൊണ്ടിരുന്നു.

എന്റെ ആദ്യത്തെ വാഹനം ഒരു പച്ച നിറത്തിലുള്ള ബജാജ് സ്കൂട്ടർ ആയിരുന്നു. കരിഷ്മ അതിനെ എന്റെ രണ്ടാം ഭാര്യ എന്നു പറഞ്ഞു കളിയാക്കാറുണ്ടായിരുന്നു. ഇപ്പോഴും അത് അവിടെയുണ്ട്. വീരു അതൊരു പുരാവസ്തു പോലെയാണ് സൂക്ഷിച്ചിരിക്കുന്നത്. അവനും ദീപും ആദ്യമായി ഉപയോഗിച്ച ടൂവീലറും അതുതന്നെയാണ്. പിന്നെയും വർഷങ്ങൾക്കു ശേഷമാണ് ഒരു കാർ വാങ്ങുന്നത്. എന്റെ എംഡി ഒരിക്കൽ കളിയാക്കി പറഞ്ഞു, എന്റെ മാനേജർക്ക് ഒരു കാറില്ലെന്നു പറഞ്ഞാൽ അതിന്റെ നാണക്കേട് എനിക്കാണ് ജഗദീഷ്. അങ്ങനെ ഒരു കാർ വാങ്ങി, ഒരു മാരുതി 800, ഒരു കുഞ്ഞു ചുവപ്പൻ കാർ. അതിൽ കയറി ആദ്യമായി യാത്ര ചെയ്തപ്പോൾ ദീപു ഉറക്കെ പാടുകയും ബഹളം വെക്കുകയും ഒക്കെ ചെയ്തു. വാങ്ങിച്ചപ്പോൾ അതിനു കൊടുത്ത ബഹുമാനമൊന്നും കരിഷ്മയ്ക്ക് ഇപ്പോൾ അതിനോട് ഇല്ല.

എന്നാൽ വീരു തുടക്കത്തിൽ തന്നെ ഒരു വാഗണാറും സുമോയും എല്ലാം സ്വന്തമാക്കി കഴിഞ്ഞു. പ്രധാനമായും അവന്റെ ബിസിനസ് ആവശ്യങ്ങൾക്കും ഉൽപ്പന്നങ്ങളുടെ വിതരണത്തിനുമായാണ് വണ്ടികൾ വാങ്ങേണ്ടി വന്നത്. ഹൈടെക് സൊല്യൂഷൻസ് എന്ന നാമധേയത്തിൽ ആറു വാനുകളോളം കമ്പനി മുറ്റത്ത് നിരന്നു കിടന്നു. പിന്നെ രണ്ടു ബ്രാഞ്ചുകൾ കൂടി തുടങ്ങി. അങ്ങനെ അത് വളർന്നുവന്നു വലിയ ഗോഡൗണും സൗകര്യങ്ങളുമായി. ഇപ്പോൾ വീടിനു താഴെ ഒരു എസ്‌യുവിയും, രണ്ട് സെഡാനും കിടക്കുന്നുണ്ട്. അവന് വേണമെങ്കിൽ ആ വീട് മാറാമായിരുന്നു. ഞങ്ങളും കരുതിയത് അങ്ങനെയാണ്. വീരു പുതിയ വീടെടുത്തു മാറും. പക്ഷേ അങ്ങനെയൊന്നും സംഭവിച്ചില്ല. അവൻ ഒരേ സമയം പണം അധികമായി സമ്പാദിക്കാൻ മിടുക്കനും എന്നാൽ ഒരു മിതവ്യയിയുമായിരുന്നു. ഒരു അപ്പർ മിഡിൽ ക്ലാസ്സുകാരൻ എന്ന വരക്കപ്പുറം. ജീവിതനിലവാരം മാറ്റണമെന്ന് ചിന്ത അവനുണ്ടായിരുന്നില്ല. അതുതന്നെ ഈ അടുത്താണ് അവൻ അംഗീകരിച്ചത്. അതിനുമുമ്പ് തനി മിഡിൽ ക്ലാസ്കാരെ പോലെ അവൻ ജീവിച്ചു. ഒരുപക്ഷേ അതുകൊണ്ടായിരിക്കാം അവന് ഇത്ര വേഗം പുരോഗതി ആർജിക്കാൻ കഴിഞ്ഞത്.

ചെറുപ്പത്തിലെ സ്വന്തമായി വഴികൾ കണ്ടെത്തുകയും, പരിശ്രമിച്ചു ലക്ഷ്യങ്ങൾ നേടുകയും ചെയ്ത എന്റെ മൂത്ത മകനെ എന്ത് പറഞ്ഞാണ് ഞാൻ ശാസിക്കേണ്ടത്. പുറമേക്ക് പെരുമാറാൻ അറിയാത്തവനാണെങ്കിൽ അവനു എങ്ങനെ കച്ചവടം ചെയ്യാൻ കഴിയും. പിന്നെ കരിഷ്മ പറയുന്ന ആ സ്വഭാവസവിശേഷത, അത് അവൾ പറയുന്നതുപോലെ അമ്മാവനിൽ നിന്ന് പകർന്നു കിട്ടിയതാണ്. ചില ധാരണകൾ അവൻ മനസ്സിൽ വരുത്തിയാൽ പിന്നെ നമുക്ക് അവനെ തിരുത്താൻ കഴിയില്ല. കരിഷ്മ പറയുന്നത് പിടിച്ച മുയലിന് മൂന്നാണ് കൊമ്പ്. ഏറ്റവും രസകരമായ കാ

ര്യം എങ്ങാനും നമ്മൾ അവനെ ഉപദേശിച്ച അഭിപ്രായം മാറ്റിക്കാമെന്ന് വെച്ചാൽ സംസാരിച്ചു സംസാരിച്ചു അവസാനം നമ്മൾ അവൻ പറയുന്നത് ശരിയാണെന്ന് എന്ന നിലയിലേക്ക് എത്തും

ബാലാജി മുത്തച്ഛന്റെ കുടുംബമായും അവൻ നല്ല ബന്ധം പുലർത്തിയിരുന്നു. അദ്ദേഹത്തിന്റെ മരണശേഷം ആദ്യത്തെ ആണ്ട് ആരും പറയാതെ തന്നെ വീരൂ ഓർത്തുവച്ചു. അവൻ പറഞ്ഞു ഞാൻ റായ്ഗഢിലേക്ക് പോകുകയാണ്. അവർ നിന്നെ വിളിച്ചോ വീരൂ കരിഷ്മ ചോദിച്ചു. ആരും വിളിക്കേണ്ട. ഞാൻ പോകുന്നു. കരിഷ്മ എന്റെ വായിൽ നിന്ന് എന്തെങ്കിലും വരുന്നുണ്ടോ എന്ന് ശ്രദ്ധിച്ചു. അത് കേൾക്കാതെ ആയപ്പോൾ അവളെന്നെ ഇരുത്തിയൊന്നു നോക്കി അടുക്കളയിലേക്ക് പോയി. ഞാനവളുടെ അടുത്ത് ചെന്നു. അവൻ പോകുന്നെങ്കിൽ പോകട്ടെ. അച്ഛൻ എന്തായാലും പോകുന്നുണ്ടാവും. ഞാൻ അദ്ദേഹത്തെ വിളിച്ചു കാര്യം പറഞ്ഞു. അദ്ദേഹമാകട്ടെ സന്തോഷത്തോടെ അവനെ കൊണ്ടുപോയി.

തിരിച്ചു വന്നപ്പോൾ വിശേഷങ്ങൾ കേട്ട് ഞാൻ തരിച്ചിരുന്നു പോയി. ഇവൻ അവിടെ ചെന്ന് ചടങ്ങുകൾ കൂടിയതിനു ശേഷം. ഗ്രാമവാസികളുടെയും ബന്ധുക്കളുടെയും വലിയ സദസ്സിൽ വച്ച് ഇങ്ങനെ പറഞ്ഞത്രേ. മുത്തശ്ശന്റെ ഓർമ്മ നിലനിർത്തുവാനായി എന്തെങ്കിലും ചെയ്യണമെന്ന്. അവരുടെ വീടിനടുത്ത് ആയി കുടുംബദേവതയായ ദുർഗാ ക്ഷേത്രം ഉണ്ട്. അതിനടുത്തായി സമുദായത്തിന്റെ ഉന്നമനത്തിനും ശ്രേയസിനുമായി ഒരു കെട്ടിടം പണിയണം. ആളുകൾക്ക് എല്ലാവർഷവും ഒത്തുകൂടാനും പിന്നെ മുത്തശ്ശന്റെ ആഗ്രഹം പോലെ ആയോധനകലകൾ അഭ്യസിക്കാനുള്ള ഒരു ഇടവും ഉണ്ടാക്കാം. അതുമാത്രമല്ല മറ്റു പല ചടങ്ങുകളും സമ്മേളനങ്ങളും നടത്തുവാനും കഴിയും. അതിനു മുത്തശ്ശന്റെ പേരും കൊടുക്കണം. ഇതെല്ലാം കേട്ട് ദേഷ്യത്തോടെ അദ്ദേഹത്തിന്റെ ഇളയ മകൻ, ഇതെല്ലാം നീയാണോ തീരുമാനിക്കുന്നത്. അതിന് ഞങ്ങൾ മക്കളില്ലേ എന്നു ചോദിച്ചു . അവൻ അതിന് തക്ക മറുപടി കൊടു ത്തിട്ടുണ്ടാവാം.

കൂടിയിരുന്ന ആളുകളിൽ ഭൂരിഭാഗവും ജയവീർ പറയുന്നത് ശരിയാണെന്ന് പറഞ്ഞു, പോരാത്തതിന് ഒരു കാർന്നോർ എഴുന്നേറ്റ് നിന്ന് ഇങ്ങനെ പറഞ്ഞു. നോക്ക് ഈ കുഞ്ഞു സംസാരിക്കുന്നത് കേൾക്കുമ്പോൾ ഞങ്ങൾക്ക് അദ്ദേഹത്തിനെ തന്നെയാണ് ഓർമ്മ വരുന്നത്. അദ്ദേഹം തന്നെ! ഇവനെ ഇവിടെ വച്ച് അപമാനിക്കാൻ സമ്മതിക്കില്ല. അവന്റെ മുഖത്തേക്ക് നന്നായി നോക്കു അർജുൻ, അവൻ നമ്മുടെ ഗോത്രത്തിലെ അടുത്ത സിംഹമാണ്. എല്ലാവരും അതിനെ പിന്താങ്ങിയെന്നും കരിഷ്മയുടെ അച്ഛൻ പറഞ്ഞവസാനിപ്പിച്ചു.

അന്നു ഞാൻ അവനെ കുറച്ചധികം വഴക്കു പറഞ്ഞു. എന്ത് ധൈര്യത്തിലാണ് വീരു നീ അദ്ദേഹത്തിന്റെ മക്കളോട് സംസാരിച്ചത്. മുതിർന്നവരോട് പെരുമാറാൻ നിനക്കറിയില്ലേ. അതിന് ഞാനവരോട് വഴക്കിട്ടില്ലല്ലോ, സംസാരിക്കുകയല്ലേ ചെയ്തുള്ളൂ എന്നവൻ മറുപടി നൽകി. ഞാനപ്പോൾ തന്നെ അമ്മാവന്റെ മൂത്തമകൻ പ്രവീണിനെ ഫോണിൽ വിളിച്ച് മാപ്പുപറഞ്ഞു. ഞാൻ പറയുന്നത് മുഴുവൻ കേട്ടതിനു ശേഷം ഒരല്പം സമയം എടുത്ത് അദ്ദേഹം ഇങ്ങനെ പറഞ്ഞു. ജഗദീഷ് ഞങ്ങൾക്കവനോട് ഇപ്പോഴാണ് ശരിക്കും ഇഷ്ടം തോന്നുന്നത്. അവനെ കാണുമ്പോൾ അച്ഛന്റെ ഓർമ്മയാണ് വരുന്നത്. എന്റെ സഹോദരിമാർ അവനെ അവിടെ വന്ന് കാണണമെന്നും പറയുന്നു. പിന്നീട് ഉടനീളം വീരും അവരുമായി നല്ല ബന്ധം തന്നെയായിരുന്നു.

35 സ്വർഗത്തിലെ പുതിയ അംഗങ്ങൾ

വീരുവിന്റെ വിവാഹം ഞങ്ങൾക്ക് അത് ഒരുപാട് സ്വപ്നങ്ങൾ ഉണ്ടായിരുന്ന ഒന്നായിരുന്നു. ഒരുപാട് വിവാഹാലോചനകൾ വന്നു കൊണ്ടിരുന്നു സമ്പത്തുകൊണ്ടും പ്രശസ്തി കൊണ്ടും പലരും ഞങ്ങളെക്കാൾ ഉയർന്നവരായിരുന്നു. കരിഷ്മയുടെ സുഹൃത്തുക്കൾ ബന്ധുക്കൾ പലരും ആലോചനകളുമായി വന്നു. എന്നാൽ വീരു സമ്മതം മൂളിയില്ല. ഒരു ദിവസം അവൻ ഞങ്ങളോട് ആയി പറഞ്ഞു. അവന്റെ സുഹൃത്തിന്റെ സഹോദരിയെ വിവാഹം ചെയ്യാൻ താല്പര്യം ഉണ്ട്. എല്ലാവരും ഒന്നു പോയി കാണൂ . ഞങ്ങളാ ഞായറാഴ്ച തന്നെ അവരുടെ വീട്ടിലേക്ക് പോയി. അച്ഛൻ അമ്മ രണ്ടു മക്കൾ ഒരു സാധാരണ കുടുംബം. വീട്ടിനുള്ളിലേക്ക് കയറിയപ്പോൾ തന്നെ ഞങ്ങളെ വരവേറ്റത് ഒരു വലിയ പൂജാ മന്ദിരമാണ്. കരിഷ്മ എന്നോട് പതുക്കെ പറഞ്ഞു. ഇവൻ പെൺകുട്ടിയെ കണ്ടിട്ടുണ്ടാവില്ല. ഇതു കണ്ടിട്ടാവും സമ്മതം മൂളിയത്.

ഞാനോർത്തു, ഇപ്പറഞ്ഞത് തമാശ മാത്രമല്ല, പകുതി സത്യവുമായിരിക്കും. വീറിനെ അറിയാത്ത പൂജാരികളോ അമ്പല ട്രസ്റ്റുകളോ ഈ അടുത്ത പ്രദേശങ്ങളിൽ ഒന്നും ഉണ്ടാവാൻ വഴിയില്ല. ഏതൊക്കെയോ കൂട്ടായ്മകളും സംഘടനകളും ഒക്കെയുണ്ട് അതിലൊക്കെ അവൻ അംഗവുമാണ്. പറ്റാവുന്നതിൽഒക്കെ ഞങ്ങൾക്കും മെമ്പർഷിപ്പ് പഠിപ്പിച്ചിട്ടുണ്ട്. ദീപുവിനു പ്രഭാഷണങ്ങൾ കേട്ട് തുടങ്ങിയാൽ ഉറക്കം വന്നു തുടങ്ങും. ചേട്ടനിൽ നിന്ന് രക്ഷപ്പെടാൻ പലനുണകളും പറയുന്നുണ്ട്. എന്നിട്ട് സുഹൃത്തുക്കളുമായി കറങ്ങാൻ പോകും. ചിലപ്പോൾ വീരു കയ്യോടെ പൊക്കും. പിന്നെ അവന്റെ വക ഉപദേശ പരമ്പരയാണ്. എന്നാൽ ദീപു അവന്റെ പഴയ തന്ത്രങ്ങൾ ഉപയോഗിച്ച് രക്ഷപ്പെടും. കുഞ്ഞായിരുന്നപ്പോൾ

തന്നെ അവൻ പരിചയായി ഉപയോഗിച്ചിരുന്നത് അവന്റെ ചുമയും അനുബന്ധമായ ബുദ്ധിമുട്ടുകളും ആണ്. കരിഷ്മയതിനാൽ അവനെ കൂടുതൽ ശ്രദ്ധിച്ചു, ലാളിച്ചു. ഇപ്പോഴും എന്തെങ്കിലും വഴക്കു കേട്ട് തുടങ്ങിയാൽ അവൻ ചുമച്ചു തുടങ്ങും. പിന്നെ കണ്ണിൽ നിന്ന് വെള്ളം വരുന്നുണ്ടാവും, നെഞ്ച് തിരുമ്മുക, അമ്മയെ വിളിച്ചു മടിയിൽ തല വെച്ച് കിടക്കുക. പിന്നെ കരിഷ്മ വീരുമായി പൊരുതി കൊള്ളും. ഓ കുഞ്ഞിനു രണ്ടു ദിവസമേ ആയുള്ളൂ ചുമ മാറിയിട്ട്. നീയതിനെ സംസാരിപ്പിച്ചു കൊല്ലും. വീരു കൈകൾ മേലോട്ട് ഉയർത്തി എഴുന്നേൽക്കും. ഞാനൊന്നും പറഞ്ഞില്ല. സൂത്രക്കാരൻ, ഇതിവന്റെ സ്ഥിരം നമ്പറാണ്.

അങ്ങനെ വീരു മാത്രം സമ്മേളനങ്ങൾക്ക് പോയിത്തുടങ്ങി. അവിടെ വെച്ച് പരിചയപ്പെട്ടതാണ് അഖിലേഷിനെ, പൂജയുമായി അവന് നല്ല പ്രായ വ്യത്യാസം ഉണ്ട്. അവന്റെ വിവാഹവും കഴിഞ്ഞിരുന്നു. ഒരു മകളുമുണ്ട്. അവരുടേത് വർഷങ്ങളായി മുംബൈയിൽ താമസിക്കുന്ന ഒരു കുടുംബമാണ്. വേരുകൾ ഇവിടെ തന്നെ. വീട് കുറച്ച് പഴയ വീടാണ്. എന്നാൽ അതിന്റെ ശാന്തതയും സൗന്ദര്യവും ഗംഭീരമായിരുന്നു. കയറിയിരുന്നപ്പോൾ തന്നെ എനിക്ക് സന്തോഷം തോന്നി. വല്ലാത്തൊരു കുളിർമ. നടുമുറ്റത്ത് തുളസിയും മറ്റും, പോരാത്തതിന് പൂജാ മന്ദിരത്തിൽ നിന്നുള്ള സുഗന്ധം. ഇതിനിടയിൽ പൂജയെ കണ്ടു. പൂജയുടെ അച്ഛനും അമ്മയും മിതഭാഷികളാണ്. പൂജയും അങ്ങനെ തന്നെയാണെന്ന് അന്നെനിക്ക് തോന്നിയിരുന്നു. അഖിലേഷ് മാത്രമാണ് എന്തെങ്കിലും സംസാരിക്കുന്നത്.

തിരിച്ചു മടങ്ങുമ്പോൾ കാറിൽ വച്ച് തന്നെ വീരു ചോദിച്ചു. എന്താ കരിഷ്മ മാം ഒന്നും മിണ്ടാത്തത്. പെൺകുട്ടിയെ ഇഷ്ടമായില്ലേ. കരിഷ്മ പുറത്തേക്ക് നോക്കി ആലോചിച്ചിരിക്കുകയായിരുന്നു. നിങ്ങൾക്ക് ഇഷ്ടമായോ ജഗദീഷ്? അച്ഛനൊക്കെ ഇഷ്ടമായി അമ്മേ, ആദ്യം അമ്മയുടെ അഭിപ്രായം പറയൂ. എനിക്ക് ഇഷ്ടക്കേടല്ല വീരു. എന്നാൽ നിനക്ക് ഞാൻ മനസ്സിൽ കണ്ട പെൺകുട്ടി ഇങ്ങനെയല്ല. വീർ വേഗം കുറച്ചു, എന്നുവച്ചാൽ? നിനക്ക് കുറച്ചുകൂടി പൊക്കവും ഇത്തിരി കൂടി...അവൾ ദീപിനോട് ചോദിച്ചു അല്ലേ ദീപ്, കുറച്ചുകൂടി മോഡേൺ, നമ്മുടെ വീറിനു കുറച്ചു കൂടി സുന്ദരിയാവാം അല്ലേ. ദീപു ചോദിച്ചു എന്നോടാണോ ചോദിക്കുന്നത്. ചേട്ടനല്ലേ കെട്ടാൻ പോകുന്നത്.

എനിക്ക് കരിഷ്മയെ വേഗം മനസ്സിലാക്കാൻ കഴിഞ്ഞു. ലോകത്തുള്ള ഏത് അമ്മയും സ്വന്തം മക്കൾക്ക് ഏറ്റവും നല്ലത് കിട്ടണമെന്ന് മനോഭാവക്കാരി ആയിരിക്കും. പ്രത്യേകിച്ച് വീറിന് ഒരുപാട് ആലോചനകൾ വരുന്നതുകൊണ്ട്, ഒരുപക്ഷേ അവൾ ഒരു താരതമ്യ പഠനം ചെയ്യുന്നുണ്ടാവും. അതുമാത്രമല്ല കരിഷ്മ വളരെയധികം സൗന്ദര്യ ബോധമുള്ള സ്ത്രീ

യാണ്. മാറിക്കൊണ്ടിരിക്കുന്ന സ്ത്രീ സൗന്ദര്യ സങ്കല്പങ്ങളെല്ലാം അവൾ സൂക്ഷ്മമായി നിരീക്ഷിക്കാറുണ്ട്. പ്രത്യേകിച്ച് മുംബൈ ഫാഷന്റെ ഒരു ലോകമാണ്. പൂജ ഒരു സാധാരണ പെൺകുട്ടിയായിരുന്നു. എൺപതുകളിലോ തൊണ്ണൂറുകളിലോ കാണുന്ന സാൽവാർ കമ്മീസും പൈജാമയും അണിഞ്ഞു നിൽക്കുന്ന ഒരു പെൺകുട്ടി. യാതൊരു ആഡംബരങ്ങളുമില്ല. നല്ല വെളുത്തനിറം, മുഖത്ത് അവൾ ഒരു അലങ്കാരവും ചെയ്തിട്ടില്ലായിരുന്നു. തോളിൽ നിന്ന് കുറച്ച് ഇറങ്ങി കിടക്കുന്ന മുടി, കഷ്ടിച്ച് അഞ്ചടി രണ്ടിഞ്ചു പൊക്കം. അതാണ് കരിഷ്മയ്ക്ക് കൂടുതൽ വിഷമം തോന്നിയിരുന്നത്. വീറിന് ആറടി ഉയരം ഉണ്ടായിരുന്നു. കരിഷ്മ പറഞ്ഞു, നിൽക്കുമ്പോൾ വലിയ വ്യത്യാസം ഉണ്ടാകും വീരു.. വീരു നിസ്സാര ഭാവത്തിൽ നോക്കി. ഇതാണോ പ്രശ്നം അതിനാ കുട്ടി ഹീലുള്ള ചെരിപ്പിട്ടാൽ പോരെ. എല്ലാം നീ തന്നെ തീരുമാനിക്കുകയാണെങ്കിൽ പിന്നെ എന്നോടെന്തിനാണ് ചോദിക്കുന്നത്.കരിഷ്മ ദേഷ്യപ്പെട്ടു.വീരു മന്ദഹസിച്ചു എന്നിട്ട് ഞങ്ങളോട് പറഞ്ഞു. എനിക്കാ കുടുംബം, അവരുടെ സ്വഭാവം ഇഷ്ടമായി. അഖിലേഷിനെയെനിക്ക് ഒരുപാട് വർഷങ്ങളായി അറിയാം.

കരിഷ്മ തലകുലുക്കി എന്നിട്ട് കളിയാക്കിക്കൊണ്ട് പറഞ്ഞു. അത് ശരിയാണ് നിനക്ക് അധികം സംസാരിക്കാത്ത കുടുംബം തന്നെയാണ് നല്ലത്. നോക്ക് ചെറുക്കാ വിവാഹമൊരിക്കലെ ഉള്ളൂ, നന്നായി ആലോചിക്കുക. അമ്മാവൻ ഒരു പെൺകുട്ടിയുടെ കാര്യം പറഞ്ഞില്ലേ. ഞാൻ നിനക്ക് ഫോട്ടോ കാണിച്ചു തന്നുവല്ലോ. ഒന്നു പോയി കണ്ടാലോ. വീർ കുറച്ചു നേരം നിശബ്ദനായി. എന്താ ഡാഡി ഒന്നും മിണ്ടാത്തത്. ഞാൻ പറഞ്ഞു, വീർ ഇക്കാര്യത്തിൽ നിന്റെ അഭിപ്രായത്തിനാണ് വില. നീ ഇഷ്ടപ്പെടുന്നോ ഇല്ലയോ എന്നാണ് അറിയേണ്ടത്.എനിക്ക് ഇതു മതി അച്ഛാ. അച്ഛന് പൂജയെ ഇഷ്ടമായില്ലേ.

എനിക്ക് അപ്പോൾ ഒരു തമാശ പറയാനാണ് തോന്നിയത്. എനിക്ക് ആകെ ഒരു പെൺകുട്ടിയെ ഇഷ്ടമായുള്ളൂ. നീണ്ടു മെലിഞ്ഞ ഇളം നീല വർണ്ണത്തിലുള്ള ഒരു നീളൻ ഉടുപ്പ് ധരിച്ച പെൺകുട്ടിയെ. അവരെ മാത്രം എനിക്ക് ഇഷ്ടമായുള്ളൂ വീർ. കരിഷ്മ എന്നെ തിരിഞ്ഞു നോക്കി. ഇതിപ്പോൾ എഴുന്നള്ളിക്കേണ്ട ആവശ്യമുണ്ടോ എന്നാണർത്ഥം. വീറിന് ആദ്യം പിടികിട്ടിയില്ല. ദീപും ചോദ്യഭാവത്തിൽ എന്നെ നോക്കി. പെട്ടെന്ന് വീർ ഉറക്കെ ചിരിച്ചുകൊണ്ട് പറഞ്ഞു. ഓഹോ എന്റെ അച്ഛനെ സ്ത്രീധനം കൊടുക്കാതെ പറ്റിച്ച ഒരു പെണ്ണ്... ഓ നിനക്ക് ഇപ്പോൾ ഒരുപാട് സ്ത്രീധനം കിട്ടുമല്ലോ വീരു, കരിഷ്മ കളിയാക്കി.എനിക്കും സ്ത്രീധനം വേണ്ട. എന്നെ അംഗീകരിക്കാൻ കഴിയുന്ന ആളാവണം. അതുമാത്രമാണ് എന്റെ ആവശ്യം. വീർ പറഞ്ഞതിന്റെ പൊരുൾ പിന്നീട് ഞങ്ങൾക്ക് പൂർണ്ണമായും മനസ്സിലായി. പൂജ അവന്റെ സ്വഭാവവുമായി യോജിച്ച

വളായിരുന്നു. വീർ പറയുന്നതിനുമപ്പുറം അവൾക്കൊരു അഭി പ്രായ വും ഉണ്ടായിരുന്നില്ല.പെൺകുട്ടികൾ എങ്ങനെയായിരിക്കണമെന്ന വീറി ന്റെ അഭിപ്രായത്തോട് യോജിച്ചവളാണ്.

പിന്നീട് കരിഷ്മ പറഞ്ഞു. ഇവൻ അറിഞ്ഞു തന്നെ കെട്ടിയതാണ്. പൂജ യ്ക്ക് പകരം ദിവ്യയെ പോലെ ഒരു പെൺകുട്ടിയാണ് വിവാഹം ചെ യ്തിരുന്നെങ്കിൽ പിന്നത്തെ വർഷം വിവാഹമോചനവും നമുക്ക് നട ത്തി കൊടുക്കേണ്ടി വന്നേനെ ജഗദീഷ്.

ചേട്ടന്റെ കല്യാണത്തിന് ദീപിന് എതിരഭിപ്രായം ഒന്നും ഉണ്ടായിരുന്നി ല്ല. എന്നാൽ അനിയന്റെ കല്യാണത്തിന് വീറിന് കുറച്ച് എതിർപ്പുകൾ ഉണ്ടായിരുന്നു. എന്റെ ആദ്യത്തെ പേരക്കുട്ടി രൺവീർ, രണ്ടു വർഷങ്ങ ൾക്കുശേഷം രണ്ടാമത്തെയാൾ രുദ്രാക്ഷ്. അവന് ഏകദേശം മൂന്നു മാസ മേ ആയിട്ടുണ്ടായിരുന്നുള്ളൂ. ദീപ് തന്നെയാണ് ഞങ്ങളെ അറിയിച്ചത്. അവനൊരു പെൺകുട്ടിയുമായി അടുപ്പം ഉണ്ട്. ഏകദേശം മൂന്ന് വർഷ മായി. അവർ നല്ല സുഹൃത്തുക്കൾ ആണ്. അവന്റെ കൂടെ തന്നെ ജോലി ചെയ്യുന്ന കുട്ടിയാണ്. പേര് ദിവ്യ. ബാക്കിയെല്ലാ വിവരങ്ങളും അവൻ പറഞ്ഞു തന്നു. ഇത്രകാലം തന്നെ നീ കാത്തിരുന്നത് വളരെ വലിയ കാര്യ മാണ് അനിയാ, വീരു അവനെ കളിയാക്കി. ജോലിയിൽ ഒരു ഉയർച്ച ഉണ്ടാവാനായി കാത്തു നിന്നതാണ് ചേട്ടാ. ഞാൻ നിങ്ങളെപ്പോലെ ബിസി നസുകാരൻ ഒന്നുമല്ലല്ലോ. എനിക്ക് കല്യാണം ആലോചിക്കാൻ ഒരു അ മ്മാവനുമില്ല. അവൻ ചിരിച്ചു.

പക്ഷേ പിറ്റേദിവസം വൈകുന്നേരം നേരത്തെ വീരു വന്നു. അതു നമുക്ക് പറ്റിയ ബന്ധമല്ല അച്ഛാ. എന്താണ് കുഴപ്പം ഞാൻ ചോദിച്ചു. അവൻ പറ ഞ്ഞ വിവരങ്ങൾ വച്ചാണ് ഞാൻ അന്വേഷിച്ചത്. വീർ പറഞ്ഞു തുടങ്ങി. എനിക്ക് നന്നായി അറിയാം അവളുടെ സഹോദരൻ അജിത്തിനെ, നോ ക്ക് അവന് നവി മുംബൈയിൽ സ്വന്തമായി കൺസൾട്ടൻസി ഉണ്ടായിരു ന്നു. ഇപ്പോൾ അടച്ചുപൂട്ടി. സുഹൃത്തുക്കളുമായി ചേർന്ന് എല്ലാ ദുസ്വ ഭാവങ്ങളും ഉണ്ട്. വലിയൊരു തുകയാണ് ബാങ്ക് ലോൺ. അവന്റെ കുടുംബവും ഇതുപോലെ തന്നെയാണെന്നാണ് ഞാനറിഞ്ഞത്. അവന്റെ അച്ഛനും ബിസിനസ് നഷ്ടത്തിലായി ഇപ്പോൾ വീട്ടിൽ തന്നെ ഇരിപ്പാണ്. താഴെയുള്ള പെൺകുട്ടിയാണ് ദീപിന്റെ ഒപ്പം ജോലി ചെയ്യുന്നത്. അവളുടെ വരുമാനത്തിലാണ് അവരിപ്പോൾ കഴിയുന്നത്. നല്ലതൊന്നും അവരെപ്പറ്റി ആരും പറയുന്നില്ല അമ്മേ. എന്റെ സുഹൃത്തുക്കൾ പറ ഞ്ഞത്, നിന്റെ അനിയൻ പെട്ടുപോകും എന്നാണ്.

ഞങ്ങൾ ദീപിനോട് സംസാരിച്ചു. അവൻ ഭക്ഷണം കഴിച്ചു കൊണ്ടിരിക്കു കയായിരുന്നു.അത് നിർത്തി. അവളുടെ അച്ഛന്റെ ബിസിനസ് എല്ലാം

നഷ്ടത്തിലായി അത് സത്യമാണ് അച്ഛാ . പക്ഷേ ഞാൻ അങ്ങനെയുള്ള കാര്യങ്ങൾ ചിന്തിച്ചിട്ടില്ല. മാത്രമല്ല ഞങ്ങൾ വിവാഹത്തെക്കുറിച്ച് സംസാരിച്ചു കഴിഞ്ഞതാണ് . ഇനി ഞാൻ എങ്ങനെയാണ് നോ...അവൻ മുഴുവൻ പറഞ്ഞില്ല. അവസാനം ഞാനും കരിഷ്മയും പെൺകുട്ടിയെ ഒന്ന് കണ്ടാലോ എന്ന് തീരുമാനിച്ചു. ദീപു പറഞ്ഞു, ഞാൻ അവളോട് ഇങ്ങോട്ട് വരാൻ പറയാം. വീർ ഭയ്യ ഇല്ലാത്തപ്പോൾ മതി.

വീരും പൂജയും ചില ഞായറാഴ്ചകളിൽ ഉച്ചകഴിഞ്ഞ് അവളുടെ വീട്ടിലേക്ക് പോകും. അന്നാണ് ദിവ്യ ആദ്യമായി ഞങ്ങളുടെ വീട്ടിലേക്ക് വന്നത്. കരിഷ്മയുടെ ആധുനിക സങ്കൽപ്പത്തിന് യോജിച്ചവൾ. ഒരു മിഡിയും ടോപ്പും. ഹൈ ഹീൽ ചെരുപ്പ്. അഞ്ചര അടിയിൽ കൂടുതൽ ഉയരമുണ്ട്. അതും പോരാഞ്ഞു ചെരുപ്പ് കൂടി, നല്ല ഉയരം തോന്നുന്നു. വല്ലാതെ മെലിഞ്ഞിട്ടാണ്, നല്ല ഉറച്ച സംസാരം, യാതൊരു ലജ്ജയും അവൾക്കുണ്ടായിരുന്നില്ല. ചെരുപ്പ് കൂടി അഴിച്ചു വയ്ക്കാതെ അവൾ അകത്തേക്ക് കയറിയപ്പോൾ എന്തോ എനിക്കൊരു ശരികേട് പോലെ തോന്നി. പിന്നെ ആലോചിച്ചപ്പോൾ, നമുക്ക് ഓരോ പെരുമാറ്റ ശീലങ്ങൾ. അതുമാത്രമാണ് ശരിയെങ്കിൽ, ബാക്കി ലോകത്തുള്ളവർ മുഴുവൻ മര്യാദ ഇല്ലാത്തവരാണെന്നല്ലേ അർത്ഥം. അത് തികച്ചും സങ്കുചിതമാണ്.

ഞാൻ എന്നെ തന്നെ പഴിച്ചു. വീറിനോട് ഞങ്ങൾ പിന്നീട് ഇങ്ങനെ പറഞ്ഞു. നമുക്കിത് ആലോചിക്കാം വീരു, അവൻ ഇതു മതിയെന്നാണ് പറയുന്നത്. വീർ ഒച്ചയെടുത്തു. അവൻ എടുത്തു ചാട്ടം കൊണ്ട് പറയുന്നതാണ്. അച്ഛനും അമ്മയും അല്ലേ തിരുത്തേണ്ടത്. പക്ഷേ സംഭവിക്കാനുള്ളതല്ലേ സംഭവിക്കുകയുള്ളൂ. അവരുടെ വിവാഹം നടന്നു. ആദ്യം എതിർത്തെങ്കിലും നമ്മൾ പെൺകുട്ടിയെക്കുറിച്ച് മാത്രം ചിന്തിച്ചാൽ പോരെ എന്ന ഞങ്ങളുടെ വാദത്തിൽ വീറൊന്നു അയഞ്ഞു. കുറച്ചുനേരം അവൻ മിണ്ടാതിരുന്നു. പിന്നെ കരിഷ്മയെ നോക്കി ദേഷ്യത്തോട് ചോദിച്ചു. എന്റെ അനിയനു മേല് എനിക്കൊരു അവകാശവുമില്ലേ? എനിക്ക് അത് കേട്ട് ചിരി വന്നു . കാരണം ഞാൻ പൊന്നുപോലെ നോക്കിയ എന്റെ അനിയൻ എന്നെ കുടുംബത്തിൽ നിന്ന് ഇറക്കി വിട്ടതാണ്.

ഞാൻ വീരുവിനോട് പറഞ്ഞു. അവകാശങ്ങളും കടമകളും അങ്ങനെയൊന്നുമില്ല മോനേ. ഓരോരുത്തർക്കും ഓരോ രീതികളാണ്. നിനക്ക് അവനോട് സ്നേഹം ഉണ്ടല്ലോ. എങ്കിൽ ഒന്നു മനസ്സിലാക്കുക. അവന്റെ ഇഷ്ടം ഇതാണ്. പിന്നെ ഒന്നും അവൻ മിണ്ടിയില്ല. അതിഗംഭീരം ആയിരുന്നു കല്യാണം. എനിക്കൊരു കാര്യം മനസ്സിലായി. തങ്ങൾക്ക് കഴിയുന്നതിനേക്കാൾ നാലിരട്ടി കാണിക്കാൻ താൽപര്യമുള്ളവരായിരുന്നു ദിവ്യയുടെ വീട്ടുകാർ. വീരുവിന്റെ ഭാഷയിൽ പറഞ്ഞാൽ പൊങ്ങച്ചം.

ഒരു പ്രതി സന്ധിയിൽ കൂടി കടന്നു പോകുമ്പോൾ ഇങ്ങനെ ആവശ്യമോ എന്ന് നമുക്ക് തോന്നും. ഒന്ന് ഒഴിവായപ്പോൾ വീർ കരിഷ്മയോടും എന്നോടുമായി പറഞ്ഞു. ചെറുക്കന്റെയും തള്ളയുടെയും പൊങ്ങച്ചം സഹിക്കാൻ പ റ്റുന്നില്ല. അവന്റെ സംസാരം കേട്ടാൽ അവൻ മിത്തലൊ ടാറ്റയോ. അങ്ങനെ ഏതോ വലിയ കുടുംബത്തിന്റെ അവകാശിയാ ണെന്ന് തോന്നും. കരിഷ്മ പറഞ്ഞു. ഒന്നു മിണ്ടാതിരിക്ക്, നീ എന്റെ മേൽ കുതിര കയറേണ്ട. കല്യാണം കഴിച്ചത് നിന്റെ അനിയനാണ്. അവനെ ല്ലാം സഹിച്ചോളും. നീ വേണ്ടാത്ത കാര്യങ്ങൾ അന്വേഷിക്കാനെ പോകേ ണ്ട. അവളെന്നെ അല്ലേ എന്ന മട്ടിൽ നോക്കി. പക്ഷേ കാര്യങ്ങൾ ഒന്നുമത്ര രസകരമായല്ല മു ന്നേറിയത്.

ദിവ്യ എങ്ങനെയുള്ള ഒരു പെൺകുട്ടിയായിരുന്നു എന്ന് വെച്ചാൽ എന്തു പറയാനും ഒരു മടിയില്ലാത്ത തരമായിരുന്നു. വീരാണെങ്കിൽ സ്വന്തം അഭി പ്രായങ്ങൾ പറയാൻ ഒരു മടിയും കാണിക്കില്ല. എന്നാൽ അവന് മുതി ർന്നവരോട് കുറച്ച് ബഹുമാനം ഉണ്ടായിരുന്നു. ദിവ്യയ്ക്ക് അതും ഉണ്ടാ യില്ലെന്ന് പറയാം. എന്തെന്നാൽ അവൾ വീറിനൊരു സഹോദരൻ എന്ന ബഹുമാനമോ പരിഗണനയോ നൽകിയിട്ടുണ്ടെന്ന് എനിക്ക് തോന്നിയി ട്ടില്ല. അതായത് എന്റെ വീട്ടിലെ സ്ഥിതി തികച്ചും വ്യത്യസ്തമായിരുന്നു. ഭാര്യയും ഭർത്താവും തമ്മിൽ വഴക്കിടുന്ന സാധാരണയാണ്, ആൺമ ക്കളുള്ള വീട്ടിൽ അവരുടെ ഭാര്യമാർ തമ്മിലും സ്വരചേർച്ച ചിലപ്പോൾ വേണമെന്നില്ല. എന്നാൽ എന്റെ വീട്ടിൽ മൂത്ത മകനും രണ്ടാമത്തെ മക ന്റെ ഭാര്യയും തമ്മിൽ സന്ധിയില്ലാത്ത സമരങ്ങൾ ഉണ്ടായി. അധികം സംസാരിക്കാത്ത മൂത്ത മരുമകളും, ചേട്ടനിൽ നിന്ന് രക്ഷപ്പെടാനറിയുന്ന അനിയനും മൂക സാക്ഷികളായി . എന്തു ചെയ്യണമെന്നറിയാതെ പകച്ചു ഞാനും കരിഷ്മയും.

ഞങ്ങളുടെ ജീവിതശൈലിയിൽ നിന്ന് തികച്ചും വ്യത്യസ്തമായ ശൈലി യിൽ ജീവിച്ചവൾ. ആധുനികതയെ പുകഴ്ത്തി പറഞ്ഞുകൊണ്ടിരുന്ന ക രിഷ്മയ്ക്ക് അതിന്റെ ദൂഷ്യവശങ്ങളും മനസ്സിലായി. ദിവ്യ ഒരു ചായ ഇട്ടു കുടിക്കാൻ പോലും തയ്യാറായിരുന്നില്ല. അവൾ ജോലിക്ക് പോകു ന്നതല്ലേ എന്ന് പറഞ്ഞ് കരിഷ്മ സ്വയം സമാധാനിച്ചു. എനിക്ക് അങ്ങനെ യൊന്നും തോന്നിയില്ല. കാരണം എന്റെ ഭാര്യയും ജോലിക്ക് പോയിരു ന്നതാണ്. മനുഷ്യൻ സാഹചര്യങ്ങൾക്ക് അനുസരിച്ച് ജീവിക്കാൻ പഠി ക്കുന്നു അത്ര തന്നെ. ഞാൻ പറഞ്ഞു ,കരീഷ്മാ .. സ്ത്രീകൾ അടുക്കള പ ണി ചെയ്യണമെന്ന് നിർബന്ധമൊന്നുമില്ല . അവള് തലയാട്ടി ,അത് ശരി ത ന്നെ. പക്ഷേ ഒരു കുടുംബമാകുമ്പോൾ ഇത്തിരി സൌഹാർദ്ദത്തിനു വേ ണ്ടിയെങ്കിലും .. അത് കേട്ടു ഞാൻ ഉറക്കെ ചിരിച്ചു .

ഒരു ദിവസം രുദ്രാക്ഷ് ഓടി കരിഷ്മയുടെ മേൽ വീണു. പിന്നെ കഷ്ടപ്പെട്ട് പാദത്തിൽ ചവിട്ടി മുകളിലേക്ക് ഉരുണ്ട കയറി. എന്തൊക്കെയോ ലിപി കളില്ലാത്ത ശബ്ദങ്ങൾ പുറപ്പെടുവിക്കുന്നുണ്ട്. പിന്നെ എന്റെ കയ്യിൽ ഉള്ള പുസ്തകം വാങ്ങിച്ചെടുക്കാൻ പരിശ്രമം തുടങ്ങി. ഞാനതപ്പോൾ ത ന്നെ മാറ്റിവെച്ചു. ഇല്ലെങ്കിൽ അത് കീറി നാശമാക്കി കയ്യിൽ തരും. അവൻ വാശിപിടിച്ചു കരയാൻ തുടങ്ങിയപ്പോൾ തൽക്കാലത്തേക്ക് എന്റെ കണ്ണടയുടെ കവർ കൊടുത്ത് സന്തോഷിപ്പിച്ചു. കരിഷ്മ അവനെ കൊ ഞ്ചിച്ചു കൊണ്ട് എന്നെ ചൂണ്ടി ചോദിച്ചു ഇത് ആരാണെന്ന് പറയു മോ നെ. മുത്തശ്ശൻ.. അവൻ ദാദ എന്ന് അനുകരിക്കാൻ ശ്രമിച്ചു. ഞാൻ ചിരിച്ചു. അപ്പോഴേക്കും രൺവീർ ഓടി വന്നു ഞാൻ വിളിക്കാം മുത്ത ച്ഛാ ,ഞാൻ എന്നു പറഞ്ഞു മടിയിൽ കയറിയിരുന്നു. എന്നിട്ട് കരിഷ്മയെ നോക്കി ഗൗരവത്തിൽ പറഞ്ഞു ഇത് എന്റെ മുത്തശ്ശൻ ആണ്. ഓഹോ കരിഷ്മയും ഗൗരവം കാണിച്ചു. അവൾക്ക് കുട്ടികളുടെ കൂടെ കളി പറ യാൻ വലിയ ഇഷ്ടമാണ്. നിന്റെ മുത്തശ്ശൻ നിന്റെ അമ്മയുടെ വീട്ടിലാ ണ് ഇത് രുദ്രാക്ഷന്റെ മുത്തശ്ശനാണ്.

ഇതു കേട്ടുകൊണ്ടാണ് വീരു മുറിയിൽ നിന്ന് പുറത്തേക്ക് വന്നത്. അതു കേട്ട് അവൻ ചിരിച്ചുകൊണ്ട് പറഞ്ഞു. അമ്മയ്ക്ക് പണ്ട് മുതലേ മൂത്ത മ ക്കളോട് പോരാണ്. അതെയതെ കരിഷ്മ സമ്മതിച്ചു കൊടുത്തു. നിന്റെ അതേ സ്വഭാവമാണ് മൂത്തവന് കണ്ടോ, അവകാശം ഉറപ്പിക്കാൻ ചാടി വീണത്. ഓ അമ്മേ വീരു ചിരിച്ചുകൊണ്ട് അവളുടെ അടുത്തിരുന്നു. അവളെ ഇറുക്കി കെട്ടിപ്പിടിച്ചു. നിങ്ങൾ ഭയങ്കരിയാണ്. കരിഷ്മയും ഉറ ക്കെ ചിരിച്ചു. അല്ലാതെ നിന്റെ അച്ഛനെ പോലെ ഇരുന്നിട്ട് കാര്യമില്ല. വീരു അവളുടെ കൈകൾ പിടിച്ചു കൊണ്ട് ചോദിച്ചു. രണ്ടു മരുമക്കളാ യില്ലേ ഇനി കുറച്ച് വിശ്രമിച്ചൂടെ.

കരിഷ്മ അവനെ ചോദ്യ ഭാവത്തിൽ നോക്കി. ആഹാരം രണ്ടു മരുമ ക്കൾ കൂടി ഉണ്ടാക്കട്ടെ. അമ്മയ്ക്ക് രണ്ട് പേരക്കുട്ടികൾ ഇല്ലേ അവരെ നോക്കിയിരുന്നുകൂടെ. കരിഷ്മ പതുക്കെ പറഞ്ഞു. അതു ശരിയാവും എന്ന് തോന്നുന്നില്ല. ദിവ്യക്ക് ഒന്നും അറിഞ്ഞുകൂടാ. വീരു ചിരിച്ചു. അതുകൊണ്ടു തന്നെയാ പറഞ്ഞെ, ജീവിതാവസാനം വരെ ഇങ്ങനെ മതി യോ. കരിഷ്മയും അത് ശരിയെന്ന് മട്ടിൽ തലയാട്ടി. അവൾ ദീപിനോട് ഇക്കാര്യം പറഞ്ഞു. ഞാൻ രൺവീറിനെയും രുദ്രാക്ഷിനേയും നോക്കിയിരിക്കാൻ പോവുകയാണ്. കുട്ടികൾക്ക് ഇപ്പോൾ മുത്തശ്ശി യെയാണ് ആവശ്യം. ദീപ് ചിരിച്ചു അതിനാരാണ് ഇവിടെ മുത്തശ്ശി അമ്മേ, നിങ്ങളാണ് രണ്ടു മരുമക്കളെക്കാളും ചെറുപ്പം ആയി തോന്നു ന്നത്. സുഖിപ്പിക്കാതെ ഭാര്യയോട് അടുക്കളയിൽ ഒന്ന് കയറി നോക്കാൻ

പറയടാ. അല്ലെങ്കിൽ നിനക്ക് ചെയ്യരുതോ. അവൻ തലയാട്ടി. വരാൻ പോകുന്ന വലിയ ദുരന്തത്തെക്കു റിച്ച് മനസ്സിലാക്കിയ പോലെ.

കരിഷ്മ ദിവ്യയ്ക്ക് പറഞ്ഞുകൊടുക്കാൻ ശ്രമിച്ചു. കുറച്ചു കഴിഞ്ഞപ്പോൾ കരിഷ്മ ആ ശ്രമം ഉപേക്ഷിച്ചു. കാരണം എല്ലാം കരിഷ്മ തന്നെയാണ് ചെയ്യേണ്ടി വന്നത്. മാത്രമല്ല ദിവ്യ അവളുടെ ദേഷ്യം തീർക്കാനെന്ന പോലെയാണ് അടുക്കളയിൽ കയറുന്നത്. ഒരു ദിവസം കരിഷ്മ എന്റെ അടുത്ത് വന്ന് രഹസ്യമായി പറഞ്ഞു. എനിക്ക് സ്ത്രീകളെ ഭയമൊന്നും ഉണ്ടായിരുന്നില്ല. എന്നാൽ ഇപ്പോഴത്തെ പിള്ളേരെ കണ്ണടച്ച് വിശ്വസിക്കാനും പറ്റില്ല. എന്റെ മേലിൽ നിങ്ങളുടെ ഒരു കണ്ണു വേണം. ഒരു സംരക്ഷണം. ആകെ ഒരു ഞായറാഴ്ച അതും അവളി വീട്ടിൽ ഉണ്ടെങ്കിൽ മാത്രമാണ് ഒന്നാ അടുക്കള കാണുന്നത്. അതിനും എന്നോട് വൈരാഗ്യമാണ്. നിങ്ങളുടെ രണ്ടാമത്തെ മകനുണ്ടല്ലോ അക്ഷരാർത്ഥത്തിൽ ഒരു പോങ്ങനാണ്. ഞാൻ ഉറക്കെ ചിരിച്ചു. അവളെ ആശ്വസിപ്പിച്ചു. കരിഷ്മ ആത്മഗതം പോലെ പറഞ്ഞു.. അവളെ എങ്ങനെയെങ്കിലും ഒഴിവാക്കാം എന്ന് വച്ചാൽ അത് വീരു അറിഞ്ഞാൽ കിള്ളി കിഴിഞ്ഞ് ചോദിക്കും. പിന്നെയവന് പരിഹസിക്കാനുള്ള ഒരു അവസരവുമായി. അവന്റെ ഭാര്യയാണെങ്കിൽ ഒന്നും പറയാതെ തന്നെ കാര്യങ്ങൾ കണ്ടറിഞ്ഞു ചെയ്യും.

അങ്ങനെയൊരു ഞായറാഴ്ച കരിഷ്മ അടുക്കളയുടെ അവകാശം തിരിച്ചു പിടിച്ചു. തിരിച്ചുപിടിച്ചു എന്നതിനേക്കാൾ ഇങ്ങനെ പറയുന്നതാണു ശരി, വയസ്സായി ചാവാറായി എന്നാലും കമ്പനിയുടെ ചെയർമാൻ സ്ഥാനം ഒഴിയാൻ പറ്റാത്ത ചില മനുഷ്യനുണ്ടാവില്ലേ. അതായത് ചെയർമാൻ സ്ഥാനം ഒഴിഞ്ഞാൽ അടുത്ത അവകാശി ആരെന്ന തർക്കത്തിൽ മുഴുവൻ കമ്പനിയും ഇല്ലാതാകും. അതിലും ഭേദം ഐസിയുവിൽ നിന്ന് എടുത്തു മാറ്റുന്നതുവരെ അതേ സ്ഥാനത്ത് തുടരുക. അത്രതന്നെ.. രാവിലെ 10 മണി കഴിഞ്ഞിട്ടും ബ്രേക്ഫാസ്റ്റ് ഇല്ല. എല്ലാവരും മേശപ്പുറത്ത് എത്തി. ദീപു ആണെങ്കിൽ കൊണ്ടു പിടിച്ച സഹായത്തിലാണ്. അവസാനം ചപ്പാത്തിയും ദാൽ കറിയും എത്തി. വീർ ദിവ്യയുടെ മുഖത്തേക്ക് ഒന്ന് നോക്കി. ഞാൻ വിചാരിച്ചു ഒരു വലിയ സദ്യ തന്നെ ഉണ്ടാക്കിയിട്ടുണ്ടാവും. അതാണ് വൈകുന്നതെന്ന്. സദ്യ നമുക്ക് ഹോട്ടലിൽ നിന്ന് കഴിക്കാലോ ചേട്ടാ എന്ന് അവൾ മറുപടിയും കൊടുത്തു. വീർ പറഞ്ഞു അതെ അതെ. പിന്നെയവൻ വായിൽ വന്നത് കടിച്ചമർത്തി എന്ന് തോന്നുന്നു.

എന്തായാലും ആദ്യ നാളുകളിൽ വീർ കുറെ സംയമനം പാലിച്ചിട്ടുണ്ട് എന്ന് പറയാതെ വയ്യ. അനിയത്തിയുടെ മുന്നിൽ ഒരു വഴക്കാളിയാവേണ്ടെന്ന് അവൻ തീരുമാനിച്ചിരുന്നെന്ന് തോന്നുന്നു. വീർ, അവൻ മാത്രമല്ല

ദീപുവും അത്യാവശ്യവും ഭക്ഷണപ്രിയരാണ്. കരിഷ്മ നന്നായി ഭക്ഷണം ഉണ്ടാക്കുകയും ചെയ്യും. വീരു ആണെങ്കിൽ എല്ലാ വിഭവങ്ങളെ പറ്റിയും നല്ല പരിജ്ഞാനമാണ്. മസാല ,എണ്ണ എല്ലാത്തിന്റെയും അളവുകൾ വരെ അവന് കൃത്യമായി അറിയാം. ഏതെങ്കിലും ഹോട്ടലിൽ പോയാൽ ഭക്ഷണം രുചിച്ചു കഴിഞ്ഞാൽ അവൻ പറയും എന്താണ് പോരായ്മ, വെജിറ്റബിൾ ഫ്രഷ് ആണോ നല്ല നെയ്യ് ആണോ, അതോ വേറെ വല്ല എണ്ണയാണോ. അങ്ങനെ വിശകലനം ചെയ്യുന്നവനാണ്. അവനാണെങ്കിൽ വീട്ടിലെ ഭക്ഷണത്തോടാണ് പ്രിയം. ഇപ്പോഴും ഒരു വലിയ ലഞ്ച് ബാഗ് ഓഫീസിലേക്ക് യാത്രയാകുമ്പോൾ ബാഗിൽ തിരുകും. എന്നാൽ അനിയത്തിയുടെ പാചകം അവനെ തളർത്തി കളഞ്ഞു. അറിയാതെ പറഞ്ഞുപോയ അഭിപ്രായത്തിന് അവൻ എന്തായാലും ഖേദം ഉണ്ട്. അത് അവന്റെ മുഖം കണ്ടാൽ അറിയാം.

കരിഷ്മ കുറച്ച് ദേഷ്യത്തോടെ പറഞ്ഞു. എന്റെ മരണം വരെ കൃത്യസമയത്ത് തന്നെ എന്റെ ഭർത്താവിന് ഭക്ഷണം കൊടുത്തിരിക്കണം. നിങ്ങൾ എന്തു ചിന്തിക്കുന്നു എന്ന് എനിക്ക് അറിയേണ്ട ആവശ്യമില്ല. നാളെ മുതൽ ഞാൻ മാത്രം അടുക്കളയിൽ മതി. ഒരൊറ്റ എണ്ണം അങ്ങോട്ട് വന്നു പോകരുത്. അവൾ പൂജയെ നോക്കി മോളോടും കൂടിയാണ് പറഞ്ഞത്. രൺവീർ സ്കൂളിൽ പോയി തുടങ്ങിയല്ലോ, നിനക്കും അവിടെ ജോലിയുണ്ട്. ഇനി രാവിലെ കുട്ടികളുടെ കാര്യം കഴിച്ചങ്ങ് പൊയ്ക്കോളൂ. എല്ലാവർക്കും ഉള്ള ടിഫിൻ മേശപ്പുറത്ത് ഉണ്ടാകും. ലഞ്ച് ആവശ്യമുള്ളവർക്ക് അതും. ഝാൻസി റാണിയെ പോലെ അവൾ പറഞ്ഞവസാനിപ്പിച്ചപ്പോൾ ഞാനും നെടുവീർപ്പിട്ടു. സാധാരണ കരിഷ്മ എന്തു പറഞ്ഞാലും അതിനൊരു എതിരാഭിപ്രായം പറയാൻ സാധ്യതയുള്ളത് വീരുവാണ്. എന്നാൽ ആ ദിവസം അവനാണ് ആദ്യം കരിഷ്മയെ അനുകൂലിച്ചത്. വളരെ നല്ല അഭിപ്രായം. കരിഷ്മ അതു കേട്ടവനെ തറപ്പിച്ചു നോക്കി, നീയാണല്ലോ ഇതിനെല്ലാം കാരണമെന്ന് ഭാവത്തിൽ. വീർ ചപ്പാത്തി കയ്യിലെടുത്തു. എന്നിട്ട് പൂജയോടായി പറഞ്ഞു . അല്ലെങ്കിൽ ഉണക്ക ചപ്പാത്തി തൊണ്ടയിൽ കുരുങ്ങി മരിച്ച വീറിന്റെ ഭാര്യയും മക്കളും എന്ന ദുഷ്പേരു കേൾക്കേണ്ടിവരും . പൂജയ്ക്ക് ചിരി അടക്കാനായില്ല. കരിഷ്മയും ഉറക്കെ ചിരിച്ചു.

പക്ഷേ ദിവ്യയ്ക്ക് ആ തമാശ കേട്ട് ചിരി വന്നില്ല. ദീപു ആദ്യം ശബ്ദമില്ലാതെ ചിരിക്കുന്നുണ്ടായിരുന്നു. ദിവ്യയുടെ മുഖത്തെ കാഠിന്യം കണ്ട് അവനത് ഗൗരവത്തിലേക്ക് മാറ്റി. പിന്നെ വീറിനോട് മടിച്ചുമടിച്ചു പറഞ്ഞു. കുറച്ചു വെണ്ണ പുരട്ടി കഴിച്ചു നോക്കൂ. അവനത് പേടിച്ചാണ് പറഞ്ഞത്. അവനറിയാം തന്റെ ഭാര്യയോട് കാണിക്കുന്ന പരിഗണന ഒന്നും ചേട്ടൻ തന്നോട് കാണിക്കാൻ പോകുന്നില്ലെന്ന്. വീര് അതു കേട്ട് അവനെയൊന്ന്

തറപ്പിച്ചു നോക്കി. പിന്നീട് പറഞ്ഞു. ഭക്ഷണം കഴിഞ്ഞിട്ട് അനിയനൊന്ന് ബാൽക്കണിയിലേക്ക് വാ. ദിവ്യ വേഗം ഭക്ഷണം കഴിക്കുന്നത് നിർത്തി മുറിയിലേക്ക് പോയി. അവൾ മുറിക്കുള്ളിലായി എന്ന് മനസ്സിലായപ്പോൾ വീർ അങ്കം തുടങ്ങി. അവൾക്ക് തന്നെ കഴിക്കാൻ പറ്റുന്നില്ല, കണ്ടില്ലേ മതിയാക്കിയത്. പിന്നെ ദീപിന് നേരെ തിരിഞ്ഞു. നീയെന്താ പറഞ്ഞത് വെണ്ണ പുരട്ടാനോ,നിന്റെ ഗതികേട് നീ തന്നെ തിന്ന് തീർന്നാൽ മതി. ദീപു പരിഭവത്തോട് ചോദിച്ചു ഞാൻ എന്ത് ചെയ്തിട്ടാണ് എന്നോട് ഇങ്ങനെ കുതിര കയറുന്നത്. പ്രേമിക്കുമ്പോൾ ആരെങ്കിലും അടുക്കള പണി അറിയാമോ എന്ന് ചോദിക്കുമോ? വീറു കളിയാക്കികൊണ്ട് ചോദിച്ചു. പിന്നെ നീ എന്താണ് ചോദിച്ചറിഞ്ഞത്. നോക്ക് അച്ഛനും അമ്മയും ഇരിക്കുന്നു. നിന്നോട് ബാൽക്കണിയിലേക്ക് വരാൻ പറഞ്ഞില്ലേ. ബാക്കി അവിടെ വച്ച് സംസാരിക്കാം.

വീർ കരിഷ്മയെ നോക്കി ചോദിച്ചു. ഒരു പഴം കിട്ടാൻ വഴിയുണ്ടോ. പൂജ വേഗം അടുക്കളയിൽ പോയി പഴം പൊരിച്ച് ഒരു പ്ലേറ്റിൽ ആക്കി കൊണ്ടുവച്ചു. വീർ പഴം നുറുക്ക് എടുത്ത് കഴിച്ച് വലിയ ആശ്വാസം അഭിനയിച്ചു അവളോട് നന്ദി പറഞ്ഞു. ഒരെണ്ണം എടുത്ത് ഒരു രൺവീറിനും കൊടുത്തു. അതിനു ശേഷം ആ പ്ലേറ്റ് എന്റെയും കരിഷ്മയുടെയും അടുത്തേക്ക് വെച്ചിട്ട് പറഞ്ഞു എന്തെങ്കിലും കഴിക്ക് അല്ലെങ്കിൽ ഇനി ഗ്യാസ് കയറി അതിന്റെ ബുദ്ധിമുട്ടാകും. ദീപു ഇതിനിടയിൽ ഒരെണ്ണം എടുക്കാൻ തുടങ്ങിയപ്പോൾ വീറൊരു ഫോർക്ക് എടുത്ത് അവന്റെ കയ്യിൽ ഒരു ചെറിയ തട്ടു കൊടുത്തു. നീ വെണ്ണ കൂട്ടി ചപ്പാത്തി കഴിച്ചാൽ മതി. മുഴുവൻ തിന്നു തീർത്തിട്ട് ഇവിടുന്ന് എഴുന്നേറ്റാലും മതി.

ആ സമയത്താണ് രുദ്രാ അവൻ ഇതിൽ ഒന്നും പങ്കുകൊള്ളാതെ തറയിൽ ഇരുന്നു കളിക്കുകയായിരുന്നു. പിന്നെ അവൻ പതുക്കെ പിടിച്ചു നടന്നു ഞങ്ങളെ ഓരോരുത്തരെയും തൊട്ടുകൊണ്ട് മേശയ്ക്ക് ചുറ്റും വലം വയ്ക്കലായി. ദീപിന്റെ അടുത്ത് എത്തിയപ്പോൾ അവൻ കൊഞ്ചിച്ച് കൊണ്ട് ചോദിച്ചു മോന് ചപ്പാത്തി വേണോ. അവൻ ഒരെണ്ണം എടുത്ത് ഒരു രുദ്രാക്ഷിനു നീട്ടി. കുഞ്ഞത് വേഗം വാങ്ങിച്ചു. പെട്ടെന്ന് തന്നെ രണ്ടാമത്തതിനായും കൈ നീട്ടി. ദീപുവിനോട് താ താ എന്ന് പറയുന്നുണ്ട്. നോക്ക് അവന് ചപ്പാത്തി ഇഷ്ടമായി എന്ന് തോന്നുന്നു. വീർ ഇതൊന്നും ശ്രദ്ധിക്കാതെ ഇരിക്കുകയായിരുന്നു. നീയത് കൊച്ചിന് കൊടുത്തോ അവൻ ജാഗ്രതയോടെ രുദ്രാക്ഷിനെ നോക്കി. രണ്ടാമത്തെ ചപ്പാത്തിയും രുദ്ര വാങ്ങിച്ചു പിന്നെ അവിടെയിരുന്നു രണ്ട് കൈക്കുള്ളിൽ ആയി ഞെരിച്ചു പൊടിച്ചു അവിടെ ഇട്ടു. പപ്പടം പൊടിക്കുന്ന പോലെ. ആദ്യത്തേതും തൊട്ടടുത്ത് തന്നെ പൊടിയായി കിടക്കുന്നുണ്ട്. അവനാ കളി വളരെയങ്ങ് ഇഷ്ടമായി. അവിടുന്ന് എഴുന്നേറ്റ് വീണ്ടും ദീപുവിനോട് ചപ്പാത്തിക്കാ

യി കൈ നീട്ടി. വീർ ഉറക്കെ ചിരി തുടങ്ങി. ങ്ഹാ ആ പാത്രം അങ്ങനെ തന്നെ വെച്ചു കൊടുക്കു. എന്റെ മോന്റെ കൈത്തരിപ്പ് തീർക്കാൻ. പിന്നെ അവൻ രുദ്രാക്ഷനെ കൊഞ്ചിച്ചു കൊണ്ട് പറഞ്ഞു. രുദ്ര നിനക്കിഷ്ടമായോ, നല്ല രസമല്ലേ. അവൻ കാണിക്കുന്ന പോലെ പൊടിച്ച് കയ്യിൽ വച്ച് ഞെരുക്കുന്ന പോലെ അഭിനയിച്ചു കാണിച്ചു. രുദ്രാക്ഷന് വളരെ സന്തോഷമായി. അവൻ മലർന്നു കിടന്നു ചിരിച്ചു എല്ലാവരും അവന്റെ സന്തോഷത്തിൽ പങ്കുചേർന്നു. ഈ ചിരിക്കിടയിൽ ദീപു , ചേട്ടന്റെ അടുത്തുള്ള പ്ലേറ്റിൽ നിന്നും രണ്ടു പഴക്കഷണങ്ങൾ എടുത്ത് അകത്താക്കി. അതുകൂടി കണ്ടപ്പോൾ കരിഷ്മയ്ക്ക് ചിരിച്ചു ബോധമില്ലാതെയായി. വീർ ഭക്ഷണം മതിയാക്കി. വൃത്തികേടായി കിടക്കുന്ന തറ നോക്കി പറഞ്ഞു. ഇന്നിനി മഹിമ വരുകയില്ലല്ലോ. ഇളയ മകനോട് തന്നെ വൃത്തിയാക്കി തരാൻ പറ.

അവനകത്തേക്ക് പോയിക്കഴിഞ്ഞപ്പോൾ രൺവീറിന്റെ വക ഒരു ഭീഷണി. കൊച്ചച്ച ഞാൻ പറഞ്ഞു കൊടുക്കും. പൂജ ചോദിച്ചു എന്ത്? കൊച്ചച്ചൻ പഴം എടുത്തു കഴിക്കുന്നത് ഞാൻ കണ്ടു. ഞാനിപ്പോൾ അച്ഛനോട് പറഞ്ഞുകൊടുക്കും. അതിനു മറുപടി പറഞ്ഞത് കരിഷ്മയാണ്. ഓ നിന്റെ അച്ഛനെ ഇവിടെയാർക്കും പേടിയില്ല. ദീപു എഴുന്നേറ്റു കൊണ്ട് പറഞ്ഞു. നോക്കു മോനെ കൊച്ചച്ചൻ വരുമ്പോൾ ചോക്ലേറ്റ് കൊണ്ടു വരും. ഇനി പറഞ്ഞു കൊടുക്കുമോ. ഇല്ല എന്നവൻ തലയാട്ടി. അമ്മ പറഞ്ഞു കൊടുക്കുമോ. അത് നമുക്ക് ശരിയാക്കാം കൊച്ചച്ചാ, പേടിക്കേണ്ട. അവർ രണ്ടുപേരും കൈകൾ അടിച്ചു സുഹൃത്തുക്കളായി.... ഇനി എന്നെ എന്തിനാണാവോ ബാൽക്കണിയിലേക്ക് വിളിച്ചത്, ദീപ് ആരോടെന്നില്ലാതെ പറഞ്ഞു. കരിഷ്മ ആശ്ചര്യത്തോടെ ചോദിച്ചു. നിനക്കിപ്പോഴും അവന്റെ കൈയിൽനിന്ന് ഇടി കിട്ടാറുണ്ടോ. എന്തിനാണ് ഇടി, ആ നാക്ക് പോരേ. ഇന്ദ്രനു വജ്രായുധം പോലെ. ചേട്ടത്തി നിങ്ങൾക്ക് ഒരായിരം നമസ്കാരം. പൂജ അത് കേട്ട് ചിരിച്ചു.

ഇതെല്ലാം ഒരർത്ഥത്തിൽ തമാശകൾ മാത്രമായിരുന്നു. പക്ഷേ എല്ലാ തമാശകളിലും ചെറിയ അപകടങ്ങളും ഉണ്ടായിരുന്നു എന്ന് എനിക്ക് പിന്നീട് തോന്നിയിട്ടുണ്ട്. കൈകാര്യം ചെയ്യുന്ന ആളുകളുടെ മനസ്സ് പോലെയിരിക്കും ഓരോ സംഭവങ്ങളും അവയുടെ വിചാരണകളും വിധികളും. അത് ഓരോ വ്യക്തികൾക്കും വ്യത്യസ്തമായിരിക്കും. പലപ്പോഴും ഒരു അഭിപ്രായ സമന്വയത്തിൽ എത്തപ്പെടാനുള്ള സമയം പോലും ആരും കണ്ടെത്തിയില്ല എന്നതാണ് സത്യം. ജീവിതം സ്വാർത്ഥപൂരിതം മാത്രമായി മാറിയാൽ കുടുംബത്തിന്റെ അടിത്തറ തന്നെ ഇളകുമെന്നതാണ് യാഥാർത്ഥ്യം. ക്ഷമയോടെ പരസ്പര ബഹുമാനത്തോടെ ജീവിക്കാൻ ഇന്നത്തെ തലമുറ മറന്നു പോയിരിക്കുന്നു.

ദിവ്യയെ സംബന്ധിച്ചു അവൾ വിവാഹം ചെയ്തത് ദീപിനെ മാത്രമാണ്. ബാക്കി കഥാപാത്രങ്ങൾക്ക് അവരുടെ ജീവിതത്തിൽ ഒരു സ്ഥാനവുമില്ല. അവളുടെ ജീവിതം അവൾക്ക് ഇഷ്ടംപോലെ ജീവിച്ചു തീർക്കാൻ ഉള്ളതാണ്. സത്യത്തിൽ ദീപിന്റെ ഇഷ്ടങ്ങൾക്ക് പോലും അവിടെ പ്രാധാന്യമില്ല. രാവിലെ കുളിച്ച് ഒരുങ്ങുക ജോലിക്ക് പോകുക. കാന്റീനിൽ നിന്ന് ബ്രേക്ക് ഫാസ്റ്റ്, ലഞ്ച്, വൈകിട്ട് ഇറങ്ങിയാൽ എവിടെയെങ്കിലും പാർട്ടി ഉണ്ടെങ്കിൽ അവിടെ പോയി സന്തോഷിക്കുക. ഡിന്നറും പുറത്തുനിന്ന് തന്നെ. ഇതുതന്നെ ശീലം. അവധി ദിനങ്ങൾ പുറത്ത്. ഇതിനിടയിൽ സൗന്ദര്യ സംരക്ഷണം, ജിം, സുംബാ അങ്ങനെ അവളെകൊണ്ട് പറ്റുന്നതൊക്കെ ചെയ്യും.

ഇനി പറയൂ ഇതിനിടയിൽ എവിടെയാണ് ഒരു പുതിയ കുടുംബത്തെ പരിചയപ്പെടാനും സൗഹൃദം സ്ഥാപിക്കാനും സമയം. കരിഷ്മയുടെ ഭാഷയിൽ പറഞ്ഞാൽ അവൾ പണ്ടേ ഈ വീട് ഉപേക്ഷിച്ച് പോകേണ്ടതായിരുന്നു. ഇത്രയും നാൾ തന്നെ ഇവിടെ തങ്ങിയത് അത്ഭുതമാണ്. പിന്നെ പിറുപിറുത്തു. ഇത്ര കുറവു വാടകയ്ക്ക് ഈ മുംബൈയിൽ ഒരു വീട് എവിടെ കിട്ടാനാണ് അല്ലേ ജഗദീഷ്. പിന്നെ പത്തു പൈസ ചെലവില്ലാതെ അവളുടെ മക്കളെ നോക്കാനായി ഒരു ആയ. ഞാൻ അവളെ സമാശ്വസിപ്പിക്കാൻ എന്ന മട്ടിൽ പറഞ്ഞു. ഞാനും നിന്നെ സഹായിച്ചില്ലേ. അവൾക്ക് ചിരിയും ദേഷ്യവും വന്നു. ഓ ആയയ്ക്കും അസിസ്റ്റന്റ്.

വീർ ആണെങ്കിൽ അവന്റെ ചിട്ടകളിൽ നിന്ന് ഒരിക്കലും വ്യതിചലിച്ചില്ല. എന്നാൽ വിവാഹിതനായതോടെ അനിയൻ എല്ലാത്തിൽ നിന്നും അകന്നു. അവനു ഒന്നിനും സമയമില്ല. പക്ഷേ ഭാര്യയോടുള്ള സ്നേഹത്തിന്റെ കാര്യത്തിൽ അവന് തികഞ്ഞ ആത്മാർത്ഥത ഉണ്ടായിരുന്നു. അത്രയേറെ ക്ഷമയുള്ളവൻ ആയിരുന്നു. മുഖത്തൊരു മുഷിപ്പും കൂടാതെ എല്ലായിപ്പോഴും അവൻ സന്തോഷവാനായിരുന്നു. പണവും നിർദാക്ഷിണ്യം ചെലവാക്കികൊണ്ടിരുന്നു. എന്റെ മകന്റെ പ്രണയവും അന്ധമായിരുന്നു. എനിക്ക് അത് മനസ്സിലാക്കാൻ കഴിയുന്നുണ്ട്. പ്രണയിക്കുമ്പോൾ പലപ്പോഴും നമുക്ക് പ്രണയിനിയല്ലാതെ മറ്റൊന്നും കാണാൻ കഴിയില്ലെന്നതാണ് സത്യം.

ആദ്യകാലങ്ങളിൽ ചെറിയ ബുദ്ധിമുട്ടുകൾ ഉണ്ടായത് ഒഴിച്ചാൽ, പിന്നീട് ഞങ്ങൾ ഓരോരുത്തരും ഞങ്ങളുടേതായ തിരക്കുകളിൽ മുഴുകി. എന്നിട്ടും അപസ്വരങ്ങൾ ഉണ്ടായി എന്നതാണ് സത്യം. രാത്രി പലപ്പോഴും ഞങ്ങൾ അവർക്കായി കാത്തിരുന്നു. എന്നാൽ പല ദിവസങ്ങളിലും അവർ കഴിച്ചിട്ട് വരികയും ഭക്ഷണം വേസ്റ്റ് ആവുകയും ചെയ്തു. അങ്ങനെ ഒരുപാട് പ്രാവശ്യമായപ്പോൾ, ഒരു ദിവസം വീർ, ദീപു മുറിയിലേക്ക്

പോകുന്നതിനു മുമ്പായി പറഞ്ഞു. ഭക്ഷണം ഇവിടെ നിന്ന് കഴിക്കുന്നില്ലെങ്കിൽ നേരത്തെ പറയണം. എന്തിനാണ് അമ്മയെ വെറുതെ കഷ്ടപ്പെടുത്തുന്നത്. പിന്നെ പണവും പാഴായി പോവുകയല്ലേ. ദീപ് മറുപടി പറയുന്നതിനുമുമ്പേ ദിവ്യ സംസാരിച്ചു കഴിഞ്ഞിരുന്നു. ഇതൊക്കെ ഇത്ര വലിയ പ്രശ്നങ്ങളാണോ? ഇത്രയ്ക്കങ്ങ് പറയാൻ. പിന്നെ ചെലവിനുള്ള വിഹിതം ദീപു തരുന്നുണ്ടല്ലോ.

വീർ ഒന്ന് പുഞ്ചിരിച്ചു. നിന്റെ സഹോദരന്റെ സ്ഥാപനം ജപ്തിയായെന്നറിഞ്ഞു. എന്തുപറ്റി? പുറത്തുള്ളവർ പറഞ്ഞറിയേണ്ട അവസ്ഥ ആണല്ലോ. ദിവ്യ ഒന്ന് വിളറി. എന്നാൽ പെട്ടെന്ന് തന്നെ നില വീണ്ടെടുത്തു. അതൊക്കെ അവൻ നോക്കിക്കോളും. അത് ശരിയാണ് ദിവ്യ, അവൻ തന്നെ നോക്കണം അല്ലാതെ വേറെ ആരു നോക്കാനാണ്. അവൻ തുടർന്നു. ഒരു ദിവസം 100 രൂപ അത് നിനക്ക് വളരെ ചെറിയ തുകയല്ലേ ദിവ്യാ. 10 ദിവസം കൊണ്ട് ആയിരം, ഒരുമാസം കൊണ്ട് 3000 അല്ലേ.... നീ തൊഴിലാളികൾ താമസിക്കുന്ന ഇടങ്ങളിൽ ഒന്ന് അന്വേഷിക്കൂ. ഒരു മാസത്തെ മുഴുവൻ ചെലവും ആ 3000 രൂപയിൽ ഒതുക്കുന്ന എത്രയോ കുടുംബങ്ങൾ ഉണ്ടാകുമെന്നോ... എത്ര ആളുകൾ ദിവ്യ..ഒരു നേരത്തെ ആഹാരം പോലും കിട്ടാത്തവർ...പണം അത് ആരുടെ ആയാലും പാഴാക്കരുത്. കരിഷ്മ കുഞ്ഞിന് ഒരു ബോക്സ് ഉണ്ടാക്കിയെടുക്കുകയായിരുന്നു. അവളത് പതുക്കെ ആക്കി, എല്ലാം കേട്ടുകൊണ്ടിരുന്നു. ഇടയ്ക്ക് എന്നെ ഒന്നു നോക്കി, എന്തായിത്തീരും എന്ന അർത്ഥത്തിൽ. വീർ തുടർന്നു . നോക്ക് നീ പറഞ്ഞില്ലേ ചെലവിനുള്ള തുക തരുന്നില്ലേയെന്ന്... ദിവ്യ എന്താണ് വിചാരിച്ചിരിക്കുന്നത്. ഈ വീടിപ്പോഴും നോക്കുന്നത് ഡാഡി തന്നെയാണ്. ഞങ്ങൾക്കൊരു ഉത്തരവാദിത്വം ഉണ്ടാകണമെന്ന് അർത്ഥത്തിൽ ഒരു തുക അദ്ദേഹം വാങ്ങുന്നുവെന്നേയുള്ളൂ. എനിക്കതിൽ കൂടുതൽ അദ്ദേഹത്തെ സഹായിക്കാൻ കഴിയും. വേണമെങ്കിൽ ഈ കുടുംബം മുഴുവനായി നോക്കാൻ കഴിയും. അങ്ങനെ ചെയ്യുന്നതിലും എനിക്ക് സന്തോഷമേയുള്ളൂ. ഇത് പണത്തിന്റെ പ്രശ്നമല്ല. ചില ശീലങ്ങളിൽ വരേണ്ട മാറ്റങ്ങളുടെ പ്രശ്നമാണ്.

പിന്നെ അവൻ ദീപിനോട് ആയി പറഞ്ഞു. ഒന്നു ഫോൺ ചെയ്തു പറയാനുള്ള മര്യാദ നിനക്കാവാമല്ലോ ദീപ്. പിന്നെ പിന്നെ അഭിപ്രായ വ്യത്യാസങ്ങൾ ഇടയ്ക്കിടെ വന്നുകൊണ്ടേയിരുന്നു. കുറച്ചു ശീലമായപ്പോൾ ഞങ്ങൾക്ക് ആദ്യം തോന്നിയിരുന്ന ഭയവും കുറഞ്ഞു

36 വാർദ്ധക്യം നല്കുന്ന ഓർമപ്പെടുത്തലുകൾ

ദീപിന് ഒരു മകൾ ഉണ്ടായി. പ്രാർത്ഥന ...ഞങ്ങളുടെ വീട്ടിൽ നാല് ആൺകുട്ടികൾക്ക് ശേഷം ഒരു പെൺകുട്ടി. ആ സ്ഥാനവും സ്നേഹവും അവൾക്കാവോളം കിട്ടി. ദിവ്യ വേഗം ജോലിക്ക് പോയിതുടങ്ങി. പിന്നെ കുഞ്ഞുമോളെ ആരും നോക്കും കരിഷ്മ തന്നെ. അത് അവൾക്ക് സന്തോഷമായിരുന്നു. പെൺകുഞ്ഞ് ഇല്ലാത്തതിന്റെ എല്ലാ ദുഃഖവും തീർത്തു. മോളു ഒന്ന് ഇരുന്നു തുടങ്ങിയപ്പോൾ ദിവ്യ അവളെ ഡേ കെയറിൽ ആക്കാം എന്ന അഭിപ്രായം പറഞ്ഞു. കരിഷ്മ ദേഷ്യപ്പെട്ടു എന്തിനാണ് ഡേ കെയർ, ഇവിടെ ഞാനും ജഗദീഷും ഉണ്ട്. പോരാത്തതിന് സഹായത്തിന് മഹിമയും വരുന്നു. അപ്പോഴേക്കും ദീപു പറഞ്ഞു അമ്മ തന്നെ നോക്കിയാൽ മതി. ദിവ്യ കരുതുന്നത് അമ്മയ്ക്ക് അതൊരു ബുദ്ധിമുട്ടാവും എന്നാണ്. അവൻ പതുക്കെ കൈകൊണ്ട് വിട്ടുകള എന്ന് കരിഷ്മയോട് ആഗ്യം കാണിച്ചു. ഞാൻ അപ്പോഴേക്കും റിട്ടയേഡ് ആയിട്ടുണ്ട്.

ഞങ്ങളുടെ വീട്ടിലെ ഇപ്പോഴത്തെ ഒഴിച്ചുകൂടാനാവാത്ത അംഗം മഹിമയാണ്. രാവിലെ മക്കൾ പോയിക്കഴിഞ്ഞതിനു ശേഷമാണ് അവൾ എത്തുന്നത്. 9 മണിയോടടുത്ത്. രണ്ടു മണിയോടെ തിരിച്ചു പോകണം. അവളുടെ കുഞ്ഞുങ്ങൾ സ്കൂളിൽനിന്ന് തിരിച്ചു വരുന്നതിനുമുമ്പ് വീട്ടിൽ എത്തണം. അതിനുമുമ്പായി വീട് വൃത്തിയാക്കൽ, തുണി കഴുകി ഉണങ്ങാൻ ഇടുക, പാത്രം കഴുകുക ഇത്യാദി ജോലികൾ ഒക്കെ ചെയ്യും. പിന്നെ കരിഷ്മയുടെ നിർദ്ദേശപ്രകാരം വേണ്ട വെജിറ്റബിൾസെല്ലാം അരിഞ്ഞു വയ്ക്കും. അടുക്കള ഭരണം ഇപ്പോഴും കരിഷ്മ തന്നെയാണ്. വൈകുന്നേരത്തെ സ്നാക്സൊ മറ്റോ ഉണ്ടാക്കാൻ കരിഷ്മ തുനിയുമ്പോഴേക്കും അവൾക്ക് പോകാറായിട്ടുണ്ടാവും.

എല്ലാ ദിവസവും ഞങ്ങളുമായി കുറച്ചു നേരം സംസാരിക്കണം എന്നത് അവൾക്ക് നിർബന്ധമാണ്. ഉച്ച ഭക്ഷണം കഴിഞ്ഞാൽ പ്രത്യേക പണിയൊന്നുമില്ല വേണമെങ്കിൽ വീട്ടിൽ പോകാം. എന്നാൽ കുറച്ചു നേരം പ്രാർത്ഥനയുടെ കൂടെ കളിക്കാൻ എന്ന മട്ടിലിരിക്കും. മറ്റെവിടെയും വീട്ടിൽ ജോലിക്കൊന്നും പോകുന്നില്ല. മുമ്പ് ജോലി ചെയ്തിരുന്നത് അവളുടെ ഒരു ബന്ധുവിന്റെ തട്ടുകടയിൽ സഹായിയായി ആയിരുന്നു. എന്നാൽ അവളുടെ ഭർത്താവിനത് ഇഷ്ടമായിരുന്നില്ല. അക്കാരണത്താൽ പിണങ്ങി എന്നും, പിന്നീട് അവളുടെ സഹോദരിയാണ് ഈ ജോലി ശരിയാക്കി കൊടുത്തത്. അവളുടെ സഹോദരിക്ക് വീറിന്റെ ഓഫീസിൽ ക്ലീനിങ് ജോലിയുണ്ട്. ഓഫീസിലെ ക്ലീനിങ് ജോലി എന്തോ വലിയ മഹാ ഭാഗ്യം ആണെന്നാണ് മഹിമയുടെ പക്ഷം. അതവൾ കൂടെക്കൂടെ കരിഷ്മയോട് പറയുന്നത് കേൾക്കാം. അപ്പോൾ കരിഷ്മ ചിരിക്കും. എന്റെ മഹിമ,

ക്ലീനിങ് എവിടെയായാലും ചെയ്യേണ്ട തൊഴിലൊക്കെ ഒന്നു തന്നെ. ഞാൻ എത്രകാലം ഇവിടെ തനിച്ചു വൃത്തിയാക്കിയിട്ടുണ്ടെന്ന് അറിയാമോ. നീ നിന്റെ ജോലിക്ക് ഒരു കുറച്ചിലും കാണണ്ട. ഇതൊക്കെ തന്നെയാണ് ഞാനും ചെയ്തിരുന്നത്. അതും ഒരു ശമ്പളവും കിട്ടാതെ. അതു പറഞ്ഞ വൾ ഉറക്കെ ചിരിക്കുകയും അടുക്കളയിൽ നിന്ന് പതുക്കെ ഞാൻ കേട്ടോ എന്ന രീതിയിൽ എത്തി നോക്കും.

എനിക്കത് ഇടയ്ക്കിട്ട് കിട്ടുന്ന ഒരു കുത്തു പോലെയാണ് തോന്നുന്നത്. സ്വന്തമായി ജോലി ഉണ്ടായിരുന്നവളാണ്. അന്ന് സമ്പാദിച്ചത് എന്താണെന്ന് പോലും ഞാൻ അന്വേഷിച്ചിട്ടില്ല. എന്നാൽ അവൾ പലതും അറിഞ്ഞു ചെയ്തിട്ടുണ്ട് . വീറിനു ജോലി ലഭിച്ചതിനുശേഷം ആണ് അവൾ ട്യൂട്ടോറിയലിലെ പണി വേണ്ടെന്ന് വെച്ചത്. അപ്പോഴേക്കും അങ്ങനെയൊന്നു നാട്ടുകാർക്ക് ആവശ്യമില്ലാതായി മാറി. കുട്ടികൾക്ക് വേറെ അവസരങ്ങൾ കിട്ടുന്നുണ്ടായിരുന്നു. ടെക്നോളജിയും ടെക്നിക്കൽ സ്കില്ലുമെല്ലാം വളരെ പ്രധാനപ്പെട്ടതായി മാറി. അതിനുശേഷം കുറച്ചുകാലം ഒരു ട്യൂഷൻ സെന്ററിൽ ഇംഗ്ലീഷ് അധ്യാപികയായി പണി നോക്കി. എല്ലാം അവസാനിപ്പിച്ചിട്ട് അധികകാലം ഒന്നുമായില്ല.

ഇടയ്ക്കിടെ അവളുടെ കഷ്ടപ്പാടുകളും ബുദ്ധിമുട്ടുകളും എന്നെ ഒന്ന് ഓർമിപ്പിക്കുമ്പോൾ അവൾക്കൊരു സന്തോഷം. ഈ ഒളിയമ്പുകളിൽ നിന്നും പടരുന്ന കുറ്റബോധം കാരണം, ഞാൻ എല്ലാ മാസവും ഒരു നിശ്ചിത തുക എന്റെ പെൻഷൻ കാശിൽ നിന്നും അവൾക്കായി വകയിരുത്തി. ചുരുക്കത്തിൽ ഇപ്പോഴും മാസാവസാനം ഞാനൊരു വലിയ പൂജ്യമാണ്. ഏറ്റവും രസകരമായ കാര്യം എന്റെ കയ്യിൽ നിന്നും വാങ്ങിച്ചെടുക്കുന്ന ഈ പണം തന്നെ പലപ്പോഴും അവൾ എനിക്ക് കടമായി തരികയും അതിന് പലിശ വരെ ചാർജ് ചെയ്യുന്നുണ്ടെന്നു പറഞ്ഞു കഴിഞ്ഞാലേ ഞാൻ എത്ര നിഷ്കളങ്കനായിരുന്നു എന്ന് നിങ്ങൾക്ക് മനസ്സിലാവൂ.

എന്തായാലും ഞങ്ങളുടെ വീട്ടിലെ ജോലി മഹിമ ആസ്വദിച്ചു തന്നെ ചെയ്യുകയാണ്. കരിഷ്മ അങ്ങനെയൊരു നിർബന്ധക്കാരി ഒന്നുമല്ല. അവൾ ചിലപ്പോൾ പാട്ടു കേട്ടുകൊണ്ട്, ചിലപ്പോൾ തന്നെത്താനേ പാട്ടു പാടിക്കൊണ്ട്, ഇടയ്ക്ക് പ്രാർത്ഥനയെ പുറത്തു തൂക്കിയിട്ടു കൊണ്ടൊക്കെയാണ് ജോലിചെയ്യുക. 30 വയസ്സിനുമേൽ പ്രായമുണ്ട് വളരെ ചെറുപ്പത്തിലെ വിവാഹം കഴിഞ്ഞതാണ്. രണ്ടു മക്കളുണ്ട്. ഭർത്താവ് ഓട്ടോറിക്ഷ ഡ്രൈവറാണ്. എല്ലാവരെയും കുറിച്ച് പറയാനിരുന്നാൽ സമയം പോകുന്നത് അവൾ അറിയാറില്ല. കരിഷ്മ കളിയാക്കി പറയും, ശമ്പളത്തിനൊപ്പം കിട്ടുന്ന ബോണസ്സാണീ സംസാരം. ഭർത്താവിന്റെ മുൻകോപം, കുട്ടികളുടെ പഠിത്തം, മൂത്തമകൻ പഠിക്കാതെ ടിവി കാണു

ന്നത്, മകളുടെ അസുഖം. അങ്ങനെ അവരുടെ കോളനിയിലെ ഓരോ ആളുകളുടെയും വിശേഷങ്ങൾ, സിനിമയിൽ ചെറിയ വേഷങ്ങൾ ചെയ്തു ഇപ്പോൾ വയസ്സായി കയറിക്കിടക്കാൻ പോലും ഇടമില്ലാതെ കടത്തിണ്ണയിൽ കഴിയുന്ന ഒരു കിഴവൻ, അയാൾ ഇടയ്ക്ക് പ്രാന്ത് പുലമ്പി കൊണ്ടിരിക്കുമത്രേ. അങ്ങനെ ഒരുപാട് ആളുകൾ. കുറച്ചു കഴിയുമ്പോൾ കരിഷ്മ ഉറക്കം തൂങ്ങിത്തുടങ്ങും.

അവൾക്ക് താൽപര്യമില്ലെന്ന് കണ്ടാൽ മഹിമ പിന്നെ മുഴുവൻ ശ്രദ്ധയും എന്റെ അടുത്തേക്ക് തിരിക്കും. അവസാനം ഞാൻ പോട്ടെ സാറേ നാളെ വരുമ്പോൾ ബാക്കി പറയാം എന്നു പറഞ്ഞു അവസാനിപ്പിക്കും. അവൾ പോയി കഴിഞ്ഞപ്പോൾ ഒരു ദിവസം കരിഷ്മ ചോദിച്ചു. നന്നായി ശ്രദ്ധിച്ചു കേൾക്കുന്നുണ്ടല്ലോ. ഇതെല്ലാം കേട്ടു പഠിച്ച് കഥ എഴുതാൻ പോകുന്നുണ്ടോ. ഞാൻ ചിരിച്ചു. നമ്മൾ അത് കേൾക്കുമ്പോൾ അവൾക്കൊരു സന്തോഷം. അവളെയും മറ്റുള്ളവർ കേൾക്കുന്നുണ്ടല്ലോ എന്ന സന്തോഷം കരിഷ്മ. മറ്റുള്ളവരുടെ സന്തോഷത്തെ എന്തിനാണ് കെടുത്തുന്നത്. അവൾ തലയാട്ടി; ശരി, അതല്ല കഥ എഴുതണമെങ്കിൽ ഞാനൊരു നല്ല കഥ പറഞ്ഞു തരാം. ഒരു പാവം പെൺകുട്ടിയുടെ കഥ. ഞാൻ തല കുലുക്കി നിഷേധിച്ചു.. വേണ്ട.

അപ്പോഴേക്കും കുട്ടികൾ ആരെങ്കിലും ഉണർന്നിട്ടുണ്ടാവും. ഒരാൾ കെ ജി സെക്ഷനിൽ ആയതുകൊണ്ട് ഉച്ചയാവുമ്പോൾ എത്തും. പിന്നെ അവനുള്ള ഭക്ഷണം ഉറക്കം, അതിനിടയിൽ ഞങ്ങളുടെ ഉച്ചയുറക്കം ഒക്കെ പലപ്പോഴും ഞങ്ങളെ തന്നെ ബോധിപ്പിക്കാൻ ആയിരുന്നു. വെറുതെ കുഞ്ഞുങ്ങളുടെ കൂടെ കിടക്കും. ഞാൻ പുസ്തകം വായിക്കുകയും അവൾ പാട്ട് കേൾക്കുകയും ചെയ്യും. ചിലപ്പോൾ കോളനിയിലെ ആളുകളുടെ പുതിയ വിശേഷങ്ങൾ എന്നെ അറിയിക്കും. പല കഥകളും എനിക്ക് അപസർപ്പക നോവൽ പോലെയാണ് അനുഭവപ്പെട്ടത്. ഇതിനിടയിൽ വാതിൽ തുറക്കുന്ന ശബ്ദം കേൾക്കാം. പൂജ എത്തി കഴിഞ്ഞു.

പിന്നെ കുട്ടികളെ എല്ലാവരെയും വിളിച്ചു തെളിച്ച് പാർക്കിലേക്കുള്ള യാത്ര. ഒഴിച്ചുകൂടാൻ പറ്റാത്ത കാര്യം പോലെ കരിഷ്മയത് എല്ലാ ദിവസവും ചെയ്തിരുന്നു. കുട്ടികളുടെ ഉത്സാഹത്തിനാണ് എന്നാണ് അവൾ എല്ലാവരോടും പറയുന്നത്. പക്ഷേ ഉദ്ദേശം അവളുടെ ഉത്സാഹമാണ്. കൂട്ടത്തിൽ നിർബന്ധമായും എന്നെയും കൂട്ടും. ഏറ്റവും കഷ്ടം എന്റെ കുർത്തയും പൈജാമയും മാറ്റണം. പകരം ഒരു ടീഷർട്ട്, ബർമുഡയോ അല്ലെങ്കിൽ ജീൻസോ മറ്റോ ഇട്ടിരിക്കണം. ഞാനൊരു കിളവനെ പോലെയാണ് നടക്കുന്നത് എന്നാണ് അവളുടെ അഭിപ്രായം. എന്നെ ഇങ്ങനെ എല്ലാവർക്കും മുന്നിൽ കെട്ടിയെഴുന്നള്ളിച്ച് നടത്താൻ വലിയ താല്പര്യ

മാണ്. മറ്റുള്ളവർ നോക്കുമ്പോൾ കരിഷ്മാജിയുടെ ആൾ എപ്പോഴും കൂടെയുണ്ട്. നോക്കൂ ഇപ്പോഴും ചെറുപ്പക്കാരെ പോലെ. ഇതൊക്കെയാണ് അവൾ പ്രതീക്ഷിക്കുന്നത്.

എനിക്ക് ഇതുകൊണ്ടൊന്നും പ്രത്യേക പ്രയോജനങ്ങൾ ഒന്നുമില്ല. വല്ലപ്പോഴും പൂജ പറയും, ഓ ഡാഡി നിങ്ങൾ ഇന്ന് സുന്ദരൻ ആയിട്ടുണ്ടല്ലോ. ഞാനൊന്ന് അൽപ്പം സന്തോഷിച്ച് ഒരു മൂളിപ്പാട്ട് പാടി ലിഫ്റ്റ് കയറാതെ കോണിപ്പടി ഇറങ്ങി ചെറുപ്പക്കാരൻ എന്ന ഭാവത്തിൽ കുട്ടികളുമായി ഉല്ലസിച്ച് നടക്കുമ്പോൾ പുറകിൽ നിന്ന് ഒരാൾ ഷർട്ടിൽ പിടിച്ചു വലിക്കും. അധികം ആവേശം ഒന്നും വേണ്ട . അവളത് ചുമ്മാ ഒന്ന് സന്തോഷിപ്പിക്കാൻ പറഞ്ഞതാ. ഞാൻ ഓ ഭയങ്കരി, എന്ന ഭാവത്തിൽ ഒന്നു നോക്കി പിന്നെ നടത്തത്തിന്റെ വേഗത കുറയ്ക്കും.

കരിഷ്മയ്ക്ക് വേഗം നടക്കാൻ കഴിയില്ല. കാരണം അവൾക്ക് ചെറിയ മുട്ടു വേദനയുണ്ട്. കാൽസ്യം ഗുളികയും വൈറ്റമിൻസ് ഒക്കെ കഴിക്കുന്നുണ്ട്. എങ്കിലും പഴയ പോലെ ഓടി നടക്കാൻ പറ്റില്ല. പാർക്കിൽ കൂടുതലും കുട്ടികളും അവരുടെ ആയമ്മാരും മാത്രമേ ഉണ്ടാവൂ. എന്നാൽ ഏഴു മണിക്ക് ശേഷം മുതിർന്നവരെ കാണാം. പിന്നെ ഞങ്ങൾ ചെല്ലുമ്പോൾ കരിഷ്മയുടെ കൂട്ടുകാരിൽ ചിലർ ഉണ്ടാവും. എല്ലാവരെയും അവൾ ഫോണിലൂടെ ശട്ടം കെട്ടുന്നതാണ്. ആണുങ്ങൾ ഒരു തരിയെങ്കിലും അവിടെയുണ്ടോ എന്ന് ഞാൻ അരിച്ചു പെറുക്കും .

സ്ഥിരമായി ഒരു വൃദ്ധൻ ബെഞ്ചിൽ ഇരുപ്പുണ്ടാകും. കൂടെ കുറച്ചു പുസ്തകങ്ങളും, കാൽക്കുലേറ്റർ, ഒരു നോട്ട്പാഡ്. അയാളുടെ കൂടെ കറുത്തു മെലിഞ്ഞ ഒരു ദൃഢഗാത്രനായ മനുഷ്യനെയും കാണാം. അവന്റെ പേര് ബീരേന്ദ്ര സിങ്ങ് എന്നാണ്. വൃദ്ധന്റെ പേര് സുകേഷ് ലാൽ മുഖർജി. ആദ്യമായി കണ്ടയന്നു ഞാൻ അങ്ങോട്ട് പോയി വിഷ് ചെയ്തു, സംസാരിച്ചു. വളരെ പതുക്കെയുള്ള സംസാരം. സൗമ്യമായ പുഞ്ചിരി. കൂടെയിരിക്കുന്ന ആൾ അലക്ഷ്യമായി എങ്ങോ നോക്കി ഇരിപ്പാണ്. രണ്ടാം ദിവസവും മൂന്നാം ദിവസവും അദ്ദേഹം എന്നെ ആദ്യം കാണുന്ന പോലെ വിഷ് ചെയ്യുകയും സംസാരിക്കുകയും ചെയ്തപ്പോൾ എനിക്ക് ചെറിയ സംശയം തോന്നി. ഇപ്രാവശ്യം ബീരേന്ദ്ര കുറച്ചൊരു സഹതാപത്തോടെ എന്നെ നോക്കി. സാബിന് മറവിരോഗമാണ്. നിങ്ങളോട് പറഞ്ഞതെല്ലാം ഇപ്പോൾ തന്നെ മറന്നിട്ടുണ്ടാവും. ഞാനൊരു ഞെട്ടലോടെ ആ മനുഷ്യനെ നോക്കി. എന്തൊക്കെയോ കുത്തിക്കുറിക്കുന്നുണ്ട്.

കുറച്ചുനേരം അവിടെയിരുന്ന് ബീരേന്ദ്രയോട് വിവരങ്ങൾ അന്വേഷിച്ച് മനസ്സിലാക്കി, എനിക്കിയാളുടെ ഭാര്യയെ അറിയാം, കെ ആർ നഗറിലെ

പ്രശസ്തയായ ഒരു ഗൈനക്കോളജിസ്റ്റ് ആണ്. ഞാൻ പതുക്കെ കരിഷ്മ യുടെ അടുത്തേക്ക് നടന്നു. ഓർമ്മകൾ ഉള്ള കാലത്തോളം അവളോട് സംസാരിക്കട്ടെ. അല്ലെങ്കിലും എന്റെ ഇപ്പോഴുള്ള ജീവിതം അവൾക്ക് വേണ്ടി മാത്രമാണെന്ന് എനിക്ക് തോന്നാറുണ്ട്. പണ്ട് നേരമില്ലാതെ ഓടി യതിനു പകരമായി ഇന്നവളുടെ അടിമയെ പോലെ പുറകെ നടക്കുന്നു. അവളും അവസരം നന്നായി മുതലാക്കുന്നുണ്ട്.

വളരെ കഷ്ടപ്പെട്ട് റസിഡൻസ് അസോസിയേഷന്റെ പ്രസിഡണ്ട് സ്ഥാനം മറ്റൊരാളുടെ തലയിലാക്കി. അതോടെ കുറച്ചു കൂടി സ്വതന്ത്രയായി. വീറിനെ ആ സ്ഥാനത്ത് അവരോധിക്കാൻ ചിലർ ശ്രമിക്കുകയുണ്ടായി. എല്ലാ ശക്തിയും ഉപയോഗിച്ച് ഞാനത് എതിർത്തു. എന്റെ മകന്റെ സ്വഭാവം നന്നായി അറിയുന്നതുകൊണ്ടാണ് , അവൻ പ്രസിഡണ്ടായാൽ എട്ടുമണിക്ക് ശേഷം ആൺകുട്ടികളും പെൺകുട്ടികളും പുറത്തു പോകി ല്ല. പ്രത്യേകിച്ച് പെൺകുട്ടികൾ, പോരാത്തതിന് പാർട്ടി, മദ്യപാനം ഇവ യെല്ലാം കർശനമായി നിരോധിക്കും. പറ്റുമെങ്കിൽ എല്ലായിടത്തും ചാര ന്മാരെ വെക്കും. അല്ലാതെ തന്നെ എന്റെ മകന് ഈ കോളനിയിൽ ആവ ശ്യത്തിലധികം ശത്രുക്കൾ ഉണ്ട്.

കഴിഞ്ഞദിവസം വീറിന്റെ പേഴ്സണൽ പാർക്കിംഗ് സ്പേസിൽ ഒരു ത്തൻ കൊണ്ട് വണ്ടി പാർക്ക് ചെയ്തു. അവന്റെ വീട് തപ്പിയെടുത്ത് വണ്ടി മാറ്റാമെന്ന് വച്ചപ്പോൾ അവൻ അവിടെ ഇല്ല. കീ അവരുടെ കൈ യിലും ഇല്ല. അങ്ങനെ നൂറായിരം കാരണങ്ങൾ. ജയവീർ സിംഗ് പിന്നെ ഒന്നും ആലോചിച്ചില്ല. മറ്റൊരു വണ്ടി ഉപയോഗിച്ച് കയറിട്ട് കെട്ടി വലി ച്ച് റോഡിലേക്ക് ഇട്ടു. അവന്റെ വണ്ടി അവിടെപാർക്ക് ചെയ്തു. ആ ചെറുക്കൻ രാത്രി ഏറെ വൈകിയാണ് വന്നത്. അതും അടിച്ചു പൂക്കുറ്റി യായി. വേറെ എന്തെങ്കിലും വലിച്ചു കയറ്റിയിട്ടുണ്ടോ എന്നറിയില്ല. പച്ച തെറിയാണ് പറയുന്നത്. പറയുന്നത് ഇംഗ്ലീഷിൽ ആയതുകൊണ്ടാണോ എന്നറിയില്ല താമസക്കാർ മുഴുവൻ പുറത്തേക്ക് തലയിട്ട് നിന്ന് കേൾക്കു ന്നുണ്ട്.

മാതൃഭാഷയിലെ ചീത്തവിളികളെ നമ്മളെ നാണം കെടുത്തുകയുള്ളൂ. ഇംഗ്ലീഷിലുള്ള തെറികൾക്കും നമ്മൾ ഒരു അന്തസ്സ് കൊടുത്തിട്ടുണ്ട് എന്നു തോന്നുന്നു . കരിഷ്മ ഡോറിന്റെ അടുത്തുതന്നെ കസേര ഇട്ടിരുന്നു, വീർ ഇറങ്ങി പോവാതിരിക്കാൻ. എന്നാൽ എന്റെ ബുദ്ധി രാക്ഷസനായ മകനെ പറ്റി അവൾക്ക് എന്തറിയാം. തൊട്ടടുത്തുനിന്ന് സെക്യൂരിറ്റിയെ കൊണ്ടു ആ ചെറുക്കന്റെ പ്രകടനത്തിന്റെ വീഡിയോ എടുപ്പിച്ചു. പോലീസിനെയും അറിയിച്ചു. അവൻ ഇപ്പോൾ റീഹാബിലിറ്റേഷൻ സെന്ററിലാണ്.

അവന്റെ അമ്മ പിറ്റേദിവസം കരഞ്ഞു കൊണ്ടുവന്നു. വീർ ഇറങ്ങിയിട്ടുണ്ടായില്ല. അവനവരെ കൈപിടിച്ചു അടുത്തിരുത്തി, എന്നിട്ട് ചോദിച്ചു. ഞാനിപ്പോൾ കേസ് പിൻവലിക്കുന്നതോ അവൻ ന ന്നായി കാണുന്നതോ ഏതാണ് അമ്മയ്ക്ക് പ്രാധാന്യമായി തോന്നുന്നത്. അവർ തേങ്ങി കരയുകയാണ്. ഒരു പാവം സ്ത്രീ. ഗവൺമെന്റ് ഹോ സ്പിറ്റലിലെ ഹെഡ് നഴ്സാണ്. ജീവിത കാലം മുഴുവൻ സമ്പാദിച്ചത് കൊണ്ട് ഇവിടെ ഫ്ലാറ്റ് വാങ്ങിയിരിക്കുകയാണ്. അതും മകളുടെ കല്യാ ണം നടത്തണമെന്ന ഉദ്ദേശത്തിൽ. എന്തായാലും ആ പ്രശ്നം രമ്യമായി അവസാനിച്ചു. വീർ ആ പയ്യനെ പിന്നീട് പോയി കണ്ട് സംസാരിച്ചു. അവ ൻ ഡ്രഗ്സ് ഉപയോഗിച്ചിരുന്നു. ഇപ്പോൾ നോർമൽ ആയികൊണ്ടിരിക്കു ന്നു എന്നാണ് പറഞ്ഞത്.

പക്ഷേ കരിഷ്മയുടെ അഭിപ്രായത്തിൽ എല്ലാവരും ഒരേ പോലെ ആവ ണമെന്നില്ല, ആരെങ്കിലും ദേഷ്യം തോന്നി വീറിനെ ഉപദ്രവിച്ചാൽ... എന്തു സംഭവിച്ചാലും വീർ പ്രസിഡണ്ട് സ്ഥാനത്ത് എത്തരുതെന്ന് അവൾ ഉറ ക്കെ പ്രഖ്യാപിച്ചു. വേണമെങ്കിൽ ദീപിനെ ആക്കിക്കോളൂ. ദീപു ടിവി കണ്ടുകൊണ്ടിരിക്കുകയായിരുന്നു, രാത്രിയായിട്ടുണ്ട്. ആശാൻ ഒരു ചെ റു പുഞ്ചിരിയോടെ എഴുന്നേറ്റു കരിഷ്മയുടെ അടുത്ത് ചെന്നു, കവിളിൽ പിടിച്ചു പതുക്കെ വലിച്ചു, ഓ സുന്ദരി.. ഞാൻ പ്രസിഡന്റ് ആവാം. വീർ ലാപ്ടോപ്പിൽ നിന്ന് കണ്ണെടുത്തു എന്നെ ഒളി കണ്ണിട്ടു നോക്കി, നോക്ക് എന്നാണ് ഭാവം ... പിന്നെ ദിവ്യ ഇല്ല എന്ന് ഉറപ്പുവരുത്തിയതിനു ശേഷം പറഞ്ഞു, ആദ്യം നീ നിന്റെ ഭാര്യയുടെ പ്രസിഡന്റ് ആവൂ... ഞങ്ങൾക്ക് തോന്നുന്നത് പ്യൂൺ ആണെന്നാണ്. ദീപു പതുക്കെ അമ്മയുടെ മടിയിൽ തലവെച്ച് കിടന്നു. കരിഷ്മയ്ക്ക് ചിരിവരുന്നുണ്ടെങ്കിലും വീറിനെ പ്രോ ത്സാഹിപ്പിക്കേണ്ട എന്ന് കരുതി അവളതൊതുക്കി.

ചേട്ടാ നിങ്ങൾക്ക് കുശുമ്പാണ്. ഞാനൊന്നു പ്രശസ്തനാവുന്നത് സഹിക്കു ന്നില്ല അല്ലേ. വീരു മൂളി... ആ നീ പ്രശസ്തനാവണ്ട. നീ ഇവിടുത്തെ പ്രസി ഡന്റ് ആയാൽ ആദ്യം കൈവയ്ക്കുന്നത് ഞാൻ ആവും. ആ അഗർ വാളിനെ പിടിച്ച് ആക്കിയാൽ മതി. അൽപനാണെന്നേ ഉള്ളൂ വേറെ ശല്യ ങ്ങൾ ഒന്നും ഉണ്ടാകില്ല. ദീപു വീണ്ടും പറഞ്ഞു നിങ്ങൾ കണ്ടോളൂ ചേട്ടാ ഞാനൊരിക്കൽ പ്രസിഡന്റ് ആവും. വീർ ലാപ്ടോപ്പ് അടച്ചു. ദീപു നി ന്റെ രണ്ടുമാസത്തെ ചെലവ് വീതം അത് എന്നെക്കൊണ്ടാണ് ഡാഡിക്ക് കൊടുപ്പിച്ചത്. നിന്റെ കാശൊക്കെ എവിടെ പോകുന്നു എന്ന് പറ. കരി ഷ്മ , ആണോ എന്ന ഭാവത്തിൽ ദീപിന്റെ താടി പിടിച്ചുയർത്തി. അവൻ ചതിയൻ എന്ന് വീറിനെ വിളിച്ചു. ഇതിപ്പോ പറയണമായിരുന്നോ? വീ രു മൂളി. ആ നീ തന്നെ ഇതു പറയണം. ഞാൻ പണ്ടേ പറഞ്ഞതാണ് എനി

ക്ക് ദീപയെ മതിയെന്ന്. അതാണെങ്കിൽ ഇപ്പോൾ കെട്ടിച്ചുവിട്ടു സമാധാന മായി ഇരിക്കാമായിരുന്നു.

ദീപ് എഴുന്നേറ്റു. നിങ്ങൾ കുറെ കാലമായി പറയുന്നു, ഞാൻ പെണ്ണായിരുന്നെങ്കിൽ എന്നെ കെട്ടിച്ചുവിട്ടു സമാധാനമായിരിക്കാമായിരുന്നു എന്ന്. നോക്ക് ഞാൻ ആരെയെങ്കിലും പ്രേമിച്ചു ഓടി പോയിരുന്നെങ്കിൽ എങ്ങനെ നിങ്ങൾ സമാജത്തിലെ പ്രധാനികളുടെ മുഖത്തു നോക്കും. ഒന്ന് ആലോചിച്ചു നോക്കിയേ . വീരും എഴുന്നേറ്റു. അതും ശരിയാണ്. നീ അതു ചെയ്യും. എങ്കിൽ നിന്റെ കാലു തല്ലിയൊടിച്ചു ഇട്ടേനെ. എന്തിനാണിപ്പോൾ എഴുന്നേറ്റത്. ദീപു ചമ്രം പടിഞ്ഞിരുന്ന് വീറിനെ നോക്കിക്കൊണ്ട് പറഞ്ഞു. എന്നെ ഇടിക്കാൻ ആണോ. എന്നാൽ ഞാൻ നിങ്ങളോട് എല്ലാവരോടും ഒരു രഹസ്യം പറയാം. ഇതുവരെ പറയാത്ത ഒരു രഹസ്യം. എന്റെ ഭാര്യ ഒരു കരാട്ടെ മാസ്റ്റർ ആണ്. അതവൻ നുണപറഞ്ഞതാണെങ്കിലും, വീരു സത്യം എന്ന ഭാവത്തിൽ തലയിൽ കൈവച്ചുകൊണ്ട് ദീപിന്റെ അടുത്തിരുന്നു. അവന്റെ കവിളിൽ തലോടി, നിന്നെ അവള് തല്ലാറുണ്ടോടാ? പിന്നെ അവൻ ചിരിച്ചു. അപ്പോൾ അതാണ് ഇവനു അവളെ ഇത്ര പേടി. പിന്നെ കരിഷ്മയുടെ കൈകൾ നിർബന്ധമായി പിടിച്ച് അവന്റെ തലയിൽ വെച്ചു. എന്റെ തലയും ഒന്ന് ഉഴിയ്. ഇളയ മോനെ മാത്രം കൊഞ്ചിക്കാതെ. കരിഷ്മ എന്നെ നോക്കി നിശ്വസിച്ചു കൊണ്ട് രണ്ടു പേരുടെയും തലകൾ ഉഴിഞ്ഞു കൊടുത്തു. മതിയോ?.... വീർ പറഞ്ഞു ആത്മാർത്ഥത പോരാ.. ദീപു പറഞ്ഞു എനിക്ക് ആത്മാർത്ഥത തോന്നുന്നുണ്ട്. എങ്കിൽ ആ കൈയെടുത്ത് എന്റെ തലയിൽ വയ്ക്കു... നോക്കമ്മേ നിങ്ങൾക്ക് ഇവന്റെ ഭാര്യയുടെ കൈയിൽനിന്ന് ഇടി കിട്ടുമ്പോൾ രക്ഷിക്കാൻ ഈ ജയവീറെ കാണുകയുള്ളൂ.

ഇതിനിടയിൽ ദിവ്യ വന്നു .അവൾ നോക്കുമ്പോൾ,വീരുവിന്റെ വയറിൽ തല വച്ചാണ് ദീപ് കിടക്കുന്നത്. ആ സെറ്റി മുഴുവൻ നിറഞ്ഞ് വീഴാൻ പോകുന്ന പോലെയാണ് മൂന്നുപേരും. കരിഷ്മ ഒരു മൂലയിൽ ചതഞ്ഞ പോലെ ഇരിക്കുന്നുണ്ട്. ദിവ്യ ചോദിച്ചു ഇവിടെ എന്താണ് സംഭവിക്കുന്നത്. ഒന്നുമില്ല, ദീപു പതുക്കെ എഴുന്നേറ്റു. സ്ത്രീകൾക്ക് ഐക്യദാർഢ്യം പ്രഖ്യാപിക്കുകയായിരുന്നു. അവൾ വിശ്വസിക്കാനാവാത്ത പോലെ അവനെ നോക്കി. ഉറങ്ങാറായില്ലേ. അവൻ മൂളി കൊണ്ട് എഴുന്നേറ്റ് നടന്നു.

അവർ പോയിക്കഴിഞ്ഞപ്പോൾ വീരു ചോദിച്ചു. ഇവളുടെ വീട്ടിൽ കുടുംബാംഗങ്ങൾ ഒരുമിച്ചിരുന്ന് സംസാരിക്കില്ലേ. നോക്ക് ആ ചെറുക്കനെ വിളിച്ചു കൊണ്ടു പോയി. കരിഷ്മ അവന്റെ വായ പൊത്തി. നീ ഉറങ്ങാൻ പോകുന്നില്ലേ, നിന്നെ ആരും വിളിക്കാനില്ലേ. വീറെഴുന്നേറ്റു.

അപ്പോഴും എനിക്ക് കുത്ത്. എന്റെ ഭാര്യ ഇത്ര നേരമായിട്ടും എന്നെ വിളിക്കാൻ വരുന്നില്ലല്ലോ എന്ന്... ഊം അവൻ പതുക്കെ പറഞ്ഞു, പറഞ്ഞ പോലെ അവൾ എന്താണ് എന്നെ വിളിക്കാൻ വരാത്തത്. കരിഷ്മ ഉറക്കെ ചിരിച്ചു. പോയി കിടന്നുറങ്ങ്. പിന്നെ എന്റെ നേരെ തിരിഞ്ഞു. നിങ്ങൾ ഇനി ഉറങ്ങുന്നില്ലേ. ഞാനും ശോകത്തോടെ പറഞ്ഞു എന്നെയും ആരും വിളിച്ചില്ല. ഡാഡി നമ്മളെല്ലാം പാവങ്ങളാണ്. പോയി കിടന്നു ഉറങ്ങിക്കോളൂ. ആരും താലമായി സ്വീകരിക്കാൻ വരില്ല.

ഇടയ്ക്കു വെച്ച് വീറും ദിവ്യയും തമ്മിലുള്ള അകലം കുറഞ്ഞ പോലെ എനിക്ക് തോന്നിയിരുന്നു. കാരണം മറ്റൊന്നുമല്ല പ്രാർത്ഥനയെ അവന് വളരെ ഇഷ്ടമായിരുന്നു. അവനെ രണ്ട് ആൺകുഞ്ഞുങ്ങൾ ആണല്ലോ. അനിയനു ഒരു പെൺകുഞ്ഞ് ഉണ്ടായപ്പോൾ അവനത് വളരെ സന്തോഷമായി. ഓഫീസിൽ നിന്നും വന്നാൽ അവൾ ഉറങ്ങിയിട്ടില്ലെങ്കിൽ കുറച്ചുനേരം എടുത്തു കൊണ്ട് നടക്കും. ചിലപ്പോൾ ബാൽക്കണിയിൽ ഇരുന്നു കൊഞ്ചിക്കുന്നത് കാണാം. വീറിന്റെ സ്വഭാവം ഇങ്ങനെയാണ്. എന്തിനെയെങ്കിലും അവൻ സ്നേഹിച്ചു തുടങ്ങിയാൽ അങ്ങേയറ്റം സ്നേഹിക്കും.

അപ്പോഴേക്കും രണ്ടാമത്തെ കുഞ്ഞ് ദർശന ജനിച്ചു കഴിഞ്ഞിരുന്നു. അവളെപ്പോലും ഒന്നും ശ്രദ്ധിക്കാൻ ദീപുവിനും ദിവ്യയ്ക്കും സമയം കിട്ടാറുണ്ടായിരുന്നില്ല. കാലത്തെ പോയാൽ രാത്രിയാണ് എത്തുന്നത്. ചിലപ്പോൾ നൈറ്റ് ഷിഫ്റ്റ്. അതിന്റെ അനന്തരഫലമെന്ന വണ്ണം വീരു തന്റെ രണ്ടാൺമക്കൾക്കൊപ്പം പ്രാർത്ഥനയേ മകളാക്കി അങ്ങ് എടുത്തു. ദിവ്യക്ക് ഒരു പക്ഷേ അത് ശ്രദ്ധിക്കാൻ കഴിഞ്ഞിട്ടുണ്ടാവില്ല. അവനും കുടുംബവും പുറത്തുപോകുമ്പോൾ പ്രാർത്ഥനയേയും കൂട്ടും. വല്യച്ഛന്റെ ലാളനകളും സമ്മാനങ്ങളും കൂടിയായപ്പോൾ ഞങ്ങളുടെ വീട്ടിലെ കിരീടം വയ്ക്കാത്ത മഹാറാണിയായി അവൾ മാറി. കരിഷ്മയ്ക്കൊന്നു ചീത്ത പറയാനുള്ള അവകാശം കൂടിയില്ല. പറഞ്ഞാൽ അവളത് ഓർത്തുവെച്ച് വീരു വരുമ്പോൾ വലിയ കഥയാക്കി മാറ്റും. പിന്നെ ചോദ്യം ചെയ്യലുകൾ വിചാരണ കഴിഞ്ഞ് വിധി പ്രസ്താവന.

ഒരു ദിവസം കരിഷ്മ ദേഷ്യത്തോടെ ജോലി രാജിവെക്കുകയാണെന്ന് പറഞ്ഞു നാളെ മുതൽ നീ ഇവളെ ഓഫീസിലേക്ക് കൊണ്ടുപോയിക്കൊള്ളൂ. മുഴുവൻ സമയവും കാർട്ടൂൺ ആണ് .ഭക്ഷണം കഴിക്കാൻ കൂട്ടാക്കില്ല. ചോക്ലേറ്റും ജ്യൂസ് മാത്രം മതി. പിന്നെ നീ വരുമ്പോൾ കുറ്റം മുഴുവൻ എനിക്കും. എന്റെ ആൺകുഞ്ഞുങ്ങൾ എത്ര പാവങ്ങളാണ്. എന്നെ ഭരിക്കാൻ ആയോ നീ . പ്രാർത്ഥന ഓടിപ്പോയി ബെഡിൽ കമിഴ്ന്നു കിടക്കും. ആരെങ്കിലും ചെന്നു വിളിച്ചാലേ പിന്നെ അവിടെ നിന്ന് എഴുന്നേൽക്കൂ.

ജീവിതം വലിയ കുഴപ്പങ്ങളില്ലാതെ മുന്നോട്ടു നീങ്ങുകയായിരുന്നു. പക്ഷേ എല്ലാവരും വ്യത്യസ്ത ലോകങ്ങളിൽ ആയിരുന്നു. അതായത് പുഴ ഒഴുകുന്നത് ഒരേ ദിശയിലേക്കാണ്. എന്നാൽ വഞ്ചിയിൽ കയറുന്ന ആളുകളുടെ ഉദ്ദേശവും, ലക്ഷ്യവും വ്യത്യസ്തങ്ങളും . ദീപ്, അവനും കുടുംബവും ഒഴിവു ദിവസങ്ങളിൽ പുറത്തു തന്നെയായിരിക്കും. വീരു പിന്നെ ഷോപ്പിംഗ് മാളുകളിൽ കയറിയിറങ്ങില്ല. പക്ഷേ അതിനു പകരം അവന്റെ സുഹൃത്തുക്കൾ, കുട്ടികൾക്ക് ഇഷ്ടപ്പെട്ട ഇടങ്ങൾ, ക്ഷേത്രങ്ങൾ പൂജാ, പ്രാർത്ഥന, യോഗങ്ങൾ... അങ്ങനെ തിരക്കുകളുടെ രാജാവാണ് അവൻ. ഞാനും കരിഷ്മയും ഇടയ്ക്ക് സുഹൃത്തുക്കളായി ഒത്തുകൂടും. വീരു ഒരുപാട് രാത്രിയാവാൻ നിൽക്കില്ല. അതിനു മുമ്പ് എത്തും . ഞങ്ങളെ കണ്ടില്ലെങ്കിൽ ഫോൺ ചെയ്യും. അവന്റെ ഫോൺകോൾ കണ്ടു കഴിഞ്ഞാൽ ഞാൻ ഇറങ്ങാൻ തിരക്ക് കൂട്ടും. കരിഷ്മ അവളാണെങ്കിൽ നല്ല വർത്തമാനത്തിൽ ആയിരിക്കും. എന്നെ കുറച്ച് ദേഷ്യത്തോടെ നോക്കും, ആരാണ് വിളിച്ചത് വീറോ, അവനവിടെ തന്നെ ഇരിക്കാൻ പേടിയാണോ, എന്നിട്ട് എന്നെ കുറിച്ച് എന്തെങ്കിലും കമന്റ് കൂട്ടുകാരികളോട് പറഞ്ഞു എഴുന്നേൽക്കും. വീട്ടിലെത്തുമ്പോൾ ചിലപ്പോൾ വീരായിരിക്കും വാതിൽ തുറക്കുക. ഒരു ദിവസം കരിഷ്മ അകത്തു കയറിയതും നല്ല ചീത്ത തുടങ്ങി. നീ എന്തിനാണ് എന്നെയും ഭർത്താവിനെയും ശല്യം ചെയ്യുന്നത്. വന്നാൽ ഇവിടെ ഇരുന്നാൽ പോരെ. അവന് ചിരി വന്നു. ഞാനൊന്നു ഫോൺ ചെയ്തു അന്വേഷിച്ചതാണോ കുറ്റം. ഫോൺ വന്നാൽ നിന്റെ അച്ഛന് പിന്നെ എവിടെയും ഇരിപ്പുറക്കില്ല. ഞാൻ ചിരിച്ചിട്ട് അകത്തേക്ക് കയറിപ്പോയി. വീരു കരിഷ്മ നടക്കുന്നതുപോലെ അഭിനയിച്ച് അവളുടെ പുറകെ നടന്ന് ദേഷ്യം പിടിപ്പിക്കാൻ ശ്രമിക്കുകയാണ്. വയസ്സുകാലത്ത് കറങ്ങി നടക്കുകയാണോ. അവൾ അതിനെല്ലാം ചുട്ട മറുപടി കൊടുക്കും.

സത്യത്തിൽ എനിക്ക് ദൂരേക്ക് പോകുന്നതൊന്നും ഇഷ്ടമല്ല. എനിക്കിഷ്ടം വായന, അടുത്തുള്ള ഗാർഡനിൽ നടക്കാൻ പോവുക. പിന്നെ ഞങ്ങളുടെ സുഹൃത്തുക്കളിൽ കൂടുതലും ഈ അപ്പാർട്ട്മെന്റിൽ തന്നെ താമസിക്കുന്നവരാണ്. കുറച്ചു ദൂരം പോകുന്നത് കരിഷ്മയുടെ ബന്ധുക്കളെയോ സുഹൃത്തുക്കളെയോ സന്ദർശിക്കാനാണ്. അവൾക്ക് അതൊക്കെ ഇഷ്ടമാണെന്ന് എനിക്കറിയാം. എന്റെ കാറൊന്ന് ഇടയ്ക്കനങ്ങുന്നത് അപ്പോൾ മാത്രമാണ്. വീരു ആ വണ്ടി മാറ്റാൻ പലപ്പോഴായി പറഞ്ഞു. ഞാൻ സമ്മതിച്ചില്ല. ഇതെനിക്ക് ധാരാളം ആണ്. എന്റെ പല സുഹൃത്തുക്കൾക്കും വിലകൂടിയ കാറുകൾ ഒക്കെയുണ്ട്. അവർ ഭാര്യയുമായി അതിലൊക്കെ വന്നിറങ്ങുമ്പോൾ. ഞാനെന്റെ 800ൽ വളരെ സന്തോഷമായി ഭാര്യയുമൊത്ത് സഞ്ചരിയ്ക്കും.

ഒരു ദിവസം ഒരു തമാശ ഉണ്ടായി. ഒരു വിവാഹ ചടങ്ങിൽ പങ്കെടുക്കണം .പാർക്കിങ്ങിന് തീരെ സ്ഥലമില്ല. ഞാൻ കുറച്ചുനേരം എല്ലായിടവും ചുറ്റി. വളരെ ചെറിയൊരു സ്ഥലം കണ്ടെത്തി. കരിഷ്മയുടെ സുഹൃത്ത് നീനാ കുൽക്കർണ്ണിയും ഭർത്താവ് സഞ്ജയും ഒരു ബ്ലാക്ക് ഇന്നോവയിൽ, അവർക്ക് അവിടെ ആ ചെറിയ സ്ഥലത്ത് പാർക്ക് ചെയ്യാൻ പറ്റുന്നില്ല. അവർ വണ്ടി റിവേഴ്സ് എടുത്തു പോയി. പോകുമ്പോൾ ഞങ്ങളെ നോക്കി ഒന്ന് കൈവീശി. ഞാനെന്റെ വണ്ടി അവിടെ നിസാരമായി കയറ്റി ഇട്ടു. ഇറങ്ങാനും നിൽക്കാനും ഇഷ്ടം പോലെ സ്ഥലം. കാറിൽ നിന്ന് ഇറങ്ങിയ കരിഷ്മ സാരിയുടെ വടിവൊക്കെ ശരിയാണോ എന്ന് നോക്കിയതിനു ശേഷം എന്നോട് ഒരു കള്ളച്ചിരിയോടെ പറഞ്ഞു, ഈ കുരുവി കുഞ്ഞിനെ കൊണ്ട് ഇങ്ങനെ ഒരു ഉപകാരം ഉണ്ടെന്ന് ഇപ്പോഴാണ് മനസ്സിലായത്. വാ നീന എത്തുന്നതിനുമുമ്പ് നമുക്കവിടെ എത്താം. ഞാൻ ചിരിച്ചുകൊണ്ട് അവളുടെ കൂടെ നടന്നു. കാർ മാറ്റണോ കരിഷ്മ? കാർ ഒന്നും മാറ്റേണ്ട, എന്നും ഈ ചന്ദന കളർ കുർത്തയല്ലാതെ വേറൊരു വേഷം ഇല്ലേ, ചില ബംഗാളി എഴുത്തുകാരെ പോലെ.... ഇത് ബുദ്ധിമാന്മാരുടെ ലക്ഷണമാണ് ഞാൻ ചിരിച്ചുകൊണ്ട് മറുപടി പറഞ്ഞു. പിന്നെ , ബുദ്ധി വേഷത്തിൽ അല്ലേ ഇരിക്കുന്നത്, അങ്ങനെ പറഞ്ഞിട്ട് കുറച്ചു നേരം നടന്നതിനു ശേഷം, അവൾ എന്നെ നോക്കിക്കൊണ്ട് വളരെ ആത്മാർത്ഥമായി ചോദിച്ചു അങ്ങനെയാണല്ലേ, നിങ്ങളെ ഇങ്ങനെ കാണുമ്പോൾ ഒരു ബുദ്ധിമാന്റെ പോലെ !

37 കാഹളം

നിനച്ചിരിക്കാതെ എന്റെ വീട്ടിൽ ഒരു വലിയ യുദ്ധത്തിനുള്ള കാഹളം മുഴങ്ങി. പ്രാർത്ഥനയെ വീർ ദത്തെടുത്ത പോലെ വളർത്തുണ്ടായിരുന്നല്ലോ. ആദ്യം മുതലേ എന്റെയുള്ളിൽ ഒരു ഭയം ഉണ്ടായിരുന്നു. ചേട്ടനും അനിയത്തിയും തീരെ സ്വരച്ചേർച്ചയില്ലാത്തവരാണ്. വീട്ടിൽ നടക്കുന്ന എല്ലാ സംഭവങ്ങളും ദിവ്യ സ്വന്തം വീട്ടിലും അറിയിക്കാറുണ്ടെന്ന് ഞങ്ങൾക്ക് പിന്നീട് മനസ്സിലായി. കാരണം ദിവ്യയുടെ അമ്മയ്ക്ക് വീറിനോട് നല്ല നീരസം ഉണ്ടായിരുന്നു. അത് അവരുടെ പെരുമാറ്റത്തിലും വർത്തമാനത്തിലും തെളിഞ്ഞു നിന്നു.

വീറിന്റെ സ്വഭാവത്തെ ഇകഴ്ത്താൻ എന്തെങ്കിലും അവസരം അവർ ഉണ്ടാക്കുമായിരുന്നു. അത് പൂജ മുന്നിൽ നിൽക്കുമ്പോളായാൽ പോലും. കരിഷ്മയോടാണ് കൂടുതലും ഗീർവാണങ്ങൾ. ദീപിനെ അങ്ങേയറ്റം പുകഴ്ത്തി വാനോളം എടുത്തു വയ്ക്കും. അതു കേട്ട് കരിഷ്മ പുളകിതയായി നിൽക്കുമ്പോഴായിരിക്കും മൂത്തമകനെതിരെയുള്ള അസ്ത്രങ്ങൾ.

ഒരിക്കൽ അവർ തമാശ രൂപേണെ പറയുകയാണ് ദീപിന് പകരം വീറി നെയാണ് മരുമകനായി കിട്ടിയെങ്കിൽ അവർ ആത്മഹത്യ ചെയ്യേണ്ടി വ ന്നേനെ. അതും പൂജയുടെ മുന്നിൽ വച്ച്.കരിഷ്മയ്ക്ക് അത്രയങ്ങ് രസി ച്ചില്ല. അവളും തമാശ പോലെ പറഞ്ഞു. ഓ നിങ്ങൾ തന്നെ താനെ ചാവേ ണ്ടി വരില്ല.. അവർ പോയി കഴിഞ്ഞപ്പോൾ കരിഷ്മ പൂജയോടായി പറഞ്ഞു. നിന്റെ സ്കൂളിൽ ബുദ്ധിയുറക്കാത്ത കുട്ടികൾ എന്തെങ്കിലും പറഞ്ഞാൽ നീ ക്ഷമിക്കില്ലേ. അതുപോലെയങ്ങ് അവരെ കണ്ടാൽ മതി.

അങ്ങനെയിരിക്കെ ഒരു ദിവസം വലിയ കോലാഹലം കേട്ടാണ് ഞാൻ ഉച്ച യുറക്കത്തിൽ നിന്ന് ഒന്ന് എഴുന്നേറ്റത്. സാധാരണ ഉറക്കം വളരെ കുറവാ ണ്. ഒരു പുസ്തകം വായിച്ചിരുന്നു അറിയാതെ മയങ്ങിപ്പോയി. കരിഷ്മ യും എന്തോ ചെയ്തുകൊണ്ടിരിക്കുകയായിരുന്നു. വളരെ നിസ്സാരമായി രുന്ന ഒരു കാര്യം. അത് ഒരിക്കലും ഉണങ്ങാത്ത ഒരു മുറിവായി മാറി.

വീറിനു പൊതുവേ സ്ത്രീകൾ അമിതമായി മേക്കപ്പ് ചെയ്യുന്നതിൽ ഒന്നും വലിയ നല്ല അഭിപ്രായം ഒന്നും ഉണ്ടായിരുന്നില്ല. മാത്രമല്ല വസ്ത്രധാര ണവും തനത് ഇന്ത്യൻ സംസ്കാരത്തോട് യോജിച്ചതാവണം എന്നതാണ് അവന്റെ അഭിപ്രായം. ദിവ്യയുടെ കാര്യങ്ങളിൽ ഒന്നും അവൻ ഇടപെ ടാറില്ലെങ്കിലും പ്രാർത്ഥനയുടെ കാര്യത്തിൽ അവൻ ശ്രദ്ധാലുവായിരു ന്നു. അവൾ നന്നേ കുഞ്ഞായിരുന്നപ്പോൾ തന്നെ എന്തെങ്കിലും ആഘോ ഷ വേളകളിലോ സൽക്കാരങ്ങളിലോ അതും അല്ലെങ്കിൽ ഞായറാഴ്ചയി ലെ ഔട്ടിങ്ങിനോ, കുഞ്ഞിനെ മേക്കപ്പും ലിപ്സ്റ്റിക്കും എല്ലാം ഇട്ടിട്ടാണ് പുറത്തേക്ക് ഇറക്കുക. വീർ അതു കണ്ടാൽ ഞങ്ങളോട് പറയും. നോക്ക്, ചെറിയ കുഞ്ഞിന് എന്തിനാണ് ഈ ലിപ്സ്റ്റിക് ഇട്ടു കൊടുത്തിരിക്കുന്ന ത്. അതിന്റെ വയറ്റിൽ പോകാനോ. ഇതൊക്കെ വിഷമാണ് അവൻ പിറു പിറുത്തു കൊണ്ടിരിക്കും. ഒരിക്കൽ കരിഷ്മ ചോദിച്ചു. അവരും വിവ രമുള്ളവരല്ലേ വീർ, അവർക്കറിയില്ലേ. നീ ഇങ്ങനെ ഒച്ചയെടുത്തിട്ട് എന്താ കാര്യം.

ഏറ്റവും രസകരമായ കാര്യം ദിവ്യ കുഞ്ഞിനെ ധരിപ്പിക്കുക മിക്കവാ റും ഒരു മിനിസ്കേട്ടോ ഷോർട്സൊ ആയിരിക്കും. കൂടെ ഒരു സ്ലീവ് ലെസ്സ് ഷോർട്ടോപ്പ് ഉണ്ടാകും. അവൾ വലുതാവുന്തോറും വീറിനത് അപാകതയായി തോന്നി. ഒന്നാമത്തെ കാരണം അവൻ സമാജത്തിന്റെ കുടുംബയോഗങ്ങൾക്കും മറ്റുമൊക്കെ പോകുമ്പോൾ മോളെ കൊണ്ടു പോകാൻ കഴിയില്ല എന്നതാണ്. അവിടെ ഘോര ഘോരം നമ്മുടെ സം സ്കാരത്തെ കുറിച്ച് സംസാരിച്ചിട്ട് സ്വന്തം കുടുംബത്തിൽ പോലും അവ പാലിക്കപ്പെടുന്നില്ല എന്നവർ അറിയില്ലേ. അവനിപ്പോൾ വീട്ടിലേക്കും സമാജംഗളെ ക്ഷണിക്കാറില്ല. മറ്റൊന്നും കൊണ്ടല്ല, ദിവ്യ പലപ്പോഴും

മിനിസ്ക്കർട്ട് ധരിച്ച് പുറത്തു പോകും. ഒരു ദിവസം അവൻ എന്നോട് പറഞ്ഞു. ഇനി അവർ ഇവിടേക്ക് എഴുന്നള്ളുന്ന ദിവസം ഇവൾ എന്ത് വേഷം കെട്ടിയാണ് വരിക എന്ന് അറിയില്ലല്ലോ. വെറുതെ ആളുകൾക്ക് സംസാരിക്കാൻ നമ്മളായിട്ട് വിഷയം ഉണ്ടാക്കേണ്ട. അതിനാലാണ് ഞാനിവിടെ കുടുംബയോഗം നടത്താത്തത്.

കരിഷ്മക്കും എനിക്കും ചിരി വന്നെങ്കിലും അവന്റെ അവസ്ഥയിൽ സഹതാപവും തോന്നി. ഒരു ദിവസം അവൻ സിനിമയ്ക്ക് പോകാൻ ഒരുങ്ങി. കുഞ്ഞുങ്ങളുടെ സിനിമയാണ്. പ്രാർത്ഥനയെയും വിളിച്ചു. ദർശന സിനിമ ആസ്വദിക്കാൻ ആയിട്ടില്ല. പ്രാർത്ഥനയുടെ വേഷം കണ്ട് അവന്റെ കണ്ണുകൾ ഉരുണ്ടു. ഞങ്ങളുടെ മുഖത്തേക്ക് നോക്കി. ഈ കോണകം ഉടുപ്പിച്ചാണോ വിടുന്നത്. എത്ര വസ്ത്രങ്ങൾ ഞാൻ വാങ്ങിച്ചു കൊടുത്തിട്ടുണ്ട്. ഞാൻ നോക്കിയപ്പോൾ ഒരു ഷോട്ട്സും സ്ലീവ് ലെസ്സ് ടോപ്പുമാണ്. പാകമല്ലാത്തത് വലിച്ചു കയറ്റിയിട്ട പോലെ. തുടയെല്ലാം ഭംഗിയായി കാണാം. ഒന്നാമത് എന്റെ കൊച്ചുമോൾക്ക് പ്രായത്തിനേക്കാൾ കവിഞ്ഞ വലിപ്പം തോന്നിക്കുമായിരുന്നു.നല്ല നീളമുള്ള കാലുകളാണ് അവൾക്ക്.നീണ്ട മുടി മെടഞ്ഞിട്ടുണ്ട്. മാല വള ചെരുപ്പ് പൊട്ട് എല്ലാം മാച്ച് ആണ്. ഞാൻ അവളെ അടുത്തേക്ക് വിളിച്ചു. ചിരിച്ചു കൊണ്ട് മടിയിൽ പിടിച്ചിരുത്തി.കൊച്ചുകാലിൽ തലോടി. കുഞ്ഞിയുടെ പാദസരം എവിടെ. അവൾ കൊഞ്ചി പറഞ്ഞു ഊരിവെച്ചു. മമ്മിക്ക് ഇഷ്ടമല്ല അതൊന്നും.

കരിഷ്മ അപ്പോഴേക്കും വീറിന്റെ ഒച്ച പൊങ്ങാതിരിക്കാനായി ഓടി വന്നിട്ടുണ്ടായിരുന്നു . അവൾ ദീപിന്റെ വാതിലിൽ മുട്ടി. രണ്ടുപേ രും പുറത്തു പോകാനുള്ള തിരക്കിലായിരുന്നു. അവൾ ശബ്ദം താഴ്ത്തി പറഞ്ഞു ഒരു ഉടുപ്പ് എടുത്തു താ. ദീപുവിന് കാര്യം മനസ്സിലായി. അവൻ ഒളിക്കണ്ണിട്ട് ചേട്ടനെ നോക്കി. വേഗം പോയി ഒരു ഉടുപ്പ് എടുത്തു കൊണ്ടു വന്നു. അവൻ തന്നെ അത് അവളെ ധരിപ്പിച്ചു. വീർ അവന്റെ അടുത്ത് വന്നു. ഉടുപ്പിനടിയിൽ ഇടാൻ ഉള്ളതാണ് ഈ ഷോട്ട്സ്. അവൻ രുദ്രാക്ഷനെ പിടിച്ചു വലിച്ചു ദീപിന്റെ മുന്നിലിരുത്തി. എന്റെ മോനെ പോലും ഞാൻ മുക്കാൽ പാന്റ് ആണ് ധരിപ്പിക്കുന്നത്. രുദ്രാക്ഷ വേഗം തിരിഞ്ഞും മറിഞ്ഞുമൊക്കെ കാണിച്ചുകൊടുത്തു. കൊച്ചച്ചാ ഇതുപോലെ. ദീപു എന്നെ നോക്കി ചിരിച്ചു. അവൻ വീറിനെ നോക്കി ചോദിച്ചു ഇപ്പോൾ ഓക്കേ അല്ലേ ചേട്ടാ. വീറിന്റെ മുഖം തെളിഞ്ഞിട്ടില്ല. അവൻ പറഞ്ഞു, അത്ര ഒക്കെയല്ല. നീയൊരു കാര്യം ചെയ്യണം ഞാനവൾക്ക് വാങ്ങിച്ചു കൊടുത്ത എല്ലാ വസ്ത്രങ്ങളും ചെരിപ്പും വളയും മാലയും എല്ലാം അമ്മയുടെ കയ്യിൽ കൊടുത്തേക്കണം. എത്ര ലാച്ചകളാണ് വാങ്ങിച്ചിരിക്കുന്നത്. ഞാനതൊന്നും ഇതുവരെ ഇട്ട് കണ്ടിട്ടില്ല. ദീപു തലയാട്ടി. അത് നല്ല ഐഡിയ ആണ്.

അതിനുശേഷം നടന്ന കാര്യങ്ങളാണ് അതിലേറെ രസകരം. ദിവ്യയും ദീപും ഏഴുമണിക്ക് ഇറങ്ങും. രണ്ടു കുഞ്ഞുങ്ങളെയും കരിഷ്മയുടെ അടുത്താക്കും. ഉറക്കത്തിൽ നിന്ന് എണീറ്റ് പോലെ. സ്ഥിരം കുഞ്ഞു നിക്കറും ടോപ്പുമായി. എട്ടരയ്ക്ക് വീർ പോകാനായി ഇറങ്ങും. അതിനുമുമ്പ് കരിഷ്മ കുഞ്ഞിനെ കുളിപ്പിച്ച് അവൻ വാങ്ങിച്ചു കൊടുത്ത പാവാടയോ ഉടുപ്പും ഒക്കെ ധരിപ്പിച്ച് പൊട്ടുകുത്തി മുടിയെല്ലാം ഭംഗിയിൽ കെട്ടിനിർത്തിയിട്ടുണ്ടാവും. പ്രാർത്ഥനയോടി വല്യച്ഛന്റെ അടുത്തിരുന്ന് അടുത്ത ഫ്ലാറ്റിലുള്ളവർക്ക് വരെ കേൾക്കാവുന്ന ഒച്ചയിൽ മന്ത്രങ്ങൾ ചൊല്ലും. രൺവീറിനതൊരു തമാശയാണ്. എന്നാൽ രുദ്ര, അവന്റെ വലിയ ആഗ്രഹമാണ് കുഞ്ഞിയെക്കാൾ ഒച്ചയിൽ ചൊല്ലുക എന്നത്. എന്നാൽ എന്നും അവൻ തോൽക്കും.

ഒരു ദിവസം ദർശന ഒരു ഡോൾ കയ്യിലെടുത്ത് ഓടിച്ചെന്ന് വല്യച്ഛന്റെ പുറകിൽ ഒരു അടി. വീരു തിരിഞ്ഞതും അവൾ ഓടി കരിഷ്മയുടെ മടിയിൽ കയറി. കരിഷ്മ ഉറക്കെ ചിരിച്ചു . വീർ പറഞ്ഞു, അവളെ ഇങ്ങു വിട്. എന്തിനാ എന്നെ തല്ലിയതെന്ന് ചോദിക്ക്. ഇനി അവളുടെ അമ്മയെ ഞാനും എന്നെ തല്ലാനുള്ള കൊട്ടേഷൻ കൊടുത്തിട്ടുണ്ടോ എന്നറിയണ്ടേ. കരിഷ്മ ചോദിച്ചു, നീയെന്താ അവളെ കൂട്ടാത്തെ. ഓ അതാണോ കാര്യം അവൾ വിളക്കും പൂവുമെല്ലാം എടുത്തു കളയും അമ്മേ. ഒരിക്കൽ വിളക്കിനടുത്ത് പോയി കൈ അതിലിട്ടു. ഉടനെ പ്രാർത്ഥന ചോദിച്ചു. ഞാൻ കുഞ്ഞായിരുന്നപ്പോൾ അങ്ങനെ ചെയ്തിരുന്നോ വലിയച്ഛാ. ഇല്ല കുഞ്ഞി നീ അങ്ങനെ ചെയ്തിരുന്നില്ല. നീ വല്യച്ഛനെ പോലെയാണ്. അവൻ അഭിമാനത്തോടെ പറഞ്ഞു.

സന്തോഷങ്ങളും തമാശകളുമായി എന്റെ മക്കളും പേരക്കുട്ടികളും ആയി റിട്ടയർമെന്റ് ജീവിതം, അതിന്റെ സൗന്ദര്യം ഓരോ നിമിഷവും ആസ്വദിക്കാൻ ഞാനും കരിഷ്മയും മത്സരിക്കുകയായിരുന്നു. എല്ലാം ഒരു ദിവസം പൊടുന്നനെ നിശബ്ദമായി. ദിവ്യയും പ്രാർത്ഥനയും ആയുള്ള ബഹളത്തിൽ നിന്നാണ് തുടങ്ങിയത്. അന്ന് ഞായറാഴ്ച അവർ പുറത്തേക്കിറങ്ങാൻ ഒരുങ്ങുകയായിരുന്നു. ദിവ്യ ഒരുങ്ങുന്നതിനിടയിൽ പ്രാർത്ഥന എന്തോ പറഞ്ഞു. അവൾ അതൊരുപക്ഷേ ആവർത്തിച്ചിട്ടുണ്ടാവാം. ദിവ്യയെ പരിഹസിച്ചു എന്ന രീതിയിലാണ് അവൾ ഒച്ച എടുത്തത്. കുഞ്ഞിന് രണ്ടടിയും കിട്ടി. അവളെ വലിച്ചു കരിഷ്മയുടെ മുന്നിൽ കൊണ്ടിട്ടു. പിന്നെ എല്ലാത്തിന്റെയും ഉത്തരവാദി വീറായി. ചേട്ടനാണ് ഇങ്ങനെയെല്ലാം സംസാരിക്കാൻ പഠിപ്പിച്ചത്. അങ്ങേരുടെ സ്വഭാവഗുണമാണ് ഈ കാണിക്കുന്നത്. സ്വന്തം മക്കളെ പഠിപ്പിച്ചാൽ പോരെ, മറ്റുള്ളവരുടെ മക്കളുടെ കാര്യങ്ങളിൽ ഇടപെടുന്നത് എന്തിനാണ്. എന്ത് സംസ്കാരമാണ് ഇത്. യാതൊരു സ്വകാര്യതയും ഈ വീട്ടിൽ കിട്ടുന്നി

ല്ലല്ലോ. അവൾക്ക് മറ്റെന്തോ ദേഷ്യം കൂടിയുണ്ടായിരുന്നു എന്ന് തോന്നുന്നു. അന്ന് അവൾ അതെല്ലാം പറഞ്ഞു തീർത്തു.

വീറും പൂജയും ശബ്ദം കേട്ട് നേരത്തെ മുറിയിൽ നിന്ന് ഇറങ്ങി വന്നിരുന്നു. അവരുടെ മുന്നിൽ വച്ചാണ് ഈ സംസാരമെല്ലാം നടന്നത്. വീറിന്റെ മുഖം വിറയ്ക്കുന്നുണ്ടായിരുന്നു. പൊതുവേ ഗംഭീരമായ ശബ്ദം, അപ്പോൾ പാറ പൊട്ടുന്ന പോലെ മുഴങ്ങി. എന്താണ് എന്റെ സംസ്കാരത്തിന്റെ പോരായ്മ. ഒരു മൂത്ത സഹോദരനോട് സംസാരിക്കുന്ന രീതിയാണോ ഇത്. നിന്റെ ഈ സംസ്കാരമാണോ കുഞ്ഞു കണ്ടു പഠിക്കേണ്ടത്. ഞാൻ ഉണർന്നു വന്നു വീറിന്റെ ചുമലിൽ കൈവെച്ചു. മോനേ ക്ഷമിക്ക് ഇത് വലിയ പ്രശ്നമാക്കല്ലേ. അവൻ ഞെട്ടിത്തെറിച്ച് എന്നെ നോക്കി. ഇവൾ പറഞ്ഞത് ശരിയായി എന്ന് അച്ഛനു തോന്നുന്നുണ്ടോ. ഞാനാകെ വിഷമത്തിലായി. കണ്ണുകൾ നിറഞ്ഞു. എന്റെ വീട്ടിൽ ഇങ്ങനെയൊക്കെ ഇത് ആദ്യമായാണ്. ഞാനൊരു പക്ഷേ ഒരിക്കലും പ്രതീക്ഷിക്കാത്തത്. കരിഷ്മ ദിവ്യയോടും മിണ്ടാതിരിക്കാൻ ഉപദേശിക്കുന്നുണ്ടായിരുന്നു. ഒന്നും ആരുടേയും ചെവിയിൽ കൊണ്ടില്ല.

വീർ സെറ്റിയിൽ ഇരുന്നു. അവന്റെ മുഖവും കൈകളും എല്ലാം ചുവന്നു തുടുത്തിരുന്നു. കൈകൾ മുഷ്ടിചുരുട്ടി സെറ്റിയുടെ കൈപ്പലയിൽ വച്ച് ഞെരിച്ചു കൊണ്ടിരുന്നു. തെറ്റുപറ്റിയത് ഞങ്ങൾക്കാണ്. അറിഞ്ഞു കൊണ്ട് തന്നെ ഒരു സംസ്കാരം ഇല്ലാത്ത കുടുംബത്തിൽ നിന്നും എന്റെ സഹോദരന്റെ വിവാഹം നടത്തി. അവൻ എന്തോ കൂടി പിറുപിറുത്തു. ദിവ്യ കുറച്ചു കൂടി മുന്നോട്ടുവന്നു. വീറിന്റെ തൊട്ടടുത്തുനിന്നു. എന്റെ കുടുംബത്തിന്റെ സംസ്കാരം തന്നെ ബോധിപ്പിക്കേണ്ട ആവശ്യമില്ല. അത് എന്റെ ഭർത്താവ് സഹിച്ചുകൊള്ളും. എന്റെ കുട്ടികളുടെ മേൽ ഒരുപാട് ഉത്തരവാദിത്വം കാണിക്കേണ്ട. സ്വന്തം ഇഷ്ടം പോലെ വളർത്തുന്നത് അവനവന്റെ കുഞ്ഞുങ്ങളെ മതി.

വീർ ഒരു നിമിഷം നിശബ്ദനായി. അവന്റെ കണ്ണുകളിൽ ചെറിയ നനവ് ഞാൻ കണ്ടു. ദിവ്യ വീണ്ടും വായ തുറക്കുന്നതിന് മുമ്പായി അവൻ ഉറക്കെ പറഞ്ഞു. മതി മനസ്സിലായി, നന്നായി മനസ്സിലാക്കിച്ചു തന്നല്ലോ. എന്റെ കണ്ണുകൾ തുറക്കേണ്ട ആവശ്യമുണ്ടായിരുന്നു. നീയത് നന്നായി നിർവഹിച്ചു. ദേഷ്യം നിയന്ത്രിക്കാൻ കഴിയാതെ ആണോ അതോ ഇനിയും സംസാരിച്ചു വഷളാക്കേണ്ട എന്ന് വിചാരിച്ചിട്ടാണോ എന്നറിയില്ല, അവൻ മുറിയിൽ കയറി വാതിൽ അടച്ചു. അതിനേക്കാൾ വേഗത്തിൽ ദിവ്യയും കയറി വാതിൽ അടച്ചു.

ഞാനും കരിഷ്മയും ഒന്നും വിശ്വസിക്കാനാവാതെ കുറച്ചു നേരം മരവിച്ചിരുന്നു. അവസാനം അവൾ വിതുമ്പി തലകുനിച്ചു. എനിക്ക് സങ്കടവും

ദേഷ്യവും വന്നു. ഞാൻ അവളുടെ പുറം തലോടിക്കൊണ്ട് പറഞ്ഞു. സാരമില്ല സാരമില്ല കുട്ടികളുണ്ടാക്കിയ പ്രശ്നമല്ലേ അവർ തന്നെ രമ്യതയിലായിക്കൊള്ളും. അങ്ങനെ പറയുമ്പോഴും എന്റെ നെഞ്ച് നീറുന്നുണ്ടായിരുന്നു. ഞാൻ ആദ്യം മുതലേ ഇവരോട് കാർക്കശ്യം പുലർത്തേണ്ടതായിരുന്നു. ഇതിപ്പോൾ എന്തും സംസാരിക്കാമെന്നായി. എനിക്കന്ന് ദീപിനോടും ദേഷ്യം തോന്നി. ഇവിടെ ഈ ബഹളം നടക്കുമ്പോൾ അവൻ കുളിക്കുകയായിരുന്നുവെന്ന്. ദിവ്യയുടെ സംസാരം നിയന്ത്രിക്കാൻ ഒരുപക്ഷേ അവന് കഴിയുമായിരുന്നു. പക്ഷേ കരിഷ്മയ്ക്ക് അങ്ങനെയും തോന്നിയില്ല. അവൾ പിന്നീട് പറഞ്ഞു. അവൻ കുളി തുടങ്ങിയപ്പോഴേ ഈ ഒച്ച കേട്ടിട്ടുണ്ടാവും. പിന്നെ അവിടെത്തന്നെ കുളിക്കാതെ ഇരുന്ന് ചെവിയോർത്തിട്ടുണ്ടാവാം. അവസാനം എല്ലാം കുളമായെന്നു മനസ്സിലായപ്പോൾ, വേഗം വെള്ളം കോരി ഒഴിച്ച് ഇറങ്ങി വന്നപ്പോഴേക്കും അവൾ വാതിൽ അടച്ചിട്ടുണ്ടാവും. ഇതെല്ലാം കരിഷ്മയുടെ ഭാഷ്യമാണ്. ഒരു പക്ഷേ സത്യമായിരിക്കാം. ഛേ നമുക്കെങ്കിലും ഒന്നു നിയന്ത്രിക്കാമായിരുന്നു.

കരിഷ്മ സാവധാനത്തിൽ പറഞ്ഞു, നമ്മൾ ഇതിൽ ഇടപെടാതിരുന്നത് നന്നായി ജഗദീഷ്. കാരണം ഇന്നത്തെ സംഭവത്തിൽ വീറിന്റെ ഭാഗത്ത് യാതൊരു തെറ്റുമുണ്ടായിരുന്നില്ല. അവന്റെ സ്ഥാനത്ത് ആരായാലും ദേഷ്യം വന്നു പോകും. പിന്നെ നമുക്ക് ഉപദേശിക്കാനുള്ളത് ദിവ്യയെയാണ്. അതവൾ ചെവിക്കൊള്ളാൻ പോകുന്നില്ല. നമ്മളെല്ലാവരും ചേർന്നവളെ ഒറ്റപ്പെടുത്തി എന്നു പറയും. അപ്പോൾ തന്നെ അമ്മയെ വിളിച്ച് അറിയിക്കും. ഇനി കൂടുതൽ പ്രശ്നങ്ങൾ ഉണ്ടാക്കി ഇവിടെ നിന്നിറങ്ങി പോയാലോ. അപ്പോഴും വിഷമിക്കുന്നത് നമ്മൾ തന്നെയായിരിക്കും. കരിഷ്മ പോയി മുഖം കഴുകി തുടച്ചു കൊണ്ടു വന്നു. ടവൽ കൊണ്ടവൾ കൈകൾ വീണ്ടും വീണ്ടും തുടച്ചു കൊണ്ടേയിരുന്നു. കുറച്ചു ശാന്തതയായെന്നെനിക്ക് തോന്നി. എന്റെ ഉള്ളിലെ പകപ്പ് മാറിയിട്ടില്ല. കുറച്ചു നിമിഷങ്ങൾക്കുള്ളിൽ ദീപും ദിവ്യയും മക്കളും വാതിൽ തുറന്നു വന്നു. ദീപിന്റെ മുഖം അസ്വസ്ഥമായിരുന്നു. അവൻ എന്റെ മുഖത്തു നോക്കാതെ പറഞ്ഞു , പുറത്തേക്ക് പോവുകയാണ് അച്ഛാ ഒരു വിവാഹ ചടങ്ങുണ്ട്. ഇപ്പോൾ തന്നെ വൈകിയെന്ന് തോന്നുന്നു. ഞാനവന്റെ മുഖത്തേക്ക് തന്നെ നോക്കി. ഒന്നും മിണ്ടിയില്ല.

കുറച്ചു ദിവസങ്ങൾ വീട്ടിൽ തികഞ്ഞ നിശബ്ദതയായിരുന്നു രണ്ടു മക്കളും അവരവരുടെ കുടുംബങ്ങളിൽ മാത്രം ഒതുങ്ങി. കുട്ടികളിലും ആ അകൽച്ച പ്രകടമായി. വീറിനുണ്ടായിരുന്ന മാറ്റമായിരുന്നു ഞങ്ങളെ ഏറെ വേദനിപ്പിച്ചത്. അവൻ ഞങ്ങളുടെ വീടിന്റെ ശബ്ദമായിരുന്നു. ആ ശബ്ദമാണ് ഇപ്പോൾ നിശബ്ദമായി മാറിയിരിക്കുന്നത്. പ്രാർത്ഥനയും, രുദ്രാക്ഷ് ഉച്ചയോടെ സ്കൂൾ വിട്ട് എത്തുമായിരുന്നു. ആ സംഭവത്തിനു ശേ

ഷം രുദ്രാക്ഷ് തനിച്ച് സ്കൂളിൽനിന്ന് എത്തി. ഇളയ കുഞ്ഞിനെ ദിവ്യ ഡേകെയർ സെന്ററിൽ കൊണ്ടു പോയി ആക്കിയിരുന്നു. ഈ പ്രായത്തിലെ കുഞ്ഞുങ്ങൾക്ക് ട്രെയിനിങ് കിട്ടിയാലെ നല്ല സ്കൂളിൽ അഡ്മിഷൻ കിട്ടുകയുള്ളൂ എന്നാണ് അവളുടെ പക്ഷം. അവിടെത്തന്നെ പ്രാർത്ഥനയേയും ഉച്ചയ്ക്കുശേഷം ഡ്രോപ്പ് ചെയ്യും. ആറുമണിയോടെ അവരുടെ വണ്ടിയിൽ കൊണ്ടുവന്നിറക്കും. ദീപും ദിവ്യയും എത്തുമ്പോഴേക്കും കരിഷ്മ കുഞ്ഞുങ്ങളെ കുളിപ്പിച്ചു ഭക്ഷണം കൊടുത്തിട്ടുണ്ടാവും. പിന്നെ രണ്ടുപേരെയും മുറിയിൽ ആക്കിയാൽ അവരുടെ അന്നത്തെ ദിവസം കഴിഞ്ഞു.

ഒരു ദിവസം ദീപു പറഞ്ഞു അടുത്തവർഷം മുതൽ പ്രാർത്ഥനയേ മറ്റൊരു സ്കൂളിലേക്കാക്കുന്നുവെന്ന്. പൂജ ജോലി ചെയ്യുന്ന സ്കൂളിലാണിപ്പോൾ പഠിക്കുന്നത്. അതുകൂടി മാറ്റിയാൽ പിന്നെ അങ്ങോട്ടുമിങ്ങോട്ടും ഒന്നുമറിയാതെ ആവുമല്ലോ. വല്ലപ്പോഴുമാണ് കുഞ്ഞുങ്ങൾ ഒരുമിച്ചു കളിക്കുന്നത്. അതും അച്ഛനമ്മമാർ അടുത്തില്ലാത്തപ്പോൾ മാത്രം! വലിയച്ചന്റെ മടിയിൽ ഓടിച്ചെന്ന് എല്ലാവർക്കും മുൻപേ ഇരിക്കാൻ ശ്രമിച്ചിരുന്ന പ്രാർത്ഥന, പിന്നീട് ഒരിക്കലും അങ്ങനെ സംഭവിച്ചില്ല. അങ്ങനെയുള്ള അവസരങ്ങൾ ഉണ്ടാകാതിരിക്കാൻ വീരു പ്രത്യേകം ശ്രദ്ധിച്ചു. അവന് അത്രയേറെ വേദന തട്ടിയിട്ടുണ്ടായിരുന്നു. ഞങ്ങളോട് പോലും അളന്നു മുറിച്ചേ സംസാരിക്കുന്നുള്ളൂ. ദീപു എപ്പോഴത്തെ പോലെയും ഒന്നും സംഭവിച്ചില്ല എന്ന മട്ടിൽ അഭിനയിക്കാൻ ശ്രമിച്ചു. അവരുടെ ജീവിതം പഴയ പോലെ തുടർന്നു. ദിവ്യ പതിവിലും അധികം സന്തുഷ്ടയായി കാണപ്പെട്ടു. എന്നാൽ വീറിന്റെ കുടുംബത്തിൽ ഒരു മ്ലാനത നിലനിന്നിരുന്നു. അവന്റെ തമാശകൾ കുറഞ്ഞു, ആവശ്യത്തിനു മാത്രമായി സംസാരം. രണ്ടാളുടെയും ലോകം അവരുടെ മുറികൾമാത്രമായി മാറിയത് എനിക്ക് അത്ഭുതം ഉണ്ടാക്കി.

38 റോഷ്നി - പുതിയ പ്രകാശം

അന്ന് നടന്ന സംഭവത്തെ വീണ്ടും വിചാരണ ചെയ്യാൻ ഞാനും കരിഷ്മയും തയ്യാറായിരുന്നില്ല. അത് കാര്യങ്ങൾ കൂടുതൽ വഷളാക്കുമോ എന്ന് ഞങ്ങൾ ഭയന്നിരുന്നു. ദീപിനോട് പറഞ്ഞു ദിവ്യയെ കൊണ്ട് ഒരു ക്ഷമാപണം വീറിനോട് പറയിപ്പിച്ചാലോ എന്ന് എനിക്ക്തോന്നി. എനിക്കുറപ്പായിരുന്നു അതോടുകൂടി അവൻ അലിഞ്ഞുകൊള്ളുമെന്ന്. ഞാനത് കരിഷ്മയുമായി പങ്കു വെച്ചപ്പോൾ അവൾ പറഞ്ഞു, അത് നടക്കാൻ പോകുന്നില്ല ജഗദീഷ്, ദീപിനോട് ഇതിനെക്കുറിച്ച് ഇനി പറഞ്ഞാൽ വീണ്ടും ആ പ്രശ്നം കുത്തി പ്പൊക്കാമെന്നേയുള്ളൂ. മാപ്പ് പറയണമെങ്കി

ൽ അവൾക്ക് തന്നെ ആലോചിച്ചു ചെയ്യാവുന്നതേയുള്ളൂ. അങ്ങനെയൊരു മനസ്സ് ആ കുട്ടിക്കില്ല. നോക്ക് അവൾക്ക് ശരിയായ പ്ലാനിങ് ഉണ്ട്, അതനുസരിച്ചേ കാര്യങ്ങൾ നടക്കൂ. ഇതൊരു നല്ല അവസരമായി കരുതുന്നവളോട് എന്ത് തത്ത്വശാസ്ത്രമാണ് നിങ്ങൾ വിളമ്പാൻ പോകുന്നത്.

പിന്നെ കുറച്ചുനേരത്തെ ആലോചനക്ക് ശേഷം അവൾ പറഞ്ഞു. ജഗദീഷ്, കടുത്ത വേനലിൽ വരണ്ട കാറ്റിൽ പൊടിയെല്ലാം പിടിച്ച് ചുവരുകളും മേൽക്കൂരയും എല്ലാം ആകെ വൃത്തികേടാവില്ലേ. എന്നാൽ വേനൽ കഴിഞ്ഞുള്ള മഴയിൽ അതങ്ങ് ഒലിച്ചു പോകും. പിന്നെ വസന്തത്തിൽ വീട് കാണാൻ നല്ല ഭംഗിയുണ്ടാകും. അതുപോലെ ഈ വേനലിന്, ഒരു നല്ല മഴയും അതുകഴിഞ്ഞ് മനോഹരമായ ഒരു വസന്തവും ഉണ്ടാകും. നമുക്ക് അതുവരെ കാത്തിരിക്കാം.

കുറച്ചു ദിവസങ്ങൾക്ക് ശേഷം ഞങ്ങൾ തീൻ മേശയ്ക്കരികെ ഇരിക്കുകയായിരുന്നു. പൂജ വല്ലാതെ വിഷമത്തോടെ ഞങ്ങളുടെ അരികിലേക്ക് വന്നു. ഇരിക്കും മോളെ എന്ന് ഞാൻ പറഞ്ഞപ്പോൾ അവൾ ഞങ്ങളുടെ അടുത്തിരുന്നു. മടിച്ചു മടിച്ചുകൊണ്ട് പറഞ്ഞു. വീർ മൂന്നാമതൊരു കുഞ്ഞിനെ കൂടി ആഗ്രഹിക്കുന്ന അമ്മേ. കരിഷ്മ അവളെ ആകാംക്ഷയോടെ നോക്കി. അദ്ദേഹത്തിന് ഒരു മകളെ കൂടി വേണമെന്ന്. ഞങ്ങൾക്ക് വേഗം കാര്യം പിടികിട്ടി. ഇഷ്ടം പോലെ വളർത്തുന്നത് സ്വന്തം മക്കളെ മതിയെന്ന് പറഞ്ഞില്ലേ. അവനിപ്പോൾ ഒരു മകളെ വേണം അതിനിനി അനിയന്റെ ഔദാര്യം വേണ്ടല്ലോ. കരിഷ്മ ആശ്ചര്യത്തോടെ ചോദിച്ചു. അതിനിനി ഉണ്ടാകുന്നത് പെൺകുഞ്ഞാവും എന്ന് എന്താണ് ഉറപ്പ്. പൂജ ദൈന്യതയോടെ ഞങ്ങളെ നോക്കി, പെൺകുഞ്ഞാവാൻ പ്രാർത്ഥിക്കു അമ്മേ.

മരുമക്കൾ തമ്മിൽ വലിയ അകൽച്ചയില്ലായിരുന്നു. ഇതോടുകൂടി അതും പൂർണമായി. പൂജ ദേഷ്യത്തോടെ പറഞ്ഞു. ഒരു മനസ്സാക്ഷിയും മര്യാദയും ഇല്ല അവൾക്ക്. ദേഷ്യം കൊണ്ട് അങ്ങനെ സംസാരിച്ചു പോയി എന്നുതന്നെ കരുതുക. അവൾക്കൊരു സോറി പറഞ്ഞു കൂടെ. എന്റെ ഭർത്താവിനെ അപമാനിക്കാൻ കഴിഞ്ഞല്ലോ എന്ന സന്തോഷത്തിൽ നടക്കുകയാണ്. അദ്ദേഹം പറയുന്നത് പൂർണമായും ശരിയാണ്. ദീപാണെങ്കിൽ ഒരു പെൺകോന്തൻ ആണ്. സ്വന്തമായി ഒരു അഭിപ്രായവും അവനില്ല. അവൾ പറയുന്നത് കേട്ട് കുട്ടിയെ മാറ്റാൻ പോവുകയാണ്. എനിക്കെന്താണ് അതു കൊണ്ടൊക്കെ നഷ്ടം. ഒരു കണക്കിന് നന്നായി, ആ കുഞ്ഞിനെ ഒന്ന് സ്നേഹിച്ചതു കൊണ്ടാണല്ലോ ഇതൊക്കെ സംഭവിച്ചത്. അവളുടെ ശബ്ദം ഉയർന്നുകേട്ടത് അന്നാണ്.

പൂജ വീണ്ടും ഒരു കുഞ്ഞെന്നത് ഒരിക്കലും ചിന്തിച്ചിട്ടുണ്ടായില്ല. മൂന്നാമത്തെ ഗർഭം, രണ്ടു മക്കൾ, ജോലി, എല്ലാംകൂടി അവൾ വശംകെട്ടു. കുറ

ച്ചു കഴിഞ്ഞപ്പോൾ ടെൻഷനാവണ്ടെന്ന് പറഞ്ഞ് വീരവളെ കൊണ്ട് നീണ്ട അവധിയും എടുപ്പിച്ചു. എന്തോ എന്റെ മകൻ ഈശ്വരാനുഗ്രഹം ഉള്ളവനാണ്. അല്ല എന്റെ മരുമകളാണ് കൂടുതൽ അനുഗ്രഹവും ഭാഗ്യവും ലഭിച്ചവൾ എന്ന് പറയേണ്ടിവരും. അങ്ങനെ ഞങ്ങളുടെ അഞ്ചാമത്തെ പേരക്കുട്ടി റോഷ്നിയുടെ കരച്ചിൽ എന്റെ കാതിൽ അലയടിച്ചു. ഞാനും കരിഷ്മയും ഹോസ്പിറ്റലിൽ ഉണ്ടായിരുന്നു. സിസേറിയനായതു കൊണ്ട് നേരത്തെ ഹോസ്പിറ്റലിൽ എത്തി മുറിയെടുത്തു. വീറും ഡോക്ടറും നല്ല സുഹൃത്തുക്കളാണ്. അതുകൊണ്ടുതന്നെ അവനൊരു വിഐപി പരിഗണന കിട്ടുന്നുണ്ട്. വീരു മോളെയും കയ്യിലെടുത്ത് കുറെ നേരമായി ഇരിക്കുന്നത് കണ്ടു. ഞങ്ങൾ നിർബന്ധിച്ചു പൂജയുടെ അടുത്ത് കിടത്തി. ജനിച്ചു വീണ കുഞ്ഞാണ് വീരൂ ഇങ്ങനെ കയ്യിലെടുത്തു വയ്ക്കരുത്. അമ്മയുടെ അടുത്ത് കിടക്കട്ടെ.

വീർ വീണ്ടും പഴയ അവസ്ഥയിലേക്ക് മാറിക്കൊണ്ടിരുന്നു. തമാശകളും ബഹളങ്ങളും കേട്ട് തുടങ്ങി. യഥാർത്ഥത്തിൽ ഞങ്ങളുടെ വീട്ടിലെ രാജകുമാരി റോഷ്നിയായിരുന്നു. വീർ അവൻ ആണല്ലോ രാജകുമാരനായിരുന്നത്. അതുപോലെ അവന്റെ മകളും ഒരു കുഞ്ഞു രാജകുമാരി. ഞാൻ കരിഷ്മയോട് ചോദിച്ചു. ആറാമത്തെ ആളും അടുത്തുതന്നെ വരുമായിരിക്കും അല്ലേ. കരിഷ്മ എന്റെ മുഖത്തേക്ക് ചോദ്യഭാവത്തിൽ നോക്കി. അല്ല ചേട്ടന് പെൺകുഞ്ഞ് ആയ സ്ഥിതിക്ക് അനിയന് ഒരു ആൺകുഞ്ഞിനെ വേണമെന്ന് തോന്നിയാൽ? കരിഷ്മ ഉറക്കെ ചിരി തുടങ്ങി. എന്തായാലും അത് പ്രതീക്ഷിക്കേണ്ട ജഗദീഷ്.

അതും ശരിയാണ് ഞാൻ മനസ്സിൽ ഓർത്തു. ദിവ്യ ശരീര സൗന്ദര്യത്തിൽ വളരെ ശ്രദ്ധാലുമാണ്. രണ്ടു പ്രസവം കഴിഞ്ഞപ്പോഴേക്കും ജിമ്മും വർക്കൗട്ടും ആയി കുറേ കഷ്ടപ്പെട്ടാണ് പഴയ ആകൃതിയിലേക്ക് എത്തിച്ചെടുത്തത്. ഇനി വീണ്ടും സാധ്യത കുറവാണ്. എന്നാൽ വാശിയുടെ കാര്യത്തിൽ അവളും ഒട്ടും മോശക്കാരിയല്ല. ഞാൻ ചിരിച്ചുകൊണ്ട് കരിഷ്മയോട് പറഞ്ഞു ഈ വാശി എനിക്ക് അത്ര കുഴപ്പം തോന്നുന്നില്ല. പേരക്കുട്ടികളുടെ എണ്ണം കൂടുന്നത് എനിക്കിഷ്ടമാണ്.ഞാൻ റോഷിനി ഉറങ്ങുന്നത് നോക്കി. പാലു കുടിച്ച് കുഞ്ഞു വയറുവീർത്തിയിട്ടുണ്ട്. അതങ്ങനെ പതുക്കെ പൊങ്ങുകയും താഴുകയും ആണ്. ഞാനെന്റെ ചൂണ്ടാണി വിരലു കൊണ്ട് പതുക്കെ ഒന്നു തൊട്ടു നോക്കി. അവളത് അപ്പോൾ തന്നെ അറിഞ്ഞു. കണ്ണും പുരികവും ഒന്ന് ചുളിച്ചു. കരിഷ്മ എന്റെ കൈയെടുത്ത് മാറ്റി. ശോ ഉണർത്തല്ലേ... നിങ്ങൾക്ക് പേരക്കുട്ടികളുടെ എണ്ണം കൂടുന്നത് ഇഷ്ടമൊക്കെയാവും. ഞാനിപ്പോൾ വർഷങ്ങളായി ഒരു ബേബി സിറ്ററാണ്. നോക്ക് ഇനി നിങ്ങളാണ് എന്റെ അസിസ്റ്റന്റ് ആയ. അതായത് അപ്പിയും മൂത്രവും കോരേണ്ടത് നിങ്ങളാണെന്ന്, മനസ്സിലായോ? ഞാൻ വെറു

തെ കുട്ടികളെ നോക്കിയിരിക്കുകയുള്ളൂ. ഞാൻ തലയാട്ടി, കുഴപ്പമില്ല, എനിക്കൊരു വിഷമവുമില്ല. ഞാൻ അപ്പി കോരിക്കോളാം.

ഇതു കേട്ടുകൊണ്ടാണ് വീർ ഞങ്ങളുടെ മുറിയിലേക്ക് വന്നത്. ഇവളെ ഇവിടെത്തന്നെ കിടത്തുകയാണോ. ആ നിന്റെ അച്ഛന് പുതിയ കൂട്ടായി. ഇനിയും ആൾക്കാരായാൽ നല്ലതാണെന്ന്. കുഞ്ഞുങ്ങളുടെ എല്ലാ സംരക്ഷണവും നിന്റെ അച്ഛൻ ചെയ്തുകൊള്ളും. വീർ ചിരിച്ചു. കരിഷ്മ മുറിവിട്ട് പോകുന്നത് കണ്ടപ്പോൾ അവൻ എന്നോട് രഹസ്യം പോലെ പറഞ്ഞു. എന്തിനാണ് അച്ഛാ വേണ്ടാത്ത കാര്യങ്ങളൊക്കെ ഏൽക്കാൻ പോയത് . ഇനിയെല്ലാം അച്ഛൻ തന്നെ ചെയ്യേണ്ടിവരും. ജോലിയിൽ നിന്ന് വിരമിച്ച മനുഷ്യരുടെ അവസ്ഥ കുറച്ചു കഷ്ടം തന്നെയാണ്. അതും കരിഷ്മ മാഡത്തിനെ പോലെയുള്ളൊരാളാകുമ്പോൾ. എന്റെ അച്ഛൻ ഒരു പാവമാണ്. അവൻ എന്റെ ഷർട്ടിലെ ചുളിവ് തീർക്കുന്ന പോലെ ഒന്ന് അഭിനയിച്ചു. കരിഷ്മ ഇതൊക്കെ കേട്ടു എന്ന് തോന്നുന്നു. അവളപ്പോൾ തന്നെ വന്നവന്റെ ചെവിയിൽ പിടിച്ചു. നീ കുടുംബ കലഹം ഉണ്ടാക്കുകയാണോ? വേഗം നിന്റെ മോളെയും കൊണ്ടങ്ങ് പൊയ്ക്കോളൂ. പതുക്കെ ഉണർത്താതെ എടുക്ക്.

39 മനുഷ്യരുടെ വിചിത്ര പോരാട്ടങ്ങളും അനന്തര ഫലങ്ങളും

റോഷിനിയുടെ ഒന്നാം പിറന്നാൾ അതിഗംഭീരമായി ഞങ്ങൾ ആഘോഷിച്ചു .അതിന്റെ അലയൊലികൾ കെട്ടടങ്ങു മുമ്പ് പ്രാർത്ഥനയുടെ പിറന്നാളും വന്നു. അവൾക്ക് എട്ടു വയസ്സായിരുന്നു. പുറമേക്ക് സംസാരമൊന്നുമില്ലെങ്കിലും വീറും ദിവ്യയും ഉള്ളുകൊണ്ട് നല്ല വാശിയിലായിരുന്നു. അതുകൊണ്ട് തന്നെ പ്രാർത്ഥനയുടെ പിറന്നാളും ഗംഭീരമായി നടത്തണമെന്ന് ദിവ്യക്ക് നിർബന്ധമായി. അവളതിനു ദീപിൽ സമ്മർദ്ദം ചെലുത്തി. അവനത് നടത്തിക്കൊടുക്കുകയും ചെയ്തു. വീർ രോഷ്ണിയുടെ ആദ്യത്തെ പിറന്നാളായതുകൊണ്ടും രണ്ടാൺമക്കൾക്ക് ശേഷമുള്ള പെൺകുഞ്ഞായതു കൊണ്ടുമാണ് അത്ര കേമമാക്കാൻ തീരുമാനിച്ചത്. മാത്രമല്ല അവന്റെ ബിസിനസ് സുഹൃത്തുക്കൾക്കെല്ലാം ഒരു വിരുന്ന് ഇടയ്ക്ക് കൊടുക്കേണ്ടത് ആവശ്യമാണ്.

എന്നാൽ ദിവ്യക്ക് എല്ലാം മത്സരമാണ്. അപ്പുറത്ത് ആളുണ്ടോ ഇല്ലയോ എന്നല്ല, ചിലർക്ക് ജീവിതം ഒരു യുദ്ധമാണ്. ആര് ആരെക്കാൾ കേമന്മാർ എന്ന് തെളിയിക്കാനുള്ള യുദ്ധം. ദിവ്യ ചേട്ടനെക്കാൾ ഒരു പടി കേമമായി പിറന്നാളാഘോഷിച്ച് കാണിച്ചു കൊടുത്തു. എന്നാൽ അത് സന്തോഷത്തിലേക്ക് അല്ല കൂടുതൽ കുഴപ്പത്തിലേക്കാണ് വഴി തെളിച്ചത്. ദീപ് ഇല്ലാത്ത പണം ഉണ്ടാക്കിയാണ് ആഘോഷിച്ചത്. ആഡംബര സൗകര്യമുള്ള ഹോട്ട

ൽ, ഇവന്റ് മാനേജ്മെന്റ്, അവരുടെ സൗകര്യങ്ങളും ഒരുക്കങ്ങളും കളികളും എല്ലാം കൂടി കഴിഞ്ഞപ്പോൾ ഒരു വിവാഹത്തിനുള്ള പണം ചെലവായെന്ന് തോന്നുന്നു. എല്ലാം കഴിഞ്ഞു. ആ മാസം വീട്ടിൽ ചെലവിനുള്ള പണം ദീപു തന്നില്ല. അതിടയ്ക്കിടെ സംഭവിക്കാറുള്ളത് കൊണ്ട് എനിക്കൊരു വിഷയമേയല്ല. എന്നാൽ ഒരു ദിവസം ഒരു വട്ടി പലിശക്കാരൻ വീട്ടിലേക്ക് വന്നു. ഞാനും കരിഷ്മയും മാത്രമേ ഉണ്ടായിരുന്നുള്ളൂ. അയാളുടെ സംസാരം തീരെ സുഖമില്ല. വല്ലാത്തൊരു അധികാരമാണ് കാണിക്കുന്നത്. ഫോണിൽ വിളിച്ച് എന്തൊക്കെയോ സംസാരിച്ചു. പുറത്തിറങ്ങി നിന്നാണ് സംസാരിച്ചത്. അതിനുശേഷം ഇനിയും കാണാം എന്ന ഭാവത്തിൽ യാത്ര പറഞ്ഞു പോയി.

ഞാൻ ദീപുവിനെ ഫോണിൽ വിളിച്ചു കാര്യങ്ങൾ അന്വേഷിച്ചു. അപ്പോഴാണ് അറിയാൻ കഴിഞ്ഞത് പിറന്നാളാഘോഷത്തിനായി ദിവ്യ മുഖേന പണം കടം വാങ്ങിയിട്ടുണ്ട്. എന്നാൽ ആരോടാണ് വാങ്ങിയതെന്ന് ദീപുവിനു അറിഞ്ഞുകൂടാ. ദിവ്യ വീട്ടി കൊള്ളാമെന്നാണ് വാക്ക് പറഞ്ഞിരുന്നതത്രെ. എന്നാൽ ആ മാസത്തെ ശമ്പളം അവൾ മറ്റെന്തിനോ വക മാറ്റി ചെലവഴിച്ചു. ചുരുക്കത്തിൽ ദീപിനുവേണ്ടി എന്റെ കൈയിലുള്ള കാശെല്ലാം അപ്പോൾ തന്നെ അക്കൗണ്ടിലേക്ക് ട്രാൻസ്ഫർ ചെയ്തു കൊടുത്തു. ആ മാസത്തെ തവണ അടയ്ക്കാൻ ഉപദേശിച്ചു. കാരണം എനിക്കും വ്യക്തമായി മനസ്സിലായി, ആ കൊള്ള പലിശക്കാരനു സത്യത്തിൽ മുതലും പലിശയും ഒന്നുമല്ല വേണ്ടത്. കണ്ണു മുഴുവൻ വസ്തുവകകളിലാണ്. ഓരോ തവണ മുടങ്ങുമ്പോഴും അവർ പിശാചുക്കളെപ്പോലെ ദംഷ്ട്രകൾ പുറത്തുകാട്ടി അട്ടഹസിക്കും. ഞാൻ കരിഷ്മയോട് പറഞ്ഞു, നോക്ക് നമ്മുടെ മക്കളുടെ കുട്ടിക്കാലത്ത് നീയൊരു വലിയ വടിവെട്ടി അലമാരയിൽ വച്ചിരുന്നു. ഞാനന്നത് നീ കാണാതെ എടുത്തു കളഞ്ഞു. എനിക്കിപ്പോൾ ആ വടി വേണമെന്ന് തോന്നുന്നു. ഇനി അവനു രണ്ടടി കൊടുത്തില്ലെങ്കിൽ നമ്മൾ എന്നെന്നേക്കുമായി കരയേണ്ടി വരും.

കരിഷ്മ എഴുന്നേറ്റു വന്ന എന്റെ തോളിൽ കൈവെച്ചു . നോക്ക് ഒരു മാസംകൊണ്ട് നമ്മുടെ കുടുംബത്തെക്കുറിച്ച് മുഴുവനായി പലിശക്കാരൻ അറിഞ്ഞു വെച്ചിരിക്കുന്നു. തീർച്ചയായും അവൻ വീറിനെ കാണാൻ പോകാൻ സാധ്യതയുണ്ട്. അതിനു മുമ്പേ കാര്യങ്ങൾ അവനെ അറിയിക്കണം. ഞാൻ മൂളി. അതല്ലെങ്കിലും അവനോട് പറയാതെ തരമില്ല, മാസം തുടങ്ങിയിട്ടേയുള്ളൂ, എന്റെ കയ്യിൽ പത്തു പൈസ ഇല്ല, അവനോട് ചെലവിനായി കുറച്ച് കാശ് ചോദിക്കാതെ തരമില്ല.

എല്ലാം കേട്ടു കഴിഞ്ഞപ്പോൾ വീരു കുറച്ചുനേരം നിശബ്ദനായി. എന്നിട്ട് ചോദിച്ചു, എന്താണയാളുടെ പേര്. കരിഷ്മ ഓർത്തെടുക്കാൻ ശ്രമിച്ചു.

വല്ലാത്തൊരു പേരാണ് എന്നാൽ ചുരുക്കത്തിൽ അയാൾ ബോട്ടി എന്നോ ബട്ടി എന്നോ പറഞ്ഞെന്ന് തോന്നുന്നു. വീറിന്റെ കണ്ണുകൾ ഒന്നു തിളങ്ങി. അവൻ കൈകൊണ്ട് മുഖമൊന്നു പതുക്കെ അമർത്തി. കൈകൾ താഴേക്ക് കൊണ്ടുവന്നു. മൈക്കിൾ ഗാവ്‌ലി എന്നാണോ പറഞ്ഞത്? ആ കരിഷ്മ ഉറക്കെ പറഞ്ഞു, കൂടെ വേറെ എന്തൊക്കെയോ കൂടി പറഞ്ഞു. എങ്കിൽ അയാളുടെ മകൻ ആയിരിക്കും. ബട്ടി എന്നായിരിക്കാം ഓമനപ്പേര്. അവനെന്റെ നേരെ തിരിഞ്ഞു. അച്ഛാ, നിങ്ങളുടെ രണ്ടാമത്തെ മകന് എന്തിന്റെ കേടാണ്. ഈ നഗരത്തിൽ എത്ര ശവശരീരങ്ങൾ അറിയപ്പെടാതെ പോകുന്നുണ്ടെന്ന് അറിയാമോ? അയാൾ ഒരു നീർനായയാണച്ഛാ. കടിച്ചാൽ പിടിവിടില്ല. ദീപെന്താണ് ചെയ്യുന്നത്. കുറച്ചുകാലങ്ങളായി ഞാനവന്റെ കാര്യങ്ങളിൽ ഇടപെടാറില്ല . സംസാരിക്കുന്നത് തന്നെ ചുരുക്കമാണ്. എന്നാൽ ഇനി ഇങ്ങനെ വെറുതെ വിട്ടാൽ ശരിയാവില്ല. ഞാനിവിടെ ത്തന്നെ ഇരിക്കും ഡാഡി, അവൻ പുറത്തേക്ക് വരുന്നതുവരെ.

ദീപു എല്ലാം കേട്ടുവെന്ന് തോന്നുന്നു. അവൻ വേഗത്തിലിറങ്ങി വന്നു. അതിനേക്കാൾ വേഗത്തിൽ ദിവ്യയും വന്നു. വീർ ദീപിനോട് ഇരിക്കാൻ ആഗ്യം കാണിച്ചു. ദിവ്യയും കുറച്ചു മാറിയിരുന്നു, പറയാനുള്ളത് ഞാനും കൂടി കേൾക്കട്ടെ എന്ന ഭാവത്തിൽ. നീ എന്താണ് ഉദ്ദേശിക്കുന്നത് ദീപ്? കടം വാങ്ങി ജീവിക്കാനോ? സുഖമായി ജീവിക്കാനുള്ള വരുമാനം നിനക്ക് കിട്ടുന്നില്ലേ. ദീപിന്റെ മുഖത്ത് വിഷമമുണ്ട്. അവൻ വിരലുകൾ പിടിച്ചു തിരിച്ചുകൊണ്ടിരിക്കുന്നു. എന്നാൽ ദിവ്യ അപ്പോൾ തന്നെ മറുപടി പറഞ്ഞു. ഈ മാസം ഞങ്ങൾക്ക് കുറച്ചു കൂടുതൽ ചെലവായി പോയി. കുടുംബമായാൽ അങ്ങനെയൊക്കെ സംഭവിക്കാമല്ലോ. വീർ അവളെ ഗൗനിച്ചതേയില്ല. അവൻ വീണ്ടും തുടർന്നു. അനിയാ നിനക്ക് ബട്ടി ആരാണെന്ന് അറിയാമോ? ദീപു അതിവേഗത്തിൽ മറുപടി പറഞ്ഞു . ചേട്ടാ സത്യത്തിൽ ഇന്നാണ് ഞാൻ അറിഞ്ഞത്. അയാളിൽ നിന്നാണ് പണം വാങ്ങിയത്.

വിരു ദേഷ്യത്തോടെ ചോദിച്ചു പിന്നെ ആരാണ് പണം വാങ്ങി തന്നത്. ദിവ്യയോ അജിത്തോ? മറുപടി പറഞ്ഞത് ദിവ്യയാണ്. നിങ്ങൾ എന്തിനാണ് ആവശ്യമില്ലാത്ത കാര്യങ്ങൾ അന്വേഷിക്കുന്നത്. വീർ ദിവ്യയ്ക്ക് നേരെ തിരിഞ്ഞു. എന്താണ് ആവശ്യമില്ലാത്ത കാര്യങ്ങൾ? ഞാൻ നിന്റെ വീട്ടിലെ കാര്യങ്ങളല്ല അന്വേഷിച്ചത് ,അവർക്ക് ഇതെല്ലാം ശീലമാണെന്നനിക്കറിയാം. ഇത് എന്റെ കൂടി വീടാണ്. അയാൾ വന്നു സംസാരിച്ചത് എന്റെ അച്ഛനോട് അമ്മയോടും കൂടിയാണ്. അയാൾക്കുള്ള തവണ അടച്ചത് ഞങ്ങളാണ്. സംസാരിക്കാനുള്ള അവകാശം എനിക്കുണ്ട്. നീ കുറച്ചുനേരം മിണ്ടാതിരിക്ക്.

കരിഷ്മ വളരെ മുമ്പേ രംഗത്തുനിന്നു മാറിയിരുന്നു. ഞാനവൾ എവിടെയെന്ന് ആകാംക്ഷയിൽ നോക്കി. അടുക്കളയിൽ ടിന്നുകൾ എടുത്ത് തുടച്ചു വയ്ക്കുകയാണ്. ഇപ്പോൾ കുറച്ചുനാളായി ഇതുതന്നെയാണ് പരിപാടി. ഓരോ സാധനങ്ങളും എടുക്കുക തുടച്ചു വയ്ക്കുക, തുണികൾ അതിഗംഭീരമായി മടക്കി വയ്ക്കുക. വീട് ഇപ്പോൾ തിളങ്ങുകയാണ്. എനിക്കറിയാം മനസ്സിൽ തോന്നുന്ന വിഷമമില്ലാതാക്കാൻ അവൾ ഇങ്ങനെ ഓരോന്നും ചെയ്തു കൊണ്ടിരിക്കുകയാണ്. വീരും ദീപും തമ്മിലുള്ള സംസാരമൊക്കെ അവൾ കേൾക്കുന്നുണ്ട്. പക്ഷേ ഒന്നുമറിയാത്ത ഭാവത്തിൽ നിൽക്കുകയാണ്. ഞാൻ അവളുടെ കയ്യിൽ നിന്ന് ടിന്ന് വാങ്ങിച്ചു, ഞാൻ സഹായിക്കണോ? അവൾ ദേഷ്യത്തോടെ ചോദിച്ചു. വേറെ പണിയൊന്നുമില്ലേ? ഞാൻ ഇല്ല എന്ന് കണ്ണുകൊണ്ട് ആഗ്യം കാണിച്ചു. അവരു പറഞ്ഞു തീർത്തോളും കരിഷ്മ. നീ ഇതൊന്നും കേട്ട് വിഷമിക്കല്ലേ. ഞാനായിരുന്നു സംസാരിക്കേണ്ടത്, അതിനു നിന്റെ മൂത്ത മകൻ ഒരു അവസരം തരേണ്ടേ. കത്തി കയറി ഇരിക്കുകയാണ്.

കരിഷ്മ പൊടി തുടയ്ക്കുന്നത് നിർത്തി. ശരിയാണ് നിങ്ങൾ പോയി സംസാരിക്ക്. അല്ലെങ്കിൽ ആ തള്ളക്കോഴി വീറിനെ കൊത്തുകയും മാന്തുകയുമൊക്കെ ചെയ്യും. ഈ കടം വീട്ടാനും അവനെ സഹായിക്കാൻ ഉണ്ടാവൂ എന്ന ബോധം നമുക്കെങ്കിലും വേണം. എല്ലാം നമ്മുടെ കൂടെ തെറ്റാണ്. വീറും മുമ്പേ പറഞ്ഞതാണ്, ഈ ബന്ധം ശരിയല്ല എന്ന്. പറഞ്ഞത് അച്ചട്ടായി. നോക്ക് അവളുടെ സഹോദരന് ഇവിടത്തെ ക്രിമിനലുകളെയാണ് പരിചയം. കരിഷ്മ നെറ്റിയിൽ ഒന്ന് അടിച്ചിട്ട് പറഞ്ഞു. ഇളയ കുഞ്ഞാണെന്ന് കരുതി ഞാനാണവനെ ലാളിച്ചു വഷളാക്കിയത്. അവൾ പിറുപിറുത്തുകൊണ്ടിരുന്നു. നിങ്ങൾ ഇനി ബിപി കൂട്ടാൻ ഒന്നും നിൽക്കണ്ട, എനിക്ക് നിങ്ങൾ മാത്രമേയുള്ളൂ, ഒരു രോഗവും ഇല്ലാതെ ഞാൻ പൊന്നുപോലെ നോക്കി എടുക്കുന്നതാണ്. എനിക്ക് അവളുടെ വേദനയിൽ കണ്ണുകൾ നിറഞ്ഞു. ഞാനവളുടെ ചുമലിൽ തട്ടി, പുറത്തേക്കു വന്നു. ചേട്ടൻ അനിയനെ നന്നായി ഉപദേശിക്കുന്നുണ്ട്. ദിവ്യ ഇടയ്ക്ക് കയറി മറുപടികളും പറയുന്നുണ്ട്.

സഹികെട്ടപ്പോൾ വീർ ഇങ്ങനെ ചോദിച്ചു. ദീപു നിനക്ക് സ്വന്തമായി ഒരു നാവില്ലേ. കല്യാണം കഴിയുന്നതുവരെ എന്റെ അനിയന് ഒരു നാവുണ്ടായിരുന്നു. നീ ഇപ്പോ അതിൽ കല്ല് കെട്ടിയിരിക്കുകയാണോ, അനക്കാൻ കഴിയാതെ. ദീപു മുഖം ഒന്നമർത്തി, അവന് ചെറിയ ചിരിയും വന്നു. എനിക്ക് മനസ്സിലായി ചേട്ടാ, അവന്റെ കണ്ണുകളിൽ ചെറിയ നനവുണ്ട്. അവന്റെ ശബ്ദം കേട്ടപ്പോൾ വീർ കുറച്ചു നിമിഷങ്ങൾ നിശബ്ദനായി. പിന്നെ തുടർന്നു. നോക്ക് ദീപ്, ഞാൻ ഇതെല്ലാം നിന്നോടിപ്പോൾ പറയുന്നത് നീ കാര്യങ്ങൾ മനസ്സിലാക്കാനാണ്. ഇതെല്ലാം പറഞ്ഞില്ലെങ്കിൽ, നിന്നെ

ഞാൻ ഉപദേശിക്കാൻ ശ്രമിച്ചില്ല എന്ന കുറ്റബോധം എനിക്കുണ്ടാകും. അവനൊന്നു നിർത്തി, അവന്റെ കണ്ണുകളും നിറയുന്നുണ്ട്. പതുക്കെ സെറ്റിയിലേക്ക് ചാരി, നിന്റെ കുടുംബകാര്യങ്ങളിൽ ഞാൻ എന്നെങ്കിലും ഇടപെട്ടിട്ടുണ്ടോ ദീപു? നിന്നോട് ഇത് ചെയ്യരുത് , അത് ചെയ്യരുത് എന്നൊക്കെ പറഞ്ഞിട്ടുണ്ടോ? ഇല്ല എന്നവൻ മറുപടി പറഞ്ഞു. എന്നാലിപ്പോൾ പറയുന്നു. നിനക്ക് സ്വന്തമായി ഒരു ബുദ്ധിയില്ലേ, അതുവെച്ച് ആലോചിച്ചു തീരുമാനങ്ങളെടുക്ക്. ജീവിതത്തിൽ ഒരു ആസൂത്രണം വേണം. തോന്നുന്ന പോലെ ജീവിക്കരുത്. ഇന്നത്തെ ദിവസം ഇന്ന് എല്ലാം കൂടി ഒരുമിച്ച് ചെലവാക്കി, നാളെ പിന്നെ എന്ത് എന്ന പോലെ ചിന്തിക്കരുത്. എന്തിനാണ് നീ വേറെ ഉദാഹരണങ്ങൾ ആലോചിക്കുന്നത്. കടം കയറി മുടിഞ്ഞവരെ നിനക്ക് നന്നായി അറിയാല്ലോ.

അതവൻ ദിവ്യയുടെ കുടുംബത്തെയാണ് ഉദ്ദേശിച്ചത് എന്ന് അവൾക്ക് മനസ്സിലായി. ഇതുവരെ പറഞ്ഞത് ഒന്നും ദിവ്യയ്ക്ക് ഇഷ്ടമായിട്ടില്ല . അതും കൂടികേട്ടപ്പോൾ അവൾ നിയന്ത്രണം വിട്ടു സംസാരിച്ചു തുടങ്ങി. എന്തിനാണ് ഇങ്ങനെ മിണ്ടാതിരുന്നു മൂളുന്നത്. അത്ര വലിയ തെറ്റ് നമ്മൾ ചെയ്തിട്ടുണ്ടോ? ഇവരുടെ കുഞ്ഞിന്റെ പിറന്നാൾ മാത്രമേ ആഘോഷിക്കാവു എന്നുണ്ടോ. വീർ ഗതികേടോടെ എന്റെ മുഖത്തേക്ക് നോക്കി. മിണ്ടാനിവൾ സമ്മതിക്കില്ലല്ലോ എന്ന ഭാവത്തിൽ.

ഞാൻ എഴുന്നേറ്റു അവരുടെ അടുത്തേക്ക് ചെന്നു. ദിവ്യ, മോൾ കുറച്ചു നേരം മുറിയിൽ ചെന്നിരിക്കാമോ. ഇവർ സംസാരിച്ചു തീരട്ടെ. ദിവ്യ ഇത് വീറിന്റെ മാത്രം അഭിപ്രായമല്ല, എനിക്ക് കൂടി പറയാനുള്ളതാണ്. ഇതൊരു വഴക്കല്ല വെറും സംഭാഷണം മാത്രമാണ്. ഇതിനെ വഴക്കാക്കി മാറ്റരുത്. അവൾ എന്റെ നേരെ തിരിഞ്ഞു. ഞാനെന്തിന് പോകണം. വീർ എന്നെ നോക്കി, ഡാഡിക്കിതിന്റെ ആവശ്യമുണ്ടായോ എന്ന് ഭാവത്തിൽ. അവൻ ദീപിനോടായി പറഞ്ഞു എനിക്കിതു പറഞ്ഞ് അവസാനിപ്പിക്കണമെന്നുണ്ട്. ഇനി ഒരിക്കലും ഇങ്ങനെ ഒന്നിന് മുതിരില്ല. ദീപു ദിവ്യയുടെ നേരെ തിരിഞ്ഞു. പോയി മുറിയിൽ ഇരിക്കൂ. ആദ്യം അവളവനെ എന്തിന് എന്ന ഭാവത്തിൽ നോക്കി. രണ്ടാമത് പറഞ്ഞിട്ടും അവൾ അനുസരിക്കുന്നില്ല എന്ന് തോന്നിയപ്പോൾ ദീപു കുറച്ച് കാർക്കശത്തോടെ പറഞ്ഞു ,പോയി മുറിയിൽ ഇരിക്കൂ. അവൾക്ക് ദേഷ്യവും അപമാനവും തോന്നിയിട്ടുണ്ടാകണം. വാതിൽ ഉറക്കെ അടച്ച് അവൾ പോയി.

പിന്നെ എനിക്ക് കുറച്ച് ശാന്തത തോന്നി. കാരണം വീറിന്റെ ശബ്ദം കുറച്ചു താഴ്ന്നു. അവൻ പറയുന്നതിന്റെ ചുരുക്കം ഇത്രയേ ഉള്ളൂ. അവസാനം ഗതികെട്ട അവസ്ഥയിലേക്ക് എത്തരുത്. അത്രയേ ഉള്ളൂ. ദീപു എല്ലാം മനസ്സിലായി എന്ന് തലയാട്ടിയാൽ തന്നെ വീറിനത് സമാധാനമായി

കൊള്ളും. ഞാൻ ആശ്വാസത്തോടെ ദീപിന്റെ അടുത്ത് പോയിരുന്നു. അവന്റെ കൈയിന്റെ മുകളിൽ എന്റെ കൈവെച്ചു സാരമില്ലെടാ നിന്നോടുള്ള സ്നേഹം കൊണ്ടല്ലേ എന്ന അർത്ഥത്തിൽ. അവൻ പതുക്കെ എന്നെ നോക്കി വിഷാദഭാവത്തിൽ പുഞ്ചിരിച്ചു. വീർ എന്റെ നേരെ തിരിഞ്ഞു. എന്തായാലും ആ പണം നമുക്ക് ഒറ്റത്തവണയായി അടച്ചു തീർക്കണം. ദീപു പറഞ്ഞു അടുത്ത മാസം അങ്ങനെ ചെയ്യാം എന്ന് തോന്നുന്നു. നിനക്ക് പണം വേണ്ടിവരുമോ വീർ ചോദിച്ചു. വേണ്ട ചേട്ടാ അടുത്തമാസം എല്ലാം കൊടുത്തു തീർക്കാം. ആവശ്യമെങ്കിൽ ഞാൻ ചോദിക്കാം.

വീർ ചിരിച്ചു, എടാ അടുത്തമാസം ഫെസ്റ്റിവൽ സീസൺ തുടങ്ങുകയായി. ചെലവോട് ചെലവായിരിക്കും. ദീപു പതുക്കെ സെറ്റിയിലേക്ക് ചാരി, ഇല്ല ചേട്ടാ, അവൾ ഇനി രണ്ടു മൂന്നു മാസത്തേക്ക് ആഘോഷിക്കേണ്ട. കടം വാങ്ങിച്ചുതന്നപ്പോൾ ഞാൻ കരുതിയത് അവളുടെ ശമ്പളത്തിൽ നിന്ന് വീട്ടികൊള്ളും എന്നാണ്. ഇപ്പോൾ മനസ്സിലായി, ആരു കടം വാങ്ങിച്ചാലും ഞാൻ തന്നെ വീട്ടേണ്ടി വരും. അവനാ വിഷമത്തിലും ചിരിച്ചു. അവളുടെ ശമ്പളം അവളുടെ ആവശ്യങ്ങൾക്കും, പിന്നെ അവരെ സപ്പോർട്ട് ചെയ്യുന്നുണ്ടാവും. വീർ മൂളി, അങ്ങനെയാണ് കാര്യങ്ങൾ അല്ലേ. അതേ ചേട്ടാ, എനിക്കതിൽ വിഷമം ഇല്ല. പക്ഷേ വല്ലാത്ത വാശിയാണ് അവൾക്ക്. പിണക്കവും. നോക്കൂ . ഇനി എന്നോട് എത്ര ദിവസം പിണക്കം കാണിക്കും എന്ന് അറിയില്ല.. വീർ ചിരിച്ചു, നിനക്കത് കൈകാര്യം ചെയ്യാൻ അറിയില്ലേ. ഇല്ല ചേട്ടാ അത് അത്ര എളുപ്പമല്ല. ചേട്ടനത് മനസ്സിലാകാഞ്ഞിട്ടാണ്. എനിക്ക് വൈകുന്നേരം വീട്ടിലെത്തുമ്പോൾ മനസ്സമാധാനമാണ് വേണ്ടത് . ഞാൻ അവന്റെ തോളിൽ തട്ടി. എനിക്ക് മനസ്സിലാകുന്നുണ്ട് മോനെ. നിന്റെ ഇഷ്ടപ്രകാരം നടന്ന വിവാഹമായതു കൊണ്ട് ആരോടും പരാതി പറയാനും കഴിയില്ല. അതിനേക്കാൾ ഉപരി നീ അവളെ ജീവനുതുല്യം സ്നേഹിക്കുന്നുണ്ട്. അവന്റെ കണ്ണുകൾ നനവാർന്നു. എന്നെ പുണർന്നുകൊണ്ട് പറഞ്ഞു അതേ അച്ഛാ അതാണ് സത്യം. ഞാനവളെ വളരെയധികം സ്നേഹിക്കുന്നു. പിന്നെങ്ങനെയാണ് അവളുടെ കുറ്റങ്ങളും കുറവുകളും പറയാൻ കഴിയുക. വീറിന്റെ മുഖം വല്ലാതായി. അവൻ ദീപുവിന്റെ തോളിൽ കൈവെച്ചു, നീ മുഖമുയർത്തു... ഒക്കെ വിട്ടുകള. എല്ലാം കഴിഞ്ഞല്ലോ.

ഈ സമയം ഒന്നും സംഭവിക്കാത്ത പോലെ കരിഷ്മ രണ്ടു പ്ലേറ്റിൽ ലഡുവും സമൂസയും കൊണ്ടു വച്ചു. ആർക്കാണിതെല്ലാം? വീർ ആശ്ചര്യത്തോടെ ചോദിച്ചു. അവനിപ്പോൾ വലിയ ഡയറ്റിൽ ആണ്. തടി കൂടുന്നുവെന്ന് മനസ്സിലായപ്പോൾ എക്സസൈസും കൂടുതലായി ചെയ്തു തുടങ്ങി, അതിനുള്ള നേരം കിട്ടാനാണ് ബുദ്ധിമുട്ട്. അമ്മ ഇതു മുഴുവൻ എണ്ണ

യും നെയ്യും പഞ്ചാരയും അല്ലേ, എന്റെ ഡയറ്റിംഗ് തെറ്റിക്കോ.. കരിഷ്മ കൂസലില്ലാതെ പറഞ്ഞു. വേറെയാർക്കും വേണ്ടിയല്ല എനിക്ക് വേണ്ടിയാണ്. നല്ല വിശപ്പ് ,എനിക്ക് എന്താ ഇതൊന്നും കഴിച്ചൂടെ. ദീപ് ചിരിയോടെ ഒരു ലഡു എടുത്തു അപ്പോൾ തന്നെ അകത്താക്കി. വീറിന്റെ കണ്ണ് സമൂസയിലാണ്. കരിഷ്മ എടുത്ത് നന്നായി കഴിക്കുന്നുണ്ട് അവൻ ഒരു സമൂസ എടുത്തു. അപ്പോൾ കരിഷ്മ ചോദിച്ചു നീ ഇതൊന്നും കഴിക്കുന്നില്ലെന്നു പറഞ്ഞിട്ട്. ഒരു സമൂസ അല്ലേ ഞാൻ കൂടുതൽ പുഷ്അപ്പെടുത്തോളാം.

കുട്ടികൾക്ക് രണ്ടുപേർക്കും നല്ല വിശപ്പുണ്ടായിരുന്നു. ഒരാൾക്ക് വർത്തമാനം പറഞ്ഞതിന്റെ ക്ഷീണം, മറ്റേയാൾക്ക് കേട്ടതിന്റെയും. വീർ വീണ്ടും സമൂസ എടുത്തു കഴിച്ചു. നീ കുറെ പുഷ് അപ്പ് ചെയ്യേണ്ടി വരുമല്ലോ വീരു, കരിഷ്മ കളിയാക്കി പറഞ്ഞു. അവൻ കരിഷ്മയെ ഒന്നിരുത്തി നോക്കി. പിന്നെ പറഞ്ഞു, വിശന്നിട്ട് വയ്യ ഉള്ള ഊർജ്ജം മുഴുവൻ ഇവനോട് വായിട്ടലച്ചു തീർത്തു. ദീപു വളരെ നിഷ്കളങ്കനായി ചോദിച്ചു. ചേട്ടാ കൂടുതൽ ലഡു കഴിക്കുന്നതിൽ എന്തെങ്കിലും കുഴപ്പമുണ്ടോ?... ഉവ്വ്.. ഉവ്വ്..വീർ മനസ്സിലായെടാ എന്ന ഭാവത്തിൽ തലയാട്ടി. നല്ല അമ്മയും മോനും. ആകാശം ഇടിഞ്ഞു വീണാലും സമൂസ ഉണ്ടാക്കി കൊണ്ടുവരുന്ന ഒരു അമ്മയും ഒരു വിഷമവുമില്ലാതെ തട്ടി വിടുന്നൊരു അനിയനും.

ഓ, പാത്രം ഇങ്ങോട്ട് കൂടി നീക്കി വയ്ക്കു, മുഴുവൻ തിന്ന് തീർക്കല്ലേ. ഇന്നിനി ഡയറ്റിംഗ് ഒന്നുമില്ല. എല്ലാവരും ചിരി തുടങ്ങി. അതിനിടയിൽ ഞാൻ ചോദിച്ചു, കുട്ടികൾക്ക് വേറെ ഉണ്ടാക്കി വെച്ചിട്ടുണ്ടല്ലോ അല്ലേ. അവൾ എന്നെ നോക്കി, ഹോ ദൈവമേ... അവർക്കുള്ളതെല്ലാം അവിടെയുണ്ട്. എല്ലാവരെയും കഴിപ്പിച്ചിട്ടേ കഴിക്കൂ. ഒരെണ്ണം ഒന്നെടുത്ത് കഴിക്കുമോ. എന്നിട്ട് വീറിനോടായി പറഞ്ഞു. ഇദ്ദേഹത്തിനാണ് യഥാർത്ഥ ഉപദേശം വേണ്ടത്. 'ആ നിമിഷങ്ങൾ ' എന്റെ കുടുംബം പഴയതു പോലെയായി.

എല്ലാം വളരെ നിസ്സാരം. നമ്മൾ അതിനെ കാണുന്ന പോലെ, ഇടയിൽ വേണ്ടത് സ്നേഹം മാത്രം.

പക്ഷേ കാര്യങ്ങൾ അത്ര പന്തിയല്ലായിരുന്നു. ദിവ്യ വീട്ടിൽ ആരോടും സംസാരിക്കാതെയായി. ദീപും ദിവ്യയും തമ്മിൽ വീണ്ടും എന്തൊക്കെയോ സംസാരങ്ങൾ ഉണ്ടായിട്ടുണ്ട്. രണ്ടു ദിവസങ്ങൾ കഴിഞ്ഞു, അന്ന് അവധിയായിരുന്നു. മകരസംക്രാന്തി...വീർ അതിരാവിലെ കുടുംബവുമായി പുറത്തുപോയി. അവൻ ഇനി അമ്പലങ്ങൾ, ഭജന അങ്ങനെ ഓരോന്നും കഴിഞ്ഞ് ഉച്ചയോടെ എത്തുകയുള്ളൂ. ഞങ്ങളെയും വിളിച്ചിരുന്നു. പോയില്ല. വീട്ടിൽ തന്നെ പ്രാർത്ഥന കഴിഞ്ഞ് വൈകുന്നേരം ആ ഘോഷങ്ങളിൽ പങ്കുകൊള്ളാം എന്ന് കരുതി.

ദീപു കാലത്ത് തന്നെ ഒരു ഉഷാറില്ലാതെയാണ് ഇരിക്കുന്നത്. കരിഷ്മ ഭക്ഷണം വിളമ്പി കൊടുക്കുന്നുണ്ട്. എന്താണ് ഇങ്ങനെ ഇരിക്കുന്നത് ആലോചനയോടെ. ആ കുട്ടികൾക്കും ഒരു ഉത്സാഹമില്ലാതെ ഇരിക്കുന്നത് കണ്ടില്ലേ. ദിവ്യ എവിടെ? കരിഷ്മ ചോദിച്ചു. കരിഷ്മ എഴുന്നേൽക്കാൻ ഭാവിച്ചപ്പോൾ ദീപ് തടഞ്ഞു. അമ്മ ഇനി വിളിക്കാൻ ഒന്നും പോകണ്ട. ഇനി അത് അമ്മയ്ക്ക് നാണക്കേടായി ഭവിക്കും. കരിഷ്മ അവിടെത്തന്നെ ഇരുന്നു. എന്താണ് ഇപ്പോൾ പ്രശ്നം ദീപു, അവൾ താഴ്ന്ന ശബ്ദത്തിൽ ചോദിച്ചു. അവൾ പിണക്കത്തിലാണ് എന്നോടും അത്രതന്നെ, അവൻ അലസമായി മറുപടി പറഞ്ഞു. കരിഷ്മ കവിളിൽ കൈവച്ചു ഇതെന്ത് കഷ്ടമാണ്.

അപ്പോഴേക്കും ദിവ്യ ഒരുങ്ങി ഇറങ്ങി. അവൾ പ്രാർത്ഥനയേയും ദർശനേയും നോക്കി പറഞ്ഞു വേഗം വേഗം ഇറങ്ങ്. ദീപു ആശ്ചര്യത്തോടെ നോക്കി എവിടേക്കാണ്. എന്റെ വീട്ടിലേക്ക് ദിവ്യ മറുപടിയും കൊടുത്തു. നിങ്ങൾ ഇവിടെയിരുന്ന് ആഘോഷിച്ചാൽ മതി. ഓ നിങ്ങളുടെ സഹോദരൻ പുറത്തുപോയോ. കുറച്ചു കഴിഞ്ഞ് തിരിച്ചു വന്നോളും. അദ്ദേഹവും കുടുംബവുമായി അങ്ങ് ആഘോഷിച്ചോളൂ. ദീപു കസേരയിൽ നിന്ന് എഴുന്നേറ്റു. നീ എന്താണ് പറയുന്നത് ദിവ്യാ.. അവന്റെ ഒച്ച ചെറുതായി ഉയർന്നു. കരിഷ്മ എഴുന്നേറ്റു ദിവ്യയുടെ കയ്യിൽ പിടിച്ചു. നീ ഇവിടെ ഇരുന്നു സമാധാനമായി ഭക്ഷണം കഴിക്കൂ. പരിഹാരങ്ങളില്ലാത്ത പ്രശ്നങ്ങൾ ഉണ്ടോ.

ദിവ്യ ഈർഷ്യയോടെ കൈകൾ തട്ടിമാറ്റി. ഇവിടെ നിങ്ങളുടെ മൂത്ത മകന്റെ ഭരണമാണ്. അയാളുടെ കീഴിൽ അടിമയായി ജീവിക്കേണ്ട ആവശ്യമൊന്നും എനിക്കില്ല. എലിയെ പോലെ പതുങ്ങി ജയദീപ് ജീവിച്ചോളും. കരിഷ്മ ഒന്നു വിളറി. എന്തു വർത്തമാനമാണ് നീ പറയുന്നത്. അതിനു മാത്രം എന്താണ് സംഭവിച്ചത്. എന്ത് അധികാരമാണ് വീർ നിങ്ങളോട് കാണിച്ചത്. അവൻ വർഷങ്ങളായി അവന്റെ കുടുംബം മാത്രമായി ഒതു

ങ്ങി കഴിയുന്നു. കഴിഞ്ഞ ദിവസം സംസാരിക്കേണ്ട സാഹചര്യം ഉണ്ടായി. അത് ഞാൻ കൂടി പറഞ്ഞിട്ടാണ്. നിനക്കും ഒരു സഹോദരനില്ലേ ദിവ്യാ .. അവനെ നീ ഉപദേശിക്കാറില്ലേ... എന്റെ മുന്നിൽ വച്ച് തന്നെ എത്ര പ്രാവശ്യം എത്ര സ്വാതന്ത്ര്യത്തോടെയാണ് നിങ്ങൾ സംസാരിച്ചിട്ടുള്ളത്. നീയൊരു കാര്യം മനസ്സിലാക്കൂ ദിവ്യാ.. നീയും അജിത്തും പോലെ ഒരു പക്ഷേ അതിനേക്കാൾ ഏറെ സ്നേഹത്തോടെയാണ് വീറും ദീപും കഴിഞ്ഞിരുന്നത്. അത് ഭരണവും അടിമത്വവുമൊന്നല്ല. അത് പരസ്പരമുള്ള സ്നേഹം കൊണ്ടാണ്. ഇന്നല്ലെങ്കിൽ ഒരിക്കൽ നിനക്കത് മനസ്സിലാകും. ഒരു അമ്മ എന്ന ബഹുമാനം എനിക്ക് തരുന്നുണ്ടെങ്കിൽ കുറച്ചു നേരം ഒന്നിരുന്നു ആലോചിക്കൂ. കരിഷ്മ ഉമിനീരിറക്കി, കസേരയുടെ മുകളിൽ കൈകൾ ഉറപ്പിച്ചു പിടിച്ചു.

ദിവ്യ മറുപടി പറഞ്ഞു, അമ്മ അമ്മയുടെ കണ്ണിലൂടെ മാത്രമാണ് കാര്യങ്ങൾ നോക്കിക്കാണുന്നത്. ദിവ്യ ഒന്നാലോചിച്ചിട്ട് അടുത്തുള്ള കസേരയിലിരുന്നു. ദീപിനെ ദേഷ്യത്തോടെ നോക്കുന്നുണ്ട്. അവൻ എങ്ങും നോക്കുന്നില്ല. എന്നെയോ കരിഷ്മയെയോ ദിവ്യയെയോ.. ചപ്പാത്തി കഴിക്കുകയാണ്. അവന്റെ മുഖം മുറുകി ഇരിക്കുന്നുണ്ട്. കരിഷ്മയെ കൊണ്ട് ഇങ്ങനെയെല്ലാം സംസാരിപ്പിച്ചുവല്ലോ എന്ന ദേഷ്യമാണ്.

കരിഷ്മ പറഞ്ഞത് വളരെ ശരിയാണ് ഞാൻ ഓർത്തു. എല്ലാവരും ഇങ്ങനെയാണ്. സ്വന്തം അമ്മ അച്ഛൻ സഹോദരങ്ങൾ ഇവരോടെല്ലാം ക്ഷമിക്കാനും സഹിക്കാനും പറ്റും. എന്നാൽ ഭർത്താവിന്റെ അച്ഛനും അമ്മയും സഹോദരങ്ങളും, തിരിച്ച് പലർക്കും ഭാര്യയുടെ അച്ഛനെയും അമ്മയെയും സഹോദരങ്ങളേയും ഉൾക്കൊള്ളാൻ കഴിയുന്നില്ല. ഇന്നത്തെ കാലത്താണ് ഇത് കൂടുതലായി കാണപ്പെടുന്നത്. വളരെ പെട്ടെന്ന് തന്നെ മറ്റുള്ളവരെ കുറ്റപ്പെടുത്തുന്നത് കാണാം. ഒന്നാലോചിക്കുക പോലും ചെയ്യാതെ. ഒന്നുകിൽ ആരോടും ഒരു ബന്ധവുമില്ലാതെ തന്റെ കുടുംബം മാത്രമായി ഫ്ലാറ്റ് മുറികളിലങ്ങ് ഒതുങ്ങി കൊള്ളും. അതുമല്ലെങ്കിൽ ഇതുപോലെ താനും തനിക്ക് വേണ്ടപ്പെട്ടവരുമൊഴികെ ബാക്കിയെല്ലാവരും സംസ്കാരം ഇല്ലാത്തവരാണെന്ന് കുറ്റപ്പെടുത്തും.

ദിവ്യ അപ്പോഴും സംസാരിക്കുകയായിരുന്നു. കരിഷ്മ മൂളി കേൾക്കുന്നുണ്ട്. ചിലപ്പോൾ മറുപടി പറയാനും ദിവ്യയെ മനസ്സിലാക്കിക്കാനും ശ്രമിക്കുന്നുണ്ട്. ദിവ്യയുടെ ശബ്ദം ഉയർന്നു കേട്ടു. ഇല്ല.. ഇല്ല എന്റെ കുടുംബക്കാരെ തന്നെ ഉദ്ദേശിച്ചാണ് അതെല്ലാം പറഞ്ഞത്. അവൾക്ക് ദേഷ്യം നിയന്ത്രിക്കാൻ കഴിയുന്നില്ല. പിന്നെ വീറിന്റെ ദുർഗുണങ്ങൾ ഓരോന്നായി നിരത്താൻ തുടങ്ങി. എന്തിനാണ് മറ്റുള്ളവരുടെ കാര്യങ്ങളിൽ ഇടപെടുന്നത്. എന്തുപറഞ്ഞാലും മറ്റുള്ളവർ നിന്ന് കേൾക്കണമെന്നാണോ? അവ

ളുടെ മുഖം വലിഞ്ഞു മുറുകി, ഗാർഹിക പീഡനത്തിന് കേസ് കൊടുക്കുകയാണ് വേണ്ടത്. ഞാനൊന്ന് ഞെട്ടി. കരിഷ്മ വായും തുറന്നിരിക്കുന്നുണ്ട്. ആർക്കെതിരെയാണ് കേസ് കൊടുക്കേണ്ടത്. ദിവ്യ പല്ലു കടിച്ചു പൊട്ടിക്കുന്ന പോലെ പറഞ്ഞു മൂത്ത മകനെ പറഞ്ഞു മനസ്സിലാക്കി കൊള്ളൂ. അന്യരുടെ കാര്യത്തിൽ ഇടപെടാൻ വന്നാൽ അങ്ങനെയും സംഭവിക്കുമെന്ന് .

കരിഷ്മയ്ക്ക് ദേഷ്യം വന്നു തുടങ്ങി. അവൾ ഉറക്കെ ചോദിച്ചു, ആരാണ് അന്യർ? ഞങ്ങളോ , അതോ വീരോ? അവനാണ് നിന്റെ കടത്തിന്റെ ഗഡു ഈ മാസം അടയ്ക്കാൻ സഹായിച്ചത്. കണ്ട പലിശക്കാർക്ക് നിരങ്ങാനുള്ളതല്ല ഈ വീട്. ഞാൻ വേഗം എഴുന്നേറ്റ് ചെന്നു. അല്ലെങ്കിൽ ഇനി കരിഷ്മയ്ക്ക് ദേഷ്യം വന്ന് കൂടുതൽ എന്തെങ്കിലും പറഞ്ഞാൽ അവളുടെ പേരിലും കൂടി കേസ് കൊടുക്കാൻ സാധ്യതയുണ്ട് . ഞാൻ പറഞ്ഞു, മോളെ സംഭവിക്കാനുള്ളത് സംഭവിച്ചു. നീ ഇപ്പോൾ നശിപ്പിക്കുന്നത് നിന്റെ കൂടി ജീവിതമല്ലേ. ഇത്ര നല്ല ദിവസമായിട്ട് ദീപു എത്രയധികം ദുഃഖിക്കുന്നുണ്ടാവും. എന്താണ് ഒരു പോം വഴിയെന്നു നീ തന്നെ പറയൂ. ഉത്തരം പെട്ടെന്ന് തന്നെ വന്നു. ഞങ്ങൾ വേറെ മാറി താമസിച്ചോളാം . ഇവിടെ ഇനി ശരിയാവില്ല. വല്ലാത്ത തല വേദനയാണ്. അല്ലെങ്കിൽ ചേട്ടനോട് സംസാരിക്കാനുള്ള തന്റേടം ജയദീപിന് വേണം. എനിക്കിങ്ങനെ നാണംകെട്ട് ജീവിക്കേണ്ട ഒരു ആവശ്യവുമില്ല. ചേട്ടത്തിയെല്ലാം തികഞ്ഞവളെ പോലെ ഇവിടെ ജീവിക്കുക. അവരുടെ ഭർത്താവ് രാജാവാണല്ലോ. ഞങ്ങൾ എന്താ മിണ്ടാതെയും അനങ്ങാതെയും കഴിയണമോ?

'മിണ്ടാതിരിക്ക്' ദീപു ഒറ്റയടി ഡൈനിങ് ടേബിളിലടിച്ചു. അവന്റെ പാത്രം നീങ്ങി താഴേക്ക് വീഴും മുമ്പ് കരിഷ്മ പിടിച്ചു. അങ്ങനെ ആദ്യമായി എന്റെ ഇളയ മകന്റെ ശബ്ദം ഉയർന്നു കേട്ടു. അവന്റെ മുഖം ചുവന്നിരുന്നു. കണ്ണുകൾ വലുതായി. അവിടേക്കും ചോര ഇരച്ചു കയറിയ പോലെ. നോക്ക് നീ പറയുന്ന പോലെ എനിക്ക് എന്റെ സഹോദരനെ എതിർത്തു പറയാനോ ഷർട്ടിനു കുത്തിപ്പിടിക്കാനും കഴിയില്ല. ഇടയ്ക്കിടെ പറയുന്നുണ്ടല്ലോ; നിങ്ങളുടെ സഹോദരൻ, നിങ്ങളുടെ സഹോദരൻ എന്ന്. അതു തന്നെയാണ് കാരണം. അദ്ദേഹം എന്റെ സഹോദരനാണ്. മുതിർന്ന സഹോദരൻ. നീ രണ്ടാമത് പറഞ്ഞ കാര്യം, മാറി താമസിക്കുക അത് ചെയ്യാം. കാരണം അത് എന്നായാലും ചെയ്യേണ്ടിവരും. ഇപ്പോൾ ആരും പുറത്തു പോകുന്നില്ല. കുറച്ചു കഴിഞ്ഞു പോകാം. അവൻ കൈ കഴുകി മുറിയിലേക്ക് പോയി. ദിവ്യയും ഒന്ന് ഞെട്ടി ഇരിക്കുകയായിരുന്നു. അവളും എഴുന്നേറ്റ് മുറിയിലേക്ക് പോയി. കുട്ടികൾ ടിവിയും ഓണാക്കി. അവരെ ഇതൊന്നും ബാധിച്ചിട്ടില്ല.

കരിഷ്മ പൂജാമുറിയിലെ തിരികൾ നേരെയാക്കി വയ്ക്കുകയാണ്. വിളക്കിപ്പോൾ കൂടുതൽ പ്രഭയായി കത്തുന്നുണ്ട്. ഞാൻ അവളോട് ചോദിച്ചു, അവൻ വേഗം മാറി താമസിക്കുമോ കരിഷ്മ. കരിഷ്മ ദീർഘ നിശ്വാസം വിട്ടു. അവൻ അങ്ങനെ തീരുമാനിച്ചില്ലെങ്കിൽ അവളു തനിച്ചി റങ്ങി പോകും. എനിക്കിതൊക്കെ നേരത്തെ തോന്നിയതാണ്. അവൾ ഇതൊക്കെ വർഷങ്ങളായി പ്ലാൻ ചെയ്യുന്നതാവും. ഞാൻ പ്രാർത്ഥിക്കു കയാണ് ജഗദീഷ്, വീർ രാവിലെ തന്നെ ഇവിടെ നിന്ന് പോയതിന് ദൈവ ത്തിനു നന്ദി പറയുകയാണ്. അവൻ ഇവിടെ ഉണ്ടായിരുന്നെങ്കിൽ ? അവ ൾ പറഞ്ഞത് കേട്ടില്ലേ കേസ് കൊടുക്കുമെന്ന്. ഇവിടെനിന്ന് ഒറ്റയ്ക്ക് ഇറ ങ്ങിപ്പോയിരുന്നെങ്കിലോ, ദീപും കൂടെയില്ല എന്നവൾ കരുതിയേനെ. നിങ്ങൾക്ക് തോന്നുന്നുണ്ടോ അവളുടെ വീട്ടുകാർ വെറുതെയിരിക്കു മെന്ന്. പറഞ്ഞപോലെ കേസുകൊടുക്കാൻ അവർക്ക് ഒരു മടിയും ഉണ്ടാ വില്ല. ഇനി ദിവ്യ വേണ്ടെന്ന് വിചാരിച്ചാലും ബീന നിർബന്ധിച്ച കേസ് കൊടുപ്പിക്കും. നല്ലൊരു ദിവസമായിട്ട് മൂത്ത മകനെ പോലീസ് സ്റ്റേ ഷനിൽ പോയി ഇറക്കേണ്ടി വന്നേനെ. അതിനിവിടെ എന്ത് സംഭവി ച്ചിട്ടാണ് കരിഷ്മ, ഞാൻ അരിശത്തോടെ ചോദിച്ചു . എല്ലാവരും സത്യ സന്ധരാണോ ജഗദീഷ്? നിങ്ങൾക്കിത് ഇത്രയും കാലമായിട്ടും മനസ്സി ലായില്ലേ. സ്വന്തം അനിയൻ തന്നെ വീട്ടിൽ നിന്ന് ഇറക്കി വിട്ടിട്ടും, അവൾ എന്നെ തന്നെ ഉറ്റു നോക്കി കൊണ്ട് ചോദിച്ചു.. എനിക്കൊന്നും പറയാനി ല്ലായിരുന്നു. ശരിയാണ് ഇങ്ങനെ അവസാനിച്ചത് നന്നായി.

കരിഷ്മ എന്റെ അടുത്തേക്ക് വേഗം വന്നു. സെറ്റിൽ ഇരുന്നു ശേഷം അവൾ പറഞ്ഞു, നോക്ക് ഇന്നിവിടെ നടന്നത് ഒരിക്കലും വീർ അറിയരു ത്. അറിയാതെ നമ്മൾ നോക്കണം. ദീപു ഇവിടെനിന്ന് മാറിപ്പോകുന്നത് ഒരു സാധാരണ സംഭവം പോലെ ആകണം. കേട്ടോ... ഞാൻ മൂളി. കുറച്ച് കഴിഞ്ഞു സംസാരങ്ങൾക്കൊക്കെ ശേഷമാണെന്ന് തോന്നുന്നു, ദീപും ദി വ്യയും കുട്ടികളും പുറത്തേക്കു പോയി. രണ്ടുപേരുടെയും മുഖത്ത് ഒരു ശാന്തതയൊക്കെ ഉണ്ട്.

കുറച്ചു കഴിഞ്ഞപ്പോൾ വീർ വന്നു സകല ദൈവങ്ങളുടെയും അനുഗ്രഹം വാങ്ങിച്ചു കൊണ്ട്. വലിയ സന്തോഷത്തിലാണ്. പ്രസാദങ്ങളൊക്കെ ടേബിളിൽ വെച്ചു. എല്ലാവരും കഴിച്ചോളു കുട്ടികൾക്കൊക്കെ കൊടു ക്കു. അവൻ ദീപിന്റെ മുറിയിലേക്ക് നോക്കുന്നുണ്ട്. ദീപ് എവിടെ കുട്ടി കളോ? ഞാൻ കുറച്ചു പ്രസാദമെടുത്തു കഴിച്ചു. അവൻ പുറത്തു പോയി മോനേ. ഈ സമയത്തോ? അപ്പോൾ ഇനി വൈകിട്ട് വരില്ലേ. മിക്കവാറും വരുന്നുണ്ടാവില്ല ഞാൻ മറുപടി നൽകി. എന്താണവൻ ഈ സമയത്ത് പോയത്. വൈകുന്നേരം കുട്ടികളുമായി പുറത്തു പോകേണ്ടതല്ലേ. പട്ടം പറത്താൻ പോകണമെന്ന് ഞാൻ അവനോട് ഇന്നലെ സൂചിപ്പിച്ചിരുന്നു.

ദീപു ദു:ഖിച്ചിരിക്കുന്നത് കണ്ട്, വീർ വിചാരിച്ചു വച്ചിരിക്കുന്നത് അവൻ ഉപദേശിച്ചത് മൂലം കുറ്റബോധവും വേദനയും കൊണ്ട് എന്നാണ്. അതിനാൽ രണ്ടുദിവസമായി അനിയനോട് വലിയ കരുതലും സ്നേഹവും ആയിരുന്നു. പഴയതെല്ലാം മറന്ന് സംസാരിച്ചു തുടങ്ങി. വീർ അസ്വസ്ഥതയോടെ പറഞ്ഞു ഒരു ചിട്ടയും ഇല്ല.

അതുകേട്ടതും ഉള്ളിലെ ദേഷ്യവും സങ്കടവും കരിഷ്മ അവിടെ അപ്പോൾ തന്നെ കൊട്ടിയിട്ടു. അവൻ അവന്റെ കുടുംബവുമായി അവനിഷ്ടമുള്ളപ്പോൾ പോകുന്നു. നിനക്ക് എന്താണ്? നീ എന്തിനാണ് ഇതൊക്കെ അന്വേഷിക്കുന്നത്. അവൾ പിറുപിറുത്തു. റോഷ്നി മടിയിലുണ്ട് .വീർ ആശ്ചര്യപ്പെട്ടു. എന്തിനാണ് ഇങ്ങനെ ദേഷ്യപ്പെടുന്നത്. ഞാൻ കരിഷ്മയെ നോക്കി ഇവൾ തന്നെ എല്ലാം അവനെ അറിയിക്കും. ഇളയ മകനെ എന്തെങ്കിലും പറഞ്ഞാൽ അപ്പോഴേക്കും ദേഷ്യപ്പെട്ടു കൊള്ളണം. ഉച്ചയൂണിന്റെ സമയത്താണോ പോകുന്നത്? അവൻ അകത്തുനിന്ന് ഒരു ബോക്സും കൊണ്ടു വന്നു. എന്നെ നോക്കി ചിരിച്ചിട്ട് കരിഷ്മ മാഡത്തിന്റെ ദേഷ്യം കുറയ്ക്കാൻ ഒരു വഴിയുണ്ട്. ഇത് നോക്ക് ഈ ബോക്സിലെന്താണെന്ന്? അവൻ ഭക്ഷണം കഴിക്കാതെ പോയതിന്റെ ദേഷ്യമാണോ.

അവൾ സങ്കടത്തോടെ അവനെ നോക്കി. എന്നിട്ടാ ബോക്സ് വാങ്ങി. ജ്വല്ലറി ബോക്സാണ്. തുറന്നപ്പോൾ ഒരു ഡയമണ്ട് പെൻഡന്റ്, ചെയിൻ, കമ്മൽ, ഒരു മോതിരം, ഒരു വള. എല്ലാം അധികം ആഡംബരമില്ലാത്തവയാണ്. എന്നാൽ കരിഷ്മയുടെ ഇഷ്ടം പോലെയുള്ളവ. അവൾ ആശ്ചര്യപ്പെട്ടു. എന്തിനാണ് ഇത്രയും പണം മുടക്കിയത്. ഇതിന്റെയൊക്കെ ആവശ്യമുണ്ടായിരുന്നോ? നിനക്കെന്താണ് വീരു?..... ഇതൊരു സെറ്റാണമ്മേ. വീർ വളരെ സന്തോഷത്തിലാണ്. അവൻ അവളെ ഒരു കൈകൊണ്ട് കെട്ടിപ്പിടിച്ചിട്ടുണ്ട്. അമ്മയ്ക്ക് ഡയമണ്ട് സെറ്റ് ഇഷ്ടമായിരുന്നു എന്ന് എനിക്കറിയാം. ഒരുപക്ഷേ അമ്മയുടെ ചെറുപ്പത്തിൽ കുടുംബത്തിനായി ഇതെല്ലാം വേണ്ടെന്നു വെച്ചിട്ടുണ്ടാവും.

അവളുടെ മുഖത്ത് ഒരു പുഞ്ചിരി വിടർന്നു. ഇതെല്ലാമിട്ട് ഇനി കൂട്ടുകാരികളുടെ അടുത്ത് പോയി തിളങ്ങിക്കൊള്ളൂ. പിന്നെ ജയവീറിനെ പുകഴ്ത്താൻ മറക്കേണ്ട. അവൾ ഉറക്കെ ചിരിച്ചു.... നിന്റെ അച്ഛനു ഒന്നും വാങ്ങിയില്ലേ. അദ്ദേഹത്തിന് എന്താണ് വാങ്ങുക കണ്ണടയോ? അവൻ ചിരിച്ചു. നോക്കൂ പെൺകുട്ടികൾക്കൊക്കെ ഓരോ ആഭരണങ്ങളും ആൺകുട്ടികൾക്കൊക്കെ വസ്ത്രവും വാങ്ങിയിട്ടുണ്ട്. അച്ഛനും വസ്ത്രമാണ്. ഇതുകൂടി കൊടുക്കാൻ വേണ്ടിയാണ് അമ്മയുടെ ഇളയ കുഞ്ഞിനെ അന്വേഷിച്ചത്. അവനാ പാക്കറ്റുകൾ പൂജയെ ഏൽപ്പിച്ചു. ദീപു വരുമ്പോൾ കൊടുക്കാം. വീർ വാതിൽ തുറന്നു പുറത്തേക്ക്

പോയി. ഊണെടുത്തു വയ്ക്കു അമ്മേ ഞാനിപ്പോൾ വരാം. അടുത്തുള്ള ആരെയോ കാണാൻ പോയതാണ്.

കരിഷ്മ എന്നെ വിളിച്ചു. നോക്ക് ജഗദീഷ്, നല്ല ഭംഗിയുണ്ടല്ലേ. ഞാൻ ചിരിച്ചുകൊണ്ട് അവളുടെ അടുത്ത് ചെന്നു. നിനക്ക് നല്ല കോളായിട്ടുണ്ടല്ലോ. അവൾ എന്റെ മുഖത്തേക്ക് സന്തോഷത്തോടെ നോക്കി. നോക്ക് ഈ ആഭരണങ്ങളല്ല എന്റെ സന്തോഷത്തിന് കാരണം, എന്റെ ഇഷ്ടങ്ങൾ അവൻ മനസ്സിലാക്കിയിട്ടുണ്ടെന്നുള്ളതാണ്. ഊം ഞാൻ മൂളി. അവൾ പൂജയുടെ അടുത്തേക്ക് പോയി. തിരിച്ചുവന്നപ്പോൾ കയ്യിൽ ദീപിനും കുടുംബത്തിനും ഉള്ള പാക്കറ്റുകൾ ഉണ്ട്. ഓ നീ ഇത് വാങ്ങിയെടുത്തോ കരിഷ്മ?

സ്വയം ബുദ്ധിമാൻ ആണെന്ന് പറയുന്നുണ്ടല്ലോ. ഞാനവൾക്ക് സംശയം തോന്നാതെ വാങ്ങിച്ചെടുത്തതാണ്. അല്ലാതെ വീറോ പൂജയോ കൊടുത്ത് ദിവ്യ ദേഷ്യത്തിൽ അതെങ്ങാനും വേണ്ടെന്ന് പറഞ്ഞാൽ ഇന്നത്തെ മനസമാധാനം പോയി കിട്ടും. ഒന്നിനെ സമാധാനിപ്പിച്ചിട്ട് വിട്ടിട്ടേയുള്ളൂ. ഞാൻ തലയാട്ടി ശരിയാണ്. അപ്പോഴേക്കും വീർ വന്നു. ഞങ്ങൾ സംസാരം പൊടുന്നനെ നിർത്തി. എന്താണ് ഒരു കള്ളത്തരം അവൻ ചിരിച്ചുകൊണ്ട് ചോദിച്ചു. കരിഷ്മ പറഞ്ഞു അല്ല അച്ഛൻ ചോദിക്കുകയായിരുന്നു എന്തിനാണ് ഇത്രയധികം കാശ് ചെലവാക്കിയത്. ഓ അതിനെന്താണ് കഴിഞ്ഞ വർഷം പുതിയ ഓർഡറുകൾ കിട്ടി. ഹൈദരാബാദിൽ പുതിയ ഓഫീസ് തുറന്നു. അതുകൊണ്ട് എല്ലാവർക്കും കുറച്ചു കൂടുതൽ സമ്മാനങ്ങൾ ആവട്ടെ എന്ന് കരുതി. കുടുംബത്തിനെ കൂടി സന്തോഷിപ്പിച്ചില്ലെങ്കിൽ, പിന്നെ സമ്പാദിക്കുന്നത് ആർക്കുവേണ്ടിയാണ്. ഇനിയും ബിസിനസ് വിപുലപ്പെടാൻ ദൈവത്തോട് പ്രാർത്ഥിക്കു. അവൻ കൈ കഴുകി ഭക്ഷണം കഴിക്കാൻ ഇരുന്നു.

41 മാറുന്ന ലോകവും ഓടുന്ന മനുഷ്യരും

ഒരാഴ്ച കടന്നുപോയി. വലിയ ശബ്ദ കോലാഹലങ്ങൾ ഇല്ലാതെ. ഒരു ദിവസം വൈകുന്നേരം ദീപു മുറിയിലേക്ക് വന്നു. ഡാഡി... അവൻ കുറച്ചു സങ്കോചത്തോടെയാണ് സംസാരിക്കുന്നത്. ഞാനവന്റെ കൈകൾ പിടിച്ച് അടുത്തിരുത്തി. എനിക്കും വിവരങ്ങൾ അറിയണമെന്നുണ്ടായിരുന്നു. എന്താണ് മോനേ? ഇവിടെ ഇനി ഒരുമിച്ച് താമസിക്കാൻ കഴിയും എന്ന് തോന്നുന്നില്ല അച്ഛാ.. അവൻ പതുക്കെ നിർത്തി. ഒരു സമാധാനവും കിട്ടാൻ പോകുന്നില്ല. എനിക്ക് മാത്രമല്ല വീർ ഭയ്യാക്കും അതുപോലെ തന്നെയാകും. ഇനിയും കൂടുതൽ കുഴപ്പങ്ങൾ ഉണ്ടാക്കണോ അച്ഛാ. ഞാൻ പകുതി സമ്മതത്തോടെ തലയാട്ടി.

അച്ഛനമ്മമാർക്ക് എപ്പോഴും മക്കൾ കൂടെയുണ്ടാവണം എന്ന് തോന്നും. അവരുടെ യൗവനത്തിൽ അത് അങ്ങനെ തന്നെയാണെന്നവർ വിശ്വസിക്കും. പക്ഷേ സത്യം തികച്ചും വ്യത്യസ്തമാണ്. ശരിയാണ് എന്നായാലും മാറേണ്ടി വരും ഞാൻ മനസ്സിന്റെ ധൈര്യം വീണ്ടെടുത്ത് മുഖത്തൊരു ചെറിയ ചിരി വരുത്തി. ശാന്തമായി അവനോട് ചോദിച്ചു. നീ എന്താണ് ചെയ്യാൻ ഉദ്ദേശിക്കുന്നത്. അവൻ ബെഡിൽ പതുക്കെ കൈകൾ അമർത്തി ഒന്ന് നിശ്വസിച്ചു. കരിഷ്മ ഡൈനിങ് ഹാളിൽ നിന്ന് എല്ലാം കേൾക്കുന്നുണ്ടായിരുന്നു. അവളും അകത്തേക്ക് കയറി വന്ന് അലമാരയിൽ ചാരി നിന്ന് ദീപുവിന്റെ വാക്കുകൾ ശ്രദ്ധിച്ചു കൊണ്ടേയിരുന്നു. ഞാൻ സ്വന്തമായൊരു ഫ്ലാറ്റ് വാങ്ങണമെന്നാണ് അച്ഛാ ആഗ്രഹിക്കുന്നത്. വാടകയ്ക്ക് വീടെടുക്കുക എന്നത് ശ്രമകരമാണ്. കാരണം ദിവ്യയുടെ ഇഷ്ടത്തിനനുസരിച്ച് ഒരു വീടെടുക്കുമ്പോൾ എന്തായാലും വാടക വിചാരിച്ച പോലെ നിൽക്കില്ല. അതിലും നല്ലത് ഒരു ലോൺ എടുത്താൽ വാടക പണം അതിലേക്ക് അടച്ചു തീർക്കാമല്ലോ. അത് ശരിയാണ് പക്ഷേ മുഴുവൻ പണവും നിനക്ക് ലോൺ കിട്ടുമോ. അവൻ ചിരിച്ചു, ലോൺ കിട്ടുമോ എന്നതിനേക്കാൾ അപ്പുറം അതിന്റെ ഗഡുക്കളടയ്ക്കാൻ കഴിയുമോ എന്നുള്ളതാണ് എന്റെ പ്രശ്നം. അച്ഛനു അറിയാമല്ലോ ഐടി മേഖലയിൽ ഇപ്പോൾ ചെറിയ മാന്ദ്യം ഉണ്ട്. ഞാൻ മൂളി.

എത്രയാണ് നിന്റെ ബഡ്ജറ്റ് ദീപു, കരിഷ്മ പൊടുന്നനെ ചോദിച്ചു. അമ്മേ താമസിക്കുന്നത് ഞാൻ മാത്രമല്ലല്ലോ, ദിവ്യ കൂടിയല്ലേ, അവളുടെ ഇഷ്ടം കൂടി നോക്കണമല്ലോ. അപ്പോൾ ചെറുതിൽ ഒതുങ്ങില്ലല്ലോ ദീപു. അതേ അമ്മേ, അതാണ് ഇപ്പോഴത്തെ പ്രശ്നം. അവൾ പറയുന്നത് വീട് സ്വന്തമാക്കുന്നുണ്ടെങ്കിൽ അത് റോയൽ ഹോംസ്, ലേക് ഷോറോ അങ്ങനെ ഏതെങ്കിലും വലിയ ഒരു ഗ്രൂപ്പിന്റെ വേണമെന്നാണ്. ഞാൻ ആശ്ചര്യത്തോടെ പുരികമുയർത്തി. അത് വളരെ വില കൂടുതലല്ലേ മോനേ. രണ്ട് ബെഡ്റൂമുകൾ ഉള്ള ഒരു ഫ്ലാറ്റ് വാങ്ങണമെങ്കിൽ തന്നെ എത്രയധികം പണം വേണം. മുഴുവൻ ലോൺ എടുക്കാമോ. അത് ബുദ്ധിയാണോ ദീപു? അച്ഛാ അല്ലെങ്കിൽ അതുവരെ വാടകയ്ക്ക് താമസിക്കാം എന്നാണ് അവൾ പറയുന്നത്, അല്ലെങ്കിൽ അവളുടെ വീട്ടിൽ നിൽക്കാമെന്ന്. അവൻ കാലുകൾ കയറ്റി വെച്ച് ചമ്രം പടിഞ്ഞിരുന്നു. ഇപ്പോൾ പ്രശ്നങ്ങളൊന്നു തണുത്തിട്ടുള്ളൂ അച്ഛാ. ഇനിയും ഞാൻ എന്തെങ്കിലും പറഞ്ഞാൽ പിന്നെ അതിന്റെ പേരിൽ വീണ്ടും വഴക്കാവും. എനിക്ക്.... അവൻ മുഴുവനാക്കാതെ നിർത്തി. അച്ഛനും അമ്മയ്ക്കും എന്തെങ്കിലും പോംവഴി തോന്നുന്നുണ്ടെങ്കിൽ പറയൂ. അതും പറഞ്ഞവൻ എഴുന്നേറ്റ് നടന്നു.

ഞാൻ കരിഷ്മയെ നോക്കി. അവൾ എന്റെ അടുത്ത് വന്നിരുന്നു. എന്നെ നോക്കിക്കൊണ്ട് പറഞ്ഞു, എന്തു തോന്നുന്നു. ഞാനവളെ ചോദ്യഭാവ

ത്തിൽ നോക്കി. നോക്ക് അവൻ പറയുന്നത് അവന് സ്വന്തമായൊരു വീട് വാങ്ങാൻ ആഗ്രഹമുണ്ട് അവന്റെ കയ്യിൽ അതിനാവശ്യമായ പണവും ഇല്ല. അവന്റെ ഷെയർ കൊടുത്താൽ കാര്യങ്ങൾ കുറച്ചുകൂടി എളുപ്പമാവും. അവൻ അങ്ങനെ പറഞ്ഞില്ലല്ലോ കരിഷ്മ. എന്തിനാണ് പറയുന്നത് ജഗദീഷ്, അല്ലാതെ തന്നെ മനസ്സിലാക്കിക്കൂടെ. ഷെയർ കൊടുക്കാൻ എന്താണ് വഴി കരിഷ്മ, ഈ വീട് വിൽക്കുകയല്ലാതെ, വേറെ മാർഗ്ഗമില്ല.

ഞാൻ കുറച്ചു വെള്ളമെടുത്തു കുടിച്ചതിനുശേഷം അവളുടെ അടുത്ത് ചെന്നിരുന്നു സംസാരിച്ചു. ഞാൻ കാര്യമായി ഒന്നും സമ്പാദിച്ചില്ല കരിഷ്മ. നീയൊന്ന് ആലോചിച്ചുനോക്കൂ ഇത് പഴയ ബോംബെ ആണോ. നമുക്കിനി സ്വന്തമായൊരു വീട് വാങ്ങാൻ കഴിയുമോ? ഓ മൂത്ത മകനെപ്പറ്റി നിങ്ങൾ മറന്നുവോ ജഗദീഷ്... ദിവ്യ പറയുന്ന മഹാരാജാവ്... അവൾ ചിരിച്ചു. അവനോടൊന്ന് കാര്യങ്ങൾ അവതരിപ്പിക്ക്. അവനു ഇതെല്ലാം ഇഷ്ടമാകുമെന്ന് തോന്നുന്നുണ്ടോ കരിഷ്മ? ഇഷ്ടമായാലും ഇല്ലെങ്കിലും പറയാതെ പറ്റില്ലല്ലോ. അവനെ പറഞ്ഞു മനസ്സിലാക്കിക്ക്. ആ പെണ്ണ് ഇവിടെ നിൽക്കാൻ പോകുന്നില്ല ജഗദീഷ്, അല്ലെങ്കിൽ അവിടെ ഇവിടെയായി വാടകയ്ക്ക് താമസിക്കും. അതിലും നല്ലത്.,.. നോക്ക് ജഗദീഷ് നിങ്ങൾ എന്താണ് നേരത്തെ പറഞ്ഞത്. കാര്യമായി ഒന്നും സമ്പാദിച്ചില്ലെന്നോ? നിങ്ങൾക്ക് കഴിയാവുന്നതിന്റെ അങ്ങേയറ്റം നിങ്ങൾ ചെയ്തിട്ടുണ്ട്. നിങ്ങളുടെ വരുമാനം കൊണ്ട് തന്നെയാണ് എല്ലാവരെയും സഹായിച്ചത്. അമ്മ, സഹോദരങ്ങൾ, നമ്മുടെ കുടുംബം, കുട്ടികളുടെ വിദ്യാഭ്യാസം, ഈ വീട്, നാട്ടിൽ ചെറുതെങ്കിലും കയറിക്കിടക്കാൻ ഒരു വീടും കുറച്ച് സ്ഥലവും ഉണ്ട്. ഇതിൽ കൂടുതൽ എന്താണ് ഒരു സാധാരണക്കാരൻ ചെയ്യേണ്ടത്. ഇനി കോടികളുടെ നിക്ഷേപം കൂടി അവർക്ക് ഉണ്ടാക്കിക്കൊടുക്കണോ നോക്ക് നിങ്ങളുടെ രണ്ടാമത്തെ മരുമകൾക്ക് പുതിയ വീട് വേണം. അതും അവളുടെ പൊങ്ങച്ചത്തിനനുസരിച്ച്. പിന്നെ അവളുടെ കുടുംബത്തെയും കൂടെ കൂട്ടണം. അതിനായി നമ്മളുടെ കഷ്ടപ്പാടിന്റെ വിയർപ്പിന്റെ ഒരു ഭാഗം അവൾക്ക് വേണമെന്ന്, കരിഷ്മ ഒരു വാശിയോടെ പറഞ്ഞു തീർത്തു.

വീരു ഇത് കേൾക്കണ്ട. അവനു ഒരു യാത്രയുണ്ടെന്നു പറയുന്നു. രണ്ടാഴ്ച ഇവിടെ ഉണ്ടാവില്ല. സിംഗപ്പൂരിൽ ഒരു മീറ്റിംഗ് ഉണ്ട്. ഇന്ത്യയിലെ ഏറ്റവും നല്ല വിതരണക്കാരിൽ ഒരാളായി അവനെയും തിരഞ്ഞെടുത്തിട്ടുണ്ട്. കുറച്ചു വർഷങ്ങളായി അവനു ഇതുപോലെ ഇടയ്ക്ക് യാത്ര ഉണ്ടാകും. ഞങ്ങൾക്കിത് ശീലമായി. പോകുമ്പോൾ ഞങ്ങളുടെ കാലുകൾ തൊട്ട് നമസ്കരിച്ച് അനുഗ്രഹം വാങ്ങിക്കും. ചിലപ്പോൾ കരിഷ്മയെ കെട്ടിപ്പിടിച്ച് കുറേയേറെ നേരം വർണിച്ചു ഉമ്മയൊക്കെ കൊടുത്താണ് പോവുക. അമ്മയും മകനും ഇടയ്ക്കിടെ വഴക്കിടാറുള്ളതുകൊണ്ട് ദൂര

യാത്ര പോകുമ്പോൾ വീരൂ എല്ലാ പരിഭവങ്ങളും പറഞ്ഞു തീർത്തു സോൾവാക്കാറുണ്ട് . അവൾ പിണക്കം മാറി ചിരിക്കുന്ന വരെ അവൻ ഓരോന്നു പറഞ്ഞു കൊണ്ടിരിക്കും. കരിഷ്മ ആരതി ഉഴിഞ്ഞ് അവനെ യാത്രയാക്കി.

പൂജയും കുട്ടികളും വീറിനെ എയർപോർട്ടിലാക്കാൻ പോയി. രാത്രി ഭക്ഷണത്തിനുശേഷം ഞാൻ ബാൽക്കണിയിലേക്ക് നോക്കിയപ്പോൾ, ദീപു മൊബൈലിൽ കുത്തി ഇരിക്കുന്നുണ്ട്. എന്തായിരിക്കും ചെയ്യുന്നത്. പണമുണ്ടാക്കാനുള്ള വഴികൾ ആലോചിക്കുകയാണോ. ഞാൻ ഡോർ തുറന്നു അവന്റെ അടുത്തേക്ക് ചെന്നു. മോനേ അവൻ തലയുയർത്തി. ഇരിക്ക് ഡാഡി. ഞാനിരുന്നു. ദീപു നിനക്ക് ഇപ്പോൾ വീടിന്റെ ഷെയർ കിട്ടണം എന്ന് ആഗ്രഹമുണ്ടോ. അവന്റെ മുഖത്തൊരു ഞെട്ടൽ പ്രകടമായി പിന്നെ കുറച്ചു നിമിഷങ്ങൾക്ക് ശേഷം പറഞ്ഞു, പണം കിട്ടുന്നത് നല്ലത് തന്നെയാണ് അച്ഛാ. ഞാൻ പുഞ്ചിരിച്ചു. നീ വിഷമിക്കേണ്ട മോനെ എന്നായാലും അച്ഛൻ ഇത് ചെയ്തു തരണം. എന്താ വഴികൾ എന്ന് ഞാനൊന്ന് ആലോചിക്കട്ടെ. ഞാൻ എഴുന്നേറ്റു മുറിയിലേക്ക് നടന്നു.

വീർ വന്നതിനുശേഷം ഇതിനെക്കുറിച്ച് സംസാരിച്ചു തുടങ്ങി. പ്രതീക്ഷിച്ച പോലെ അവൻ ആദ്യം എതിർത്തു. വാഗ്വാദങ്ങൾ കരിഷ്മയും അവനും തമ്മിലായിരുന്നു. കുറച്ചുനേരം അതങ്ങ് നീണ്ടു. വീർ പറഞ്ഞു മക്കളെ പറഞ്ഞു മനസ്സിലാക്കേണ്ടത് അച്ഛനമ്മമാരുടെ ചുമതലയാണ്. അവനെ പറഞ്ഞു മനസ്സിലാക്കിക്കൂ. എല്ലാം അംഗീകരിച്ചു കൊടുക്കുകയല്ല വേണ്ടത്. ഉടനെ തന്നെ കരിഷ്മ മറുപടിയും കൊടുത്തു. ഇത്രയും നേരം പറഞ്ഞിട്ടും നിനക്ക് എന്തെങ്കിലും മനസ്സിലായോ. അതുപോലെതന്നെയാണ് അവനും. എനിക്ക് ചിരി വന്നു. വീർ എന്നായാലും ഇത് ചെയ്യേണ്ടേ മോനേ. അവൻ എന്നെ നോക്കി ഒന്നു കണ്ണുചിമ്മി. ഇനി അങ്ങനെയാണെങ്കിൽ തന്നെ ഇത്ര വേഗം വേണോ. അവൻ കുറച്ച് സമ്പാദിച്ച്, അങ്ങനെയൊക്കെയല്ലേ എല്ലാവരും. നോക്ക് വീരു, ദിവ്യ ഇവിടെ കൂടുതൽ നാൾ തങ്ങുമെന്ന് നീ കരുതുന്നുണ്ടോ. അതും കൂടി കേട്ടപ്പോൾ അവന് കൂടുതൽ ഉശിരായി. അത് തന്നെയാണ് ഞാൻ പറഞ്ഞത്, ഇതെല്ലാം അവളുടെ പ്ലാൻ ആണ്. നോക്ക് അവളുടെ കുടുംബം വാടകക്കാണ് താമസിക്കുന്നത്. ഇവനെ കൊണ്ട് പുതിയ വീടും വാങ്ങിച്ച്, പിന്നെ അവരെ കൂടി ആ വീട്ടിലേക്കങ്ങ് ചേർക്കും നമ്മുടെ കുടുംബം പിരിയുകയും ചെയ്യും. ഇതാണവളുടെ പ്ലാൻ. അതിന്റെ ചരട് വലികളാണ് ഇതെല്ലാം.

അവൻ സെറ്റിയിൽ ചാരിയിരുന്ന് മേൽചുണ്ടിനു മുകളിൽ വിരലുകൾ വച്ച് ആലോചന തുടങ്ങി. ഇടയ്ക്കൊന്നു തലകുലുക്കി. ഇത് ഞാൻ ശരിയാക്കി കൊള്ളാം. ഞാൻ അവനെ കാണട്ടെ. 'വീരൂ' ഞാൻ ദയനീയമായി

വിളിച്ചു. അവൻ വീണ്ടും വാശിയോടെ പറഞ്ഞു. ഡാഡി എല്ലാ ചെലവും അവന്റെ തലയിലാകാൻ പോകുകയാണ്. അവന്റെ നട്ടെല്ലവർ വെള്ളമാക്കും. ആ ബീനാന്റിയുടെ കയ്യിൽ അവനെ കിട്ടിയാൽ ഉണ്ടല്ലോ, പിന്നെ ബൊമ്മയാക്കി വല്ല ചില്ലും കൂട്ടിലും വയ്ക്കാം. കരിഷ്മയ്ക്ക് ചിരിയും സങ്കടവും വരുന്നുണ്ട്. അവൾ എഴുന്നേറ്റു, എന്നെക്കൊണ്ട് പറ്റില്ല എന്ന ഭാവത്തിൽ.

ഞാനവന്റെ അടുത്ത് ചെന്നിരുന്നു. വീരു, ഞാൻ പറയുന്നത് നീ ശ്രദ്ധിച്ചു കേൾക്കൂ. മുഴുവനും കേട്ടതിനു ശേഷം മാത്രമേ മറുപടി പറയാവൂ. അവനെന്നെ ഇതിന്റെയെല്ലാം ആവശ്യമുണ്ടോ എന്ന ഭാവത്തിൽ നോക്കി. ഞാൻ വളരെ ശാന്തമായി സംസാരിച്ചു തുടങ്ങി. കുറച്ചധികം നേരം ഞങ്ങൾ ഇരുന്നു സംസാരിച്ചു. അവൻ എല്ലാം കേട്ടു. ഇടയ്ക്ക് നിഷേധ ഭാവങ്ങളും ചോദ്യങ്ങളും എല്ലാം മുഖത്ത് വിരിഞ്ഞു. പക്ഷേ ഒന്നും മിണ്ടിയില്ല. അവസാനം ഞാൻ ഇങ്ങനെ ചോദിച്ചു. നിന്റെ സഹോദരനും ഭാര്യയും പിരിഞ്ഞു ജീവിക്കാൻ നീ ആഗ്രഹിക്കുന്നുണ്ടോ. അവന്റെ ജീവിതം സമാധാനമില്ലാതെ കഴിഞ്ഞു പോകുന്നതിൽ നിനക്ക് വിഷമം ഇല്ലേ. പറയു വീരൂ.... അവൻ നെറ്റിയിൽ കൈവെച്ചുകൊണ്ട് പറഞ്ഞു, എന്താണ് ഡാഡി ഇങ്ങനെ പറയുന്നത്. എനിക്കങ്ങനെയെല്ലാം ചിന്തിക്കാൻ കഴിയുമോ? എങ്കിൽ ഇത് സംഭവിക്കണം മോനെ. നമുക്കു മുന്നിൽ വേറെ വഴിയില്ല. അവൻ കുറച്ചുനേരം മൗനമായിരുന്നു ആലോചിച്ചു, പിന്നെ വളരെ താഴ്ന്ന സ്വരത്തിൽ പറഞ്ഞു. അവന്റെയും ആഗ്രഹം അങ്ങനെ തന്നെയാണെങ്കിൽ അതുതന്നെ നടക്കട്ടെ.

പിന്നെ കരിഷ്മയുടെ നേരെ തിരിഞ്ഞു, സൂക്ഷിച്ച് ബുദ്ധിയോടെ കാര്യങ്ങൾ കൈകാര്യം ചെയ്യണമെന്ന് മോനെ ഉപദേശിക്കണം എല്ലായിപ്പോഴും ഡാഡിയും ഭയ്യായും സഹായിക്കാൻ ഉണ്ടാവില്ലെന്ന് പറഞ്ഞു മനസ്സിലാക്കണം. കരിഷ്മ തലയാട്ടി. അവൻ എന്റെ നേർക്ക് തിരിഞ്ഞു, ഡാഡി എന്താണ് ചെയ്യാൻ ഉദ്ദേശിക്കുന്നത്. വേറെ എന്താണ് വഴി, ഈ വീട് വിൽക്കുകയല്ലാതെ, ഞാൻ എങ്ങനെ പണം കൊടുക്കാനാണ്. ഡാഡി വീട് വിൽക്കുകയോ, അതിന്റെ ആവശ്യമുണ്ടോ? പിന്നെ പുഞ്ചിരിച്ചു കൊണ്ട് ചോദിച്ചു, എന്നിട്ട് ഡാഡി എന്താണ് ചെയ്യാൻ പോകുന്നത്. നിങ്ങൾക്ക് വീതം വെച്ച് തരും. കുറച്ചു പണം കൊണ്ട് ലീസിന് ഒരു ചെറിയ ഫ്ലാറ്റ് എടുക്കും. എനിക്കും കരിഷ്മക്കും താമസിക്കാൻ ഒരു മുറിയും അടുക്കളയും ധാരാളമാണ്. ഊം, അവൻ തല കുലുക്കി. അപ്പോൾ ഞാനോ ഞാൻ എവിടെയാണ് കിടക്കുക?

വീരു.. ഞാൻ പാതി ചിരിയോടെയും സങ്കടത്തോടെയും വിളിച്ചു. അവൻ ചിരിച്ചു. ഡാഡി വീട് വിൽക്കേണ്ട, അവന് ഷെയറല്ലേ വേണ്ടു അതെ

ങ്ങനെയെങ്കിലും ഞാൻ ഉണ്ടാക്കി കൊടുക്കാം. ബിസിനസ്സിൽ കിട്ടുന്ന ലാഭമെല്ലാം അതിൽ തന്നെയാണ് നിക്ഷേപിക്കുന്നത് ഡാഡി... എങ്കിലും കുഴപ്പമില്ല, ഇതെല്ലാം എനിക്ക് നിസ്സാരമായി ചെയ്യാൻ കഴിയും. കരിഷ്മ മൂന്ന് കപ്പ് ചായയുമായി അപ്പോഴേക്കും വന്നു. ഇതൊന്നു നിന്നോട് ചോദിക്കാനാണ് ഞാൻ കഷ്ടപ്പെട്ട് സംസാരിച്ചത്. അതിന് നീ സമ്മതിച്ചിട്ടു വേണ്ട. അവൾ എന്നെ നോക്കിക്കൊണ്ടു പറഞ്ഞു. ഇപ്പോൾ മനസ്സമാധാനം ആയില്ലേ. ഒരു മഴ തോർന്ന പോലെയുള്ള ശാന്തതയിൽ ഞാൻ ചായ ഊതി കുടിച്ചു. ഇപ്പോൾ എന്തായാലും ഈ വീട്ടിൽ നിന്ന് ഇറങ്ങേണ്ടി വരില്ല.

ഞാൻ വീരിനോട് പറഞ്ഞു നീ എന്തായാലും കാര്യങ്ങൾ വേഗം നീക്കൂ, അവനുള്ള ഷെയർ കൊടുക്കുന്നതിനൊപ്പം ഈ വീടിന്റെ അവകാശം നിന്റെ പേരിൽ ആക്കി തരാം. വീർ ചായ കുടിക്കുന്നത് നിർത്തി എന്നെ ചോദ്യഭാവത്തിൽ നോക്കിക്കൊണ്ട് പറഞ്ഞു. അതിന്റെ ഒന്നും ആവശ്യമില്ല ഡാഡി. വീട് നിങ്ങളുടെ പേരിൽ തന്നെ മതി. ഞാൻ നിഷേധാർത്ഥത്തിൽ തലയാട്ടി. അത് ശരിയാവില്ല മോനേ. ഇത് ഞങ്ങളുടെ സമ്പാദ്യമാണ്. രണ്ടു മക്കൾക്കും തുല്യമായേ ഞാനത് കൊടുക്കുകയുള്ളൂ. നിനക്കിത് ആവശ്യമാണോ ഇല്ലയോ എന്നത് എനിക്ക് വിഷയമല്ല. പക്ഷേ തരുമ്പോൾ നിനക്കു കൂടിയുള്ള അവകാശം തരും. അതാണ് ശരി. അവൻ തല കുലുക്കി. ഡാഡിയുടെ ഇഷ്ടം പോലെ ചെയ്തോളൂ.

ഒരു മാസത്തിനുള്ളിൽ തന്നെ എല്ലാം ചെയ്തു കഴിഞ്ഞു. ദീപുവിന് ഷെയർ കൊടുത്തു. വീറിനു മാത്രമായി വീടിന്റെ അവകാശം എഴുതി കൊടുത്തു. ദീപു പുതിയ താമസസ്ഥലത്തിനുള്ള അന്വേഷത്തിലാണ്. ഇടയ്ക്ക് അവധി ദിനങ്ങളിൽ, ദിവ്യയും ദീപും പുറത്തുപോയി സന്ദർശനങ്ങളായി. ഏറ്റവും മികച്ചത് തന്നെ തെരഞ്ഞെടുക്കണമല്ലോ. വരുമ്പോൾ അവൻ എന്നോട് അഭിപ്രായം പറയും. എന്നെ വിളിച്ചിരുന്നു പക്ഷേ ഞാൻ കൂടെ പോയില്ല. പോയാൽ ഒരു പക്ഷേ എന്റേതായ അഭിപ്രായം പറഞ്ഞു പോകും. അതിന്റെ ആവശ്യമുണ്ടെന്ന് തോന്നുന്നില്ല. അവർ തന്നെ തിരഞ്ഞെടുക്കട്ടെ. താമസിക്കേണ്ടതും അവർ തന്നെയാണല്ലോ. ദിവ്യയുടെ മുഖത്ത് പഴയ പ്രസരിപ്പും ചുറുചുറുക്കുമെല്ലാം തിരികെ വന്നു. അവസാനം എല്ലാം ശരിയായതിനു ശേഷം ദീപു ഞങ്ങളെ വീടു കാണാനായി ക്ഷണിച്ചു.

ഞായറാഴ്ച ഞങ്ങൾ വീറിന്റെ വണ്ടിയിലാണ് പോയത് വീർ, പൂജ, കുട്ടികൾ ,ഞാനും കരിഷ്മയും. ദീപു ഇറങ്ങി വന്നപ്പോൾ വീർ കീ അവന്റെ കൈയ്യിൽ കൊടുത്തു. നീ ഡ്രൈവ് ചെയ്തോളൂ. അവൻ കയറി സ്റ്റാർട്ട് ചെയ്യാൻ തുടങ്ങിയപ്പോൾ വീർ ചോദിച്ചു. നിന്റെ ഭാര്യ വന്നിട്ടില്ലല്ലോ. ഇനി അവളെ കൂട്ടാണ്ട് പോയി എന്ന് പറഞ്ഞ് ലോകം കീഴ്മേൽ മറക്കണോ.

ദീപു പതുക്കെ ചിരിച്ചു. അവൾ വരുന്നില്ല ചേട്ടാ. അതെന്താ ദീപു പൂജ സംശയത്തോടെ ചോദിച്ചു. അവൾ ഓരോ മൂലയും അരിച്ചു പെറുക്കി കഴിഞ്ഞതാ. ഞാനാ പറഞ്ഞത് വരേണ്ടന്ന്. ഞായറാഴ്ചയല്ലേ വിശ്രമി ച്ചോട്ടെ, പിന്നെ അവൻ വീറിനെ ഒളിക്കണ്ണിട്ട് നോക്കി. എന്നിട്ട് ചിരിച്ചു കൊണ്ട് പറഞ്ഞു. പടക്കവും തീയും ഒരുമിച്ച് കയ്യിൽ വച്ച് യാത്ര ചെയ്യു ന്നത് അപകടകരമാണ്.

വീർ തലയാട്ടി. ഓഹോ വളരെ നല്ല കാര്യം അനിയാ. നിനക്ക് ഇപ്പോൾ ബുദ്ധി അല്പം കൂടിയിട്ടുണ്ട്. അവിടെ നിന്ന് തിരിച്ചെത്തുന്നതുവരെ വായ് മുറുക്കി പിടിച്ചിരിക്കണല്ലോ എന്നാലോചിച്ച് വിഷമിച്ചിരിക്കുക യായിരുന്നു. നിനക്കറിയാമോ അച്ഛനും അമ്മയും എന്നോട് വാക്ക് വാ ങ്ങിച്ചിരിക്കുകയാണ്, ദിവ്യയുടെ മുന്നിൽ വച്ച് സംസാരിക്കരുതെന്ന്. അ വൻ രണ്ടുകൈയും ഉയർത്തി സീറ്റിനു മുകളിൽ വച്ച് ചാരി കിടന്നു. ഇനി സമാധാനമായി യാത്ര ചെയ്യാം. വണ്ടി വിട്ടോ. പിന്നെ എല്ലാവരോടുമാ യി പറഞ്ഞു. എല്ലാവരും ശ്വാസം നേരെയാക്കിക്കോ. കരിഷ്മ മാം ഇനി എന്തു വേണമെങ്കിലും സംസാരിക്കാമല്ലോ.

കരിഷ്മക്ക് ചിരി വന്നെങ്കിലും അവളത് അടക്കി. നിന്നോട് മിണ്ടാതിരി ക്കണം എന്നൊന്നും ഞാൻ പറഞ്ഞില്ല. സൂക്ഷിച്ചു സംസാരിക്കണം അത്ര യല്ലേ പറഞ്ഞുള്ളൂ. അമ്മേ നിങ്ങളൊന്ന് ആലോചിക്കണം. പേടിച്ച് മിണ്ടാതെ വായ പൊത്തി ഇരിക്കാൻ ആവശ്യപ്പെട്ടത് ജയവീർ റാവിനോട് ആണെന്ന്. കരിഷ്മ ശുണ്ഠിയെടുത്തു. ആരാണീ റാവു? നീ ഉണ്ടല്ലോ ജയവീർ പ്രതാപ് സിംഗാണ്. ഇടയ്ക്കിടയ്ക്ക് അമ്മയും മകനും തമ്മിൽ ഈ പോരുണ്ടാകാറുള്ളത് കൊണ്ട് ഞാനൊന്നും മിണ്ടാൻ പോ യില്ല. വീർ ഉറക്കെ ചിരിച്ചു. ഞാനെന്റെ മുത്തശ്ശന്റെ പേരാണ് പറഞ്ഞ ത്. നിന്റെ ഒരു മുത്തശ്ശൻ. മരിച്ചിട്ടും അദ്ദേഹത്തിന്റെ ആത്മാവ് ഇവ ന്റെ കൂടെയാണെന്നാണ് എനിക്ക് തോന്നുന്നത്. അതാണ് ഇവനിങ്ങനെ.

അങ്ങനെ ചിരിയും സംസാരങ്ങളുമായി ഞങ്ങൾ സാൻഡ്യൂൺസ് എന്ന വലിയൊരു പ്രോജക്ടിന്റെ കവാടത്തിൽ എത്തി. കർശനമായ സെക്യൂ രിറ്റി ചെക്കിങ്ങിനു ശേഷം ഉള്ളിലേക്ക് കടത്തിവിട്ടു. വിശാലമായ കാർ പാർക്കിംഗ് ഏരിയ, ഗാർഡൻ, ജോഗിംഗ് ട്രാക്ക്, പ്ലേയിങ് ഏരിയ എന്നു വേണ്ട എല്ലാ അടിസ്ഥാന സൗകര്യങ്ങളും ആഡംബരങ്ങളും ഉണ്ട്. വലിയ കോൺക്രീറ്റ് സമുച്ചയങ്ങൾ. അതിനുള്ളിൽ തന്നെ എല്ലാ സൗകര്യങ്ങളും ഉണ്ട്. റസ്റ്റോറന്റ്, സൂപ്പർമാർക്കറ്റ്,സിമ്മിംഗ് പൂൾ, ജിം, ഏറ്റവും മുകളി ൽ ഒരു ഗാർഡൻ. കൃത്രിമമായി ഉണ്ടാക്കിയെടുത്തിട്ടുണ്ട്. എല്ലാം കാണാ ൻ തന്നെ എത്ര സമയം എടുത്തു എന്നെനിക്കറിയില്ല. ഉച്ചഭക്ഷണവും ഞങ്ങൾ അവിടെ നിന്ന് കഴിച്ചു. കുട്ടികൾ ഉത്സാഹത്തോടെ പാറി നടന്നു.

പ്രാർത്ഥന ഞങ്ങളെ അവളുടെ മുറി കാണിക്കാൻ തിരക്കുകൂട്ടി. വലിയ മൂന്നു മുറികൾ. കിച്ചൻ, ഡൈനിങ് ഏരിയ, വിസിറ്റിംഗ് ഏരിയ, രണ്ടു ബാൽക്കണി. ഒരു ബാൽക്കണിയിൽ ചെടികൾ വച്ച് പിടിപ്പിച്ചിട്ടുണ്ട്. ഞങ്ങളുടെ ഡോമ്പിവില്ലിയിലെ വീടിനേക്കാൾ വലിയ വീട്. നല്ല കാറ്റും വെളിച്ചവും തോന്നി. ഫർണിച്ചറിങ് ചെയ്യേണ്ടിവരും. ബാക്കിയെല്ലാം കഴിഞ്ഞു. ആധുനികതയുടെ എല്ലാ കയ്യൊപ്പുകളോടും കൂടി ഒരു വീട്. തിരിച്ചു മടങ്ങിയപ്പോൾ വൈകുന്നേരം ആയി.

തിരിച്ചുള്ള യാത്ര പതുക്കെ ആയിരുന്നു. ഞാൻ ചില്ലിനുള്ളിലൂടെ പുറത്തേക്ക് നോക്കിക്കൊണ്ടിരുന്നു. കടന്നുപോകുന്ന കോൺക്രീറ്റ് സൗധ ങ്ങൾ, മിന്നി മറയുന്ന പേരുകൾ, തൊട്ടു തൊട്ടു പായുന്ന ജനസമുദ്രം... മുംബൈ മാറിയിട്ടുണ്ടോ? ഞാൻ ആലോചിച്ചു. ഉണ്ട് മുംബൈ മാറിയിട്ടുണ്ട്. പക്ഷേ ഒപ്പം ഞാനും സഞ്ചരിച്ചതിനാൽ, എനിക്കത് തിരിച്ചറിയാൻ കഴിഞ്ഞില്ല. റിട്ടയർമെന്റ്നുശേഷമാണ് ഞാൻ എന്നിലേക്ക് തന്നെ നോക്കിയിട്ടുള്ളത്. ഞാൻ കരിഷ്മയെ നോക്കി, ഒരു ചാരനിറത്തിലുള്ള ചുരിദാറാണ് ഇട്ടിരിക്കുന്നത്. ഞാനവളുടെ കൈകളിലേക്ക് നോക്കി. ഞരമ്പുകൾ പൊന്തി നിൽക്കുന്നു. മോതിരവിരലിൽ ഞങ്ങളുടെ വിവാഹ മോതിരം. ഇടതുകൈയിൽ ഒരു ചെമ്പു വള. വളരെ നാളുകളായി അത് അവളുടെ കയ്യിൽ കിടക്കുന്നതാണ്. ഒരിക്കൽ അവൾ അത് സായി ക്ഷേത്രത്തിൽ നിന്ന് പൂജിച്ചു വാങ്ങിയെടുത്തതാണ്. വീറിന്റെ സമ്മാനം ഡയമണ്ടുള്ള ചെയിൻ ധരിച്ചിട്ടുണ്ട്. പിന്നെ അതിന്റെ ജോഡിയായയുള്ള കമ്മൽ, വള അതൊക്കെ ഒരു പ്രത്യേക തിളക്കം നൽകുന്നുണ്ടെങ്കിലും, അവളിങ്ങനെ ആയിരുന്നില്ല. ഞങ്ങളുടെ ചെറുപ്പത്തിൽ പ്രത്യേകിച്ച് പുറത്തേക്കു പോകുമ്പോൾ. അവൾ നീളൻ ഫ്രോക്കുകൾ അണിയാറുണ്ടായിരുന്നു. അതിനനുസരിച്ചുള്ള കമ്മൽ, വള... നീണ്ട മുടി അഴിച്ചിട്ട്...... കടലോരത്ത് അവളുമായി സല്ലപിച്ചിരിക്കുമ്പോൾ ഞാനൊരിക്കലും സമയത്തെ അറിയാറില്ല. ദീപുവിന്റെ പുതിയ വീടിനടുത്തും കടലോരമുണ്ട്. നീണ്ടു കിടക്കുന്ന മണൽത്തിട്ടകൾ..... എല്ലാം ഓർമ്മകളുടെ ഒരു വസന്തത്തിലേക്ക് എന്നെ കൊണ്ടുപോയി. എന്താണ് ആരും ഒന്നും മിണ്ടാത്തത് എന്ന് വീറിന്റെ ചോദ്യം കേട്ടാണ് ഞാൻ വർത്തമാനകാലത്തേക്ക് തിരിച്ചുവന്നത്. കുട്ടികളിൽ പലരും ഉറക്കത്തിലായിരുന്നു. റോഷിനി ഉറക്കത്തിനിടയിലും ചുണ്ടുകൾ നുണയുന്നുണ്ട്.

വീരു പിന്നെയും ചോദിച്ചു, ആർക്കും വീടിനെ കുറിച്ച് ഒരു അഭിപ്രായവും ഇല്ലേ. ഞാൻ ആദ്യമേ നല്ലതെന്ന് പറഞ്ഞു കഴിഞ്ഞു, പൂജ പറഞ്ഞു. അതെ ചേട്ടത്തി മാത്രമേ അങ്ങനെ പറഞ്ഞിട്ടുള്ളൂ ബാക്കിയെല്ലാവരും ഇഷ്ടമായി എന്ന് മട്ടിൽ അങ്ങ് നടന്നു. പക്ഷേ ഒന്നും ഇതുവരെ പറഞ്ഞിട്ടില്ല. കരിഷ്മ മൗനം ഭഞ്ജിച്ചു. എനിക്ക് വളരെയധികം ഇഷ്ടമായി ദീപു,

ഡാഡിക്കും അങ്ങനെ തന്നെ. ഇനിയെന്റെ അഭിപ്രായം പറയട്ടെ, വിരു ഡ്രൈവിംഗ് പതുക്കെ ആക്കി. എന്തിനാണ് ഇത്രയുമധികം പണം ചെല വാക്കിയത്, ഇപ്പോൾ ഒരു ചെറിയ വീടുപോരെ, ഈ ധൂർത്തിന്റെ ആവ ശ്യമുണ്ടോ? എന്നൊക്കെ ഞാൻ പറയുമെന്നാണ് എല്ലാവരും പ്രതീക്ഷി ച്ചിരിക്കുന്നത്. എല്ലാവരുടെ മുഖത്ത് ഒരു ആകാംക്ഷ, ഹാ ഹാ എനിക്കത് നന്നായി അറിയാൻ കഴിയുന്നുണ്ട്. അല്ലേ കരിഷ്മ മാഡം. കരിഷ്മ കഥാപ്രസംഗം നിർത്തി എന്തെങ്കിലും പറയടാ എന്ന ഭാവത്തിൽ അവനെ നോക്കി. അവൻ തുടർന്നു എല്ലാം നന്നായിട്ടുണ്ട് വീടും ചുറ്റുപാടുകളും എല്ലാം. പിന്നെ നിനക്ക് രണ്ട് പെൺ കുഞ്ഞുങ്ങളല്ലേ ദീപു. കുറച്ചു പോ ഷൊക്കെ ഉള്ളതും നല്ലതാ. ഇനിയുള്ള കാലത്ത് പെണ്ണ് കെട്ടാൻ വരുന്നവ ൻ പെണ്ണിനു പകരം ഫ്ലാറ്റും ബാങ്ക് ബാലൻസും ഒക്കെ നോക്കുകയുള്ളൂ. എല്ലാവരും ചിരിച്ചു.

ദീപു അപ്പൊ തന്നെ മറുപടിയും കൊടുത്തു. അതിന്റെ ആവശ്യം വരില്ല. വരുന്നവരോട് ഞാൻ ആദ്യം തന്നെ ജയവീരിന്റെ അനിയൻ ആണെന്ന് പറയും. പിന്നെ പേടിച്ചങ്ങ് കെട്ടിക്കോളും. എല്ലാവരും ചിരിച്ചു. വീർ മാത്രം പുച്ഛിച്ചു തള്ളി, ചിരിക്കാൻ കൊള്ളാവുന്ന വല്ല തമാശയും പറയ ടാ. അപ്പോഴേക്കും പാതി മയക്കത്തിൽ ആയ പ്രാർത്ഥന എഴുന്നേറ്റ് സീറ്റി ൽ പിടിച്ചെഴുന്നേറ്റ് വീറിനടുത്തു നീങ്ങി, വല്യച്ഛാ എനിക്കിപ്പോഴൊന്നും കല്യാണം വേണ്ട. വീർ അയ്യടാ എന്ന ഭാവത്തിൽ നോക്കി. അല്ല നിന്റെ കല്യാണം ഞാൻ നാളെ തന്നെ നടത്തി തരുന്നുണ്ട്,കുറുമ്പി.

42 ഇരുട്ടിനും വെളിച്ചത്തിനുമിടയിൽ സുഖമുള്ള തണുപ്പ്

ഒരു മാസത്തിനുള്ളിൽ ദീപു മാറി താമസിച്ചു. അവസാനമായി അവനാ വീട്ടിൽ സംസാരിച്ചത് എന്തെങ്കിലും ആവശ്യപ്പെട്ടത് വീറിനോട് ആയിരു ന്നു. ആ രാത്രി ഞാൻ ഉറങ്ങിയിട്ടുണ്ടായില്ല. കരിഷ്മ നല്ല ഉറക്കത്തിലും, പുതപ്പിനിടയിൽ മുഖംമാത്രം ബാക്കിയായി കാണുന്നുണ്ട്. ഞങ്ങളുടേത് ഹാളിനുള്ളിൽ തന്നെ ഒരു ചെറിയ കട്ടിലിടാവുന്ന പാകത്തിൽ എളുപ്പ ത്തിൽ പൊളിച്ചു മാറ്റാവുന്ന ഒരു ക്യാബിൻ ആണ്. അതുകൊണ്ട് ഞങ്ങ ളുടെ ഹാളിന്റെ വലിപ്പം കുറഞ്ഞുപോയി. ഡൈനിങ് ഏരിയ ഇടുങ്ങി പോയി. പുറമേ നിന്നു നോക്കുന്നവർക്ക് ഒരിക്കലും അതൊരു ഏച്ചു കെട്ടാണെന്ന് മനസ്സിലാവാത്ത രീതിയിൽ ആ മുറിയെ ഞങ്ങൾ ഒരുക്കിയി ട്ടുണ്ടായിരുന്നു. ഒരുവശം ബാൽക്കണിയുടെ ഗ്ലാസ് ഡോർ ആണ്. അവിടെ മുഴുവൻ ഇളം വയലറ്റ് നിറത്തിലുള്ള കർട്ടൻ ഇട്ടു. പ്രഭാതങ്ങളിലാ കർട്ട ൻ നീക്കി ഡോർ തുറന്നാൽ സൂര്യരശ്മികൾ അരിച്ചിറങ്ങി വരുന്നത് മു

തൽ നഗരം ഒരു ചെറിയ നീർച്ചാൽ പോലെ തുടങ്ങി, പിന്നെ ചോലയായി, നദിയായി, അവസാനം വൻ സമുദ്രമായി ഇരമ്പുന്നത് കാണാം.

വിശാലമായ മറ്റു രണ്ടു മുറിയേക്കാൾ എനിക്കിഷ്ടമായത് ഈ മുറി തന്നെയാണ്. പക്ഷേ കുറച്ചുനാളായി ഉറക്കം തീരെ കിട്ടുന്നില്ല. കരിഷ്മ ഇക്കാര്യത്തിൽ ഭാഗ്യവതിയാണ്. പണ്ടുമുതലേ കിടക്കയും അവളും തമ്മിൽ പ്രത്യേകമായ ഒരു ബന്ധമാണ്. കിടക്കുമ്പോഴേക്കും നിദ്ര ദേവി അങ്ങ് അനുഗ്രഹിക്കും. അതിനിടയിൽ അവളെ ശല്യം ചെയ്താൽ അതിന്റെ ഫലം ഞാൻ അറിയും. ഞങ്ങളുടെ ചെറുപ്പത്തിലും അവൾ അങ്ങനെ തന്നെയായിരുന്നു. ഒരു ദിവസം രാത്രി ഞാൻ അങ്ങനെ ഓരോന്ന് സംസാരിച്ചു കൊണ്ടിരിക്കുകയായിരുന്നു. അവൾ ഇടയ്ക്ക് മൂളുന്നുണ്ടായിരുന്നു. മൂളല് നിന്നത് ഞാൻ അറിഞ്ഞില്ല. ഞാൻ അടുത്ത മാസത്തെ കുടുംബ ബഡ്ജറ്റ് അവതരിപ്പിച്ചു, വീറിനെയും ദീപിനെയും സംഗീതം പഠിപ്പിക്കാൻ വിട്ടാലോ എന്ന ഒരു അഭിപ്രായവും പറഞ്ഞു. പിന്നെ അവധിക്ക് പോകേണ്ട സ്ഥലങ്ങളിൽ എത്തിയപ്പോഴാണ് ഒരു വലിയ ഒച്ചയും, അതിനോടൊപ്പം അവളുടെ തലയിണ എടുത്ത് എന്റെ മുഖത്ത് വെച്ച് അമർത്തി. ഇനി മിണ്ടിയാൽ ഞാൻ കൊല്ലുമെന്നു പറഞ്ഞു അവൾ തലയിണയിൽ അവളുടെ മുഖം നന്നായി അമർത്തി വെച്ചങ്ങ് കിടന്നു. കുറച്ചു കഴിഞ്ഞ് ശ്വാസത്തിന് ചെറിയ തടസ്സം തോന്നിയപ്പോൾ പതുക്കെ ഞാൻ തലയിണ വലിച്ചു. അവൾ മുഖം ചുളിച്ചെങ്കിലും കണ്ണ് തുറന്നില്ല. രക്ഷപ്പെട്ടതിന്റെ ആശ്വാസത്തിൽ ഞാനും ഉറങ്ങി.

പിറ്റേദിവസം രാവിലെ അവൾ ഭക്ഷണം ബാഗിലാക്കുന്ന സമയത്ത് ഞാൻ ചോദിച്ചു, ഞാനെങ്ങാനും ചത്തു പോയാലോ. ഞായറാഴ്ചകളിലും വൈകുന്നേരങ്ങളിലും ഒക്കെ സംസാരിച്ചാൽ മതി, അല്ലാതെ ഞാൻ ഉറങ്ങുമ്പോൾ സംസാരിച്ചാലുണ്ടല്ലോ ഇനിയും ഇതുപോലെ സംഭവിക്കും. ഞാൻ അല്പം പരിഭവം കാണിച്ച് ബാഗ് എടുത്തു, നീയൊരു ഭീകരത്തിയാണ് കരിഷ്മാ . അവൾ കുഴപ്പമില്ലെന്ന മട്ടിൽ തലകുലുക്കി. വീരു അന്ന് രണ്ടാം ക്ലാസിൽ പഠിക്കുകയാണ്. യൂണിഫോം ഇട്ട് ബാഗിൽ പുസ്തകം നിറക്കുകയാണ് വിദ്വാൻ, വേഗം എന്റെ അടുത്തേക്ക് ഓടി വന്നു, വളരെ നിഷ്കളങ്കമായി ചിരിച്ചു കൊണ്ട് പറഞ്ഞു അച്ഛൻ പറഞ്ഞത് ശരിയാണ്. അമ്മ ഒരു ഭീകരത്തി തന്നെയാണ്. ഞാനിത് പറയണമെന്ന് വിചാരിച്ചിരിക്കുകയായിരുന്നു.

പെട്ടെന്നുണ്ടായ ഓർമ്മകളിൽ എനിക്ക് ചിരി വന്നു. അവളുടെ പുതപ്പൊക്കെ ഒന്ന് നേരെയാക്കി കസേര വലിച്ച് ഡോറിനോട് അടുത്താക്കി കർട്ടൻ നീക്കാൻ തുടങ്ങിയപ്പോഴാണ് വീർ റോഷ്നിയോട് സംസാരിക്കുന്ന ശബ്ദം കേട്ടത്. പിന്നെ കർട്ടൻ മാറ്റാൻ നിന്നില്ല കസേര ചുമരിന് അഭിമുഖമാക്കി

അങ്ങനെയിരുന്നു. മുറിയിൽ ഒരു അരണ്ട വെളിച്ചമേ ഉള്ളൂ. വായിക്കാനും കഴിയില്ല. മുറിക്കുള്ളിലെ തുറന്ന കബോർഡുകളിൽ ഒന്നിൽ തല യഥേഷ്ടം ആട്ടാൻ കഴിയുന്ന ഒരു പ്രതിമയുണ്ട്. നമ്മൾ തലയിൽ ഒന്ന് തൊട്ടു കൊടുത്താൽ മതി അതങ്ങ് ആടി കൊള്ളും. താളത്തോടെ ചിരിച്ചു കൊണ്ടിരിക്കുന്ന ഒരു പ്രതിമ. വളരെ പഴയ കളക്ഷൻ ആണ് .

കരിഷ്മയ്ക്കതിനെ വലിയ ഇഷ്ടമാണ്. ഇടയ്ക്ക് അവൾ മുറിയിലേക്ക് വരുമ്പോൾ വെറുതെ അതിന്റെ തല ഒന്ന് ആട്ടിക്കൊടുത്തു പോകും. ഒരു ദിവസം ഞാൻ അവളോട് ചോദിച്ചു ഇതെന്തിനാണ് കരിഷ്മ നിനക്കിതിൽ സന്തോഷം കിട്ടുന്നുണ്ടോ. അവൾ കസേരയിൽ ചാരിയിരുന്നു പിന്നെ പുഞ്ചിരിച്ചുകൊണ്ട് പറഞ്ഞു. നോക്ക് ജഗദീഷ് ആ പ്രതിമ അത് നമ്മളോട് ഒരു സത്യം വിളിച്ചോതുന്നുണ്ട്. ആ പ്രതിമ അത് നമ്മൾ തന്നെയാണ് ജഗദീഷ്. ഒരു ചെറിയ സ്പർശനത്തിൽ തന്നെ അവൻ ആടി തുടങ്ങും. ആ മുഖം കണ്ടോ എപ്പോഴും ചിരിച്ചുകൊണ്ട്. മനുഷ്യരെപ്പോലെ ഇഷ്ടമുണ്ടായാലും ഇല്ലെങ്കിലും ഇങ്ങനെ ആടി കൊണ്ടേയിരിക്കും. ചെറിയ പ്രശ്നങ്ങളിൽ തന്നെ പ്രതികരിച്ചു തുടങ്ങും. ഒന്നുമറിയാത്ത പോലെ എന്നാൽ എല്ലാം അറിഞ്ഞുകൊണ്ടുള്ള ഒരു ആട്ടം. അതു തന്നെയല്ലേ നമ്മുടെ ജീവിതം ജഗദീഷ്!..

ഞാൻ വിടർന്ന മിഴികളോടെ അവളെ നോക്കി. പിന്നെ പുഞ്ചിരിച്ചു കൊണ്ട് പറഞ്ഞു. കരിഷ്മ നിനക്ക് ഈ തോന്നലുകൾ എന്നുമുതലാണ് ആരംഭിച്ചത്. ഇത് തികച്ചും തത്വചിന്തയുടെ ആരംഭമാണ്. നോക്കൂ ഇനിയങ്ങോട്ട് നിനക്ക് ഭൂമിയിലെ ലൗകിക സുഖങ്ങളോടെല്ലാം ഒരു വിരക്തി തോന്നിത്തുടങ്ങും. ഞാനൊന്നു അർത്ഥ ഗർഭമായി തലയാട്ടി. പക്ഷേ നല്ലതാണ്, ഇത് വളരെ നല്ലതാണ്. കരിഷ്മ കസേരയിൽ നിന്ന് എഴുന്നേറ്റു. അവളുടെ മുഖത്ത് ചിരി ഊറി വരുന്നുണ്ട്. മിസ്റ്റർ ജഗദീഷ്, അങ്ങയുടെ കാൽക്കുലേഷൻ തെറ്റി. നോക്ക് എനിക്ക് ഒരു വിരക്തിയും ഇല്ല. മര്യാദയ്ക്ക് ദുർഗാഷ്ടമിക്ക് പൂജിക്കാൻ നല്ല വില കൂടിയ പട്ടുസാരി വാങ്ങിച്ചു തരണം. അതിനുള്ള കാശുണ്ടോ എന്ന് തപ്പി നോക്ക്. അതും പറഞ്ഞവൾ പുറത്തേക്ക് പോയി. ഞാനാ പ്രതിമയുടെ തലയൊന്നാട്ടി കൊടുത്തു. പിന്നെ പതുക്കെ പറഞ്ഞു, ഞാനാണെന്ന് കരുതിയാണ് അവൾ ഇടയ്ക്ക് നിന്റെ തലക്കിട്ടു കൊട്ടുന്നത്.

എന്റെ ചിന്തകളെ കീറിമുറിച്ചു കൊണ്ട് ദീപിന്റെ ശബ്ദം കേട്ടു. എന്താ ചേട്ടാ, മോൾ ഉറങ്ങിയില്ലേ? ഒരു ഉറക്കം കഴിഞ്ഞപ്പോൾ ഉണർന്നു വന്നു. പിന്നെ വല്ലാത്ത കരച്ചിലും പരിഭവവും. ആ പടർന്നു കിടക്കുന്ന ചെടികളിൽ ഒരു കുരുവി കൂടില്ലേ, അതു കാണിച്ചു കൊടുത്താൽ വലിയ സന്തോഷമാണ്. മുട്ട വിരിഞ്ഞു കുഞ്ഞുണ്ടാവാൻ കാത്തിരിക്കുകയാണ്. ഇപ്പോ

ൾ പെണ്ണ് ഉറങ്ങിയെന്നു തോന്നുന്നു. ഇതെല്ലാം പറഞ്ഞതിനുശേഷം വീർ ദീപിനോട് ചോദിച്ചു അല്ല നിനക്ക് ഉറക്കമില്ലേ, വീർ ശബ്ദമുണ്ടാക്കാതെ ചിരിച്ചുകൊണ്ട് പറഞ്ഞു, ഞാനിവളെ കൊണ്ടുപോയി കിടത്തട്ടെ.

മോളെ കിടത്തിയതിനു ശേഷം വീർ വേഗം വന്ന് കസേരയിലിരുന്നു. അവന്റെ കാലടി ഒച്ചകൾ എനിക്ക് വ്യക്തമായി കേൾക്കാമായിരുന്നു. പറയൂ നീ എന്തോ പറയാനാണ് വന്നിരിക്കുന്നതെന്ന് മനസ്സിലായി. ചുമരിന് ഏറ്റവും മുകളിൽ സീലിങ്ങിനോട് ചേർന്ന് ജാളികൾ വെച്ചുപിടിപ്പിച്ചിട്ടുണ്ട്. വായു സഞ്ചാരത്തിനായി ചെയ്തതാണ്. അതിനാൽ പുറത്തെന്തു സംസാരിച്ചാലും നമുക്ക് കേൾക്കാൻ കഴിയും. അതുമാത്രമല്ല ഞാൻ ഡോറും ചെറുതായി തുറന്നു വെച്ചിട്ടുണ്ടായിരുന്നു. അവരുടെ സംസാരങ്ങൾ പതിഞ്ഞ സ്വരത്തിൽ എന്റെ കാതുകളിലേക്ക് വന്നു. ഞാൻ കൂടുതൽ ശ്രദ്ധയോടെ അത് കേൾക്കാൻ ശ്രമിച്ചു. അടുത്തമാസം തന്നെ മാറണം ചേട്ടാ. വീട് സെറ്റ് ചെയ്യാൻ ആവശ്യമായ ഫർണിച്ചറുകൾ വാങ്ങണം. ഇപ്പോൾ എന്റെ കയ്യിൽ പണമില്ല. ഒന്നു രണ്ടു മാസത്തിനുള്ളിൽ ശരിയാക്കാൻ കഴിയുമായിരിക്കും. ഇപ്പോൾ കുറച്ചു പണം ചേട്ടനു എനിക്ക് കടമായി തരാൻ കഴിയുമോ. രണ്ടു മാസത്തിനുള്ളിൽ തിരികെ തരാം. കുറച്ചുനേരം നിശബ്ദതയായിരുന്നു. ഞാൻ വീറിന്റെ മറുപടിക്കായി കാതോർത്തു.

അവൻ ഇങ്ങനെ പറഞ്ഞു തുടങ്ങി, ദീപു നീ ഒരുപക്ഷേ കരുതുന്നുണ്ടാവും, ചേട്ടന്റെ കയ്യിൽ എല്ലായിപ്പോഴും പണമുണ്ടാകുമെന്ന്. പക്ഷേ സത്യം ഇതാണ് അനിയാ... ബിസിനസ് ഒരുതരം കളിയാണ്. അവിടെയുള്ള പണം ഇവിടെ വയ്ക്കും. ഇവിടെനിന്ന് മറ്റൊരിടുത്തേക്ക്. വീണ്ടും അവിടേക്ക്. അങ്ങനെ പണമിങ്ങനെ കറങ്ങി കളിക്കും. ഓരോ ചുവടും സൂക്ഷിച്ചു കളിക്കണം. ഒരു ചുവട് തെറ്റിപ്പോയാൽ പിന്നെ പണത്തിന്റെ ആ കറങ്ങുന്ന കളിയുണ്ടല്ലോ, അത് കൈകാര്യം ചെയ്യാൻ കഴിയാതെ പോകും. ഒരിക്കൽ നഷ്ടപ്പെടുത്തിയാൽ മുമ്പ് നേടിയവനാണെന്ന കാര്യമെല്ലാം എല്ലാവരും മറക്കും. അതാണ് ബിസിനസ്! ദീപു... കുറച്ചു നിമിഷങ്ങൾക്ക് ശേഷം അവൻ വീണ്ടും തുടർന്നു. ഈ മാസം കുറച്ചധികം പണം ഞാൻ പുതിയ ഓർഡറുകൾക്കായി ചെലവാക്കിയിട്ടുണ്ട്. അത്രയേറെ മത്സരങ്ങളുണ്ട് ഈ സെക്ടറിൽ. അതുമാത്രമല്ല നിനക്കുള്ള ഷെയർ തരാൻ എന്റെ സ്വകാര്യ സമ്പാദ്യമാണ് ഞാൻ എടുത്തു തന്നത്.

അനിയാ എന്റെ അവസ്ഥ എന്താണെന്ന് അറിയാമോ. അതായത് എന്റെ ബിസിനസ് അതിന്റെ ശൈശവത്തിൽ ആയിരുന്നു. അരിഷ്ടതകൾ എല്ലാം കഴിഞ്ഞ് അതിപ്പോൾ വളരുന്ന പ്രായത്തിലാണ്. അതൊരു പക്ഷേ രൺവീർനെ പോലെ വേഗത്തിൽ വളരാം. നോക്ക് നിന്നെ കൂടി ഇതിൽ പിടി

ച്ചിടണമെന്ന് ഞാൻ ആലോചിച്ചതാണ്. പിന്നെ നിന്റെ ഭാര്യയെയും അമ്മായിയമ്മയെയും കുറിച്ചാലോചിച്ചപ്പോൾ അത് വേണ്ടെന്ന് വെച്ചു. ഉള്ള സ്നേഹം കൂടി കളയണോ. വീർ ചിരിച്ചു. നിന്റെ അമ്മായിയമ്മ ഉണ്ടല്ലോ, ആ സ്ത്രീയൊരിക്കൽ എന്റെ സ്നേഹത്തെ പരിഹസിക്കാൻ ശ്രമിച്ചു. അനിയനോട് അത്രയധികം സ്നേഹമുണ്ടെങ്കിൽ സ്വന്തം ബിസിനസ്സിൽ പങ്കാളിയാക്കുമായിരുന്നില്ലേ എന്ന്. ഇത് കപട സ്നേഹമാണെന്ന്.... ഞാനപ്പോൾ തന്നെ മറുപടി പറഞ്ഞു. അത് ചെയ്യാത്തതിന് കാരണം അവരാണെന്ന്. അവര് ചത്തിട്ട് ആലോചിക്കാമെന്ന് പറഞ്ഞു. ഞാനൊന്നു ഞെട്ടി . ഇതൊക്കെ എപ്പോൾ സംഭവിച്ചു? കർട്ടൻ പതുക്കെ മാറ്റി നോക്കി. ദീപു രണ്ടു കൈകൊണ്ട് മുഖം അമർത്തിപ്പിടിച്ച് ഇരിക്കുന്നുണ്ട്. അവൻ കൈകൾ മാറ്റി. ചേട്ടൻ ഇതെന്താണ് മുമ്പ് പറയാതിരുന്നത്. വീരു നിഷേധ ഭാവത്തിൽ തലയാട്ടി. എന്തിന് പറയണം. അല്ലാതെ തന്നെ നിന്റെ ജീവിതത്തിൽ ആവശ്യത്തിലധികം പ്രശ്നങ്ങളുണ്ട്. പിന്നെ എനിക്ക് ആ സ്ത്രീയെ വല്ലപ്പോഴും കണ്ടാൽ മതി. നിനക്ക് അവരെ കൂടെ കൂടെ കാണേണ്ടി വരും. വെറുപ്പിക്കാതെയിരിക്കുന്നതാണ് നല്ലത്.

അവൻ എഴുന്നേറ്റു ബാൽക്കണിയിലെ വരികളിൽ കയ്യമർത്തി താഴോട്ട് കുറച്ചു നേരം നോക്കി നിന്നു. പിന്നെ ഒരു ചെറിയ ചിരിയോടെ പറഞ്ഞു. കുറച്ചു കഴിഞ്ഞ് നിനക്ക് താല്പര്യമുണ്ടെങ്കിൽ എന്റെ കൂടെ ചേർന്നോളൂ. പിന്നെ ചേട്ടൻ അതു ചെയ്തു, ഇതു ചെയ്തു, ചീത്ത പറഞ്ഞു എന്നൊക്കെ പറഞ്ഞ് അമ്മയുടെ അടുത്ത് ചെന്ന് എന്റെ കുറ്റം പറഞ്ഞു എനിക്ക് ചീത്ത വാങ്ങിച്ചു തരുന്ന പഴയ പരിപാടി നിർത്തണം. ദീപു ഉറക്കെ ചിരിച്ചു... നിന്റെ ചുമയും പനിയും ഒക്കെ ഇപ്പോൾ വരാറില്ലല്ലോ അനിയാ ? വീരുവും ഉറക്കെ ചിരിച്ചുകൊണ്ട് ചോദിച്ചു.....

എല്ലാം നല്ല പടി മുന്നോട്ടു പോകട്ടെ, ഒന്നു നിർത്തിയതിനുശേഷം അവൻ വീണ്ടും പറഞ്ഞു. എന്തായാലും ഫർണിച്ചറിന്റെ കാര്യം ഓർത്തു നീ വിഷമിക്കേണ്ട. ഇക്കാര്യത്തിലെ നിന്നെ എനിക്ക് സഹായിക്കാൻ കഴിയും എന്റെയൊരു സുഹൃത്തിനെ വിളിച്ചു പറയാം. അവനു നവീ മുംബൈയിൽ വലിയൊരു ഷോറൂം ഉണ്ട്. ഒരു പൈസ പോലും ഇപ്പോൾ കൊടുക്കേണ്ട. ആറുമാസത്തിനുള്ളിൽ ഞാൻ അടച്ചു തീർത്തോളാം. ദീപു വിമ്മിട്ടത്തോടെ പറഞ്ഞു ഞാൻ അടച്ചോളാം ചേട്ടാ. വീർ നിഷേധിച്ചു തലയാട്ടി. നിന്നെക്കൊണ്ട് സാധിക്കില്ല ദീപു. ഇത് ഞാൻ നോക്കിക്കൊള്ളാം. നോക്ക് അനിയാ, ഞാൻ നിന്റെ കാര്യങ്ങളിൽ ഇടപെടാത്തതും സഹായിക്കാത്തതുമെല്ലാം നിന്നോടോ, ദിവ്യയോടോ ഉള്ള നീരസം കൊണ്ടൊന്നുമല്ല. നീ എല്ലാം സ്വന്തമായി ചെയ്യാൻ പ്രാപ്തിയുള്ളവനാവണം എന്നാണ് എന്റെ ആഗ്രഹം. അല്ലെങ്കിൽ നിന്നിലുള്ള എല്ലാ കഴിവുക

ളെയും ഞാൻ നശിപ്പിക്കുന്നതിന് തുല്യമാകും. എന്റെ അനിയൻ എന്നെക്കാൾ മിടുക്കനായി എന്റെ മുന്നിൽ നിൽക്കുന്നതാണ് എനിക്കിഷ്ടം....

അവന്റെ ശബ്ദം പതിവിലുമധികം താണു... സമയം കിട്ടുമ്പോൾ നീ നിന്റെ ഭാര്യയോട് പറയണം. ഞാൻ നിന്റെ രാജാവായിരുന്നില്ല, ഭൃത്യനായിരുന്നു എന്ന്. കുട്ടിക്കാലം മുതലേ കളിക്കളത്തിലേക്ക് പോകുമ്പോൾ നിന്റെ സാധനങ്ങളും കൂടിചുമന്നു കൊണ്ടു പോകുന്ന, 12 വയസ്സുവരെ നിനക്ക് ഷൂ ലൈസ് കെട്ടിത്തന്ന,, നിനക്ക് വേണ്ടി കൂട്ടുകാരോട് വഴക്കിട്ട, നിന്റെ ചേട്ടൻ, ഒരു ഭൃത്യനായിരുന്നു എന്ന് നീ പറയണം. ദീപു ഇപ്പോൾ ശരിക്കും കരഞ്ഞു.. അവൻ വീറിനെ കെട്ടിപ്പിടിച്ചുകൊണ്ട് കരഞ്ഞു. ഓ എന്റെ ചേട്ടാ നിങ്ങൾക്ക് എന്നോടുള്ള സ്നേഹം മറ്റൊരാൾ എനിക്ക് പറഞ്ഞു തരേണ്ട ആവശ്യമില്ല. ആരുടെയും വാക്കുകൾക്ക് ഞാൻ അടിമപ്പെടുകയും ഇല്ല. വീരു ദീപുവിന്റെ മുഖം പിടിച്ചുയർത്തി, കണ്ണുകൾ തുടപ്പിച്ചു.. നീ പോയി ഉറങ്ങിക്കോളൂ. സമയം ഒരുപാട് ആയി. അവരുടെ കാലടി ശബ്ദങ്ങൾ അകന്നു പോകുന്നത് ഞാൻ അറിഞ്ഞു.

ഞാൻ പതുക്കെ കർട്ടൻ നീക്കി..... പുറത്തിരുട്ടും വെളിച്ചവും കലർന്ന വർണ്ണഭംഗി. അല്പം തുറന്നു വെച്ചിരിക്കുന്ന വാതിലിലൂടെ തണുത്ത കാറ്റ് പതുക്കെ ഉള്ളിലേക്ക് വരുന്നുണ്ട്. ഒരു ചെറിയ ശബ്ദം പോലും ഉണ്ടാക്കാതെ. എന്റെ മനസ്സിലും ഇപ്പോൾ സുഖമുള്ള തണുപ്പ് തോന്നുന്നു.

43 ദീപുവിന്റെ വീട്

ദീപുവിന്റെ വീട് താമസ ദിവസം, വീർ അതിനുമുമ്പ് ഞങ്ങൾക്ക് വേണ്ട നിർദ്ദേശങ്ങൾ തന്നു തുടങ്ങി. നോക്ക് ചടങ്ങിന്റെ ദിവസം ദിവ്യയുടെ അച്ഛനും അമ്മയും സഹോദരനും എല്ലാം വലിയ പൊങ്ങച്ചം കാണിക്കും. പോരാത്തതിന് എല്ലാ ബന്ധുക്കളും ഉണ്ടാകും. അച്ഛനും അമ്മയും കട്ടക്ക് നിന്നോളണം. ദീപു നിങ്ങളുടെ മകനാണ് അതു മറക്കേണ്ട. എന്റെ കാര്യത്തിലാണ് അവനു സംശയം. കരിഷ്മ ഇക്കാര്യത്തിൽ കേമി തന്നെയാണെന്ന് അവന് അറിയാം. അവസാനം അവൻ എന്നെ നോക്കി പറഞ്ഞു. ആളുകളെ സ്വീകരിക്കാനും സംസാരിക്കാനും അച്ഛൻ മുൻപന്തിയിൽ തന്നെ ഉണ്ടാവണം കേട്ടോ. ഞാൻ തലയാട്ടി. ആ ദിവസത്തെ ഞങ്ങളുടെ വസ്ത്രങ്ങളും അവൻ സ്പോൺസർ ചെയ്തു.

ദീപു പുറത്തേക്കു വന്നു. അവന്റെ മുഖം നന്നായി തുടുത്തിട്ടുണ്ട്. ചുവന്ന രാശികൾ കവിളിൽ തെളിഞ്ഞു കാണാം. എന്നെ കണ്ടവൻ കുറച്ചു നേരം അന്തം വിട്ടു നോക്കി. ഡാഡി നിങ്ങളെന്റെ കല്യാണത്തിന് പോലും ഇത്ര തിളങ്ങിയിട്ടില്ല. ഞാൻ ചിരിച്ചുകൊണ്ട് പറഞ്ഞു , മോനെ നീ പോയി നന്നായി പ്രാർത്ഥിക്കൂ. ദീപ് ശരിയെന്ന് പറഞ്ഞെഴുന്നേറ്റു. ചേട്ടന്റെ

പൂജ കഴിഞ്ഞോ . വീർ അവനെയൊന്നു നോക്കി, എന്നിട്ട് പറഞ്ഞു അതൊക്കെ കഴിഞ്ഞു . ഇറങ്ങേണ്ട സമയമായില്ലേ. നീ ദിവ്യയോട് വരാൻ പറയൂ. അവൾ ഒരുങ്ങുകയാണ് ചേട്ടാ. അത് ശരി, വീർ തലയാട്ടി. പുട്ടി യിട്ട് തുടങ്ങിയിട്ടേയുള്ളോ അതോ ഫിനിഷിംഗിൽ എത്തിയോ? ദീപു ഉറക്കെ ചിരിച്ചു. ഫിനിഷിങ്ങിൽ എത്തി ചേട്ടാ. പെട്ടെന്ന് തന്നെ വാതിൽ തുറന്നു പ്രാർത്ഥനയും ദർശനേയും ഇറങ്ങി. അതോടെ രോഷ്നിയും ഉഷാറായി. കുറച്ചു സമയത്തിനുശേഷം ദിവ്യയും വന്നു. ഒരു നായിക നടിയെ പോലെ അവൾ എല്ലാവരെയും നോക്കി പുഞ്ചിരി തൂകി. പൂജയും ദിവ്യയും പരസ്പരം പുകഴ്ത്തുന്നതും കേട്ടു.

അപ്പോഴേക്കും കരിഷ്മയും ഇറങ്ങിവന്നു. അവൾ ഏറ്റവും അവസാന മാണ് വന്നത്. വന്നപ്പോൾ ഞാൻ ഒന്നു ഞെട്ടി എന്ന് പറയുന്നതാവും ഉചി തം. രണ്ടു മരുമക്കൾക്കും ഒരു സഹോദരി അങ്ങനെ പറയാനേ കഴിയു ന്നുള്ളൂ. 40 വയസ്സ് പോലും തോന്നിക്കുന്നില്ല. പൂജ ഉറക്കെ പറഞ്ഞു പോയി. മമ്മി നിങ്ങളാണ് ശരിക്കും കലക്കിയത്. വീർ വായ തുറന്നിരി ക്കുന്നുണ്ട്. അവൻ പതുക്കെ ചിരി അമർത്തി എന്റെ അടുക്കലേക്ക് നീ ങ്ങിയിരുന്നു. ഡാഡി നിങ്ങൾ ഒന്നു സൂക്ഷിക്കണം.. എനിക്കാണെങ്കിൽ ഒന്നുകൂടി പോയി കണ്ണാടിയിൽ നോക്കണം എന്നുണ്ട്. അവിടെ ഇവിടെയായി നരച്ച മുടികൾ ഉണ്ട്. ഒന്നുകൂടി ഒന്ന് ഒതുക്കി എടുക്കാമാ യിരുന്നു.

ദീപു സന്തോഷത്തോടെ എഴുന്നേറ്റു, ദിവ്യയെയും വിളിച്ചു. ആദ്യം എന്റെയും കരിഷ്മയുടെയും കാലു തൊട്ടു വന്ദിച്ചു. വീരു പൂജയോട് പറഞ്ഞ് ആരതി എടുത്തു കൊണ്ടു വന്നുഴിഞ്ഞു. അതിനുശേഷം ദീപിനെ യും ദിവ്യയെയും ചന്ദനവും കുങ്കുമവും എല്ലാം അണിയിച്ചു. ദീപു വീരിനെയും പൂജയും നമസ്കരിച്ചു. ഒപ്പം ചെയ്യാത്തതിനു ദിവ്യയെ രൂക്ഷമായി ഒന്നു നോക്കി. പെട്ടെന്ന് തന്നെ അവളുടെ കണ്ണുകൾ പിടഞ്ഞു. അവളും കാലു തൊട്ടു വന്ദിച്ചു. വീറിനു അതെല്ലാം വലിയ കാര്യങ്ങൾ തന്നെയാണ്. അവൻ തലയിൽ കൈവെച്ച് സൗഭാഗ്യ മന്ത്രങ്ങളും മറ്റും ഉച്ച രിച്ചു. പിന്നെ അവനെ എഴുന്നേൽപ്പിച്ച് കെട്ടിപ്പിടിച്ചു. അവരുടെ രണ്ടു പേരുടെയും കണ്ണുകൾ നിറഞ്ഞിരുന്നു.

ഞങ്ങൾക്കും നിയന്ത്രിക്കാനായില്ല. എപ്പോൾ വേണമെങ്കിലും കാണാമെ ങ്കിലും എന്റെ ഒരു മകൻ ഇന്നു മുതൽ പിരിഞ്ഞു പോവുകയാണ്. രണ്ടു കൈകളിലും ഓരോന്നിനെ തൂക്കിയിടുന്ന അച്ഛനമ്മമാർക്കേ ഒരു കൈ ശൂ ന്യമാവുമ്പോൾ ഉള്ള വേദന അറിയാവൂ. ഒരിക്കലും കരയരുതെന്ന് ഞ ങ്ങൾ മനസ്സുകൊണ്ട് തിരുമാനിച്ചിരുന്നു. അവനെ വേദനിപ്പിക്കരുത്. എങ്കിലും കണ്ണുകൾ അനുസരണയില്ലാത്ത പോലെ നിറയുന്നു. വീർ പൊ

തുവേ ഗൗരവത്തിൽ ഇരുന്നാലും. സങ്കടം വന്നാൽ അവൻ കൊച്ചു കുട്ടിയെ പോലെയാണ്. ഞങ്ങൾക്കത് നന്നായി അറിയാം. ഞാൻ വേഗം അങ്ങോട്ട് ചെന്ന് അവന്റെ ചുമലിൽ കൈവെച്ചു. കണ്ണുകൾ കൊണ്ട് കരയരുത് എന്ന് ആഗ്യം കാണിച്ചു. വീർ പെട്ടെന്ന് സമനില വീണ്ടെടുത്തു. ദീപിന്റെ മുഖവും വല്ലാതെ ആയിരിക്കുന്നു. സംഭവം ഒന്ന് തണുക്കാൻ ഞാൻ ദിവ്യയോട് പറഞ്ഞു, ആദ്യം മക്കൾ ഇറങ്ങിക്കോളു, അതിനുശേഷം ഞങ്ങൾ വരാം. വീർ കരിഷ്മയെ നോക്കി പറഞ്ഞു, മഹാറാണി, ഇതിലെ... അവൻ അവളുടെ സേവകനെ പോലെ അഭിനയിച്ചു. അതുകണ്ട് കുട്ടികളും കൂടെ റോഷ്നിയും ചിരിച്ചുകൊണ്ട് എന്തൊക്കെയോ പറയുന്നുണ്ട്. കരിഷ്മ വീറിനോട് പറഞ്ഞു കൂടുതൽ ഡ്രാമ കാണിക്കാതെ ഒന്നു നടക്കു, അവരുടെ ഒപ്പം തന്നെ എത്തേണ്ട, ഇല്ലെങ്കിൽ നമ്മൾ വൈകും വീരൂ അത് മറക്കേണ്ട. വീർ യെസ് യെസ് എന്ന് പറഞ്ഞ് എല്ലാവരെയും പുറത്തിറക്കി വാതിലടച്ചു.

ചടങ്ങും ആഘോഷങ്ങളും എല്ലാം അതിഗംഭീരമായി. അവിടെ പാർട്ടികൾ നടത്താനുള്ള ഒരു ഓഡിറ്റോറിയം ഉണ്ട്. അതിനുള്ളിൽ പ്രധാന വേദിയിൽ ഞാനും കരിഷ്മയും പോയി നിന്നു. വീരു എല്ലായിടത്തും ഓടി നടക്കുന്നുണ്ടായിരുന്നു. ഞങ്ങളുടെ സുഹൃത്തുക്കളോടും ബന്ധുക്കളോടും സംസാരിച്ചു, എല്ലാവരെയും സന്തോഷിപ്പിച്ചു. കൂടെ കരിഷ്മയും. ചുറ്റും അവളുടെ കൂട്ടുകാരികൾ.

ഞാനെന്റെ സ്വതസിദ്ധമായ രീതിയിൽ പുറകിൽ കൈ കെട്ടി അങ്ങ് നിന്നു. എന്റെ കൂടെ നീരവ് ഭാട്ടിയ ഉണ്ടായിരുന്നു. അയാൾ ഒരു മിതഭാഷിയാണ്. മാത്രമല്ല ഒരു വാചകം അവസാനിക്കാൻ ഒരുപാട് സമയമെടുക്കും. അത്ര നിർത്തി നിർത്തിയാണ് പറയുക. കരിഷ്മ എന്നെ നോക്കി തലയാട്ടി, നല്ല കമ്പനി എന്ന ഭാവത്തിൽ. പെട്ടെന്നു തോന്നിയ പഴയ ചെറുപ്പത്തിന്റെ ഓർമ്മയിൽ പതുക്കെ ഒന്ന് കണ്ണുറുക്കി അവളെ നോക്കി ചിരിച്ചു. അതിന്റെ അനന്തരഫലമെന്നവണ്ണം അവൾ എന്റെ അടുത്തേക്ക് വന്നു. ഭാട്യയോടു ഒരു ഹായും എസ്ക്യൂസുമൊക്കെ പറഞ്ഞ് എന്നെ സൈഡിലേക്ക് മാറ്റി. എന്നെ തന്നെ നോക്കിയിരിക്കുകയാണോ, വീർ പറഞ്ഞതെല്ലാം ഓർമ്മയില്ലേ. ഒന്നു അനങ്ങി നടന്ന് എല്ലാവരോടും സംസാരിക്ക്.... "ഞാൻ അവളെ തന്നെ നോക്കിയിരിക്കുകയാണെന്ന്. ഇവൾ എന്നെ നോക്കുന്നത് കൊണ്ടല്ലേ ഞാൻ നോക്കുന്നത് കാണുന്നത്. ആരു പറഞ്ഞു എന്നെ നോക്കാൻ. ഇഷ്ടം പോലെ ആളുകൾ ചുറ്റുമുണ്ടല്ലോ ".

അവൾ തുടർന്നു, നോക്ക് ബീനയും ആശിസും. ഞാൻ ദിവ്യയുടെ മാതാപിതാക്കളെ നോക്കി, ആശിസിന് നടക്കാൻ ചെറിയ ബുദ്ധിമുട്ടുണ്ട്. പതുക്കെ പതുക്കെയാണ് ആ മനുഷ്യൻ നടക്കുക. ഇടയ്ക്കിടെ വേച്ചു

പോകും. അത് അയാളുടെ അസുഖങ്ങൾ കൊണ്ടാണ്. എന്നിട്ടും ബീന അയാളെ എല്ലായിടത്തേക്കും പിടിച്ചു വലിച്ചു കൊണ്ടു പോകുന്നുണ്ട്. ഞാനൊന്ന് ഞെട്ടി. ഇതു കഴിയുമ്പോഴേക്കും ഇനി ഇയാൾക്ക് എന്തെങ്കിലും... ചെന്നൊന്ന് സഹായിച്ചാലോ. പെട്ടെന്ന് ശർമിള ചാടി വീണു. ജഗദീഷ് നോക്ക്, നിങ്ങളുടെ ഭാര്യ ഇപ്പോഴും ചെറുപ്പവും സുന്ദരിയും ആണ്. ഇപ്പോൾ തോന്നുന്നില്ലേ ഞങ്ങളുടെ കൂട്ടുകാരിയെ വിവാഹം ചെയ്തത് ഭാഗ്യമാണെന്ന്. കരിഷ്മ ചിരി അമർത്തി. ഓ ശരി തന്നെ ശർമിള നിങ്ങളുടെ കൂട്ടുകാരി സുന്ദരി തന്നെയാണ്. അതുകൊണ്ടു തന്നെയാണ് ഞാൻ അവളെ കെട്ടിയത്. ഞാൻ കരിഷ്മയുടെ ചുമലിൽ സൗമ്യമായി എന്റെ കൈവച്ചു, ഷർമിളയെ നോക്കി പുഞ്ചിരിച്ചു കൊണ്ട് പറഞ്ഞു.

അവർ പോയിക്കഴിഞ്ഞപ്പോൾ, കരിഷ്മ എന്നെ കള്ളച്ചിരിയോടെ നോക്കി. ഞാൻ പറഞ്ഞത് സത്യമാണ്. അല്ലാതെ ഒറ്റ ദിവസം കൊണ്ട് തന്നെ നിന്നെ പ്രൊപ്പോസ് ചെയ്തത് സ്വഭാവ ശീലങ്ങൾ ഒന്നും മനസ്സിലാക്കിയിട്ടല്ല. ആദ്യം അവൾ ദേഷ്യം പോലെ കാണിച്ചെങ്കിലും, പിന്നെ ചിരിച്ചു കൊണ്ട് പറഞ്ഞു. നിങ്ങളും വളരെ സുന്ദരനായിരുന്നു, ഇപ്പോഴും സുന്ദരനാണ്. ഞാൻ ചിരിച്ചുകൊണ്ട് ചോദിച്ചു, സത്യം? അതേ, എന്താ സംശയം, നിങ്ങൾ ഇവിടെയുള്ള എല്ലാവരിലും സുന്ദരൻ തന്നെയാണ്. ഓ കരിഷ്മാ ! എന്നെ പുകഴ്ത്താൻ ഈ ഭൂമിയിൽ മറ്റാരുമില്ല. ഞാൻ ആശിസിന്റെ അടുത്തേക്ക് പോകുകയാണ് കരിഷ്മ. അയാളെ ഒന്ന് രക്ഷപ്പെടുത്തി എടുക്കട്ടെ. അല്ലെങ്കിൽ എവിടെയെങ്കിലും വീണ് ആകെ അലങ്കോലമാവും. അവൾ മുഖം കടുപ്പിച്ചെന്നെ നോക്കി . വെറുതെ അങ്ങോട്ട് പോകേണ്ട. ബീനയുടെ അടുത്തുനിന്ന് അയാളുടെ പിടി വിടുവിക്കാൻ പറ്റുമെന്നൊന്നും വിചാരിക്കണ്ട. വാ നമുക്ക് ലക്ഷ്മിയുടെയും സൗമ്യയുടെയും അടുത്തേക്ക് പോകാം. എന്റെ ഉള്ളൊന്നാളി. ഈ പെണ്ണുങ്ങളുടെ അടുത്തു നിന്ന് എങ്ങനെയാണൊന്നു രക്ഷപ്പെടുക. ഒരു വഴിയും ഇല്ല. ഇവളുടെ കൂടെ നടന്നില്ലെങ്കിൽ പിന്നെ...?

ഒരു മഴ പോലെ തന്നെയാണ് ആഘോഷങ്ങളും! ആദ്യം തൂളി തുടങ്ങും. പിന്നെ ചാറ്റൽ മഴയായി, കൊട്ടി കൊട്ടി അങ്ങ് താളം മുറുകി തിമിർത്തു പെയ്തതിനു ശേഷം, ആരവങ്ങൾ ഒഴിഞ്ഞൊഴിഞ്ഞു അവസാനം അവിടെ ഇവിടെയായി വീഴുന്ന ഒറ്റ തുള്ളികൾ... ജയ് ദീപിന്റെ വീട്ടിൽ ഇപ്പോൾ ഞങ്ങളും ദിവ്യയുടെ മാതാപിതാക്കളും മാത്രം ബാക്കി. എല്ലാവരും പിരിഞ്ഞു പോയി ഞങ്ങൾക്കും പിരിയേണ്ട സമയമായിരിക്കുന്നു. ഇനി അവൻ, അവന്റെ കുടുംബം, പുതിയ ഒരു ഘട്ടത്തിലേക്കുള്ള ചുവടുവെപ്പ്.

യാത്ര പറയാൻ എഴുന്നേൽക്കാൻ തുടങ്ങുമ്പോഴാണ് ദീപു മുമ്പിലേക്ക് വന്നത്. കുട്ടികൾക്ക് ക്ഷീണമായി തുടങ്ങി. റോഷ്നി ഉറങ്ങിക്കഴിഞ്ഞു. അവളെ മുറിയിൽ കൊണ്ടു പോയി കെടുത്തുന്ന സമയത്ത് വീർ പറഞ്ഞു ഇവളാണ് ഇവിടെ ആദ്യമായി ഉറങ്ങുന്ന ആൾ ഇനി അങ്ങ് ഐശ്വര്യമാകും. ഉറക്കത്തിന്റെ ഐശ്വര്യം. ഉറക്കപ്രിയരായ അച്ഛന്റെ രണ്ടാമത്തെ മകനും ഭാര്യക്കും എത്ര സമയം വരെയും കിടന്നുറങ്ങാം. എല്ലാം ശുഭം. എന്നിട്ട് അവൻ തന്നെ ഉറക്കെ ചിരിച്ചു. ദീപു ഞങ്ങളുടെ കൂടെയിരുന്നു എന്റെയും കരിഷ്മയുടെയും നടുക്കായി. ഞങ്ങൾ ഒന്നും മിണ്ടിയില്ല. വീർ പറഞ്ഞു ഞങ്ങൾ ഇറങ്ങുകയാണ്. ദിവ്യയോട് കൂടി യാത്ര പറഞ്ഞു ഇറങ്ങാമെന്ന് വിചാരിക്കുന്നു. അവൻ ദീപിന് ഒരു ഷേക്ക് ഹാൻഡ് കൊടുത്തു. അപ്പോൾ സഹോദരാ നന്നായി ജീവിക്കുക. എന്റെ പേര് ചീത്തയാക്കരുത് . സാധാരണ രീതിയിൽ ദീപ് ചിരിക്കേണ്ടതാണ്. പക്ഷേ അന്നവൻ ചിരിച്ചില്ല. പകരം പതിഞ്ഞ ശബ്ദത്തിൽ ചോദിച്ചു നിങ്ങൾക്ക് ഇവിടെയിന്ന് നിന്നുകൂടെ. ഞാൻ അവനെ തോളിൽ തട്ടി ആശ്വസിപ്പിച്ചു. ഞങ്ങൾക്ക് എപ്പോൾ വേണമെങ്കിലും ഇവിടെ വരാമല്ലോ. ഇന്നിപ്പോൾ പോകട്ടെ. ദിവ്യയുടെ അച്ഛനും അമ്മയും നിൽക്കുന്നുണ്ടല്ലോ.

ഞങ്ങൾ എഴുന്നേറ്റപ്പോൾ അവൻ മുഖം കുനിച്ചു. കരയുകയാണോ? ഞാനവന്റെ മുഖം പിടിച്ചുയർത്തി. അതേ കണ്ണുകൾ നിറഞ്ഞിട്ടുണ്ട്. അതു കണ്ടപ്പോൾ കരിഷ്മയ്ക്കും സങ്കടമായി പോയി. അവളുടെ കണ്ണുകളും നിറഞ്ഞൊഴുകി. ഞാനവനെ ഇറുകിപ്പുണർന്നു. കരിഷ്മ അവന്റെ തലയിലൂടെ കയ്യോടിച്ചു കൊണ്ടിരുന്നു. കുറച്ചുനേരം അങ്ങനെ കഴിഞ്ഞു. അവസാനം വീർ ദീപിനെ പിടിച്ചു എഴുന്നേൽപ്പിച്ചു . എന്തിനാണ് നീ ഇങ്ങനെ കരയുന്നത്? അവൻ ദീപിനെ ആശ്വസിപ്പിച്ചു എന്തൊക്കെയോ പറഞ്ഞുകൊണ്ടിരുന്നു. അവസാനം രംഗത്തിന് ഒരു അയവു വരാൻ എന്ന മാതിരി അവൻ ഇങ്ങനെ പറഞ്ഞു, നീയൊരു കാര്യം ചെയ്യ് ഞങ്ങളുടെ കൂടെയങ്ങ് പോന്നോ. ദിവ്യയും പിള്ളേരും ഇവിടെ താമസിച്ചോളും. അപ്പോഴേക്കും എല്ലാവരും ചിരിച്ചു.

ദീപു കർച്ചീഫെടുത്തു മുഖം നന്നായി തുടച്ചു. ഈ ശബ്ദ കോലാഹലങ്ങൾ എല്ലാം കേട്ടതു കൊണ്ടാണെന്നു തോന്നുന്നു, ദിവ്യ വാതിൽ തുറന്ന് പുറത്തേക്ക് വന്നു. ഞങ്ങൾ അവളോടും യാത്ര പറഞ്ഞു. ഇനി ദിവ്യയുടെ അമ്മയോടും അച്ഛനോടും കൂടി യാത്ര പറയണം. ഞങ്ങൾ വീരുവിനെയും വിളിച്ചു. അവൻ ചോദിച്ചു, നമ്മൾ പോകുകയാണെന്ന് അവർക്ക് അറിഞ്ഞുകൂടെ . ഇങ്ങോട്ടൊന്നു വന്നുകൂടെ. പിന്നെ മനസ്സില്ല മനസ്സോടെ ഞങ്ങൾക്കൊപ്പം വന്നു. വളരെ വേഗത്തിൽ യാത്ര പറഞ്ഞു മടങ്ങാമെന്ന ഉദ്ദേശത്തിലാണ് ഞാൻ ചെന്നത്. എന്നാൽ ബീന സമ്മതിച്ചില്ല. സംസാരിച്ചുകൊണ്ടിരുന്നു. കൂടെ ബീനയുടെ സഹോദരിയും ഉണ്ടായിരുന്നു. വീറി

നെ തീരെ മൈൻഡ് ഇല്ല. അതുകണ്ടപ്പോൾ കരിഷ്മ ആരോടെന്നില്ലാതെ പറഞ്ഞു. വീറിന് നാളെ ഒരു മീറ്റിംഗ് ഉണ്ട്. അതുകൊണ്ടാണ് ഇന്ന് പോകാമെന്ന് വച്ചത്. ഉടനെ ബീന ആശ്ചര്യം ഭാവിച്ചു കൊണ്ട് പറഞ്ഞു. ഓ വീർ താങ്കൾ ഇന്നിവിടെ ഉണ്ടായിരുന്നുവെന്നത് ഞാൻ അറിഞ്ഞതേയില്ല. അത്ര തിരക്കായിരുന്നു. അതുവരെ ചുമരിലുള്ള ഒരു ചിത്രത്തിലേക്ക് നിസ്സംഗതയോടെ നോക്കുകയും, കലാപരിപാടികൾ അവസാനിച്ചാൽ പോകാമായിരുന്നു എന്ന് കരുതിയ വീർ കരിഷ്മയെ അർത്ഥ ഗർഭമായി നോക്കി. എന്നെ ഇതിലേക്ക് വലിച്ചഴിക്കണമായിരുന്നോ എന്നാണ് അർത്ഥം.

അവനിലെ സിംഹം സട കുടഞ്ഞെഴുന്നേറ്റു. അവൻ വാചാലനായി. അങ്ങനെയോ ആന്റി, അവൻ അവരുടെ അടുത്തേക്ക് നീങ്ങി. എങ്ങനെയുണ്ട് ആന്റി, ഫർണിച്ചറുകളും ബെഡും ഒക്കെ നന്നായിട്ടുണ്ടല്ലേ. അതെയതെ, ബീന അഭിമാനത്തോടെ പറഞ്ഞു. ദിവ്യയുടെ സെലക്ഷനാണ്. ഉടനെ വീരു അടുത്ത വെടി പൊട്ടിച്ചു. ഇതെല്ലാം വീരു മോന്റെ സമ്മാനങ്ങളാണ്. ബീനയുടെ മുഖം പെട്ടെന്ന് മങ്ങി. വീരു നിർബന്ധപൂർവ്വം അവരുടെ കൈകൾ പിടിച്ചു ബെഡിലിരുത്തി. അവനും കൂടെയിരുന്നു. നോക്ക് ബെഡ് കണ്ടോ എത്ര നല്ല സ്പ്രിംഗ് ആണല്ലേ, അല്ലേ ആന്റി അവൻ ബീനയുടെ സഹോദരിയെ നോക്കിക്കൊണ്ട് പറഞ്ഞു. കൂടെ ഞങ്ങൾക്ക് പരിചയമില്ലാത്ത രണ്ടു സ്ത്രീകൾ ഉണ്ട്. ബീനയുടെ സുഹൃത്തുക്കൾ എന്ന രീതിയിലാണ് പരിചയപ്പെടുത്തിത്തന്നത്. വീരു അതൊന്നും ശ്രദ്ധിക്കുന്നില്ല. അവൻ ആശിസിനെയും ബെഡിൽ പിടിച്ചിരുത്തി. ഇനിയിപ്പോൾ ഇവിടെ തന്നെയാണല്ലോ താമസം അങ്കിൾ, ഈ ബെഡിൽ കിടന്നുറങ്ങുമ്പോളെങ്കിലും ആന്റിയും അങ്കിളും വീരു മോനെ ഓർക്കുമല്ലോ അല്ലേ. അവൻ വളരെ നിഷ്കളങ്കത ഭാവിച്ചുകൊണ്ട് പറഞ്ഞവസാനിപ്പിച്ചു.

ബീനയുടെ മുഖം ചുവന്നു. കരിഷ്മ ധൃതിയിൽ എന്റെ കൈപിടിച്ചു, മതി നമുക്ക് വേഗം പോകാം. അതിനുമുമ്പേ ഞാനെന്റെ കാലുകൾ വാതിലിനു പുറത്തേക്ക് വച്ചിരുന്നു. പൂജയും വീരുവും പുറകിൽ വരുന്നുണ്ടായിരുന്നു. ഞങ്ങൾ ഇറങ്ങുമ്പോൾ ദീപ് ലിഫ്റ്റിനടുത്ത് വന്നു നിന്നു. ഞങ്ങൾ കയറി വാതിൽ അടയുന്നതുവരെ അവൻ നോക്കി നിന്നു.

ലിഫ്റ്റിൽ വച്ച് കരിഷ്മ ഒന്ന് ശ്വാസം വിട്ടു. എന്നിട്ട് പൊട്ടിച്ചിരിച്ചു. പിന്നെ പൂജയോട് പറഞ്ഞു. വീറിനോട് യുദ്ധം ചെയ്യാൻ ശ്രമിക്കുന്ന ബീന സത്യത്തിൽ ഒരു മണ്ടിയാണ്. പൂജ ചിരിച്ചു, കൂടെ കുട്ടികളും. ശരിയാണ് അച്ഛമ്മേ, രുദ്രാക്ഷ് തലയാട്ടി. അച്ഛമ്മ ഇത്രയും കാലം വിചാരിച്ചിട്ട് നടക്കാത്തതാണ് ബീനാന്റി സാധിക്കാൻ പോകുന്നത്. അതുകേട്ട് എല്ലാവരും ചിരിച്ചു. കരിഷ്മ എന്നെ നോക്കിക്കൊണ്ട് പറഞ്ഞു, നോക്ക് കുട്ടി

പ്പുലി പോലും അമറി തുടങ്ങി. അത്രനേരം നിശബ്ദനായിരുന്നു വീരും ചിരിച്ചു. ഉടനെ പൂജ പറഞ്ഞു, അവരത് അർഹിക്കുന്നുണ്ടായിരുന്നു. എന്റെ ഭർത്താവിനെ കാണാൻ പറ്റാത്ത എന്ത് രോഗമാണ് അവർക്കു ള്ളത്. വീർ ഉറക്കെ പൊട്ടി ചിരിച്ചു. ദൈവമേ മിണ്ടാപൂച്ചയായ എന്റെ ഭാര്യയെ പോലും ബീന ആന്റി ചീത്തയാക്കി. കണ്ടില്ലേ അമ്മേ. ഞങ്ങൾ ഒരു നിമിഷം വിഷമം മറന്നു ചിരിച്ചു.

പക്ഷേ വണ്ടിക്ക് അടുത്ത് എത്തിയപ്പോഴേക്കും വീണ്ടും കരിഷ്മയുടെ മുഖം മ്ലാനമായി. ഞാൻ വണ്ടിയിൽ കയറി ചാരി കിടന്നു. ഞാനവളുടെ തോളിലൂടെ കയ്യിട്ട് അടുപ്പിച്ചിരുത്തി. അവൾ കരയുന്നുണ്ട്. വീരു കണ്ണാ ടിയിലൂടെ അത് കാണുന്നുണ്ടോ എന്നറിയില്ല . ഡ്രൈവ് ചെയ്യുമ്പോൾ അവൻ പൂജയോടെന്നപോലെ സംസാരിച്ചു തുടങ്ങി. നമ്മൾ ലിഫ്റ്റിൽ കയറിയ സമയം ദീപുവിനെ നോക്കിയപ്പോൾ എനിക്ക് ഓർമ്മ വന്നത് എന്താണെന്നറിയാമോ പൂജാ, പണ്ട് അവന്റെ ഫസ്റ്റ് സ്കൂൾ ഡേ. ദീപു വലിയ കരച്ചിൽ. അവൻ ജനലിലൂടെ തലയിട്ട് ഉറക്കെ കരയുകയാണ്. അമ്മയുടെ അടുത്തേക്ക് പോകണമെന്നാണ് വാശി. അവസാനം മിസ്സ് എന്നെ വിളിച്ചു വരുത്തി. അവൻ കരയുന്നത് കണ്ടപ്പോൾ ഞാൻ കരുതി യത് ആരോ അവനെ തല്ലിയെന്നാണ്. പിന്നെ മനസ്സിലായി അമ്മയെ കാ ണാനുള്ള കരച്ചിലാണെന്ന്. കുട്ടികൾക്ക് വലിയ താല്പര്യമായി. രൺ വീർ ചോദിച്ചു, ഡാഡി കരഞ്ഞിട്ടുണ്ടോ. ഞാൻ അങ്ങനെ കരഞ്ഞിട്ടില്ല. പക്ഷേ എന്റെ പെൻസിൽ ബോക്സ് എടുത്തിട്ട് തരാത്തവനെ ഞാൻ കരയിപ്പിച്ചിട്ടുണ്ട്. വീർ ഉറക്കെ ചിരിച്ചു. കരിഷ്മ അവൻ പറയുന്നത് ശ്രദ്ധിച്ചു തുടങ്ങി. ഓ എനിക്ക് ആ കുട്ടിയുടെ പേര് ഓർമ്മയുണ്ട് നോബി ൾ എന്നാണ് എന്റെ ഓർമ്മ. നിന്റെ അച്ഛൻ അവനെ മുതലക്കിട്ടു കൊടു ക്കുമെന്ന് പറഞ്ഞു ഭീഷണിപ്പെടുത്തി. എല്ലാവരും ചിരിച്ചു.

രുദ്രാക്ഷ് അക്ഷമനായി പറഞ്ഞു. കൊച്ചച്ചന്റെ കഥ പറ? ഡാഡി പിന്നെ കൊച്ചച്ചനെ സമാധാനിപ്പിച്ചു. എന്റെ കയ്യിൽ അന്ന് വർണ്ണക്കടലാസിൽ വെട്ടി ഉണ്ടാക്കിയ രൂപങ്ങൾ ഉണ്ടായിരുന്നു. അതിലൊന്നു ഞാനവന് കൊടുത്തു . കരച്ചിൽ നിന്നു. പക്ഷേ അവൻ ഇടയ്ക്കിടെ കരയാൻ തുട ങ്ങി. എല്ലാദിവസവും കരഞ്ഞു. ഞാൻ ഓടിച്ചെല്ലും, വർണ്ണ കടലാസ് രൂ പം കൊടുക്കും. തിരികെ പോരും. മൂന്നുനാലു ദിവസം കഴിഞ്ഞപ്പോൾ എനിക്ക് മനസ്സിലായി. അവൻ കരയുന്നത് വർണ്ണക്കടലാസിനു വേണ്ടി യാണെന്ന്. ഞാൻ അവനെയും ഭീഷണിപ്പെടുത്തി, മുതലക്ക് പിടിച്ചു കൊ ടുക്കുമെന്ന് പറഞ്ഞു. അപ്പോൾ അവൻ കരച്ചിലും നിർത്തി. പക്ഷേ വീട്ടി ൽ ചെന്ന് അമ്മയോട് പറഞ്ഞെനിക്ക് വഴക്ക് വാങ്ങി തന്നു. കുട്ടികൾ പൊട്ടി പൊട്ടി ചിരിച്ചു. റോഷ്നിയും ഉണർന്നു. എന്താണെന്ന് പോലും അറിയാതെ ആ കുഞ്ഞും ചിരി തുടങ്ങി. ഞാൻ നോക്കിയപ്പോൾ കരിഷ്മ

യൊന്ന് ഉഷാറായിട്ടുണ്ട്. അവൾ രോഷ്നിയെ നിർബന്ധപൂർവ്വം പിടിച്ച ടിപ്പിച്ചു. അച്ഛമ്മയുടെ തങ്കം ആരാണ്? കുഞ്ഞു ഉറക്കെ പറഞ്ഞു റോഷ്നി.....

അങ്ങനെ ദീപില്ലാതെ ഞങ്ങൾ വീറിനും കുടുംബത്തോടും ഒപ്പം കഴിഞ്ഞു തുടങ്ങി. ദിവസങ്ങൾ പിന്നെയും കൊഴിഞ്ഞു പോയി. അതിനിടയിലെ പ്പോഴോ എനിക്ക് ബാലേശ്വരിലേക്ക് പോകണം അവിടെ താമസമാക്കണ മെന്ന് ഒരു തോന്നൽ. നാൾ ചെല്ലുംതോറും അത് കൂടി കൂടി വന്നു . കാല ത്തെ പത്രവായന , പുസ്തക വായന ഇതെല്ലാം കഴിഞ്ഞ് ഇനിയെന്തെന്ന് ആലോചിച്ചു ഞാൻ ഇരിക്കുമ്പോഴാണ് കരിഷ്മ എന്റെ അടുത്തു വന്നി രുന്നത്. കയ്യിൽ ഒരു കൊച്ചു പാവാട. അവളത് കൈ കൊണ്ട് തുന്നി പിടി പ്പിക്കുകയാണ്. ഇതെന്താണ് ഞാൻ ചോദിച്ചു. ഇത് റോഷ്നിയുടെ ഡോ ളിയുടെ പാവാടയാണ്. ഒരെണ്ണം തുന്നി കൊടുക്കട്ടെ. ദിവസവും രണ്ടുനേ രം തുണി മാറ്റണം.. ഇല്ലെങ്കിൽ അവൾ പ്രശ്നമാക്കും ഞാൻ ചിരിച്ചു.... രണ്ടുനേരം അതിനെ കുളിപ്പിക്കും, ഉടുപ്പ് മാറ്റും, അവൾക്ക് ചെയ്തു കൊടുക്കുന്ന എല്ലാ കാര്യങ്ങളും ഡോളിക്കും ചെയ്തു കൊടുക്കണം. അവളാ പാവക്കുട്ടിയെ എന്റെ നേർക്ക് നീട്ടി. നോക്ക്, ഉടുപ്പു മാത്രമല്ല, ജെട്ടിയുമുണ്ട്. ആ കുഞ്ഞി കാന്താരിയെ കൊണ്ട് തോറ്റു. ഇപ്പോഴത്തെ പുതിയ ആക്ഷേപം, എനിക്ക് അവളുടെ ഡോളിയോട് സ്നേഹമില്ലെ ന്നാണ് .ഞാൻ ചിരിച്ചുകൊണ്ട് ആ പാവയെ വാങ്ങിച്ചു. നല്ല സുഗന്ധം. മുടിയെല്ലാം ചുരുണ്ട്, നോക്കുമ്പോൾ റോഷ്നിയുടെ ഛായയും തോന്നു ന്നു. കരിഷ്മ അതിനിടയിൽ ഓടിപ്പോയി ചെടിയിൽ വന്നിരിക്കുന്ന ഒരു കിളിയെ ഓടിച്ചു. എന്നിട്ട് പറഞ്ഞു ഇലകൾ മുഴുവൻ കൊത്തി തിന്നുക യാണ്. നീ ഒരു നിമിഷം വെറുതെ ഇരിക്കുകയില്ലേ കരിഷ്മ.. അവൾ എന്നെ ഒന്ന് നോക്കി, ഞാൻ മൗനമായി ഇരുന്നതുകൊണ്ടാണോ എന്നറി യില്ല, പെട്ടെന്ന് എഴുന്നേറ്റുപോയി.

എന്റെ മനസ്സ് കുറച്ചു ദിവസങ്ങളായി ചിന്താകുലമാണ്. എന്തോ ഒന്ന് ചെയ്യാൻ ബാക്കിയുണ്ടെന്ന തോന്നൽ പോലെ. മുറിയിലേക്ക് ചെന്ന പ്പോൾ തലയാട്ടുന്ന ആ പ്രതിമ! വെറുതെ അവന്റെ തലയൊന്നാട്ടി കൊടു ത്തു. അതിന്റെ താളം ആസ്വദിച്ചു നിന്നു. മനസ്സും ആടുകയാണ് ഒരിടത്തു നിൽക്കാതെ. ഇനി കുറച്ചുനാൾ ബാലേശ്വരിലേക്ക് പോയാലോ? ഒരി ക്കൽ അവിടെ നിന്നാണ് വന്നത്. ഹൃദയം നിറയെ പ്രതീക്ഷകളുമായി. പരിഭ്രമവും, ആകാംക്ഷ തുടിക്കുന്ന കണ്ണുകളുമായി, ചേറിന്റെയും ഗോതമ്പിന്റെയും മണവും, കാളവണ്ടികളുടെ മണിയടി ശബ്ദങ്ങളുമുള്ള ഒരു നാട്ടിൽ നിന്ന്, ഈ തിരക്കിലേക്ക്. എന്തുകൊണ്ട് ഇനി തിരികെ പോ യിക്കൂടാ. എന്തിനായിരുന്നു ആ വീട് പണിതത്. ഒരുപക്ഷേ എനിക്ക് തി രിച്ചുപോവാൻ വേണ്ടി മാത്രം. ആ വീട് എനിക്ക് വേണ്ടി കാത്തിരിക്കു

കയാണ്. വർഷങ്ങളായി എന്റെ കാലടി പതിയാനായി, ഒരു ശാപമോക്ഷത്തിനായി കാത്തിരിക്കുകയാണ്. എനിക്കാ വിളി കേൾക്കാം. വളരെ ആഴത്തിൽ... ജഗദീഷ്.... എന്റെ അച്ഛൻ വിളിക്കുന്ന പോലെ.

44 നിമിഷങ്ങൾ

ട്രെയിൻ ബോല്ഗായിൽ എത്തിച്ചേർന്നപ്പോൾ എന്റെ കമ്പാർട്ട്മെന്റിൽ നിന്ന് രണ്ടുപേർ ഇറങ്ങിപ്പോയി. അവരുടെ ലഗേജ് എല്ലാം എടുക്കുന്ന ശബ്ദങ്ങളിൽ തട്ടി എന്റെ ചിന്തകളും കരിഷ്മയുടെ ഉറക്കവും മുറിഞ്ഞു. ഞാൻ അവളെ തന്നെ ഉറ്റു നോക്കി. ഇപ്പോൾ മുഖത്തൊരു ശാന്തത കാണുന്നുണ്ട്. വലത്തെ കൺകോണിനു താഴെയായി നീലിച്ച ഞരമ്പ് വ്യക്തമായി കാണാം. എന്തൊക്കെയോ പറയണമെന്നുണ്ട്. പക്ഷേ ഒന്നും മിണ്ടുന്നില്ല. കുറച്ചുകഴിഞ്ഞ് ഒരു ഡപ്പ തുറന്ന് കുറച്ചു ഉണക്കപ്പഴങ്ങൾ കാണിച്ചു. ഞാൻ ഒരെണ്ണം എടുത്തു കഴിച്ചു. ഇനി വേണ്ട എന്ന് ആഗ്യം കാണിച്ചു. അവൾ പറഞ്ഞു വെറുതെയങ്ങ് കഴിക്കന്നേ. സമയം പോകേണ്ടേ. എനിക്ക് ചിരി വന്നു. ഇവൾ ഇപ്പോഴും പഴയ പോലെ തന്നെയാണ്.. ചിലപ്പോൾ കൊച്ചു കുട്ടികളെ പോലെയാണ് സംസാരം. ജനലിനോട് അടുത്താണ് ഇരിക്കുന്നത്. പെട്ടെന്ന് വണ്ടി നീങ്ങി തുടങ്ങി. പതുക്കെ പതുക്കെ ഓരോ കാഴ്ചകളും മാറിക്കൊണ്ടിരിക്കുകയാണ്.

പച്ചപ്പാർന്ന പാടങ്ങളുടെ മുകളിലൂടെയാണ് പോകുന്നത്. ഇതിനുശേഷം ഒരു വലിയ നദിയുണ്ട്. ഞാൻ കരിഷ്മയെ നോക്കി മുടിയെല്ലാം പാറി മുഖത്തേക്ക് വീഴുന്നു. ഇതുപോലെ തനിച്ച് ഞങ്ങൾ യാത്ര ചെയ്തിട്ടുള്ളത് വളരെ അപൂർവമാണ്. എല്ലായിപ്പോഴും കൂടെ രണ്ടു വാലുകളും ഉണ്ടാകും, വീറും, ദീപും.. എനിക്ക് എന്തോ ഇപ്പോൾ അവളോട് വല്ലാത്ത വാത്സല്യം തോന്നുന്നു. ഞാൻ അവളുടെ ഷാൾ നല്ല ഭംഗിയാക്കി ഇട്ടു കൊടുത്തു. പെട്ടെന്നുണ്ടായ പ്രവൃത്തിയിൽ അവൾ ഒന്നു ഞെട്ടി. ഞാനെന്റെ വലതു കൈകൊണ്ട് അവളെ ഒന്നു കൂടി ചേർത്തിരുത്തി. ഞങ്ങളുടെ മുറിയിൽ നാലുപേർ ഉണ്ടായിരുന്നു. ഒരുത്തൻ കയറിയപ്പോൾ തന്നെ മുകളിൽ കയറി കിടപ്പാണ്. ചെവിയിൽ ഒരു ബ്ലൂട്ടൂത്ത് ഉണ്ട്. പിന്നെ ഒരു ദമ്പതികൾ, അവരുടെ കൗമാരക്കാരിയായ പെൺകുട്ടി. കരിഷ്മ എന്നോട് പതിഞ്ഞ സ്വരത്തിൽ ചോദിച്ചു. എന്തിനാണിപ്പോൾ കെട്ടിപ്പിടിച്ചിരിക്കുന്നത്. ആളുകൾ ശ്രദ്ധിക്കുന്നത് കണ്ടില്ലേ. എനിക്ക് ചെറിയ ദേഷ്യം തോന്നി. ഞാനെന്റെ ഭാര്യയെയാണ് കെട്ടിപ്പിടിച്ചിരിക്കുന്നത്. കരിഷ്മ ചിരി കടിച്ചമർത്തി.

നമ്മൾ ഇതു പോലെ ചേർന്നിരുന്നു യാത്ര ചെയ്തിട്ടുണ്ടോ. ഞാൻ കുറച്ചു പരിഭവത്തോടെ ചോദിച്ചു. അവൾ എന്നെ ആശ്ചര്യത്തോടെ നോക്കി. ഉവ്വ് ജഗദീഷ് എത്രയെത്ര സ്ഥലങ്ങളിൽ നമ്മൾ പോയിരിക്കുന്നു. വയസ്സായപ്പോൾ നിങ്ങൾക്ക് ഓർമ്മ പോയി എന്നാണ് തോന്നുന്നത്. അവൾ പതുക്കെ ചിരിച്ചു. ഞങ്ങൾ സംസാരിക്കുന്നത് അത്ര പതുക്കെയാണ്. മറ്റാർക്കും കേൾക്കാൻ പറ്റാത്ത രീതിയിൽ, കാണുന്നവർ ഞങ്ങൾ എന്തോ രഹസ്യം പറയുന്നതാണെന്ന് കരുതുന്നുണ്ടാവും. നമ്മൾ എത്ര പ്രാവശ്യം ബാലേശ്വരിലേക്ക് പോയിരിക്കുന്നു. പിന്നെ ഡെറാഡൂൺ ഗോവ, ആഗ്ര, മൈസൂർ നിങ്ങൾ മറന്നു പോയോ ജഗദീഷ്.. എനിക്ക് തോന്നുന്നത് ഇപ്പോൾ ഇപ്പോഴായി നിങ്ങൾക്ക് വെറുതെ നഷ്ടബോധം തോന്നുന്നുണ്ടെന്നാണ്. ഇത് വാർദ്ധക്യത്തിൽ ഉണ്ടാകുന്ന ചില തോന്നലുകൾ മാത്രമാണ്. അതായത് എനിക്ക് കുറച്ചുകൂടി നന്നായി ജീവിക്കാമായിരുന്നു എന്ന നിരാശാഭാവം. അതുകൊണ്ട് എന്തു നേട്ടമാണ് നമുക്ക് ഉണ്ടാവുന്നത്. വെറുതെ മനസ്സു ചീത്തയാക്കാം എന്നല്ലാതെ. ഞാൻ ശരിയെന്ന ഭാവത്തിൽ പുഞ്ചിരിച്ചു. മനസ്സിൽ ഓർത്തു വലിയൊരു ബുദ്ധിജീവി..

കരിഷ്മ നീ ഓർക്കുന്നുണ്ടോ ആഗ്രയിൽ നമ്മൾ ട്രെയിനിറങ്ങിയത്. വീറും ദീപും ഉറങ്ങിയിട്ട് സ്റ്റേഷനിലെത്തിയിട്ടു എഴുന്നേൽക്കാൻ കൂട്ടാക്കിയില്ല. നല്ല തിരക്കുമായിരുന്നു. അവസാനം വീറിനെ ഞാനും ദീപിനെ നീയും തോളിൽ ഇട്ടു. പോരാത്തതിന് ബാഗുകളും ഓർമ്മയുണ്ടോ? ങ്ഹാ.. അവൾ ചിരിച്ചുകൊണ്ട് തലയാട്ടി. അന്ന് സുശാന്തും പത്മിനിയും, രൂപയും കുടുംബവും, മധുവും കുടുംബവും , അല്ലേ അവരെല്ലാം ഉണ്ടായിരുന്നു. അതാ ഞാൻ പറഞ്ഞത് നമ്മൾ തനിച്ച് ഇതുപോലെ യാത്ര ചെയ്തിട്ടില്ലെന്ന്. അവൾ തലയാട്ടി. ഓഹോ അങ്ങനെ... അത് ശരിയാണ്. താജ്മഹൽ കാണാൻ പോയിട്ട് എനിക്ക് പ്രണയത്തിന്റെ ഒരു അനുഭൂതിയും കിട്ടിയില്ല. സർക്കാർ മ്യൂസിയം കാണാൻ കുട്ടികളെയും കൂട്ടി പോയ അവസ്ഥയായിരുന്നു. ദീപു ആണെങ്കിൽ ഒരു കാരണവുമില്ലാതെ കരയുക ഞാൻ തന്നെ എടുക്കണം എന്ന് വാശി പിടിക്കുക. കരിഷ്മ ചിരിച്ചു കൊണ്ട് പറഞ്ഞു. രൂപയുടെയും മധുവിന്റെയും മക്കൾ കുറച്ചു കൂടി വലുതായത് കൊണ്ട് ഓടിച്ചാടി നടന്നു. എന്നെക്കാൾ കഷ്ടമായിരുന്നു പത്മിനിയുടെ അവസ്ഥ. ഇടയ്ക്കിടെ കുഞ്ഞിനെ മുലയൂട്ടേണ്ടി വന്നു. ഞങ്ങൾക്ക് എവിടെയെങ്കിലും ഇരിക്കണമെന്നും കുറച്ചുനേരം സംസാരിച്ചു ചിരിക്കണമെന്നൊക്കെയായിരുന്നു ആഗ്രഹം.

ഞാൻ മന്ദഹസിച്ചു കൊണ്ട് പറഞ്ഞു. ഹണിമൂണിന് പോകേണ്ടതായിരുന്നു, അന്ന് സമയമേ ഇല്ലായിരുന്നു. ജോലിക്ക് വേഗത്തിൽ ജോയിൻ ചെയ്യണം. ആ ദിനങ്ങൾ അമ്മയുടെ പട്ടാള ക്യാമ്പിൽ കഴിഞ്ഞു പോയി. അതുകേട്ട് അവൾ വീണ്ടും ചിരിച്ചുകൊണ്ട് എന്റെ മുഖത്തേക്ക് ഉറ്റു

നോക്കി പറഞ്ഞു ടൈം മെഷീൻ വേണോ മിസ്റ്റർ ജഗദീഷ്. ഞാനവളുടെ വലതു കൈപ്പത്തി എന്റെ കൈക്കുള്ളിൽ ആക്കി കൊണ്ട് പറഞ്ഞു അതിന്റെയൊന്നും ആവശ്യമില്ല. ഇനിയും സമയമുണ്ടല്ലോ. നോക്ക് ഞാൻ രാജസ്ഥാനിൽ നിന്നെ പല സ്ഥലങ്ങളും ചുറ്റിക്കാണിക്കാൻ കൊണ്ടുപോകും. അതായത് നീ ഇതുവരെ പോകാത്ത സ്ഥലങ്ങൾ. ഒരുപക്ഷേ പ്രശസ്തമായ ടൂറിസ്റ്റ്സ്പോട് ഒന്നുമാവില്ല. പക്ഷേ സുന്ദരമായിരിക്കും. എനിക്കങ്ങനെ കുറച്ച് സ്ഥലങ്ങൾ അറിയാം. അവൾ പുഞ്ചിരിച്ചു കൊണ്ട് തലയാട്ടി. നോക്ക് കരിഷ്മ ,ആ നദി ഒഴുകുന്നത് നോക്കൂ. ഓ ഈ മഴക്കാലത്തിന്റെ കുത്തൊഴുക്ക് നോക്കൂ. അവൾ താഴോട്ട് തന്നെ നോക്കിയിരുന്നു ഞാനും. പെട്ടെന്ന് ഒരു ശാന്തത കൈവന്നു. മക്കളെ പിരിഞ്ഞ വിഷമം നേർത്ത് പോകുന്ന പോലെ.

കരിഷ്മ പെട്ടെന്ന് തന്നെ ചുറ്റുപാടും നോക്കി എന്നിട്ട് അവൾ പറഞ്ഞു. ആ സ്ത്രീയും ഭർത്താവും എന്തൊക്കെയോ പറയുന്നുണ്ട്. ചിലപ്പോൾ നമ്മളെ കളിയാക്കുന്നതാവും. ഞാനവരെ നോക്കി. ഭർത്താവ് എന്നെക്കാൾ ചെറുപ്പമാണ്, പക്ഷേ കഷണ്ടി ബാധിച്ച് കഴിഞ്ഞു. പോരാത്തതിന് ആരോടോ യുദ്ധം ചെയ്യാനായി തയ്യാറായി നിൽക്കുന്നതു പോലെയുള്ള മുഖഭാവം. ഭാര്യയാണെങ്കിൽ ഈ ലോകവുമായി ഒരു ബന്ധവുമില്ലാത്ത പോലെയാണ് ഇരിക്കുന്നത്. ഇട്ടിരിക്കുന്ന വസ്ത്രങ്ങൾക്ക് ഒരു ഇളക്കം സംഭവിക്കാൻ പോലും രണ്ടാളും കൂട്ടാക്കുന്നില്ല. മോളാണെങ്കിൽ മൊബൈലിൽ മറ്റൊരു ലോകത്തും.. ഞാൻ പുറത്തേക്ക് നോക്കിയിരുന്നു. എന്റെ കൈകൾ വിടുവിക്കാതെ. എന്നിട്ട് അവളോട് പറഞ്ഞു വേണമെങ്കിൽ എന്റെ തോളിൽ ചാരി ഉറങ്ങിക്കോളൂ. അല്ലെങ്കിൽ ഈ ഭംഗി ആസ്വദിച്ചിരിക്കാം. സൂര്യന്റെ പൊലിമ കുറഞ്ഞു തുടങ്ങി. ഞങ്ങൾ ഒരു വരണ്ട ദേശത്തിലൂടെ യാത്ര തുടർന്നു.

ഞാൻ മനസ്സിൽ ഓർത്തു, ആരാണ് പറഞ്ഞത് വൃദ്ധരായ ദമ്പതികൾക്ക് തോളിൽ കൈയിട്ട് ചേർന്നിരിക്കാനോ പരസ്പരം കൈകളെ താലോലിക്കാനോ പാടില്ലെന്ന്. അതും അല്ലെങ്കിൽ അവരുടെ സ്നേഹത്തെ പുറത്തേക്ക് പ്രകടിപ്പിക്കരുതെന്ന്. ആരാണതിനെ വിലക്കിയിട്ടുള്ളത്. എന്തിനാണ് ഒരു നാണക്കേട്. ഞാൻ കരിഷ്മയോട് പറഞ്ഞു. നോക്ക് കരിഷ്മ അങ്ങനെ ഒരു നിയമവും ഇന്ത്യയിലില്ല. ഇപ്പോൾ അവളുടെ ചിരി കുറച്ചുകൂടി ഉച്ചത്തിൽ ആയി. സ്വതസിദ്ധമായ രീതിയിൽ അവൾ പൊട്ടിച്ചിരിച്ചു. അപ്പോൾ ഞങ്ങളുടെ സഹയാത്രികരുടെ ശ്രദ്ധ പൂർണ്ണമായും ഞങ്ങളിൽ തന്നെയായി. അവർ പരസ്പരം നോക്കി പുഞ്ചിരിച്ചു. കരിഷ്മ അവളുടെ ഇടതു കൈ കൂടി എന്റെ കൈകളിലേക്ക് വെച്ചിട്ട് ചേർത്തു പിടിച്ചുകൊണ്ട് ചോദിച്ചു. കരിഷ്മ മറ്റുള്ളവർ എന്ത് ചിന്തിക്കുമെന്നു

കരുതി വിഷമിക്കും എന്ന് കരുതുന്നുണ്ടോ. അവൾ വീണ്ടും ചിരിച്ചു. എന്നാലും നിങ്ങൾ ഇപ്പോൾ വലിയ ധൈര്യവാനായി. ഊം ഞാൻ മൂളി.

മനസ്സിൽ ഓർത്തു പണ്ടും എനിക്ക് നല്ല ധൈര്യമായിരുന്നു പെണ്ണേ. ഒറ്റ ദിവസം കൊണ്ട് വിവാഹാഭ്യർത്ഥന നടത്തിയത്. അമ്മയുടെ സമ്മതം പോലും ചോദിക്കാതെ നിന്നെ പെണ്ണുകാണാൻ വന്നത്. നിനക്ക് ഇതൊന്നും മനസ്സിലാവാത്തത് എന്റെ കുഴപ്പമല്ല. എന്തിനാണ് ഊറിച്ചിരിക്കുന്നത് ജഗദീഷ്. എന്തോ ആലോചിക്കുന്നുണ്ടല്ലോ. ഒന്നുമില്ല, ഞാൻ നിഷേധ ഭാവത്തിൽ തലകുലുക്കി. എന്റെ കണ്ണുകൾ ആ ദമ്പതികളിൽ വീണ്ടുമുടക്കി. അവരുടെ ഇരിപ്പിടങ്ങൾ തമ്മിലുള്ള അകലം ഞാൻ അളന്നുകൊണ്ടേയിരുന്നു. വെറുതെ ഒരു പ്രേരണ തോന്നിയപ്പോൾ ലെറ്റർപാഡും പേനയും എടുത്തു. കരിഷ്മ ചോദ്യ ഭാവത്തിൽ നോക്കി. ഞാൻ എഴുതുകയാണ്......

നിമിഷങ്ങൾ

ആദ്യം;

ഓരോ സ്പന്ദനത്തിലും തീരുന്ന നിമിഷങ്ങൾ

ഓരോ ശ്വാസത്തിലും കൊഴിയുന്ന നിമിഷങ്ങൾ

പറയാൻ എനിക്കു നിമിഷങ്ങളില്ല

കേൾക്കാൻ നിനക്കും നിമിഷങ്ങളില്ല

കരയാൻ എനിക്ക് നിമിഷങ്ങളില്ല

ചിരിക്കാൻ നിനക്കും നിമിഷങ്ങളില്ല

എന്റെ നിമിഷങ്ങൾ നിനക്ക് അന്യം

നിന്റെ നിമിഷങ്ങൾ എനിക്കും അന്യം

കൈയുണ്ട്, കണ്ണുണ്ട്, കണ്ണിൽ നീരുണ്ട്

കാലുണ്ട്, ചുണ്ടുണ്ട്, ചുണ്ടിൽ ചിരിയും ഉണ്ട്

എന്നാൽ പ്രസവിക്കുന്നില്ല

ഒരിക്കൽ ഒന്നുമാത്രം, ഒന്നു മാത്രം!

ഒടുവിൽ;

എല്ലാം തല്ലിയലച്ച്, ഒതുക്കി കൂട്ടി

ഭാണ്ഡത്തിലാക്കി കുഴിച്ചുമൂടി

അപ്പോൾ വന്നു,

അതാ അവസാന നിമിഷങ്ങൾ!

ഇപ്പോൾ;

ബാക്കി ഒരായിരം നിമിഷങ്ങൾ,

അനക്കമില്ലാത്തവ ചേതനയില്ലാത്തവ

നീങ്ങുന്നില്ല, നിരങ്ങുന്നില്ല, ചാകുന്നുമില്ല

ഹാ! എന്തൊരു നിമിഷമാണിത്.

കരിഷ്മ ലെറ്റർ പാഡ് നിർബന്ധമായും വാങ്ങി വായിച്ചു നോക്കി, നന്നായിട്ടുണ്ട് ജഗദീഷ്, അവൾ കുറച്ച് അതിശയത്തോടെ എന്നെ നോക്കി. പെട്ടെന്ന് ഞാനത് വാങ്ങി എന്റെ സഹയാത്രികന് നീട്ടി. താങ്കൾ ഇത് വായിക്കുന്നുണ്ടോ? അയാൾ കുറച്ച് ഒരു അലോസരത്തോടെ എന്നെ നോക്കി, എന്നാൽ എന്നെ അമ്പരപ്പിച്ചു കൊണ്ട് അയാളുടെ ഭാര്യ അത് വാങ്ങി. അത് അയാൾ ഒട്ടും പ്രതീക്ഷിച്ചിരുന്നില്ല എന്ന് തോന്നുന്നു. ഒരു ചോദ്യഭാവത്തോടെ ഭാര്യയെ നോക്കുന്നുണ്ട്. പിന്നെ ഭാര്യയുടെ അടുത്തേക്ക് നീങ്ങി പേപ്പറിലേക്ക് നോക്കി. രണ്ടുപേരും കൂടി അത് വായിച്ചു. അവരുടെ മുഖത്തിന്റെ മുറുക്കം ഒന്നു കുറഞ്ഞ പോലെ. മകളും അതിലേക്ക് ഒന്നും എത്തിനോക്കി. പിന്നെ വീണ്ടും സ്വന്തം ലോകത്തേക്ക് ചാഞ്ഞു.

ഞാൻ കരിഷ്മയോട് പറഞ്ഞു. നോക്ക്, ഞാൻ അവരെ രണ്ടുപേരെയും ഒരുമിപ്പിച്ചു. ഒന്നിച്ചിരുന്ന് വായിക്കുന്നത് കണ്ടോ . അവൾ തലയാട്ടി. പിന്നെ ചിരി അടക്കാനായി കൈകൊണ്ട് വായ് ഒന്നമർത്തിപ്പിടിച്ച് എന്നോടായി പറഞ്ഞു എവിടെപ്പോയാലും സേവന ഭാവം കൈവിടില്ലല്ലോ സർ. ഞാൻ രണ്ടു കണ്ണുകളും അടച്ച് കുസൃതിയോടെ പുഞ്ചിരിച്ചു. ദമ്പതികളുടെ മുഖത്തും ഒരു പുഞ്ചിരി ഒക്കെയായി. അയാൾ ഒരു ചെറു പുഞ്ചിരിയോടെ ലെറ്റർപാഡ് തിരികെ തന്നു. നന്നായിട്ടുണ്ട് സാർ ,താങ്കൾ ഒരു എഴുത്തുകാരനാണോ?

45 സ്വർണ പതക്കം

ട്രെയിൻ റായ്പൂരിൽ എത്തി. എനിക്ക് ചെറുതായി മയക്കം വന്നു തുടങ്ങിയിരുന്നു. അപ്പോഴാണ് കരിഷ്മ ചോദിച്ചത് ചാന്ദിനി ഇനി എന്നാണ് നാട്ടിലേക്ക് ജഗദീഷ്? എനിക്കറിയില്ല കരീഷ്മ, അവളെന്നോട് ഒന്നും പറഞ്ഞിട്ടില്ല. ചാന്ദിനിയും സന്തോഷവും ഹരിചന്ദനൊപ്പം അമേരിക്കയിലാണ്. ഒറ്റ മകൻ ആയതുകൊണ്ട് ചാന്ദിനി അവനെ ഒരു നിധി പോലെയാണ് സൂക്ഷിച്ചത്. അവനും അമ്മയും അച്ഛനും എല്ലായ്പ്പോഴും കൂടെ വേണം. വളരെ സൗമ്യനായ ഒരു ചെറുപ്പക്കാരനാണ് ഹരിചന്ദ്.

എല്ലായിപ്പോഴും ഒരു പുഞ്ചിരിയോടെയെ അവൻ സംസാരിക്കുന്നത് ഞാൻ കണ്ടിട്ടുള്ളൂ. എന്നോടുള്ള സ്നേഹം പോലെ തന്നെയായിരുന്നു ചാന്ദിനിക്ക് വീറും, ദീപും. അവൾ ഇടയ്ക്കിടെ പറയും. ഹരി അവൻ ഒറ്റയ്ക്കല്ല വീറും ദീപും ആണ് അവന്റെ സഹോദരന്മാർ. അതു മാത്ര മല്ല എന്റെയും അച്ഛന്റെയും എല്ലാം കുറച്ചെങ്കിലും മുഖച്ഛായ കിട്ടിയി രിക്കുന്നത് അവനു മാത്രമാണ്. ചാന്ദിനി കൂടെ കൂടെ പറയും. ഓ ചേട്ടനെ പോലെയാണ് ഇവൻ, രൂപവും സ്വഭാവവും അങ്ങനെ തന്നെ, പഠിക്കാ നും മിടുക്കനായതു കണ്ടില്ലേ. ഇതെല്ലാം കേൾക്കുമ്പോൾ സന്തോഷ് എ ന്നെ ചോദ്യ ഭാവത്തിൽ ഒന്നു നോക്കും. ഞാനും മോശക്കാരൻ ഒന്നുമല്ല എന്നാണ് നോട്ടത്തിന്റെ അർത്ഥം.

എന്റെ അനന്തരവൻ മിടുമിടുക്കൻ ആയിരുന്നു സ്കൂൾ തലം മുതൽ ടോപ് റാങ്കർ. സന്തോഷ് ഒരു സാധാരണക്കാരൻ ആയിരുന്നു. പക്ഷേ ഹരി ഒരിക്കലും അച്ഛനെ ബുദ്ധിമുട്ടിച്ചിട്ടില്ല. മെറിറ്റിൽ തന്നെ പഠിച്ചു. ഉപരിപ ഠനങ്ങൾക്ക് ശേഷം ഇപ്പോൾ അമേരിക്കയിൽ സെറ്റിൽഡ് ആയ പോലെ യാണ്. ചാന്ദിനിയുടെ സ്വഭാവവുമായി അവന് യാതൊരു ബന്ധവുമില്ല. അവൾ ഒരു കിലുക്കാംപെട്ടി ആയിരുന്നു. റോഷ്നി ജനിച്ചതിനു ശേഷം ഒരു പ്രാവശ്യം അവൾ ഞങ്ങളുടെ വീട്ടിലേക്ക് വന്നു. ഹരി, ഭാര്യ നിത, മകൾ നതാഷ. അവൾക്ക് 13 വയസ്സു കഴിഞ്ഞിരുന്നു. വീട്ടിൽ സൗകര്യ ങ്ങൾ പോരാ എന്ന് തോന്നിയതുകൊണ്ട് ഞങ്ങൾ താമസിക്കുന്നതിന് തൊട്ടടുത്ത ബിൽഡിങ്ങിൽ ഒഴിവായി കിടക്കുന്ന ഫ്ലാറ്റ് ഒരാഴ്ചത്തേക്ക് വാടകയ്ക്ക് എടുത്തിരുന്നു. അവർ രോഷ്നിയെ കാണുന്നത് ആദ്യമായാ ണ്. ഹരി ഒരുപാട് സമ്മാനങ്ങൾ വാങ്ങികൊണ്ടുവന്നിരുന്നു.

അവർ രാജസ്ഥാനിലേക്ക് പോകുന്നതിന്റെ തലേദിവസം എന്നെ അതിശ യപ്പെടുത്തിയ ഒരു സംഭവം ഉണ്ടായി. അന്നു രാത്രി ഭക്ഷണത്തിനുശേഷം ചാന്ദിനി കുറേയേറെ നേരം വീട്ടിൽ തങ്ങി. ഞാനും അവളും ബാൽക്കണി യിൽ ഇരുന്നു സംസാരിച്ചുകൊണ്ടിരുന്നു. ആ സമയത്ത് അവൾ കയ്യിൽ വച്ചിരുന്ന ഒരു പേഴ്സ് തുറന്നു. ഞാൻ കരുതിയത് വല്ല മരുന്നു, അതുമ ല്ലെങ്കിൽ കണ്ണട. പക്ഷേ അവൾ അതിൽ നിന്നും ഒരു മോതിരം സൂക്ഷി ക്കുന്നത് പോലെയുള്ള ആഭരണ കൂടെടുത്തു. ചേട്ടാ ഇത് എന്റെ വക രോഷ്നിക്കുള്ള സമ്മാനമാണ്. ഇതെന്നും സൂക്ഷിച്ചുവയ്ക്കണമെന്ന് അവളോട് പറയണം. ഞാൻ കൗതുകത്തോടെ അതു തുറന്നു. ഒരു പത ക്കം. വെള്ള കല്ലുകൾ പതിപ്പിച്ച ഒരു അർദ്ധ സൂര്യനെ പോലെ പകുതി ഭാഗത്തു മാത്രം ചെറിയ മൊട്ടുകൾ, പുതിയതല്ല എന്നാൽ വളരെ തിള ക്കത്തോടെ ഇരിക്കുന്നു. എന്റെ ഓർമ്മകൾ പെട്ടെന്ന് മിന്നി. ഇത് കൗമാരക്കാലം മുതൽ അവളുടെ കഴുത്തിൽ കിടന്നിരുന്നതാണ്. ഒരിക്കൽ അവളുടെ പുറകിൽ നടന്നു കെഞ്ചി ഇതിന്റെ മാല മാത്രം അവൾ ഊരി

തന്നത്, അതെ എന്റെ ബോംബെ രംഗ പ്രവേശത്തിന്റെ സ്പോൺസർ അത് ഇവളായിരുന്നു.

ഞാൻ അവളെ ആശ്ചര്യത്തോടെ നോക്കി.... ചാന്ദ്നി.... ഇത്? അവൾ ചിരിച്ചുകൊണ്ട് പറഞ്ഞു . ചേട്ടാ ഇത് യഥാർത്ഥത്തിൽ നിങ്ങൾക്കുള്ള സമ്മാനമാണ്? വിവാഹശേഷം ഞാനിത് ഉപയോഗിച്ചിട്ടില്ല. ഇടയ്ക്കിടെ കഴുകി വൃത്തിയാക്കി വയ്ക്കുമായിരുന്നു. കണ്ടോ, ഇപ്പോഴും പുതിയത് പോലെ. ഞാൻ തലയാട്ടി. അവൾ തുടർന്നു. എനിക്ക് തോന്നി ഇത് ചേട്ടനാണ് തരേണ്ടതെന്ന്. അച്ഛന്റെ സമ്പാദ്യത്തിൽ ഇന്ന് നമ്മുടെ കയ്യിൽ അവശേഷിക്കുന്നത് ഇതു മാത്രമല്ലേ ചേട്ടാ. ഞാൻ പുഞ്ചിരിച്ചു. അവൾക്ക് എന്നോടുള്ള ആത്മാർത്ഥതയും സ്നേഹവും എന്നെ വളരെയധികം സന്തോഷിപ്പിച്ചു. അവൾക്ക് വേണമെങ്കിൽ ഇത് നടാഷയ്ക്ക് സമ്മാനിക്കാമായിരുന്നു ഞാനവളോട് ചോദിച്ചു. എന്തു കൊണ്ടാണ് നീ ഇതു നടാഷയ്ക്ക് നൽകാതിരുന്നത്? ഓ ചേട്ടാ... നടാഷയും രോഷിണിയും എനിക്ക് ഒരുപോലെ തന്നെയാണ്. അച്ഛന്റേതായി എന്തെങ്കിലും ബാക്കിയായത് നിങ്ങളുടെ കുടുംബത്തിൽ ഏൽപ്പിക്കണമെന്ന് തോന്നി. രോഷിണിയാണ് ഏറ്റവും ഇളയവൾ. അതുകൊണ്ട് ഇതവൾക്ക്.

അന്നു രാത്രി തന്നെ ഞാനത് വീറിനെ ഏൽപ്പിച്ചു.അവൻ ടിവിയിൽ ന്യൂസ് കാണുന്ന തിരക്കിലായിരുന്നു. അത് അങ്ങനെ തന്നെ വാങ്ങി കയ്യിൽ വെച്ച് അവനെന്നോട് ചോദിച്ചു. ഇത് അമ്മായിയുടെ മാത്രം സമ്മാനമാണോ. എന്നിട്ട് ചിരിച്ചുകൊണ്ട് അത് പൂജയുടെ കയ്യിൽ കൊടുത്തു. അവനതിനെ ഗൗരവമായി കാണുന്നില്ലേ എന്നെനിക്ക് സംശയം തോന്നി. അതിന്റെ വില അവന് മനസ്സിലാക്കി കൊടുക്കാൻ പെട്ടെന്ന് എന്റെ മനസ്സിൽ തോന്നിയ ഒരു ഉപമ ഇതാണ്. നോക്ക് വീർ, ഇത് നിന്റെ ബാലാജി മുത്തച്ഛന്റെ വാൾ പോലെ എനിക്ക് പ്രിയപ്പെട്ടതാണ്. വീർ പെട്ടെന്ന് എന്റെ മുഖത്തേക്ക് നോക്കി ടിവിയുടെ ശബ്ദം കുറച്ചു. പിന്നെ പൂജയുടെ കയ്യിൽ നിന്ന് കൂടു വാങ്ങി തുറന്നു നോക്കി. അതിനുശേഷം അവൻ പൂജയോട് പറഞ്ഞു. ഡാഡി പറഞ്ഞത് കേട്ടല്ലോ ഇത് സൂക്ഷിച്ചുവയ്ക്കുക. ഇപ്പോളൊന്നും രോഷ്നിക്ക് ഇട്ടുകൊടുക്കേണ്ട അവളത് എവിടെയെങ്കിലും കൊണ്ട് കളഞ്ഞാൽ. ഡാഡി ഞാനിത് സൂക്ഷ്മമായി തന്നെ വയ്ക്കും. അവളുടെ കല്യാണത്തിനേ ഇട്ടുകൊടുക്കുന്നുള്ളൂ, പോരെ ഡാഡി . ഞാൻ തലയാട്ടി.

അങ്ങനെയൊന്നും വേണമെന്നില്ല. സൂക്ഷിച്ചു വെക്കണം അത്രയേ ഞാൻ ഉദ്ദേശിച്ചിട്ടുള്ളൂ. അവൻ തലയാട്ടി. യെസ് ഡാഡി...പക്ഷേ ഇപ്പോഴാണ് എനിക്കു മനസ്സിലായത് നിങ്ങൾക്കും ഒരു വിചാരമുണ്ട്. എനിക്ക് നിങ്ങളെക്കാൾ ഇഷ്ടം മുത്തച്ഛനെ ആണെന്ന്. എന്നിട്ട് അവൻ കരിഷ്മയെ ഒളി

കണ്ണിട്ടു നോക്കി. എല്ലാം ചിലർ നടത്തുന്ന പരദൂഷണത്തിന്റെ ഫലമാണ്. കരിഷ്മ ഇതൊന്നും തീരെ ശ്രദ്ധിക്കാത്ത മട്ടിൽ വീറിന്റെ കയ്യിൽ നിന്നും റിമോട്ട് പിടിച്ചു വാങ്ങി ചാനൽ മാറ്റി. കുട്ടികളുടെ സംഗീത റിയാലിറ്റി ഷോയാണ്. അവൾ ചാരികിടന്ന് ആസ്വദിക്കുകയാണ്. ഇടയ്ക്ക് രുദ്രാക്ഷിനോട് പറയുന്നുണ്ട് അതു പോലെയൊക്കെ ഒന്ന് പാടാൻ ശ്രമിക്ക്. രുദ്രാക്ഷ് നിസംഗതയോടെ പറഞ്ഞു. എന്റെ ഈ ശബ്ദം വച്ച് എന്ത് പാടാനാണ് അച്ഛമ്മേ. ഉടനെ രൺബീർ ചോദിച്ചു എനിക്ക് പാടാൻ കഴിവുണ്ടല്ലോ. എന്നിട്ട് അച്ഛമ്മ എന്താ എന്നോട് പറയാത്തത്.

കരിഷ്മയ്ക് കുട്ടികളോട് കളി പറഞ്ഞ് അവരെ ദേഷ്യം പിടിപ്പിക്കുകയും മറുപടി പറയിപ്പിക്കുകയും ചിരിപ്പിക്കുകയും ഒക്കെ ചെയ്യുന്നത് വലിയ ഇഷ്ടമാണ്. രൺബീർ നിനക്കിത് പറ്റിയ പണിയല്ല. ഇതിൽ പാടിയാൽ മാത്രം പോരാ കുറച്ച് അഭിനയിക്കുകയും വേണം. രുദ്രാക്ഷാണെങ്കിൽ എങ്ങനെയും പല സൂത്രങ്ങളും കാണിച്ച് ആൾക്കാരുടെ കൈയ്യടി വാങ്ങും. പിന്നെ എസ്എംഎസും വാങ്ങിച്ചെടുക്കും. രുദ്രാക്ഷ് ഉറക്കെ ചിരിച്ചു. അച്ഛമ്മാ യു സെഡ് ഇറ്റ്.. എന്റെ കഴിവുകൾ മനസ്സിലാക്കുന്ന ഒരേയൊരു വ്യക്തി അച്ഛമ്മയാണ്. അവൻ കരിഷ്മയുടെ മടിയിൽ തല വെച്ച് കിടന്നു. വീർ പതുക്കെ തലചരിച്ചുകൊണ്ട് നോക്കി. അതേ നിന്റെ സാമർത്ഥ്യം മനസ്സിലാക്കുന്ന ഒരേയൊരു ഒരാൾ നിന്റെ അച്ഛമ്മയാണ്. കാരണം അവരാണല്ലോ ഇവിടെ ചപ്പാത്തി ഉണ്ടാക്കുന്നത്. രൺബീർ ഉറക്കെ ചിരിച്ചു. രുദ്രാഷ് കരിഷ്മയുടെ വയറ്റിൽ മുഖം ഒളിപ്പിച്ച്, കണ്ടോ അച്ഛമ്മേ എന്ന മട്ടിൽ നോക്കി.

കരിഷ്മ സാരമില്ല എന്ന് കണ്ണടച്ചു. അപ്പോഴാണ് ഞങ്ങളുടെ കഥാനായിക രോഷ്നി കോപാകുലയായി എത്തിയത്. എന്റെ മഞ്ഞപ്പെട്ടി എവിടെ അച്ഛമ്മേ ....ആ വിളി നീണ്ടു കേട്ടു. കരിഷ്മ ഇതെന്തു കൂത്ത് എന്ന മട്ടിൽ നോക്കി. നിന്റെ ഏതു പെട്ടി? .... അച്ഛമ്മയാ എടുത്തു വച്ചിരിക്കുന്നേ. അമ്മ പറഞ്ഞല്ലോ അച്ഛമ്മയോട് ചോദിക്കാൻ. കരിഷ്മ തലകുലുക്കി അത് ശരി നിന്റെ ശല്യം ഇല്ലാതിരിക്കാൻ ഇങ്ങോട്ട് പറഞ്ഞു വിട്ടിരിക്കുന്നതാ അല്ലേ. രോഷ്നി പിന്നെയും കലപില കൂട്ടുന്നുണ്ട്. വാക്കുകൾ വ്യക്തമാകുന്നില്ല. പലതും കൊഞ്ചലുകൾ പോലെ. അവസാനം അവൾ കഷ്ടപ്പെട്ട് പറഞ്ഞു. മര്യാദയ്ക്ക് എന്റെ പെട്ടി തിരിച്ചു തന്നോ ഇല്ലെങ്കിൽ ഞാൻ പോലീസിനെ വിളിക്കും. ഞാനതു കേട്ട് പൊട്ടിച്ചിരിച്ചു .

വീരു ടിവി ഓഫാക്കി, എന്തിനാണ് ഇത്ര ബഹളം വയ്ക്കുന്നത്. എന്തൊരു ശബ്ദമാണ് ഇവിടെ. എന്തെങ്കിലും കാണാൻ പറ്റുമോ. അവൻ രോഷ്ണിക്ക് നേരെ തിരിഞ്ഞു. നീയെന്താ പറഞ്ഞത് എന്റെ അമ്മയെ പോലീസിനെ കൊണ്ട് പിടിപ്പിക്കുമെന്നോ. അത്ര ധൈര്യമുണ്ടോ നിനക്ക്?

അവൻ ഗൗരവം അഭിനയിച്ചു കൊണ്ട് അവളെ നോക്കി. റോഷ്നി ഒന്ന് പേടിച്ചു. അവൾക്ക് സങ്കടം വരുന്നുണ്ട്. അച്ഛൻ അച്ഛമ്മയുടെ കൂടെയാണെന്ന് മനസ്സിലാക്കിയപ്പോൾ രോഷ്നി ചിണുങ്ങിക്കൊണ്ട് എന്റെ മടിയിൽ വന്നിരുന്നു. ഞാനവളെ ആശ്വസിപ്പിച്ചു. സാരമില്ല അച്ഛച്ചൻ നോക്കിയെടുത്ത് തരും. അവളുടെ ദേഷ്യം തീർക്കാനായി ഒരു രഹസ്യം പറയുന്ന പോലെ അവളെന്നോട് പറയുകയാണ്. നോക്ക് അച്ഛാച്ചാ അവർ ആരും കുളിച്ചിട്ടില്ല. എന്ത് നാറ്റം ആണ്. നമ്മൾ രണ്ടുപേരും കുളിച്ചു മിടുക്കരായി. എന്നിട്ടവൾ സന്തോഷത്തോടെ തലയാട്ടി വീറിനെ നോക്കി അയ്യേ എന്ന ഭാവത്തിൽ ഇരുന്നു. വീരു പറഞ്ഞു. ഈ വീട്ടിൽ കുളിക്കാനായി മടിയുള്ള ഒരേ ഒരാൾ നീ മാത്രമാണ് റോഷ്നി. രുദ്രാക്ഷ് അത് പിന്താങ്ങി. ഇവളെ തന്നെയാണ് നാറ്റം . വന്നുനിന്ന മുതലാണ് . അവൻ ചർദ്ദിക്കാൻ വരുന്ന പോലെ അഭിനയിച്ചു.

രോഷ്നി പിണങ്ങി എഴുന്നേറ്റുപോയി. പോയത് ഞങ്ങളുടെ മുറിയിലേക്കാണ്. ഒരു മിനിറ്റിൽ തിരിച്ചെത്തി. ദേ എന്റെ പെട്ടി. അച്ഛമ്മയുടെ മുറിയിൽ. അവൾ കള്ളനെ കണ്ടെത്തിയ ആശ്വാസത്തോടെ പെട്ടി മേശയിൽ വെച്ചു . കരിഷ്മ വായ തുറന്നു. ഇതാണോ നീ അന്വേഷിച്ച പെട്ടി. ഞാൻ കരുതിയത് കളിപ്പാട്ടങ്ങൾ വെച്ചിരിക്കുന്ന ഏതെങ്കിലും പെട്ടി ആണെന്നാണ്. ഇത് ഹരി കൊണ്ടുവന്ന ഗിഫ്റ്റ് ബോക്സ് അല്ലേ. കളയാതെ ഞാൻ അതിൽ എന്റെ നൂലുകളും ബട്ടനും സൂചിയും ഒക്കെ വെച്ചിരിക്കുകയാണ്. ഇതുകണ്ടോ ഇതിന് അറകൾ ഉണ്ട് എല്ലാം ഭംഗിയായിരുന്നു കൊള്ളും. ഇതുകൊണ്ട് ഒരു പ്രയോജനവുമായി. അവൾ താടിക്ക് കൈ കൊടുത്തുകൊണ്ട് ചോദിച്ചു. നിനക്കിത് എന്തിനാണ് രോഷ്നി. അവൾ വിക്കി വിക്കി പറഞ്ഞു.എന്റെ ഡോളിയുടെ വളയും മാലയും എല്ലാം ഇടാൻ ഞാനെടുത്തു വച്ചിരുന്ന ബോക്സ് ആണ്. അതിനു വേറെയൊരു പെട്ടി ഉണ്ടല്ലോ, കരിഷ്മ ചിരിച്ചുകൊണ്ട് ചോദിച്ചു. അത് പഴയതായി.

രോഷിണി ശരവേഗത്തിൽ മുറിയിൽ പോയി പഴയ പെട്ടി കൊണ്ടുവന്നു. അതിനുള്ളിൽ ഉള്ളതെല്ലാം പുതിയ പെട്ടിയിലേക്ക് ആക്കി. അവൾ ഒരു സൗമനസ്യം കാണിച്ചു. അച്ഛമ്മയ്ക്ക് വിഷമമാവണ്ട എന്ന് കരുതിയിട്ടാവാം പഴയ പെട്ടിയിൽ കരിഷ്മയുടെ സാധനങ്ങളും എടുത്തു വച്ചു. എന്നിട്ടത് അവൾക്ക് നേരെ നീട്ടി.

കരിഷ്മ വീറിനെ നോക്കി പറഞ്ഞു. നിന്റെ മകൾ ഉപേക്ഷിച്ച പഴയതെല്ലാം ഉപയോഗിക്കാനുള്ള ആളാണോ ഞാൻ. വീർ നിഷ്കളങ്കത അഭിനയിച്ചുകൊണ്ട് പറഞ്ഞു. അവൾക്ക് അമ്മയുടെ സാമർത്ഥ്യമാണ് കിട്ടിയിരിക്കുന്നത്. കണ്ടില്ലേ പിടിച്ചെടുത്ത് ജയിക്കണം എന്ന വാശി. കരിഷ്മ

തലയാട്ടി. അതെയതെ നീ വളരെ ശുദ്ധനാണല്ലോ. ഞാൻ ഓർമ്മകളിൽ അറിയാതെ ചിരിച്ചു പോയി. കരിഷ്മ എന്റെ കൈകളിൽ തട്ടി നിങ്ങളിത് എന്ത് സ്വപ്നം കാണുകയാണ് ജഗദീഷ്? ആഹാരം പോലും കഴിച്ചിട്ടില്ല. വെറുതെയിരുന്ന് ചിരിക്കുന്നോ....

ഞാൻ പുറത്തേക്ക് നോക്കി വെളിച്ചങ്ങൾ കുറഞ്ഞു തുടങ്ങി. നമുക്ക് എന്തെങ്കിലും കഴിക്കാം കരിഷ്മാ. എനിക്കും വിശക്കുന്നുണ്ട്. ഭക്ഷണം കഴിച്ചതിനുശേഷം ഞങ്ങൾ വേഗം ഉറക്കത്തിലായി. ജോധ്പൂർ എത്താറായപ്പോഴേക്കും ഞങ്ങൾ ഉണർന്നു ബാഗെല്ലാമെടുത്ത് റെഡിയായി. വേഗം പോയി മുഖവും വായയുമെല്ലാം കഴുകി വൃത്തിയാക്കി മുടി ചീകി... ദമ്പതികളും പയ്യനും എല്ലാം ഇറങ്ങിപ്പോയിരുന്നു. വന്നു കയറിയ പുതിയ ആൾക്കാർ നല്ല ഉറക്കത്തിലാണ്. വെളിച്ചമായി തുടങ്ങി.... പ്രഭാതത്തിലെ ആദ്യ കിരണങ്ങൾ ഭൂമിയിൽ പതിക്കുമ്പോൾ ഉണ്ടാകുന്ന ഉത്സാഹം, അത് സകല ജീവജാലങ്ങളിലും ഒരുപോലെയാണ്. ജീവനില്ലാത്തവയിലും അത് ഒരു മാറ്റം വരുത്തുന്നുണ്ട്. ഊർജ്ജം. നിതാന്തമായ ഊർജ്ജം. ഞാൻ കണ്ണുകൾ പതുക്കെ അടച്ചു, ദീർഘമായി ശ്വാസമെടുത്തു. കുട്ടിക്കാലത്ത് പഠിച്ച ഒരു പദ്യം ഓർമ്മ വരുന്നു. വാർദ്ധക്യം മറ്റൊരു കുട്ടിക്കാലമാണെന്ന് പറയുന്നത് ശരി തന്നെയോ. കരിഷ്മ എന്റെ കയ്യിൽ തൊട്ടു. ഇനിയും സമയമുണ്ട്. നമുക്ക് ധൃതി കൂടുതലായി എന്ന് തോന്നുന്നു. ഉറക്കം വരുന്നുണ്ടോ. ഞാൻ ഇല്ല എന്ന് തലയാട്ടി... പുറത്തേക്ക് നോക്കൂ.... അവളും എന്നോടൊപ്പം കാഴ്ചകളിൽ വ്യാപൃതമായി.

പാടങ്ങൾ പച്ച കലർന്ന സ്വർണ്ണ വർണ്ണങ്ങളായി. കൊയ്ത്തെല്ലാം കഴിഞ്ഞിട്ടുണ്ട്... മഴപെയ്ത് വെള്ളം അവിടെയിവിടെയായി കെട്ടിക്കിടക്കുന്നു. അടുത്ത സീസണ് മുമ്പേയുള്ള തപസ്സ്. ചിലർ ഇടവിളകൾ കൃഷി ചെയ്യും. പതുക്കെ പതുക്കെ ഉണങ്ങിയ സ്ഥലങ്ങൾ കണ്ടു തുടങ്ങി. വെയിലും കനം വെച്ച് തുടങ്ങി. കരിഷ്മ എന്നെ നോക്കി ചിരിച്ചുകൊണ്ട് പറഞ്ഞു. ഈ മണ്ണിലൂടെ നഗ്നപാദയായി ഓടാൻ തോന്നുന്നു. എന്റെ ഉള്ളിൽ എന്തോ വിഷമുള്ള പോലെ. അതെല്ലാം ഞെക്കി പിഴിഞ്ഞ് കളഞ്ഞ് കനം കുറഞ്ഞവളെ പോലെ തോന്നണം. അതിനുശേഷം അതിവേഗത്തിൽ ഓടണം. ഞാൻ ഞെട്ടലോടെ അവളെ നോക്കി. എന്റെ മനസ്സും മന്ത്രിച്ചത് ഇതായിരുന്നു... ഞാൻ പറഞ്ഞു. അതേ കരിഷ്മ. യു ആർ അബ്സല്യൂട്ട്ലി റൈറ്റ്.

എന്റെ നാടിനോടടുത്തപ്പോൾ ഓരോ കാഴ്ചകളും എനിക്ക് അത്ഭുതമായി തോന്നിത്തുടങ്ങി. വളരെ മാറ്റങ്ങൾ. എത്ര വർഷങ്ങളായി ഇവിടെ വന്നിട്ട്. ഇവിടെ നിന്നും മുംബൈയിലേക്ക് ആദ്യമായി ട്രെയിൻ കയറിയപ്പോൾ എന്റെ ഹൃദയത്തിന്റെ താളവും തീവണ്ടി ശബ്ദവും ഒരേപോ

ലെയാണെന്ന് എനിക്ക് തോന്നിയിട്ടുണ്ട്. പതുക്കെ പതുക്കെ പിന്നെ വേഗത്തിലുള്ള ഒരു താളം. നമ്മളറിയാതെ നമ്മുടെ ലക്ഷ്യത്തിലേക്ക് എത്തിക്കുന്ന വണ്ടി. ഇതൊരു രീതിയിൽ നമ്മുടെ ജീവിതം തന്നെയാണ്. അതിന്റെ താളമാണ് ഈ ശബ്ദം.

46 ഓടി തീർന്ന വണ്ടി

ഞാൻ ശാന്തമായിരുന്നു. കരിഷ്മ മുടി മാടിയൊതുക്കി കെട്ടിവയ്ക്കുകയാണ്. അവൾ എന്നെ നോക്കി ചിരിച്ചു. എത്താറായല്ലോ ജഗദീഷ്. ഞാനവളെ നിർന്നിമേഷനായി നോക്കി. എന്റെ പേഴ്സ് കയ്യിലെടുത്തു. 200 രൂപ എടുത്തു പോക്കറ്റിൽ ഇട്ടു. ബാക്കി പേഴ്സ് അടക്കം കരിഷ്മയുടെ ബാഗിൽ വച്ചു. അവൾ ദേഷ്യപ്പെട്ടു എന്താണീ കാണിക്കുന്നത്? ഞാൻ ചിരിച്ചു വെറുതെ കരിഷ്മാ. ഇന്നിവിടെ ഇറങ്ങുമ്പോൾ ഇത്രയും പണം മാത്രം കയ്യിൽ മതി. ഇതിനൊരു സുഖമുണ്ട്. അവൾ എന്തോ മനസ്സിലായ മട്ടിൽ തലയാട്ടി. എന്നാൽ എന്നെക്കൂടി ട്രെയിനിൽ ഇട്ടു തനിച്ചിറങ്ങിക്കൊള്ളൂ. ഞാനും മുംബൈയിലേക്ക് പോകുമ്പോൾ കൂടെയുണ്ടായിരുന്നില്ലല്ലോ. ഞാൻ ചിരിച്ചുകൊണ്ട് പറഞ്ഞു. അത് ശരിയാണല്ലോ.

വണ്ടി നിരങ്ങി നിരങ്ങി നിന്നു. പിന്നെ ആളുകളുടെ ചെറു ശബ്ദങ്ങൾ തിരക്കുകൾ. പുറത്തേക്കിറങ്ങി ലഗേജുകൾ ഒന്നിച്ചു വയ്ക്കുന്നതിനു മുമ്പ്. കല്യാൺ ഞങ്ങളെ കണ്ടെത്തി. ചേട്ടാ.. പരിചിതമായ ശബ്ദം കേട്ട് ഞാൻ തിരിഞ്ഞു നോക്കി. അവൻ വേഗം നടന്നു വരികയാണ്. പെട്ടികൾ എടുക്കാൻ സഹായിക്കുന്നതിനിടയിൽ കരിഷ്മയയോട് ചോദിച്ചു, യാത്ര സുഖമായിരുന്നില്ലേ ചേട്ടത്തി. കരിഷ്മ മറുപടി പറഞ്ഞു, അതെ ഒരു അല്ലലും ഉണ്ടായിരുന്നില്ല. ലഗേജുകൾ കാറിൽ എടുത്തു വെച്ച ശേഷം അവൻ എന്നെ നോക്കിക്കൊണ്ടു പറഞ്ഞു. ചേട്ടാ നേരെ എന്റെ വീട്ടിലേ ക്ക്. ഉച്ചഭക്ഷണത്തിനുശേഷം ചേട്ടന്റെ വീട്ടിലേക്ക് എത്തിക്കാം. ഞാൻ ചുറ്റും കണ്ണോടിക്കുകയായിരുന്നു. എന്താണെന്നറിയില്ല ഇവിടെയെത്തിയപ്പോഴേക്കും എന്റെ പാന്റ് കുറച്ചു ലൂസായ പോലെ, ഞാനത് വലി ച്ചു നേരെയാക്കി. ഇൻ ചെയ്ത ഷർട്ട് ഒന്നുകൂടി വലിച്ചിട്ടു. കല്യാൺ ചിരിച്ചുകൊണ്ട് പറഞ്ഞു ചേട്ടാ നിങ്ങൾ എന്നെ ശ്രദ്ധിക്കുന്നില്ല അല്ലേ. ഇപ്പോൾ എത്ര വർഷമായി ഇങ്ങോട്ട് വന്നിട്ട് എട്ടോ? പത്തുവർഷം കല്യാൺ! സത്യത്തിൽ 18 വർഷത്തിനിടെ മൂന്നോ നാലോ പ്രാവശ്യം മാത്രം വന്നു. അതും കല്യാണങ്ങൾ കൂടാൻ. ദീപിന്റെ വിവാഹശേഷം ഒന്നു

വന്നു പോകാൻ മാത്രം സമയം കിട്ടാത്തവരായി ഞങ്ങൾ മാറി. നീ പറഞ്ഞത് ഞാൻ കേട്ടു. നിന്റെ ഇഷ്ടം പോലെ ചെയ്തോളൂ.

എന്നാൽ വീട്ടിലെത്തിയപ്പോഴേക്കും ഉച്ചയോടടുത്തിരുന്നു. കല്യാണും കുടുംബവും ഇപ്പോൾ താമസിക്കുന്നത് ഞങ്ങളുടെ പഴയ ഗ്രാമ കവലയോട് ചേർന്ന് ഒരു പ്രദേശത്താണ്. ഇന്നത് ഒരു ചെറിയ ടൗൺ പോലെയാണ്. ധാരാളം കടകളായി. ബസ് സർവീസുകളായി. ഒരു ക്ലിനിക്കും ഉണ്ട്. അവന്റെ കച്ചവടവും കുടുംബവും എല്ലാം നന്നായി പോകുന്നു. ഭാര്യ ഊർമിള. മൂന്നു മക്കൾ. മൂത്ത മകൻ അവനോടൊപ്പം ബിസിനസ് ചെയ്യുന്നു. ഇളയവൻ പഠിക്കുന്നു. രണ്ടാമത്തേത് മകളാണ്, സോനാക്ഷി. അവളുടെ വിവാഹമാണ് സെപ്റ്റംബറിൽ. വിവാഹത്തിന് വളരെ മുമ്പേ ഞാൻ എത്തിയതിന്റെ സന്തോഷം അവർ പങ്കുവെച്ചു. ചെറിയച്ഛനോ ചെറിയമ്മയോ ആരും ജീവനോടെ ഇല്ല. എന്നാൽ മക്കളും മരുമക്കളും പേരക്കുട്ടികളും അങ്ങനെ പലരും ജീവിച്ചിരിക്കുന്നു. പ്രധാനമായും എന്റെ ബാല്യകാല സുഹൃത്തും സഹോദരനുമായ മഹേന്ദ്ര ഭായ്, അദ്ദേഹത്തിന് എന്റെ വരവ് വലിയ സന്തോഷമാകും. മഹേന്ദ്ര ഭയ്യായ്ക്ക് നാല് പെൺകുട്ടികൾ ആയിരുന്നു.

എല്ലാവരും വിവാഹിതരായി, മറ്റു ഗ്രാമങ്ങളിലാണ്. അദ്ദേഹവും വിശ്രമ ജീവിതത്തിൽ ആണ്. എന്നാൽ മൊബൈൽ ഉപയോഗിക്കാൻ അറിയില്ല. അതല്ലെങ്കിൽ അദ്ദേഹത്തിന് അതൊന്നും താല്പര്യമില്ല. പണ്ടൊക്കെ എനിക്ക് കത്തുകൾ അയക്കുമായിരുന്നു. നാട്ടിലെ എല്ലാ വിശേഷവും ഉണ്ടാവും. ഏറ്റവും രസകരമായ കാര്യം, നാലാമത്തെ പെൺകുഞ്ഞിന് ശേഷം, ഇനി കുഞ്ഞുങ്ങൾ മതിയെന്ന് അദ്ദേഹം തീരുമാനിച്ചു. എന്നാൽ വല്യമ്മയും സഹോദരന്മാരും നഖശിഖാന്തം എതിർത്തു. അടുത്തത് ആൺകുഞ്ഞ് ആയിരിക്കും എന്നുള്ള പ്രഖ്യാപനവും കേട്ടു.

ഞാനന്ന് ലീവെടുത്ത് നാട്ടിൽ ഉണ്ടായിരുന്നു. കിട്ടിയ ഒഴിവുസമയത്തു മഹേന്ദ്രബായിയെ കാണാൻ പോയി. അദ്ദേഹം സഹോദരങ്ങളും അമ്മയുമായി നീണ്ട വാഗ്വാദത്തിലായിരുന്നു. ഒടുവിൽ സഹികെട്ട് അദ്ദേഹം വളരെ ഉച്ചത്തിൽ പറഞ്ഞു. എന്തിനാണ് ഒരു മകൻ. ഉള്ളതുങ്ങൾ തന്നെ ധാരാളം. ഇളയ മകനായി ജനിച്ചതിന്റെ ദുരന്തം എനിക്കേ അറിയൂ... വിജയ് ഭയ്യാ ഉറക്കെ ചിരിച്ചു. ഓ നീ ഇത്ര വേദനയോടെ ആണോ ഇവിടെ കഴിഞ്ഞിരുന്നത്. ഒരല്ലെലും ഞാൻ അറിയിച്ചിട്ടില്ലല്ലോ. മഹേന്ദ്ര ഭായി എന്നെ നോക്കി ചിരിച്ചു, കേട്ടില്ലേ എന്ന അർത്ഥത്തിൽ . അദ്ദേഹം വിജയ് ഭായിയുടെ അടുത്തേക്ക് നീങ്ങിയിരുന്നു. എന്താണീ അല്ലലുകൾ? നോക്ക് ഭയ്യാ എനിക്ക് നാല് പെൺകുഞ്ഞുങ്ങൾ തന്നെ, എല്ലുരുക്കി പണിയെടുത്തായാലും ഞാൻ അവരെ കെട്ടിച്ചയയ്ക്കും. എന്നിട്ട് സമാധാനമായി

വയസ്സുകാലത്ത് കഴിയും. ഇനി മകൻ ഉണ്ടായി വയസ്സുകാലത്ത് അവന്റെ മക്കളെ കൂടി എങ്ങനെ നോക്കണമെന്ന് ആലോചിച്ച് ആകാശത്തേക്ക് നോക്കി എണ്ണി പെറുക്കാൻ എനിക്ക് കഴിയില്ല. വല്യമ്മ മുഖം കെറുവിച്ചു എഴുന്നേറ്റുപോയി.

വല്യമ്മ അപ്രത്യക്ഷമായി എന്നുറപ്പായപ്പോൾ വിജയ് ഭയ്യാ പതുക്കെ പറഞ്ഞു, അനിയാ ഇങ്ങനെ ഒച്ചയിട്ട് നാട്ടുകാരെ കൂട്ടാതെ, നീ പറഞ്ഞത് തന്നെയാണ് ശരി, പക്ഷേ അമ്മയെ എന്തിനാ പിണക്കുന്നേ? രണ്ടെണ്ണത്തിലെ നിർത്തേണ്ടതായിരുന്നുവെന്നാണ് എന്റെ അഭിപ്രായം. അദ്ദേഹം ഒരു ദീർഘ നിശ്വാസം വിട്ടു. എന്റെ ആൺമക്കളോട് ഞാൻ നിന്നെ കൂടി വയസ്സുകാലത്ത് നോക്കണമെന്ന് പറഞ്ഞിട്ടുണ്ട്. മഹേന്ദ്ര ബായ് എന്നെ കണ്ണിറുക്കി കാണിച്ചിട്ട് പറഞ്ഞു, എനിക്കങ്ങനെ തോന്നുന്നില്ല ഭയ്യാ.. കൃഷിയിടത്തിൽ അമ്മ ഉണ്ടാക്കി കൊണ്ടുവന്ന അപ്പം രണ്ടും കൂടി ഒറ്റയടിക്ക് അകത്താക്കി. എന്നെ സഹായിക്കാനെന്ന പേരിൽ വരുന്നതാണ്. ഇങ്ങനെയൊക്കെയാണ് സഹായം. വിജയ് ഭയ്യ മുറുക്കാനെടുത്തു വായിലേക്ക് ഇടുന്നതിനു മുമ്പായി പറഞ്ഞു. നിന്റെ ഈ കുട്ടിക്കളി മാറാത്ത സ്വഭാവമുണ്ടല്ലോ, അതാണ് അവർക്ക് നിന്നെ ഒരു വിലയുമില്ലാത്തത്.

എന്നാൽ ഇപ്പോൾ എല്ലാം മാറിയിരിക്കുന്നു. എല്ലാവർക്കും സ്വന്തം വീടുകളായി. എല്ലാം പഴയ വാസസ്ഥലത്തിനോട് അടുത്താണ്. ഞങ്ങളുടെ പഴയ വീടിന്നില്ല. അവിടെ ഇപ്പോൾ ഒരു ഗോഡൗണും മില്ലും ഉണ്ട്. എന്റെ വീട് വാങ്ങിയ രാമു ഭയ്യാ ഇപ്പോൾ ഒരു മില്ലുമുതലാളിയായി ഗ്രാമത്തിലുള്ളവരെ ഭരിക്കുന്നുണ്ട്. എല്ലാം വിറ്റു നഗരത്തിലേക്ക് ഓടിയ എന്റെ അനിയൻ ഇപ്പോൾ വാടക വീട്ടിലും. പഴയതിന്റെ അവശിഷ്ടം പോലും ബാക്കിവെയ്ക്കാതെ കാലം എല്ലാം മാറ്റി എഴുതിക്കഴിഞ്ഞു. ചെന്നതും വളരെ വേഗത്തിൽ ഞങ്ങൾ കുളിച്ചു. പിന്നെ കുറച്ചുനേരം സംസാരം, ഉച്ചഭക്ഷണം. അതിനുശേഷം വിശ്രമിച്ചു കൊണ്ടിരിക്കുമ്പോൾ കല്യാൺ പറഞ്ഞു. നമുക്ക് നാളെ പോയാൽ പോരെ ചേട്ടാ. രാവിലെ ദുർഗാക്ഷേത്രത്തിലും ഹനുമാൻ കോവിലും പോകാം. ഒരു വിശേഷാൽ പൂജ നടത്തേണ്ട എന്നിട്ട് വീട്ടിലേക്ക് പോകുന്നതല്ലേ നല്ലത്. ഊർമിളയും കരിഷ്മയും ആ അഭിപ്രായത്തെ പിന്താങ്ങുകയും ചെയ്തു. ഉടനെത്തന്നെ കല്യാൺ ഫോൺ ചെയ്ത് പൂജ ബുക്ക് ചെയ്തു.

കുറച്ചു കഴിഞ്ഞപ്പോൾ ചെറിയച്ഛന്റെ മക്കൾ ഓരോരുത്തരായി വരാൻ തുടങ്ങി. എന്റെ വരവ് മഹേന്ദ്ര ബായിയും കല്യാണും കൂടി നാട്ടുകാരെ മൊത്തം അറിയിച്ചിട്ടുണ്ട് എന്ന് എനിക്ക് മനസ്സിലായി. പുതിയ തലമുറയിലെ രണ്ടുപേരെ കാണാൻ കഴിഞ്ഞു. വിജേന്ദർ ,സുശീൽ. വിജയ് ഭയ്യായുടെ മക്കളാണ്. മൂത്ത വല്യച്ഛന്റെ മക്കളിൽ അഞ്ചാമത്തെ ആളാണ് വി

ജയ് ഭയ്യാ. ഏറ്റവും മൂത്തത് ദേവേന്ദർ, രാജേന്ദർ, വിശ്വേശ്വര്, ഇവർ മൂന്നുപേരും ഇപ്പോൾ ഇല്ല. ബാക്കിയായത് ഗംഗാധർ, വിജയ് പിന്നെ മഹേന്ദ്ര ഭയ്യാ. സഹോദരിമാരിൽ രണ്ടുപേരും ജീവനോടെയുണ്ട്. കമലയും ,വസുന്ധരയും. മഹേന്ദ്ര ബയ്യാ വല്യച്ഛന്റെ പഴയ വീട്ടിൽ കഴിയുന്നു.

തൊട്ടടുത്ത് തന്നെ വിജയ് ഭയ്യ പുതിയ വീട് നിർമിച്ച് രണ്ടു മക്കളോടൊപ്പം കഴിയുന്നു. അവർ ധാന്യങ്ങൾ പുറത്തേക്ക് കയറ്റി അയക്കുന്നുണ്ട്. ഗ്രാമത്തിൽ അതിനായി ഒരു സംഘടന രൂപീകരിച്ചിട്ടുണ്ട് കർഷകരിൽ നിന്ന് ധാന്യങ്ങൾ ശേഖരിക്കുന്നു, സംസ്കരിച്ച് കയറ്റി അയക്കുന്നു. സ്വന്തമായ ഒരു മില്ലും ഉണ്ട്. ചുരുക്കത്തിൽ ചേരോട്ടാ മുതലാളിമാരാണ്. അവർ വളരെ വ്യത്യസ്തരായി കാണപ്പെട്ടു. അതായത് സംസാരം നോട്ടം പെരുമാറ്റം എല്ലാം പ്രതാപ് സിംഗിന്റെ കുടുംബത്തിൽ നിന്നും വ്യത്യസ്തരായവരെ പോലെ. നിസ്സംഗതയോ നിരാശയോ ഇല്ല. പകരം കാർക്കശ്യവും ആത്മവിശ്വാസവും ഉണ്ട്. കുറച്ച് അഹങ്കാരവും. എന്നാൽ എനിക്ക് തോന്നി, അതും ഒരുപക്ഷേ കാലത്തിന് അനുയോജ്യമായത് ആയിരിക്കാം. പോകുന്നതിനു മുമ്പ് വിജേന്ദർ പറഞ്ഞു, കൊച്ചച്ചൻ വീട്ടിലേക്ക് വരാൻ മറക്കരുത്. അച്ഛൻ പ്രത്യേകം പറഞ്ഞിട്ടുണ്ട്, പിന്നെ മഹേന്ദ്ര കൊച്ചച്ചനും കാത്തിരിക്കുകയാണ്. ഞാൻ തലയാട്ടി , ഉറപ്പായി വരും മക്കളെ. എനിക്കിനി അതൊക്കെ തന്നെയാണ് പണി. അവർ ചിരിച്ചു. ആ മറ്റൊരു കാര്യം ഈ ഞായറാഴ്ച ആണെങ്കിൽ ശോഭിത കൂടി വീട്ടിലുണ്ടാവും എന്ന് മഹേന്ദ്ര കൊച്ചച്ച പറഞ്ഞു. ഞാൻ മൂളി. നോക്കട്ടെ...

ശോഭിത മഹേന്ദ്രഭയ്യയുടെ ഇളയ മകളാണ്. അദ്ദേഹം തന്റെ പെൺമക്കളെ പഠിപ്പിക്കണമെന്ന് ആഗ്രഹിച്ചു. എന്നാൽ ഏറ്റവും ഇളയവൾ ശോഭിത മാത്രം അച്ഛന്റെ ആഗ്രഹം സാധിച്ചു കൊടുത്തു. നടക്കാൻ മടി കാണിക്കുന്ന മക്കളെ തോളിൽ കയറ്റിയാണ് അദ്ദേഹം സ്കൂളിൽ എത്തിക്കുക. നാട്ടുകാർ പരിഹസിച്ചു. എന്നാൽ അദ്ദേഹം ഞങ്ങളുടെ ഗ്രാമത്തിലെ വിപ്ലവകാരിയായ അച്ഛനാണ്. ശോഭിതയ്ക്ക് പഞ്ചായത്ത് കാര്യാലയത്തിൽ ക്ലർക്കായി ജോലി ലഭിച്ചു. അന്ന് അദ്ദേഹം സ്വർഗം കിട്ടിയ പോലെ ആനന്ദിച്ചു. വിജയ് ഭയ്യായുടെ ഭാഷയിൽ പറഞ്ഞാൽ അവൻ ഡോൽ കൊട്ടി നാട്ടുകാരെ അറിയിച്ചു.എന്നിട്ട് അദ്ദേഹം എന്നോട് പറഞ്ഞു, എന്തു കാര്യം അവളുടെ ഭർത്താവിനും കുടുംബത്തിനും ജീവിക്കാം. അത്ര തന്നെ.. ഞാനതു തിരുത്തി. അങ്ങനെയല്ല ഭയ്യാ, നമ്മുടെ കുട്ടിയാണ്, അങ്ങനെയും ചിന്തിക്കാമല്ലോ? അദ്ദേഹം മൂളി ശരിയാണ് പക്ഷേ നിന്റെ മഹേന്ദ്രഭായുടെ ജാഡ സഹിക്കാൻ കഴിയില്ലല്ലോ. അദ്ദേഹം ഉറക്കെ ചിരിച്ചു, വിജേന്ദർ പറയുന്നത് അവൾ പഠിച്ച് കളക്ടർ ആയിരുന്നു എങ്കിൽ കൃഷിയെല്ലാം വേണ്ടെന്നുവച്ചു നാടുവിടേണ്ടി വന്നേനെ എന്നാണ്. അത്ര

യ്ക്ക് അസഹനീയമാണ് മഹി കൊച്ചച്ചന്റെ പുകഴ്ത്തൽ. അവൾ കളക്ടർ ആയില്ല.. എന്നാലിപ്പോൾ പഞ്ചായത്ത് സെക്രട്ടറിയാണ്.

ഞാൻ കൈകളിൽ എണ്ണി നോക്കി. രണ്ടു വല്യച്ഛന്മാരുടെ മക്കൾ, ചെറിയച്ഛന്റെ മക്കൾ, അവരുടെ മക്കൾ, മക്കളുടെ മക്കൾ മറ്റു ബന്ധുക്കൾ അങ്ങനെയെല്ലാം എണ്ണി കൂട്ടിയപ്പോൾ സ്വന്തമായി ഒരു ഗ്രാമം തുടങ്ങാനുള്ള ആൾക്കാരുണ്ട്. എന്തായാലും എന്റെ വേരുകൾ അറ്റ് പോയിട്ടില്ല. എന്നെ അന്വേഷിച്ചു ആളുകൾ വരുന്നുണ്ട്. രാത്രി കുറച്ചു വൈകിയാണ് കിടന്നത്. കിടന്നതും ഞാൻ ഉറങ്ങിപ്പോയി. പൂർണ്ണമായും ബോധം മറയുന്നതിന് മുമ്പായി എന്റെ മനസ്സ് മന്ത്രിച്ചു നാളെ.. നാളെ! അതൊരു പുതിയ അധ്യായമാണ്.

രാവിലെ അപ്രതീക്ഷിതമായ ഒരു മഴ പെയ്തു. മഴ മാറുന്നതുവരെ ഞങ്ങൾ കാത്തിരുന്നു. ഇതിനിടയിൽ പ്രാതല് കഴിഞ്ഞിരുന്നു . എല്ലാവരോടും യാത്ര പറഞ്ഞു കല്യാണിനൊപ്പം ഇറങ്ങി. അവന്റെ വീട്ടിൽ നിന്നും ഏകദേശം രണ്ടര കിലോമീറ്റർ ദൂരമേയുള്ളൂ. കാർ അവൻ വളരെ പതുക്കെയാണ് ഓടിച്ചത്. ചേട്ടന്റെ വണ്ടി എന്ത് ചെയ്തു. അതിങ്ങ് കൊണ്ടുവരണം അതുമാത്രമല്ല എന്റെ സ്കൂട്ടറും. അതും പറഞ്ഞു ഞാൻ കരിഷ്മയെ നോക്കി. ഞാൻ നോക്കുന്നത് കണ്ടപ്പോൾ അവൾ ചിരിച്ചു, എന്നിട്ട് പറഞ്ഞു , ഈ നിരത്തുകൾക്ക് കൂടി ആ സ്കൂട്ടറിന്റെ ടയർ സ്പർശമേൽക്കാനുള്ള ഭാഗ്യം ഉണ്ട് കല്യാൺ. അവനും ചിരിച്ചു. ഞാൻ പറഞ്ഞു, അത് ഇപ്പോഴും പുത്തൻ പോലെ ഇരിക്കുകയാണ്. മാത്രമല്ലാ അത് എന്റെ രണ്ടാം ഭാര്യയെ പോലെയായിരുന്നു. അവളെ തനിച്ചാക്കി വന്നതിൽ ഒരു ന്യായീകരണവും ഞാൻ കാണുന്നില്ല. ഇപ്പോൾ കല്യാൺ ഉറക്കെ ചിരിച്ചു. ഇവിടെ ഇപ്പോഴും ഉൾപ്രദേശങ്ങളിൽ വണ്ടികൾ കുറവാണ്. മഹേന്ദ്രഭായിയുടെ വീട്ടിലേക്ക് പോകാൻ ടൂവീലർ ആണ് നല്ലത്. വളരെ വീതി കുറഞ്ഞ റോഡാണ്.

47 ഒരിക്കൽ കൂടി ; ഞാനും അവളും മാത്രം

ഞങ്ങളുടെ വീടിനോടടുത്തപ്പോൾ ഞാൻ ആകാംക്ഷയോടെ നോക്കി. മനോഹരമായിരിക്കുന്നു. ആൾതാമസം ഇല്ലായിരുന്നുവെന്നു തോന്നുകയില്ല. മുറ്റത്താകെ പൂച്ചെടികളും ഫലവൃക്ഷങ്ങളും ഒക്കെയുണ്ട്. കുറെയൊക്കെ ഞാൻ നാട്ടിൽ വന്നപ്പോൾ നട്ടതാണ്. കല്യാൺ എല്ലാം നന്നായി പരിപാലിച്ചിരിക്കുന്നു. കരിഷ്മയ്ക്ക് വളരെ സന്തോഷമായി. അവൾ കല്യാണിനോടായി പറഞ്ഞു. ഇതെല്ലാം നിങ്ങൾ നന്നായി പരിപാലിച്ചിട്ടുണ്ട്. അവൻ പുഞ്ചിരിച്ചു. ചേട്ടത്തി നിങ്ങൾ വരാൻ പോകുന്നുവെന്ന് അറിഞ്ഞപ്പോൾ തന്നെ ഞാൻ എന്റെ സ്റ്റോക്കുകളെല്ലാം എടുത്തുമാറ്റി.

പിന്നെ എല്ലാ ആഴ്ചയും വന്നു വൃത്തിയാക്കാറുണ്ട്. ഈ പൂന്തോട്ടം ക്രമീകരിച്ചത് ഊർമ്മിളയും സോനവും ആണ്. നിങ്ങൾ വരാൻ പോകുന്നു എന്നു പറഞ്ഞപ്പോൾ വിജയ് ഭായി പറഞ്ഞു. വീർ പ്രതാപ് കൊച്ചച്ചന്റെ മക്കൾ മാത്രമാണ്, അദ്ദേഹത്തിന്റെ തലമുറ മാത്രമാണ് ഇവിടെ ഇല്ലാത്തത്.

പൂക്കൾക്ക് നടുവിൽ ഒരു ചെറിയ വീട്. പോർച്ചിനു മുകളിലും പാരപ്പറ്റിലും പടരുന്ന ചെടികൾ. കല്യാൺ പറഞ്ഞു, വേനലിലാണ് ചേട്ടാ ബുദ്ധിമുട്ട്, എല്ലാം കരിഞ്ഞു തുടങ്ങും. വീടിനുൾവശത്ത് ഹാളിൽ കുഷ്യനുകൾ പിടിപ്പിച്ച ഒരു സോഫ സെറ്റ്. ഒരു ചെറിയ ടേബിൾ, നാലു കസേരകൾ. അടുക്കളയും ബെഡ്റൂമും എല്ലാം അവർ നന്നായി ഒരുക്കിയിട്ടുണ്ട്. ഇതെല്ലാം നിങ്ങളാണോ ഒരുക്കിയത് ഞാൻ ചോദിച്ചു. അതേ ചേട്ടാ... അത്യാവശ്യത്തിനുള്ള പലചരക്ക് സാധനങ്ങളും വാങ്ങി വച്ചിട്ടുണ്ട്. ഞാൻ ചിരിച്ചു. കരിഷ്മാ,..വന്നാൽ ഒരു നിമിഷം പോലും നമുക്ക് പാഴാക്കാനാവാതെ താമസം തുടങ്ങാവുന്ന രീതിയിലാണ് അവനിതെല്ലാം ഒരുക്കിയെടുത്തിരിക്കുന്നത് . ഇനിയിപ്പോൾ ഒന്നും പുതിയതായി വാങ്ങേണ്ട.

കരിഷ്മ അടുക്കളയിലേക്ക് കയറി. നോക്ക് കല്യാൺ എന്റെ നന്ദി ഊർമ്മിളേയും സോനുവിനെയും അറിയിക്കണം. അവൻ തലയാട്ടി. പിന്നെ ഈയാഴ്ച അവസാനം നമുക്കെല്ലാവർക്കും ഇവിടെ ഭക്ഷണം കഴിക്കാം കല്യാൺ. ഉറപ്പായും ചേട്ടത്തി എന്നു പറഞ്ഞ് അവൻ എഴുന്നേറ്റു. പോകട്ടെ ചേട്ടാ കട തുറക്കണം പിന്നെ മോളുടെ കല്യാണം അല്ലേ വരുന്നത് കുറെ ഒരുക്കങ്ങൾ ഉണ്ട് ചേട്ടാ. നിങ്ങൾക്കറിയാമല്ലോ. ഞാൻ പുഞ്ചിരിച്ചു. അവൻ തുടർന്നു. എന്തെങ്കിലും ആവശ്യം വന്നാൽ കടയിലേക്ക് വിളിച്ചോളൂ. ഞാനോ മഹേഷോ ആരെങ്കിലും ഉറപ്പായും വരും. ഞാൻ ശരിയെന്ന് പറഞ്ഞു. നീ പൊയ്ക്കോളൂ കല്യാൺ ഒരു വിഷമവും കരുതേണ്ട.

അവൻ പോയതിനുശേഷം കരിഷ്മ എന്നെ നോക്കി ആശ്ചര്യം തൂകി. ഇത് വളരെ അത്ഭുതമായിരിക്കുന്നു. ജഗദീഷ് എത്ര മനോഹരമാണ് ഈ വീട്. നമുക്ക് ജീവിക്കാനിത് ധാരാളമാണ്. ഞാൻ വിചാരിച്ചതിന്റെ നൂറിരട്ടിയാണിത്. ഞാൻ സെറ്റിയിൽ ഇരുന്ന് അഭിമാനം തൂകി. ഞാൻ നിന്റെ പ്രതീക്ഷകൾക്ക് അപ്പുറത്താണ് കരിഷ്മ. ഓ അവൾ ചിരിച്ചു, എന്റെ ആത്മ പ്രശംസ അധികം വേണ്ട എന്ന മട്ടിൽ. ആദ്യം തന്നെ ചുമരിനോട് ചേർന്ന് പൂജാ തട്ടിൽ വിളക്ക് കത്തിച്ചു. പൂജാ പ്രസാദങ്ങൾ അതിനു താഴെയായി വെച്ചു. നന്നായി പ്രാർത്ഥിച്ചു.. ഒരു പെരുമഴ കഴിഞ്ഞ പോലെയുള്ള ശാന്തത.

ഇതുവരെ തിരക്കുകൾ ആയിരുന്നു. മുംബൈയിലെ ആയാസമില്ലാത്ത ജീവിതരീതിയിൽ നിന്നും, അതായത് ഞങ്ങൾ വാർദ്ധക്യത്തെ അംഗീകരിച്ച് ഇനിയൊന്നും ചെയ്യേണ്ടവരല്ല വിശ്രമിക്കാൻ ഉള്ളവർ മാത്രമാണെന്ന് രീതിയിലുള്ള ജീവിതം. അതിൽ നിന്നുള്ള വ്യതിചലനവും, മക്കളില്ലാതെ തനിച്ചുള്ള യാത്ര, പെട്ടെന്ന് തീർന്ന് ഇവിടെ എത്തിച്ചേരാനുള്ള ആകാംക്ഷ, എല്ലാം ഞങ്ങളെ ക്ഷീണിതരാക്കിയിരുന്നു. ഈ പുതിയ താമസം. നവദമ്പതികൾ പരിചയമില്ലാത്ത ഒരിടത്ത് ഒരുമിച്ച് താമസിക്കുന്ന പോലെ ഒരു അനുഭൂതി. എനിക്ക് അവളും, അവൾക്ക് ഞാനും മാത്രമേയു ള്ളൂ എന്ന തോന്നൽ. അതെന്നെ കുറച്ചുകൂടി ഊർജ്ജസ്വലനാക്കി. കരിഷ്മ അടുക്കളയിൽ കയറി രണ്ട് ചായ ഉണ്ടാക്കി കൊണ്ടുവന്നു. അത് പതുക്കെ പതുക്കെ ഇറക്കി ഞങ്ങൾ സംസാരിച്ചിരുന്നു. അവളാണ് നിർത്താതെ സംസാരിക്കുന്നത്. സത്യത്തിൽ എല്ലാവരെയും വിട്ടുപോന്ന ആ വിടവുകൾ ഒരു തരി പോലും തോന്നാതിരിക്കാൻ വേണ്ടിയാണ് ഇങ്ങനെ സംസാരിച്ചുകൊണ്ടിരിക്കുന്നതെന്ന് എനിക്ക് എളുപ്പം മനസ്സിലായി.

കുറച്ചു കഴിഞ്ഞപ്പോൾ ഞങ്ങൾ ബാഗ് തുറന്നു സാധനങ്ങൾ എല്ലാം എടുത്തു വയ്ക്കാൻ തുടങ്ങി. എന്റെ പുസ്തകങ്ങളെല്ലാം ഹാളിലെ ചുമര് അലമാരയിൽ ഒതുക്കി. ഇതിനിടയിൽ ആറു പ്രാവശ്യത്തോളം മുംബൈയിലേക്ക് വിളിച്ചു. വീടിന്റെ ഫോട്ടോ എടുത്തു, വീറിനും, ദീപിനും അയച്ചുകൊടുത്തു. ഞങ്ങൾ രണ്ടുപേരും സെറ്റിയിൽ ഒരുമിച്ചിരുന്ന് ചായ കുടിക്കുന്ന ഒരു ഫോട്ടോ എടുത്തു അയച്ചു കൊടുത്തിരുന്നു. അതിനുതാഴെ വീരു ഒരു കുട്ടി കരയുന്ന ജിഫി അയച്ചു. ഞാനത് അപ്പോൾ തന്നെ ഡിലീറ്റ് ചെയ്തു. ഇനിയത് കരിഷ്മ കണ്ട് വിഷമിക്കേണ്ട.

വീടിനു പുറകുവശത്ത് ഒരു സ്കൂൾ ഗ്രൗണ്ടാണ്. അതിനോട് ചേർന്ന് ഒരു അപ്പർ പ്രൈമറി സ്കൂൾ ഉണ്ട്. ആദ്യം പ്രൈമറി സ്കൂൾ ആയിരുന്നു. കുറച്ചുകാലം മുമ്പ് അപ്പർ പ്രൈമറി ആയി ഉയർത്തി. ഞങ്ങളുടെ പ്രദേശത്ത് രൂപപ്പെട്ട ആദ്യ സ്കൂളാണിത്. തൊട്ടടുത്ത കടകൾ ഉണ്ട്. കുറച്ചു മാറി ഒരു പോസ്റ്റ് ഓഫീസും. കാലപ്പഴക്കത്താൽ ജീർണ്ണിച്ചു തുടങ്ങിയ ഒരു കെട്ടിടം. എന്റെ കുട്ടിക്കാലം മുതലേ അതവിടെയുണ്ട്. ഇപ്പോളത് പൊളിച്ചു വേറെ ഒന്നു പണിയാൻ തീരുമാനിച്ചിട്ടുണ്ടെന്ന് കല്യാൺ പറയുന്നത് കേട്ടു. ഗ്രാമത്തിനുള്ളിൽ എന്റെ പഴയ വീടിനോട് ചേർന്ന് എനിക്കൊരു പക്ഷേ സ്ഥലം ലഭിക്കുമായിരുന്നു. പക്ഷേ ഞാൻ അതിനു ശ്രമിച്ചില്ല. ആ കാലഘട്ടത്തിൽ ബന്ധുക്കളെ അഭിമുഖീകരിക്കാൻ എനിക്ക് വലിയ ബുദ്ധിമുട്ടായിരുന്നു. ഇവിടെ നിന്നും രണ്ട് കിലോമീറ്റർ അപ്പുറമാണ് കല്യാണിന്റെ കട. അവിടെനിന്നും 5 കിലോമീറ്റർ അപ്പുറമാണ് എന്റെ ഗ്രാമം.

ഇടവേള സമയത്ത് കുട്ടികളിൽ പലരും മതിലിനു മുകളിൽ കയറി നിൽക്കുന്നത് ഞാൻ കണ്ടു. പെട്ടെന്ന് ഞാൻ പുറകിലെ വാതിൽ തുറന്നു. വീട്ടിനുള്ളിൽ ആളെ കണ്ടതും അവരൊന്നമ്പരന്നു. ഞാൻ ചിരിച്ചെങ്കിലും അപ്പുറത്ത് നിന്ന് ഒരു പ്രതികരണവും ഇല്ല. എല്ലാവരും ഒന്ന് ചമ്മിയ മട്ടാണ്. ഒരു കാര്യം മനസ്സിലായി ഇവിടെ ആരുമില്ലാത്ത അവസ്ഥയിൽ അവർ ഇവിടേക്ക് ചാടി കിടക്കുകയും സൈ്വര്യ വിഹാരം നടത്തുകയും ചെയ്തിട്ടുണ്ടാവണം . ഒരുപക്ഷേ മാങ്ങ, അനാർ ഇതൊക്കെ പറിച്ചെടുത്ത് കഴിക്കാറുണ്ടായിരിക്കാം. അവകാശികൾ എത്തിയതിന്റെ ദുഃഖം അവരുടെ മുഖത്ത് തെളിഞ്ഞു കാണാം. അവർ തിരിച്ചു പോകാൻ തയ്യാറായപ്പോൾ ഞാൻ വിളിച്ചു പറഞ്ഞു; ഒരു നിമിഷം, അവർ മുഖത്തോട് മുഖം നോക്കി പിന്നെ എന്താ എന്ന ഭാവത്തിൽ എന്നെ നോക്കി. അതിനിടയിൽ ഒരുത്തൻ പറയുകയാണ്, ഞങ്ങൾ ഇങ്ങനെ വെറുതെ മതിലിൽ കയറിയിരുന്നതാണ്. കളി കാണുകയും ചെയ്യാം. ഞാൻ ശരിയെന്ന ഭാവത്തിൽ തലയാട്ടി.

ബന്ധുക്കൾക്ക് കൊടുക്കാൻ കുറച്ചു പലഹാരങ്ങൾ വാങ്ങിച്ചിരുന്നു. ഞാൻ അകത്തേക്ക്പോയി അവയിൽ നിന്ന് കുറച്ചു വാരിയെടുത്ത് ഒരു പാത്രത്തിലാക്കി അവർക്ക് മുന്നിൽ എത്തി. ഞാനത് വിതരണം ചെയ്തപ്പോൾ മതിലിന് അപ്പുറത്തുനിന്ന് വളയിട്ട ചില കൈകളും ഉയർന്നു വന്നു. ആ സ്നേഹപ്രകടനം അവർക്ക് ഇഷ്ടമായി. ഓരോരുത്തരായി പേര് പറഞ്ഞു തുടങ്ങി. പിന്നെ എന്റെ വിശേഷങ്ങൾ അറിയാനുള്ള ആഗ്രഹം. സാർ ഒറ്റയ്ക്കാണോ എന്ന് അവരുടെ ചോദ്യത്തിന് വാതിൽ ചാരി എന്റെ പ്രവർത്തികൾ സസൂക്ഷ്മം നിരീക്ഷിക്കുന്ന കരിഷ്മയെ ചൂണ്ടിക്കാണിച്ചു. ദാ ആ ആന്റി കൂടെയുണ്ട് , പേര് കരിഷ്മ... കൂട്ടത്തിൽ ഒരു കുറുമ്പൻ ഉറക്കെ വിളിച്ചുപറഞ്ഞു.. ആന്റി നിങ്ങൾ സിനിമാ നടിയെ പോലെ സുന്ദരിയാണ്. ഞാൻ ഉറക്കെ ചിരിച്ചു. പെട്ടെന്നെനിക്ക് വീറിനെ ഓർമ്മവന്നു. കരിഷ്മയ്ക്ക് വലിയ ഭാവ വ്യത്യാസമൊന്നും ഉണ്ടായില്ല. ബെല്ലടിച്ചപ്പോൾ അവർ ഓടിയകന്നു.

ഞാൻ വേഗം കരിഷ്മയുടെ അടുത്തേക്ക് എത്തി..നിനക്കും ഒന്ന് അങ്ങോട്ട് വരാമായിരുന്നു. അവൾ എളിയിൽ കൈ കുത്തി എന്നോട് ചോദിച്ചു. പുതിയ കൂട്ടുകാരെ കിട്ടിയല്ലോ. നോക്ക് അവരെങ്ങാനും ഇവിടെ ഇറങ്ങി ഈ പൂന്തോട്ടമോ മറ്റോ വൃത്തികേടാക്കിയാൽ ഉണ്ടല്ലോ, ഞാൻ ഓടിച്ചു വിടും. ഞാൻ ചിരിച്ചു പിന്നെ പറഞ്ഞു, നിന്നെ സിനിമ നടിയെ പോലെ എന്നാണ് ഒരുത്തൻ പറഞ്ഞത്. ഉടനെ തന്നെ അവൾ മറുപടിയും തന്നു. അതെനിക്കറിയാം, എനിക്ക് അവരെക്കാളും ഭംഗിയുണ്ട്. ബാക്കി വന്ന പലഹാരം ഞാൻ വേഗം എടുത്തു വായിൽ ഇട്ടു. അല്ലെങ്കിൽ ചിരിച്ചു പോകും. അതവളെ നിഷേധിക്കലാവും . ആദ്യത്തെ ദിവസം തികച്ചും

മംഗളകരമായി പോകട്ടെ. ഞാൻ തലയാട്ടി അത് ശരിയാണ്.. അവൾ പല ഹാര ടിൻ ഉയർത്തി എന്നെ അടിക്കാനാഞ്ഞു. നിങ്ങൾ ഒരു തികഞ്ഞ അഭിനേതാവാണ്. ഞാനാ ടിൻ പിടിച്ചു വാങ്ങി. ഇത് ഇപ്പോഴാണോ കണ്ടുപിടിക്കുന്നത്. ഉം അവൾ മൂളി.. നേരത്തെ കണ്ടുപിടിച്ചിരുന്നെങ്കിൽ എന്നെ ഉപേക്ഷിക്കുമായിരുന്നോ? അവൾ ടിൻ അലമാരിയിൽ വെച്ചിട്ട് നിസ്സാരമായി പറഞ്ഞു. ഇപ്പോൾ വേണമെങ്കിലും ഉപേക്ഷിക്കാലോ. ഞാൻ ചോദിച്ചു എന്നിട്ട് നീ എന്ത് ചെയ്യും. ഞാൻ വേറെ കെട്ടും. ഞാൻ അവളുടെ അടുത്തിരുന്നു. നീ വേറെ കെട്ടുമോ.... എനിക്കും അങ്ങനെ ചെയ്യാമല്ലോ.

അവൾ ചിരിച്ചു,അങ്ങനെയൊരു പ്രതീക്ഷ എനിക്കില്ല. നല്ല പ്രായത്തിൽ ഒരു പെൺകുട്ടി, അതും ഒരു സുന്ദരി, കൺമുന്നിൽ ഇരുന്നിട്ട് അവൾക്ക് ഇഷ്ടമാണെന്നു കൂടി മനസ്സിലാക്കാത്തവനാണ് നിങ്ങൾ. അതുമാത്രമല്ല അവസാനം ഈ ഗതികെട്ടവൾ എന്നെ ഒന്ന് ചായ കുടിക്കാൻ വിളിച്ചു കൂടെ മനുഷ്യാ എന്ന് ചോദിക്കേണ്ടിവന്നു. ഇപ്പോൾ ഞാൻ തളർന്നു. ഇവളീ കഥകളെല്ലാം എന്റെ പേരക്കുട്ടികളെ വരെ അറിയിച്ചു കഴിഞ്ഞു. ഇനി ബാക്കിയുള്ളത് എന്റെ നാട്ടുകാരാണ്. ഞാൻ സുല്ലിട്ടു. അവളുടെ കൈകൾ പിടിച്ചു, നോക്ക് നീ പറയുന്ന പോലെ അടങ്ങിയൊതുങ്ങി ഇവിടെ ജീവിച്ചോളാം. ഇനി ഈ കഥകൾ ഇവിടെയുള്ളവരെ കൂടി അറിയിക്കരുത്. കരിഷ്മ ഉറക്കെ ചിരിച്ചു.. ഊം ...നോക്കട്ടെ..

"നിറഞ്ഞു തുളുമ്പിയ ഒരു സ്ഫടിക പാത്രത്തിൽ നിന്ന് വെള്ളത്തുള്ളികൾ ഇറ്റു വീഴുന്ന പോലെ ദിവസങ്ങൾ കഴിഞ്ഞു പോവുകയായിരുന്നു. ജീവിതം, സ്ഫടിക പാത്രത്തിലെ ജലം പോലെ സ്വച്ഛവും സുന്ദരവും ആയിരുന്നു. കളങ്കത്തിന്റെ ഒരു അംശം പോലുമില്ലാതെ സുതാര്യമായ ജലം."

സിറ്റിയിൽ നിന്നും ബാലേശ്വരിലേക്കുള്ള പറിച്ചു നടൽ ഞങ്ങളിൽ യാതൊരു കേടുപാടും വരുത്തിയില്ല. വേഗത്തിൽ തന്നെ വേരു പിടിച്ചു എന്ന്പറയാം . എല്ലാവരെയും വിളിക്കുന്നുണ്ടായിരുന്നു. വീർ, ദീപ്, ചാന്ദിനി... പിന്നെ സുഹൃത്തുക്കൾ. ഒരു ദിവസം വീഡിയോ കോളിൽ രോഷ്നി വന്നു. അവൾ കുറച്ചുനേരം ഇങ്ങനെ നോക്കി, പിന്നെ തൊട്ടു നോക്കി. അതിനുശേഷം അവൾ ഉറക്കെ വിളിച്ചു, അച്ഛമ്മാ, അച്ഛാച്ച... അവൾക്ക് സങ്കടമുണ്ട്, ഞങ്ങൾക്കും. കരിഷ്മയുടെ കണ്ണുകൾ നിറഞ്ഞു. ഞാനപ്പോൾ മോളോട് വിശേഷങ്ങൾ തിരക്കി കൊണ്ടിരുന്നു. അതോടുകൂടി അവൾ സംസാരം തുടങ്ങി, നിർത്താതെ വാചാലമായി, പിന്നെപ്പിന്നെ അത് തമാശകളായി മാറി. കരിഷ്മ ചോദിച്ചു, അമ്മമ്മ നിന്നെ നന്നായി

നോക്കുന്നില്ലേ. റോഷ്നി, പൂജയെ മുഖം വീർപ്പിച്ചു നോക്കുന്നുണ്ട്. എന്നിട്ടവൾ പറഞ്ഞു. ഞാൻ നല്ല അടി കൊടുത്തിട്ടുണ്ട്. എനിക്ക് കാർട്ടൂൺ തന്നില്ല. എപ്പോഴും എഴുതാൻ പറയും..

വീരു ഫോൺ വാങ്ങി. ഇവളുടെ ഭരണം കാരണം ആ അമ്മ ക്ഷീണിച്ചു പോയി. ഞങ്ങൾ ഉറക്കെ ചിരിച്ചു. എല്ലാ ദിവസവും മക്കളെ വിളിച്ചു കൊണ്ടിരുന്നതിനാൽ ആർക്കും ഒരു അകൽച്ച തോന്നിയില്ല. വീറിനായിരുന്നല്ലോ ഞങ്ങൾ പോന്നതിൽ വലിയ പിണക്കം ഉണ്ടായിരുന്നത്. അതുകൊണ്ട് അവനെ കൂടുതൽ വിളിച്ച് സംസാരിച്ചിരുന്നു. പിന്നെ പിന്നെ എല്ലാം പതിവ് ശീലങ്ങളായി. രാവിലെ നടത്തം, ക്ഷേത്രദർശനം. കുറേ ദിവസങ്ങൾ കരിഷ്മയെ എല്ലായിടവും കാണിച്ചു കൊടുക്കുകയായിരുന്നു. സത്യത്തിൽ എനിക്കും അവ അപരിചിതങ്ങൾ ആയിരുന്നു. അത്രയേറെ മാറ്റങ്ങൾ സംഭവിച്ചിട്ടുണ്ട്. ഇടയ്ക്ക് കല്യാണിന്റെ കടയിൽ പോകും. അല്ലെങ്കിൽ വീട്ടിൽ, ഇടയ്ക്ക് അവൻ ഞങ്ങളുടെ അടുത്തേക്ക് എത്തും. അപ്പോഴേക്കും കാറും സ്കൂട്ടറും ഒക്കെ എത്തിയിട്ടുണ്ടായിരുന്നു. രണ്ടിനെയും പോർച്ചിൽ കെട്ടിയിട്ടു.

അതിനിടയിൽ ഞങ്ങളുടെ പഴയ താമസസ്ഥലത്തേക്ക് പോയി. ബന്ധു വീടുകളിലെല്ലാം ഒന്ന് കയറി. ഗ്രാമപ്രദേശങ്ങൾ ഇപ്പോഴും അതിന്റെതായ തനിമ നിലനിർത്തുന്നുണ്ട്. വികസനങ്ങൾ എത്തിപ്പെടാൻ വൈകുന്നുണ്ടെന്ന് പരാതികൾ ഉയർന്നു കേൾക്കുമ്പോഴും പാരമ്പര്യത്തിന്റെ മഹിമ അവർ ഉയർത്തിപ്പിടിക്കുന്നു. പലർക്കും പലവിധ മാറ്റങ്ങൾ ആയി. പ്രത്യേകിച്ച് വേഷധാരണം. അതിലാണ് കൂടുതൽ മാറ്റങ്ങൾ സംഭവിച്ചത്. പരമ്പരാഗത വേഷങ്ങൾ ചില വൃദ്ധരിലേക്ക് മാത്രം ഒതുങ്ങി. വൈദ്യുതി, ടെലിവിഷൻ, മറ്റു ഗൃഹോപകരണങ്ങൾ മിക്കവാറും വീടുകളിൽ ആയി ക്കഴിഞ്ഞു. എന്നാൽ ആരും അത്രയധികം സമ്പന്നരൊന്നുമല്ല. കാലത്തിന്റെ കുത്തൊഴുക്കൽ എല്ലാവരിലും മാറ്റംവരുത്തിയെന്നു മാത്രം. പ്രത്യേകിച്ച് യുവാക്കൾ, പല മേഖലകളിലായി ചിതറി കഴിഞ്ഞിരുന്നു.

48 കല്യാണ പുകിലുകൾ

കല്യാണിന്റെ മകളുടെ വിവാഹമടുത്തു തുടങ്ങിയിരുന്നു. അവനെ കണ്ടിട്ട് കുറച്ചു ദിവസമായി. ഞാനന്ന് എന്റെ സ്കൂട്ടറെടുത്ത് ഇറങ്ങി. കടയിലേക്ക് കയറി ചെല്ലുമ്പോൾ കല്യാൺ ഇടിവെട്ടേറ്റ പോലെ ഇരിക്കുന്നുണ്ട്. എന്നെ കണ്ടപ്പോൾ അവന്റെ മുഖത്ത് ഒരു ആശ്വാസം കണ്ടു. ഞാനവന്റെ വാക്കുകൾക്ക് കാതോർത്തു. ഓ ചേട്ടാ വല്ലാത്ത അപകടത്തിലായിപ്പോയി. എന്തുപറ്റി കല്യാൺ? മോളുടെ വിവാഹം ഇനി ഒരാഴ്ച കൂടി, അവൻ തലയിൽ കൈ കൊടുത്തു. എല്ലാം തയ്യാറായിക്കഴിഞ്ഞു. ആ

ഘോഷങ്ങൾക്കും ചടങ്ങുകൾക്കുമെല്ലാം പണം കൊടുത്തു കഴിഞ്ഞു. സ്വർണ്ണവും എടുത്തു. പക്ഷേ സ്ത്രീധനം ഒരു തുക അവരുടെ പേരിൽ ഡെപ്പോസിറ്റ് ചെയ്യാമെന്ന് പറഞ്ഞിരുന്നു. പയ്യൻ ഒരു നല്ല കമ്പനിയിൽ എൻജിനീയറാണ് ചേട്ടാ, അവന്റെ അച്ഛനാണെങ്കിൽ ബോൾ ഗാരിയിൽ സ്പെയർപാർട്സ് ഷോപ്പ് ഉണ്ട്. സത്യത്തിൽ അവർ ആവശ്യപ്പെടാതെ തന്നെ ഞാനായിട്ട് കൊടുക്കാമെന്ന് പറഞ്ഞതാണ്. അതൊരു നാട്ടു നടപ്പ് ആണല്ലോ. എനിക്കൊരു ഒറ്റ മകളല്ലേ. അവൾക്ക് ഇതെല്ലാം ചെയ്തു കൊടുക്കാൻ കഴിഞ്ഞില്ലെങ്കിൽ പിന്നെ ഞാനെന്തിനാണ് അച്ഛൻ എന്ന് പറഞ്ഞു നടക്കുന്നത്.

എല്ലാത്തിനും ഞാൻ പണമൊന്നും സമ്പാദിച്ചിട്ടില്ല ചേട്ടാ.ഒരു സുഹൃത്തിന് അറിയാവുന്ന സ്ഥാപനത്തിൽ നിന്ന് വായ്പ തരമാക്കിയിരുന്നു. പക്ഷേ ഈ അവസാനം നിമിഷം പറയുകയാണ് തരാൻ കഴിയില്ലെന്ന്. അവർക്കൊരു മനസാക്ഷിയില്ല. ഇനി ഞാൻ എവിടെ പോയി ചോദിക്കാനാണ്. അറിയാവുന്നവരുടെ കയ്യിൽ നിന്ന് കുറച്ച് കടവും വാങ്ങിയിട്ടുണ്ട് ചേട്ടാ. ഞാനാകെ അമ്പരന്നു പോയി. അവനിരുന്നു വിയർക്കുകയാണ്. മഹേഷ് അടുത്തുണ്ട്. ഞാനാരെയെങ്കിലും വിളിച്ചു നോക്കട്ടെ അച്ചാ എന്നൊക്കെ പറയുന്നുണ്ട്. ഞാൻ അവനോട് ചോദിച്ചു. നിനക്ക് കുൽദീപിന്റെ വീട്ടുകാരോട് കുറച്ച് സാവകാശം ചോദിക്കാൻ കഴിയുമോ? അവൻ നിഷേധാർത്ഥത്തിൽ തലയാട്ടി. ഇല്ല ചേട്ടാ, ഇല്ല.. ചെന്നു കയറുന്നതിനു മുമ്പേ എന്റെ മകൾക്ക് ഒരു മോശക്കേട് ഞാനുണ്ടാക്കില്ല. അതുമാത്രമല്ല ചേട്ടാ നമുക്ക് അഭിമാനമല്ലേ വലുത്. ഞാനോർത്തു ശരിയാണ്, സ്ത്രീധനം പലർക്കും അവകാശവും ചിലർക്കത് അഭിമാന പ്രശ്നവും ആണ്. അതനുസരിച്ചാണ് പുത്രിമാർക്ക് ഭർതൃഗൃഹത്തിൽ വില നിശ്ചയിക്കപ്പെടുക എന്നവർ വിശ്വസിക്കുന്നു. ശരിയോ തെറ്റോ എന്നല്ല, ഒരു ചടങ്ങ് പോലെ എല്ലാവരും ഇത് ചെയ്യുന്നു. എനിക്കിനി ഇവനെ പറഞ്ഞു തിരുത്താൻ കഴിയില്ല. ഞാനും ഈ വഴിയിലൂടെ തന്നെ സഞ്ചരിച്ചവനാണ്. എനിക്കെങ്ങനെ ഇതിൽ കൂടുതൽ നിർബന്ധിക്കാൻ കഴിയും.

ഞാനവന്റെ പൊരിയുന്ന നെറ്റിയിലേക്ക് നോക്കി. എന്റെ മനസ്സ് ആർദ്രമായി. നിനക്ക് എത്ര പണം ആവശ്യമുണ്ട് കല്യാൺ, ഞാൻ പതിയെ ചോദിച്ചു. പെട്ടെന്ന് അവന്റെ മുഖത്ത് ഒരു വെളിച്ചം വിരിഞ്ഞു. മേശയിൽ നിന്ന് ഒരു ടവൽ എടുത്ത് മുഖം അമർത്തി തുടച്ചു. ചേട്ടാ നിങ്ങൾക്കെന്നെ സഹായിക്കാൻ കഴിയില്ലേ. ഞാൻ കുറച്ചു മാസങ്ങൾക്കുള്ളിൽ തിരിച്ചു തരും. ഉറപ്പായിട്ടും എനിക്ക് അതിന് കഴിയും. എനിക്ക് പെട്ടെന്ന് ഒരു മറുപടി പറയാൻ കഴിഞ്ഞില്ല. അവൻ എന്നെ തന്നെ ഉറ്റു നോക്കുകയാണ്. നിനക്ക് എത്ര പണം കൂടി വേണ്ടിവരും കല്യാൺ . എനിക്ക് പത്തു ലക്ഷം

കൂടിവേണം ചേട്ടാ. ഞാൻ ആലോചിച്ചു. അത്രയും പണം ഒന്നും എന്റെ കയ്യിൽ ഉണ്ടാവില്ല. ഞാൻ ജോലി ചെയ്തുകൊണ്ടേയിരുന്നു. പക്ഷേ എല്ലാം ചെലവാക്കാൻ വേണ്ടിയായിരുന്നു. റിട്ടയർമെന്റ് സമയത്ത് കിട്ടിയ തുകയിൽ നിന്ന് കുറച്ചു പണം ഒരു എഫ്ഡി ആയി ഇട്ടിട്ടുണ്ട്. ബാക്കി ചെലവായി പോയി. അതൊരു ആറ് ലക്ഷം രൂപയോളം ഉണ്ടാകും. ആ ധൈര്യത്തിലാണ് അവനോട് ചോദിച്ചത്.

ഞാനവനോട് പറഞ്ഞു, ആറു ലക്ഷം രൂപ ഉറപ്പായും ഉണ്ടാവും. ബാക്കി എങ്ങനെയെങ്കിലും സംഘടിപ്പിക്കണം. അതുമതി.. അതുമതി. അങ്ങനെ പറയുമ്പോഴും അവന്റെ ദേഹം വെട്ടി വിയർക്കുന്നുണ്ടായിരുന്നു. ചുണ്ടുകൾ വിറക്കുന്നത് പോലെ തോന്നി. കല്യാൺ.....ഞാൻ അവനെ ഉറക്കെ വിളിച്ചപ്പോഴേക്കും അവൻ നിലത്തേക്ക് കുഴഞ്ഞുവീണു. മഹേഷ്, അച്ഛാ എന്നു വിളിച്ച് തല കോരി മടിയിൽ വെച്ചു. വേഗം പിടിക്ക് മഹേഷ്, ബിപി കൂടിയത് ആവുകയുള്ളൂ. നമുക്ക് ക്ലിനിക്കിലേക്ക് പോകാം. അവിടത്തെ പരിശോധനകളെല്ലാം കഴിഞ്ഞ് സന്ധ്യയോടെയാണ് അവനെ വീട്ടിൽ എത്തിച്ചത്. ഊർമ്മിളയും സോനവും കരയുന്നുണ്ടായിരുന്നു. അവനെ അവിടെ കിടത്തി ആശ്വസിപ്പിച്ചു കൊണ്ട് പറഞ്ഞു, നോക്ക് കല്യാൺ എല്ലാം ഞാൻ ശരിയാക്കും. ഇനി വീട്ടിലുള്ള സ്ത്രീകളെ കൂടി അറിയിച്ച് സങ്കടപ്പെടുത്തേണ്ട. വേറെ ഒരാളും ഇതൊന്നും അറിയരുത്. നീ ഒന്നു കൊണ്ടും പേടിക്കേണ്ട എന്നെ നിനക്ക് വിശ്വാസമാണല്ലോ. അവൻ തലയാട്ടി.

ഞാൻ പുറത്തേക്കിറങ്ങി. ഇവൻ പണ്ടുമുതലേ ഒരു ലോല ഹൃദയനാണ്. കുഞ്ഞിലെ തന്നെ എനിക്കറിയാം. ചേട്ടാ എന്ന് കൊഞ്ചിയാണ് വിളിക്കുക. ഇളയ മകൻ ആയതുകൊണ്ട് ചെറിയമ്മയുടെ പുറകിൽ നിന്നും മാറാതെ സാരി തുമ്പ് പിടിച്ചു നടക്കും. എല്ലാ പണികളിലും സഹായിക്കാനും ചെല്ലും. അവന്റെ അച്ഛനെ വലിയ പേടിയും ആയിരുന്നു. ഇവനെ കൊണ്ടിനി കൂടുതലൊന്നും ചെയ്യാൻ കഴിയുമെന്ന് തോന്നുന്നില്ല. ഇതുവരെ ഇവൻ സംഘടിപ്പിച്ചതിലും പകുതി കടം തന്നെയായിരിക്കും. ഇനി ആരോടും ചോദിക്കാനില്ല അതാണ് തളർന്നു പോയത്. ഞാൻ മഹേഷിനെ കാത്തു നിൽക്കുകയായിരുന്നു. അവൻ വിഷമത്തോടെ ഇറങ്ങി വന്നു. നോക്കു മോനെ ഞാൻ ആ തുക ഒപ്പിക്കാൻ പരമാവധി പരിശ്രമിക്കും. നിന്നെക്കൊണ്ട് എന്തെങ്കിലും കഴിയുമെങ്കിൽ നീയും ചെയ്യണം. അവൻ ആശ്വാസത്തോടെ തലയാട്ടി. ഞാൻ അന്വേഷിക്കുന്നുണ്ട് വല്യച്ഛാ.

ഞാൻ വീട്ടിലേക്ക് തിരിച്ചു. കല്യാണിനെ വീട്ടിലേക്ക് ആക്കുന്നതിനു മുമ്പ് ഞാൻ കരിഷ്മയെ വിളിച്ച് അവനു പെട്ടെന്ന് വയ്യാതായ കാര്യം അറിയിച്ചിരുന്നു. വീട്ടിലെത്തിയശേഷം വിവരങ്ങളെല്ലാം കേട്ടപ്പോൾ അവൾ കുറ

ച്ച് ബഹളം വയ്ക്കുകയാണ് ചെയ്തത്. ഇതെന്ത് കഥ, ലോകം മാറിയതൊന്നും ഇവിടെയുള്ളവർ അറിഞ്ഞിട്ടില്ലേ. സ്ത്രീധനം വാങ്ങുന്നതും കൊടുക്കുന്നതും രണ്ടും ശിക്ഷാർഹമാണ്. അവനെ പറഞ്ഞ് മനസ്സിലാക്കുക. എന്താണ് കരിഷ്മ നീ പറയുന്നത്, കുറച്ചു ബുദ്ധിയോടെ ആലോചിക്കു. എല്ലാവരും നമ്മളെ പോലെ തന്നെ ചിന്തിക്കണം എന്ന് നിർബന്ധം പിടിക്കരുത്. അവൾ തലയാട്ടി അതെ അതെ മകളുടെ വിവാഹമടുത്തപ്പോഴേക്കും ഒരുത്തൻ കിടപ്പിലായി കഴിഞ്ഞു.

കുറച്ചുനിമിഷത്തെ മൗനത്തിനുശേഷം കരിഷ്മ ചോദിച്ചു ഇനി എന്താണ് ചെയ്യാൻ പോകുന്നത്. ഒരാഴ്ച പോലും സമയമില്ല അഞ്ചു ദിവസം ആണുള്ളത്. അതെ ഞാൻ അവളെ നോക്കി പറഞ്ഞു. നാളെ തന്നെ ബാങ്കിൽ പോകണം. അതുകഴിഞ്ഞാൽ ശനി ഞായർ. മഹേഷിനെയും കൂട്ടാം. പണം എടുത്തു കൊണ്ടുവരുന്നതല്ലേ. അവൾ തലയാട്ടി. എന്നാലും മുഴുവൻ ആവില്ലല്ലോ ജഗദീഷ്? അതുതന്നെയാണ് എന്റെ തലച്ചോറിനെയും പുകക്കുന്നത് കരിഷ്മ. ഇത് ചിന്തിക്കാനുള്ള സമയം പോലുമില്ല. കരിഷ്മ താടിക്ക് കൈ കൊടുത്തു. ഞാനാണെങ്കിൽ അധികം ആഭരണങ്ങൾ എടുത്തുമില്ല. തനിച്ചല്ലേ താമസിക്കുന്നത് അധികം സ്വർണം സൂക്ഷിക്കുന്നത് നല്ലതല്ല എന്ന് തോന്നി. ബാങ്ക് ലോക്കർ ശരിയാക്കിയില്ലല്ലോ, കല്യാണത്തിന് വരുമ്പോൾ ബാക്കി ആഭരണങ്ങൾ വീരുവിനോട് കൊണ്ടുവരാൻ പറഞ്ഞിട്ടുണ്ട്. എന്റെ ഈ മാല, രണ്ടു വളകൾ, മോതിരം, അവൾ പറഞ്ഞു നിർത്തി പിന്നെ ഒരു ആശ്വാസമുണ്ട്. സോനത്തിനായി വാങ്ങിയ രണ്ടു വളകളില്ലേ അതും എന്റെ ഈ വളകളും വിൽക്കാം. അപ്പോൾ ഇനി ബാക്കി എത്ര സംഘടിപ്പിക്കേണ്ടി വരുമെന്ന് ആലോചിക്കു.

മഹേഷ് രാവിലെ തന്നെ വന്നു. അവൻ ഊർമിളയുടെ സ്വർണം കൊണ്ടുവന്നിരുന്നു. ഇതു നമുക്ക് വിൽക്കാം വല്യച്ഛാ. ബാങ്കിലേക്ക് കുറച്ച് അധികം ദൂരം ഉണ്ടായിരുന്നു. അവിടെ അടുത്തു തന്നെയുള്ള സ്വർണക്കടയിൽ സ്വർണ്ണവും വിറ്റു കാശാക്കി. എല്ലാം കഴിഞ്ഞ് തിരിച്ചെത്തിയപ്പോഴേക്കും വൈകുന്നേരം ആയിരുന്നു. ഇനി ഒരു ലക്ഷം കൂടി വേണം അത്രയും മതി. പക്ഷേ ദിവസങ്ങളില്ല അതാണ് പ്രശ്നം.

ഞാൻ മൊബൈൽ എടുത്തു. സുഹൃത്തുക്കളുടെ നമ്പറുകളിലേക്ക് കണ്ണോടിച്ചു. പണം തരാൻ സാധ്യതയുള്ളവർ, ഭാട്ടിയ, മുകേഷ് ,അല്ലെങ്കിൽ ലോകേഷ്, അയാൾക്കിത് എളുപ്പം സാധിക്കും. കരിഷ്മ അടുത്തു വന്നിരിക്കുന്നുണ്ടായിരുന്നു. അവൾ ഫോൺ പിടിച്ചു വാങ്ങി. ആരെയാണ് വിളിക്കാൻ പോകുന്നത്. ഭാട്ടിയയോ ലോകേഷിനെയോ... ഞാൻ ഒച്ചയെടുത്തു. ആ ഫോൺ ഇങ്ങുതാ, സമയം കളയാനില്ല. കല്യാണത്തലേന്നെങ്കിലും പണം കിട്ടണം. കരിഷ്മ മുഖം ചുളിച്ചു എന്തിനാണ് സുഹൃ

ത്തുക്കളെ വിളിക്കുന്നത്. നമുക്ക് രണ്ടു മക്കളില്ലേ. രണ്ടുപേരും നല്ല രീതിയിൽ കഴിയുന്നു. അവരെ വിളിച്ചു കാര്യം പറയൂ. എന്താ നിങ്ങൾക്ക് അങ്ങോട്ടല്ലാതെ ഇങ്ങോട്ടൊന്നും ആവശ്യപ്പെടാൻ കഴിയില്ലേ. ഞാൻ നെറ്റിയിൽ വിരലുകൾ ഊന്നി. അതിന്റെ ആവശ്യമുണ്ടോ കരിഷ്മ. നാട്ടിലേക്ക് വന്നിട്ടിനി അവരെ ശല്യം ചെയ്യണോ?.. കൂട്ടുകാരെ ശല്യം ചെയ്യുന്നതിൽ കുഴപ്പമില്ല അല്ലേ.. ഞാനൊന്നും മിണ്ടിയില്ല. സത്യത്തിൽ എനിക്ക് കുറച്ചു ഈഗോ ഉണ്ടായിരുന്നു. സ്വന്തം ഇഷ്ടപ്രകാരം നാട്ടിലേക്ക് മാറിയതാണ്. ഇനി പണത്തിന്റെ ആവശ്യത്തിനായി അവരെ ബുദ്ധിമുട്ടിക്കേണ്ടതില്ല എന്ന് തോന്നി. ഇങ്ങനെയൊരു ആവശ്യം വരുമെന്ന് ആരു ചിന്തിച്ചു.

അവൾ വീറിന്റെ നമ്പർ സെലക്ട് ചെയ്തു. വിളിക്ക്.. രണ്ട് ആൺമക്കൾ ഉണ്ടായിട്ട് അച്ഛനു ഒരു ആവശ്യം വന്നാൽ ആരെങ്കിലും സഹായിക്കുമോയെന്ന് നോക്കട്ടെ. ഞാൻ പുഞ്ചിരിച്ചു. വീറിന്റെ നമ്പറിലേക്ക് വിളിച്ചപ്പോൾ ബിസിടോണാണ് കേൾക്കുന്നത്. പിന്നെ കട്ട് ചെയ്തു. ദീപുവിനെ വിളിച്ചു, അവനോട് കാര്യം പറഞ്ഞു. മോനെ അധികം ദിവസങ്ങളില്ല അവൻ മൂളി കേട്ടു. നോക്കട്ടെ ഡാഡി ഞാൻ നാളെ വൈകുന്നേരത്തിനു മുമ്പ് അച്ഛനെ വിളിക്കാം. ഞാൻ ആലോചിച്ചു അവന്റെ കയ്യിൽ പണം ഉണ്ടായിരുന്നെങ്കിൽ ഇപ്പോൾ തന്നെ അയച്ചേനെ. അവനു അവന്റെ ചെലവുകൾ കഴിഞ്ഞ് ഒന്നിനും പണം തികയുന്നുണ്ടാവില്ല. വീർ കുറച്ചുകഴിഞ്ഞ് തിരിച്ചു വിളിച്ചു. അത് ശരി ഡാഡി, നാട്ടിൽ കല്യാണവും പേരുവിളിയുമൊക്കെ നടത്താനാണല്ലേ ഇവിടുന്നു തിരക്ക് പിടിച്ചു പോയത്. ഞാനൊന്നും മിണ്ടിയില്ല.ഇനി അവനോട് ഒന്നും പറഞ്ഞിട്ട് കാര്യമില്ല. ഞാനവിടെ നിന്ന് പോകാൻ തീരുമാനിച്ചത് മുതലുള്ള കാര്യങ്ങൾ പറഞ്ഞു തുടങ്ങും.

കരിഷ്മ അത്താഴത്തിനുള്ള കഞ്ഞി കൊണ്ടു വന്ന് വെച്ചു. രണ്ടുപേരോടും പറഞ്ഞല്ലോ. ഞാൻ കുറച്ച് ദേഷ്യത്തോടെ നോക്കി. അവർക്ക് തരാൻ കഴിഞ്ഞില്ലെങ്കിൽ നീ എന്താണ് ചെയ്യാൻ പോകുന്നത്? നിന്റെ ദുരഭിമാനം ആണ്. സുഹൃത്തുക്കളെ കൂടി വിളിച്ച് കാര്യം പറയാമായിരുന്നു. അവളും വാശിയോടെ പറഞ്ഞു. നോക്ക് അവർ തന്നില്ലെങ്കിൽ നിമിഷത്തിനുള്ളിൽ ഇവിടെ പണം എത്തും. ഞാൻ കിരണിനെ ഒന്നു വിളിച്ചാൽ മതി. ഞാൻ കഞ്ഞിയിൽ സ്പൂൺ ഇട്ട് ഇളക്കിക്കൊണ്ടിരുന്നു. ങ്ഹാ ചാന്ദ്നിക്കൊന്നു ഫോൺ ചെയ്താൽ എനിക്കും പണം കിട്ടും... ഓഹോ കരിഷ്മ ചിരിച്ചു. എന്നാൽ മനസ്സമാധാനത്തോടെ ഭക്ഷണം കഴിക്ക്.

രാത്രി ഉറക്കം തീരെ കിട്ടിയില്ല.രാത്രിയുടെ അരണ്ട വെളിച്ചത്തിൽ സീലിംഗ്ഗിലേക്ക് നോക്കി ചിന്തിച്ചു കൂട്ടുകയാണ്. ഇടയ്ക്ക് എപ്പോഴോ മയങ്ങി.

ആറുമണിക്ക് അലാറം കേട്ട് മൊബൈൽ എടുത്തു ഓഫ് ചെയ്തു വെച്ചപ്പോൾ.ഒരു മെസ്സേജ് കണ്ട പോലെ തോന്നി. ബാങ്കിന്റെ ആണെന്ന് തോന്നിയതുകൊണ്ട് മൊബൈൽ വേഗം ഓണാക്കി നോക്കി. അക്കൗണ്ടിൽ പണം വന്നിട്ടുണ്ട്. വീരാണു അയച്ചിരിക്കുന്നത്. അമ്പതിനായിരം രൂപ കൂടുതലായി അയച്ചിരിക്കുന്നു. ചെലവിന് എന്നു കരുതിയാവണം. അവന്റെ മെസ്സേജും വന്നിട്ടുണ്ട്. കല്യാൺ കൊച്ചച്ചന് കൊടുത്തോളൂ. കടം ആയിട്ടല്ല, ഗിഫ്റ്റ് ആണെന്ന് പറഞ്ഞാൽ മതി.

\ഞാൻ ഫോൺ താഴെ വെച്ചു. ജനലിലൂടെ പുറത്തേക്ക് നോക്കി. ജനലിന്റെ അടുത്തായി സീത പഴത്തിന്റെ ഒരു മരം ഉണ്ട്. അതിലൊരു മഞ്ഞക്കിളി കൂടു കൂട്ടിയിരിക്കുന്നു. നനുത്ത തുള്ളികൾ പുറത്ത് പറ്റി പിടിച്ചിരിക്കുന്നു. മരത്തിന്റെ ഒരു കൊമ്പ് ജനലിന് അടുത്തേക്ക് ചാഞ്ഞു വരുന്നുണ്ട്. മിക്കവാറും ഈ സീസൺ കഴിഞ്ഞ് കൊമ്പ് വെട്ടി ഒതുക്കണം. അല്ലെങ്കിൽ ജനൽ തുറക്കാൻ കഴിയില്ല. പഞ്ഞി എല്ലാം വെച്ച് മൃദുവാക്കിയ കൂട്ടിൽ തള്ളക്കിളി കണ്ണടച്ച് ഇരിപ്പാണ്. മുട്ട വിരിഞ്ഞിട്ടുണ്ടാവില്ല. ഒരു തപസ്സു പോലെ കണ്ണടച്ചിരിക്കുന്ന തള്ളക്കിളിയും. തൊട്ടപ്പുറത്ത് ചില്ലയിൽ ഇല പടർപ്പുകൾക്കിടയിൽ അച്ഛൻ കിളിയും ഇരിക്കുന്നുണ്ട്. അവനാണ് കരിഷ്മയുടെ അലാറം. അതിരാവിലെ മുതൽ ഒച്ച ഉണ്ടാക്കി കൊണ്ടിരിക്കും. കരിഷ്മ പറയുന്നത് അവന് കരിഷ്മയോട് എന്തോ വൈരാഗ്യം ഉണ്ടെന്നാണ്. ഞാനവരെ നോക്കി നിർനിമേഷനായി നിന്നു. വല്ലാത്തൊരു ശാന്തത. എല്ലാം ശുഭമായി.

ഞാൻ അടുക്കളയിലേക്ക് ചെല്ലുമ്പോൾ കരിഷ്മ പ്രാതലിന്റെ പണിയിലായിരുന്നു. സഹായിക്കാനെന്ന മട്ടിൽ ഞാൻ അവിടെ തട്ടിമുട്ടി നിന്നു. അവൾ വേഗം ചായ എടുത്തുതന്നു. ഞാനൊരു സ്റ്റൂൾ വലിച്ചിട്ട് അവളുടെ അടുത്തിരുന്നു. വീരു പണം അയച്ചു കരിഷ്മ.അവൾ വലിയ മൈൻഡ് ഒന്നും തന്നില്ല. ഞാൻ അവളെ സൂക്ഷിച്ചു നോക്കുന്നത് കണ്ടപ്പോൾ ഉറക്കെ ചിരിച്ചു. സമാധാനമായല്ലോ. ഊം ഞാൻ മൂളി. വീറിനെ ഒന്നു വിളിക്കണം.

49 തലമുറകളുടെ കുംഭമേള

കല്യാൺ ഉഷാറായി കഴിഞ്ഞു. വിവാഹത്തിനിനി രണ്ടു ദിവസം മാത്രം. ആ തിക്കിലും തിരക്കിലും ഞങ്ങളും അവിടെ കൂടി. ബന്ധുക്കളുടെയും പഴയ പരിചയക്കാരുടെയും കുശലാന്വേഷണങ്ങൾ. ഒരുപാട് ശാഖകളായി പടർന്നു പന്തലിച്ച വൃക്ഷം പോലെയാണ് എന്റെ അച്ഛന്റെ കുടുംബം. കാണുമ്പോൾ പലരും പഴയ കാര്യങ്ങൾ ഓർമ്മിക്കുകയും സംസാരിക്കുകയും ചെയ്തു. ഇടയ്ക്കിടെ എന്റെ കണ്ണുകൾ പ്രധാന

കവാടത്തിലേക്ക് തിരിഞ്ഞു കൊണ്ടിരുന്നു. എനിക്കറിയാൻ തീരെ താല്പര്യമില്ലെന്ന് ഞാൻ എപ്പോഴും അഭിനയിച്ചു കൊണ്ടിരിക്കുന്ന ഒരാൾ വരുന്നുണ്ടോ എന്നാണ് നോക്കുന്നത്, ജസ്വന്ത്. പക്ഷേ അവനെ കണ്ടില്ല. അവൻ വന്നില്ല, കാരണവും അറിയില്ല.

അവസാനമായി കണ്ടത് മുംബൈയിൽ വച്ചായിരുന്നു. അവന്റെ പേര കുട്ടിക്ക് ഒരു കൺസൾട്ടൻസിയിൽ ട്രെയിനിയായി ജോലി ലഭിച്ചു. അവിടെ കൊണ്ടുവന്നാക്കാൻ അവനും വന്നിരുന്നു. അച്ഛൻ ഇല്ലാത്തതിനാൽ കുഞ്ഞിന്റെ ഉത്തരവാദിത്വം മുഴുവൻ അവനാണ്. അവിടെ വച്ചവൻ ശ്യാമിനെ വിളിച്ചു, ലക്ഷ്മി ചേച്ചിയുടെ മകൻ. പിന്നെ എന്റെ നമ്പറിലേക്കും വിളിച്ചു. ഞാൻ വീട്ടിലേക്ക് ക്ഷണിച്ചപ്പോൾ അവനത് നിരസിച്ചു. അതിനാൽ ഞാനും ശ്യാംമും അവനെ കോഫി ഷോപ്പിൽ വച്ച് കാണാമെന്നറിയിച്ചു. വർഷങ്ങൾക്കുശേഷമാണ് അവൻ എന്നെ ഒന്ന് വിളിച്ചത്. എന്നെ അത് അസ്വസ്ഥമാക്കി. വീട്ടിലേക്ക് വരുന്നില്ല എന്ന തീരുമാനത്തിൽ അവൻ ഒരു സൗഹൃദം ഒന്നും പ്രതീക്ഷിക്കുന്നില്ല എന്ന് മനസ്സിലായി. പക്ഷേ അവനെന്തോ എന്നോട് പറയാനുണ്ട്.

ഞാൻ വേഗം തയ്യാറായി. ഇറങ്ങുന്നതിനിടയിൽ കരിഷ്മ കാര്യങ്ങൾ അറിഞ്ഞു. അവൾ ചാടി ബാഗും തോളിലിട്ട് ഇറങ്ങി. അവനും, കൂടെ ഒരു പെൺകുട്ടിയും ഉണ്ട്. ശ്രുതിയെ പോലെ തന്നെ തോന്നുന്നു. ഞാനവളോട് വിശേഷങ്ങൾ തിരക്കി. അവൾക്ക് കുറച്ചു പരിചയക്കേട് ഉണ്ടായിരുന്നു. എന്നാൽ കുറച്ചു സമയം കഴിഞ്ഞപ്പോൾ അതു മാറി. അവൻ വിളിച്ചതിനു കാരണം ഞങ്ങളുടെ ശ്രദ്ധ അവളിൽ ഉണ്ടാകണമെന്ന് കരുതിയാണ്. മുത്തശ്ശന്റെ ആകുലത, അതവനിൽ കുറച്ചു മാറ്റം വരുത്തിയിട്ടുണ്ടാവും. അല്ലെങ്കിൽ എന്നെ വിളിക്കാൻ ഒരുമ്പിടുകയില്ല. എന്നാൽ കരിഷ്മയെ കണ്ടത് അവനു ഇത്തിരി കുറച്ചിലായി പോയി എന്ന് തോന്നുന്നു. അവൻ സത്യത്തിൽ ഒന്നും സംസാരിക്കുന്നില്ല.

വർഷയോട് സംസാരിക്കുമ്പോഴും എന്റെ കണ്ണുകൾ അവനിൽ തന്നെയായിരുന്നു. അവൻ എന്നെക്കാൾ കിളവനായി കാണപ്പെട്ടു. ഞാൻ ബിസിനസിനെകുറിച്ച് ഒന്നും അന്വേഷിക്കാൻ പോയില്ല. എന്തു സംഭവിച്ചു എന്ന് ഞാൻ അറിഞ്ഞു കഴിഞ്ഞതാണ്. പിന്നെ എന്തിനു ചോദിച്ചവനെ ബുദ്ധിമുട്ടിക്കണം. എന്നാൽ ശ്യാം ചോദിച്ചു അമ്മാവൻ ഇപ്പോൾ എന്തെങ്കിലും ചെയ്യുന്നുണ്ടോ. അവൻ പറഞ്ഞു ഇല്ല, എല്ലാം നിർത്തി. ബിസിനസിന്റെ പകുതി കോകിലയുടെ സഹോദരന്മാരുടെ വകയായിരുന്നു അവരുടെ ഓഹരിയും മക്കളുടെ ഓഹരിയും എല്ലാം കൊടുത്തു. ബാക്കി വന്ന തുക ബാങ്കിലിട്ടു. ഈ കുഞ്ഞുങ്ങളെ ഒരു കരയ്ക്ക് എത്തിക്കണമല്ലോ. അവൻ വർഷയെ നോക്കിക്കൊണ്ട് പറഞ്ഞു. ഇപ്പോൾ നഗരത്തിൽ

നിന്നും മാറി ഉൾപ്രദേശത്താണ് താമസിക്കുന്നത്. അവൻ പറഞ്ഞു നിർത്തി. ഞാൻ വർഷയോട് പറഞ്ഞു. മോൾക്ക് എന്ത് ആവശ്യമുണ്ടെങ്കിലും എന്നെ വിളിക്കാം. അവൾ തലയാട്ടി.

തിരിച്ചുപോരുമ്പോൾ കരിഷ്മ പറഞ്ഞു. നിങ്ങളുടെ അനിയന്റെ ഭയം വെറുതെയാണ്. അവൾ നല്ല തന്റേടി ആയ കുട്ടിയാണ്. അല്ലെങ്കിലും ഇന്നത്തെ കുട്ടികൾ നമ്മളെയാണ് ഭരിക്കുന്നത്. ഞാൻ ചോദിച്ചു നീ എന്തിനാണ് ചാടിക്കയറി വന്നത്. അവൾ എന്റെ മുഖത്തു നോക്കാതെ പറഞ്ഞു. നിങ്ങളെ എന്തിനാണ് വിളിച്ചതെന്ന് എനിക്കറിയാം. കേൾക്കേണ്ട താമസം നിങ്ങളാ കുട്ടിയുടെ രക്ഷാധികാരിയായി മാറും. അവസാനം നാണം കെടുത്തും. ഇതൊന്നും പുതിയ കാര്യങ്ങൾ ഒന്നുമല്ല. അതുകൊണ്ടാണ് കൂടുതൽ വാക്കുകൾ കൊടുക്കാതിരിക്കാനായി ഒരു തടയായി ഞാൻ വന്നത്. വണ്ടിയിൽ ശ്യാമുണ്ടായിരുന്നു. അവൻ ചിരിച്ചു, അമ്മായി..... അവൾ അവന്റെ നേരെ തിരിഞ്ഞു. ആ നിന്നോട് കൂടിയാണ്. നീയും നിന്റെ അമ്മാവനെ പോലെയാണ്.

കല്യാണത്തിന് വീരും പൂജയും മക്കളും വന്നു. കൂടെ ദീപുവും ഉണ്ടായിരുന്നു. ദിവ്യയും മക്കളും ഉണ്ടായിരുന്നില്ല. ദിവ്യയുടെ അച്ഛന് തീരെ വയ്യ. എപ്പോഴാണ് ഹോസ്പിറ്റലൈസ് ആവുക എന്നറിയില്ല. കരിഷ്മ അവനെ വഴക്കു പറഞ്ഞു. കുട്ടികളെ കൊണ്ടുവരാമായിരുന്നു. ദീപു തിരക്ക് കൂട്ടി എനിക്ക് ഇന്നുതന്നെ പോകണം അമ്മാ. എന്നാൽ വീർ ഒരു ദിവസം തങ്ങാനുള്ള തയ്യാറെടുപ്പോടെയാണ് എത്തിയത്. ഞാൻ അവന്റെ പ്രവർത്തികളെ സാകൂതം വീക്ഷിച്ചു. അവൻ എല്ലാവരോടും പുഞ്ചിരിയോടെ സംസാരിക്കുന്നുണ്ടായിരുന്നു. എന്റെ ബന്ധുക്കളെയും മുഴുവനായും അവനു ഓർമ്മയുണ്ടാവില്ല. പക്ഷേ അവരെല്ലാവരും എന്റെ മക്കളെ സ്നേഹിക്കാൻ മത്സരിച്ചു കൊണ്ടിരുന്നു. പ്രത്യേകിച്ച് ചേട്ടൻമാർ. വീറിനെ നിർബന്ധപൂർവ്വം അവരുടെ വീട്ടിലേക്ക് കൂട്ടിക്കൊണ്ടു പോയി. വല്യച്ഛന്റെ വീട് അതാണ് ഞങ്ങളുടെ ഏറ്റവും പഴയ കുടുംബ വീട്. വാർദ്ധക്യത്തിന്റെ അങ്ങേയറ്റം എത്തിയ വീട്, എന്നാൽ ഞങ്ങളെ അത്ഭുതപ്പെടുത്തിക്കൊണ്ട് വലിയ കേടുപാട് ഇല്ലാതെ നിലകൊള്ളുന്നു.

മഹേന്ദ്രഭായി കമ്പളത്തിൽ ഇരിക്കാനായി പറഞ്ഞു. ഞാൻ അടുത്തിരുന്നു. വീരു നിലത്ത് തൂണും ചാരി ഇരിക്കുകയാണ്. പുതിയ തലമുറയിലെ ഒന്നു രണ്ടു സ്ത്രീകൾ അവനോട് സംസാരിക്കുന്നുണ്ട്. അവൻ ഉറക്കെ ചിരിക്കുന്നുണ്ട്. എല്ലാ വീടുകളിലും കയറിക്കഴിഞ്ഞു. ഇനി ഇവിടെ നിന്ന് ഞങ്ങളുടെ വീട്ടിലേക്ക്.

മുറ്റത്ത് ഗോതമ്പ് ഉണക്കാൻ ആയി ഇട്ടിട്ടുണ്ട്. വീരുവിനടുത്തായി ഒരു വടി കിടക്കുന്നുണ്ടായിരുന്നു. അവനത് കയ്യിലെടുത്തു പരിശോധിക്കുന്നു

കൂടെ രൺവീറും ഉണ്ട്. വീറിനോട് ചോദിക്കുന്നത് കേട്ടു ഇതെന്തിനാണ് ഡാഡി. വീർ എന്റെ അടുത്തേക്ക് തിരിഞ്ഞു. ഡാഡി ഇത് പ്രാവിനെ ഓടിക്കാൻ അല്ലേ. എന്റെ തൊണ്ടയിൽ ഒരു വിമ്മിട്ടം പോലെ, ഒരു വേദന, ഓർമ്മകളുടെ ഒരു വേലിയേറ്റം. ഞാൻ കഷ്ടപ്പെട്ട് മന്ദഹസിച്ചു. അതെ മോനെ. പതുക്കെ ആ വടിയെടുത്ത് രൺവീറിനു കാണിച്ചുകൊടുത്തു. ദേ ഇങ്ങനെ. ഹോയ് ഹോയ്... ദാ കിളികൾ പറന്നു പോകുന്നു. രൺബീർ ചോദിച്ചു ഇനി വരുമോ? ങ്ഹാ കുറച്ചു കഴിഞ്ഞു, ഞാൻ ചിരിച്ചു കൊണ്ട് പറഞ്ഞു. കുറച്ച് അവയും കഴിച്ചോട്ടെ ഗ്രാൻഡ് പാ, രൺവീർ നിഷ് കളങ്കമായി പറഞ്ഞു.

ഞാൻ കുറച്ചു ഗോതമ്പുമണികൾ എടുത്ത് അവന്റെ കയ്യിൽ കൊടുത്തു. മോനെ ധാന്യങ്ങൾ കൃഷിക്കാരനെയും നാടിന്റെയും സ്വത്താണ്. അവയ്ക്ക് സ്വർണ്ണ വർണ്ണമാണ്.

"സ്വർണ്ണ മണികൾ, സ്വർണ്ണ മണികൾ....

കർഷ കനെ രാജാവാക്കുന്ന സ്വർണമണികൾ.

ഭൂമിദേവി നമുക്ക് നൽകുന്ന വര ദാനങ്ങൾ.

ഇവയില്ലെങ്കിൽ നമ്മളില്ല.

നമുക്ക് ശേഷം തലമുറകളും ഇല്ല".

കാറ്റിൽ ഇലകളെല്ലാം കൊഴിഞ്ഞു വീഴുന്നുണ്ടായിരുന്നു. അതിനു മുകളിൽ പൂക്കൾ. നിറയെ പൂമെത്ത. കുറച്ചുനേരം ആ മരത്തിന്റെ ചുവട്ടിൽ ഇരുന്നു. രൺബീറിനെ മടിയിൽ കിടത്തി, പാട്ട് പാടി കൊടുത്തു. വീരു അത്ഭുതസ്തബ്ധനായി എന്നെ നോക്കുന്നുണ്ട്. അവൻ എന്റെ അരികിലേക്ക് വന്നു. ഞാൻ കാലിൽ ചെരിപ്പിട്ടില്ലായിരുന്നു. അവൻ അടുത്തിരുന്ന് കാലിലെ പൊടിയെല്ലാം തട്ടി കളയാൻ ഒരു വിഫലശ്രമം നടത്തി. ഇതെല്ലാം എന്റെ അച്ഛന്റെ പാട്ടുകളാണ്. ഒരുപക്ഷേ അദ്ദേഹത്തിന്റെ അച്ഛൻ പാടി കൊടുത്തതാവാം. നീയത് മിസ്സ് ചെയ്തു വീരു. ഡാഡി നമുക്ക് വീട്ടിലേക്ക് പോകാം. അവിടം കൂടി ഒന്ന് കറങ്ങേണ്ടേ. അവൻ പുഞ്ചിരിച്ചു കൊണ്ട് പറഞ്ഞു.

ഞാൻ അവന്റെ കൈകൾ പിടിച്ചു.വാ മറ്റൊരു ഇടം കൂടി സന്ദർശിക്കാനുണ്ട്. ഞാൻ അവരെ പാടത്തേക്ക് കൊണ്ടു പോകുന്നത് അറിഞ്ഞപ്പോൾ എല്ലാവരും എത്തി. ഞങ്ങൾ ഒരു ജാഥയായി യാത്രയായി. മഴ കാരണം മണ്ണ് കുഴഞ്ഞിരിക്കുകയാണ്. കുട്ടികൾക്ക് അത് പുതുമയുള്ള കാഴ്ചയായിരുന്നു. ഞാൻ ആകാംക്ഷയോടെ എന്റെ ആൽമരം നോക്കി. അത് അവിടെത്തന്നെയുണ്ടോ. ഉണ്ട് അവിടെത്തന്നെയുണ്ട് ഞാൻ നിശ്വസിച്ചു. ഭാഗ്യം അവയ്ക്ക് നമ്മെക്കാൾ ആയുസ്സ് ഈശ്വരൻ കൊടുത്തിരിക്കുന്നു. കു

ട്ടികൾ കൈകാലുകളിൽ നിറയെ ചെളിയാക്കി ഒരു അത്ഭുത വസ്തു പോലെ എന്നെ കാണിച്ചു. റോഷ്നി കുളിക്കണമെന്ന് വാശി പിടിച്ചു. അവസാനം വീരു അവിടെ വെള്ളം പമ്പ് ചെയ്യുന്ന പൈപ്പിൽ നിന്നും വെള്ളമെടുത്ത് വൃത്തിയാക്കി. കരിഷ്മ ഒരു കായ പറിച്ചെടുത്ത് കഴിക്കുന്നത് കണ്ടു. പൂജയോട് പറയുന്നത് കേട്ടു. ഷുഗർ കുറയാൻ നല്ലതാണിത്. അത് വർഷങ്ങളായുള്ള ഒരു മരമാണ്. സത്യത്തിൽ ഞങ്ങൾ അതിന്റെ കായക്ക് ഒരു പ്രാധാന്യവും കൊടുത്തിരുന്നില്ല. കരിഷ്മ നല്ല മൂഡിലായി അവൾ പതുക്കെ പാടാൻ തുടങ്ങി. എല്ലാവരും താളം അടിച്ചു.

പെട്ടെന്ന് തന്നെ ഞങ്ങളുടെ ബന്ധുക്കൾക്ക്, ഞങ്ങൾ ഏതോ അന്യഗ്രഹത്തിൽ നിന്ന് വന്നവരല്ല എന്ന് ബോധ്യമായി. അതോടെ അവർ നാടൻ ഭാഷയിൽ സംസാരിക്കുകയും തമാശകൾ പറയുകയും ചെയ്തു. ആവേശം മൂത്തത് കൊണ്ടാണോ എന്നറിയില്ല വിജയ് ഭയ്യാ മക്കളെ പറഞ്ഞയച്ച് ചായയും പലഹാരങ്ങളും അങ്ങോട്ടേക്ക് കൊണ്ടുവന്നു. അതെല്ലാം ആസ്വദിച്ചു, വളരെ വൈകിയാണ് ഞങ്ങൾ വീട്ടിലേക്ക് യാത്രയായത്. ഇറങ്ങുമ്പോൾ മഹേശ്വർ ഭായി പറഞ്ഞു. നീ ഇടയ്ക്കിടെ വരണം. ഈ കിളവൻ ഇവിടെ ഒരു പണിയുമില്ലാതെ ഇരിക്കുകയാണ്. അത് മറക്കേണ്ട. പിന്നെ ഉറക്കെ ചിരിച്ചു. എന്നാൽ എന്റെ കയ്യിൽ ഒരുപാട് കഥകൾ ഉണ്ട്. നീ ഇവിടെനിന്ന് പോയ അന്നുമുതലുള്ള കഥകൾ. ഞാനും ഉറക്കെ ചിരിച്ചു.

50 സമ്പന്നൻ

വീട്ടിലെത്തിയതും വീരു വീടും പരിസരവും എല്ലാം വിശദമായ നിരീക്ഷണം നടത്തുകയും വിലയിരുത്തുകയും ചെയ്തു കൊണ്ടിരുന്നു. ഒരാവശ്യവും ഇല്ലാതെ അടുത്തുള്ള കടയിൽ പോയി സാധനങ്ങൾ വാങ്ങിക്കാനെന്ന വ്യാജേനെ കടക്കാരനുമായി പരിചയമുണ്ടാക്കി.

ടേബിളിൽ പലചരക്ക് സാധനങ്ങൾ കണ്ട് കരിഷ്മ എന്നെ ചോദ്യഭാവത്തിൽ നോക്കി. അധികം ആലോചിക്കാതെ തന്നെ അവൾക്ക് കാര്യം പിടികിട്ടി. ആ സമയത്താണ് വൈകിട്ടത്തെ പാലുമായി ബസന്ത് വന്നത്. അവൻ പോയിക്കഴിഞ്ഞപ്പോൾ കരിഷ്മ വീറിനോടായി പറഞ്ഞു. നോക്ക് ആ ചെക്കനെ കണ്ട് അധോലോകമാണെന്നൊന്നും തെറ്റിദ്ധരിക്കേണ്ട. അവന്റെ ഒരു കണ്ണിന് എന്തോ അസുഖമാണ്. അവന്റെ അച്ഛനും അങ്ങനെ തന്നെയാണ്. ബസന്തിന്റെ ഒരു കണ്ണിന് കാഴ്ചയില്ല. കൃഷ്ണമണി വെളുത്ത ഇളം നീല കലർന്ന നിറമാണ്. ഒറ്റ കണ്ണുകൊണ്ട് ചെരിഞ്ഞാണ് നോക്കുക. ഞാൻ ചിരിച്ചു, കരിഷ്മാ .. വീർ കരിഷ്മയുടെ തോളിൽ തട്ടി, പഴയതിനേക്കാൾ ഉഷാറായല്ലോ.

കരിഷ്മ അവനെ നിർബന്ധിച്ച് അടുത്തിരുത്തി. നോക്ക് ഇടയ്ക്കിങ്ങോട്ടൊക്കെ വരണം. ഫ്ലൈറ്റിൽ വരാല്ലോ. അത്രയ്ക്കധികം സമയവും എടുക്കില്ല. ദീപുവിനെയും കൂട്ടണം. വീര് തലയാട്ടി , പിന്നെ ചോദിച്ചു. ദീപും കുടുംബവും വന്നില്ലെങ്കിലും. ഞാൻ തട്ടിക്കൊണ്ടുവരണോ? കരിഷ്മ മുഖത്ത് ഗൗരവം നടിച്ചുകൊണ്ട് പറഞ്ഞു. ഞാൻ വിളിച്ചാൽ അവൻ വന്നു കൊള്ളും. വൈകുന്നേരമായപ്പോൾ വീരു അടുത്തുള്ള അമ്പലങ്ങളിലെല്ലാമൊന്നു പോയി. തിരിച്ചുവന്നപ്പോൾ കരിഷ്മ പറഞ്ഞു നോക്ക് മോനെ നിനക്ക് വേണമെങ്കിൽ മട്ടുപ്പാവിൽ പോയി വിശ്രമിക്കാം. അച്ഛൻ അവിടം നല്ല ഭംഗിയാക്കിയിട്ടുണ്ട്. ഇരിപ്പിടവും കട്ടിലുമൊക്കെയുണ്ട്. അവനും പൂജയും മക്കളും മുകളിലേക്ക് കയറി പോകുന്നത് കണ്ടു. കരിഷ്മ അടുക്കളയിൽ തിരക്കിലാണ്. മകനു ഇഷ്ടപ്പെട്ടതെല്ലാം ഉണ്ടാക്കാനുള്ള തിരക്കാണ്. ദീപു ഇല്ലാത്തതിന്റെ ചെറിയ വിഷമവുമുണ്ട്.

ഭക്ഷണ ശേഷം ഞങ്ങളെല്ലാവരും ഒരുമിച്ചിരുന്നു. രുദ്രാഷ് കരിഷ്മയെ കെട്ടിപ്പിടിച്ചിരിക്കുകയാണ്. അച്ഛമ്മ ഇനി അങ്ങോട്ട് തിരിച്ചു വരില്ലേ . കരിഷ്മ തലമുടിയിൽ വിരലോടിച്ചു കൊണ്ടിരുന്നു. രൺവീർ എന്റെ അടുത്ത് താഴെ മുട്ടിൽ തല വെച്ച് ചാരി ഇരിക്കുകയാണ്. അച്ഛച്ചാ "വി ആർ മിസ്സിംഗ് യു എ ലോട്ട്". എന്റെ പേരകുട്ടികളിൽ രൺവീരനാണ് എന്നോട് കൂടുതൽ പ്രിയം. ബാക്കിയെല്ലാവർക്കും അച്ഛമ്മയാണ് ഓമന.

കരിഷ്മ വീറിന്റെ കൈപിടിച്ചുകൊണ്ട് ചോദിച്ചു. എന്താണ് അവിടുത്തെ വിശേഷങ്ങൾ അവൻ അലസനായി മറുപടി പറഞ്ഞു എല്ലാം പഴയ പോലെ തന്നെ. ഒരേ ജീവിതശൈലി. അങ്ങനെ മുന്നോട്ടു പോകുന്നു. ദീപുവോ? കരിഷ്മ തൃപ്തയായിട്ടില്ല. ദീപുവിന്റെ വിശേഷങ്ങൾ എന്താണ് വീർ? അവൻ വിളിയും കുറവാണ്. കുറെയേറെ പറയാനുണ്ട്. നിങ്ങൾ അവിടെനിന്ന് പോവാൻ കാത്തുനിന്ന പോലെയായിരുന്നു. എല്ലാം സംഭവിക്കാൻ.

വീര് പൂജയോട് പറഞ്ഞു. കുട്ടികളെ ഒന്നു മുകളിൽ കൊണ്ടു പോകുമോ അവരവിടെ കളിച്ചോളും. പൂജയ്ക്ക് കാര്യം പിടികിട്ടി. അവൾ കുട്ടികളെ ഞങ്ങളുടെ അടുത്ത് നിന്നു മാറ്റി. ദീപായിട്ട് പറയട്ടെ എന്നാണ് ഞാൻ കരുതിയത്. ഇനി പറയാതിരിക്കേണ്ട ആവശ്യമുണ്ടെന്നു ഞാൻ കഴിയുന്നില്ല. നിങ്ങൾ പോന്ന് ഒരാഴ്ച കഴിഞ്ഞ് അവൻ എന്നെ വിളിച്ചിരുന്നു. അജിത്ത് സുഹൃത്തുക്കളുമായി വരുന്നു മദ്യപിക്കുന്നു. ദീപുവും ദിവ്യയും ഇല്ലാത്തപ്പോഴാണ് അവന്റെ ലീലാവിലാസം. പ്രാർത്ഥന പറഞ്ഞാണ് അവൻ അറിഞ്ഞത്. അന്നവിടെ വലിയ വഴക്കായി. ഉറപ്പായും ദീപിന് നിയന്ത്രണം നഷ്ടപ്പെട്ടിട്ടുണ്ടാവണം. അജിത്തിനെ അറിയാലോ. അവന്റെ കൂട്ട് തെമ്മാടികളുമായിട്ടാണ്. അവർ കുറച്ചു പേർ

വന്നു. വീണ്ടും കശപിശയായി. നിങ്ങളുടെ മോന് അടിയും കിട്ടിയിട്ടുണ്ടാവും. 'ഇല്ല' എന്നവൻ പറഞ്ഞത് ഞാൻ വിശ്വസിച്ചിട്ടില്ല.

കരിഷ്മ മുഖം പൊത്തിയിരുന്നു. പെട്ടെന്ന് തന്നെ സമനില വീണ്ടെടുത്ത് ചോദിച്ചു. എന്നിട്ട് നീ പോയിരുന്നോ? എന്തിനു മമ്മി. പോയിട്ട് എന്താണ് കാര്യം. ഇവനൊന്നും ബോധമേ ഇല്ല. അവനെ പിണക്കാതെ അവിടെ നിന്നും മാറ്റാൻ പറഞ്ഞു. പോലീസ് കേസാക്കിയിട്ട് എന്ത് കാര്യം. അവനെ തൂക്കിക്കൊല്ലാൻ ഒന്നും പോകുന്നില്ലല്ലോല്ലോ. ചിലപ്പോൾ ദിവ്യ തന്നെ അവനെ ജാമ്യത്തിൽ ഇറക്കുകയും ചെയ്യും. കരിഷ്മ തലയാട്ടി, അതെ അത് ശരിയാണ്. വീരു തുടർന്നു. ദിവ്യ പറയുന്നത് അഡ്ജസ്റ്റ് ചെയ്യണമെന്നാണ്. അവൻ പറയുന്നത് എന്ത് ധൈര്യത്തിലാണ് പെൺകുഞ്ഞുങ്ങളെ വീട്ടിലാക്കി പോവുക. അച്ഛനും അമ്മയും പറഞ്ഞാൽ ഒന്നും അജിത്ത് അനുസരിക്കില്ല. അവസാനം ദീപു കട്ടായം പറഞ്ഞു. പുറത്ത് അവൻ എന്തു ചെയ്യുന്നുവെന്ന് ഞാൻ അറിയുന്നില്ല. അന്വേഷിക്കുന്നുമില്ല. എന്നാൽ വീടിനകത്ത് ഇതൊന്നും സാധ്യമല്ല. അവസാനം ഒരു ലോക്കൽ നേതാവിനെ കണ്ടു അവനുമായി മധ്യസ്ഥം നടത്തി ഒരു ഒറ്റമുറി ഫ്ലാറ്റ് വാടകയ്ക്ക് എടുത്തു കൊടുത്തിട്ടുണ്ട്. ഇനി അവന്റെ വാടകയും ചെലവും ദീപു വഹിയ്ക്കേണ്ടി വരുമായിരിക്കും. ഞാനൊന്നു നിശ്വസിച്ചു. ഇത്രയൊക്കെ സംഭവിച്ചിട്ടും രണ്ടാളും ഒന്നും പറഞ്ഞില്ല. വീർ തുടർന്നു. അവനാണ് പറഞ്ഞത് നിങ്ങളോട് ഒന്നും പറയേണ്ടെന്ന്. കാരണം അമ്മ, നിങ്ങൾ ഇങ്ങോട്ട് എത്തിയതേയുള്ളൂ, എന്തിനാണ് വിഷമിപ്പിക്കുന്നത്. സന്തോഷമായിട്ട് ഇരുന്നോട്ടെ എന്ന് വിചാരിച്ചു.

ഇനിയും എന്തെങ്കിലും ഉണ്ടോ കരിഷ്മ അവനെ ചോദ്യഭാവത്തിൽ നോക്കി. ഇത് അവൻ പറഞ്ഞിട്ടുണ്ടാവും , ദർശനയെ സ്കൂൾ മാറ്റി. കരിഷ്മ പറഞ്ഞു അതവൻ പറഞ്ഞു, പക്ഷേ കാരണമൊന്നും പറഞ്ഞില്ല . ഞാൻ കിള്ളിക്കിഴിഞ്ഞു ചോദിക്കാനും പോയില്ല. വീരു ചിരിച്ചുകൊണ്ട് മുഖം അമർത്തിത്തുടച്ചു. ഒരു ദിവസം വീണ്ടും അവന്റെ ഫോൺ കോൾ. ദർശനയുടെ സ്കൂളിൽ നിന്നു വിളിച്ചിരുന്നു. കുട്ടിക്ക് എന്തോ വൈകല്യമുണ്ട്. മറ്റുള്ളവരിൽ നിന്ന് വ്യത്യസ്തയാണ്. അതു കൊണ്ട് പാരന്റ്സിന് ഒരു കൗൺസിലിംഗ് കൊടുക്കണം കുട്ടിയെ സ്പെഷ്യൽ ചിൽഡ്രൻ ഫെസിലിറ്റിയിലേക്ക് മാറ്റുകയാണെന്ന്. അതായത് പഠന വൈകല്യമോ സ്വഭാവ വൈകല്യമുള്ള കുട്ടികൾക്കായി അവർ പ്രത്യേക ക്ലാസ്സ് റൂമുകളും മറ്റു സൗകര്യങ്ങളും ഒക്കെ കൊടുക്കുന്നുണ്ട്. ഏതു മാതാപിതാക്കളാണ് അതൊക്കെ ഇഷ്ടപ്പെടുക. അവൻ പിള്ളേരെ പോലെ പറഞ്ഞു കരയുകയാണ്.

എനിക്കാണെങ്കിൽ അന്ന് കൊറിയയിൽ നിന്ന് ഷിപ്മെന്റ് ഉണ്ടായിരുന്നു. പോയി എടുത്ത് പിറ്റേദിവസം തന്നെ ഡിസ്ട്രിബ്യൂഷൻ ചെയ്യേണ്ടതാണ്. എല്ലാം അനൂപിനെ ഏൽപ്പിച്ച് എന്തെങ്കിലും ആവട്ടെ എന്ന് കരുതി അവന്റെ വീട്ടിലേക്ക് പോയി. രാത്രി ഏറെ വൈകിയാണ് തിരിച്ചെത്തിയത്. അവൻ നിർത്തിയപ്പോൾ കരിഷ്മ പറഞ്ഞു. നമുക്കൊന്നും മനസ്സിലാവാത്ത എന്ത് വൈകല്യമാണ് അവർക്ക് മനസ്സിലായത്. വീരു ചിരിച്ചു. എന്റെ മമ്മീ എന്തു വൈകല്യം. അവൾ കുറച്ച് ഇൻ വേഡ് ആണ്. പ്രാർത്ഥനയെ അപേക്ഷിച്ചു നോക്കുമ്പോൾ. കരിഷ്മ നിശ്വസിച്ചു. അവളെന്നെ നോക്കി പറഞ്ഞു. കൂടുതൽ മിടുക്കിയാവാൻ വേണ്ടി രണ്ടു വയസ്സായപ്പോൾ മുതൽ ട്രെയിനിങ് സെന്ററിൽ കൊണ്ടാക്കിയതാ. അതിങ്ങനെ കലാശിച്ചു. ബാക്കിയെല്ലാ കുഞ്ഞുങ്ങളെക്കുറിച്ച് എനിക്കൊരു ധാരണയുണ്ട്. കാരണം അവരെല്ലാം എന്റെ മടിയിൽ കിടന്നു വളർന്നതാണ്. ഞാൻ അവളെ ആശ്വസിപ്പിച്ചു. ഇത്രയ്ക്ക് ആവലാതിപ്പെടാൻ ഒന്നുമില്ല കരിഷ്മ., നീ വീർ പറയുന്നത് മുഴുവൻ കേൾക്കൂ.

ഞാൻ പിറ്റേദിവസം തന്നെ അവനുമൊരുമിച്ചു അവളുടെ സ്കൂളിൽ പോയി. അവരോട് സംസാരിച്ചു ടിസി വാങ്ങി. കുഞ്ഞിനെ ഏതെങ്കിലും സാധാരണ സ്കൂളിലാക്കാനാണ് ഞാൻ അവനോട് പറഞ്ഞത്. കാരണം ഇപ്പോൾ പഠിക്കുന്ന സ്കൂളിന് അവരൊരു സ്റ്റാൻഡേർഡ് കൽപ്പിച്ചിട്ടുണ്ട്. അതിനു താഴെയുള്ള കുട്ടികൾ എന്തോ മണ്ടന്മാരാണെന്നാണ് അവരുടെ ഭാവം. നോക്ക് ഡാഡി, എല്ലാവരും എല്ലാകാര്യത്തിലും മിടുക്കന്മാർ ആവണമെന്നുണ്ടോ. അവൻ അസ്വസ്ഥതയോടെ പറഞ്ഞു. അവർ നമ്മുടെ കുഞ്ഞിനെ മാനസികമായി പീഡിപ്പിച്ചു എന്ന് ഞാൻ പറയും. ടിസി വാങ്ങി പൂജയ്ക്ക് അറിയാവുന്ന ഒരു സ്കൂളിലാക്കി. അഡ്മിഷൻ കിട്ടേണ്ട. പൂജയുടെ അമ്മ അവിടെ ടീച്ചറായി ജോലി നോക്കിയിട്ടുണ്ട്. ഞങ്ങൾ അവിടെ സംസാരിച്ച് കുട്ടിയെ ചേർത്തു. ഇപ്പോൾ ഒരു കുഴപ്പവുമില്ല. പോരുമ്പോൾ ഞാനാ മണ്ടനോട് പറഞ്ഞു. വെറുതെ വലിയ വായിൽ കരയാൻ മാത്രം ഒന്നും സംഭവിച്ചിട്ടില്ല. കൊച്ചു പാസായി പോന്നാൽ മതി. കല്യാണ പ്രായമാകുമ്പോൾ ഏതെങ്കിലും ബിസിനസുകാരന്റെ മകനെ കൊണ്ട് കെട്ടിച്ചോളാമെന്ന്. വീർ ഉറക്കെ ചിരിച്ചു.

ഇനി നിങ്ങളുടെ ഇളയ പേരകുട്ടിയുടെ വിശേഷങ്ങൾ കൂടി അറിഞ്ഞു കൊള്ളു. അവൾ ക്ലാസ് അടക്കി ഭരിക്കുകയാണ്. മറ്റുള്ള കുട്ടികൾ ചെയ്യുന്ന തെറ്റുകൾ, കുറുമ്പുകൾ ഒക്കെ നോക്കി വെച്ച് ടീച്ചറോട് ചെന്ന് പറഞ്ഞു കൊടുക്കലാണ് അവളുടെ പ്രധാന വിനോദം. പോരാത്തതിന് അവളുടെ അമ്മ ടീച്ചർ ആണെന്ന് പറഞ്ഞുള്ള ഭീഷണി വേറെ. ഞാൻ ചിരിച്ചു. വീരൂ ഭീഷണി ചാന്ദിനിയുടെ സ്വഭാവമാണ്. ആണോ ഡാഡി അമ്മായി ഇവളെപ്പോലെ വില്ലത്തി ആയിരുന്നോ. ഇതൊന്നും പോരാത്തതിന്

കഴിഞ്ഞ ആഴ്ച ഒരു സേട്ടിന്റെ പേരക്കുട്ടിയുമായി വഴക്കുണ്ടാക്കി. അവനിവളുടെ ഡ്രോയിങ് ബുക്ക് ചീത്തയാക്കിയെന്ന് പറഞ്ഞു, അവന്റെ വയറിനു നോക്കി ഇടിച്ചെന്നാണ് പറയുന്നത്. അതും അയാൾ മുകുന്ദ പഹാടിയിലെ പരമ്പരാഗത സമ്പന്നനാണ്. എന്തോ ഭാഗ്യത്തിന് ചെറുക്കൻ വീട്ടിൽ മിണ്ടിയിട്ടുണ്ടാവില്ല.... ഇടിയാണോ എന്നാൽ ചാന്ദിനി അല്ല, കരിഷ്മയെ പോലെയാവും. പെട്ടെന്നുണ്ടായ ഒരു പ്രചോദനത്തിൽ ഞാൻ പറഞ്ഞു പോയതാണ്.

വീരു കൈകൊണ്ട് മുഖം അമർത്തി ഇടങ്കണ്ണിട്ട് കരിഷ്മയെ നോക്കി. പിന്നെ ഉറക്കെ ചിരിച്ചു. കരിഷ്മ ഒന്നും മിണ്ടിയില്ല. എന്നെ നോക്കി അർത്ഥവത്തായി ചിരിച്ചു. ഇനിയും പുലരികളും രാത്രികളും ഉണ്ടാകും. ഞാനിവിടെ തനിച്ചാകും... എല്ലാം ശുഭം...

തൊട്ടടുത്ത ദിവസം വീർ ജയ്പൂരിലേക്ക് പോയി. അവൻ പോയതിനു ശേഷം ഞങ്ങൾ കുറച്ചു നേരം മൂകമായി ഇരുന്നു. കുറച്ചു കഴിഞ്ഞപ്പോൾ അവൾ പറഞ്ഞു. കുഞ്ഞുങ്ങളുടെ വെക്കേഷൻ ആവുമ്പോൾ, കുട്ടികളെ ഇവിടെ കൊണ്ട് നിർത്തണമെന്ന് ഞാൻ പറഞ്ഞിട്ടുണ്ട്. കുറച്ചുനാൾ ഇവിടെ നിൽക്കട്ടെ. ദീപിനോടും പറയണം. ഞാൻ മൂളി. പെട്ടെന്നുണ്ടായ ചിന്തയിൽ ഞാൻ ഇങ്ങനെ ചോദിച്ചു. കരിഷ്മ നമ്മുടെ മക്കളിൽ ആരാണ് കൂടുതൽ ശരി? ങേ...അവൾ ആശ്ചര്യത്തോടെ എന്നെ നോക്കി. ഞാൻ കുറച്ചുകൂടി വിശദമാക്കി. നോക്ക് നമ്മുടെ രണ്ടാൺമക്കളും തികച്ചും വിഭിന്നരാണ്. അവരുടെ പ്രവർത്തികളെയും പെരുമാറ്റത്തെയും വിശകലനം ചെയ്യുമ്പോൾ നിനക്കെന്താണ് തോന്നുന്നത്. ഞാൻ പറഞ്ഞത് അവൾ കേട്ടുവോ എന്നറിയില്ല. അവളുടെ കണ്ണുകൾ അപ്പോഴേക്കും പൂജാ സ്റ്റാൻഡിനു താഴെയുള്ള സഞ്ചിയിലേക്ക് എത്തി. വീരു പോയ അമ്പലങ്ങളിൽ നിന്നെല്ലാം കിട്ടിയ പ്രസാദങ്ങളാണ്. അവനത് കൊണ്ടുപോയില്ല. ഇതിനി എന്തു ചെയ്യാനാണ് ? നമുക്ക് ഇതെല്ലാം കഴിച്ചു തീർക്കാൻ പറ്റുമോ? ആ കുട്ടികളും കഴിച്ചിട്ടുണ്ടാവില്ല. അവൾ ഇങ്ങനെ പിറുപിറുത്തു കൊണ്ടിരുന്നു.

എനിക്ക് ദേഷ്യം വന്നു. നീ, ഞാൻ ചോദിച്ചതിനുള്ള ഉത്തരമാണോ ഈ പറഞ്ഞത്. ഇത് ഇത്ര വലിയ കാര്യമാണോ? ആ സഞ്ചിയിലുള്ള മധുരം മൈതാനത്ത് കളിക്കുന്ന കുട്ടികളുടെ ഇടയിലേക്ക് കൊണ്ടു പോയാൽ മതി. അതങ്ങ് തീർന്നോളും. ഞാൻ പേപ്പർ എടുത്തു വായന തുടങ്ങി. കരിഷ്മ ഉറക്കെ ചിരിച്ചു, അത് ശരിയാണല്ലോ. നിങ്ങൾ എന്താ ചോദിച്ചത് ജഗദീഷ്? ഞാനത് കേൾക്കാത്ത മട്ടിലിരുന്നു. നമ്മുടെ മക്കളിൽ ആരാണ് കൂടുതൽ ശരി, എന്നല്ലേ .. അവൾ പതുക്കെ പറഞ്ഞു. നിങ്ങളാണ് കൂടുതൽ ശരി ജഗദീഷ്. നിങ്ങൾ മാത്രം! ഒരു ചെറിയ പ്രശ്നത്തിന് ഞാൻ എത്ര, ഒച്ച

വെച്ചു. നിങ്ങൾക്ക് എത്ര പെട്ടെന്ന് അതിനുള്ള പരിഹാരം കിട്ടി. നിങ്ങളുടെ മനസ്സ് ഉദാരമാണ്. ഞാൻ പേപ്പർ വായിക്കുന്നത് നിർത്തി, അത് താഴെ വച്ച് പുഞ്ചിരിച്ചു. എന്നെ പുകഴ്ത്താൻ ഇവൾ ഇല്ലെങ്കിൽ...?

കരിഷ്മയുടെ സംസാരം എന്നെ പൊടുന്നനെ ഒരു സമ്പന്നൻ ആക്കി. എന്റെ ജീവിതത്തിന്റെ ഓരോ ഘട്ടത്തിലും വ്യത്യസ്തമായ അനുഭവങ്ങൾ സമ്മാനിച്ച ഒരു വാക്കാണ് 'സമ്പന്നത'. എന്റെ ബാല്യത്തിൽ എനിക്കത് ഒരു അതിശയമായിരുന്നു. സമ്പന്നനാവുക എന്നതാണ് ഒരു കുഞ്ഞിന് കിട്ടാനുള്ള ഏറ്റവും വലിയ ഭാഗ്യം എന്ന് ഞാൻ വിശ്വസിച്ചിരുന്നു. എന്റെ കൗമാരത്തിൽ സമ്പന്നത എന്നെ വേദനിപ്പിച്ച ഒരു വാക്കായിരുന്നു. ഒരിക്കലും ലഭിക്കാത്ത കനി പോലെ. പക്ഷേ യൗവനത്തിന്റെ ആരംഭത്തിൽ എനിക്കതൊരു ആഗ്രഹമായി മാറി. യൗവനത്തിന്റെ അവസാനം അത് ഒരു സംശയമായി. വാർദ്ധക്യത്തിന്റെ ആരംഭം മുതൽ ഇന്നുവരെ അതെനിക്ക് വീണ്ടുമൊരു അതിശയമായി മാറിയിരിക്കുന്നു. പണം സമ്പാദിക്കാൻ വേണ്ടി മാത്രമാണ് ഞാൻ മുംബൈയിലേക്ക് പോയത്. അന്നാളുകളിൽ എനിക്ക് തോന്നിയിട്ടുണ്ട്, ഭൂമിയിൽ മനുഷ്യർ വേർതിരിക്കപ്പെട്ടിരിക്കുന്നത് രണ്ടേ രണ്ട് തട്ടുകൾ ആയിട്ടാണ്, 'സമ്പന്നനും ദരിദ്രനും' .ജാതി, മതം കുലമഹിമ ഇതൊന്നുമല്ല അടിസ്ഥാന ഘടകം. മടിശീലക്ക് കനമുണ്ടോ, അതാണ് നിങ്ങൾ. പണം ചെയ്യുന്ന ചെപ്പടി വിദ്യകൾ ആവോളം അനുഭവിച്ചറിഞ്ഞിട്ടുണ്ട്.

പക്ഷേ എന്റെ വിലയിരുത്തലുകൾ മുഴുവൻ മാറേണ്ടി വന്നു. കാരണം സമ്പന്നത അതിന്റെ നിർവചനം തന്നെ എന്നെ സംബന്ധിച്ചിടത്തോളം വ്യത്യസ്തമായി. നിങ്ങളുടെ കയ്യിൽ ധാരാളം പണം ഉണ്ട്. പക്ഷേ മനസ്സിൽ സന്തോഷത്തിന്റെ ഒരംശം പോലും ഇല്ലായെങ്കിൽ നിങ്ങൾ ഒരു ദരിദ്രൻ തന്നെയാണ്. തിരിച്ചു നിങ്ങളുടെ ഉള്ളു നിറയെ ആനന്ദമാണ്, നിങ്ങൾക്ക് ഒരുപക്ഷേ ധാരാളം പണം കയ്യിൽ ഉണ്ടാവണമെന്നില്ല. എന്നാലും നിങ്ങൾ തീർച്ചയായും സമ്പന്നനാണ്. സമ്പന്നതയും ദാരിദ്ര്യവും രണ്ടും നമ്മുടെ മനസ്സിന്റെതാണ്. ആ വലിയ ഗോഡൗണിൽ എന്റെ തൊഴിൽ ജീവിതം ആരംഭിച്ചപ്പോൾ. വിശ്രമം എന്നത് ഞാൻ അറിഞ്ഞിട്ടില്ലായിരുന്നു. നിന്നുനിന്നു കാൽ കഴക്കുമ്പോഴാണ് മുതലാളിയുടെ അപ്രതീക്ഷിത ആഗമനം ഉണ്ടാവുക. പിന്നെ അദ്ദേഹത്തിനുള്ള ജ്യൂസ് വാങ്ങാൻ പുറത്തേക്കോടും. ഇതിനിടയിൽ രാമാനുജപൈ തടഞ്ഞു നിർത്തിയിട്ട് പറയും എന്തായാലും പുറത്തേക്ക് പോവുകയല്ലേ, ഒരു ചായ കൂടി വാങ്ങിയിട്ട് വാ. അന്ന് അതെല്ലാം അവർക്ക് എത്തിച്ചു കൊടുക്കുമ്പോൾ എനിക്കൊരു സങ്കോചവും തോന്നിയിട്ടില്ല.

വർഷങ്ങൾക്കുശേഷം കല്യാണിലെ എന്റെ ക്യാബിനിലേക്ക് ചായയുമായി എന്നും കടന്നു വരാറുള്ള ഒരു ചെറുപ്പക്കാരൻ ഉണ്ടായിരുന്നു ,ബീരേന്ദ്രർ.. അന്നെനിക്ക് കൂടുതലായി ഒരു സന്തോഷവും തോന്നിയിട്ടില്ല. ഞങ്ങളുടെ പുതിയ വീടും മുംബൈയിലെ സൗകര്യങ്ങളും ഇതൊന്നും എന്നെ സമ്പന്നൻ ആക്കിയിട്ടില്ല. പക്ഷേ ഞാൻ സമ്പന്നത അനുഭവിച്ചറിഞ്ഞ നിമിഷങ്ങൾ, എന്റെ ജീവിതത്തിൽ ധാരാളം ഉണ്ടായിട്ടുണ്ട്. മൂൺ ലൈറ്റ് റസ്റ്റോറന്റിൽ കരിഷ്മയുമൊത്തുമുള്ള ആ ദിവസം. അവൾ എന്റെ ജീവിതസഖിയായി മാറിയത്, അവളുടെ കൈപിടിച്ച് നടന്ന വഴികൾ, തെരുവുകൾ, കടൽക്കാറ്റേറ്റ് പുണർന്നു നിന്ന നിമിഷങ്ങൾ, എന്റെ മക്കളുടെ ജനനം. അവരുടെ വളർച്ചയുടെ ഓരോ ഘട്ടങ്ങളിലും, അതി സമ്പന്നതയുടെ സൗഖ്യം ഞാൻ അറിഞ്ഞിട്ടുണ്ട്. ഇന്നും എന്റെ അഭിപ്രായങ്ങൾക്കായി അവർ സാകൂതം കാത്തിരിക്കുന്നത്, എന്റെ സമ്പന്നതയുടെ ഒരു ഭാഗമായി ഞാൻ കരുതുന്നു.

അല്ലാതെ സമ്പന്നത, ഒരിക്കലും ധനം കൊണ്ട് ആർജിക്കുന്ന ഒന്നല്ല. അതിനുമപ്പുറം ആ വാക്കിന് ഒരു വിശദീകരണം ഉണ്ട്. ഞാനും സുശാന്തും ഞങ്ങളുടെ ചെറുപ്പകാലത്ത്, കയ്യിൽ കിട്ടുന്ന പണത്തിൽ നിന്ന് ഞെക്കി കൂട്ടി കുറച്ചു പണം മാറ്റിവയ്ക്കുമായിരുന്നു. മാസത്തിലൊരിക്കൽ നഗരത്തിലെ ഒരു റസ്റ്റോറന്റിൽ പോയി ഭക്ഷണം കഴിക്കുക. അവിടെ പാട്ട് , ഡാൻസ് , വാദ്യോപകരണ സംഗീതം, മാജിക് അങ്ങനെ ഞങ്ങളെ ആകർഷിക്കാനുള്ള പല വിദ്യകളും ഉണ്ടായിരുന്നു. സുശാന്ത്, ആ ദിവസം അവനെത്രയാണ് ഒരുങ്ങിക്കൂട്ടുകയെന്ന് എനിക്കറിയില്ല.എന്നെയും നല്ല വസ്ത്രങ്ങൾ ഇടാനും ഒരുങ്ങാനും നിർബന്ധിക്കും. അവൻ പറയും മാസത്തിലൊരിക്കൽ രാജാവിനെ പോലെ. ആ ദിവസങ്ങൾ മനോഹരങ്ങളായിരുന്നു. എല്ലാ അവിവാഹിതരായ ചെറുപ്പക്കാരെയും പോലെ ഒരു ദിവസം ഒരു സുന്ദരി ഞങ്ങളിൽ ആകൃഷ്ടരായി, അങ്ങ് പ്രേമിച്ചു കളയുമെന്ന വിശ്വാസത്തിൽ തള്ളി നീക്കിയിരുന്ന ദിവസങ്ങൾ! വർഷങ്ങൾക്കുശേഷം സുശാന്ത് ദുബായിൽ നിന്ന് വരുമ്പോൾ. ഞങ്ങൾ വലിയ ഹോട്ടലുകളിൽ കയറി ഇറങ്ങിയിട്ടുണ്ട്. പക്ഷേ ഒരിക്കലും ആ ദിവസങ്ങളുടെ മാധുര്യം തിരികെ വന്നിട്ടില്ല എന്നത് ഞങ്ങളെ അമ്പരപ്പിച്ചിട്ടുണ്ട്. അവന്റെ ഭാഷയിൽ പറഞ്ഞാൽ ഈ നിമിഷം, ഈ നിമിഷം... ഈ നിമിഷത്തിന്റെ മാധുര്യം നുണയൂ തോഴാ.... അതിനുശേഷം ഈ നിമിഷത്തിനും മരണമണി മുഴങ്ങുന്നു...

കരിഷ്മ അടുക്കള ജോലി നിർത്തി തിരിച്ചു വന്നപ്പോഴും ഞാനാ ഇരിപ്പു തന്നെയായിരുന്നു. അവൾ ആശ്ചര്യപ്പെട്ടു. നിങ്ങൾ ഇവിടെ ഉറച്ചു പോയോ? ഞാൻ ഓർമ്മകൾക്ക് വിരാമമിട്ട് അവളെ നോക്കി പുഞ്ചിരിച്ചു. എന്നിട്ട് ദൃഢതയോടെ പറഞ്ഞു, ഞാനൊരു സമ്പന്നനാണ്. അതേ

അതേ.. ശത കോടീശ്വരന്മാരുടെ പട്ടികയിൽ ഒന്നാം സ്ഥാനത്ത് ആണല്ലോ. അവൾ ചിരിച്ചുകൊണ്ട് പറഞ്ഞു. ഞാനും വളരെ സമ്പന്നയാണ്. എഴുന്നേൽക്കൂ സമ്പന്നാ, എന്തെങ്കിലും ജോലി ചെയ്ത് എന്നെ ഒന്ന് സഹായിക്കൂ...

---

51 ശൂന്യം

കുറച്ചു മാസങ്ങൾക്കുശേഷം ഞാനും കരിഷ്മയും ഒരു യാത്രയ്ക്കുള്ള തയ്യാറെടുപ്പിലായിരുന്നു. സോനത്തിന്റെ കല്യാണത്തിന് എന്റെ പഴയ ഒരു സ്നേഹിതനെ കണ്ടു. ജോഗീന്ദർ നാഥ്. ഞങ്ങൾ ഒരുമിച്ച് പഠിച്ചതാണ്. പത്താംതരം വരെ. പക്ഷേ അവൻ പത്താം ക്ലാസ് വിജയിച്ചില്ല. അതിനു ശേഷം കുറെനാൾ അവനെന്നോട് മിണ്ടാതെ നടന്നു. അവന് വളരെയധികം നാണക്കേട് ഉണ്ടായി. അവന്റെ അച്ഛൻ ലക്ഷ്മികാന്ത് ഞങ്ങളുടെ നാട്ടിലെ പേരെടുത്ത ജന്മിയായിരുന്നു. തന്റെ മുന്നിൽ പണത്തിനായി കൈനീട്ടുന്ന വീർപ്രതാപന്റെ മകൻ സമർത്ഥൻ, എന്റെ മകനൊരു മൂഢൻ, വങ്കൻ. രണ്ടുദിവസം അവനെ വീട്ടിൽ കയറ്റിയില്ല മൂപ്പിന്ന്. ആ ദേഷ്യം അവൻ എന്നോടാണ് പ്രകടിപ്പിച്ചത്. പിന്നീട് ഞാൻ ബിരുദ പഠനം കഴിഞ്ഞ് നാട്ടിൽ തിരിച്ചെത്തി, കൃഷിപ്പണികളിൽ വ്യാപരിച്ചപ്പോൾ അവനെ വീണ്ടും കാണേണ്ടിവന്നു. അന്ന് അവൻ എന്നെ സഹായിച്ചിട്ടുണ്ട്. ഒരുപാട് വർഷങ്ങൾക്കുശേഷമാണ് ഇപ്പോൾ കാണുന്നത്. അവന്റെ കൃഷിയിടങ്ങൾ ഇപ്പോഴുമുണ്ട്. ഗ്രാമത്തിനു വളരെ ഉള്ളിലേക്ക് പോയിട്ടാണ് അവരുടെ പുരാതനമായ ഹവേലിയും കൃഷിയിടങ്ങളും. അവിടേക്കാണ് ക്ഷണിച്ചിരിക്കുന്നത്. രണ്ടുദിവസത്തെ താമസം. പരമ്പരാഗതമായ കലാപരിപാടികളും മറ്റു ആസ്വദിക്കാം. കൊയ്ത്തെല്ലാം കഴിഞ്ഞുള്ള ആഘോഷവേളയാണ്. ആദ്യം ഞാൻ വേണ്ട എന്ന് മനസ്സിൽ വിചാരിച്ചെങ്കിലും, പിന്നീട് അത് തിരുത്തി.

ഞങ്ങളുടെ ദിവസങ്ങൾ സ്വതസിദ്ധമായ രീതിയിൽ കഴിഞ്ഞു പോയിക്കൊണ്ടിരുന്നു. വലിയൊരു മാറ്റവും കരിഷ്മക്ക് അനുഭവപ്പെട്ടിരുന്നില്ല. എന്നാൽ ഇപ്പോൾ വന്നിരിക്കുന്ന സ്ഥലം പേരു കൊണ്ടു തന്നെ വ്യത്യസ്തമാണ്. 'ബാലികപുരി' അന്നപൂർണേശ്വരി ഒരു പെൺകുട്ടിയുടെ രൂപത്തിൽ വന്ന് ഇവിടെയുള്ള ഒരു കർഷകന് ഒരു കുടം നിറയെ വിത്തുകൾ നൽകിയത്രേ. കടുത്ത ദാരിദ്ര്യത്തിലായിരുന്ന ഗ്രാമം അതിനുശേഷം സമൃദ്ധിയിലായി തീർന്നു എന്നാണ് ഐതിഹ്യം. പെൺകുട്ടിയുടെ രൂപത്തിൽ വന്ന ദേവിയാണ് ഞങ്ങളുടെ ഗ്രാമ ദേവത. ഇവിടത്തെ പ്രധാന ഉത്സവം, വിളവെടുപ്പിന് ശേഷം അടുത്ത കൃഷി തുടങ്ങുന്നതിനു മുമ്പായി നടത്തപ്പെടും. ഞങ്ങളെല്ലാവരും അടുത്ത കൃഷിക്കായി സൂക്ഷിച്ചിരിക്കുന്ന വി

ത്തിൽ നിന്ന് കുറച്ചു ഇവിടെ കൊണ്ടുവന്നുകൊടുക്കും. പൂജിച്ച തിന്റെ ഒരു അംശം അവർ നമുക്ക് തിരികെ നൽകും. അത് അടുത്ത തവണ വിത്തുകളുമായി കൂട്ടി കലർത്തി ഞങ്ങൾ വിതയ്ക്കും. ഇങ്ങനെ ചെയ്താൽ നല്ല വിളവെടുപ്പ് ലഭിക്കുമെന്ന് എല്ലാവരും വിശ്വസിച്ചിരുന്നു.

ഏറ്റവും ശ്രദ്ധ ആകർഷിക്കുന്ന ഒരു ആചാരം ഉണ്ടായിരുന്നു. ബാലികമാരെ ദേവിയായി പൂജിക്കുന്നതാണ് അത്. ഓരോ വീട്ടിൽ നിന്നും സുന്ദരമായ വേഷങ്ങൾ ധരിച്ച് പെൺകുട്ടികൾ കുടങ്ങളിൽ വിത്തുമേന്തി വരും. പിന്നെ നീണ്ട ചടങ്ങുകളാണ്. ഒരുപക്ഷേ എന്റെ നാട്ടിൽ പെൺകുട്ടിയായി ജനിച്ചതിൽ കുഞ്ഞുങ്ങൾ സന്തോഷിക്കുന്ന ഒരു സമയമാണ് ഈ വിളവെടുപ്പ് മഹോത്സവം. എല്ലാവർക്കും പുതിയ വസ്ത്രങ്ങൾ, നല്ല ഭക്ഷണം. പെൺകുട്ടികളെ കണ്ടാൽ എല്ലാവരും ദേവീ നാമം വിളിച്ച് കൈകൂപ്പും. കരിഷ്മയ്ക്ക് ആശ്ചര്യവും സന്തോഷവും ആയി. അവൾ വാതോരാതെ എന്നോട് സംസാരിക്കുന്നുണ്ട്. ഒരു തട്ടിൽ വസ്ത്രം, പൂക്കൾ, വളകൾ, മാല എന്നിവയൊക്കെയുമായി ഇഷ്ടമുള്ളവർക്ക്, അതായത് കൂടുതൽ ധനമുള്ളവർക്ക് സ്വർണവും ആവാം. മുന്നിൽ കാണുന്ന ഏതു പെൺകുട്ടിക്കും ഈ തട്ടു നൽകാം. കരിഷ്മ മൂന്നു പ്രാവശ്യം ആ തട്ടുവാങ്ങി കുഞ്ഞുങ്ങൾക്ക് കൊണ്ടുപോയി കൊടുത്തു. പലനിറത്തിലുള്ള പൂമൊട്ടുകൾ പോലെയുള്ള സുന്ദരി പെൺകുട്ടികൾ. അവർക്കിടയിലൂടെ ഞങ്ങൾ നടന്നു.

ചാന്ദിനിയെ കൂട്ടി നിങ്ങൾ ഇങ്ങോട്ട് വരാറുണ്ടായിരുന്നോ ജഗദീഷ്? ഞാനല്ല അച്ഛൻ, കൂടെ ഞങ്ങളും ഉണ്ടാവും. ഇവിടെ നിന്നും കൊണ്ടുവരുന്ന തട്ട് വർഷത്തിലൊരിക്കൽ കിട്ടുന്ന വസ്ത്രം ചാന്ദിനി അത് നിധി പോലെ പെട്ടിയിൽ പൂട്ടിവയ്ക്കും. അതൊക്കെ കാണുമ്പോൾ ജസ്വന്ത് സങ്കടത്തോടെ പറയും. ഒരു പെൺകുട്ടി ആയിരുന്നാൽ മതിയായിരുന്നു. ഞാൻ കുറച്ചു മുതിർന്നവൻ ആയതിനാൽ അത്രയ്ക്ക് അൽപത്തം പറയില്ല. പക്ഷേ എനിക്കും ഗതികേടിന്റെ അസ്വസ്ഥതകൾ ഉണ്ടായിരുന്നു. അത് തീർക്കാൻ ഞാൻ ജസ്വന്തിനോട് ദേഷ്യപ്പെടും. ഒരു കാര്യം ചെയ്യടാ, നാണമില്ലാത്തവനെ, കണ്ണെഴുതി കുങ്കുമ പൊട്ടുതൊട്ട് പെണ്ണായി നടന്നോ . എനിക്ക് ആണായാൽ മതി. അവന് ദേഷ്യം വരും പറ്റുമെങ്കിൽ എന്നെ ഒന്ന് പിച്ചിയതിനുശേഷം ഒറ്റ ഓട്ടം വെച്ചു കൊടുക്കും. കരിഷ്മ ചിരിച്ചു...

ഇനിയെന്താ പരിപാടി ജഗദീഷ്? വാ കാണാൻ ഒരുപാട് സ്ഥലങ്ങളുണ്ട് ഇവിടെ. കൊയ്തൊഴിഞ്ഞ പാടങ്ങൾ, കരിമ്പിൻ തോട്ടങ്ങൾ, അതിനുമപ്പുറം ഒഴുകുന്ന പുഴ. പിന്നെ മൺപാത്രങ്ങളും കരകൗശല വസ്തുക്കളും ഉണ്ടാക്കിയെടുക്കുന്നവരുടെ തെരുവ്. അങ്ങനെ എല്ലായിടവും പോയി. ജീപ്പിലാണ് യാത്ര. ഇടയ്ക്ക് ക്ഷീണം തോന്നിയപ്പോൾ കരിഷ്മ പഴി പറ

യാൻ തുടങ്ങി. ഓ ഈ ശ്രീരാമന്റെ കൂടെ, വഴി ഏതൊന്നു പോലും ചോദിക്കാതെ പുറകെ നടക്കുകയാണ് ഞാൻ. വയസ്സുകാലത്ത് കട്ടോണ്ട് പോകാൻ ഒരു രാവണനും ഒരുമ്പെടുകയും ഇല്ല. അതുകേട്ട് ജോഗീന്ദർ ചിരിച്ചു. കുറച്ചു കഴിഞ്ഞപ്പോൾ അവന്റെ വക ഒരു ഡയലോഗ്. നിങ്ങൾക്ക് ഇവിടെ ഇഷ്ടമായല്ലോ കരിഷ്മാജി? അവൾ അതേ എന്നു പറഞ്ഞു. ഉടനെ അവന്റെ മറുപടി. നിങ്ങൾ ഇവിടെ നേരത്തെ വരേണ്ടതായിരുന്നു. അവൾ ചിരിച്ചുകൊണ്ട് മൂളി. ഞാനവളെ ഒന്ന് നോക്കി. എന്റെ മനസ്സിലെ കിളി ഇങ്ങനെയായിരുന്നു പാടിയിരുന്നത്. "ഈ ചീന മുളകിനെ ഇതിനു മുമ്പ് കൊണ്ടുവരാതിരുന്നത് നന്നായി ജഗദീഷ്. "

ജോഗ്ഗിന്ദർ ഓരോന്നും വിവരിക്കുന്നുണ്ട് എല്ലാം കരിഷ്മയോട് ആയിട്ടാണ്. അവന്റെ ജന്മി കുടുംബത്തിലെ പാരമ്പര്യത്തെയും അങ്ങേയറ്റം പുകഴ്ത്തുന്നുണ്ട്. വിലകൂടിയ തലപ്പാവ് ഇടയ്ക്ക് നേരെയാക്കുന്നു. അവസാനം ഞാൻ ചോദിച്ചു, നിനക്ക് എന്നെ കാണാൻ കഴിയുന്നില്ലേ ജോഗീന്ദർ. അവൻ എന്റെ നേരെ തിരിഞ്ഞു. നീ ഇതെല്ലാം മതിയാക്കി. പണ്ടേ ഇവിടെനിന്ന് കെട്ടുകെട്ടിയതല്ലേ. ഞാൻ മൂളി അതെയതെ.. കരിഷ്മ ഇപ്പോൾ ഇതൊക്കെ കാണാനായിട്ടാണല്ലോ ഇങ്ങോട്ട് വന്നത്. ഞാൻ പോന്നു. എന്റെ കൂടെ അങ്ങ് പോന്നു. അ ത്ര തന്നെ . വീർ ജനിക്കുന്നതിന് മുമ്പാണ് ഞാൻ ഇങ്ങനെയൊരു തീരുമാനമെടുത്തിരുന്നുവെങ്കിൽ, എന്റെ രണ്ടു കുഞ്ഞ് അവതാരങ്ങളും നിലം തൊടില്ലായിരുന്നു..

കുറച്ചുകഴിഞ്ഞ് ഞങ്ങളവന്റെ വീട്ടിലേക്ക് പോയി. അവന്റെ പേരക്കുട്ടികൾ, സഹോദരങ്ങളുടെ പേരകുട്ടികൾ, അങ്ങനെ കുട്ടികളെയും മുതിർന്നവരെയും കൊണ്ട് ആ വീട് നിറഞ്ഞിരുന്നു. പോരാത്തതിന് വീട്ടു പണിക്കാർ, പുറം പണിക്കാർ. ഒന്നു രണ്ടു പേർക്ക് എന്നെ പരിചയമുണ്ടെന്നു തോന്നുന്നു. നല്ല സ്വാദേറിയ ഭക്ഷണം. മത്സരിച്ചുള്ള അതിഥി സൽക്കാരം. ജോഗീന്ദരുടെ സഹോദരി അമീഷ അവിടെ ഉണ്ടായിരുന്നു. അവൾ ആശ്ചര്യത്തോടെ എന്റെ അരികിലേക്ക് വന്നു. ജഗദീഷ് ഭായ് എത്ര വർഷങ്ങൾക്ക് ശേഷം കാണുന്നു. ഇതൊരു അൽഭുതം തന്നെ. നിങ്ങളെയൊന്നും ഇനി കാണാൻ കഴിയുമെന്ന് കരുതിയില്ല. അവൾ കരിഷ്മയുടെ കൈകൾ പിടിച്ചു. നോക്കൂ ഞങ്ങളുടെ നാട്ടിലെ ഒരു ആരാധനാ കഥാപാത്രത്തെയാണ് നിങ്ങൾ സ്വന്തമാക്കിയത്. അവളും കരിഷ്മയും ഉറക്കെ ചിരിച്ചു.

ഞാൻ അധികനേരം അവിടെ നിൽക്കാൻ മുതിർന്നില്ല. രണ്ടും കൂടി എന്നെ തള്ളി താഴെയിടുന്നതിന് മുമ്പേ ഞാൻ പഴയ ഫോട്ടോകളും ചിത്രങ്ങളും കാണാൻ എന്ന വ്യാജേന ചുമരിലേക്ക് നോക്കി നടന്നു. പെട്ടെന്ന് കൊള്ളിയാൻ പോലെ ഒന്നു മിന്നി. ചുമരിൽ സ്കൂൾ കുട്ടികളുടെ ഒരു ഫോട്ടോ.

ഞാൻ കരിഷ്മയെ അടുത്തേക്ക് വിളിച്ചു. നോക്കൂ കുഞ്ഞു ജഗദീഷിനെ. അവൾ സൂക്ഷിച്ചു നോക്കി. ഓ ജഗദീഷ്, നിങ്ങൾ സുന്ദരനാണ്. പക്ഷേ വല്ലാതെ ക്ഷീണിച്ചിരിക്കുന്നു. എന്ത് മെലിഞ്ഞാണ് ഇരിക്കുന്നത്. ഞാൻ ചിരിച്ചു. അവൾ അപ്പോൾ തന്നെ ഫോട്ടോ മൊബൈൽ ക്യാമറയിൽ പകർത്തി. അത് കണ്ടുകൊണ്ടാണ് ജോഗിന്ദർ അകത്തുനിന്നും രംഗപ്രവേശം ചെയ്തത്. അവൻ ചിരിച്ചു. വരു ജഗദീഷ് നിനക്ക് സന്തോഷം തരുന്ന മറ്റൊരു കാര്യം കൂടി ഉണ്ട്. അവനെന്നെ മുകളിലേക്ക് കൊണ്ടുപോയി. വിശാലമായ തളത്തിലെ ഇരിപ്പിടത്തിൽ ഇരുത്തി. അകത്തെ മുറിയിൽ നിന്നും ഒരു ആൽബം കൊണ്ടുവന്നു. വളരെ പഴയ എന്നാൽ ഒരു കേടുപാടും കൂടാതെ സ്വർണ്ണ ചട്ടയോടു കൂടിയ ഒരു ആൽബം. അതിൽ നിറയെ അവന്റെ അച്ഛന്റെയും ബന്ധുക്കളുടെയും ചിത്രങ്ങളാണ്. കൂട്ടത്തിൽ ചില രാജകുടുംബാംഗങ്ങളെയും കണ്ടു.

ഒരു പേജ് അവൻ മറിച്ചപ്പോൾ എന്റെ ശ്വാസം നിലച്ച പോലെ എനിക്ക് തോന്നി. ഞാൻ വീണ്ടും വീണ്ടും ഉറ്റു നോക്കി. എനിക്ക് തെറ്റിയിട്ടില്ല. സന്തോഷവും സങ്കടവും രണ്ടും തിങ്ങി കൂടി ഒരു വിമ്മിഷ്ടം പോലെ. ലക്ഷ്മികാന്തിനൊപ്പം നിൽക്കുന്ന മനുഷ്യൻ എന്റെ അച്ഛനാണ്. പിന്നെ പ്യാരിലാൽ, ലക്ഷ്മൺ ചതുർവേദി. അച്ഛന്റെ മുഖത്ത് കാമറയ്ക്കു മുഖം കാണിക്കുന്നതിന്റെ ഒരു അപരിചിതത്വം കാണാം. പക്ഷേ സ്വത സിദ്ധമായ ആ ചിരി മുഖത്ത് അപ്പോഴും ഉണ്ട്. ഞാൻ കരിഷ്മയോട് പറഞ്ഞു. ഇതുകൂടി എടുക്കൂ. അവൾ അത് ക്യാമറയിൽ പകർത്തി. പിന്നെ എന്റെയും ജോഗീന്ദരിന്റെയും സംഭാഷണം ശ്രദ്ധിച്ചിരുന്നു..

അവൻ എഴുന്നേറ്റു, ജഗദീഷ് വലതുവശത്തെ രണ്ടാമത്തെ മുറിയിൽ തങ്ങിക്കൊള്ളൂ. നിങ്ങൾക്ക് നല്ല ക്ഷീണമുണ്ടെന്ന് എനിക്കറിയാം. ഇനിയും സംസാരിച്ചു ഞാൻ മുഷിപ്പിക്കുന്നില്ല. നാളെ കാണാം. ഞാൻ ചിരിച്ചു കൊണ്ട് എഴുന്നേറ്റു. വളരെ സന്തോഷം സുഹൃത്തേ, നിന്റെ ക്ഷണം സ്വീകരിക്കാൻ തോന്നിയതിന് ദൈവത്തോട് നന്ദി പറയുന്നു. അച്ഛന്റെ പഴയകാല ചിത്രം കാണാൻ കഴിഞ്ഞല്ലോ. മുറിയിൽ എത്തിയതും കരിഷ്മ ഗ്രാമങ്ങളിലുള്ള ജനങ്ങളുടെ സൗമനസ്യത്തെ വളരെയധികം പുകഴ്ത്തി. ഞാൻ അവളോട് പറഞ്ഞു ശരിയാണ് കരിഷ്മ, എല്ലാവരും സ്നേഹ സമ്പന്നരാണ്. പക്ഷേ ദേഷ്യം വന്നാൽ അതുപോലെ പരിഭവവും കാണിക്കും. കരിഷ്മ ചിരിച്ചു, അതിന് ഗ്രാമവും നഗരവും എന്ന വ്യത്യാസമില്ലല്ലോ ജഗദീഷ്. അതെ അതും ശരിയാണ്.

സന്ധ്യാസമയം കഴിഞ്ഞിരുന്നു. ഞങ്ങളുടെ മുറിയോട് ചേർന്ന് നീളത്തിൽ ഒരു വരാന്തയുണ്ട്. നിറയെ ജനാലകളും. ഞാനവിടെ രാത്രിയുടെ ഭംഗി ആസ്വദിച്ചു പുറത്തേക്ക് നോക്കി കൊണ്ടിരിക്കുകയായിരുന്നു. കരിഷ്മ

കയ്യിലുള്ള സാരിയുമായി വന്നു. നോക്ക് ജഗദീഷ്, അമൃത തന്നതാണ്. ഇവിടെയുള്ളവർ തന്നെ നെയ്തെടുത്തതാണ്. കൈകൊണ്ടുള്ള തുന്നൽ പണികൾ നോക്കൂ. എത്ര ഗംഭീരം. നല്ല ഭംഗിയുണ്ട് കടുത്ത നിറങ്ങൾ അല്ലേ. ഞാനിത് പൂജയ്ക്കും ദിവ്യക്കും കൊടുക്കും. എന്താ നിനക്കിതുടുത്തു കൂടെ. ഹേയ് ഇത്ര കടുത്ത നിറങ്ങൾ അവൾ പറഞ്ഞു. നിനക്കിത് നല്ല ചേർച്ചയുണ്ട് കരിഷ്മാ . ആണോ? അവൾ മൗനമായിരുന്നു. പിന്നെ എന്റെ മുഖത്തേക്ക് നോക്കി. എന്താ ആലോചിച്ചിരിക്കുന്നത് ജഗദീഷ്? ഞാൻ അവളുടെ കയ്യിൽ പിടിച്ചു അടുത്തേക്ക് വലിച്ചു. പുറത്തേക്ക് നോക്കൂ... നിറഞ്ഞുനിൽക്കുന്ന ഒരു സ്ത്രീയെ പോലെയാണ് ഇന്നത്തെ രാത്രി. നിറഞ്ഞുനിൽക്കുന്ന സ്ത്രീയോ എന്നുവച്ചാൽ? എല്ലാ ഭാവങ്ങളും ഉൾക്കൊള്ളുന്ന സ്ത്രീ മനസ്സ്! ഒന്നു സങ്കൽപ്പിച്ചു നോക്കൂ കരിഷ്മാ. അവൾ ഊറി ചിരിച്ചു. എനിക്കൊന്നും മനസ്സിലാവുന്നില്ല ജഗദീഷ്. ഞാനും മന്ദഹസിച്ചു.

ജീവിതത്തോടുള്ള പ്രണയം അവസാനിപ്പിക്കരുത് കരിഷ്മാ... അവസാനിപ്പിച്ചാൽ പിന്നെ ജീവിതത്തിന് ഒരു അർത്ഥവുമില്ല. ഞാനവളെ എഴുന്നേൽപ്പിച്ച് വരാന്തയിലേക്ക് കൊണ്ടു പോയി. പുറത്തേക്ക് ശ്രദ്ധിക്ക്. ഈ പാടത്തിന്റെ ഇടതുവശത്തോടു കൂടി ഒരു ചെറിയ വഴിയുണ്ട്. അവൾ തലയാട്ടി. നന്നായി ചെവിയോർക്ക്, ഒരു ശബ്ദം കേൾക്കുന്നില്ലേ?.. അവൾ ചെവിയോർത്തു. ഉവ്വ്. ഒരു പാട്ടാണെന്ന് തോന്നുന്നു. കൂടെ മണി കിലുങ്ങുന്ന ഒരു ശബ്ദം. ഞാൻ പുഞ്ചിരിച്ചു അതെ അതൊരു പാട്ടാണ്. എന്താണ് അയാൾ പാടുന്നതെന്ന് അറിയാമോ? ഞാനവളുടെ കാതിൽ പതുക്കെ ഈണത്തോടെ മൂളി.

"ഈ നിലാവ് പൊഴിക്കുന്ന നീണ്ട രജനിയിൽ,

വഴിയരികിൽ സുഗന്ധം പൊഴിക്കുന്ന നിശാ പുഷ്പങ്ങൾ,

എന്റെ വണ്ടിക്കാളയുടെ താളത്തോടെയുള്ള മണിനാദങ്ങൾ,

എല്ലാം എന്നിലെ വേഗം കൂട്ടുന്നു.

ഇതെന്റെ പെണ്ണിന്റെ വളകിലുക്കം പോലെയാണ്,

വേഗം ഓട് കാളേ വേഗം ഓട്,

ഈ ചോള പാടത്തിനപ്പുറം എന്റെ കുടിലിൽ,

അവൾ തെളിയിച്ച ദീപം അണയുന്നതിനു മുൻപേ,

വേഗം ഓടു കാളേ വേഗം ഓട്."

ഞാൻ പാടി നിർത്തി, കരിഷ്മ വലതു ചൂണ്ടുവിരൽ ചുണ്ടിനോട് ചേർത്തുവച്ചിട്ടുണ്ട്. പിന്നെ സ്വതസിദ്ധമായ രീതിയിൽ പൊട്ടിച്ചിരിച്ചു.

എന്നിട്ട് പറയുകയാണ്. ഹോ കാളയുടെ മണിനാദവും പെണ്ണിന്റെ വള കിലുക്കവും. കാളയോടാണോ പെണ്ണിനെ ഉപമിക്കുന്നത്. അവൾ എന്റെ തോളിൽ കൈവെച്ച് ചിരിക്കുകയാണ്. ഞാൻ അവളുടെ കൈയെടുത്ത് മാറ്റി. എടി മണ്ടി. അയാൾ ഉറപ്പായും ഇവിടത്തെ ഒരു കുടിയാനാണ്. കാലത്തു മുതൽ പണിയിലായിരിക്കും. കച്ചി, കാള വണ്ടിയിലാക്കി ദൂരെയുള്ള കച്ചിക്കൂടിനടുത്ത് ഇറക്കി അയാൾ തിരിച്ചു വരുന്നതാണ്. നോക്ക് കരിഷ്മ അവൻ ഭക്ഷണം കഴിച്ചിട്ട് ഉണ്ടാവില്ല. ഈ രാത്രിയിൽ അവൻ തിരക്കിട്ട് പോകുന്നത് കണ്ടോ. അപ്പോഴും ചിന്തിക്കുന്നത് വീട്ടിൽ അവനെ കാത്തിരിക്കുന്ന പെണ്ണിനെയാണ് കരിഷ്മാ. ആ കാളകളും അവന്റെ പെണ്ണും, ഇതു രണ്ടുമാകാം അവന്റെ ജീവിതത്തിൽ ഏറ്റവും പ്രധാനപ്പെട്ടത്. ഞാൻ കരിഷ്മയുടെ കണ്ണുകളിലേക്ക് നോക്കി. അവളുടെ കണ്ണുകൾ ഈറനണിഞ്ഞിരിക്കുന്നു. അവളെന്റെ കൈകളെടുത്തു അവളുടെ കയ്യിൽ വച്ചു. ഞാൻ വെറുതെ ഒരു തമാശ.... അവൾ മുഴുവനാക്കിയില്ല.

ഞാൻ അവളെ അടുത്തേക്ക് ചേർത്തിരുത്തി. കരിഷ്മ ഇതാണ് ഞാൻ പറഞ്ഞത്, പ്രണയമെന്ന്... ജീവിതത്തോടുള്ള പ്രണയം. ആ അടങ്ങാത്ത പ്രണയമാണ് ഓരോ ജീവനെയും മുന്നോട്ട് നയിക്കുന്നത്. അവൾ എന്റെ കൈകളെ താലോലിച്ചുകൊണ്ടിരുന്നു. വിരലുകളിൽ, വിവാഹമോതിരത്തിലെല്ലാം തലോടിക്കൊണ്ടിരിക്കെ, പെട്ടെന്നാ കണ്ണുകളിൽ ഒരു തിളക്കം കണ്ടു. നിങ്ങൾ ഒരു കഥയെഴുതാൻ പോകുകയാണ്, അല്ലേ ജഗദീഷ്? ഉറപ്പായും നിങ്ങൾ ഒരു കഥ എഴുതും. നിങ്ങൾ ഒരു എഴുത്തുകാരനാണ്. ഞാൻ ചിരിച്ചു. പിന്നെ മൂളി. അതേ...

അവൾ എന്റെ മുഖത്തേക്ക് കൗതുകത്തോടെ നോക്കി, ഒരു കൊച്ചു കുഞ്ഞിനെ പോലെ ചോദിച്ചു. ഞാനല്ലേ കഥയിലെ നായിക.?.. ഞാൻ ചിരിച്ചു, എന്താണ് സംശയം കരിഷ്മ, എന്റെ കഥയിലെ നായിക നീ തന്നെയാണ്. കഥയ്ക്ക് പേരിട്ടോ ജഗദീഷ്? ഉവ്വ് പേരുമിട്ടു. എന്താണത്? അവളുടെ ഉത്സാഹം കൂടി... പറയാം, ആദ്യം നീയൊരു പേര് നിർദ്ദേശിക്ക്. അവളെന്റെ ബാഗ് തപ്പി, ഒരു ലെറ്റർപാഡും പേനയും എടുത്തു കൊണ്ടു വന്നു. പിന്നെ ഒന്നാലോചിച്ചു, പേപ്പറിൽ ഇങ്ങനെ എഴുതി. ട്രെയിൻ ഫ്രം മുംബൈ ടു രാജസ്ഥാൻ. ഞാൻ ഉറക്കെ ചിരിച്ചു. അവൾ കെറുവിച്ചു. ചിരിക്കുകയൊന്നും വേണ്ട, ഈ പേരൊക്കെ ഇട്ടാൽ നാട്ടുകാരങ്ങ് ശ്രദ്ധിച്ചോളും. ഒരു അവാർഡ് വരെ കിട്ടാൻ സാധ്യതയുള്ള പേരാണ്. ഞാൻ ചിരിനിർത്തി. അതെങ്ങനെ ശരിയാവും കരിഷ്മ. യാത്ര തുടങ്ങിയത് രാജസ്ഥാനിൽ നിന്നല്ലേ. അവളും ചിരിച്ചു. എന്നാൽ മാറ്റിക്കോളൂ 'രാജസ്ഥാൻ ടു മുംബൈ'...

ഞാൻ വീണ്ടും ചോദിച്ചു അതെങ്ങനെ ശരിയാവും? എന്നാൽ പറയൂ ബുദ്ധിമാനെ....ഊം... ഞാൻ പറയുന്നത് ശ്രദ്ധിച്ചു കേൾക്ക്. നിന്നെക്കൊണ്ടു തന്നെ ഞാനാ പേര് പറയിക്കും. ഞാനവളെ നിർബന്ധപൂർവ്വം മടിയിലിരുത്തി. കാലു വേദനിക്കും ജഗദീഷ്, അവൾ കുറച്ച് ചിരിയോടെ എന്നെ നോക്കി. സാരമില്ല എന്ന് ഞാൻ പറഞ്ഞപ്പോൾ എന്നാ ശരി ഇനി എഴുതി കാണിക്കുവെന്ന് പറഞ്ഞവൾ പുഞ്ചിരിച്ചു.

ഞാൻ പേപ്പറിൽ രണ്ടു പോയിന്റുകൾ അടയാളപ്പെടുത്തി. എയും ബിയും. എ രാജസ്ഥാൻ കരിഷ്മ, ബി മുംബൈ. അവൾ വായ തുറന്ന് തലയാട്ടി. എയിൽ നിന്ന് ബി യിലേക്കുള്ള ദൂരം എക്സ്, ഇനി പറ ബിയിൽ നിന്നും എയിലേക്കുള്ള ദൂരം എത്രയാ?.. അവൾ ഓ എന്ന മട്ടിൽ എന്നെ നോക്കി. അതും എക്സ്, ഞാൻ അത്രയ്ക്ക് മണ്ടിയൊന്നുമല്ല. ആണോ, ഞാൻ പതുക്കെ ചിരിച്ചു. എങ്കിൽ പറയൂ അതും എക്സ് തന്നെയെങ്കിൽ ആ രണ്ടു ദൂരങ്ങൾ തമ്മിലുള്ള വ്യത്യാസം? അവൾ ഒന്നും സംശയിച്ചു, പിന്നെ പറഞ്ഞു വളരെ എളുപ്പമല്ലേ ജഗദീഷ്!.... X-X=0. അങ്ങനെയല്ലേ...? അതെ ഇനി ഒന്നു പറയൂ...'

ശൂന്യം.......' ജഗദീഷ്...... 'ശൂന്യം'.

———— ———— ശുഭം————

www.ingramcontent.com/pod-product-compliance
Lightning Source LLC
LaVergne TN
LVHW090312210926
848480LV00001B/223
* 9 7 9 8 9 0 5 4 0 8 1 6 8 *